कोट्यावधी आई-वडील आणि डॉक्टरांचा या पुस्तकाबद्दलचा अभिप्राय

"याच्याशिवाय कोणत्याही आईची गरज भागू शकत नाही."

- नीरा, एम. डी.

■■■

"गर्भारपणाच्या दरम्यान निर्माण होणाऱ्या
सर्व समस्यांवरील हे आश्चर्यकारक उत्तर आहे...
याचा वापर करणे अतिशय सोपे असून याची अनुक्रमणिका
अतिशय उत्कृष्टपणे दिली आहे, तुम्ही ज्या विषयाचा विचार कराल
त्यावरील माहिती तुम्हाला क्षणात मिळते."

- ब्रेंडा स्मालेगॉन आर एन, बीएसएन.

■■■

"गर्भावस्थेच्या काळात हे पुस्तक माझ्यासाठी अतिशय उपयुक्त आणि सहाय्यक ठरले आहे.
या पुस्तकातून तुमच्या सर्व अडचणींवर पूर्ण खात्रीने आणि विश्वासार्ह माहिती मिळते"

- टेरेसा ओल्सन, आई.

■■■

"हे पुस्तक कोणत्याही जीव रक्षक प्रणालीपेक्षा कमी नाही."

- मिगुल ए. कॅनो, एम. डी, एफ ए सी ओ जी

■■■

"क़ोणत्याही आईसाठी हे पुस्तक उपयुक्त गाईडपेक्षा कमी नाही."

- बाला, एम. डी.

■■■

"नवीन आईसाठी हे आश्चर्यकारक पुस्तक आहे.
याच्याशिवाय खरंच मी काहीही करू शकले नसते."

- कॅथेराईन, आई.

■■■

"मला हे पुस्तक खूप आवडले. ते माहितीने परिपूर्ण आहे."

- सूजी, एम. डी.

■■■

"गर्भावस्थेची जाणीव झाल्यापासून मी हे पुस्तक वाचायला लागले. या पुस्तकामुळे मी
तणावमुक्त गर्भावस्थेचा अनुभव अगदी सहजपणे घेतला. "

- कॅरोलिन, गोल्डस्टीन, आई

■■■

"भावी आई-वडिलांना काळजीमुक्त करण्यासाठी आणि योग्य माहिती देण्यासाठी उत्कृष्ट... मी हेच पुस्तक वाचण्याचा सल्ला देतो."

- डॉनिका, एम. डी.

■■■

"प्रसूतीपूर्व देखभाल करण्याच्या क्षेत्रात या पुस्तकाने क्रांती केली आहे."

- जेम्स, एम. डी.

■■■

"माझ्या दोन्ही गर्भावस्थेत मी हे पुस्तक काळजीपूर्वक वाचले. बालतज्ज्ञ असल्यामुळे हे पुस्तक अतिशय परिपूर्ण आणि योग्य असल्याचे मला जाणवले."

- सूसॅन, एम. डी.

■■■

"माझ्याकडे उपचारासाठी येणाऱ्यांना मी हेच पुस्तक वाचण्याचा सल्ला देत असते."

- एलिझाबेथ डॉली.

■■■

"पुस्तकातील मांडणीची साखळी परिपूर्ण असून आई-वडिलांना सहज समजू शकते. मी नेहमी हेच पुस्तक वाचण्याचा सल्ला देतो."

- जेन, एम. डी.

■■■

"एक दायी आणि आई असल्यामुळे माझा असा विश्वास आहे, की गर्भवती महिलेसाठी यापेक्षा चांगले दुसरे पुस्तक असूच शकत नाही."

- मदर, फाऊंडर सी.ई.ओ., लिज लँगो मॅटरनिटी.

■■■

आई होताना...
काय करावे?

आता काय होईल?
कसे होईल?

हॅयदी मार्कऑफ आणि शैरॉन मेजेल

महिलाओं की अपनी पत्रिका
गृहलक्ष्मी
की प्रस्तुति

डायमंड बुक्स

एम्मा आणि वयात यांना (माझी सर्वोत्तम आशा),
एरिक (माझे सर्वस्व)
हरलीनसाठी, स्नेहपूर्वक
सर्व आई-वडील आणि चिमुकल्यांना,
मग ते कुठेही असोत !

प्रकाशक: डायमंड पॉकेट बुक्स (प्रा.) लि.
X-30, ओखला इंडस्ट्रियल एरिया, फेज-II
नई दिल्ली-110020
फोन : 011-40712200
ई-मेल : sales@dpb.in
वेबसाइट : www.diamondbook.in

Aayi Hotana Kay Karave (Marathi)

माझा पहिला सोबती एर्लिन आइसबर्गला इतकेच
सांगू इच्छिते, की तुमचा काळजी घेण्याचा स्वभाव,
करुणा आणि सत्यनिष्ठा नेहमीच जिवंत राहील.
मी तुमच्यावर नेहमीच प्रेम करीत राहील आणि तुमचे स्मरण ठेवील.

खूप खूप धन्यवाद

मी गेल्या २ ३ वर्षांत दोन गोष्टी शिकले. पुस्तक आपोआप लिहिले जात नाही आणि मुलांचे पालन आपोआप होत नाही. खरं तर आता मी माझ्या मुलांच्या पालन पोषणाचे औपचारिक कार्य पूर्ण केले आहे. पण या कामात आणि या पुस्तकाचे लेखन करण्यात माझ्या पतीनी मला खूप मोलाचे सहकार्य केले आहे. हे पुस्तक लिहित असताना माझ्या अनेक मित्रांनी, सहकाऱ्यांनी आणि हितचिंतकांनी मोलाच्या सूचना आणि मार्गदर्शन केले.

काही मदतनीस येत-जात राहिले तर काहींनी अखेरपर्यंत सोबत केली. मी त्या सर्वांचे आभार व्यक्त करू इच्छिते.

सँडी हॅवावेः तुमच्या अनमोल सहकार्यासाठी धन्यवाद. एक बहीण म्हणून माझ्या जवळच्या मैत्रिणीची जबाबदारीही पार पाडलीस.

सुजाने रेफर, मित्र आणि संपादक , या पुस्तकाचे संपादन करण्यास आणि नव्या स्वरुपात सादर करण्यास हिने मला खूप मदत केली. शेकडो शिर्षके, व्यंगचित्रे आणि कविता तयार करून दिल्या.

पीटर वर्कमॅन, एक तत्त्वनिष्ठ प्रकाशक. पुस्तक विक्रेत्यांचा विरोध असतानाही त्यांनी आमच्यावर पूर्ण विश्वास ठेवला. या पुस्तकाचे रोप अंकुरण्यापासून त्याला बहर येईपर्यंत त्यांनी वाट पाहिली. इतकेच नाही तर त्यासाठी सहकार्य केले. डेव्हिड मॅट यांनी कलात्मक योगदान देण्याबरोबरच मेकओव्हर करण्यास मदत केली. जॉन गिलमॅन यांनी मेकओव्हर आणि चित्रे काढण्याचे काम केले. लीज हॉलेंडर या तर सुरुवातीपासूनच माझ्या आवडीच्या डिझायनर होत्या. यांच्याशिवाय विंग टॅंग, टिम ओ' ब्रियन आणि लिनेट यांचे कामही महत्त्वाचे आहे. कॅटन, टार्सम न्यूजमॅन आणि आयरीन यांनीही पुस्तक निर्मितीसाठी सहकार्य केले. माझे इतर मित्र सूजी, हेलने, बेथ, वाल्टर, जेपी, मॅंडल, किम आणि एमी यांचाही विशेषत्वाने उल्लेख करते. लाडकी शेरॉन, डॅनियला, ॲरियाने, कीरा आणि सोफिया यांनीही खूप काम केले. घरी डॉ. जे. यांनी खूप महत्त्वाची माहिती पुरविली. आमचे वैद्यकीय सल्लागार डॉ. चार्ल्स लॉकवूड, यांनी बारीक सारीक वैद्यकीय गोष्टी पाहिल्या. तुमची विद्वता पाहून तर मी आश्चर्यचकीत झाले. माझ्या वॉटर फ्रंट मिडियाचे मित्र स्टिव्हन, माइक, वेन बोलिन, जिम कार्टिस आणि सराह हटर यांचीही मी खूप खूप आभारी आहे, त्यांनी आपली माहिती आणि अडचणी मला

सांगितल्या. मार्क कॅमलिन यांची पारखी नजर, व्यावसायिक निपूणता, मैत्री आणि सहकार्य तसेच ॲलिन नॅव्हिस यांचे व्यवस्थापन, धैर्य, ठामपणा आणि पाठिंबा यासाठी धन्यवाद.

जेनिफर ग्रॅडिज आणि फ्रान क्रिट्झ यांच्या मदतीने आम्ही आमची मते तपासून पाहू शकलो. गर्भावस्थेतील त्वचेची काळजी घेण्यासंबंधी डॉ. जेसिका यांनी दिलेल्या सल्ल्याबाबत धन्यवाद. डॉ. हॉवी मंडेल यांनी नेहमीच प्रश्न विचारण्यासाठी प्रेरित केले. 'व्हाट टू एक्सपेक्ट फाऊंडेशन' च्या कार्यकारी संचालिका लीसा बर्नस्टीन, जो, टॅडी आणि डॅन यांनाही धन्यवाद.

माझे पती एरिक यांनी प्रत्येक कामात मला सहकार्य केले, त्यांच्या सहकार्याचे तर मोजमापच केले जाऊ शकत नाही. तुमच्या मुळेच मला या कामाचा आनंद उपभोगता आला. मला तुम्ही खूप आवडता. ईसा आणि वयात, तुमच्यावर तर मी खूप खूप प्रेम करते. तुम्हीच मला आई होण्याचा आनंद आणि सन्मान दिलात.

प्रेमळ पिता आणि मित्र हॉवर्ड आइसनबर्ग; व्हिक्टर शरगई आणि जॉन एनिॲलो तसेच जगातील सर्वोत्कृष्ट सासू-सासरे असलेले ॲवी आणि नॉरमन मार्कऑफ; रॅचल, ईथान, लिज, सॅंडी आणि टिम; तुम्हा सर्वांची मी आभारी आहे.

सर्व डॉक्टर्स, नर्सेस आणि दाया यांनाही अनेक धन्यवाद. हे न जाणो रोज किती कुटुंबातील गर्भावस्थेचे एका सहज सुंदर अनुभवात रुपांतर करण्यासाठी झटत असतात. सर्वाधिक आभार तर नवीन आणि जुन्या आई-वडिलांचे कारण त्यांच्यामुळेच या पुस्तकाची प्रत्येक आवृत्ती पहिल्यापेक्षा अधिक चांगली आणि परिपूर्ण होण्यासाठी प्रयत्न केले. मी आधी सांगितले आहे त्याप्रमाणे, आई- वडील हेच माझ्यासाठी अनमोल आहेत. तुमची पत्रे, मेल आणि इ-मेल असेच पाठवत रहा.

पुन्हा एकदा सर्वांचे आभार. खूप खूप धन्यवाद. देव तुमच्या सर्व इच्छा आकांक्षा पूर्ण करो.

Heidi

अनुक्रमणिका

चौथ्या आवृत्तीची प्रस्तावना *xvii*

भाग-१ काही आवश्यक गोष्टी

प्रकरण - १ गर्भधारणेपूर्वी २

गर्भधारणेपूर्वी काही सल्ले २

जरा लक्ष द्या, पिन पॉईंट ओव्ह्यूलेशन, गर्भधारणेशी संबधित गैरसमज

भावी वडिलांसाठी काही सूचना ९

प्रकरण - २ तुम्ही गर्भवती आहात? १२

तुम्ही कशाचा विचार करता? १२

गर्भावस्थेची सुरुवातीची लक्षणे, गर्भावस्थेची खात्री करणे, एक बारीक रेषा, अनियमितपणाच्या तपासण्या, पॉझिटिव्ह नसेल तर, तुम्ही गर्भवती नसाल तर...

नकारात्मक परिणाम, स्मार्ट टेस्टिंग, डॉक्टरांशी पहिली भेट केव्हा? संभाव्य तारीख

डॉक्टरांची निवड १८

प्रसूती तज्ज्ञ? फॅमिली डॉक्टर? मिडवाईफ?, जन्मासाठी निवड, प्रॅक्टिसचे प्रकार, योग्य उमेदवाराची निवड, निवड तुमची आहे, रुग्ण आणि डॉक्टरांचे संबंध

तुमची परिपूर्ण शारीरिक माहिती २६

हे पुस्तक सर्वांसाठी आहे, बर्थ कंट्रोल, फ्रायब्राईड, एंडोमॅट्रिओसिस, कोलोपोस्कोपी, एच.पी.वी. , इतर एस. टी. डी. आणि गर्भावस्था, हर्पिज, जेनिटल हार्पिजची लक्षणे

प्रसूतीसंबंधी पूर्व माहिती ३१

दुसरी गर्भधारणा, इतिहासाची पुनरावृत्ती, खूप लवकर दुसरी गर्भधारणा होणे, एखादे मोठे कुटुंब, गर्भपाताची समस्या, डॉक्टरांना तुमच्या सर्व समस्या सांगा, अकाली प्रसूती, गर्भजलाची कमतरता, आर. एच. प्रतिकूलता.

भाग-२ नऊ महिने आणि त्यांची मोजणी
(गर्भधारणा ते प्रसूती)

इमेज, गर्भावस्थेतील फोटो, गर्भावस्थेतील वस्त्र, उभारासह सुडौल दिसण्याची इच्छा, प्री बेबी सिटर, नको असलेला सल्ला, पोटाला स्पर्श करणे, विसरण्याची सवय.

किंवा नंतरच्या काळातील रक्तस्त्राव, प्रिक्लोम्पीसिया, प्रसूतीविषय भीती.

भाग-३ जुळी, तिळी किंवा जास्त मुले
(तुम्ही एकापेक्षा अधिक बाळाची माता होणार असता तेव्हा)

प्रकरण - १६ एकापेक्षा अधिक मुले २८४

तुम्ही कशाचा विचार करता? २८४

एकापेक्षा अधिक गर्भ असल्याचे जाणवणे, एकापेक्षा अधिक शिशूंचा गर्भ? सारखी किंवा समरुप, डॉक्टरांची निवड, गर्भावस्थेतील लक्षणे, एकापेक्षा अधिक शिशु असल्यावर तुमचा आहार, वजन वाढणे, एकापेक्षा अधिक शिशु असताना तुमचे वजन, एकापेक्षा अधिक शिशूंचा जन्म होताना काळ मर्यादा, कसरत, समिश्र भाव, असंवेदनशील वाक्य, मल्टिपल कनेक्शन, सुरक्षिततेचा प्रश्न, मल्टिपल फायदे, ट्विन टू ट्विन ट्रांसफ्यूजन सिंड्रोम, बेड रेस्ट व्हॅनिशिंग ट्विन सिंड्रोम.

एकापेक्षा अधिक बाळांचा जन्म २९२

जुळ्या किंवा त्याहून अधिक बाळाच्या प्रसूती वेदना, जुळ्यांची जन्म वेळ, जुळ्यांची प्रसूती, दोन बाळांचे स्तनपान, पोझिशन-पोझिशन, अशा डिलिव्हरीनंतरची विश्रांती

भाग-४ बाळाच्या जन्मानंतर

प्रकरण - १७ प्रसूतीनंतर पहिला महिना २९६

तुम्हाला कसे वाटते? २९६
तुम्ही कशाचा विचार करता? २९७

रक्तस्राव, वेदनेनंतर, पॅरिनिअलची वेदना, लघवीचा त्रास, प्रसूतीनंतर डॉक्टरांना केव्हा बोलवावे?

शौचास जाताना त्रास, स्तन सुटणे, स्तनांत दूध नसणे, घरी परत येणे, परस्पर प्रेम, घरात, ऑपरेशनद्वारा झालेली डिलिव्हरी, बाळासह घरी परतणे

भाग-६ गर्भधारणा आणि तुमचे आरोग्य

भाग-७ गुंतागुंतीची गर्भावस्था

चौथ्या आवृत्तीची प्रस्तावना

चार्ल्स जे. लॉकवूड, एम.डी.

अनिता ओ, कीफे (याल युनिर्व्हसिटी स्कूल ऑफ मेडिसन, डिपार्टमेंट अँड ऑबस्ट्रिक्स, गायनोकॉलॉजी अँड रिप्रोडक्टिव्ह वूमन हेल्थ मधील तरुण प्रोफेसर)

एके दिवशी मला एका रोग्याचे आभार मानणारे पत्र मिळाले. त्यासोबत एका हॉकी खेळाडूचा फोटोही होता. मी एकोणीस वर्षांपूर्वी त्याची डिलिव्हरी केली होती. माझे काम खूप चांगले आहे. मला मानवी जीवनातील अतिशय आनंददायी असलेल्या सुखद आणि सुंदर क्षणांचा, 'बाळाच्या जन्माचा' आनंद वाटण्याची संधी मिळते. प्रसूती विशेषज्ञ म्हणून काम करताना जगणे फारसे सुकर नसते. रात्री तीन तीन राजेपर्यंत काम, प्रसूतीची एखादी घटना थोडी गुंतागुंतीची निघाली की त्याची उत्कंठा वगैरे... खरं तर काही आव्हानात्मक परिस्थिती निर्माण झाली की मीही तिचा सामना करायला तयार असते. थोड्या विचित्र स्वरूपाच्या संमिश्र भावनांचा कल्लोळ उडतो, तरीही या कामाचा एक वेगळा असा आनंद आहे.

खरं सांगायचं तर माझी नोकरीही गर्भावस्थेसारखीच आहे, जी थोडीशी रोमांचक असण्याबरोबरच मस्तीने भरलेली आहे. हे पुस्तक एक प्रकारे एखाद्या वैयक्तिक किंवा खाजगी विशेषज्ज्ञासारखे तुम्हाला मार्गदर्शन करते. मी अनेक वर्षांपासून माझ्या पेशंटसूना हेच पुस्तक वाचण्याचा सल्ला देत आलो आहे. यामध्ये खूप उपयुक्त माहिती आहे, जी प्रामुख्याने तुम्हाला एखादा डॉक्टर, नर्स किंवा फक्त तज्ज्ञ व्यक्तीकडूनच मिळू शकते.

हे तुम्हाला अतिशय सोप्या पद्धतीने सल्ला देते, की गर्भधारणेपूर्वी काय काय लक्षात घ्यावे. तुमची जीवनशैली, नोकरी किंवा आहारात काय बदल करावा. नंतर मग आठवड्याच्या हिशोबात गर्भाच्या विकासाचा तपशील दिला आहे. या दरम्यान तुमच्या शरीराच्या इतर भागांवर गर्भावस्थेचा काय परिणाम होतो, याची चर्चा केली आहे आणि शंका समाधान केले आहे. तुम्हाला कसे वाटते, तुम्ही कोणत्या टेस्ट करून घ्यायला हव्यात किंवा डॉक्टरांना कधी भेटायला हवे, याची माहितीही दिली आहे. शेवटी तुमच्या जीवनात येणाऱ्या त्या अतिशय महत्त्वाच्या आणि आनंददायी क्षणासाठी तुम्हाला शारीरिक आणि मानसिक दृष्ट्या तयार केले आहे. यामध्ये अशा अनेक प्रश्नांची उत्तरे दिली आहेत, जे तुम्ही इच्छा असूनही डॉक्टरांना विचारू शकत नाहीत.

प्रसूतीनंतर येणारा थकवा, चेहऱ्यावर

पडणाऱ्या निळ्या डागांशिवाय इतर सर्व दीर्घकालीन आजारांची माहिती दिली आहे. यामधील एका प्रकरणात त्या लोकांसाठीही खास सल्ला दिला आहे, ज्यांना आपले बाळ प्रसूतीच्या आधी किंवा नंतर गमवावे लागते. हे पुस्तक तुमचा जोडीदार आणि प्रशिक्षक यांच्यासाठीही मार्गदर्शक आहे. जुळी किंवा त्याहून अधिक मुले झाली तर काय करावे, याचीही या पुस्तकात माहिती दिली आहे.

एक विशेशज्ज्ञ असल्यामुळे मी या पुस्तकाने खूपच प्रभावित झालो आहे. एक संपादक म्हणून या पुस्तकातील थेट आणि थोडक्यात लेखनाने मी प्रभावित झालो आहे. एक वडील आणि पती या नात्याने मी असे अनुभवले आहे, की भावी पित्याने काय काय करायला हवे हेही लेखकांने सांगितले आहे. माझे हजारो रुग्ण, स्टाफ आणि दुसऱ्या रुग्णांनीही हे पुस्तक वाचले आहे आणि तेच खरे याचे समीक्षक आहेत.

तुम्ही हे पुस्तक वाचत आहात म्हणजे तुम्ही अक तर गर्भवती असल्याची शक्यता असते किंवा नाही तर मग तुम्ही गर्भधारणेची तयारी करणाऱ्या असता. तुमचे अभिनंदन. मी तर तुम्हाला असाच सल्ला देतो की, पाठ टेकवून आरामशीर पडा आणि या अदभूत प्रवासाला सुरूवात करा.

या पुस्तकाचा जन्म वारंवार का झाला?

चोवीस वर्षांपूर्वी मी एका मुलीला जन्म दिला आणि या पुस्तकाला सुरूवात केली. मुलगी ईसा, हे पुस्तक आणि माझा दुसरा मुलगा (वयात) यांचे पालन पोषण करणे हे सर्वच थकविणारे, आनंददायी आणि रोमांचक होते. आता हे पुस्तक तुमच्या हातात आहे. याची नवीन आवृती सादर करताना मला हार्दिक आनंद होत आहे.

माझ्या पुस्तकाच्या या नवीन आवृत्तीबद्दल मी खूप उत्साहित झाले आहे. आठवड्या दर आठवड्याने गर्भाचे छोट्या शिशूत हळूहळू होणारे रुपांतर,ती छातीत होणारी जळजळ, त्या बाळाचा सतत होणारा विकास,अशा समस्या आणि जिज्ञासांची पूर्तता करण्याचा प्रयत्न केला आहे. गर्भावस्थेत करावे लागणारे काम, त्वचेची काळजी, नखे आणि केसांची काळजी, गर्भावस्थेतील जीवनशैली आणि सेक्स, तुमचे संबंध, भावना अशा प्रत्येक लहानात लहान आणि मोठ्यात मोठ्या गोष्टीची इथे चर्चा केली आहे. तुमच्या आहाराशी संबंधित प्रकरण हे तुमच्या आणि बाळाच्या योग्य पोषणासाठी खूप महत्त्वाचे आहे. गर्भधारणेपूर्वीची खबरदारी आणि जुळी मुले याबाबत एक सविस्तार प्रकरण आहे. याशिवाय भावी वडिलांसाठी माहिती आणि गर्भावस्थेशी संबधित असलेल्या प्रत्येक बाबीवर इथे चर्चा केली आहे.

हे पुस्तक लिहून झाले तेव्हा त्याचा फक्त एकच उद्देश होता, की भावी आई-वडिलांनी नुसते काळजी करीत बसण्याऐवजी गर्भावस्थेचा परिपूर्ण आनंद लुटावा. आताही उद्देश तोच असला तरी या पुस्तकाचे स्वरूप मात्र आणखी विस्तारित केले आहे.

सर्व भावी मातांना हे पुस्तक उपयुक्त ठरेल, अशी मला आशा आहे. बाळाच्या विकासाचा त्यांना आनंद घेता येईल. तुमच्या निरोगी गर्भावस्थेसाठी माझ्या हार्दिक शुभेच्छा. तुम्ही एक चांगले आई-वडील व्हावे. परमेश्वराने तुमच्या सर्व इच्छा पूर्ण कराव्यात.

Heidi

भाग - १

काही आवश्यक गोष्टी

गर्भधारणेपूर्वी

तुम्ही आपले कुटुंब निर्माण करण्याचा किंवा ते वाढविण्याचा निर्णय घेतलाय तर. लवकरच तुमच्या घरात एक छोटासा पाहुणा येणार आहे. तुमच्या मुलाला लहान भाऊ किंवा बहीण मिळणार आहे. तुमच्या घरात बाळाची पाऊले रांगण्यापूर्वी तुम्ही काही आवश्यक पाऊले उचलायला हवीत म्हणजे मग तुमच्या घरात येणारे बाळ निरोगी असेल. या सल्ल्याच्या मदतीने तुम्ही आणि तुमचे पती भावी कालावधीसाठी स्वतःला पूर्णपणे तयार करू शकता.

तुम्ही अजून गर्भवती झाला नाहीत तर काही बिघडत नाही, प्रयत्न सुरूच ठेवा (प्रयत्नांसोबतच आनंदवार्ताही येते.) नाही तर पुस्तक दुसऱ्या प्रकरणापासून वाचायला सुरूवात करा. हे पहिले प्रकरण त्या मातांसाठी आहे, ज्यांना गर्भवती व्हायचे आहे.

गर्भधारणेपूर्वी, काही सूचना

छोटेसे बाळ तुमच्या अंगणी खेळण्यासाठी उत्सुक आहे, पण त्याला बोलावण्यापूर्वी या लहान सहान गोष्टींकडे लक्ष द्या.

गर्भधारणेपूर्वी तपासणी :- खरं तर तुम्हाला प्रसूतीपूर्व तापसणी करणाऱ्या डॉक्टरांची आवश्यकता नाही. तुम्ही तुमची नियमित तपासणी करणाऱ्या महिला डॉक्टरांना भेटू शकता. या तपासणीमुळे कुणात काही वैद्यकीय कमतरता असेल तर त्याची माहिती मिळते आणि त्यावर लगेच उपचार करणे शक्य होते. गर्भावस्थेच्या काळात न घ्यावयाच्या औषधांपासूनही डॉक्टर तुम्हाला दूर ठेवतील. तुमचे वजन, आहार, खाण्या-पिण्याच्या सवयी, जीवनशैली आणि लसीकरण याविषयी त्यांचा सल्ला घ्या.

प्रसूतीपूर्व डॉक्टरांचा शोध :- तुम्ही तुमच्यासाठी एखादी दायी, मिडवाईफ किंवा प्रिमॅटल डॉक्टरांचा शोध सुरू करा. खरं तर तुम्ही अजून गर्भवती नाहीत, पण पुढे चालून तुमचे वेळापत्रक खूप व्यस्त होते त्यामुळे आताच चौकशी करा, सल्ला घ्या आणि मनातल्या मनात डॉक्टरांची निवड नक्की करा.

डेंटिस्टची भेट :- गर्भवती होण्यापूर्वी एकदा तुमच्या डेंटिस्टकडे आवश्य जाऊन या. कारण तुमची भावी गर्भावस्था तुमचे दात आणि हिरड्यांवर परिणाम करू शकते. गर्भावस्थेतील हार्मोन्समुळे दात आणि हिरड्यांचा त्रास होऊ शकतो. अभ्यासातून असेही आढळून आले आहे, की गर्भावस्थेच्या गुंतागुंतीत हिरड्यांचे आजारही सामील असतात. बाळाला या

जगात आणण्यापूर्वी स्वतः एकदा डेंटिस्टकडे जाऊन या. दातांचा एक्स-रे, दात भरणे किंवा ऑपरेशन वगैरेची आवश्यकता असेल तर ते करून घ्या कारण गर्भावस्थेच्या काळात हे करणे शक्य होत नाही.

कुटुबांचा इतिहास पहा :- तुम्हाला तुमच्या कुटुंबांच्या इतिहासावर एक नजर टाकण्याबरोबरच पतीचा कौटुंबिक इतिहासही तपासून पहायला हवा, की दोन्ही कुटुंबात एखाद्या आजाराचा इतिहास तर नाही ना? अशा आजारांत डाऊन सिंड्रोम, टे-शेक आजार, सिकल सेल ॲनिमिया, थॅलिसेमिया, हिमोफेलिया, सिस्टिक फायबरोसिस किंवा प्रेगाईल एक्स सिंड्रोम यांचा समावे

गर्भावस्थेची पूर्व माहिती :- तुमच्या या आधीच्या गर्भावस्थेत काही अडचण्या आल्या असतील म्हणजे अकाळी प्रसूती झाली असेल किंवा एकापेक्षा अधिक गर्भपात झाले असतील, तर तुमच्या डॉक्टरांना भेटा म्हणेज ही अडचण पुन्हा निर्माण होणार नाही.

आवश्यकता भासल्यास जेनेटिक स्क्रिनिंग करा :- एखाद्या गंभीर अनुवांशिक आजाराची माहिती मिळाली तर डॉक्टरांकडे जाऊन जेनेटिक स्क्रिनिंग करण्याबाबत सल्ला घ्या. जर तुम्ही काकेसियन असाल तर सिस्टिक फायबरोसिस, यहुदी- युरोपियन असाल तर टे, शेक अफ्रिकी असाल तर सिकल सेल टेस्ट किंवा ग्रीक, इटालियन, दक्षिण पूर्व अशियायी अथवा फिलिपाईन्स वंशाचे असाल तर तुम्हाला थॅलासोमिया आजार असू शकतो.

आधी एखादा गर्भपात होणे, रक्तसंबंधात लग्न होणे, दीर्घकाल गर्भधारणा न होणे अशी कारणे असतील तरीही जनेटिक स्क्रिनिंग करून घेणे आवश्यक होऊ शकते.

तपासण्या करा :- या सर्व प्रकारच्या चौकशीच्या दरम्यान तुम्हाला तुमच्या काही प्रकारच्या तपासण्या करून घेण्यासाठीही तयार रहायला हवे. त्या अशा-

- ॲनेमियाच्या तपासणीसाठी हिमोग्लोबिन किंवा हिमोटोक्रिट टेस्ट.
- तुम्ही पॉझिटिव्ह आहात की निगेटिव्ह ते पाहण्यासाठी आर-एच फॅक्टर तपासणे. तुम्ही निगेटिव्ह असाल तर जोडीदाराचीही टेस्ट करावी लागते. (दोघेही निगेटिव्ह असाल तर त्याचा फारसा विचार करू नका.)
- रुबेला ट्रिवटर या तपासणीमुळे रुबेला प्रतिरोधक क्षमता कळते.
- व्हॅरिसेला ट्रिवटर, यातपासणीमुळे व्हॅरिसेला प्रतिरोधक क्षमता कळते.
- हिपोटायटिस-बी, तुम्ही याची लस घेतली नसेल आणि तुम्ही आरोग्य सेविका असाल तर.
- सायटोमॅग्लोव्हायरस ॲंटिबॉडिज तपासणी. रिपोर्ट काय आहे ते कळते. तुम्ही यावर उपचार केला असेल तर सहा महिने गर्भधारणा करू नका.
- टॉक्सोप्लाझमोटिस ट्रिवटर, तुमच्याकडे बाहेर फिरणारे, कच्चे मांस खाणारे पाळीव मांजर असेल किंवा मोजे न घालता तुम्ही बागकाम करीत असाल तर. तुम्ही याची लस घेतली असेल तर याची काळजी करण्याचे कारण नाही. नसेल तर मात्र खबरदारी घ्या.
- थॉयरॉइड फंक्शन, याचा गर्भावस्थेवर परिणाम होऊ शकतो. तुम्हाला किंवा कुटुंबात कोणाला हा आजार असेल आणि तुमच्यात काही लक्षणे दिसत असतील तर ही तपासणी करावी.
- गुप्तरोग तपासण्या. सर्व गर्भवती महिलांनी आपली गुप्तरोग (सिफलिस, गोमोरियास कालमिडिया, हर्पिज, एच पीव्ही आणि एचआय़व्ही) तपासणी नियमित स्वरुपात करून घ्यायला हवी. असे आजार नसल्याची तुम्हाला खात्री असली तरीही एकदा ही तपासणी करून

घ्यावी.

उपचार करा :- वरीलपैकी कोणत्याही तपासणीत काही आढळूनआले तर त्यावर लगेच उपचार करा. एखादे लहान-मोठे ऑपरेशन किंवा आतापर्यंत टाळीत आलेला दुसरा कोणताही उपचार असेल तर तो करून घ्या. नाहीतर गर्भावस्थेतत त्यामुळे काही अडचणी निर्माण होऊ शकतील. अशा अडचणी खालीलप्रमाणे असू शकतात -

- युटेराईन पोलिप्स, फिबराईड सिस्ट किंवा बेनिंग ट्युमर.
- अँडोमिट्रोसिस (गर्भाशयाच्या भोवती असणाऱ्या पेशी शरीराच्या इतर भागात पसरतात तेव्हा.)
- पेल्व्हिक इंफ्लामेंट्री आजार.
- मुत्राशयाला होणारे संसर्गजन्य आजार किंवा बॅक्टेरियल व्हॅजिनोसिस.
- एखादा एसटीडी आजार

लसीकरण करून घ्या :- गेल्या दहा वर्षात तुम्ही टिटेनस, डिप्थिरिया बूस्टर याची लस घेतली नसेल तर घ्या. मीजल्स, मम आणि रुबेयाची लस घेतली नसेल तर घ्या आणि गर्भधारणेसाठी एक महिना थांबा. तुम्ही आधीच गर्भवती राहिला असाल तरीही काळजी करण्याचे काही कारण नाही. तुम्हाल हिपोटायटस- बी किंवा चिकनपॉक्स या आजारांची काही भीती नसली तरीही त्याची व्यवस्था करा. तुमचे वय २६ वर्षांपेक्षा कमी असेल तर एचपीव्हीचे तिन्ही डोस घ्या. त्यासाठी पूर्वतयारी करा.

क्रोनिक रोगांवर नियंत्रण मिळवा :- तुम्हाला मधुमेह, दमा, ॲपिलेप्सी यासारखे क्रोनिक म्हणजे दीर्घकाळ सोबत करणारे आजार असतील तर गर्भधारणेपूर्वी डॉक्टरांचा सल्ला घ्या आणि हे आजार नियंत्रणात आणा. स्वतःची चांगल्या प्रकारे काळजी घ्या. तुम्ही जर जन्मापासूनच 'फिनाइलक्युटोन्युरिया' या आजाराने आजारी असाल तर फिनाइलेलेनिन युक्त आहार घ्यायला सुरूवात करा आणि गर्भावस्थेच्या काळातही तो सुरू ठेवा. हे गर्भाच्या आणि तुमच्या दोघांच्याही आरोग्यासाठी चांगले.

तुम्हाला जर कशाची ॲलर्जी असेल तर त्याकडेही लक्ष द्या. निराशेमुळे तुमच्या आनंददायी गर्भावस्थेला अडचण होऊ शकते त्यामुळे त्यावर आधी उपचार करा.

बर्थ कंट्रल बंद करा :- तुमचे कंडोम आणि डायफ्रागम फेकून द्या. (खरं तर गर्भधारणेनंतर पुन्हा त्यांची गरज पडणार आहे.) बर्थ कंट्रोल करण्याच्या गोळया, व्हेजायनल रिंग किंवा पॅचचा वापर करीत असाल तर याबाबत डॉक्टरांचा सल्ला घ्या. कारण तुम्हाला हे सर्व अनेक महिने आधी बंद करावे लागते म्हणजे प्रजननसंस्था योग्य प्रकारे काम सुरू करू शकते. त्यासाठी दोन तरी मासिक पाळया योग्य कालावधीत यायला हव्यात.(या दरम्यान निरोधचा वापर करावा.) तुमचे मासिक चक्र नियमित व्हायला दोन-तीन किवा त्याहून अधिक महिने लागू शकतात.

तुम्ही जर आय़यूडी लावली असेल तर ती काढून टाका. डेप्रोप्रोवेरा बंद केल्यानंतर सहा महिने थांबा. काही महिला तर हे बंद केल्यानंतरसुद्धा १० महिने गर्भधारणा करू शकत नाहीत. यानुसारच तुम्ही तुमचा कार्यक्रम आखा.

आहारातील सुधारणा :- तुम्ही कदाचित आतापासून दोन जिवांसाठी लागणारा आहार गेत नसाल, पण चांगल्या सवयींना वेळ कशासाठी? तुम्ही तुमचा फॉलिक ॲसिडचा डोस घ्यायला विसरू नका. त्यामुळे गर्भधारणेची क्षमता वाढते. शिवाय अभ्यासातून असेही आढळले आहे, की गर्भधारणेच्या आधी आपल्या आहारात या जीवनसत्त्वाचा समावेश करणाऱ्या महिलांना 'न्यूरल ट्यूब इफेक्ट' चा धोका खूप कमी उरतो. ते कडधान्य, हिरव्या पालेभाज्या यामध्ये आढळते. शिवाय तुम्हाला डोस म्हणूनही

ते घ्यावे लाग़ेल. त्यासाठी डॉक्टरांना विचारा.

जंकफूड आणि मेदयुक्त आहाराचा निरोप घ्या. आहारात फळे, भाज्या, कमी मेद असलेलेल दुधाचे पदार्थ यांचे प्रमाण वाढवा. पुस्तकात देण्यात आलेल्या संतुलित आहाराकडेही लक्ष द्या. गर्भधारणेपूर्वी तुम्हाला रोज दोन चमचे प्रोटिन्स, तीन चमचे कॅल्शियम आणि साह चमचे कडधान्ये घ्यायला हवीत. अर्थात यामध्ये कॅलरिजचे प्रमाण वाढविण्याची काही आवश्यकता नाही.

माशांबाबत सांगितलेले मुद्देही विचारात घ्या, पण मासे खाणे बंद करू नका कारण त्यात अनेक पोषक घटक असतात.

तुमच्या आहारविषयक काही सवयी (व्रत,वैकल्य, उपवास) गर्भावस्थेत काही अडचणी निर्माण करू शकणार असतील तर त्याबाबत डॉक्टरांचा सल्ला घ्या.

प्रसूतीपूर्व व्हिटॅमिन्स घ्या :- आहारात फॉलिक ॲसिडयुक्त पदार्थांचा मोठ्या प्रमाणात समावेश असला तरीही तुम्हाला गर्भधारणेच्या दोन महिने आधी पॅनिटल पुरक म्हणून ४०० एमसीजीचा डोस घ्यायला हवा. त्याचे अनेक लाभ आहेत. अभ्यासातून असे आढळून आले आहे, की ज्या महिला गर्भधारणेच्या पूर्वी तसेच गर्भधारणेनंतर सुरूवातीच्या काही आठवड्यात मल्टिव्हिटॅमिन गोळ्या घेतात त्यांना उलटी आणि मळमळीचा त्रास होत नाही. त्यामध्ये १५ एमजी. झिंकचा समावेश असायला हवा. त्यामुळे गर्भधारणेची क्षमता वाढते. अर्थात आवश्यकतेपेक्षा अधिक प्रमाणात काही सत्त्वांचे सेवन केले तर त्यामुळे नुकसानही होऊ शकते त्यामुळे डॉक्टरांच्या सल्ल्यानेच पुढे जा.

वजनाची तपासणी :- वजन कमी किंवा जसत असणे या दोन्ही गोष्टी गर्भधारणेवर परिणाम करणाऱ्या असतात. तसेच गर्भधारणा झाल्यावरही यामुळे अनेक प्रकारच्या अडचणी येऊ शकतात त्यामुळे आवश्यकतेनुसार कॅलरिजचे प्रमाण कमी-अधिक करा.

वजन कमी करायचे असेल तर हळूहळू कमी करा आणि गर्भधारणा होण्याच्या साधारणपणे २ महिने आधी ते बंद करा. अतिशय कडक आणि असंतुलित स्वरूपाची डायटिंग तुम्हाला नुकसान करू शकते. आवश्यक तेवढे डायटिंग झाल्यानंतर पुन्हा योग्य प्रमाणात संतुलित आहार घ्यायला सुरूवात करा म्हणजे मग आपल्यासाठी निरोगी असलेल्या घरात छोटासे बाळ येऊ शकेल.

तंदुरस्त रहा, पण मर्यादेत :- तुम्हाला व्यायाम करायची सवय असले तर चांगलेच आहे. त्यामुळे स्नायु लवचिक आणि मजबूत होताता. नको असलेले वजन कमी करा, पण व्यायामसुद्धा जास्त प्रमाणात करू नका. कारण त्यामुळे ओव्ह्यूलेशनमध्ये अडचणी निर्माण होतात आणि गर्भधारणा होत नाही. काम करताना स्वतःला शांत ठेवा. हॉट टब, सोना, हिटिंग़ पॅड, इलेक्ट्रिक केबलचा जास्त वापर करू नका.

मेडिकल कॅबिनेटची तपासणी :- काही औषधे अशी असतात, की त्यांचे गर्भधारणेपूर्वी किंवा गर्भारपणात सेवन करणे धोकादायक असते. तुम्हीही नियमित स्वरुपात किंवा अधून मधून अशी काही औषधे घेत असाल तर त्याबाबत तुमच्या डॉक्टरांचा सल्ला घ्या. तुम्ही असे काही औषध घेत असाल तर त्याला पर्याय निवडण्याची हीच योग्य वेळ आहे.

तसं तर हार्बल किंवा पर्यायी औषधे नैसिर्गिक समजली जातात, पण म्हणून ती सुरक्षित आहेत असे नाही. अनेक हर्बल औषधेही गर्भधारणेला अडथळा करतात. हर्बल डॉक्टरांच्या सल्ल्याशिवाय अशी कोणतीही औषधे घेऊ नका आणि त्याला तुमच्या गर्भावस्थेची कल्पना द्या.

कॅफिनचे प्रमाण :- कॅफिन घेणे पूर्णपणे बंद करा,

इकडे लक्ष द्या

हे तर खरेच आहे, की बाळाला जन्म देण्याचा निर्णय घेतल्यावर तुम्हा दोघांतील शारीरिक जवळिक खूप वाढते, पण तुमच्यातील प्रेमाचे काय? येणाऱ्या पाहुण्याच्या आनंदात तुमचे लैंगिक जीवनाकडे दुर्लक्ष तर होत नाही ना?

तुमच्या मनात जेव्हा नेहमी येणाऱ्या पाहुण्याचा विचार असतो तेव्हा लैंगिक संबंध ही तुमच्यासाठी आनंद मिळविण्याची बाब न राहता एक नुसती क्रिया राहते. लैंगिक संबंध जेव्हा अशा प्रकारे यांत्रिक होतात तेव्हा नात्यात दुरावा निर्माण होऊ लागतो. अर्थात तुम्ही ठरविले तर मात्र ते पूर्वीसारखेच चांगले राहू शकतात. गर्भाधारणेच्या काळात पतीशी भावनिक जवळिकता कायम ठेवण्यासाठी –

बाहेर फिरा :- तुम्ही तुमच्या पतीसोबत थोडे बाहेर फिरून यायला हवे कारण यानंतर कित्येक दिवस तुम्हाला अशी संधी मिळणार नाही. वेळ नसेल तर काही हरकत नाही, पण आठवड्याच्या शेवटी तरी एकमेकांसोबत राहू शकता. गर्भावस्थेच्या काळात तुम्हाला हे करता येत नाही. एखाद्या संग्रहालायला भेट द्या. मल्टिप्लेक्समध्ये सिनेमाला जा किंवा मग तुमच्या आवडीच्या हॉटेलात जेवायला जा.

फ्रेश रोमान्स करा :- लैंगिक संबंध कंटाळवाणे होऊ नयेत यासाठी बेडरूममध्ये थोडी मौज-मस्ती करा. एखादी सेक्सी नाईटी, हॉट मुव्ही, एखादे नवीन आसन (कामसूत्रामधील) याचा समावेश करा. बेडऐवजी डायनिंग टेबल वापरून पहा. एक दुसऱ्याच्या आइस्क्रिमची चव चाखून पाहिली तर? असा रोमान्स आवडत नसेल तर चांदण्या रात्री फिरायला जा. शेकोटीजवळ गळ्यात गळे घालून थोडे गोड स्वप्नांत हरवून जा.

थोडे त्यांच्यासंबंधी :- तुमच्यासारखी त्यांना पण बाळाची काळजी वाटत नाही? तुमचा बॉडी टेंपरेचर चार्ट तयार करताना मदत करण्याऐवजी ते शेअर मार्केटमधील बातम्यांना महत्त्व देतात? त्यांना बाळ पाहून काही वाटत नाही? असे असेल तर त्यांना बाळाची गोडी नाही, असे समजा. कदाचित ते कामात जास्त व्यस्त असतील त्यामुळे तुमच्याकडे फार लक्ष देऊ शकत नसतील. पण लक्षात ठेवा, तुम्ही आईहोत असताना तेही पिता होत असतात. हे एक टीमवर्क आहे आणि त्यांनीही हे गांभिर्याने घ्यायला हवे. वेळ मिळेल तेव्हा आपसांत बोला. त्यांच्यावर संतापू नका. एक दुसऱ्याची सोबत अनुभवणे, दोघांसाठी, नव्हे तिघांसाठी चांगले असते.

असे आमचे म्हणणे नाही. तुम्ही गर्भवती असाल किंवा तुम्हाला गर्भधारणा करायची असेल तर तुम्ही दिवसातून दोन कप कॉफी किंवा कॅफिनयुक्त पेय घेऊ शकता. तुम्हाला यापेक्षा अधिक कॉफी घेण्याची सवय असेल तर सांभाळा. अनेक अभ्यासात असे आढळून आले आहे, की याच्या जास्त प्रमाणात सेवनाने प्रजनन क्षमता कमी होते.

मद्याचे प्रमाण :- मद्यपानाआधी थोडा विचार करा. खरं तर गर्भावस्थेच्या सुरुवातीच्या दिवसात रोज एखादा पेग घेतल्याने काही फरक पडत नाही. पण त्याचे प्रमाण जास्त असेल तर मात्र त्याचा परिणाम गर्भधारणा क्षमतेवर होतो. तुम्ही गरोदर असाल तर मात्र अजिबात मद्यपान करू नका.

धुम्रपान सोडा :- यामुळे तुमची अंडी म्हातारी होतात. होय, यामुळे गर्भधारणेच अडचणी येतात आणि गर्भपाताचीही शक्यता वाढते. त्यामुळे धुम्रपान

पिनपॉइंट ओव्ह्यूलेशन

गर्भधारणा होण्यासाठी ओव्ह्यूलेशन किती महत्त्वाचे असते, हे तर तुम्हाला माहीत आहेच. इथे काही सल्ले दिले आहेत, ज्यांच्या मदतीने तुम्ही त्या दिवसाचा नक्की अंदाज करू शकता.

कॅलेंडर पहा :- साधारणपणे ओव्ह्यूलेशन तुमच्या मासिक पाळीच्या दरम्यान होत असते. साधारणपणे हे चक्र २८ दिवसांचे असते. साधारणपणे पहिल्या पाळीच्या पहिल्या दिवसापासून दुसऱ्या पाळीच्या पहिल्या दिवसापर्यंतचा हा कालावधी असतो, पण गर्भावस्थेप्रमाणे मासिक पाळीचे आपापले स्वतंत्र चक्र असू शकते. साधारणपणे मासिक पाळीचे दिवस २३ ते २५ या दरम्यान असू शकतात. तुमचे स्वतःचे मासिक पाळीचे चक्र महा-दरमाहा सरकू शकते. काही महिने मासिक पाळीची नोंद ठेवल्यावर तुम्हाला तुमच्या मासिक पाळीचा अंदाज येऊ शकतो. जर तुमची मासिक पाळी अनियमित स्वरुपाची असेल तर तुम्हाला ओव्ह्यूलेशनसाठी दुसऱ्या लक्षणांचा आधार घ्यावा लागेल.

तापमानाची नोंद ठेवा :- तुम्हाला तुमच्या शरीराच्या तापमानाची नोंद ठेवावी लागेल. सकाळी उठल्याबरोबर एका विशिष्ट थर्मामिटरच्या सहाय्याने तुम्हाला तुमचे तापमान मोजावे लागेल. तुमच्या मासिक पाळीसोबत हे तापमान बदलत असते. ओव्ह्यूलेशनच्या वेळी ते सर्वात कमी असते आणि त्यानंतर ते अर्धा डिग्रीने वाढत असते. या चार्टच्या मदतीने फक्त ओव्ह्यूलेशनचा दिवसच कळणार नाही तर त्याचा पुरावाही मिळतो. काही महिन्यानंतर तुम्हाला तुमच्या मासिक पाळीच्या चक्राचा आराखडा कळतो इतकेच नाही तर त्यावरून तुम्ही प्रसूतीची अंदाजे तारीखही काढू शकता.

तुमच्या अंडरगारमेन्ट्सची तपासणी करा :- सर्व्हायकल म्युकसचे प्रमाण आणि रंग यावरूनही हे संकेत मिळतात. पाळी संपल्यानंतर याची जास्त अपेक्षा ठेवू नका. पाळी वाढली की त्याबरोबर या म्युकसचे प्रमाणही वाढते. ते बोटात धरले तर चिकट लागून त्याचा तार तुटतो. ओव्ह्यूलेशनच्या दरम्यान हा स्राव पहिल्यापेक्षा अधिक पातळ, स्वच्छ आणि निसरडा होतो. त्याला तुम्ही बोटात धरून काही वेळ तार तोडू शकता. यावरूनही आता तुम्ही तुमच्या बेडरूममध्ये जायला हवे, असा संकेत मिळतो ओव्ह्यूलेशनच्या नंतर योनी कोरडी होते आणि हा स्राव घट्ट होतो. सर्व्हायकलची अवस्था आणि बॉडी टेंपरेचरच्या सहाय्याने तुम्ही ओव्ह्यूलेशनची नेमकी तारीख माहीत करून घेऊ शकता.

सर्व्हिक्सची अवस्था :- सर्व्हिक्सच्या अवस्थेवरूनही तुम्ही ओव्ह्यूलेशनचा योग्य अंदाज करू शकता. पाळीच्या सुरुवातीला योनी आणि गर्भाशय यातील मार्ग थोडा ताणलेला असतो तर नंतर तो बंद होतो, पण ओव्ह्यूलेशन नंतर त्याची अवस्था कळू शकते.

लक्ष द्या :- तुमचे शरीर आपण होऊन ओव्ह्यूलेशनचे संकेत देत असते. या काळात पोटाच्या खालच्या भागात वेदना किवा अखडल्यासारखे होते. यावरून ओव्हरीमधून अंडी बाहेर पडत असल्याचे कळते.

एका काडीवर लघवीची तपासणी :- बाजारात आता 'ओव्ह्यूलेशन प्रिडिक्टर' ची कीटही मिळते. यातील हार्मोन्सच्या तपासणीवरून ओव्ह्यूलेशनची नेमकी तारीख कळू शकते. तुम्हाला तुमच्या लघवीत ही काडी बुडवून ही तपासणी करावी लागते

तुमच्या घड्याळीवर लक्ष ठेवा :- आता असे एक यंत्र तायर झाले आहे, जे तुम्ही घड्याळीसारखे हाताला बांधू शकता. ते तुमच्या घामातील क्लोराईड, पोटॅशियम आणि सोडियमच्या प्रमाणावर लक्ष ठेवीत असते, जे दरमहा बदलत असते. ही क्लोराईडीन टेस्ट चार दिवस आधी तुम्हाला ओव्ह्यूलेशनची माहिती देऊ शकते. योग्य निर्णयासाठी हे यंत्र तुम्हाला सहल सहा तास हाताला बांधावे लागते.

थुंकीची तपासणी :- तुमच्या स्लाईव्हा टेस्टमधील ॲस्ट्रोजनच्या प्रमाणावरूनही ओव्ह्यूलेशन होणार असल्याची माहिती मिळते. या तपासणीवरून मोठ्या प्रमाणात खात्री पटते. 'पी ऑन स्टिक' पेक्षा ही तपासणी किफायतशीर आहे.

सोडा, बाळासाठी ती योग्य भेट ठरेल. धुम्रपान सोडण्याचे काही व्यवहार्य उपाय या पुस्तकात सांगितले आहेत, त्यावर अमंलबजावणी करा.

बेकायदेशीर ड्रग्ज, नको ग बाई :- अफू, कोकेन, क्रेक, हेरॉइन किंवा इतर अमंलीपदार्थ गर्भावस्थेत खूपच धोकादायक असतात. तुम्ही हे नियमित घेत असलात किंवा अधून मधून घेत असलात तरीही ते तुम्हाला गर्भवती होऊ देत नाहीत. चुकून गर्भधारणा झालीच तर गर्भासाठी ते खूप धोकादायक असते. त्यामुळे गर्भपात किंवा अकाली प्रसूतीची शक्यता निर्माण होते. यांचा वापर बंद करा आणि नंतरच मग गर्भवती होण्याचे ठरवा.

रेडियशनपासून दूर रहा :- एक्स रे काढताना शक्यतो प्रजनन अवयवांची काळजी घ्या. तुम्ही गर्भवती होण्याच्या पूर्वीच एक्स रे काढणाऱ्याला तशी कल्पना द्या.

पर्यावरण प्रदूशनाचा धोका :- काही रसायनांचा मोठ्या प्रमाणात वापर केल्यामुळे किंवा सतत त्यांच्या संपर्कात आल्यामुळे गर्भधारणा होण्यापूर्वी तसेच झाल्यानंतर गर्भाला धोका होऊ शकतो. कामाच्या वेळी धोकादायक रसायने काळजीपूर्वक हाताळा. औषधी, दंत चिकित्सा, कला, फोटोग्राफी, प्रवास, लॅंडस्केपिंग, हेअर ड्रेसिंग, कॉस्मोटॉलॉजी, ड्रायक्लिनिंग आणि कारखान्यातील कामाच्या वेळी खास दक्षता बाळगा. शक्य असले तर अशा ठिकाणाहून काही काळासाठी बदली करून घ्या.
घरी किंवा कामाच्या ठिकाणी शिशाचे प्रमाण अधिक असेल तर त्याचा परिणाम तुमच्यावर आणि गर्भावरही होऊ शकतो. घरगुती विषारी पदार्थांपासून दूर रहा.

आर्थिक परिपूर्णता :- हे प्रकरण प्रचंड खर्चाचे आहे त्यामुळे आपल्या जोडीदाराशी सल्लामसलत करून खर्चाची तजवीज करा. आरोग्य विम्यातून प्रसूतीचा आणि नंतरचा खर्च मिळेल की नाही, याची माहिती करून घ्या. अशी पॉलिशी तयार झाली नसेल तर थोडी कळ सोसा. तुम्ही अशी पॉलिशी अजून घेतली नसेल तर ती घेण्याची हीच योग्य वेळ आहे.

काही महत्त्वाचे मुद्दे :- गर्भावस्थेच्या काळातील तुमच्या कामाचा विचार करा. तुमचा नोकरी बदलण्याचा विचार असेल तर आताच तयारी करा. पुढे आलेले पोट घेऊन मुलाखतीला जाणे तुम्हाला नक्कीच आवडणार नाही.

अंदाज करा :- आपली मासिक पाळी आणि ओव्ह्यूलेशन लक्षात घ्या. त्यामुळे तुम्ही योग्य वेळी समागम करू शकाल तसेच गर्भधारणेची योग्य वेळही माहीत करून घेऊ शकाल. समागमाची तारीख आणि वेळ लिहिल्यामुळेही अंदाज लावणे शक्य होते.

थोडा वेळ द्या :- सर्वसाधारण निरोगी असलेल्या २५ वर्षीय तरूणीला गर्भधारणेसाठी ६ महिने लागू शकतात. जास्त वयाच्या स्त्रियांना जास्त वेळ लागू शकतो. तुमच्या जोडीदाराचे वय अधिक असेल तर हा कालावधी आणखी वाढू शकतो. या प्रकरणी कोणत्याही डॉक्टरांचा सल्ला घेण्यापूर्वी किमान सहा महिने वाट पहा. तुमचे वय ३५ वर्षांपेक्षा अधिक असेल तर ७ महिन्यानंतरच डॉक्टरांचा सल्ला घ्या.

विश्रांती घ्या :- खरं तर हे सर्वात आवश्यक काम आहे. ख़रं तर येणाऱ्या काळाचा विचार करता तुम्ही खूप उत्साही असता आणि त्यामुळे तणावातही राहता, पण हाच तणाव गर्भधारणेसाठी अडचण होऊ शकतो. थोडे लक्ष द्या आणि विश्रांती देणारा व्यायाम करा. जीवनातून तणाव दूर ठेवा.

भावी पित्यासाठी काही सूचना

एक वडील म्हणून तुम्हाला आतापासूनच एक वेगळी रूम बांधण्याची आवश्यकता नसली तरीही तुम्ही या सर्व प्रक्रियेत सहकार्य करायला हवे. (एकटी आई काय काय करील?) या सल्ल्यांच्या मदतीने ही प्रक्रिया आणखी सोपी व्हायला मदत होते.

डॉक्टरांना भेटा :- खरं तर तुम्हाला काही गर्भधारणा करायची नाही, तरीही तुमच्या डॉक्टरांना भेटून तपासणी करून घ्या. दोन निरोगी शरीराच्या मिलनातूनच एक निरोगी बाळ जन्माला येऊ शकते. परिपूर्ण तपासणी केल्यानंतरच तुम्हाला टेस्टिकूलर सिस्ट किंवा ट्यूमर सारख्या आजारांना बळी पडलेले नाहीत ना? अथवा निराशेसारखा मानसिक आजार तुमच्या वडील बनण्याच्या मार्गातील अडकाठी बनत नाही ना? लैंगिक परिणाम, हर्बल औषधी आणि स्पर्म काऊंट याची डॉक्टरांकडून माहिती करून घ्या. या सर्व बाबींची माहिती मिळविल्यानंतरच तुम्ही एका निरोगी बाळाचे वडील होण्यास लायक असू शकता.

आवश्यकता असेल तर जेनेटिक स्क्रिनिंग :- तुमच्या कुटुंबात कोणाला अनुवांशिक आजार असेल आणि तुमच्या जोडीदाराची हे टेस्ट केली जात असेल तर तुम्हीही ही तपासणी आवश्य करून घ्या.

आहारातील सुधारणा :- पोषण जितके चांगले असते तितके स्पर्म जास्त शक्तीशाली असतात. तुम्ही ताजी फळे, हिरव्या भाज्या, कडधान्ये आणि प्रोटिनयुक्त संतुलित आहार घ्यायला हवा. या काळात तुम्ही मिनरल आणि जीवनसत्त्वांचा डोसही घेऊ शकता कारण फक्त आहारातून सर्व घट मिळण्याची शक्यता नसते. यात फॉलिक ॲसिडचाही समावेश करा. अनेक वेळा या तत्त्वाच्या अभावी गर्भधारणेला वेळ लागू शकतो आणि बाळात काही जन्मजात विकृतीही निर्माण होऊ शकतात.

जीवनशैलीवर एक दृष्टिक्षेप :- खरं तर या विषयावर अजून संशोधन व्हायचे आहे, पण तरीही इतके तर नक्की आहे, की तुम्ही ड्रग्ज घेत असाल किंवा मोठ्या प्रमाणात अल्कोहोलचे सेवन करीत असाल तर तुम्ही सहजा सहजी वडील होऊ शकणार नाहीत. यामुळे स्पर्म कमी होतात असे नाही तर त्यांची संख्याही मोठ्या प्रमाणात कमी होतात. शिवाय टेस्टोस्टेरॉनची पातळीही कमी होते. हे योग्य नाही. मोठ्या प्रमाणात मद्यपान केल्याने बाळाचे वजन कमी होते. तुम्ही मद्यपान कमी केले तर तुमच्या जोडीदारासाठीही असे करणे शक्य होते. तुम्ही मद्यपान आणि ड्रग्ज सोडू शकत नसाल तर डॉक्टरांची मदत घ्या.

वजन तपासणी :- ज्या पुरूषांचा बॉडी मास इंडेक्स अधिक असतो, ते पुरूष सर्वसाधारण पुरूषांच्या तुलनेत नंपुसक असतात. तुमच्या वजनातील २० पॉंडाची वाढही हा परिणाम करू शकते, त्यामुळे गर्भधारणेला सुरूवात करण्याआधी तुमच्य वजनाची तपासणी करा.

धुम्रपान सोडा :- आता इथे काहीही बहाणे चालणार नाहीत. धुम्रपानामुळे स्पर्मची संख्या कमी होते त्यामुळे हे सोडणे तुमच्या कुटुंबासाठी आरोग्यदायी असते. तिच्यासाठीही तुमच्या सिगारेटचा धूर कमी धोकादायक नाही. त्यामुळे तुमचे बाळही एस आय डी एस (अचानक संक्रमित आजाराने मृत्यू) पासून वाचू शकते.

रसायनांपासून दूर रहा :- रंग, डिंक, वॉर्निश यासारख्या तीव्र रसायनांशी थेट संपर्क येण्यापासून दूर रहा. यामुळेही तुम्ही अडचणीत येऊ शकता.

तो भाग थंड ठेवा :- वृषणाचो तापमान

समज- गैरसमज
(गर्भधारणेशी संबंधित गैरसमज)

तुम्ही इंटरनेटवर किंवा जुन्या दाईकडून याबाबतीत खूप काही ऐकले असेल. इथे आम्ही तुम्हाला थोडी वास्तविक माहिती देणार आहोत.

गैरसमज :- दर रोज समागम केल्याने स्पर्मची संख्या कमी होते आणि त्यामुळे गर्भधारणा होणे अवघड होते.

वास्तव :- खरं तर आधी हेच खरे समजले जात असे, पण अभ्यासातून असे आढळून आले आहे, की ओव्ह्यूलेशनच्या काळात दर रोज समागम केल्याचे चांगले परिणाम होतात.

गैरसमज :- बॉक्सर शॉर्ट घातल्यामुळे प्रजनन क्षमता वाढते.

वास्तव :- संशोधक तर अजूनही बॉक्सर विरुद्ध ब्रीफ या वादात अडकलेले आहेत. पण याचा थोडा फार परिणाम होतो, असे तज्ज्ञांचे म्हणणे आहे. पुरुषांनी खरे तर अशा अंडरवेअर घालायला हव्यात ज्यामुळे वृषणाचे तापमान कमी राहील.

गैरसमज :- संभोग करताना गर्भधारणेसाठी मिशनरी आसन सर्वाधिक चांगले असते.

वास्तव :- ओव्ह्यूलेशनच्या वेळी पातळ होणारे म्युकसच शुक्राणूंना फेलोपियन ट्यूबपर्यंत नेण्याचे काम करीत असते. शुक्राणू जर तिथपर्यंत पोह्चतच नसतील तर कोणतेही आसन उपयोगाचे नाही. खरं तर समागम झाल्यानंतर थोडा वेळ सरळ झोपायला हवे. त्यामुळे स्पर्म आत जाण्याऐवजी व्हेजिनामधूनच बाहेर येणार नाहीत.

गैरसमज :- स्पर्मना योग्य ठिकाणी नेण्यासाठी लुब्रिकंट महत्त्वाची कामगिरी करीत असतात.

वास्तव :- हे खरं नाही. खरं तर यामुळे व्हेजिनाचे पीएच संतुलन बिघडते, जे स्पर्मसाठी योग्य नसते.

गैरसमज :- दिवसा समागम केल्यामुळे गर्भधारणा होणे सोपे जाते.

वास्तव :- सकाळी स्पर्मची पातळी उच्च असते, पण याचा काहीही वैद्यकीय परिणाम होत नाही. तुम्हाला हवे असेल तर तुम्ही सकाळी समागम करा, पण दुपारी समागम करण्याची इच्छा झाली तर तो करता येत नाही, असे समजू नका.

आवश्यकतेपेक्षा जास्त असेल तर त्याचा परिणाम स्पर्मच्या उत्पादनावर होतो. शरीराच्या तापमानापेक्षा वृषणाचे तापमान कमी असते, त्यामुळेच ते शरीराला बाहेरच्या बाजूने लटकत असतात. हॉट टब बाथ, सोना, इलेक्ट्रिक केबल आणि टाईट जिन्सपासून तुम्ही दूर रहा. सिंथेटिक धाग्याची पँट किंवा अंडरवेअर घालू नका. यामुळे शरीराच्या खालच्या भागाचे तापमान वाढू शकते. लॅपटॉपचा वापर करायचाच असेल तर डेस्कटॉप प्रमाणे करा.

जननेंद्रियाची सुरक्षितता :- तुम्ही एखादा रफ गेम (फूटबॉल, सॉकर, बास्केट बॉल, हॉकी, बेसबॉल, घोडेस्वारी इ.) खेळत असाल तर रक्षक गार्ड वापरून आपल्या जननेंद्रियाची सुरक्षा करा. जास्त सायकल चालविल्यामुळेही परेशानी होऊ शकतो. काही तज्ज्ञांचे मत तर असे आहे, की सायकलच्या सिटचा दाब पडल्यामुळे अनेक धमन्यांचे नुकसान होते. जननेंद्रियाला मुंग्या येत असतील आणि ते सुन्न पडत असतील तर डॉक्टरांना दाखवा.

विश्रांती :- होय, आता तुम्हाला सर्व काही माहीत झाले आहे, आता त्यावर शांत चित्ताने अमंलबजावणी करा. या घाई गडबडीत विश्रांती घ्यायला विसरू नका. तणावामुळे तुमच्या कामगिरीची पातळी खालावू शकते आणि स्पर्म निर्मितीत अडचण येऊ शकते. जितकी कमी काळजी कराल तितके चांगले परिणाम झालेले आढळून येतील. शांत चित्ताने प्रयत्न करीत रहा.

■ ■ ■

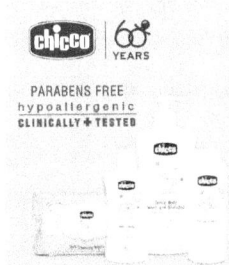

तुम्ही गर्भवती आहात?

कदाचित एकाच दिवसाने तुमची पाळी चुकली असेल किंवा त्याला तीन आठवडे उलटले आहेत आणि काही तरी गडबड झाल्याची तुम्हाला शंका येत आहे अथवा पाळी चुकल्यामुळे तुम्ही असा अंदाज करू शकता. कदाचित गर्भधारणा झाल्याची काही खास लक्षणेही दिसू शकतात. तुम्ही कदाचित गेल्या सहा महिन्यांपासून यासाठी प्रयत्न करीत असू शकता किंवा मागील दोन आठवड्यापासून तुम्ही गर्भनिरोधक वापरणे बंद केले आहे आणि अजून तुम्ही सक्रिय स्वरूपात त्यासाठी प्रयत्न सुरू केले नव्हते. परिस्थिती कोणतीही असो आणि कोणत्याही अवस्थेत तुम्ही हे पुस्तक वाचायला घेतले असले तरीही; मी खरेच गर्भवती आहे की काय, असा विचार करून तुम्ही परेशान होता. चला, तर मग त्यासाठ मी मदत करते.

तुम्ही काय विचार करीत आहात?

गर्भावस्थेची प्राथमिक लक्षणे

"गर्भावस्थेची चाचणी करण्यापूर्वीच आपण गर्भवती असल्याचे मला माहीत होते, असे मला माझ्या एका मैत्रिणीने सांगितले. मलाही अशा प्रकारे माहिती मिळू शकते का?"

याची सर्वाधिक योग्य पद्धत अशी आहे, की तुमची प्रेगनन्सी टेस्ट पॉझिटिव्ह यायला हवी. तेव्हाच तुम्ही आई होणार आहात की नाही, हे कळू शकते. अनेक महिलांना कित्येक आठवडे गर्भावस्थेची माहिती कळत नाही, तर काही महिलांना आपण आई होणार असल्याचे आधीच कळते. तुम्हालाही जर अशी काही लक्षणे आढळून येत असतील तर होम प्रेगनन्सी कीट घरी आणायला उशीर करू नका. कोणत्याही मेडिकल स्टोअरमध्ये ही कीट सहज मिळू शकते.

मऊ वक्ष आणि निप्पल :- पाळी येण्याच्या आधी वक्षांना स्पर्श केल्यावरही किती त्रास होत असे, याची तर तुम्हाला कल्पना असतेच. गर्भधारणेपूर्वी वक्ष खूप मऊ होतात. अनेक महिलांचे वक्ष संवेदनशील, भरलेले, स्पर्श केल्यावर दुखत असतील तर ते गर्भधारणेचे लक्षण असू शकते. एकदा गर्भावस्था सुरू झाल्यावर वक्षांच्या आकारात बदल व्हायला लागतो त्याच बरोबर इतरही फरक जाणवू

लागतात.

स्तनाग्रांचा गडदपणा :- निप्पलच्या भोवतालचा काळा भाग आणखी गडद व्हायला लागतो. गर्भावस्थेत असे होणे नैसर्गिक असते. त्याबरोबर त्यांचा आकारही वाढायला लागतो. त्वचेच्या रंगात होणाऱ्या बदलाचा अर्थ असा होतो की तुमच्या शरीरातील प्रेगनन्सी हार्मोन्सनी आपले काम सुरू केले आहे.

गुढ गाठी? :- नाही, हे खरे नाही; पण निप्पलच्या भोवताली बारीकशा गाठी झालेल्या दिसतात. (मॉटूंगमरी ट्यूबरकल्स) खरं तर या तेलाचा स्राव करणाऱ्या ग्रंथी असतात आणि तुमचे निप्पल आणि त्याच्या भोवतालचा भाग तेलकट राखण्याचे काम करतात. तुम्हाला तुमच्या बाळाला स्तनपान देण्याची ही पूर्वतयारी असते. येणाऱ्या काळासाठी शरीर स्वतःला तयार करीत असते.

डाग :- भृण गर्भाशयात आपली जागा तयार करीत असते तेव्हा अनेक महिलांना बारीकसा स्राव होतो. हा तुमच्या पाळीच्या काही दिवस आधी होतो. याचा रंग फिक्कट गुलाबी असतो. (लाल नसतो.)

वारंवार लघवीची इच्छा :- तुम्हाला वारंवार लघवीला जाण्याची इच्छा होते. गर्भधारणा झाल्यानंतर दोन तीन आठवड्यांनी वारंवार लघवीला जावे लागू शकते. या पुस्तका इतरत्र त्याचे कारण सांगितले आहे.

थकवा :- इतका थकवा जाणवतो, की सारे शरीर गळून जाते. ऊर्जा संपून जाते आणि आळसावून जाता. येणाऱ्या काळासाठी तुमचे शरीर तयार होत असते.

उलटी होणे :- गर्भावस्थेच्या पहिल्या तिमाहीत उलटी झाल्यामुळे वारंवार बाथरूमला जाण्याची वेळ येते. गर्भधारणेनंतर लगेच काही महिलांना उलटी आणि मळमळीचा (मॉर्निंग सिकनेस) त्रास जाणवू लागतो. तसं तर साधारणपणे हा त्रास सहा आठवड्यानंतर व्हायला लागतो.

वास सहन न होणे :- नवीन गर्भधारणा झालेल्या महिलांची वासांची क्षमता खूप मोठ्या प्रमाणात वाढते. त्यांना प्रत्येक चांगल्या वाईट वासाचा, गंधाचा सर्वात आधी पत्ता लागतो.

पोट फुलणे किंवा ब्लॉटिंग :- पोटात काही तरी फुलत, वाढत असल्यासारखा भास होतो. खरं तर यानंतर गर्भामुळे पोटाचा आकार वाढणारच असतो, पण सुरुवातीला त्यातील हळूवार फरक जाणवत असतो.

तापमान वाढणे :- 'बैसल बॉडी टेंपरेचर' तुम्ही जर खास थर्मामिटरचा वापर करून सकाळी उठल्या उठल्या शरीराचे तापमान मोजले तर त्यात १ अंशाने वाढ झाल्याचे जाणवते. गर्भावस्थेच्या काळात हे तापमान वाढलेलेच असते. खरं तर हे काही खात्रीचे लक्षण नाही, पण यावरून त्या आनंददायी बातमीचा अंदाज तर येतो.

पाळी न येणे :- जर नेहमीकरता तुमची मासिक पाळी नियमित होत असेल आणि यावेळी मासिक पाळी आली नसेल तर त्यावरूनही तुम्ही गर्भवती असल्याचा अंदाज करू शकता.

गर्भावस्थेची माहिती होणे

"मी गर्भवती आहे की नाही, याची पक्की माहिती मला कशी कळेल?"

सर्वात आधी आपल्या मनाचा आवाज ऐका. त्यामुळे तुम्हाला थोडा फार अंदाज लागू शकतो. तसं तर खरी किंवा ठाम माहिती मिळविण्यासाठी वैद्यकीय उपाचर पद्धती आहेच. सध्या अनेक प्रकारच्या

चाचण्या करून तुम्ही गरोदर आहात की नाहीत याची माहिती मिळविता येते.

होम प्रेगनन्सी टेस्ट :- ही टेस्ट तुम्ही तुमच्या बाथरूममध्ये अतिशय गुप्त पद्धतीने करू शकता. ही टेस्ट खूप लवकर होते. काही तरी असे नक्कीच असते ज्यामुळे तुम्ही पाळी चुकण्याच्या आधीच अंदाज करू शकता. (खरं तर जास्त चांगले निकाल पाळी चुकल्यानंतरच लागू शकतात.)

या टेस्टमध्ये लघवीतील एच. सी. जी. हार्मोन्सची तपासणी होते, ज्यामुळे प्लासेंटा तयार होत असतो. हे तुमच्या रक्तात मिसळायला उशीर करीत नाही. लघवीत याचा अंश आढळताच तुम्हाला पॉझिटिव्ह निकाल मिळतो. हे संवेदनशील असतात, पण इतके जास्त नाही. गर्भधारणेच्या एका आठवड्यानंतर तुमच्या रक्तात एच. सी. जी. चा अंश तर असतो, पण टेस्टमध्ये त्याची तपासणी होऊ शकत नाही. जर तुम्ही पाळी येण्याच्या सात दिवस आधी तपासणी केली तरी सुद्धा गर्भधारणा होऊन सुद्धा निगेटिव्ह निकाल येण्याची शक्यता असते.

पाळी येण्याच्या चार दिवस आधी टेस्ट केली तर ६० टक्के योग्य निकाल मिळण्याची शक्यता असते. पाळीच्या दिवशी तपासणी केली तर ९० टक्के योग्य निकाल कळतो आणि एक आठवड्यानंतर त्याची टक्केवारी ९७ टक्के योग्य असते. काळ जसा जसा जात जाईल तसे तसे निकाल अधिक स्पष्ट होत जातात. कारण या टेस्टच्या मदतीने तुमच्या गर्भावस्थेची तुम्हाला आधीच माहिती कळते. त्यामुळे आधीपासूनच तुम्ही डॉक्टर किंवा दाईचा सल्ला घेऊन स्वतःची देखभाल करायला सुरूवात करू शकता. अर्थात यानंतर वैद्यकीय चाचणी आहे. संपूर्ण तपासणी आणि रक्ताची तपासणी यावरून सर्व काही खात्रीशीररित्या स्पष्ट होते.

रक्ताची तपासणी :- गर्भधारणेला एक आठवडा उलटल्यानंतर जर रक्ताची तपासणी केली तर त्यावरून तुम्ही गर्भवती आहात की नाहीत याची १०० टक्के माहिती मिळते. यामध्ये रक्तातील एच. सी. जी. चे योग्य प्रमाण आणि पातळी पाहून गर्भधारणेची तारीखही सांगता येते. कारण जसा जसा गर्भावस्थेचा काळ वाढत जातो तसे रक्तातील एच. सी. जी. चे प्रमाणही वाढत जाते. अनेक डॉक्टर्स रक्ताच्या बरोबरीने लघवीचीही तपासणी करायला सांगतात.

वैद्यकीय तपासणी :- अर्थात रक्त आणि लघवीच्या तपासणीवरून गर्भावस्थेची योग्य माहिती मिळविता येते, पण गर्भाशयाचा आकार, योनी आणि सर्व्हिक्सचे रंग आणि सर्व्हिक्सच्या निर्मितीतील फरक यावरूनही गर्भावस्थेची वैद्यकीय तपासणी केली जाऊ शकते.

एक हळुवार रेषा

''मी घरी होम प्रेगनन्सी टेस्ट केली तेव्हा त्यात फक्त एक बारीकशी रेषा दिसली. मी गर्भवती आहे का?''

तुमच्या रक्तात आणि लघवीत एच. सी. जी. असेल तरच या टेस्टमध्ये पॉझिटिव्ह निकाल मिळतात. तुम्ही गर्भवती होता तेव्हाच हे तुमच्या शरीरात तयार होते. टेस्टमध्ये बारीकशी रेषा दिसली तरीही त्याचा अर्थ तुम्ही गर्भवती आहात.

तुम्हाला जाड रेषेऐवजी बारीकशी रेषा दिसली कारण ही टेस्ट संवेदनशीलतेच्या बाबतीत वेगवेगळी असते. गर्भावस्थेत एच. सी. जी. ची पातळी दर रोज वाढत असते. गर्भधारणा होऊन किती काळ झाला, हे पाहणेही आवश्यक असते. तुम्ही खूप लवकर ही टेस्ट केली असेल तर त्यात एच. सी. जी. थोड्या प्रमाणात असल्याचीच लक्षणे दिसतील.

तुमच्या प्रेगनन्सी टेस्टची संवेदनशीलता माहीत करून घेण्यासाठी त्या पाकीटावर मागच्या बाजूला

दिलेले प्रमाण आणि स्वरूप हे काळजीपूर्वक वाचा. यामध्ये मिली इंटापॅशनल युनिटवर लीटरचे प्रमाण जितके कमी असेल तितकी ही टेस्ट जास्त संवेदनशील असते. ५० मिलीवजी २०० मिलीची टेस्ट तुम्हाला लवकर आणि चांगले निर्णय देते. जास्त महागड्या टेस्ट अधिक संवेदनशील असतात.

गर्भावस्थेत रोज एच. सी. जी. चे प्रमाण वाढत असते, हे लक्षात घ्या. त्यामुळे तुम्ही खूप लवकर टेस्ट केली असेल तर रेषा पुसटशीच असेल. दोन दिवसांनंतर पुन्हा टेस्ट करा. तुमच्या सर्व शंका दूर होतात.

पॉझिटिव्ह निकाल राहिला नाही

''माझी पहिली प्रेगनन्सी टेस्ट पॉझिटिव्ह होती, पण काही वेळाने निगेटिव्ह निकाल आला. नंतर पाळीही आली. हे काय होतंय?''

तुम्हाला रासायनिक प्रेगनन्सी झाली होती असे वाटते. अशी गर्भावस्था सुरू होण्याच्या आधीच संपून जाते. या गर्भावस्थेत अंडे फलीत होऊन गर्भाशयात इम्प्लांट होऊ लागते, पण पूर्णपणे इम्प्लांट होत नाही. त्याचे रुपांतर गर्भावस्थेत होण्याऐवजी पाळीत होते. सर्व महिलांमधील ७० टक्के गर्भधारणा या अशाच रासायनिक स्वरूपाच्या असतात असे तज्ज्ञांचे मत आहे. बहुतेक महिलांना तर असे काही झाले होते, याचा पत्ताही लागत नाही. (होम प्रेगनन्सी टेस्ट नव्हत्या तेव्हा महिलंना बराच काळ आपली गर्भावस्था माहीत होत नव्हती.) लवकर प्रेगनन्सी टेस्ट करणे आणि पाळी उशिरा येणे या कारणामुळेच रासायनिक गर्भावस्थेची लक्षणे दिसून येतात.

वैद्यकीय दृष्टिने पाहिले तर केमिकल प्रेगनन्सी एखाद्या चक्रासारखी असते. खरं तर यात गर्भपात वगैरे काही होत नाही. तुमच्या सारख्या भाऊक महिला ही चाचणी खूप लवकर करतात म्हणून ही

अनियमितपणाची तपासणी

मासिक पाळी वेळेवर येत नसेल तर पाळीची तारीख नक्की करणेही अवघड असते. पाळीचीच ठाम माहिती नसेल तर टेस्ट कशी करायची? गेल्या ६ महिन्यात जो सर्वात दीर्घ पाळीचा कालावधी राहिला आहे, त्या हिशोबाने वाट पाहून टेस्ट करा. पाळी आली नाही आणि टेस्टचा निकालही निगेटिव्ह आला तर पुन्हा काही दिवसांनी किंवा आठवड्यांनी टेस्ट करा.

दुसरी कथा होते. तांत्रिक दृष्टिने विचार केला तर यात गर्भावस्थेचे काहीही नुकसान होत नाही. फक्त इतकेच की एक प्रयत्न फसतो आणि त्यामुळे तुम्हाला आणि तुमच्या जोडीदाराला जरासे दुःख होते.

एक निगेटिव्ह निकाल

''मी गर्भवती आहे, असे मला वाटले, पण माझ्या तीन टेस्ट निगेटिव्ह आल्या. मी काय करायला हवे?''

तीन निगेटिव्ह टेस्ट झाल्यानंतरही आपण गर्भवती आहोत, असे तुम्हाला वाटत असेल तर सर्व काही पक्के माहिति होईपर्यंत सर्व प्रकारची खबरदारी घ्या, जी एक नवीन गर्भवती स्रिला घ्यावी लागते. स्वतःची त्याचप्रमाणे देखभाल करा. कदाचित त्या टेस्टपेक्षा जास्त चांगल्या रितीने तुमचे शरीर हे ओळखू शकत असेल. एक आठवडा वाट पाहिल्यानंतर

तुम्ही गर्भवती नसाल तर...

तुमची टेस्ट निगेटिव्ह आली, तुम्ही गर्भवती नसाल आणि तुम्हाला व्हायचे असेल तर गर्भधारणेपूर्वीच्या पायऱ्यांकडे लक्ष द्या. तुम्हाला खूप लवकर आनंद वार्ता कळू शकते.

स्मार्ट टेस्टिंग

होम पॅकेज टेस्ट खूपच सोपी आहे. त्यासाठी काहीही प्रशिक्षण घ्यावे लागत नाही, पण त्यात दिलेल्या सूचना मात्र वाचाव्या लागतात त्यांची अमंलबजावणी करावी लागते. या सूचनांकडे काळजीपूर्वक लक्ष द्या नाही तर काय होईल या गडबडीत काही विसरून जाल.

- ब्रँड नुसार एक तर तुम्हाला ती स्टिक लघवीच्या धारेत काही सेकंद धरावी लागेल किंवा एखाद्या कपात लघवी धरून त्यात ती स्टिक बुडवावी लागेल. बहुतेक टेस्टसाठी लघवीचा मधला नमुना घेण्याचे सांगतात कारण त्याचे परिणाम चांगले असतात. एक- दोन सेकंद लघवी केल्यानंतर लघवी थांबवा. त्यानंतर हातात स्टिक किंवा कप धरून त्यावर लघवीची धार सोडा.
- तसं तर सकाळच्या लघवीची तपासणी चांगली असते, पण पाळी येण्याच्या पूर्वी जरी तुम्ही टेस्ट करीत असाल तर किमान चार तास लघवी थांबवून ठेवा आणि नंतर टेस्ट करा म्हणजे लघवीतील एच.सी.जी.ची पातळी स्पष्टपणे जाणवू शकेल.
- क़ंट्रोल इंडिकेटरकडे लक्ष द्या म्हणजे टेस्ट योग्य प्रकारे होत आहे, की नाही ते कळेल. (डिजिटल टेस्टमध्ये एक चमकणारा कंट्रोल सिंबॉल असतो.)
- काळजीपूर्वक पहा. कोणत्याही निर्णयावर येण्याआधी काळजीपूर्वक तपासणी करा. कोणतीही रेषा दिसली (गुलाबी किंवा निळी, पॉझिटिव्ह लक्षणे किंवा डिजिटल रिडिंग) तर तुम्ही गर्भवती आहात, असे समजा.

अभिनंदन! टेस्ट पॉझिटिव्ह नसेल आणि पाळी आली नसेल तर पुन्हा तपासणी करा. योग्य निर्णय कळेल!

पुन्हा नव्याने टेस्ट करा कारण पहिल्यांदा तुम्ही खूप लवकर टेस्ट केली असण्याची शक्यता असू शकते. तुमच्या डॉक्टरकडून रक्ताची तपासणी करून घ्या, ती अधिक संवेदनशील असते.

दुसरीकडे सर्व लक्षणे दिसत असूनही तुम्ही गर्भवती नसण्याची शक्यताही असू शकते. टेस्ट निगेटिव्ह येत असतील आणि पाळीही येत नसेल तर डॉक्टरांना सांगा की या लक्षणांच्या दुसऱ्या कराणांचा शोध घ्या. कदाचित भावनात्मक कारणांमुळेही तुम्हाला अशी लक्षणे जाणवू शकतात. अनेक वेळा मनातील इच्छा शरीरावर इतका प्रभाव पाडते, की गर्भावस्था नसताना देखील त्याची लक्षणे आढळून येतात. फक्त एक गर्भावस्था मिळविण्याची इच्छा! (किंवा त्यापासून बचाव करण्याची भीती.)

पहिली भेट कधी?

''माझी होम प्रेगनन्सी टेस्ट पॉझिटिव्ह आली आहे. अशा वेळी आता मी डॉक्टरांना पहिल्यांदा कधी भेटू?''

कोणत्याही निरोगी बाळाच्या जन्मासाठी प्रसूतीपूर्वी डॉक्टरांचे मार्गदर्शन आणि सल्ला मिळायला हवा. त्यामुळे होम प्रेगनन्सी टेस्ट पॉझिटिव्ह आल्यावर डॉक्टरांना भेटण्यास उशीर करू नका. खरं तर अशी अनेक इस्पितळे आहेत, जिथे गेल्यावर लगेच काय खबरदारी घ्यायला हवी, याची माहिती मिळते. काही डॉक्टरांच्या मते मात्र गर्भावस्थेचाय ७-८ आठवड्यांनंतरच वैद्यकीय तपासणी करावी. अनेक ठिकाणी गर्भावस्थेची तपासणी करण्यासाठी पहिली भेट होण्याची अपेक्षा असते.

अर्थात तुमच्या डॉक्टरांनी तुम्हाला आताच भेटीची

गर्भावस्थेची संभाव्य लक्षणे

लक्षणे	कधी दिसतात	इतर संभाव्य कारणे
योनी स्त्राव आणि गर्भाशय मुखाच्या पेशींचा रंग फिक्कट जांभळा होणे	पहिली तिमाही	मासिक चक्र अपूर्ण राहणे
सर्व्हिक्स आणि गर्भाशय मऊ होणे	साधारण ६ आठवडे	मासिक पाळी उशीरा
ओटीपोट आणि गर्भाशय रुंदावणे	गर्भधारणेनंतर ८ -१२ आठवडे	फायब्राईड ट्युमर
युटेराईन आर्टरी पल्सेशन	सुरूवातीची स्थिती	फायब्राईड, ट्यूमर
भृणाची हालचाल	गर्भावस्थेनंतर १६ ते २२ आठवडे	गॅस, पोट आखडणे

गर्भावस्थेची सकारात्मक लक्षणे

लक्षणे	कधी दिसतात	इतर संभाव्य कारणे
अल्ट्रासाउंड * च्या मदतीने गॅस्टेशनल सॅक किंवा भृण पाहणे	गर्भधारणेनंतर ४ ते ६ आठवड्यानंतर	काही नाही.
भृणाच्या हृदयाची धडधड *	गर्भावस्थेनंतर ** १० ते १२ आठवड्यानंतर	काही नाही.

* गर्भावस्थेच्या लक्षणांची वेद्यकिय तपासणी होते.

* * कोणत्या यंत्राने तपासणी केली त्यावर अवलंबून असते.

वेळ दिली नाही तरी त्याचा अर्थ तुम्ही तुमची आणि बाळाची देखभाल करायला लगेच सुरुवात करू नये, असा नाही. तुमची पॉझिटिव्ह टेस्ट आल्याबरोबरच स्वतःला एक गर्भवती समजायला लागा. तुम्हाला मद्यपान आणि धुम्रपान सोडावे लागेल, हे तर तुम्हाला माहीतच आहे. प्रोटीनयुक्त आहार घ्यावा लागेल, वगैरे, वगैरे. प्रेगनन्सी योजना तयार करायची असेल तर डॉक्टरांना फोन करायला संकोच करू नका. ते तुमच्याकडून एक प्रश्नोत्तरांचा फॉर्म भरून घेतल्यानंतर पोषक आहार आणि सुरक्षित औषधांची एक यादी तयार करून देतात. त्याच कार्यक्रमाची अमंलबजावणी करायला ते सांगतात.

तुम्हाला मुलाखतीची वेल मिळत नसेल किंवा मागील गर्भपात किंवा वैद्यकीय इतिहासामुळे घाबरत असाल तर त्यांना विचारून बघा की आधी ते तपासणी करून ग़ेऊ इच्छितात का?

तुमची प्रसूतीची तारीख

''माझ्या डॉक्टरांनी प्रसूतीची तारीख सांगितली आहे, पण ती कितपत योग्य आहे?''

डॉक्टरांनी सांगितलेल्या वेळीच तुमच्या बाळाचा जन्म होणार आहे, असे जर मी खात्रीपूर्वक सांगू शकत असते, तर हे जग किती सोपे झाले असते, पण असे नाही. डॉक्टरांनी दिलेल्या तारखेला फक्त २० पैकी एकाच मुलाचा जन्म होतो, असे एका पाहणीत आढळून आले आहे. खरं तर पूर्ण गर्भकाल ३८ ते ४२ आठवड्यांचा असतो. बुहतेक बाळं त्या तारखेच्या दोन आठवड्याच्या जवळपास जन्माला येतात. त्यामुळे आई- वडिलांकडे अंदाजाशिवाय दुसरा काहीही पर्याय नाही.

याला ई.डी.डी. (प्रसूतीची संभाव्य तारीख) म्हणतात. तुम्हाला जी तारीख सांगितली जाते, तो एक अंदाज असतो. ही तारीख अशी काढतात. तुमच्या मागील मासिक पाळीच्या पहिल्या दिवसातून तीन महिने वजा करतात आणि त्यात ७ दिवस मिळवतात. उदाहरणार्थ तुमची मागील मासिक पाळी ११ एप्रिलला सुरू झाली होती. मागिल तीन महिने मोजले तर जानेवारी महिना येतो. त्यात ७ दिवस मिळविले तर तुमची प्रसूतीची अंदाजे तारीख १८ जानेवारी येते.

ज्या महिलांची मासिक पाळी नियमित असते त्यांच्या बाबतीत ही पद्धत खूप उपयुक्त ठरते.तुमची मासिक पाळी जर अनियमित असेल तर ही पद्धत उपयोगाची नाही. समजा दर ६-७ आठवड्यांनी तुमची पाळी आली नाही. याचाच अर्थ तीन महिन्यात तुमची एक पाळी चुकली. तपासणीनंतर तुम्हाला गर्भधारणा झाल्याचे कळते. मग तुमची गर्भधारणा नेमकी कधी झाली? एक विश्वासार्ह ईडीडी असणे आवश्यक असते, त्यामुळे तुम्ही आणि तुमचे डॉक्टर ती संभाव्य तारीख शोधतात. अर्थात नेमकी तारीख काही सांगता येणार नाही, पण काही सूत्र आणि लक्षणांची त्यासाठी मदत घेता येते.

पहिले लक्षण हे आहे, की तुमच्या गर्भाशयाचा आकार. तुमची अंतर्गत तपासणी करीत असताना ही तपासणीही केली जाते. त्यामुळे तुमच्या गर्भावस्थेचा नेमका अंदाज कळू शकतो. दुसरे सोनोग्राफीमुळे बरीच अचूक तारीख सांगता येते. अर्थात सर्व महिलांची सोनोग्राफी इतक्या लवकर केली जात नाही. काही डॉक्टर नियमित स्वरूपात सोनोग्राफी करतात तर काही डॉक्टरांच्या मते, ही तपासणी अशाच वेळी करायला हवी, जेव्हा तुमची पाळी अनियमित असते, गर्भपाताचा इतिहास असतो किंवा तुमच्या प्रसूतीची नेमकी तारीख काढता येत नसेल तर. ९ते १२ आठवड्यांच्या दरम्यान डॉक्टरांच्या मदतीने तुम्ही गर्भाच्या हृदयाची धडधड ऐकू शकता. १६ ते २२ आठवड्यांच्या दरम्यान जीवनातील पहिली हालचाल अनुभवू शकता. तसेच

भृणाच्या लांबीचाहीअंदाज घेऊ शकता. साधारणपणे २० व्या आठवड्यात तो बेंबीपर्यंत पोहचला असतो. ही सूत्रं सहाय्यक असली तरीही ती एकदम पक्की समजता येत नाहीत. फक्त गर्भातील बाळालाच नक्की माहीत असते, की तो कधी जन्माला येणार आहे आणि तो काही तुम्हाला ते सांगत नाही.

डॉक्टरांची निवड

आई-वडीलच बाळाला या जगात जन्माला घालीत असतात हे आपल्या सर्वांना माहीत आहे; पण त्यांच्याशिवायही एक व्यक्ती अशी आहे, त्याच्याशिवाय हे काम खूप अवघड आहे. तोच तर छोट्या बाळाला सुखरूपपणे या जगात आणीत असतो. होय, मी डॉक्टरबद्दल बोलत आहे. तसं तर तुम्ही आणि तुमचा जोडीदार गर्भधारणेनंतर पाळाव्या लागणाऱ्या सर्व खबरदाऱ्या पाळीत आहात, तरीही तुम्हाला आता डॉक्टरांची निवड करावी लागणार आहे. अर्थात ही निवड खूप विचारपूर्वक करावी लागणार आहे. कारण त्याच डॉक्टरांच्या मदतीने तुमचा प्रसूतीकाळ घालवायचा आहे.

प्रसूतीतज्ज्ञ, फॅमिली डॉक्टर की दाई (मिडवाईफ)

प्रसूतीपूर्व आणि प्रसूतीपश्चात तुम्हाला योग्य मार्गदर्शन करू शकणारा चांगला डॉक्टर तुम्ही कुठे शोधाल? सर्वात आधी तर तुमच्या मेडिकल हिस्ट्रीनुसार तुम्हाला काय योग्य राहील याचा तुम्ही निर्णय घ्यायला हवा.

प्रसूतीतज्ज्ञ :- गर्भधारणेपासून प्रसूतीपर्यंत आणि प्रसूतीच्या वेळी येणाऱ्या सर्व प्रकारच्या अडचणींचा आणि संकटांचा समर्थपणे सामना करू शकेल, असा एखादा डॉक्टर तुम्हाला हवा आहे का? तेव्हा मग तुम्हाला प्रसूतीतज्ज्ञ असलेल्या स्त्रीरोग तज्ज्ञाकडे जावे लागेल. तो तुम्हाला फक्त प्रसूतीच्या वेळीच सहकार्य करील असे नाही तर त्याशिवाय इतर स्त्रीरोगांचीही तो तपासणी करू शकेल. जसे पॅप स्मीअ, गर्भ निरोधक, स्तन तपासणी, इ. अशा बारीक सारीक आजारांवरही तो उपचार करू शकतो.

तुमची गर्भावस्था हाय रिस्क प्रेगनन्सी असेल तर तुम्हाला प्रसूतीतज्ज्ञ आणि स्त्रीरोगतज्ज्ञाकडेच

जन्म घेण्यासाठी निवड

सध्या गर्भावस्थेच्या काळातही निवडीला वाव आहे. तुम्ही तुमची इच्छा आणि सोयीनुसार हे नक्की करू शकता की तुमच्या बाळाने कुठे आणि कोणत्या परिस्थितीत जन्म घ्यायला हवा.

तुम्ही खालीलपैकी कोणतेही ठिकाण निवडू शकता. तुम्ही आणि तुमचा जोडीदार मिळून यावर विचार विनिमय करू शकता. असे निर्णय नेहमी अवघड असतात, हे कधीही विसरू नका. तुमच्या इच्छेनुसार हा निर्णय शेवटी बदलता येतो.

बर्थिंग रूम :- बर्थिंग रूम म्हणजे हॉस्पिटलमधील अशी खोली जी बाळाच्या जन्मापासून तुम्हाला तिथून सुटी मिळेपर्यंत तुमच्याच ताब्यात असते. जन्मानंतर बाळाला तुमच्या जवळच पाळण्यात ठेवले जाते. ही खूप आरामशीर असते.

काही बर्थिंगरूमचा वापर फक्त प्रसूतीवेदना, प्रसूती आणि आरोग्य मिळविण्यासाठीच असतात. त्यांना एल.डी.आर. म्हणतात. तुम्ही आणि तुमचे बाळ जर एल.डी.आर.मध्ये असाल तर नंतर दोघांनाही पोस्टपार्टम रूममध्ये पाठविले जाते. काही इस्पितळात या रूममध्ये बाळाचे वडील आणि बहीण-भाऊही सोबत राहू शकतात.

बहुतेक बर्थिंगरूम अशा असतात की तिथे भिंतीवर सुंदर वॉलपेपर, मंद प्रकाश, रॉकिंग चेअर, चांगले पडदे आणि सुंदर बिछायत असते. या रूम कोणत्याही प्रकारे हॉस्पिटलमधील रूम वाटत नाहीत. अर्थात गर्भावस्थेपासून प्रसूतीपर्यंत प्रत्येक प्रकारच्या अडचणीचा सामना करण्यासाठी तिथे आवश्यक उपकरणे असतात. त्यांना तेथील कपाटात दडवून ठेवलेले असते, म्हणजे फक्त आवश्यकता पडली तरच त्यांना काढता येते. पलंगाचा डोक्याकडील भाग खाली वर करता येण्यासारखा असतो. तसेच त्याच्या पायाकडील बाजूलाही सहाय्यकाला उभे राहता येईल अशी जागा केलेली असते. प्रसूतीनंतर थोडासा बदल होतो आणि तुम्ही पुन्हा त्याच बेडवर येता. अनेक हॉस्पिटलात बर्थिंगरूमला जोडून शॉवर आणि व्हर्लपूल टबची व्यवस्थाही केलेली असते. त्याच्या मदतीने प्रसूती वेदनेच्या वेळी हायड्रोथेरपी करता येते. बर्थिंग सेंटर आणि हॉस्पिटलात वॉटर बर्थसाठीही टब असतात.

अनेक ठिकाणी तिथे सोफेही ठेवलेले असतात त्यामुळे तुमचे कुटुंबीय आणि नातेवाईक तिथे बसू शकतात, वाट पाहू शकतात. काही ठिकाणी तर सोफा कम बेड अशीही सोय असते. म्हणजे तुमचा जोडीदार तिथे रात्रीला थांबू शकतो.

अनेक हॉस्पिटलांमध्ये बर्थिंग रूमची सोय फक्त त्याच महिलांना मिळत असते, ज्यांची गर्भावस्था फारशी धोकादायक नसते. तुम्ही जर या सदरात मोडणाऱ्या नसाल तर मग तुम्हाला पारंपरिक लेबर किंवा डिलिव्हरी रूममध्येच जावे लागेल. तिथे अजून चांगले तंत्रज्ञान वापरलेले असते. तिथे सी सेक्शन ऑपरेशनही सहज करता येते. खरं तर आमची हीच इच्छा असते की पारंपरिक हॉस्पिटलात आणि रूममध्येही तुम्हाला आपलेपण आणि स्नेह मिळावा.

बर्थिंग सेंटर :- इथे तुमची प्रसूतीविषयक काळजी, प्रसूती, स्तनपान अशा सर्व सोयी एकाच ठिकाणी मिळतात. तसे तर बहुतेक बर्थिंग सेंटरमध्येही खाजगी रुम्स असतात आणि ते खूप आरामशीर आणि सुख सुविधांनी युक्त असतात. यामध्ये कुटुंबातील इतर सदस्यांच्या वापरासाठी किचनही असते. इथे दाया (मिडवाईफ) असतात आणि प्रसूतीतज्ज्ञालही बोलावले जाऊ शकते. हे लोक अडचणीच्या वेळी लगेच पोहचू शकतात. अर्थात इथे संवेदनशील उपकरणे नसतात त्यामुळे आवश्यकता पडल्यास तुम्हाला जवळच्या इस्पितळात पाठवितात. ज्यांच्या गर्भावस्थेत धोका नाही, अशाच महिलांनी या ठिकाणी जायला हवे. तुमच्या गर्भावस्थेत काही गुंतागुंत असेल तर तुम्ही अशा ठिकाणाचा विचारच न केलेला बरा.

लेबोअर बर्थ :- फ्रेंच प्रसूतीतज्ज्ञ फ्रेडरिक लेबोअर यांनी हिंसेशिवाय बाळाच्या जन्माचा विचार मांडला तेव्हा सर्वच डॉक्टर परेशान झाले. सध्या त्यातील अनेक उपाय वापरले जातात, ज्यामुळे शांत आणि साधारण वातावरणात जन्म घेऊ शकते. इथे बाळाचा जन्म अशा रूममध्ये केला जातो जिथला तीव्र प्रकाश गरज पडल्यावर मंद करता येऊ शकतो. आईच्या गर्भात बाळ आंधारात असते त्यामुळे बाहेर आल्यावरही त्याला तसेच वातावरण मिळाले तर चांगले असते. आता नवजात शिशूला जोरजोराने थापटण्याचीही काही आवश्यकता समजली जात नाही. त्याचा श्वास आपोआप सुरू झाला नाही तर त्यासाठी कमी आक्रमक असलेल्या पद्धतीचा वापर केला जातो. अनेक इस्पितळात तर बाळाची नाळ लवकर कापली जात नाही. आई आणि बाळाचे हे शेवटचे शारीरिक बंधन असते. अर्थात त्यांनी तर बाळाला कोमट पाण्याने अंघोळ घालण्याचीही शिफारस केली होती, पण बाळाला आईच्या कुशीत देण्याचा त्यांचा विचार मात्र स्वीकारला गेला आहे.

या तत्त्वांना काही प्रमाणात स्वीकारले जात

असले तरी हळूवार संगीत, मध्यम प्रकाश आणि बाळाची आंघोळ यासारख्या बाबी सहजपणे उपलब्ध होत नाहीत. तुम्हाला तुमच्यासाठी असे काही हवे असेल तर डॉक्टरांकडून माहिती करून घ्या.

बाळ घरी जन्मणे :- अनेक महिलंना फक्त आजारी पडल्यावरच हॉस्पिटलात जायला आवडते आणि गर्भावस्था हा काही आजार नाही. तुम्हीही त्यापैकी एक असाल तर तुम्हालाही बाळाला घरीच जन्म देणे आवडते. हे तर चांगले आहे कारण तुमचे बाळ आपले कुटुंबिय आणि नातेवाईक यांच्या उपस्थितीत आपले डोळे उघडेल. शिवाय तुम्हाला घरातील आराम आणि गुप्तताही मिळते. शिवाय तुम्हाला इस्पितळाच्या कायद्यांशी झुंजावे लागणार नाही. यात अडचण इतकीच आहे, की ऐनवेळी काही समस्या निर्माण झाली तर काय करायचे? मग बाळा आणि तुम्ही असा दोघांच्याही जिवाला धोका निर्माण होऊ शकतो.

तुम्ही खालील बाबी लक्षात ठेवायला हव्यात : -

➔ तुम्हाला रक्तदाब, मधुमेह यासारखा दीर्घकालिन आजार नसावा. मागील बाळांतपणही सामान्यपणे पार पडले असेल तर तुम्ही कमी धोका असलेल्या गर्भवतीच्या सदरात मोडता.

➔ तुम्हाला योग्य सल्ला देण्यासाठी तसेच दाई आणि नर्सला सहकार्य करण्यासाठी एक डॉक्टर असायला हवा. त्यामुळे अडचणीच्या वेळी योग्य सल्ला मिळू शकेल.

➔ अडचणीच्या वेळी इस्पितळात जाण्यासाठी तुमच्याकडे वाहन तयार असायला हवे. म्हणजे गरज पडल्यावर तुम्हाला लगेच इस्पितळात जाता येईल.

पाण्यातील बाळाचा जन्म :- अर्थात सर्व उपचाराकांनी सर्रास ही पद्धत स्वीकारली नाही. या पद्धतीत बाळाचा जन्म पाण्याखाली करण्यात येतो त्यामुळे जन्माला आल्यावरही आपण आईच्या गर्भातच आहे, असे बाळाला वाटावे. जन्मानंतर लगेच बाळाला पाण्यातून काढून आईच्या कुशीत दिले जाते. तोपर्यंत त्याचे श्वास घेणे सुरू झालेले नसते त्यामुळे बाळ बुडण्याचा अजिबात धोका नसतो. अनेक पती आपल्या पत्नीला सोबत करण्यासाठी टबमध्ये बसतात.

कमी धोके असलेली गर्भावस्था असेल तर आई या पद्धतीचा वापर करू शकते. अर्थात डॉक्टरांनी तसा सल्ला दिला तरच. तुमची गर्भावस्था गुंतागुंतीची असेल तर तुमच्या दाईने हमी दिली तरीही ही पद्धत स्वीकारू नका.

तसे तुम्ही व्हर्लपूल टब किंवा नियमित स्नानाची पद्धत वापरू शकता. पाण्यामुळे वेदना कमी होतात. शिवाय गुरूत्वाकर्षण शक्तीही काम करीत नाही. अनेक हॉस्पिटल आणि बर्थ सेंटरमध्ये असे टब उपलब्ध करून दिले जातात.

जायला हवे. शिवाय या बाबतीत तुम्हाला योग्य मदत करू शकेल, अशा दुसऱ्या एखाद्या तज्ज्ञांचीही तुम्हाला गरज पडू शकते. सर्वसाधारन प्रेगनन्सी असली तरीही तुम्हाला तुमची प्रसूती एखाद्या विशेषज्ञाकडे करायची असेल तर हरकत नाही, ९० टक्के महिलांना असेच हवे असते.

तुम्ही जर एखाद्या प्रसूतीतज्ज्ञाकडे जाण्याचा निर्णय घेतला असेल तर त्याचा शोध घेण्याची हीच योग्य वेळ आहे.

यावेळी थोड्या दमाने चांगली चौकशी करून तुम्ही अशा प्रसूतीतज्ज्ञाची निवड करू शकता.

फॅमिली डॉक्टर :- फॅमिली डॉक्टर ते असतात, ज्यांनी एम. डी. केल्यानंतर प्राथमिक काळजी, मातृत्त्व आणि नवजात शिशूची काळजी याचे प्रशिक्षण घेतलेले असते. तेही तुमची अशा प्रकारे काळजी

घेऊ शकतात. त्यांना तुमचा आणि तुमच्या कुटुंबाचा सर्व इतिहास चांगला माहीत असतो, त्यामुळे ते तुम्हाला आरोग्यविषयक प्रत्येक बाबीची चांगली माहिती देऊ शकतात. काही अडचण आलीच तर ते स्वत तुम्हाला एखाद्या प्रसूतीतज्ज्ञाकडे जाण्याचा सल्ला देतात तरीही तुमची काळजी घेण्याशी संबंधित असतात.

प्रशिक्षित नर्स किंवा दाई :- तुम्हाला रोग न समजता एक माणूस समजून तुमच्याशी वागेल तसेच तुमच्या शारीरिक अडचणींबरोबरच भावनिक गुंताही सोडविल, पोषण आणि स्तनपानविषयक सल्ला देईल, बाळाचा जन्म हा एक नैसर्गिक चमत्कार असल्याचे दाखवेल, असे कुणी तुम्हाला हवे असेल तर तुम्हाला नक्कीच एखाद्या नर्स किंवा दाईचा शोध आहे.

दाई किंवा नर्स घरगुती बाळांतपणासाठी तुम्हाला मदत करते. तसं तर बर्थ सेंटर, शिशु जन्म सेंटर आणि इस्पितळातही प्रशिक्षित दाई आणि नर्स काम करीत असतात. खरं तर त्या फक्त कमी धोके असलेल्या प्रसूतीच सांभाळू शकत असतात. अचानक काही समस्या उभी राहिली तर त्यांनाही डॉक्टर आणि इस्पितळाचाच आधार घ्यावा लागतो. यापैकी कुणी तुम्हाला हवे असेल तर ते प्रशिक्षित आहे, की नाही याची माहिती करून घ्या.

प्रॅक्टिसचे प्रकार

तुम्ही तुमच्यासाठी उपचारक/ प्रसूतीतज्ज्ञ/ नर्स/ दाई यांची निवड केली आहे. आता तुम्हाला हे ठरवावे लागेल की तुम्हाला कोणत्या प्रकारची उपचार पद्धती निवडायची आहे. प्रत्येकाचे काही फायदे तसेच काही तोटेही आहेत.

स्वतंत्र वैद्यकीय प्रक्टिस

इथे एकटे डॉक्टरच काम करीत असतात. काही कारणामुळे त्याला बाहेर जावे लागले तर त्याच्याऐवजी दुसरा डॉक्टर आपली सेवा पुरवित असतो. एखादा फॅमिली डॉक्टर किंवा प्रसूतीतज्ज्ञ अशा प्रकारचा असू शकतो. नर्स आणि दाई त्यांच्या सोबत काम करीत असतात. यांच्यासोबत राहण्याचा फायदा असा होतो, की प्रत्येक भेटीनंतर ते तुम्हाला चांगल्या प्रकारे ओळखायला लागतात त्यामुळे प्रसूतीच्या वेळी तुम्हाला खूप आरामशीर वाटते.

यात अडचण इतकीच आहे, की डॉक्टर कुठे बाहेर गेले आणि नेमक्या त्याच वेळी तुम्हाला प्रसूती वेदना सुरू झाल्या तर? कारण हे कधी सुरू होईल ते तुम्हालाही माहीत नसते. अर्थात ते काही पर्यायी व्यवस्था करतीलच, पण ती पुरेशी नसली तर?

दुसरी समस्या अशी आहे, की गर्भावस्थेच्या दरम्यान तुम्हाला असे वाटू शकते, की तुम्हाला अपेक्षित सल्ला मिळत नाही आणि डॉक्टरांशी काही तुमचे जमत नाही तर अशा वेळी पुन्हा नव्याने तुम्हाला डॉक्टरांचा शोध घ्यावा लागू शकतो.

डॉक्टरांचा गट (ग्रुप मेडिकल प्रॅक्टिस)

या प्रक्रियेत दोन किंवा त्याहून अधिक डॉक्टर रोग्यांवर उपचार करीत असतात. ते आळीपाळीने रोग्याला पाहत असतात. अर्थात आपण त्याच डॉक्टरांकडे तपासणीसाठी जावे, जो जास्त हुशार आहे, असेच तुमचे प्रयत्न सुरू असतात. गर्भावस्थेच्या शेवटी ते मिळून तुमची तपासणी करतात. फॅमिली डॉक्टर आणि प्रसूतीतज्ज्ञ या सदरात मोडू शकतात. याचा सर्वात मोठा फायदा असा, की सर्व डॉक्टरांशी तुमची चांगली ओळख होते आणि डिलिव्हरी रूममध्ये तुम्हाला अनोळखी चेहरा दिसणार नाही. यात नुकसान इतकेच आहे, की तुम्हाला हवा असलेला डॉक्टर यावेळी तुमच्याजवळ हवा असे तुम्हाला वाटू शकते, पण असे होईलच असे नाही. वेगवेगळ्या डॉक्टरांचे सल्ले ऐकून तुम्ही परेशान व्हाल किंवा तुम्हाला समाधान मिळेल. हे सर्व तुमच्या

विचारसरणीवर अवलंबून असते.

उपाचारक संघटना :- या संघटनेच डॉक्टर आणि प्रसूतीतज्ज्ञांच्या जोडीला नर्स आणि दाईही असतात. याचे फायदे आणि तोटेही सामुहिक कार्यासारखेच आहेत. एक फायदा असा आहे, की तुम्हाला नर्स आणि दाईकडून जास्तीचा वेळ आणि सल्ला मिळू शकतो. प्रसूतीच्या वेळी दाईच्या बरोबरीने डॉक्टरही उपस्थित राहण्याचा आणि त्यांनी आणिबाणीच्या प्रसंगी मदत करण्याचा तुम्हाला इथे पर्याय असतो.

मातृत्त्व केंद्र - बर्थ सेंटर प्रॅक्टिस :- इथे प्रशिक्षित नर्सच सर्व काही सांभाळत असतात. आवश्यकता पडल्यासच डॉक्टरांना बोलावण्यात येते. अनेक इस्पितळातही असे केंद्र असतात आणि कमी धोका असलेल्या गर्भवतींची प्रसूती तिथे केली जाते.

या ठिकाणी जाण्याचा सर्वात मोठा फायदा असा आहे, की इथे कमी खर्च येतो. नुकसान असे आहे, की काही अडचण आली तर तुम्हाला डॉक्टरांना बोलवावे लागते आणि काही वेळा तर अनोळखी डॉक्टरांच्या उपस्थितीत प्रसूती करून घ्यावी लागते.

एका योग्य सल्लागाराचा शोध

तुम्ही तुमच्यासाठी एखादा डॉक्टर आणि उपाचार पद्धतीची निवड केल्यानंतर एका योग्य सल्लागाराची तुम्हाला निवड करावी लागते. खालीलप्रमाणे याचे स्त्रोत असू शकतात –

- तुमची स्त्रीरोग तज्ज्ञ आणि तुमचा फॅमिली डॉक्टर तुम्हाला योग्य सल्ला देऊ शकतात.
- नुकतेच या सर्व प्रक्रियेतून गेलेले किवा तुमच्यासारखी विचारसरणी असलेले मित्र आणि सहकारी.
- स्थानिक पातळीवर प्रसूती करणारी दाई किंवा नर्स.
- स्थानिक उपचारकांकडूनही तुम्हाला डॉक्टरांचे नाव-पत्ते मिळू शकतात.

> **विमा नसेल तर...**
>
> गर्भवती असूनही तुम्ही विमा उतरवला नसेल तर प्रसूतीपूर्व आणि पश्चात खर्च कसा भागवायचा ते ठरवा. तुमची प्रसूतीविषयक देखभाल कोण करणार आहे?

- स्थानिक इस्पितळातूनही तुम्हाला बर्थ सेंटरची माहिती मिळू शकते.
- क़ाहीच पर्याय शिल्लक नसेल तर यल्लो पेजेसची मदत घेऊ शकता. तिथून तुम्हाला चांगली इस्पितळे आणि क्लिनिकचे नाव-पत्ते मिळू शकतात.
- तुमच्या आरोग्य विमा कंपनीने डॉक्टरांची यादी दिली असेल तर मित्र आणि सहकाऱ्यांच्या मदतीने त्यातील योग्य डॉक्टर निवडा. याने भागलेच नाही तर डॉक्टरांना व्यक्तीशः भेटा. तुम्ही स्वतः तुमच्यासाठी चांगला डॉक्टर निवडू शकता.

निवड तुमची आहे

डॉक्टरांचे नाव-पत्ते मिळाल्यानंतर त्यांच्या भेटीची वेळ ठरवा. पहिल्या भेटीत तुम्हाला विचाराव्या वाटणाऱ्या प्रश्नांची यादी तयार करा. तुमच्या दोघात प्रत्येक बाबतीत एकमत होईल, असे समजू नका. समोरची व्यक्ती तुमच्याशी भावनिक नाते जोडण्याचा प्रयत्न करते की नाही, हे जाणून घेण्याचा प्रयत्न करा. तुमचे म्हणणे काळजीपूर्वक ऐकतो की नाही ते पहा.

मग त्यांचा बाळाचा जन्म, स्तनपान, ऑपरेशन अशा विशेष विषयांवर सल्ला घ्या. प्रत्येक मुद्द्यावर त्याचे काय मत आहे ते जाणून घ्या.

पहिल्या भेटीतच डॉक्टरांकडून सर्व काही जाणून

घेण्याचा प्रयत्न करतानाच त्यालाही आपल्याबद्दल सर्व काही सांगा. एखाद्या आजारी व्यक्तीप्रमाणे आपल्या डॉक्टरांपासून काहीही लपवू नका त्यामुळे ते तुमच्याशी सहजपणे बोलू शकतील.

तुम्ही त्या बर्थ सेंटर आणि इस्पितळ याबाबतही सर्व काही माहीत करून घ्या, ज्याच्याशी हे डॉक्टर प्रत्यक्ष किंवा अप्रत्यक्ष स्वरूपात संबंधित आहेत. त्यांच्या इस्पितळात कोणकोणत्या सुविधा आहेत तेही माहीत करून घ्या. वेळ पडल्यास त्या सुविधा तुम्ही वापरू शकता का? तिथे पती आणि मुलांना नेण्याची परवानगी आहे का? तिथे ऑपरेशनची सोय आहे का?

अंतिम निर्णय घेण्यापूर्वी तुम्ही तुमच्या डॉक्टरांवर डोळे मिटून विश्वास ठेवू शकता का, याचा विचार करा. तुमच्या जीवनातील अतिशय महत्त्वाच्या घटनांपैकी गर्भावस्था एक आहे. अशा वेळी ज्यावर तुम्ही पूर्ण विश्वास ठेवू शकाल, अशा मार्गदर्शकाची आवश्यकता असते.

रोगी आणि डॉक्टर परस्परसंबंध

योग्य डॉक्टरांची निवड हे पहिले पाऊल असते. गर्भवती महिला आणि डॉक्टर या दोघांत चांगले परस्पर संबंध निर्माण व्हावेत, हे पुढचे पाऊल असते. त्यांनी मिळून योग्य पद्धतीने काम करायला हवे.

- ड़ॉक्टरांशी फक्त खरं बोला. खऱ्याशिवाय काहीही बोलू नका. उपचाराचा पूर्वेतिहास बिनधास्तपणे सांगा. तुमच्या खाण्या पिण्याच्या अव्यवस्थित आणि वाईट सवयींबद्दल सांगायला विसरू नका. कोणत्याही प्रकारची औषधे, तंबाखू, मद्यपान, धुम्रपान करीत असाल तर तेही सांगा. तुमचे एखादे ऑपरेशन झाले असेल तर तेही सांगा. लक्षात ठेवा, तुम्ही जे काही सांगता ते सर्व डॉक्टर गोपनीय ठेवतात.
- घरात फ्रीज, टीव्ही, टेबलावर दरवाजाजवळ आणि पर्समध्ये एक रायटिंग पॅड नेहमी ठेवा. डॉक्टरांना विचारण्यासाठी एखादा प्रश्न तुमच्या मनात आल्याबरोबर त्यावर लिहून टाका कारण डॉक्टरांना भेटायला गेल्यावर अनेक वेळा आवश्यक गोष्टी विचारायच्या राहून जातात. त्याचप्रमाणे डॉक्टरांशी झालेली प्रत्येक भेट आणि त्यावेळी झालेली बोलणी याची नोंद ठेवा कारण काही दिवसांनंतर डॉक्टरांनी दिलेला सल्ला तुम्ही विसरून जाऊ शकता. एखाद्या औषधाबाबत डॉक्टर पुरेशा स्वरूपात खुलासा करीत नसतील तर तुम्ही स्वतःहोऊन विचारा. त्याच वेळी त्यांचे म्हणणे रफ स्वरूपात लिहून घ्या आणि घरी गेल्यावर ते फेर करा. म्हणजे तुम्ही काही आवश्यक गोष्टी विसरणार नाहीत.
- एखाद्या लक्षणामुळे घाबरल्या असाल किंवा मनात एखादी शंका आली तर लगेच डॉक्टरांना फोन करा. कदाचित एखादे औषध लागू होत नसेल. उगीच मनातल्या मनात काळजी करू नका. समस्या जास्त गंभीर स्वरूपाची नसेल तर तुम्ही इ-मेलही करू शकता. एखादी गोष्ट खरोखरच तुम्हाला त्रास देत असेल तर ते विचारण्यात काहीच गैर नाही, मग ती गोष्ट मूर्खपणाची असली तरीही. तुमची शंका दूर व्हायलाच हवी. डॉक्टर आणि दाईला हे चांगल्या प्रकारे माहीत असते, की एखादी स्त्री पहिल्यांदा आई होत असेल तर तिच्याजवळ अनेक प्रश्न असतात. तुम्ही फोन किंवा इ-मेल कराल तेव्हा सर्व लक्षणे स्पष्टपणे लिहा.

एखाद्या ठिकाणी वेदना होत असेल, दुखत असेल तर ती जागा, ठिकाण आणि वेळ न चुकता सांगा. वेदना साधारण आहे, की तीव्र स्वरूपाची आहे ते सांगा. तसेच थोडी अवस्था बदलल्यावर वेदना कमी झाली की नाही तेही सांगा. झोपल्यावर योनीतून

एखादा स्राव बाहेर येत असेल तर त्याचा रंग सांगा. गडद लाल, साधा लाल, भुरकट, गुलाबी किंवा फिक्कट पिवळा. हे कधी सुरू झाले आणि कमी आहे की जास्त तेही सांगा. त्याचबरोबर ताप, मळमळ, उल्टी, थंडी वाजणे, हगवण यासारखी लक्षणे असतील तर तीही सांगा.

- स्वतःला पूर्णपणे अद्ययावत ठेवा. पॅरेंटिंग या विषयावरील नियतकालिके आणि वेबसाईट पहात रहा. त्यामध्ये येणाऱ्या प्रत्येक माहितीवर विश्वास ठेवण्याची आवश्यकता नसते कारण माध्यमातून प्रकाशित होणारी सर्व माहिती प्रमाणित असतेच असे नाही. काही नवीन वाचले किंवा ऐकले तर त्यावर अमंल करण्यापूर्वी आपल्या डॉक्टरांचा सल्ला घ्या कारण सर्व प्रकारच्या माहितीचा तुमच्यासाठी तोच योग्य स्रोत आहे.
- ड़ॉक्टरांनी तुम्हाला न सांगितलेली एखादी गोष्ट तुम्हाला कळली तर ते तुमच्याकडेच ठेवू नका. आव्हानात्मक स्वरूपात नाही तर जिज्ञासा म्हणून डॉक्टरांना विचारा म्हणजे मग त्याची पुष्टी होऊ शकेल.
- चुकून डॉक्टरांनी एखाद्या बाबतीत हमी घेतली किंवा गैरसमजातून काही म्हणाले (जसे मेडिकल हिस्ट्री न पाहता समागमाची परवानगी देणे.) तर त्यामुळे पूर्वी तुम्हाला काय अडचण आली आहे, ते त्यांना सांगा कारण तुमच्या वैद्यकीय इतिहासातील प्रत्येक गोष्ट डॉक्टरांना माहीत असतेच असे नाही. तुमच्या आरोग्यासाठी तुम्हीही जबाबदार असता, त्यामुळे काही चुकीचे होणार नाही, याची काळजी तुम्ही घ्या.
- त्यांना प्रत्येक गोष्टीचे स्पष्टीकरण मागा. तुम्ही जे औषध घेता त्याचा काही साईड इफेक्ट तर नाही ना, हे माहीत करून घ्या. किंवा ज्या चाचण्या सांगितल्या आहेत त्यात काय धोका आहे आणि त्याचे निकाल कधी मिळणार आहेत.
- भेटीच्या वेळी डॉक्टर तुमच्या सर्व प्रश्नाची उत्तरे किंवा शंकांचे समाधान करू शकले नाहीत तर त्याची एक़ यादी तयार करा आणि पुढच्या भेटीत ते जास्त वेळ काढू शकतील का ते विचारा. नाही तर मग फोन किंवा इ-मेलद्वारे सर्व विचारा.
- डॉक्टरांच्या सूचनाचे पूर्णपणे पालन करा. जसे वजन, विश्रांती, औषधे, व्हिटॅमिन, व्यायम, इ. यातील कोणताही सल्ला पाळण्यास अडचण येत असेल तर डॉक्टरांना त्याचा पर्याय विचारा.
- तुमची स्वतःची काळजी तुम्हालाच घ्यायची आहे, हे विसरू नका. त्यामुळे सर्व सूचनांचे पालन करा. खाण्या-पिण्याचा वाईट सवयी सोडून द्या कारण एका निरोगी बाळाला जन्म देणे ही सर्वस्वी तुमची जबाबदारी आहे.
- काही विमा कंपन्या वादाच्या प्रसंगी रोगी आणि डॉक्टर यांच्यात मध्यस्थ होतात. तुमच्या डॉक्टरांची काही अडचण असेल तर वैद्यकीय संघटनाची मदत घ्या.

आपण योग्य डॉक्टर किंवा दाईची निवड केली नाही आणि आपल्या बाळाचा जन्म त्यांच्या हातून योग्य प्रकारे होणार नाही, असे तुम्हाला वाटत असेल तर डॉक्टर बदलण्यास उशीर करू नका.

तुमची प्रेगनन्सी प्रोफाईल

तपासण्याचे निकाल आले आहेत; तुम्ही आई होणार आहात. गर्भाशयाच्या वाढत्या आकाराबरोबरच तुमची उत्सुकता आणि प्रश्नांची यादीही वाढत आहे. यात काहीच शंका नाही की तुम्ही अनेक विचित्र वाटणाऱ्या गर्भावस्थेतील लक्षणांशी झुंजत असता; पण यातील अनेक लक्षणे तुमच्या प्रेगनन्सी प्रोफाईलशी संबंधित असतात. प्रेगनन्सी प्रोफाईल म्हणजे काय? याला थोडक्यात तुम्ही तुमच्या गर्भावस्थेचा इतिहास म्हणू शकता. त्याचा तुमच्या या गर्भावस्थेवर खूप परिणाम होत असतो. तुम्हाला तुमच्या या प्रोफाईलची पूर्ण माहिती करून घ्यायची आहे, कारण डॉक्टरांना भेटल्यावर तुम्हाला हे सर्व सांगायचे आहे.

एक गोष्ट लक्षात ठेवा की, या प्रकरणातील अनेक गोष्टी तुमच्याशी संबंधित नसतील कारण प्रत्येक स्त्रिच्या गर्भावस्थेतील गोष्टी वेगवेगळ्या (प्रेगनन्सी रेकॉर्ड)असतात. इथून फक्त तुम्ही तुमच्या कामाच्या गोष्टी घ्या आणि बाकीच्या सोडून द्या.

हे पुस्तक सर्वांसाठी आहे

हे पुस्तक वाचत असताना पती-पत्नीच्या बाबतीत अनेक पारंपरिक उल्लेख येतील. याचा अर्थ असा नाही, की एकटी राहणारी आई, कुमारी माता किंवा अपारंपरिक नात्यांसाठी ही माहिती नाही. जे वाक्य तुम्हाला तुमच्यासाठी योग्य वाटत नाही ते वगळता उर्वरित माहितीचा वापर करा.

तुमची पूर्व शारीरिक माहिती

गर्भावस्थेतील गर्भ निरोधक

"गर्भनिरोधक गोळ्या घेत असतानाच मी गर्भवती झाले. मी पूर्ण महिनाभर गोळ्या घेत राहिले कारण मला गर्भावस्थेची माहितीच झाली नाही. याचा गर्भावर काही परिणाम होईल का?"

तसं तर गोळयांचे सेवन बंद केल्यानंतर एक पाळी येऊन गेली असती आणि नंतर गर्भधारणा झाली असती तर चांगले झाले असते, पण हे सर्व अचानक

झाले त्यामुळे काही करता येत नाही. यात इतके गंभीर होण्याचे किंवा काळजी करण्यासारखे काही नाही. यामुळे गर्भावर काही परिणाम होतात, याचे काहीही पुरावे मिळाले नाहीत. मनाच्या समाधानासाठी तुमच्या डॉक्टरांचा सल्ला घ्या.

''कंडोम आणि स्पर्मीसाईडस् वापरत असतानाच मला गर्भधारणा झाली तरीही अजाणतेपणी मी त्याचा वापर करीत राहिले. याचा माझ्या बाळाला त्रास होऊ शकेल का?''

जर तुम्ही कंडोम स्पर्मीसाईडच्या सोबत डायफरागम किवा स्पर्मीसाईडयुक्त डायफरागम वगैरे ठेवत असताना गर्भवती राहिला असाल तर स्पर्मीसाईड आणि जन्मजात विकार याचे काही देणे-घेणे नाही. गर्भावस्थेच्या सुरुवातीच्या काळात याचा वापर केल्यामुळे काहीही अडचण येत नाही. तुम्ही अजाणतेपणाने गर्भवती झाला असलात तरीही त्याचा पूर्ण आनंद घ्या.

''मी गर्भनिरोधक म्हणून आय यू डी चा वापर करीत होते, पण मी गर्भवती असल्याचे मला नुकतेच कळले आहे. माझी गर्भावस्था निरोगी आणि सुरक्षित राहील का?''

खरं तर गर्भनिरोधकाचा वापर करूनही गर्भधारणा होणे, ही थोडी काळजी करायला लावणारी बाब आहे. तसं १००० मध्ये १ घटना अशी होऊ शकते. आय यू डी वापरल्यावरही गर्भधारणा झाली याचा अर्थ ते आपल्या जागेवरून सरकले असेल किंवा योग्य प्रमाणे लावले नसेल.

तुमच्यासमोर दोनच पर्याय आहेत, त्याबाबत लवकरात लवकर डॉक्टरांशी बोलणी करायला हवी. आय यू डी काढायचे आहे की ठेवायची आहे. तपासणीनंतर तुमच्याबाबतीत काय करायचे आहे, ते डॉक्टर ठरवतील. जर आय यू डी आपल्या जागेवरून सरकली असेल आणि तिचा धागा दिसत असेल तर ती काढता येते. नाही तर मग ती प्रसूतीच्या वेळी बाहेर येते. गर्भावस्थेच्या सुरूवातीच्या काळत तिचा धागा दिसत असेल तर त्यामुळे संक्रमण होण्याचा धोका निर्माण होतो. त्यामुळे यशस्वी आणि निरोगी गर्भावस्थेची अपेक्षा ठेवता येते. ती काढली नाही तर गर्भपातही होऊ शकतो.

पहिल्या तिमाहीत ती आतच असेल तर कोणत्याही प्रकारचा रक्तस्राव, वेदना किंवा ताप येत असेल तर खबरदारी घ्या कारण त्यामुळे तुम्हाला अनेक प्रकारची गुंतागुंत निर्माण होऊ शकते. डॉक्टरांना सर्व लक्षणे सांगायला संकोच करू नका.

फायब्राईड

''मला खूप दीर्घ कालावधीपासून फायब्राईड होते, पण त्याचा मला काहीही त्रास झाला नाही. गर्भावस्थेच्या वेळी त्यामुळे काही अडचण येऊ शकते का?''

तुम्ही आणि गर्भावस्था याच्यामध्ये फायब्राईड अडथळा होऊ नये, अशी अपेक्षा आहे. गर्भाशयाच्या भिंतीवर असलेले हे नॉनमॅलिगनेट उभार, गर्भावस्थेत काहीही अडथळा करीत नाहीत.

अर्थात अशा स्त्रिला कधी कधी ओटीपोटात दाब किंवा वेदना होऊ शकते. तसं तर ही काही काळजी करण्यासारखी गोष्ट नाही तरीही तुमच्या डॉक्टरांना सांगा. चार- पाच दिवसांची विश्रांती किंवा सुरक्षित पेन कीलर औषधी घेतल्याने ते बरे होते.

कधी कधी फायब्राईडमुळे प्लेसेंटा वेगळे होणे, अकाली प्रसूती किंवा अवेळी प्रसूतीचा धोका निर्माण होतो, पण थोडी खबरदारी घेतली तर हे धोके टाळता येतात. याबाबतीत तुमच्या डॉक्टरांशी मोकळेपणाने बोला म्हणजे ते सर्व धोके आणि खबरदारी बाबत तुम्हाला माहिती देऊ शकतील. फायब्राईडमुळे सामान्य प्रसूती होण्यास अडचण येईल असे तुमच्या

डॉक्टरांना वाटत असेल तर ते सी सेक्शन प्रसूतीचा सल्ला देऊ शकतात. बहुतेक प्रकरणात प्रसूतीच्या वेळी गर्भाशयाचा आकार वाढत असल्यामुळे मोठे फायब्राईडही बाहेर पडतात.

"काही वर्षांपूर्वी मी दोन फायब्राईड काढले होते, त्याचा माझ्या गर्भावस्थेवर काही परिणाम होईल का?"

बहुतेक प्रकरणात गर्भाशयातील फायब्राईड ट्युमर काढण्याची शस्त्रक्रिया लॅपरोस्कोपिक असते त्यामुळे गर्भावस्थेत काहीही अडचण येत नाही. अर्थात मोठा फायब्राईड काढला असेल तर गर्भाशय थोडे दुबळे होते. त्यामध्ये प्रसूतीसाठी शक्ती उरत नाही. तुमचे रेकॉर्ड पाहून डॉक्टरांना तसे वाटले तर ते सी सेक्शन प्रसूतीचा सल्ला देऊ शकतात. ऑपरेशन करण्याच्या वेळेपूर्वीच प्रसूती वेदना सुरू झाल्या तर ती लक्षणे समजून लवकरात लवकर डॉक्टरांकडे जाणे.

अँडोमेट्रिओसिस

"अनेक वर्षे अँडोमेट्रिओसिसचा आजार झाल्यानंतर मी आता गर्भवती राहिले आहे. त्यामुळे माझ्या गर्भावस्थेत काही अडचणी येऊ शकतील का?"

यामध्ये दोन प्रकारची आव्हाने दडलेली आहेत. गर्भधारणेच्या वेळी त्रास आणि वेदना. तुम्ही गर्भवती झालात याचा अर्थ पहिले आव्हान तर तुम्ही पेलले आहे. गर्भवती झाल्यामुळे आता दुसरे आव्हान पेलायला मदत मिळते.

गर्भावस्थेच्या वेळी अँडोमेट्रिओसिसची लक्षणे आणि वेदना यात सुधारणा होते. हार्मोनल बदलांमुळे असे होते. ओव्ह्यूलेशनमुळे अँडोमेट्रिओसिस मऊ आणि लहान होते. काही महिलांमध्ये तर आणखी चांगले परिणाम झालेले आढळून येतात. काही महिलंमध्ये तर पूर्ण गर्भावस्थेत याची लक्षणेही आढळत नाहीत. काही महिलांना वेदना आणि झटक्यांचा त्रास होऊ शकतो, पण बाळाच्या जन्मावेळी काही त्रास होत नाही. गर्भाशयाचे ऑपरेशन झाले असेल तर डॉक्टर सी सेक्शन ऑपरेशनचा सल्ला देतात.

गर्भावस्थेच्या काळात अँडोमेट्रिओसिसच्या लक्षणांपासून सुटका होते, पण त्यावर उपचार होत नाही. गर्भावस्था संपल्यानंतर ही लक्षणे पुन्हा जाणवायला लागतात.

कोलोपोस्कोपी

"एक वर्षापूर्वी मी गर्भवती झाले तेव्हा मला कोलोपोस्कोपी आणि सर्व्हायकल बायोप्सी करावी लागली. (माझी गर्भावस्था धोकादायक झाली आहे का?)"

पॅप स्मीअरमध्ये कीह अनियमित सर्व्हायकल पेशी आढळल्या तर कोलोपोस्कोपी केली जाते. या प्रक्रियेत साधारणपणे योनी आणि सर्व्हिक्स एका खास मायक्रोस्कोपच्या मदतीने पाहिले जातात. पॅप स्मीअरमध्ये काही असामान्य कोशिका आढळल्या तर डॉक्टर सर्व्हायकल किंवा कोन बायोप्सी करतात. यामध्ये संशयीत ठिकाणचे सॅपल घेऊन त्याची प्रयोगशाळेत तपासणी केली जाते. यासाठी क्रायोसर्जरी किंवा लीप चिकित्सा केली जाते. ज्यामध्ये प्रभावित सर्व्हायकल पेशींना इलेक्ट्रिकल करंटच्या सहाय्याने काढले जाते. चांगली बातमी अशी आहे की या प्रक्रियेतून गेल्यानंतरही गर्भवती स्त्रिया निरोगी बाळाला जन्म देतात. अर्थात काढण्यात आलेल्या पेशींच्या प्रमाणात काही स्त्रियांना गर्भावस्थेच्या वेळी अडचणी येऊ शकतात. तुमच्या डॉक्टरांना अशा सर्जरी किंवा टेस्टबाबत आवश्य सांगा म्हणजे ते अधिक चांगल्या प्रकारे देखभाल करू शकतील.

पहिल्या प्रसूतीपूर्व तपासणीच्या वेळी या असामान्य पेशींची माहिती मिळाली तर डॉक्टर कोलोपोस्कोपी करण्याचा सल्ला देतात, पण बायोप्सी वगैरे तर बाळाच्या जन्मानंतरच केली जाऊ शकते.

एच. पी. व्ही.(ह्युमन पॅपिलोमा व्हायरस)

''जेनिटल एचपीव्ही माझ्या गर्भावस्थेला धोका पोहचवू शकते का?''

एच. पी. व्ही. एक लैंगिक संक्रमणातून पसरणारा व्हायरस आहे. साधारणपणे याची लक्षणे स्पष्ट स्वरुपात आढळून येत नाहीत. साधारणपणे ६ते १० महिन्यांत हा आपोआप बरा होतो.

अनेक वेळा असे होते, की याची लक्षणे स्पष्टपणे समोर यायला लागतात तेव्हा पॅप स्मीअरमधील काही अनियमित पेशींची माहिती कळते. काही वेळा फिक्कट पिवळया किंवा गुलाबी रंगाच्या मसाही येतात. ज्या गुद्द्वार, योनी आणि व्हाल्व्हावर दिसतात. अर्थात यांचा काही त्रास होत नाही, कधी कधी आग होते किंवा त्यातून रक्त निघते. या मसा एक- दोन महिन्यात आपोआप बऱ्या होतात.

जेनिटल एचपीव्ही गर्भावस्थेवर कसा परिणाम करतो? अर्थात याचा थेट परिणाम काहीही होत नाही, पण काही गर्भवती महिलांमध्ये या मसा जास्त सक्रिय होतात. तुमच्या मसा जर आपोआप बऱ्या होत नसतील तर डॉक्टरांचा सल्ला घ्यायला घाबरू नका. ते यांना फ्रीजिंग, इलेक्ट्रिक किंवा लेजर थेरपीच्या सहाय्याने दूर करतात. काही प्रकरणी असा उपचार प्रसूतीपर्यंत टाळावा लागतो.

तुम्हाला जर एचपीव्ही झाला असेल तर डॉक्टरांना सर्व्हायकल सेलची तपासणी करावी लागेल. बायोप्सी करावी लागणार असली तरीही ती बाळाच्या जन्मापर्यंत टाळावी लागेल.

एचपीव्ही हा संसर्गजन्य लैंगिक आजार असल्यामुळे फक्त एकाच जोडीदाराशी सुरक्षित संबंध ठेवा. आता २६ वर्षांपेक्षा कमी वयाच्या महिलांसाठी या आजाराची लसही उपलब्ध आहे, पण गर्भावस्थेत ही लस घेणे टाळावे. हे लसिकरण सुरू केल्यानंतर तुम्ही गर्भवती राहिला असाल तर उर्वरित लसिकरण बाळाच्या जन्मापर्यंत थांबवावे.

हर्पिज

''मला अनुवांशिक हर्पिज आहे. तो माझ्या बाळालाही होऊ शकतो का?''

गर्भावस्थेत हर्पिज होण्याचा अर्थ असा, की तुम्हाला खूप सावधगिरी बाळगावी लागेल. अर्थात हा काही फार मोठा धोका नाही. तुम्ही आणि तुमच्या डॉक्टरांनी मिळून योग्य खबरदारी घेतली तर गर्भावस्थेत आणि प्रसूतीच्या वेळी काही अडचण येत नाही तसेच बाळही निरोगी राहते.

सर्वात पहिली गोष्ट म्हणजे नवजात शिशूला असा संसर्ग होण्याची शक्यता अवघी १ टक्का असते. असे फारच कमी वेळा होते, की आईला झालेला संसर्ग बाळालाही झाला आहे. अर्थात असा संसर्ग जर पहिल्या तिमाहीत झाला तर मात्र त्यामुळे मिसकॅरिज आणि अकाली प्रसूतीचा धोका वाढतो, पण याचीही शक्यता नाहीच्या बरोबर असते. तसं तर आजकाल शिशूमध्ये हा धोका अजिबातच कमी असतो. चांगल्या प्रकारे वैद्यकीय काळजी घेऊन तुम्ही बऱ्याच प्रमाणात यावर नियंत्रण मिळवू शकता.

हर्पिजग्रस्त आईपासून बाळाचा बचाव करण्यासाठी आईला अँटीव्हायरल औषधी दिली जाते. बाळालाही हा संसर्ग झालाच तर त्यालाही अशी औषधे दिली जातत.

प्रसूतीनंतरही हा संसर्ग कायम राहिला तर काही आवश्यक काळजी घेऊन आई आपल्या बाळाला स्तनपान करू शकते.

इतर गुप्तरोग आणि गर्भावस्था

बहुतेक गुप्तरोग गर्भावस्थेवर परिणाम करीत असतात, त्यामुळे फारसे परेशान होण्याची आवश्यकता नाही. खरं तर त्याचा आधीच शोध घेऊन त्यावर उपचार करायला हवा, पण बहुतेक महिलांना याची माहितीच असत नाही त्यामुळे सर्वच गर्भवती स्त्रियांनी क्लायमायडिया, गोनेरिया, ट्रायकोमोर्नॅसिस, हेपेटायटीस बी, एच आय व्ही आणि सिफलसची तपासणी करून घ्यायला हवी.

गुप्तरोग कोणत्याही एका समाजातील किंवा आर्थिक गटातील लोकांनाच होतात अस नाही. ते प्रत्येक वयाच्या, प्रत्येक लहान-मोठ्या ठिकाणी राहणाऱ्या आणि प्रत्येक आर्थिक स्तरातील सर्व स्त्री- पुरुषांना होऊ शकतात. प्रमुख गुप्तरोग असे आहेत –

गोनोरिया :- गर्भाचा कंजक्टिव्हायटिस आंधळेपणा आणि इतर गंभीर संसर्गजन्य आजाराचे कारण म्हणून या आजाराकडे बघितले जाते. नाळेद्वारे याचा गर्भाला संसर्ग होऊ शकतो. त्यामुळे या आजाराबाबत गर्भवती स्त्रिची पहिल्याच भेटीत तपासणी केली जाते. गर्भावस्थेच्या काळात या आजारामुळे गर्भवतीला खूप मोठा धोका असेल तर नंतरही यावर उपचार केला जाऊ शकतो. गोनोरियाचा संसंर्ग झाल्याचे आढळून आले तर अँटिबॉयोटिक्सच्या मदतीने यावर उपचार करता येतात. त्यानंतर आणखी एक कल्चर केले जाते ज्यामुळे सदर स्त्री त्या आजारापासून पूर्ण मुक्त होते. खास खबरदारी म्हणून नवजात शिशूच्या डोळ्यात एक अँटिबायोटिक्स घातले जाते. हा उपचार किमान एक तास टाळता येतो.

सिफलिस :- या आजारामुळे अनेक जन्मतः विकृती निर्माण होऊ शकतात त्यामुळे सर्वात आधी याच्या तपासणीला महत्त्व दिले जाते. हा आजार झालेल्या स्त्रिला चौथ्या महिन्याच्या आधीच अँटिबयोटिक्स दिले तर गर्भाचा त्यापासून बचाव करता येतो. कारण यानंतरच हा संसंर्ग गर्भापर्यंत पोहचत असतो. एक चांगली बातमी अशी आहे की गेल्या काही वर्षांत आईकडून गर्भाला होणाऱ्या या आजाराच्या संक्रमणाचे प्रमाण खूप कमी झाले आहे.

क्लामायडिया :- २६ वर्षांपेक्षा कमी वय असलेल्या स्त्रियंच्या बाबतीत सिफलिस आणि गोनोरियाच्या तुलनेत हा आजार होण्याची प्रमाण खूप अधिक असल्याचे आढळून आले आहे. या आजाराचा संसंर्ग गर्भापर्यंत पोहचला तर आई आणि बाळ दोघांसाठीही ते धोकादायक असते. यापूर्वी तुमचे अनेक लैंगिक जोडिदार राहिले असतील तर अशी स्क्रिनिंग करणे खूप आवश्यक असते कारण अशा प्रकरणात संसर्गाचा धोका अधिक असतो. अर्ध्याहून जास्त महिलांना या आजाराची लक्षणेच कळत नाहीत. त्यामुळे तपासणी केल्याशिवाय यावर उपचार केला जाऊ शकत नाही.

गर्भावस्थेच्या पूर्वी किंवा दरम्यान क्लामायडियावर योग्य पद्धतीने उपचार करण्यात आला तर याच्या संसंर्गापासून खूप मोठ्या प्रमाणात बचाव केला जाऊ शकतो. तसं तर गर्भधारणेपूर्वीच यावर उपचार करायला हवा म्हणजे आईचा संसंर्ग गर्भाला होणार नाही. जन्मानंतर नवजात शिशूसाठी ज्या अँटिबायोटिक्सचा वापर केला जातो त्यामुळे त्याचा गोनोरिया आणि क्लामायडियाच्या संसंर्गापासून बचाव होऊ शकतो.

ट्रायकोमोनायसिस :- ट्रयकोमोनायसिसचे सर्वात मोठे लक्षण हे आहे, की याच्या संसर्गामुळे योनीतून हिरवट रंगाचा आणि अतिशय घाणेरडा वास

असेलला द्रव पाझरत असतो. अर्ध्याहून अधिक महिलांना यो रोगाच्या संसंर्गाची लक्षणेच कळत नाहीत. अर्थात या आजारामुळे काहीही गंभीर समस्या निर्माण होत नाहीत, पण याच्या लक्षणामुळे अस्वस्थ वाटायला लागते. ज्या महिलांमध्ये याची लक्षणे स्पष्टपणे जाणवतात त्यांच्यावरच गर्भावस्थेत या आजाराचा उपचार केला जाऊ शकतो.

एचआयव्ही :- तसं तर सर्व महिलांची गर्भावस्थेच्या सुरूवातीलाच एचआयव्ही लागण झाल्याची तपासणी करायला हवी. मग त्यांचा तसा मागील इतिहास असो की नसो. यामुळेच एड्स होतो. तो फक्त आईलाच नाही तर बाळालाही धोकादायक असतो. यावर उपचार केल्याशिवाय आईने बाळाला जन्म दिला तर साधारणपणे २५ टक्के बाळांना हा आजार होऊ शकतो. (सुरूवातीच्या ६ महिन्यातच या आजाराची खात्री पटते.) अर्थात यावरील उपचारांबाबत खूप मोठ्या प्रमाणात जागृती झाली आहे. ज्य गर्भवती स्त्रिची तपासणी पॉझिटिव्ह असेल तिने पुन्हा तपासणी करून घ्यायला हवी. ही तपासणी खूप योग्य असते तरीही अनेक वेळेला व्हायरस नसतानाही पॉझिटिव्ह रिझल्ट येतात. दुसरी तपासणीही पॉझिटिव्ह आली तर अशा गर्भवतीला एंटायरट्रोव्हायरल औषधी दिल्याने गर्भाला त्याचा संसर्ग होण्याचा धोका कमी होऊ शकतो. सी सेक्शनच्या मदतीने प्रसूती केली तरीही संसर्गाचा धोका कमी होतो.

आपल्याला कोणत्याही प्रकारचा गुप्तरोग झाल्याची तुम्हाला शंका असेल तर डॉक्टरांच्या सल्ल्याने तपासणी करून घ्या. तपासणी पॉझिटिव्ह आली तर आवश्यकता वाटल्यास पूर्ण तपासणी करून घ्या. या उपचारामुळे फक्त तुमचेच नाही तर बाळाचेही आरोग्य चांगले राहते.

प्रसूतीपूर्व माहिती

विट्रो फर्टिलायझेशन

''विट्रो फर्टिलायझेशनच्या माध्यमातून मला गर्भधारणा झाली आहे. माझी गर्भावस्था किती वेगळी असेल?''

हार्दिक अभिनंदन! तुम्ही प्रयोगशाळेत गर्भ धारण केला म्हणून तुमच्या गर्भावस्थेत काही अडचणी येतील असे अजिबात नाही. आयव्हीएफ गर्भावस्थेच्या बाबतीत पहिले ६ आठवडे थोडे वेगळे असतात. तुम्हाला कशाचीच पूर्ण खात्री नसते. याच्या आधी तुमचा गर्भपात झाला असेल तर समागम आणि इतर प्रकारच्या शारीरिक हालचालींना डॉक्टर प्रतिबंध करू शकतात. त्याचबरोबर गर्भावस्थेतील पहिले दोन महिने प्रोजेस्टोरॉन दिले जाऊ शकते.

एकदा हा कालावधी उलटला की तुमची गर्भधारणाही इतरांसारखीच सामान्य असल्याचे तुम्हाला जाणवते, फक्त तुम्ही एकापेक्षा अधिक भृण विकसित करू नयेत. ३० टक्क्यांपेक्षा अधिक आयव्हीएफ मातांच्या बाबतीत असे घडते. या पुस्तकातच पुढे याबाबत सविस्तर सांगितले आहे.

दुसरी गर्भावस्था

''माझी ही दुसरी गर्भावस्था आहे. ती पहिल्यापेक्षा किती वेगळी असेल?''

कोणत्याही दोन गर्भावस्था नेहमीच सारख्या असू शकत नाहीत. तसेच एकूण नऊ महिने सुरूवातीपासून शेवटापर्यंत किती वेगळे असतील तेही सांगता येत नाही. अर्थात काही सामान्य बाबतीत सांगितले जाऊ शकते, पण तेही नेहमी तसेच असेल असे नाही.

- पहिल्याच्या तुलनेत आता गर्भावस्थेची जाणीव लवकर होऊ शकते. साधारणपणे दुसऱ्या वेळी गर्भावस्थेची लक्षणे समजणे सोपे होते. अर्थात दुसऱ्या वेळी ते पहिल्यापेक्षा खूप कमी असतात. मळमळ होत नाही, तसेच पचनाचे विकारही होत नाहीत. पहिल्याच्या तुलनेत यावेळी थकवा जास्त जाणवतो कारण आता पहिल्यासारखी विश्रांती मिळत नाही.

  जेवणावरची वासना उडणे किंवा काही विशेष खाण्याची इच्छा होणे अशी लक्षणे दुसऱ्या किंवा नंतरच्या वेळी फारसी आढळत नाहीत. स्तनांत जास्त बदल होत नाही. काळजी आणि चिंताही पहिल्यासारखी वाटत नाही. प्रसूतीच्या वेळीही वेदना होत नाहीत.
- तुम्ही गर्भवती असल्याचे लवकरच लक्षात येते. पहिल्यापेक्षा ही गर्भधारणा थोडी वेगळी असल्याचे तुम्हाला जाणवते. तुमच्या पोटाचा आकारही पहिल्यापेक्षा मोठा होतो कारण हे बाळ पहिल्यापेक्षा सुदृढ असते. पोट आणि कंबरदुखी तसेच इतर वेदनाही आता पहिल्यापेक्षा कमी होतात.
- गर्भाच्या हालचाली तुम्हाला पहिल्यापेक्षा अधिक जाणवायला लागतात. स्नायू थोडे सैल झाल्यामुळे असे होते. तुम्हाला हे सहज जाणवते. पहिल्या वेळी हे सर्व तुम्हाला इतक्या चांगल्या प्रकारे जाणवलेले नसते.
- आता तुम्हाला पहिल्याइतकी उत्सुकता नसते. मनातल्या मनात आनंद असतो, पण प्रत्येकाला ही बातमी सांगण्याची घाई नसते. हे सामान्य असते त्यामुळे दुसऱ्या बाळावरील प्रेमात काही कमतरता येत नाही. आता तुम्ही पहिल्या बाळाशीही शारीरिकदृष्ट्या जोडल्या जाता, हे लक्षात घ्या.
- प्रसूती पहिल्यापेक्षा सोपी होते. पहिल्या बाळाच्या जन्माच्या वेळी मांसपेशी सैल झालेल्या असल्यामुळे आता बाळाच्या जन्मासाठी जास्त वेळ लागत नाही. प्रसूती वेदना आणि प्रसूतीची प्रत्येक पायरी आता लहान असते तसेच बाळाला बाहेर ढकलण्यास जास्त वेळ लागत नाही.

आता दुसरे बाळ येणार असल्याची बातमी पहिल्या बाळाला तुम्हाला अतिशय चांगल्या पद्धतीने सांगावी लागेल. त्यासाठी तुम्हाला विचारपूर्वक योग्य शब्दांची निवड करावी लागेल म्हणजे ते बाळही नव्या बहीण-भावाच्या स्वागतासाठी सज्ज होईल. त्याचीही मानसिक तयारी होईल.

"माझे पहिले बाळ निरोगी होते. आता मी पुन्हा गर्भवती आहे. यावेळी असेच होईल का?"

होय, यावेळीही तुमचे बाळ तितकेच नशिबवान असेल. सर्वात चांगली बाब म्हणजे पहिल्याच्या तुलनेत यावेळी धोके खूप कमी असतील आणि यावेळी तुम्ही जास्त चांगल्या पद्धतीने देखभाल करू शकाल. तसेच योग्य आहार, व्यायाम आणि चांगल्या जीवनशैलीच्या बळावर बाळाला जन्म द्याल.

प्रसूती इतिहासाची पुनरावृत्ती

"माझी पहिली प्रसूती फारशी आरामशीर झाली नाही. मला खूप वेदना सहन कराव्या लागल्या. यावेळीही हे सर्व पुन्हा होईल का?"

खरं तर पहिल्या प्रसूतीतूनच येणाऱ्या प्रसूतीचा अंदाज येतो. त्यामुळे पहिल्यांदा झालेला काही प्रकारचा त्रास तुम्हाला पुन्हा भोगावा लागू शकतो. अर्थात त्यात काही बदलही होऊ शकतात कारण सर्व गर्भावस्था पूर्णपणे एकसारख्या असू शकत नाहीत. पहिल्या गर्भावस्थेच्या वेळी मळमळणे, अन्नावरची वासना उडणे याचे प्रमाण खूप अधिक होते, पण यावेळी असे होत नाही. तुमच्या जेनेटिक अनुभववरूनही ही गोष्ट नक्की होते, की तुमची

ही गर्भावस्था आरामशीर असणार आहे की त्रासदायक. यामध्ये काही अशा कारणांचाही समावेश आहे, ज्यावर तुम्ही स्वतः नियंत्रण मिळवू शकता.

निरोगीपणा :- तुम्ही पूर्णपणे निरोगी असाल तर गर्भावस्था नक्कीच आरामदायी होऊ शकते. त्यामुळे तुमच्या आरोग्याकडे लक्ष द्या.

वजन :- तुम्ही जर डॉक्टरांच्या सल्ल्यानुसार हळूहळू वजन वाढविले किंवा नको असलेले वजन कमी केले तर व्हॅरिकोज व्हेन्स, स्ट्रेच मार्क्स, कंबरदुखी, थकवा, अपचन आणि श्वास घेण्याचा त्रास अशा सर्व प्रकारच्या त्रासापासून तुमची सुटका होऊ शकते.

आहार :- गर्भवती स्त्री जितका चांगला आहार सेवन करील तितके निरोगी बाळ जन्माला येण्याची शक्यता अधिक असते. त्याचबरोबर गर्भावस्थाही आरामदायी राहते. यामुळे फक्त उलटी किंवा मळमळ यासारख्या त्रासापासून सुटका मिळत नाही तर थकवा, मलावरोध, योनीसंसर्ग, ॲनिमिया आणि डोकेदुखीही कमी होते. तसेच गर्भावस्थेच्या काळात काही त्रास झाला तरीही बाळ निरोगी असण्याची शक्यता अधिक असते.

फिटनेस :- पूर्णपणे निरोगी राहण्यासाठी तुम्हाला तुमच्या फिटनेसकडेही लक्ष द्यावे लागेल.दुसऱ्या आणि त्या नंतरच्या गर्भावस्थेत व्यायामाला खूप महत्त्व आहे. कारण यामुळे ओटीपोटातील स्नायू अधिक लवचिक होतात तसेच पाठदुखीसारख्या अनेक प्रकारच्या वेदनांपासून मुक्ती मिळते.

जीवनशैलीतील बदल :- धाई गर्दीच्या जीवनशैलीमुळे गर्भावस्थेच्या काळात तुम्हाला अनेक त्रासदायक लक्षणांचा सामना करावा लागू शकतो. जसे मळमळणे, थकवा, डोकेदुखी, अपचन, इ. काम जास्त असेल तर कुणाची मदत घ्या. खूप ताण पडत असेल तर काही काळाकरता काम सोडून द्या किंवा योग आणि विश्रांतीच्या तंत्राचा अवलंब करून मन शांत ठेवा. त्यामुळे तुम्हाला बरे वाटू शकते.

दुसरी मुले :- अनेक गर्भवती स्त्रिया घरात दुसऱ्या मुलांसमवेत इतक्या व्यस्त राहतात की त्यांना आपल्या गर्भावस्थेशी संबधित असलेल्या त्रासाची जाणीवच होत नाही. काही महिलांना मात्र असा धावपळीत अनेक वाईट लक्षणांचा समाना करावा लागू शकतो. जसे मुलांना सकाळी लवकर उठून शाळेत पाठविणे किंवा रात्रीच्या जेवणाच्या वेळची धावपळ यामुळे मळमळणे आणि थकव्याचा त्रास जाणवू शकतो. कंबर दुखी सुरू राहते. शौचास न गेल्यामुळे मलावरोध होतो. मुलांना झालेल्या सर्दी-पडसे- खोकले या आजारांचा संसर्गही होतो.

अर्थात तुमच्या गर्भावस्थेच्या काळात तुम्ही मोठ्या मुलांना दूर तर पाठवू शकत नाहीत.(तसेच तुम्हाला पहिल्या गर्भावस्थेच्या वेळची काळजी आणि कोडकौतुक मिळत नाही.) तुम्ही स्वतः तुमची देखभाल करणे पुरेसे आहे. मुलांना झोपी घालताना स्वतःही डुलकी घ्या, आपल्या खाण्या पिण्याकडे दुर्लक्ष करू नका आणि अशा प्रकारचे काम करू नका ज्यामुळे गर्भावस्थेत काही अडचणी निर्माण होऊ शकतील किंवा त्रास पडेल.

''पहिल्या गर्भावस्थेच्या वेळी झालेल्या गुंतागुंतीचा मला खूप त्रास झाला. यावेळीही असेच होईल की काय?''

एक गर्भावस्था गुंतागुंतीची झाली म्हणून दुसरीही तशीच होईल, असे नाही. अर्थात त्यापैकी काही गुंतागुंत पुन्हा निर्माण होऊ शकते, पण सर्वांसाठीच असे होईल, असे म्हणता येणार नाही. यातील काही प्रकारची गुंतागुंत फक्त एकदाच होऊ शकते, जसे एखादा विषाणू संसर्ग किंवा एखादा अपघात. जर ही गुंतागुंत तुमच्या जीवनशैलीमुळे निर्माण झाली असेल तर जीवनशैलीत बदल केल्यावर ती निर्माण

होत नाही.(जसे धुम्रपान, मद्यपान, अमंली पदार्थांचे सेवन किंवा काही पर्यावरणीय कारणे.) कदाचित यावेळी तुम्ही पुरेशा प्रमाणात वैद्यकीय मदत मिळवू शकाल, जी तुम्हाला मागच्या वेळी मिळू शकली नव्हती. काही दीर्घकालीन आजारामुळे मागच्या वेळी गुंतागुंत निर्माण झाली असेल तर कदाचित यावेळी तुम्ही गर्भधारणेच्या पूर्वीच त्या आजारावर उपचार केला असेल. जसे मधुमेह किंवा रक्तदाब. मागच्या वेळची सर्व गुंतागुंत लक्षात घेऊन यावेळी डॉक्टर आधीपासूनच सावध झाले असतील आणि ते तुमची अतिशय योग्य प्रकारे देखभाल करीत असतील. कारण काहीही असले तरी अपेक्षित सावधानता आणि देखभाल याच्या बळावर निरोगी बाळाच्या जन्माची खात्री देता येऊ शकते.

खूप लवकर दुसऱ्यांदा गर्भवती होणे

''पहिल्या बाळाला जन्म दिल्यानंतर अवघ्या १० आठवड्यांत मी पुन्हा दुसऱ्यांदा गर्भवती झाले. त्याचा माझ्या गर्भातील बाळावर काही दुष्परिणाम होईल का?''

एका बाळाला जन्म दिल्यानंतर लगेच पुन्हा दुसऱ्यांदा गर्भवती होणे, ही घटना खूप तणावयुक्त होऊ शकते. कारण त्यासाठी तुम्ही मानसिकरित्या पूर्णपणे तयार नसता. सर्वात आधी तुमचे चित्त शांत ठेवा. अर्थात सलगच्या दोन गर्भावस्था आईच्या प्रकृतीवर खूप गंभीर परिणाम करीत असतात; पण तरीही तुम्ही काही गोष्टींवर लक्ष केंद्रित करून या आव्हानाचा सामना करू शकता.

- गर्भधारणा झाल्याचे समजल्याबरोबर प्रसूतीसंबंधी काळजी घ्यायला सुरूवात करा.
- तुमच्या खाण्या पिण्याच्या सवयी बदला. तुम्ही पहिल्या बाळाला स्तनपान करीत असता त्यामुळे तुमच्या शरीराला आवश्यक पोषण मिळत नाही. तुम्हाला तुमच्या आणि गर्भाच्या पोषणासाठी भरपूर पोषक आहार घ्यायला हवा. डॉक्टरांच्या सल्ल्याने प्रोटीन, आयर्न आणि दुसरे व्हिटॅमिन घ्यायाल सुरूवात करा. जेवणासाठी वेळ काढा. खरं तर तुमची दिनचर्या खूप व्यस्त असू शकते, पण तरीही स्वतःसाठी वेळ काढा.
- योग्य प्रमाणात वजन वाढवा. पहिल्या गर्भाला तुम्ही जे काही दिले होते ते आता या नव्या गर्भाला द्यायला विसरू नका. डॉक्टरांचा सल्ला घ्या आणि त्यानुसार वजन वाढवा. उत्तम पोषणयुक्त आहाराच्या मदतीने हळूहळू तुमचे वजन वाढवा. प्रयत्न करूनही वजन वाढत नसेल तर तुमच्या कॅलरीच्या प्रमाणावर लक्ष द्या.
- तुमच्या बाळाला तुम्ही अजूनही स्तनपान करीत असाल तर डॉक्टरांच्या सल्ल्याने त्याला डब्यातील किंवा इतर प्रकारचे दूध द्यायला सुरूवात करा. तुम्हाला तुमचे बाळ आणि गर्भ या दोघांच्याही आरोग्याची काळजी घ्यायला हवी; पण त्याचबरोबर स्वतः विश्रांती घ्यायलाही विसरू नका.
- तुमच्या शरीराला इतरांच्या तुलनेत जास्त विश्रांतीची गरज असू शकते. तुम्हाला तुमचे घरही सांभाळायचे आहे. त्यामुळे तुमच्या प्रायोरिटीज ठरवा. अनावश्यक असलेली कामेही तुम्हीच करणे आवश्यक नाही. बाळ झोपल्यावर तुम्हीही विश्रांती घ्या. रात्रीच्या वेळी वडिलांची पाळी लावा आणि बाळाला बाटलीने दूध पाजण्याचे काम त्यांच्यावर सोपवा. बाळाला स्तनपान करीत असाल तरीही रात्रच्या वेळी बाळाला खेळविण्याचे काम वडिलांवर सोपवा.
- तुम्हाला थकवा जाणवणार नाही, इतका व्यायाम नक्की करा. व्यायामासाठी वेगळा वेळ काढणे शक्य नसेल तर लहान बाळाला स्टॉलरमध्ये घालून फिरायला जा. बाळाला दुसऱ्या कोणावर

सोपवूनही तुम्ही व्यायाम करू शकता.

- गर्भावस्थेशी संबंधित धोक्यांपासून स्वतःला दूर ठेवा, जसे धुम्रपान किंवा मद्यपान. तुम्हाला आणि गर्भाला कोणत्याही परिस्थितीत तणावापासून दूर रहायचे आहे.

मोठे कुटुंब

"मी सहाव्यांदा गर्भवती आहे. त्यामुळे माझ्या बाळाच्या आरोग्यावर काही विपरित परिणाम होऊ शकतो का?"

तुम्हाला जर तुमच्या प्रत्येक प्रसूतीच्या वेळी योग्य देखभाल आणि वैद्यकीय मदत मिळाली असेल तर यावेळीही तुमचे बाळ निरोगी असू शकते. जर जुळे किंवा तिळे होणार नसेल तर ही गर्भावस्थाही पहिल्यासारखीच सुरक्षित असते.

या गर्भावस्थेचा पूर्ण आनंद घ्या, पण त्याचबरोबर खालील गोष्टीही लक्षात ठेवा -

- **विश्रांती घ्या :-** शक्य तितकी विश्रांती घ्या. अर्थात तशाही तुम्ही विश्रांती घेतच असाल, पण ज्या आईला लहान लहान पाच मुलांची काळजी घ्यायची आहे, तिच्यासाठी विश्रांती अजून आवश्यक ठरते.
- **मदत घ्या :-** तुमच्या कामासाठी तुम्ही इतरांची मदत घ्या. सर्वात आधी तुम्ही तुमच्या पतीकडे मदत माघा. तुमच्या मोठ्या मुलाला स्वतःची कामे करण्याची सवय लावा. त्यांच्या वयानुसार त्यांच्यावर कामे सोपवा. काही काम घरातील इतर सदस्यांवर सोपवू शकलात तर अधिक चांगले.
- **आहार :-** साधारणपणे लहान मुलांची आई आपल्या सर्व मुलांना पोटभर खाऊ घालण्याच्या नादात आपल्या खाण्या पिण्याकडे लक्ष देत नाही. तुम्ही वेळच्या वेळी आहार घेतला नाही किंवा जंकफूडच्या सहाय्याने पोट भरले तर त्यामुळे तुमची ऊर्जेची पातळी खालावू शकते. जेवण्यासाठी वेळ काढा. निरोगी आहाराची सवय चमत्कारी सिद्ध होऊ शकते.
- **वजन :-** तुमच्या वजनाकडे लक्ष द्या. साधारणपणे अनेक वेळा गर्भवती होणाऱ्या महिलांचे वजन थोडे अधिकच असते. तुमच्या बाबतीतही असेच झाले असेल तर डॉक्टरांच्या मदतीने वजन कमी करा. त्याचबरोबर आवश्यकतेपेक्षा वजन कमी होणार नाही, याकडेही लक्ष द्या.

गर्भपाताची समस्या

"मी दोन वेळा गर्भपात केला आहे. त्याचा माझ्या गर्भावस्थेवर काही दुष्परिणाम होईल का?"

पहिल्या तिमाहीत कितीही वेळा गर्भपात झाला तरी त्याच्या येणाऱ्या गर्भावस्थेवर काही परिणाम होत नाही. तुमचा गर्भपात १४ आठवड्यांच्या आत झाला असेल तर त्यात घाबरण्यासारखे काही नाही. १४ ते २७ आठवड्यात गर्भपात झाला असेल तर त्यामुळे अकाली प्रसूतीचा धोका वाढू शकतो. अशा गर्भपातांबद्दल डॉक्टरांना पूर्व कल्पना द्या म्हणजे तुमची योग्य प्रकारे वैद्यकीय काळजी घेतली जाईल.

डॉक्टरांना सांगा

तुमचे उपचार किंवा स्त्रिरोगांचा जो काही इतिहास असेल तो डॉक्टरांना नक्की सांगा, जसे पहिली गर्भावस्था, मिसकॅरिज, ॲबार्शन, सर्जरी किंवा एखादा संसर्ग. या गोष्टी डॉक्टरांना जितक्या चांगल्या माहीत असतील तितक्या चांगल्या पद्धतीने ते तुमची काळजी घेतील. ते या सर्व बाबी गुप्त ठेवतात.

मुदतपूर्व प्रसूती

"पहिल्या गर्भावस्थेच्या वेळी माझी मुदतपूर्व प्रसूती झाली होती. त्याच्याशी संबंधित सर्व धोक्यांवर मी उपचार केले आहेत, तरीही ही समस्या पुन्हा निर्माण होऊ शकते का?"

अभिनंदन! तुम्ही जर आधीच सर्व प्रकारचे उपचार केले असतील तर तुमचे बाळ योग्य वेळीच या पृथ्वीतलावर पाऊल ठेवील.

अर्थात अजूनही तुम्ही डॉक्टरांच्या मदतीने अशी काही पाऊले उचलू शकता की त्यामुळे मुदतपूर्व प्रसूतीचा धोका अजिबात राहणार नाही.

सर्वात आधी तुमच्या डॉक्टरांना याबाबतीत झालेल्या नवीन संशोधानाविषयी विचारा. संशोधकांना अशी माहिती समोर आणली आहे, की १६ ते ३६ आठवड्यांच्या दरम्यान जर शॉट किंवा जेलच्या स्वरूपात प्रोजेस्टोरॉन हार्मोन दिले तर प्रीटर्म बर्थचा धोका खूप मोठ्या प्रमाणात टाळला जाऊ शकतो. तुम्हीही डॉक्टरांच्या सल्ल्यानुसार हे घेऊ शकता.

स्क्रिनिंग टेस्ट करण्याची आवश्यकता आहे का ते नंतर तुमच्या डॉक्टरांना विचारा. या टेस्टचे पॉझिटिव्ह रिझल्ट आले तर त्याचा अर्थ पुढे पुन्हा तापसण्या कराव्या लागणार आहेत, असा होतो.

फॅटल फायबरोनेक्टिन *(Fatal Fiberonectin)* स्क्रिनिंग टेस्टच्या सहाय्याने योनीतील प्रोटिन्सची माहिती तेव्हाच मिळू शकते जेव्हा एम्ब्रियोटिक सॅक गर्भाशयाच्या भिंतीपासून वेगळे झाले असेल तर. (मुदतपूर्व प्रसूती वेदनांचे हे लक्षण आहे.) या तपासणीचे रिझल्ट निगेटिव्ह आले तर घाबरण्याची काहीच आवश्यकता नाही. जर हे रिझल्ट पॉझिटिव्ह आले आणि प्रीटर्म लेबरचा धोका दिसत असेल तर डॉक्टर तुमची गर्भावस्था लांबविण्याचा उपाय करू शकतात किंवा गर्भाच्या फुफ्फुसांना मुदतपूर्व प्रसूतीसाठी तयार करू शकतात.

दुसऱ्या स्क्रिनिंग टेस्टद्वारे सर्व्हिक्सची लांबी कळू शकते. सोनोग्राफीच्या मदतीने ही लांबी मोजता येते. ही लहान असेल तर ती खुलण्याची लक्षणे दिसू शकतात आणि डॉक्टर तुम्हाला बेडरेस्टचा सल्ला देऊ शकतात किंवा सर्व्हिक्सला टाके घालू शकतात. (जर अजून २२ आठवडे झाले नसतील तर.)

माहितीमुळे नेहमी सामर्थ्य मिळते. या प्रकरणी तुम्ही दुसऱ्या बाळाचा जन्म वेळेवर नक्की करू शकता आणि ही अतिशय चांगली गोष्ट आहे.

सर्व्हिक्सची कमतरता

"माझ्या पहिल्या गर्भावस्थेच्या वेळी पाचव्या महिन्यात माझा गर्भपात झाला होता. हे सर्व्हिक्सच्या कमतरतेमुळे झाल्याचे डॉक्टरांचे म्हणणे आहे. माझी होम प्रेगनन्सी टेस्ट नुकतीच पॉझिटिव्ह आली आहे. पुन्हा पहिल्यासारखे होणार नाही ना, अशी मला भीती वाटते."

तुमच्यासाठी चांगली बातमी अशी आहे, की पुन्हा असे घडणार नाही. कारण तुमची ही अडचण डॉक्टरांच्या लक्षात आली असून त्यांनी त्यावर उपचार करायलाही सुरूवात केली आहे. योग्य प्रकारे काळजी घेऊन आणि चांगले उपचार करून तुम्ही यावेळी निरोगी बाळाला जन्म देऊ शकाल.

यावेळी तुम्ही डॉक्टर बदलला असेल, तर त्यालाही ही सर्व माहिती सांगा. म्हणजे ते योग्य प्रकारे काळजी घेऊ शकतील.

गर्भाशयात गर्भजल कमी असेल तर त्यावर अतिरिक्त दाब पडून त्याचे तोंड वेळेआधी उघडते. असे शंभरातील फक्त १- गर्भावस्थेतत होते. साधाराणपणे दुसऱ्या तिमाहीतील १० ते २० टक्के गर्भपात यामुळेच होत असतात. जनेटिक कमकुवतपणा, प्रसूतीच्या वेळी सर्व्हिक्सवर पडणारा

दाब, बायोप्सी, सर्व्हायकल सर्जरी किंवा लेजर थेरपीमुळे असे होते. एकापेक्षा अनेक गर्भ असेल तर त्यामुळेही असे होऊ शकते; पण एकच गर्भ असेल तर मात्र अशी अडचण पुन्हा येत नाही.

एखाद्या गर्भवतीच्या बाबतीत, दुसऱ्या तिमाहीच्या वेळी गर्भाशयाचे अंकुचन किंवा योनीत रक्तस्राव न होता गर्भपात झाला असेल, तर त्यावेळी गर्भजलाची ही कमतरता लक्षात येते.

अशी समस्या लक्षात आली असेल तर डॉक्टर गर्भजलाला टाके घालतात. (१२ ते २२ आठवड्याच्या दरम्यान.) तसं या विषयात आणखी अभ्यास होणे बाकी आहे. तसं तर बहुतेक वेळा सर्व्हिक्सचे तोंड उघडते आहे, असे डॉक्टरांना वाटते तेव्हाच डॉक्टर ही पद्धत अवलंबतात. ही प्रक्रिया स्थानिक ॲनेस्थेसियाचा वापर करून योनीमार्गातून केली जाते. या सर्जरीच्या १२ तासानंतर तुम्ही आपल्या दैनंदिन प्रक्रिया नेहमीसारख्या करू शकता. अर्थात अशा वेळी गर्भावस्थेच्या उर्वरित कालावधीत तुम्ही समागम करू शकत नाहीत आणि वेळोवेळी तुम्हाला तपासणी करून घ्यावी लागते. हे टाके कधी काढले जावेत ते डॉक्टरांचा सल्ला आणि तुमची अवस्था यावर अवलंबून असते. तसे प्रसूतीच्या अंदाजित तारखेच्या तीन-चार दिवस आधी हे टाके काढले जातात. काही बाबतीत प्रसूती वेदना सुरू हईपर्यंत हे काढले जात नाहीत. अर्थात त्यामुळे काही संक्रमण, रक्तस्राव किंवा मेंब्रेनमध्ये काही बिघाड झाला नसेल तर.

पहिल्या आणि दुसऱ्या तिमाहीत तुम्हाला काही लक्षणे काळजीपूर्वक पाहावी लागतात. जसे, ओटीपोटावर दाब येणे, रक्तस्राव होणे, मुत्राशयाला संक्रमण होणे किंवा योनीत काही असल्याचा भास होणे. अशी काही लक्षणे जाणवत असतील तर वेळीच डॉक्टरांशी संपर्क साधा.

आर एच विरोध असणे

''माझ्या रक्ततपासणीत आर एच निगेटिव्ह रिपोर्ट आल्याचे माझ्या डॉक्टरांचे म्हणणे आहे. यामुळे गर्भाला काही नुकसान होऊ शकते का?''

तसं आता यात घाबरण्यासारखे काही नाही. कारण ही गोष्ट आता तुमच्या आणि डॉक्टरांच्या लक्षात आली आहे. त्यामुळे यानंतर तुम्ही आता अशी काही पाऊले उचलू शकता, की तुमचा गर्भ एकदम सुरक्षित राहील.

तस आर. एच निगेटिव्ह असणे म्हणजे काय आणि त्यापासून तुमच्या गर्भाचा बचाव कशासाठी करायला हवा? जीवशास्त्रातील अतिशय छोट्याशा घटनेवरून ही गोष्ट लक्षात येऊ शकते. शरीराच्या प्रत्येक गोष्टीला विरोध करणाऱ्या अनेक बाबी असतात. त्यापैकीच हा एक आहे.

आर एच फॅक्टर! प्रत्येकाच्या रक्तपेशीत हा आर एच फॅक्टर असतो किंवा नसतो. आर एच फॅक्टर असेल, तर त्याला आर एच पॉझिटिव्ह म्हणतात. आर एच फॅक्टर नसेल, तर त्याला आर एच निगेटिव्ह म्हणतात. गर्भावस्थेच्या काळात आई आर एच निगेटिव्ह असेल आणि गर्भ जर आपल्या वडिलांमुळे आर एच पॉझिटिव्ह असेल, तर आईच्या इम्यून प्रणालीसाठी गर्भ 'अनोळखी' होतो. त्यामुळे आईचे शरीर त्या गर्भाला विरोध करण्यासाठी सैनिकांची एक तुकडीच निर्माण करते. त्यालाच आर एच विरोध म्हणतात.

प्रत्येक गर्भवती स्त्रिच्या सुरुवातीच्या चाचण्यांतून हा घटक माहीत होऊ शकतो. आई जर आर एच पॉझिटिव्ह असेल, तर मग गर्भ आर एच पॉझिटिव्ह आहे की निगेटिव्ह, त्यामुळे फारसा फरक पडत नाही.

आई आर एच निगोटिव्ह असेल, वडील आर एच निगोटिव्ह असतील तर मग त्यांचा गर्भही निगोटिव्ह असतो. तुमचा जोडीदार आर एच पॉझिटिव्ह असेल, तर मात्र गर्भ आर एच पॉझिटिव्ह असू शकतो. त्यामुळे आई आणि गर्भ यांच्यात विरोध निर्माण होतो.

पहिल्या गर्भावस्थेच्या वेळी अशी परिस्थिती निर्माण होत नाही. प्रसूती, गर्भपात किंवा इतर वेळी आई आणि गर्भाचे रक्त एकत्र आले, तर त्यामुळे समस्या निर्माण होऊ शकते. अशा वेळी आईच्या शरीरात आर एच फॅक्टरच्या विरोधात घटक तयार होतात. दुसऱ्या आर एच पॉझिटिव्ह गर्भासह आईला गर्भधारणा होत नाही, तोपर्यंत यामुळे अडचण निर्माण होत नाही. नंतर मात्र हे घटक प्लासेंटा पार करून गर्भाच्या लाल रक्तपेशीवर हल्ला करतात. त्यामुळे गर्भात साधारण ते गंभीर स्वरूपाचा ॲनिमिया निर्माण होऊ शकतो. हे विरोधी घटक पहिल्या गर्भावस्थेच्या वेळी काही नुकसान करू शकतील, असे शक्यतो होत नाही.

अशा परिस्थितीचा सामना करण्याचा सर्वोत्तम उपाय म्हणजे असे विरोधी घटक निर्माण न होऊ देणे. २८ व्या आठवड्यात डॉक्टर गर्भवतीला आर एच इम्यून ग्लोब्यूलिनचे इंजेक्शन देतात. त्याला आर एच ओगॅम म्हणतात. रक्ताच्या तपासणीनंतर बाळ आर एच पॉझिटिव्ह असल्याचे कळले तर प्रसूतीनंतर ७२ तासांच्या आत आणखी एक डोस दिला जातो. बाळ आर एच निगेटिव्ह असेल, तर कशाची आवश्यकता पडत नाही. हे इंजेक्शन गर्भपात, ॲक्टोपिक प्रेगनन्सी, ॲबार्शन, कोरिओनिक विल्स सॅम्पलिंग, ॲम्निओसेंटोसिस, योनीतून रक्तस्राव किंवा मानसिक धक्का बसणे अशा वेळीही देता येते. आवश्यकता पडल्यावर हे तीन वेळा घेतले तर त्यामुळे आगामी गर्भावस्था खूप सुरक्षित असते.

एखाद्या आर एच निगेटिव्ह असलेल्या गर्भवतीला मागील गर्भावस्थेच्या वेळी आर ओगॅम दिले नसेल आणि तिच्या शरीरात आर एच ॲंटिबॉडिज निर्माण झाल्याचे टेस्टमधून कळले असेल, तर ॲम्नोओसेंटिसिसच्या मदतीने गर्भाची रक्ततपासणी करता येते. ती जर आर एच निगेटिव्ह असेल, तर आई आणि गर्भाचे रक्त सारखे असल्यामुळे काही अडचण निर्माण होत नाही. अशा वेळी काहीही उपचार करण्याची गरज पडत नाही. अर्थात गर्भाचे रक्त आर एच पॉझिटिव्ह असेल आणि आईच्या रक्ताशी ते मॅच होत नसेल, तर आईच्या शरीरातील ॲंटिबॉडिजची पातळी वाढणार नाही, याकडे लक्ष ठेवायला हवे.

ही पातळी गंभीर स्वरूपात वाढली असेल तर सोनोग्राफीच्या मदतीने गर्भाची अवस्था माहीत करून घेतली जाते. गर्भासाठी कोणत्याही प्रकारचा धोका निर्माण झाला असेल, तर त्यासाठी आर एच निगेटिव्ह ब्लड ट्रांसफ्यूजन करणे आवश्यक ठरते. आर एच ओगॅमचा वापर केला असेल, तर मात्र ब्लड ट्रान्सफ्यूजन करण्याची वेळ येत नाही. तसेच त्यामुळे अगामी गर्भावस्थाही सुरक्षित असते.

रक्तातील इतर काही घटकांमुळेही असा विरोध निर्माण होऊ शकतो. जसे, कॅल ॲंटिजन. अर्थात आर एच घटकाच्या तुलनेत हा कमी धोकादायक असतो. आईकडे हे ॲंटिजिन असेल आणि वडिलांकडे नसेल, तर त्यामुळे समस्या निर्माण होऊ शकते. सुरूवातीच्या नेहमीच्या तपासण्यातच आईच्या शरीरातील अशा प्रकारच्या ॲंटिबॉडिजची माहिती कळू शकते. अशा वेळी आर एच फॅक्टर असल्यावर जे उपचार केले जातात, तेच करावे लागतात.

तुमची प्रेगनन्सी प्रोफाइल आणि मुदतपूर्व प्रसूती

खरं तर, ही तुमच्यासाठी आनंदवार्ताच आहे, की प्रसूतीच्या एकूण प्रकरणात ज्यांना मुदतपूर्व प्रसूता म्हणता येईल, अशा प्रसूतीचे प्रमाण अवघे १२ टक्के आहे. म्हणजे गर्भधारणेनंतरच्या ११ आठवड्याच्या आधीच ज्यांची प्रसूती होते. त्यातीलही निम्म्या महिलांना आपण, मुदतपूर्व प्रसूत होणार असल्याची पूर्व कल्पना असते.

तुम्हालाही या धोक्याची काळजी वाटत असेल, तर त्याचा सामना करण्यासाठी तुम्ही एखादी पद्धत निवडू शकता. यातील काही प्रकरणे तर अशी असतात, की त्यातील धोका लक्षात आल्यानंतरही त्यावर काही उपाय करता येत नाही. फक्त त्याची तीव्रता काही प्रमाणात कमी करता येते. यातील जी कोणते लक्षणे तुमच्या बाबतीत आढळून येत असतील, ती कमी करण्याचा प्रयत्न करा. त्यावर नियंत्रण मिळवा म्हणजे छोटेसे बाळ योग्य वेळी जन्माला येईल.

वजन कमी किंवा जास्त होणे :- आवश्यकतेपेक्षा कमी किंवा जास्त वाजन झाल्यामुळेही अवेळी प्रसूती होऊ शकते. त्यामुळे तुम्ही अतिशय योग्य पद्धतीने आणि डॉक्टरांच्या सल्ल्यानुसार आपले वजन वाढवा. त्यासाठी एक आरोग्यदायी वातावरण निर्माण करावे लागेल, म्हणजे गर्भकाळ पूर्ण झाल्यावरच बाळ जन्माला येईल.

अयोग्य पोषण :- फक्त योग्य पद्धतीने वजन वाढविल्यामुळे काही होत नाही. तुम्हाला तुमच्या बाळासाठी निरोगी जीवन द्यायचे आहे. त्यासाठी तुम्हाला असा आहार घ्यावा लागेल, की त्यामुळे अकाली प्रसूतीची तुम्हाला भीती राहणार नाही. योग्य प्रकारे पोषण करून हा धोका खूप मोठ्या प्रमाणात कमी करता येतो. दररोज पाच वेळा नियमित जेवण केल्याने हा धोका खूप कमी होत असल्याचे आढळून आले आहे.

खूप वेळ उभे राहणे किंवा जास्त श्रम करणे:- गर्भावस्थेच्या अखेरच्या काळात डॉक्टरांच्या सल्ल्यानुसार आपल्या पायांवर जास्त वेळ उभे राहू नका. खूप दीर्घकाल उभे राहिल्यामुळे किंवा जास्तीचे श्रम केल्यामुळे मुदतपूर्व प्रसूतीच्या अनेक घटना घडल्या आहेत.

भावनिक ताण :- भावनिक तणाव आणि मुदतपूर्व प्रसूती यांचा खूप जवळचा संबंध असल्याचे अनेक अभ्यासातून आढळून आले आहे. अनेक वेळा तर तणाव निर्माण होण्याची कारणे अशी गंभीर असतात, की त्यांचा परिणाम कमी करणे शक्य होत नाही. जसे, अचानक नोकरी गमवावी लागणे किंवा कुटुंबातील एखाद्या व्यक्तीचा मृत्यू होणे. योग्य आहार, रिलॅक्शेशन तंत्राचा वापर, योग्य विश्रांती आणि मैत्रिणीशी गप्पा यामुळे अशा प्रकारचा ताण कमी करता येऊ शकतो. त्यासाठी तुम्ही तुमच्या डॉक्टरांचीही मदत घेऊ शकता.

मद्यपान आणि अमंली पदार्थांचे सेवन :- मद्यपान करणाऱ्या आणि अमंली पदार्थांचे सेवन करणाऱ्या महिलांमध्ये अकाली प्रसूतीचे प्रमाण खूप अधिक असते.

धुम्रपान :- धुम्रपानामुळेही मुदतपूर्व प्रसूती होऊ शकते. गर्भधारणेपूर्वी किंवा गर्भावस्थेच्या काळात धुम्रपान सोडा. यावेळी सोडले नाही, तर त्यासाठी आणखी योग्य वेळ दुसरी कोणती असेल?

हिरड्यांना सूज येणे :- मुदतपूर्व प्रसूतीशी हिरड्यांच्या आजारांचा खूप जवळचा संबंध असल्याचे आढळून आले आहे. हिरड्यांना सूज आणणारे विषाणू रक्तात प्रवेश करतात, असे काही संशोधकांचे म्हणणे आहे.

काही संशोधकांचे म्हणणे तर असे आहे, की हिरड्यांना सूज आणणारे विषाणू शरीरातील प्रतिरोधक यंत्रणा उत्तेजित करतात. त्यामुळे सर्व्हिक्स आणि गर्भाशयात आग व्हायला लागते आणि त्यामुळे अवेळी प्रसूती होऊ शकते. त्यामुळे तुम्ही तोंडाच्या स्वच्छतेची काळजी घ्यायला हवी. विषाणूंपासून दात आणि हिरड्यांचे रक्षण करायला हवे म्हणजे मग अवेळी प्रसूती वेदना होणार नाहीत.

गर्भावस्थेच्या आधीच अशा प्रकारच्या आजारांवर उपचार केले, तर नंतर अनेक प्रकारच्या समस्यांपासून मुक्ती मिळू शकते.

सर्व्हिक्सची कमतरता :- अनेक वेळा कमकुवतपणामुळे सर्व्हिक्स आधीच उघडले जाते. गर्भवती महिलेचा गर्भपात किंवा प्रसूती वेदना यामुळेच याची माहिती कळू शकते. सोनोग्राफीद्वारे याची वेळोवेळी तपासणी करून हा धोका दूर ठेवता येतो.

आधीची मुदतपूर्व प्रसूती :- पहिल्या गर्भावस्थेच्या वेळी तुम्हाला हा त्रास झाला असेल, तर दुसऱ्या वेळी हा धोका आणखी वाढू शकतो. हा धोका टाळण्यासाठी तुमचे डॉक्टर तुम्हाला दुसऱ्या आणि तिसऱ्या तिमाहीत प्रोजेस्टॉरॉनचा डोस देऊ शकतात.

खाली सांगितलेल्या धोक्यांवर पूर्णपणे नियंत्रण तर मिळविता येत नाही, पण काही प्रमाणात सुधारणा करता येते. या धोक्यातून सावरण्यासाठी डॉक्टर आणि तुम्ही स्वतः आधीपासून तयार राहू शकता.

मल्टिप्लाय :- एकापेक्षा अधिक गर्भ असतील तर बहुतेक महिला सरासरीपेक्षा तीन आठवडे आधी बाळाला जन्म देतात. (खरं तर जुळ्या मुलांचा गर्भावस्थेतील एकूण कालावधी २७ आठवड्यांचा असतो. त्यामुळे तीन आठवडे लवकर म्हणजे काही अकाली प्रसूती होत नाही.) प्रसूतीपूर्व योग्य देखभाल, योग्य पोषण आणि इतर धोके कमी करणे तसेच शेवटच्या तिमाहीत पूर्णपणे विश्रांती घेणे यामुळे काही धोके टाळता येतात.

सर्व्हिक्सची समस्या :- अनेक महिलांना सर्व्हिक्सच्या कमतरतेमुळेही वेळेआधी प्रसूती वेदना होऊ शकतात. अशा महिलांची वेळोवेळी सोनोग्राफी केली तर त्यामुळे त्यांना योग्य मदत करता येऊ शकते.

गर्भावस्थेतील गुंतागुंत :- गेस्टोशनल मधुमेह, प्रीॲक्लोपेशिया तसेच आवश्यकतेपेक्षा अधिक ॲमिनियोटिक फ्लड आणि प्लेसेंटाशी संबंधित असलेल्या समस्यांमुळे मुदतपूर्व प्रसूती वेदना होऊ शकतात. या गुंतागुंतीवर नियंत्रण मिळवून गर्भावस्थेचा कालावधी वाढविता येऊ शकतो.

दीर्घकालीन आजार :- उच्च रक्तदाब, हृदय, किडनी किंवा लिव्हरशी संबंधित आजार; तसेच मधुमेह यासारखे दीर्घकालीन आजारसुद्धा मुदतपूर्व प्रसूतीचे कारण होऊ शकतात. योग्य प्रकारे काळजी घेतली आणि त्यावर उपचार केले तर यावर नियंत्रण मिळविता येते.

सामान्य संक्रमण :- लैंगिक आजारामुळेही मुदतपूर्व प्रसूती होऊ शकते. यामुळे गर्भाला बाधा झाली तर गर्भाचे रक्षण करण्यासाठी शरीर मुदतपूर्व प्रसूतीचामार्ग निवडते. याचा संसर्ग टाळून यावर मात करता येते.

१७ वर्षांपेक्षा कमी वय :- १७ वर्षांपेक्षा कमी वय असलेल्या महिलांसाठी मुदतपूर्व प्रसूतीचा धोका खूपच असतो. योग्य पोषण आणि अतिशय चांगल्या प्रकारची प्रसूतीपूर्व काळजी घेऊन आई आणि गर्भाची देखभाल करता येऊ शकते.

एड्सचा अर्थ

''पतीच्या पूर्वी इतरांशीही माझे शारीरिक संबंध राहिले होते. एड्सची लक्षणे अनेक वर्षांनंतर दिसायला लागतात, तर मला हा आजार नाही आणि माझ्या गर्भाला त्याचा काही त्रास होणार नाही, या बाबतीत मी कशी निश्चिंत होऊ?''

तुम्ही आणि तुमचा जोडीदार असे दोघेही उच्च दर्जाचे होमोफिलिएम्स, आय बी, अमंली पदार्थांचा वापर करणारे, द्विलिंगी आणि समलिंगी समागम करणारे नसाल, तर फक्त अनेकांशी शारीरिक संबंध ठेवले म्हणून एड्स होण्याची शक्यता खूपच कमी असते. समजा तपासणी पॉझिटिव्ह आली तरीही त्याचवेळी त्यावर उपचार केला जाऊ शकतो. त्यामुळे गर्भाचे मात्र नक्कीच रक्षण केले जाऊ शकते.

''डॉक्टरांनी मला एचआयव्ही टेस्टबाबत विचारले तेव्हा मी परेशान झाले, कारण माझा समावेश काही हाय रिस्क गटात होत नाही.''

गर्भवती महिलांच्या वैद्यकीय इतिहासात एचआय़व्हीचा उल्लेख असो, की नसो; त्यांची एचआयव्ही तपसणी करणे, आता नित्याचेच झाले आहे. तसेही सुरक्षिततेच्या दृष्टीने ते आवश्यक आहे. परेशान होण्याचे कारण नाही. तुमच्या भल्यासाठीच डॉक्टरांनी ही तपासणी करायला सांगितली आहे.

तुमची आधीची उपचारविषयक माहिती

रुबेला अँटिबॉडी लेव्हल

''मी मुलगी होते तेव्हा रुबेलाची लस घेतली होती, पण गर्भवती झाल्यावर रक्ताची तपासणी केली असता, रुबेलाची पातळी खूप कमी असल्याचे आढळून आले. मी काय करू?''

रुबेलाची इतकी काळजी करण्याचे काही कारण नाही. यामुळे गर्भाला किंवा बाळाला काही धोका होत नाही. या आजाराबाबत आधीच खूप काळजी घेतली आहे.

गर्भावस्थेत तर याचे लसीकरण करता येत नाही; पण प्रसूतीच्या नंतर मात्र ही लस घेता येते. अशा वेळी तुम्ही स्तनपान करीत असलात तरीही काही फरक पडत नाही.

गर्भावस्था आणि लसीकरण

अनेक प्रकारचे संसर्ग गर्भावस्थेत अडचणी निर्माण करू शकतात, त्यामुळे गर्भधारणेपूर्वी लसीकरण पूर्ण करून घ्या. कारण गर्भावस्थेत हे लसीकरण करता येत नाही. जसे, एमएमआर इ. गर्भावस्थेत काही लसी घेता येतात, काही नाही. प्रत्येक गर्भवतीला टिटानेस, डिप्थिरिया, हेपेटायटिस बी च्या लसी सुरक्षित प्रकारे दिल्या जातात.

लठ्ठपणा

''माझे वजन ६० पौंड आहे. यामुळे मला किंवा माझ्या गर्भाला काही धोका नाही ना?''

साधारणपणे लठ्ठ प्रकृतीच्या स्त्रियाही निरोगी बाळालाच जन्म देत असतात. अर्थात लठ्ठपणामुळे तुमच्या प्रकृतीला धोका निर्माण होऊ शकतो, तसेच गर्भावस्थेतही परेशानी होऊ शकते. गर्भधारणेनंतर

तुमचे वजनही खूप वाढले असेल तर त्यामुळे गॅस्टेशनल डायबेटिस आणि उच्च रक्तदाबाचा त्रास होऊ शकतो. त्यामुळे गर्भावस्थेत अनेक प्रकारच्या समस्या निर्माण होऊ शकतात. सुरूवातीच्या सोनोग्राफीशिवाय तुमच्या प्रसूतीची आंदाजे तारीख ठरविता येत नाही. कारण लठ्ठ महिलांमध्ये ओव्ह्यूलेशन अनियमित प्रकारे होते. अनेक डॉक्टर गर्भाशयाचा आकार, स्थिती किंवा हृदयाच्या ठोक्यावरून अंदाज काढीग असतात, ते मेदाच्या थरामुळे काढू शकत नाहीत.

लठ्ठपणामुळे डॉक्टरांना गर्भाचा आकार आणि स्थिती याचा पत्ता लागू शकत नाही. तसेच तुम्हालाही बाळाच्या पहिल्या हालचाली कळू शकत नाहीत.

गर्भ सरासरीपेक्षा मोठा असेल तर प्रसूतीच्या वेळी त्रास होऊ शकतो. साधारणपणे लठ्ठ स्त्रियांच्या बाबतीत असे होत असते. (मधुमेह असलेल्या आणि जास्त जेवण न घेणाऱ्या महिलांचाही यात समावेश होतो.) सिझेरियन करावे लागले तर ऑपरेशनच्या वेळी आणि नंतरही अडचणी येतात.

तसेच गर्भावस्थेच्या काळात होणाऱ्या परेशानीचा आणि अडचणींचा अंदाज तसा तुम्हीही करू शकता. या काळात वजन वाढल्यामुळे कंबरदुखी, छातीत जळजळणे, नसांवर सूज येणे असा त्रास होतो.

घाबरलात? नाही ना? डॉक्टर आणि तुम्ही मिळून हा त्रास कमी करू शकता. तुम्हाला थोडी अधिकची काळजी घ्यावी लागेल इतकेच!

वैद्यकीय पातळीवर कमी धोका असलेल्या महिलांच्या तुलनेत तुमची जास्त तपासणी करावी लागते. तुम्हाला सुरूवातीलाच सोनोग्राफी करावी लागते कारण त्याशिवाय प्रसूतीची अंदाजे तारीख सांगता येत नाही. नंतर गर्भाचा आकार जाणून घेण्यासाठी, तसेच मधुमेह आहे की नाही याची तपासणी करण्यासाठी ग्लुकोज टॉलरन्स टेस्ट आणि स्क्रिनिंग करावी लागते. गर्भावस्थेच्या शेवटच्या

गॅस्ट्रिक बायपासनंतरची गर्भावस्था

अभिनंदन! तुम्ही खूप वजन कमी केल्यानंतर गर्भवती झालात. आता या बायपासनंतर तुमची गर्भाव्सथा किती सुरक्षित आहे, असा विचार तुम्ही करीत असाल. तसेही तुम्हाला त्यावेळी सल्ला दिलाच असेल, की या सर्जरीनंतर किमान वर्ष-दीड वर्ष तरी गर्भधारणा होऊ देऊ नका म्हणून. कारण यावेळी वजन खूप कमी होते आणि त्यामुळे कुपोषण होण्याचीही शक्यता असते. अर्थात एकदा ही अवस्था संपली, की तुम्ही सहजपणे सुरक्षित गर्भधारणेची अपेक्षा करू शकता. तसे, यासाठी तुम्हाला थोडे अनिश्चित स्वरूपाचे श्रम करावे लागतात.

- तुमच्यावर गॅस्ट्रिक बायपास करणाऱ्या डॉक्टरांची तुमच्या प्रसूतीतज्ज्ञाशी भेट घालून द्या, म्हणजे काही विशेष काळजीची गोष्ट असेल, तर ते त्यांना सांगू शकतील.
- गर्भधारणा झाल्यानंतर तुम्हाला व्हिटॅमिन, आर्यन, कॅल्शियम, फॉलिक ॲसिड तसेच व्हिटॅमिन $बी_{१२}$ भरपूर प्रमाणात सेवन करावे लागेल. याबाबतीत डॉक्टरांच्या सल्ल्याने औषधी घ्या.
- तुम्हाला तुमच्या वजनाकडेही लक्ष द्यावे लागेल. आता हळूहळू वजन वाढवा. वजन वाढले नाही, तर बाळाचा पूर्ण विकास होणार नाही.
- आहाराच्या प्रमाणाऐवजी त्याच्या गुणवत्तेकडे तुम्हाला लक्ष द्यावे लागेल. त्यामुळे असा आहार निवडा जो थोड्या प्रमाणात घेतला तरीही चांगले पोषण होऊ शकेल.
- कधीही पोटात तीव्र वेदना व्हायला लागल्या किंवा रक्तस्राव होऊ लागला की डॉक्टरांना भेटा.

टप्प्यातही गर्भाची योग्य स्थिती माहीत करून घेण्यासाठी नॉनस्ट्रेस आणि इतर चाचण्या कराव्या लागतात.

तुम्ही स्वतः तुमची काळजी घेतली, तर यात खूप फरक पडू शकतो. तुम्हाला धुम्रपान आणि मद्यपान यासारख्या सवयी सोडाव्या लागतील. कारण त्यामुळे गर्भावस्थेतील धोके वाढतात. तुम्हाला तुमचे वजनाचे ध्येय सतत नजरेसमोर ठेवावे लागेल. इतर गर्भवती स्त्रियांच्या तुलनेत ते कमीच असते. वेळोवेळी डॉक्टरांचा सल्ला घ्यावा लागेल. याबाबतीत वेगवेगळ्या डॉक्टरांची मते वेगवेगळी असू शकतात.

तुम्हाला तुमच्या दैनंदिन आहारात पोषक घटकांचा समावेश करावा लागेल. तसेच कॅलरीच्या प्रमाणावर सतत लक्ष ठेवावे लागेल. व्हिटॅमिन, प्रोटीन्स, क्षार आणि मिनरल्स योग्य प्रमाणात सेवन करावे लागतील. तुम्हाला तुमच्या आहाराच्या प्रमाणापेक्षा गुणवत्तेवर अधिक भर द्यावा लागेल. आहाराशिवाय व्हिटॅमिन वगैरेच्या गोळ्याही असतात. डॉक्टरांना विचारून योग्य प्रकारे व्यायामही सुरू करा म्हणजे वजन लगेच वाढणार नाही. तसेच तुमचे आणि गर्भाचे योग्य प्रकारे पोषण होईल.

यानंतरही आणखी गर्भधारणा करण्याची तुमची इच्छा असेल, तर आपले वजन नियंत्रित ठेवूनच पुढची वाटचाल करा. म्हणजे मग गर्भावस्थेचा पूर्ण काळ सुखदायी आणि सुरक्षित असेल.

वजन कमी होणे

''माझे वजन खूपच कमी आहे. यामुळे माझ्या गर्भावस्थेला काही धोका होऊ शकतो का?''

तसेही गर्भावस्थेत पूर्ण आहार घ्यायला हवा. म्हणजे आई आणि गर्भाचे आरोग्य व्यवस्थित राहते. तुमचे वजन खूपच कमी असेल, तर तुम्हाला आहाराचे प्रमाण वाढवावे लागेल. नाही तर मग कमी वजनाचे बाळ जन्माला येण्याचा धोका असतो.

ताजी फळे आणि भाज्यांचा आहारात भरपूर समावेश करा. म्हणजे तुमच्या शरीराला पोषक घटक मिळतील.

महिलांच्या सरासरीपेक्षा थोडे अधिक वजन वाढविण्याचा डॉक्टर तुम्हाला सल्ला देऊ शकतील.

गर्भावस्थेची माहिती होणे

''गेल्या दहा वर्षांपासून मी ॲनोरेक्सियाने आजारी आहे. गर्भावस्थेत यापासून मुक्ती मिळेल, असे मला वाटले होते, पण तसे झाले नाही. यामुळे माझ्या गर्भाला काही धोका होऊ शकतो?''

गेल्या अनेक वर्षांपासून तुम्ही ॲनेरेक्सियावर नियंत्रण मिळवू शकला नाहीत, याचा अर्थ तुमच्या शरीरातील पोषण पातळी खूप खालावलेली आहे. सुदैवाने गर्भावस्थेच्या सुरूवातीच्या काळात मोठ्या प्रमाणात पोषणाची आवश्यकता पडत नाही. त्यामुळे सावरण्यासाठी अजूनही तुमच्याकडे संधी आहे. तुमच्या शरीरातील पोषक घटकांची कमतरता तुम्ही कमी करू शकता. म्हणजे मग तुम्ही एका निरोगी बाळाला जन्म देऊ शकाल.

अर्थात याबाबतीत अद्याप खूप कमी संशोधन झाले आहे. यामुळे मासिक पाळीत अनियमितता येऊ शकते. अभ्यासातून पुढील बाबी आढळल्या आहेत.

- तुम्ही खाण्या पिण्याच्या सवयी बदलून नियमित केल्या तर तुमचे बाळही निरोगी राहू शकते.
- याबाबतीत तुमच्या डॉक्टरांना आधीच सांगा, नाही तर नंतर परिस्थिती चिघळू शकते.
- एखाद्या विशेषज्ञाचा सल्ला घ्या. गर्भावस्था संपल्यानंतर तर हे अतिशय आवश्यक आहे.
- ॲनोरेक्सियासाठीचे औषध घेणे तुम्ही सुरूच

ठेवले, तर त्यामुळे तुमच्या बाळाचा विकास खुंटू शकतो. ही औषधे तुमच्या शरीरातील पोषणद्रव्य शोषून घेतील आणि गर्भाला ती मिळणार नाहीत. या औषधांच्या नियमित वापराने गर्भात विकृतीही निर्माण होऊ शकते. डॉक्टरांच्या सल्ल्याशिवाय गर्भवतीने अशा औषधांचे सेवन करू नये.

- ॲनेरिक्सियामुळे गर्भपात किंवा मुदतपूर्व प्रसूतीचा धोका निर्माण होऊ शकतो. आता तुम्ही तुमच्या जुन्या सवयी सोडून तुमची आणि गर्भाची योग्यप्रकारे कालजी घ्या. असं करण्यात काही अडचणी येत असतील, तर कुणाची मदत घ्या.
- गर्भावस्थेत योग्यप्रकारे वजन वाढले नाही, तर अनेक प्रकारच्या समस्या निर्माण होऊ शकतात. तुम्हाला करायची असलेली सर्वात पहिली गोष्ट म्हणजे जन्माला येणाऱ्या बाळाची कर्तव्ये तुम्हाला पार पाडायची आहेत. गर्भावस्थेत वजन वाढणे किती आवश्यक असत.
- गर्भावस्थेतील तुमचा तो गोलाकारच सांगत असतो, की पोटातील गर्भ योग्य प्रकारे वाढत आहे की नाही. त्यामुळे तुमचे शरीरही तसेच व्हायला हवे.
- योग्य वेळी योग्य प्रकारचा आहार घेतला, तर वजन वाढविण्यात काही अडचण येत नाही. प्रसूतीनंतर पुन्हा तुमचे शरीर पहिल्यासारखे होईल, याबाबत काळजी करू नका. तुम्हाला एका निरोगी बाळाची आई व्हायचे आहे ना?
- तुम्ही उपाशी राहिलात, तर बाळही उपाशी राहते. पोषक घटकासाठी गर्भ सर्वस्वी तुमच्यावर अवलंबून असतो. उलटी किंवा जुलाब यामुळे शरीरात पोषक घटक राहत नसतील, तर गर्भाला विकसित होण्याची संधी मिळणार नाही.
- व्यायाम करूनही तुम्ही तुमचे वजन योग्य प्रकारे वाढवू शकता. फक्त तुमचा हा व्यायाम गर्भावस्थेला अनुकूल असायला हवा. याबाबतीत डॉक्टरांचा सल्ला घ्यावा. आवश्यकतेपेक्षा जास्त व्यायाम तुमच्यासाठी धोकादायक होऊ शकतो.
- प्रसूतीनंतर लगेच वजन कमी होत नाही. ते हळूहळू कमी करायला हवे. तुमच्या आधीच्या अवस्थेत परतण्यासाठी थोडा अधिक वेळही लागू शकतो. या आजारामुळे ग्रस्त असलेल्या महिला आपल्या नकारात्मक विचारांमुळे पुन्हा पहिल्या सवयी अनुसरतात. इच्छा असूनही त्या आपल्या बाळाला योग्य प्रकारे स्तनपान करू शकत नाहीत. अशा महिलांनी प्रसूतीनंतरही आपल्या डॉक्टरांचा सल्ला घ्यायला हवा. म्हणजे मग जेवणा-खाण्याच्या वाईट सवयी बदलता येतील. सर्वात महत्त्वाची बाब म्हणजे गर्भावस्थेत तुमच्या आरोग्याशी बाळाचे आरोग्य संबधित असते. तुम्ही निरोगी नसाल, तर गर्भही निरोगी असू शकत नाही. तुम्ही घरी, कार्यालयात, टेबलावर, फ्रिजवर आणि भिंतीवर निरोगी हासऱ्या बाळाचे चित्र लावा. त्यापासून तुम्हाला प्रेरणा मिळू शकते. तुम्ही जे काही खात आहात, त्यातील पोषक घटक गर्भाला मिळत असल्याची कल्पना करा. जुलाबांवर नियंत्रण मिळविणे अशक्य होत असेल, तर डॉक्टरांच्या सल्ल्याने इस्पितळात भरती होऊन उपचार करून घ्या.

३५ वर्षांनंतर आई होणे

''माझे वय ३८ वर्षे असून मी पहिल्यांदा आई होत आहे. ३५ वर्षानंतरच्या गर्भावस्थेच्या वेळी अनेक धोके असल्याचे मला कळले आहे. अशा वेळी मी काय काळजी घेऊ?''

गेल्या काही वर्षांत ३५ वर्षांनंतर आई होणाऱ्या स्त्रियांचे प्रमाण खूप वाढले आहे. तुमचे वयही ३५ वर्षांपेक्षा अधिक असेल, तर तुम्हाला हे नक्कीच माहीत असेल, की जीवनात प्रत्येकच ठिकाणी धोके

३ ५ : एक चमत्कारी अंक?

तुमचे वय ३ ५ वर्षांपेक्षा अधिक आहे, म्हणजे तुम्हाला कमी वयाच्या गर्भवतीप्रमाणे स्क्रिनिंग आणि टेस्ट कराव्या लागणार नाहीत, असे नाही.

सर्व वयोगटातील महिलांसाठी ते आवश्यक आहे. या टेस्टमध्ये काही निराळे आढळून आले, तर आणखी इतरही टेस्ट कराव्या लागू शकतात.

आहेत. खरं तर आता गर्भावस्था पूर्वीसारखी धोकादायक राहिली नाही, पण वाढत्या वयाबरोबर धोकेही वाढतात. आता वैद्यकीय सुविधा इतक्या वाढल्या आहेत, की आता तुम्ही तुमच्या मर्जीनुसार तुमचे कुटुंब साकार करू शकता.

या वयातील सर्वात मोठी अडचण म्हणजे स्त्रियांना गर्भधारणा होऊ शकत नाही. हा अडथळा पार करून तुम्ही गर्भवती झालात, तर तुम्हाला आणखी एक आव्हान स्वीकारावे लागते. तुम्हाला डाऊन सिंड्रोम असलेले बाळ होऊ शकते. आईच्या वयासोबत हा धोका वाढतच जातो. २ ५ वर्षे वयांच्या १ २ ५ ०स्त्रियांत १ इतके हे प्रमाण असते, तर ३ ० वर्षे वयाच्या १ ० ० ० स्त्रियात १ असते. ३ ५ वर्षे वयाच्या ५ ० ० स्त्रियांत १ असे हे प्रमाण असते. (हळूहळू धोका वाढत आहे. ३ ५ व्या वर्षी एकदम तो निर्माण होत नाही, हे लक्षात घ्या.) सर्व साधारणपणे असे समजले जाते, की या वयोगटातील स्त्रियांमध्ये क्रोमोझोमल अनियमितता मोठ्या प्रमाणात असते. तोपर्यंत त्या अनेक प्रकारची औषधे, एक्स रे, ड्रग्ज इ. च्या संपर्कात आलेल्या असतात. अनेक वेळा जास्त वयाच्या पुरूषांच्या स्पर्ममुळेही हा धोका निर्माण होतो.

वय वाढण्याबरोबरच इतरही काही धोके वाढतात. तुमचे वजन जास्त असेल, तर तुम्हाला उच्च रक्तदाब असू शकतो. अर्थात साधारणपणे या लक्षणावर नियंत्रण मिळविता येते. या वयाच्या गर्भवती महिलांना गर्भपात, प्रीॲक्लॅम्प्सिया आणि मुदतपूर्व प्रसूतीचाही त्रास होऊ शकतो.

साधारणपणे या वयात प्रसूती वेदना आणि प्रसूतीचा कालावधीही थोडा वाढतो. मांसपेशीतील लवचिकता थोडी कमी झाल्यामुळे प्रसूतीच्या वेळी त्रास होऊ शकतो. तुमची प्रकृती योग्य असेल आणि तुम्ही व्यायाम करीत असाल, तसेच संतुलित आहाराचे सेवन करीत असाल, तर याबाबतीत काळजी करण्याचे तुम्हाला काहीच कारण नाही.

या सर्व गोष्टींशिवाय तुमच्यासाठी एक आनंदाची बातमीही आहे. तंस तर डाऊन सिंड्रोमपासून बचाव करता येत नाही; पण अनेक प्रकारच्या टेस्ट आणि स्क्रिनिंग करून त्याची माहिती मिळविता येते. या टेस्ट अशा आहेत, की यामध्ये काही चिरफाड करावी लागत नाही, पैशांची बचत होते आणि मुख्य म्हणजे तणाव कमी होतो. जास्त वयाच्या गर्भवती स्त्रिया अनेक प्रकारच्या दीर्घकालीन आजारांवर सहज नियंत्रण मिळवू शकतात. औषधी आणि उपचार याच्या सहाय्याने अनेक प्रकारचे धोके टाळता येतात.

तसं तर औषधी आणि उपचारांशिवाय तुम्ही स्वतःही आपली गर्भावस्था सुरक्षित आणि निरोगी ठेवण्यासाठी खूप काही करू शकता. तुम्ही तुमचा आहार, व्यायाम आणि प्रसूतीपूर्व काळजी याकडे योग्य प्रकारे लक्ष द्यायला हवे. तुम्ही प्रेगनन्सी प्रोफाईल मधील धोके कमी करू शकलात, तर तुम्ही नक्कीच एखादा तरूण गर्भवतीप्रमाणे किंवा कदाचित त्याहूनही चांगल्या एका निरोगी बाळाला जन्म देऊ शकता.त्यामुळे तुमच्या गर्भावस्थेचा तुम्ही पूर्ण आनंद लुटा. २ ५ वर्षानंतरही आई होण्यात काही अडचण येत नाही.

वडिलांचे वय

"माझे वय ३१ वर्षे आहे, पण पतीचे वय ५० पेक्षा जास्त आहे. याचा माझ्या गर्भावर काही परिणाम होऊ शकतो का?"

फक्त गर्भधारणेपुरतीच वडिलांची जबाबदारी असते, असे आतापर्यंत समजले जात होते. खरं तर गर्भाचे लिंग कोणते असावे, हे ठरविण्याचे काम वडिलांचे स्पर्म करीत असल्याची गोष्ट २० व्या शतकात समोर आली. एका मुलाला जन्म देऊ शकल्या नाहीत म्हणून इतिहासात अनेक राण्यांना आपले प्राण गमवावे लागले आहेत. त्यानंतर काही संशोधकांना असा संशय येऊ लागला होता, की जास्त वयाच्या वडिलांच्या शुक्राणुमुळे गर्भात जन्मजात विकृती निर्माण होत असाव्यात आणि गर्भपाताची शक्यताही वाढत असावी. वयस्कर आईप्रमाणेच वयस्कर वडिलांचे स्पर्मोटोसायटिसही वातावरणामुळे प्रभावित होत असावेत. आईच्या वयाबरोबरच, जास्त वयाच्या जोडप्यांना गर्भपाताचा धोका जास्त असल्याचे संशोधकांना आढळून आले आहे. वडिलांचे वय जर ५० किंवा त्याहून अधिक असेल तर डाऊन सिंड्रोमचा धोकाही खूप वाढतो.

अर्थात याबाबतीत ठामपणे काही सांगता येत नाही. कारण या विषयी संशोधन सुरूच आहे. तसं तर जनेटिक सल्लागार प्रत्येक वयाच्या गर्भरतीला स्क्रिनिंग करण्याचा सल्ला देतात, त्यामुळे तुम्ही निश्चिंत व्हायला हवे. तुमच्या स्क्रिनिंगची तपासणी नॉर्मल असेल, तर याबाबतीत काळजीचे काही कारण नाही. मग तुम्हाला 'ॲम्नोसेंटेनिस' करण्याचीही काही गरज पडत नाही.

जेनेटिक सल्ला

"मला एखादा अनुवांशिक आजार असावा, अशी शंका येते. तो मला कळला नाही तर? याबाबतीत मी जनेटिक सल्ला घ्यायला हवा का?"

तसं तर थोड्या फार प्रमाणात विकृती असतातच; पण आई-वडिलांतील सर्व दोष मुलांत येतीलच, असे नाही.

गर्भधारणेपूर्वी आई-वडिलांपैकी दोघांची किंवा कुण्या एकाची संपूर्ण तपासणी होऊ शकते, पण अशा प्रकारची तपासणी करण्याची नेहमीच आवश्यकता नसते. काही ठोस बाबी समोर आल्यातरच अशी तपासणी करावी लागते. अशी लक्षणे भौगोलिक किंवा जातीयही असू शकतात. जसे, सर्व कॉकेशियन्संना 'सिस्टिक फायब्रोसिस'ची तपासणी करण्याचा सल्ला दिला जातो. ज्या यहुदी जोडप्यांचे पूर्वज पूर्व युरोपातून आले आहेत, त्यांना 'टे- शेक' आजाराची चाचणी करण्याविषयी सांगितले जाते. तुमच्या कुटुंबातही एखाद्या आजाराचा इतिहास राहिला असेल, तर त्याची तपासणी करून घ्यायलाच हवी. त्याचप्रमाणे कृष्णवर्णीय जोडप्यांना 'सिकल सेल ॲनिमिया टेस्ट' आणि अशियायी वशांच्या लोकांसाठी पॅलासिमियाची तपासणी करायला हवी.

तसं तर बहुतेक प्रकरणात दोघांपैकी कुणा एकाची तपासणी केली तरी पुरेसे ठरते. ही तपासणी

गर्भावस्था आणि एकटी आई

तुम्ही एकट्या असाल, तर गर्भावस्थेच्या वेळी तुमच्या मदतीला कोणी येणार नाही, असे नाही. एखादी चांगली मैत्रिण, नातेवाईक कोणी तरी मदतीला येऊ शकते. तो तुमची शारीरिक आणि मानसिक काळजी घेऊ शकतो. तुमची भीती, चिंता आणि तणाव दूर करण्यासाठी मदत करू शकतो. हा काळ एकटेपणात घालविण्याऐवजी कोणी तरी सोबती शोधा, म्हणजे वेळ जाईल आणि तुमची सोबत करणारा छोटा सोबती या जगात येऊ शकेल.

पॉझिटिव्ह आली, तर मात्र दोघांचीही तपासणी करावी लागते.

तुम्ही तुमच्या आजी आजोबांकडून जुन्या आजारांचा सर्व प्रकारचा इतिहास माहीत करून घ्यायला हवा. त्यामुळे गर्भधारणेपूर्वीच तुम्ही निश्चिंत होऊ शकता.

साधारणपण बहुतेक आई वडिलांना अशा प्रकारच्या कोणत्याही तपासणीची आवश्यकता पडत नाही. फक्त काही प्रकरणातांच डॉक्टरांना या विषयी आई वडिलांशी चर्चा करावी लागते.

- ज्या जोडप्यांच्या रक्त तपासणीत अशा प्रकारच्या अनुवांशिक आजारांची माहिती मिळते, ते आजार त्यांच्या मुलापर्यंत पोहचू शकतात.
- ज्या जोडप्यांचे तीनपेक्षा अधिक गर्भपात झाले आहेत.
- ज्या जोडप्यांच्या कुटुंबात अनुवांशिक आजारांचा इतिहास आहे. काही प्रकरणी आई वडिलांच्या डीएनए तपासणीवरूनही संशय दूर केला जातो.
- जन्मजात विकृती असलेल्या आई वडिलांची तपासणी करणे.
- ज्या गर्भवती महिलेची स्क्रिनिंग टेस्ट पॉझिटिव्ह आली आहे.
- जवळच्या संबंधित जोडप्यातही अशा प्रकारचा आजारांची शक्यता असू शकते.

गर्भधारणेपूर्वीच अशा प्रकारच्या अनुवांशिक तपासणीचा सल्ला घ्यायला हवा. असे जोडपे निरोगी बाळाला जन्म देऊ शकते, की नाही, हे ते सांगतात. ते त्यांना अशा प्रकारच्या सर्व तपासण्याची माहिती देतात. अनुवांशिक तपासण्याच्या जोरावर अनेक जोडप्यांनी नंतर येणाऱ्या संकटापासून मुक्तता मिळविली आहे. योग्य उपचार करून त्यांनी निरोगी बाळाला जन्म दिला आहे.

“आमचा गर्भपातावर विश्वास नाही. माजे वय ३७ वर्षे आहे, तरीही मी बाळाच्या जन्मापूर्वी तपासणी का करायला हवी?”

अशा प्रकारची तपासणी केल्याने तुम्ही निश्चिंत होऊ शकता. अशा तपासण्यानंतर बहुतेक मुलांना क्लिन चिट मिळते.

समजा, तपासणीत काही अडचण आढळून आली आणि त्यामुळे गर्भपात करण्याची वेळ आली, तर आई- वडिलांना या धक्क्यातून सावरण्यासाठी वेळ मिळतो. किवा अशा प्रकारच्या बाळाची देखभाल करण्याची ते मानसिक तयारी करतात. असे बाळ ‘स्पेशल मुलां’ च्या गटात मोडणारे असते आणि त्याच्या काही स्वतंत्र मागण्या असतात. प्रसूती कुठे आणि कशी करायला हवी, याचीही या तपासण्यामुळे माहिती मिळते.

येणाऱ्या काळात आपल्याला कोणत्या अडचणींचा सामना करावा लागणार आहे, याची आई वडिलांना पूर्व कल्पना मिळते. अनेक वेळा जन्मापूर्वीच दोष कळाल्यामुळे त्यात सुधारणा करता येते. डॉक्टरांनी जर तुम्हाला अशा प्रकारची तपासणी करण्याचा सल्ला दिला असेल, तर त्याकडे दुर्लक्ष करू नका. तुमचे डॉक्टर किंवा अनुवांशिक तज्ज्ञांचा सल्ला घ्या. अशा तपासण्या करून डॉक्टरांना काही महत्त्वाची माहिती मिळवायची असेल, तर त्यांना अडवू नका.

प्रसूतीपूर्व निदान

मुलगा होणार की मुलगी? त्याचे केस भुरकट असतील की सोनेरी? डोळे निळे असतील की हिरवे? त्याचा चेहरा आईसारखा असेल की वडिलांसारखा? त्याचा आवाज वडिलांसारखा असेल का?

मुले अशा प्रकारे आपल्या जन्माच्या आधीपासूनच नाही, तर गर्भधारणेच्या आधीपासून आई वडिलांच्या उत्सुकतेचा विषय असतात. याच्याशिवाय आणखी एक अशा प्रश्न आहे, की त्यामुळे बहुतेक आई वडील काळजीत असतात. आपले बाळ निरोगी असेल का?

इतके दिवस बाळाचा जन्म होईपर्यंत अशा प्रश्नाचे उत्तर देणे अवघड होते. आता मात्र गर्भधारणेच्या पहिल्या तिमाहीतच या प्रश्नाचे उत्तर मिळविता येते. कारण आता प्रसूतीपूर्वीच अनेक प्रकारच्या तपासण्या आणि स्क्रिनिंग कराव्या लागतात.

बहुतेक माता आपल्या एकूण ४० आठवड्यांच्या गर्भावस्थेत अनेक प्रकारच्या तपासण्यांमधून जात असतात. ज्यांची मुले चांगली आणि निरोगी असतात, अशा मातांचाही यामध्ये समावेश असतो. या स्क्रिनिंग टेस्टमुळे आई किंवा बाळाला काहीही त्रास होत नाही, तर उलट ते अधिक निरोगी होतात.

अर्थात सीव्हीएस आणि ॲमिनियो यासारख्या सविस्तर सोनोग्राफीची सर्वांनाच काही गरज पडत नाही. ज्या आई-वडिलांच्या चाचण्यांचे रिझल्ट निगेटिव्ह येतात त्यांच्या निरोगी बाळासाठी इतरही काही चाचण्या घेतल्या जातात. अशा प्रकारच्या विविध चाचण्यांसाठी खालील प्रकारच्या महिला साधारणपणे योग्य समजल्या जातात.

- **३५ पेक्षा अधिक वयाच्या महिला :** खरं तर सुरूवातीच्या स्क्रिनिंग टेस्टमुळे समाधानी होऊन डॉक्टरांच्या सल्ल्यानुसार त्या पुढील टेस्टपासून वाचू शकतात.
- कोण कोणत्या बाबतीत प्रसूतीपूर्व माहितीची आवश्यकता आहे, ते डॉक्टरांना विचारू शकता.
- कुटुंबात असलेल्या अनुवांशिक आजारांच्या इतिहासाची किंवा प्रत्यक्ष आजारांची माहिती मिळविणे.
- मुलाच्या जन्माशी संबंधित असलेल्या कोणत्याही संक्रमणाची माहिती कळल्यावर.(रुबेला/ टॉक्सोप्लाझमोसीस.)
- आधी गर्भपात होणे किंवा विकृती असलेल्या बाळाचा जन्म होणे.
- प्रसूतीपूर्व स्क्रिनिंगमध्ये पॉझिटिव्ह रिझल्ट येणे. ज्यामुळे बाळाला धोका होऊ शकतो, अशी तपासणी का करायची? याचे सर्वात महत्त्वाचे कारण असे आहे, की गर्भाला जर काही आजार असेल, तर त्यावर उपचार केले जाऊ शकतात. बाळालाजर काहीही आजार नसेल, तर त्याचे आई वडील काळजीमुक्त होऊन गर्भावस्थेचा पूर्ण आनंद घेऊ शकतात.

पहिली तिमाही

पहिली तिमाही- सोनोग्राफी :- हे काय आहे? ही एक सामान्य प्रकारची स्क्रिनिंग आहे. यामध्ये अशा ध्वनीलहरींचा वापर केला जातो, ज्या कानांनी ऐकता येतात. सोनोग्राफीमध्ये गर्भाचा एक्स-रे न काढताही त्याची तपासणी केली जाते. यामुळे काही जन्मतः विकृती असतील, तर त्याची माहिती मिळते. काही वेळेला यातून एखादी महत्त्वाची माहिती सुटूही शकते. (सर्व काही ठीक आहे, असे वाटतानाही ठीक नसते.) काही वेळेला याउलटही घडू शकतो. (सर्व काही ठीक असताना तसे न वाटणे.)

पहिल्या तिमाहीत सोनोग्राफी केली जाते कारण :

- गर्भावस्थेची सत्यता पडताळणे.
- गर्भावस्थेची नक्की तारीख कळणे.
- गर्भांची संख्या.
- रक्तस्राव होत असेल, तर त्याचे कारण.
- गर्भधारणेच्या वेळी लावलेल्या आयडीयूचा शोध.
- सीव्हीएसच्या आधी गर्भाचा शोध घेणे.
- क्रोमोझोमल अनियमितपणाच्या धोक्याची माहिती मिळविणे.

हे कसे करतात? ट्रान्सॲबडॉमिनल तपासणीसाठी ब्लॅडर पूर्ण भरावे लागते. खूप पाणी पिल्यावर किंवा काही पेय पदार्थ घेतल्यावर पोट भरल्यासारखे होते. आता पोट खूप भरल्यामुळे थोडा त्रास होतो, पण

त्याशिवाय दुसरा काहीही त्रास होत नाही. ओटीपोटावर जेल लावून कॉर्ड फिरवली जाते.

तुम्हाला पाठीवर झोपविले जाते. जेल लावल्यामुळे ध्वनीलहरींची तीव्रता सुधारते. ट्रान्सव्हेजिनल तपासणी करायची असेल, तर ट्रान्सड्युसर योनीत घातला जातो. या यंत्रामुळे शरीरातील ध्वनी लहरी चित्राच्या स्वरूपात स्क्रिनवर दिसायला लागतात.

हे कधी करतात? : ही तपासणी पहिल्या तिमाहीत कधीही करता येते. ही तपासणी करण्याची कारणे वेगवेगळी असू शकतात. तुमच्या शेवटच्या पाळीनंतर साडे चार आठवड्यांनी सोनोग्राफीच्या मदतीने तुम्ही जेस्टेशेन सॅक पाहू शकता. ५-६ आठवड्यानंतर हृदयाची धडधड ऐकता येते.

हे किती सुरक्षित आहे? : अनेक वर्षांच्या अभ्यासातून यामुळे काहीही धोका नसल्याचे आढळून आले आहे. यामुळे फायदाच होतो. बुहतेक डॉक्टर गर्भावस्थेत एकदा तरी सोनोग्राफी करण्याचा सल्ला देतात. अर्थात काही महत्त्वाचे कारण आणि आवश्यकता असेल, तरच सोनोग्राफी करायला हवी, असे म्हणतात.

पहिली तिमाही- (एकत्र स्क्रिनिंग)

हे कसे करतात? : पहिल्या तिमाहीती एकत्र स्क्रिनिंगच्या वेळी सोनोग्राफी सोबतच गर्भाची रक्त तपासणीही केली जाते. आधी गर्भाच्या पाठीकडील भागात जमा झालेल्या द्रव्याची मोजणी अल्ट्रासाउंड्द्वारे केली जाते. जर या द्रव्यातील न्यूकल ट्रांसल्यूसेंसीचे प्रमाण अधिक असेल, तर क्रोमोझोमल असामान्यता (डाऊन सिंड्रोम, कॉन्जेनिटल हार्ट डिफेक्ट) आणि इतर जनेटिक आजारांचा धोका वाढतो.

नंतर मग पीएपीपी-ए आणि इचसीजी (गर्भामुळे निर्माण झालेले आणि आईच्या रक्तात असलेले दोन हार्मोन्स) यांची माहिती मिळविण्यासाठी रक्त तपासणी केली जाते. ही पातळी एनटीची तपासणी आणि आईचे वय याच्याशी ताडून पाहिली जाते. त्याद्वारे डाऊन सिंड्रोमचा धोका तपासला जातो.

काही मेडिकल सेंटर या सोनोग्राफीच्या वेळी गर्भाच्या नेसल बोनचीही तापसणी करतात. अभ्यासातून असे आढळले आहे, की पहिल्या सोनोग्राफीच्या वेळी नेसल बोन आढलले नाही, तर डाऊन सिंड्रोमचा धोका वाढतो. काही संशोधकाची मते या उलट आहेत. हे प्रकरण वादग्रस्त आहे.

अर्थात एकत्र करण्यात येणाऱ्या या स्क्रिनिंगमुळे तुम्हाला ते सर्व परिणाम मिळत नाहीत, जे 'इन्व्हेसिव्ह डायग्नॉस्टिक टेस्ट' मुळे मिळतात. अर्थात यामुळे तुम्ही डयग्नॉस्टिक टेस्ट करायला हवी, की नाही याचा निर्णय घेऊ शकता. गर्भाला क्रोमोझोमल आजार होऊ शकतात, याची माहिती तुम्हाला या स्क्रिनिंगमुळे मिळाली, तर तुम्हाला सी. व्ही. एस. (कोरियॉनिक व्हिल्लस सॅम्पलिंग) किंवा ॲमनियो सेंटेसिसची तपासणी सांगितली जाऊ शकते.

अर्थात या चाचणीच्या वेळी जास्त धोका आढळला नाही, तर डॉक्टर तुम्हाला दुसऱ्या तिमाहीत क्वॅड स्क्रिन टेस्ट करण्याचा सल्ला देऊ शकतात. म्हणजे मग न्यूरल ट्यूब डिफेक्टची माहिती मिळू शकते. कारण ही गोष्ट हृदयविकार आणि हृदयाच्या आजाराशी संबंधित या बाबी असल्यामुळे विसाव्या आठवड्याच्या वेळी इकोकॉर्डियोग्राम करण्याचाही सल्ला दिला जाऊ शकतो. म्हणजे हृदयाचे विकार कळू शकतात. एन.टी.ची तपासणी योग्यप्रकारे झाली नाही, तर मुदतपूर्व प्रसूतीचा धोका होऊ शकतो. त्यामुळे तुम्ही त्याकडेही लक्ष द्यायला हवे.

हे कधी होते? : पहिल्या तिमाहीतील एकत्र स्क्रिनिंग गर्भावस्थेतील ११ ते १४ व्या आठवड्या दरम्यान केले जाते.

हे किती बरोबर असते? : ही स्क्रिन टेस्ट प्रत्यक्ष

स्वरूपात क्रोमोझोमल त्रासाची तपासणी करीत नाही की एखादे ठोस निदानही करीत नाही. फक्त गर्भाला काही त्रास होऊ शकतो का, याचा अंदाज याद्वारे कळू शकतो. या चाचणीत काही असामान्य निकाल समोर आले, तर त्याचा अर्थ एखादा गंभीर क्रोमोझोमल आजार आहे, असा होत नाही; तर फक्त धोक्याची सूचना मिळते.

असामान्य निकाल मिळणाऱ्या गर्भवती स्त्रियाही नियमित आणि निरोगी बाळाला जन्म देतात. या चाचण्याचे साधारण आलेले निकालही बाळ निरोगी आणि सुखरूप असेल, याची खात्री नसते.

या एकत्रित स्क्रिनटेस्ट द्वारे ८० टक्के डाऊन सिंड्रोम आणि ८० टक्के ट्रायझोमी अडचणींची माहिती कळते.

ही किती सुरक्षित असते? : सोनोग्राफी आणि रक्त तपासणी या दोन्ही गोष्टी वेदनादायी नाहीत. (म्हणजे तुम्हाला सुई टोचण्याची वेदना सहन होत असेल तर...) यामध्ये तुम्हाला किंवा गर्भाला काही धोका असत नाही. फक्त एकच गोष्ट आवश्यक असते, की अशा प्रकारच्या तपासणीसाठी खूप चांगल्या पद्धतीच्या सोनोग्राफीची आवश्यकता असते. त्यामुळे ही तपासणी तुम्ही चांगल्या दर्जाच्या विशेष उपकरणाच्या सहाय्यानेच करायला हवी. डॉक्टर आणि सोनोग्राफर तज्ज्ञ असतील तर चांगलेच. लक्षात ठेवा कमी प्रतीच्या सामग्रीच्या सहाय्याने तपासणी केली तर परिणाम खरे खोटे काहीही निघू शकतात, हे लक्षात ठेवा. त्यामुळे नंतर धोका निर्माण होऊ शकतो. कोणताही निर्णय घेण्याआधी हे निकाल जेनेटिक सल्लागार किंवा अनुभवी डॉक्टरांना दाखवा.

कॉरियॉनिक व्हिल्लस सॅम्पलिंग

हे काय आहे? : सीव्हीएस ही एक प्रसूतीपूर्व निदान तपासणी आहे. यामध्ये प्लॅसेंटाच्या बोटासारख्या आकारातून तपासणीसाठी छोट्या कोशिकांचा नमुना घेतला जातो आणि त्याद्वारे क्रोमोझोम असमान्य तर नाहीत ना, हे पाहिले जाते. सध्या डाऊन सिंड्रोम, टे-शेक, सिकल सेल ॲनिमिया आणि सिस्टिक फायबरोसीसच्या तपासणीसाठी सीव्हीएस चाचणी घेतली जाते.

यामुळे न्युरल ट्युब आणि ॲनॉटॉमिकल विकारांची माहिती मिळत नाही. एखाद्या विशेष आजाराची तपासणी तेव्हाच केली जाते, जेव्हा त्या कुटुंबाला अशा प्रकारच्या आजाराचा इतिहास असतो, किवा आई- वडिलांपैकी एखाद्याला हा आजार असतो. (सीव्हीएसद्वारे अशा प्रकारच्या १००० आजारांची माहिती कळू शकते, असे समजल जाते.) त्यासाठी आवश्यक असलेल्या विकृत जिन्स किंवा क्रोमोझोमची माहिती मिळविली जाते.

ही कशी असते? : ही चाचणी फक्त इस्पितळातच केली जाते. अर्थात काही ठिकाणी डॉक्टरांच्या दवाखान्यातही अशी सोय असते. प्लासेंटाच्या परिस्थितीनुसार व्हेजिना किंवा सरविक्स ट्रांसर्व्हायकल किंवा ओटीपोटाच्या खालच्या स्तरापर्यंत सूई घुसवून (ट्रान्सॲब्डॉमिनल सीव्हीएस) कोशिकांचा नमुना घेतला जातो. कोणत्याही पद्धतीत थोडी फार वेदना होते. या पद्धतींना सुरूवातीपासून शेवटपर्यंत ३० मिनिटांचा कालावधी लागतो, तर नमुना घेण्यासाठी फक्त १-२ मिनिट लागतात.

ट्रॉन्सॲब्डॉकल पद्धतीत पाठीवर झोपवून योनीमार्गातून गर्भाशयापर्यंत लांब- बारीक नळी घातली जाते. त्याच्या जोडीला अल्ट्रासाऊंड असते. त्याच्या सहाय्याने नळीला योग्य स्थितीत आणले जाते. नंतर मग कोशिकांचा नमुना घेतला जातो.

ट्रान्सॲब्डॉमिनल पद्धतीत पाठीवर झोपविले जाते. सोनोग्राफीच्या मदतीने प्लासेंटाची परिस्थिती आणि युटोरसच्या भिंतीचा अंदाज घेतला जातो. नंतर मग ओटीपोटात एक सुई घुसविली जाते आणि तिच्या मदतीने काम केले जाते.

गर्भाच्या तपासणीने त्याच्या जेनेटिक परिस्थितीचा एकूण अंदाज येतो. एक -दोन आठवड्यात तपासण्याचे रिझल्ट येतात.

ही कधी करतात? : गर्भावस्थेच्या १० ते १३ आठवड्यादरम्यान ही तपासणी केली जाते. याचा सर्वाधिक फायदा असा, की ही तपासणी गर्भावस्थेच्या पहिल्या तिमाहीत केली जाते आणि यामुळे १६आठवड्यानंतर केल्या जाणाऱ्या ॲमिनियोसेंटेसिसच्या आधी याचे निकाल मिळतात. आधीपासूनच ज्यांना एखादी अडचण सतावत असते आणि त्यांना यावर उपचार करायचा असतो, त्यांच्यासाठी ही चांगली सोय आहे. या प्रक्रियेत समजा आधीच गर्भपात झाला तर त्यामुळे त्रास होत नाही आणि त्याचा धक्काही पोहचत नाही.

किती बरोबर असते? : साधारणपणे सीव्हीएसमुळे ९८ टक्के क्रोमोझोमल अडचणीची माहिती कळते.

किती सुरक्षित आहे? : ही सुरक्षित आणि विश्वासार्ह आहे. ३७० मध्ये फक्त १ घटना गर्भपाताची होऊ शकते. त्यासाठी तुम्ही चांगले निकाल देणारे केंद्र निवडायला हवे आणि बरोबर १० आठवड्यापर्यंत वाट पहायला हवी, त्यामुळे याच्याशी संबंधित असलेला कोणताही धोका कमी करता येऊ शकेल.

सीव्हीएस केल्यानंतर योनीतून थोड्या फार प्रमाणात रक्तस्राव होऊ शकतो; पण ती काही फारशी गांभिर्याने घेण्याची बाब नाही. अर्थात या बाबतीत डॉक्टरांना कल्पना द्यायला हवी आणि हा रक्तस्राव तीन दिवसांपेक्षा जास्त काल राहिला, तर डॉक्टरांना नक्कीच सांगायला हवे. तसं तर जंतूसंसर्ग होण्याची शक्यता नसते, पण ताप वगैरे आला, तर डॉक्टरांच्या लक्षात आणून द्यायला हवे.

पहिली आणि दुसरी तिमाही

इंटिग्रेटेड स्क्रिनिंग

हे काय आहे?:- पहिल्या तिमाहीमधील एकत्रित स्क्रिनिंगप्रमाणे इंटिग्रेटेड स्क्रिनिंग टेस्टमध्ये सोनोग्राफी आणि रक्त तपासणी अशा दोन्ही गोष्टी केल्या जातात. यावेळी अल्ट्रासाउंड (एल. टी. ची तपासणी), पहिली रक्त तपासणी पीएपीव्हीची तापसणी हे सर्व पहिल्या तिमाहीप्रमाणेच असले तरीही दुसरी रक्त तपासणी (ब्लड स्क्रिनिंगप्रमाणे चारी तथ्ये जाणून घेण्यासाठी) दुसऱ्या तिमाहीत केले जाते. यांचा एकत्रित परिणाम सांगितला जातो.

ही तपासणीही प्रत्यक्ष स्वरूपात क्रोमोझोमल अडचणींची तपासणी करीत नाही. यमध्ये फक्त गर्भाला एखादा त्रास होऊ शकतो का, याचीच फक्त माहिती दिली जाते. डॉक्टरांशी चर्चा करून डायग्नॉस्टिक टेस्टचा निर्णय घेऊ शकता.

हे कधी करतात?:- ही अल्ट्रासाऊंड १० ते १४ आठवड्यांच्या दरम्यान केली जाते. पहिली ब्लड टेस्ट अल्ट्रासाऊंडच्या दिवशीच केली जाते आणि दुसरी रक्त तपासणी १६ ते १८ आठवड्यांच्या दरम्यान केली जाते. दुसऱ्या रक्त तपासणीनंतर एकत्र तपासणीचे निकाल सांगितले जातात.

किती बरोबर असते?:- गर्भावस्थेच्या पहिल्या आणि दुसऱ्या तिमाहीतील संमिश्र तपासण्याचे परिणाम कोणत्याही एका तिमाहीतील तपासण्यापेक्षा जास्त प्रभावी असतात. इंटिग्रेटेड स्क्रिनिंग टेस्टच्या सहाय्याने डाऊन सिंड्रोम ९० टक्क्यांपर्यंत तर न्यूरल टेस्ट डिफेक्टस ८० ते ८५ टक्क्यांपर्यंत माहित केले जाऊ शकतात.

ही किती सुरक्षित असते?:- अल्ट्रासाऊंड आणि ब्लड टेस्ट करण्यामध्ये काहीही वेदना होत नाहीत.

गर्भाला किंवा आईलाही काही धोका असत नाही.

दुसरी तिमाही

क्वॅड स्क्रिनिंग

हे काय आहे? : यामध्ये गर्भाच्या वतीने तयार करण्यात येणाऱ्या चारही पदार्थांची तपासणी केली जाते. अल्फा फिटोप्रोटिन, एसीजी, ॲस्ट्रिओल आणि इनहिबीन ए. काही डॉक्टर फक्त तीन पदार्थांचीच तपासणी करतात. एएफबीच्या वाढलेल्या पातळीवरून 'न्युरल ट्युब डिफेक्ट' चा अंदाज वर्तविला जाऊ शकतो. एएफपीची घटती पातळी आणि त्याचे ॲबनॉर्मल स्तर यावरून वाढत्या गर्भाला क्रोमोझोमल ॲबनॉर्मलपणाचा धोका असल्याचे सांगतात. जसे डाऊन सिंड्रोम. यामध्ये धोक्याची कल्पना येते.

आश्चर्यकारकरित्या ज्या गर्भवती महिलांच्या क्वॅड स्क्रिनिंगचे निकाल ॲबनॉर्मल येतात आणि त्यानंतर केलेल्या टेस्टचे निकाल पॉझिटिव्ह येतात, त्या महिलांना आपल्या गर्भावस्थेत अनेक प्रकारच्या गुंतागंतीचा सामना करावा लागतो. असे ॲबनॉर्मल निकाल आणि अशी गुंतागुंत यांचा खूप जवळचा संबंध असतो, ही गोष्ट लक्षात घ्या.

हे कधी करतात? : हे १४ ते २२ आठवड्यांच्या दरम्यान केले जाते.

हे एक आश्चर्य आहे

डायग्रॉस्टिक टेस्टमुळे तुम्हाला गर्भाचे लिंग कळू शकते, पण तपासणीच्या वेळी तुम्हाला ते माहीत करून घ्यायचे आहे की नाही, किंवा प्रत्यक्ष प्रसूतीच्या वेळीच तुम्हाला ते गुपित जाणून घ्यायचे आहे, ते सर्वस्वी तुमच्यावर अवलंबून असते. या बाबतीत तुमच्या डॉक्टरांशी आधीच बोलून घ्या म्हणजे तुमचे आश्चर्य टिकून राहील. भारतामध्ये लिंग निदान करणे गुन्हा आहे.

हे किती बरोबर असते? : यामुळे साधारणपणे ८५ टक्क्यांपर्यंत न्यूरल ट्यूब डिफेक्टची माहिती कळू शकते. ८० टक्क्यांपर्यंत डाऊन सिंड्रोमच्या १८ प्रकाराची माहिती कळू शकते. स्वतंत्र क्वॅड स्क्रिनिंगमध्ये फसवे पॉझिटिव्ह रिझल्टही येऊ शकतात. फक्त ५० मधील १ किंवा २ स्त्रियांमध्येच उच्च पॉझिटिव्ह रिझल्ट आल्यामुळे गर्भावर परिणाम झाल्याचे आढळून येते. उर्वरित ४८-४९ महिलांमध्ये पुढच्या इतर तपासण्या केल्यानंतरच हार्मोनल पातळी ॲबनॉर्मल आहे, याचा पत्ता लागतो. कारण तिथे एकापेक्षा अधिक गर्भ असतात. हा गर्भ ठरविल्यापेक्षा कमी अधिक आयुष्याचा असू शकतो. गर्भात एकच गर्भ वाढत असेल आणि अल्ट्रासाऊंडमुळे त्याची योग्य परिस्थिती कळली तर त्यानंतर ॲमनिओसेंटेसिसचा सल्ला दिला जातो.

हे किती सुरक्षित आहे? : यामध्ये फक्त रक्ताचा नमुना घेतला जातो, त्यामुळे हे खूप सुरक्षित आहे. सर्वात मोठा धोका हाच आहे, की याचा रिझल्ट पॉझिटिव्ह आल्यानंतर अतिशय धोकादायक तपासणी करावी लागते. या स्क्रिनिंगच्या आधारे कोणताही निर्णय घेण्यापूर्वी अनुभवी डॉक्टरांचा सल्ला घ्यावा.

ॲमनिओसेंटेसिस

हे काय आहे? : गर्भाच्या भोवती असलेल्या ॲमनिओटिक द्रव्यात गर्भ पेशी रसायन आणि मायक्रोऑर्ग्रेनिक्जमच्या मदतीने विकसित होत असलेल्या गर्भाबाबत बरीचशी माहिती मिळविली जाते. जसे जेनेटिक संरचना, सध्याची आणि एकूणच परिपक्वता स्थिती. प्रसूतीपूर्व निदानांमध्ये ही तपासणी अतिशय महत्त्वाची समजली जाते. ही खालील परिस्थितीत केली जाते -

- एखाद्या स्क्रिनिंग टेस्टचे रिझल्ट ॲबनॉर्मल स्वरूपाचे येतात तेव्हा ॲम्निओटिक द्रव्याची तपासणी करणे खूप आवश्यक होते. गर्भातील

विकृतीची माहिती कळू शकते.

- आईचे वय ३५ वर्षांपेक्षा अधिक असेल तर गर्भाला डाऊन सिंड्रोमचा धोका असतो. तेव्हा डॉक्टरांच्या सल्ल्याने ही तपासणी करायला हवी.
- यापूर्वी जन्म घेतलेल्या मुलांत क्रोमोझोमल ॲबनॉर्मालिटी असतील. म्हणजे सिंड्रोम, मेटाबोलिक डिसऑर्डर किंवा एंझाइम डिफिशियंशी वगैरे.
- आईला आधीपासूनच काही एक्स लिंक्ड जेनेटिक ऑबनॉर्मलिटी म्हणजे होमोफिलियो असेल, तर.
- टॉम्प्सोप्लाइमासिस, फिफथो डिनिज, सायटोमँगलोव्हायरस किंवा इतर कशाचा गर्भाला संसर्ग झाला असेल तर.
- गर्भाच्या फुफ्फुसांची तपासणी अनिवार्य होते.

हे कसे करतात? : तुम्हाला पाठीवर झोपवून अल्ट्रासाउंडच्या मदतीने गर्भ आणि प्लासेंटाची स्थिती माहीत करून घेतली जाते. यामुळे डॉक्टर या दोन्ही गोष्टी पाहू शकतात. काही वेळेला लोकल ॲनेस्थेशियाचे इंजेक्शन देऊन ओटीपोटाचा भाग सुन्न केला जाऊ शकतो. अर्थात अशा प्रकारे इंजेक्शन देण्याची पद्धत मात्र खूप वेदनादायी असते. त्यामुळे बहुतेक करून डॉक्टर याचा वापर करीत नाहीत. तुमच्या गर्भाशयात एक लांब पोकळ सुई घातली जाते. तिच्यात थोडे ॲम्नोटिव द्रव्य घेतले जाते. (गर्भ आपोआप नंतर या द्रव्याची कमतरता भरून काढीत असतो.) याच्या बरोबरीने अल्ट्रासाऊंडही केले जाते. त्यामुळे चुकूनसुद्धा गर्भाला धक्का लागत नाही की ती सुई टोचत नाही. या पूर्ण प्रक्रियेसाठी साधारणपणे अर्धातास लागतो, तर प्रत्यक्ष द्रव्य घेण्याला १-२ मिनिट लागतात. तुम्ही आरएच निगेटिव्ह असाल, तर ॲम्निओसेंटेसिसनंतर तुम्हाला आर एच ओगॅम इम्यून ग्लोब्युलिनचे इंजेक्शन दिले जाते. त्यामुळे आरएचशी संबंधित तक्रारी निर्माण होत नाहीत.

हे कधी करतात? : गर्भावस्थेच्या १६ ते १८ आठवड्या दरम्यान हे केले जाते. काही वेला ते १३-१४ आठवड्या दरम्यान किंवा २३-२४ आठवड्यां दरम्यानही केले जाते. १०ते १४ दिवसांत तपासण्याचे रिझल्ट कळतात. अनेक प्रयोगशाळांत यासाठी फिश टेक्निक (फ्लोरोसेंट इन सिटू हायब्रिडिझेशन) वापरले जाते. यामध्ये कोशिकातील क्रोमोझोमचे क्रमांक झटपट मोजले जातात. लवकर निर्णय कळण्यासाठी हे तंत्र ॲमनियोसेंटेसिसमध्येही वापरले जाते. अर्थात हे विझल्ट परिपूर्ण नसतात त्यामुळे लॅबमध्ये इतरही काही क्रोमोझोमल तपासण्या कराव्या लागतात. ही टेस्ट शेवटच्या तिमाहीतही केली जाऊ शकते. त्यामुळे गर्भाच्या फुफ्फुसांची परिपक्वता माहीत करून घेतली जाते.

हे किती बरोबर असते? : हे ९९ टक्क्यांहून अधिक बरोबर असते. कोणतीही साधारण फिश टेस्ट ९८ टक्के बरोबर असते.

हे किती सुरक्षित आहे? : हे पूर्णपणे सुरक्षित समजले जाते. १,६०० पैकी १ घटनेत फक्त गर्भपाताची शक्यता असते. ही प्रक्रिया केल्यानंतर काही तास पोटात बारीकशी अकडण किंवा वेदना जाणवू शकते. काही डॉक्टर अशा वेळी विश्रांती घेण्याचा सल्ला देतात. कधी कधी थोडासा रक्तस्राव किंवा द्रव्यस्राव होऊ शकतो. तसं तर थोड्याशा विश्रांतीने हे कमी होऊ शकते, तरीही आवश्यक ती खबरदारी घ्यायला विसरू नका.

ॲमिनियो गुंतागुंत

तसं तर समनियोसेंटेसिसमुळे गुंतागुंत कमी होते. १०० पैकी फक्त १ घटनेत ॲमिनिओ स्राव होण्याची तक्रार येऊ शकते. तुमच्या योनीतून कोणत्याही प्रकारचा स्राव होत असेल, तर लगेच डॉक्टरांना सांगा. काही दिवसांनी हे स्रवणे बंद होऊ शकते. या दिवसात तुम्हाला पूर्ण विश्रांतीची आणि खबरदारी घेण्याची आवश्यकता असते.

दुसरी तिमाही अल्ट्रासाऊंड

हे काय आहे? : गर्भधारणा झाल्यानंतर पहिल्या तिमाहीत किंवा नंतर कंबाईन किंवा इंटिग्रेटेड स्क्रिनिंगच्या वेळी तुम्ही अल्ट्रासाऊंड करून घेतले असले, तरी सुद्धा तुम्हाला दुसऱ्या तिमाहीत पुन्हा एकदा अल्ट्रासाऊंड करून घ्यावे लागते. तुम्हाला गर्भाचा विकास आणि त्याची संरचना याची माहिती मिळते. गर्भाच्या विकासाचा अंदाज लावला जाऊ शकतो. यामध्ये गर्भाची चांगली प्रतिमा दिसू शकते.

सध्या अल्ट्रासाऊंडच्या प्रतिमा इतक्या स्वच्छ असतात, की तज्ज्ञ नसलेले आई वडील सुद्धा गर्भाची आकृती ओळखू शकतात. या अल्ट्रासाउंडमध्ये तुम्ही डॉक्टरांच्या मदतीने गर्भाच्या हृदयाची स्पंदने, त्याच्या पाठीचा कणा, चेहरा, हात आणि पाय ओळखू शकता. कदाचित तो तुम्हाला आपला अंगठा चोखत असतानाही दिसू शकतो. तसेच त्याचे लिंगही कळू शकते. तुम्हाला जर गुपीत जपायचे असेल, तर डॉक्टरांना तशी पूर्व कल्पना द्या. तुम्ही या अल्ट्रासाऊंडचे ३डी किंवा ४ डी व्हिडिओ आपल्या घरी आणू शकता. नातेवाईकांना ते दाखविता येते.

हे क्रधी करतात? : साधारणपणे हे १८ ते २२ आठवड्यां दरम्यान केले जाते.

हे किती सुरक्षित आहे? : यामध्ये काहीही धोका नाही, तर फक्त फायदेच आहेत. साधारणपणे गर्भावस्थेच्या दरम्यान डॉक्टर अनेक वेळा अल्ट्रासाऊंड करण्याचा सल्ला देतात. काही तज्ज्ञ तर असे आहेत की त्यांच्या मतानुसार काही विशेष आवश्यक परिस्थितीतच अल्ट्रासाऊंड करायला हवे.

इतर प्रकारच्या जन्मपूर्व तापसण्या : दिवसेंदिवस या क्षेत्राचा विकास होत आहे. अनेक प्रकारच्या टेस्ट आणि तपासण्याही केल्या जात आहेत. त्यापैकी प्रमुख खालीलप्रमाणे आहेत.

परक्युटेनियस अम्बलिकल ब्लड सॅम्पलिंग : पीयूबीएस तपासणी गर्भावस्थेच्या १८ व्या आठवड्यात केली जाते. यामुळे क्रमनिओसेंटेसिस मध्ये न कळणाऱ्या रक्त व त्वचेच्या अनेक आजारांची माहिती कळू शकते. जर ॲम्निओसेंटेसिसचे रिझल्ट नॉर्मल नसतील, तरीही ही तपासणी केली जाते. गर्भाला एखाद्या गंभीर आजाराचा संसर्ग झाल्याची यामुळे माहिती कळते. जसे रुबेला, टॉक्सो प्लाजमोसिल, फिक्क डिजीज. ही तपासणी नवीन असली, तरीही रिझल्ट प्रामाणिक समजले जातात.

ही टेस्टही ॲम्निओसेंटेसिससारखीच असते, फक्त यामध्ये अल्ट्रासाऊंडची सुई ॲम्नियोटिक द्रव्यात टाकण्याऐवजी गर्भाच्या अबलिंकन कॉर्डच्या रक्त नलिकेत घातली जाते. याचे रिझल्ट तीन दिवसांत मिळतात. या तापसणीमुळे मुदतपूर्व प्रसूती किंवा तिल्ली फाटण्याचा धोका होऊ शकतो.

गर्भ लिंग निदानासाठी मॅटरनल ब्लड टेस्ट : ख़रं तर ही चाचणी अजून प्रयोगावस्थेतच असली तरीही अनुवांशिक कारणांच्या स्क्रिनिंगसाठी आवश्यक असून तिचा पुलिंगी गर्भावरच परिणाम होतो.

स्किन सॅम्पलिंग : गर्भाच्या त्वचेचा थोडासा नमुना घेऊन ही तपासणी केली जाते.

एम. आर. आय. : यामुळे गर्भ आणि त्याची असामान्यता याबाबतीत पुरेपूर माहिती मिळू शकते. या प्रक्रियेत अधिक चांगली प्रतिमा मिळविण्यासाठी

गर्भ स्क्रिन

अनेक वेळा स्क्रिनवेळा बऱ्याचदा तपासणी करूनही योग्य निर्णय कळत नाहीत. अशा वेळी तुम्ही ज्या काळजीपासून बचाव करण्याचा विचार करीत असता, तिच काळजी तुम्हाला सतावते. या बाबतीत डॉक्टरांचा सल्ला घेतल्यानंतरच पुढचे पाऊल उचला. साधारणपणे ९० टक्के स्त्रिया पॉझिटिव्ह स्क्रिन आल्यावरसुद्धा निरोगी बाळाला जन्म देतात.

काही समस्या असेल तर...

साधारणपणे सर्व प्रकारच्या तपासण्यांमधून सर्व काही ठीक होईल, अशाच प्रकारचे रिझल्ट मिळत असतात. काही वेळा मात्र अशी बातमीही कानांवर येते, की त्यामुळे आई-वडिलांचे हृदय भंगते. अशा परिस्थितीत आगामी काळासाठी तुम्ही विशेषज्ज्ञांचा सल्ला घ्या. ते खालील पर्याय सुचवू शकतात-

गर्भावस्थेतील सल्लामसलत :- या सर्व प्रकारच्या तपासण्यांच्या दरम्यान आपला गर्भ निरोगी आणि सामान्य नसल्याचे आई- वडिलांना कळले आणि तो कोणत्याही परिस्थितीच गर्भपात करू इच्छित नसतील, तर बाळाच्या जन्मापूर्वीच ते येणाऱ्या परिस्थितीला सामोरे जाण्याची मानसिक तयारी करतात. त्या बाळाचे जीवन अधिक चांगले कसे होईल, याचा ते विचार करू लागतात. त्याच्या समस्यांचा सामना करण्यासाठी ते सारे बळ एकवटू लागतात. भावनिक आणि व्यवहारिक पातळीवर ते आव्हानांचा सामना करतात.

गर्भावस्थेचा शेवट :- गर्भात निर्माण झालेली विकृती जीवघेणी असल्याचा एखादा रिझल्ट समोर आला, तर अशा वेळी विशेषज्ञाच्या सल्ल्यानुसार आी-वडील गर्भपातासाठी राजी होतात. अर्थात याच्या आधी ते अँटोप्सीचा सल्ला घेऊ शकतात. यामध्ये गर्भाच्या पेशींची अतिशय काळजीपूर्वक तपासणी केली जाते. त्यामुळे पुढच्या गर्भावस्थेच्या वेळी अशा प्रकारची ॲबनॉर्मालिटी आढळू नये. ही तपासणी आणि विशेषज्ज्ञांचा सल्ला याच्या आधारे ते ते पुढच्या सामान्य गर्भावस्थेसाठी मानसिक तयारी करतात. बहुतेक प्रकरणी पुढच्या गर्भावस्थेत निरोगी बाल जन्माला येते.

गर्भाची प्रसूतीपूर्व तपासणी :- यामध्ये ब्लड ट्रान्सफ्यूजन आरएच आजारातील सर्जरी (जसे बंद ब्लॅडर काढणे.) एंजाईम किंवा एखादे औषध देणे (प्रसूती लवकर करायची असेल तर गर्भाच्या फुफ्फुसांचा विकास करण्यासाठी) किंवा मग दुसऱ्या एखाद्या प्रसूतीपूर्व सर्जरी, जनेटिक मॅनिप्युलेशन याचा समावेश करू शकता.

अवयव दान करणे :- गर्भ जिवंत राहू शकणार नाही, असे तपासणीत आढळून आले, तर त्याचे आई वडील त्या गर्भाचे अवयव दुसऱ्या एखाद्या नवजात शिशूसाठी दान करण्याचा निर्णय घेऊ शकतात. यामुळे त्यांचे नुकसान काही प्रमाणात तरी कमी झाल्याचे त्यांना वाटू शकते. अशा वेळी काही नियोटेक्रॉलॉजिस्ट योग्य सल्ला देऊ शकतात.

जिथपर्यंत प्रसूतीपूर्व तपासण्याचा संबंध आहे, तेव्हा एक गोष्ट लक्षात घ्यायला हवी, की जास्तीत जास्त चांगल्या सुविधा असलेल्या लॅबमध्येही गडबड होऊ शकते. विशेषज्ज्ञ आणि चांगले तंत्रज्ञ असूनही काही चुका होऊ शकतात. अशा वेळी एखाद्या विशेषज्ज्ञांचा सल्ला घेतल्याशिवाय पाऊल पुढे टाकू नका.

अशी प्रकरणे खूप विरळा असतात, हे लक्षात घ्या. साधारणपणे निरोगी माता निरोगी बाळाला जन्म देत असतात. शेवटी सर्व प्रकारचे संशय आणि शंका याचे धुके दूर होते आणि गर्भावस्थेचा सुखद परिणाम समोर येतो.

संशोधक प्रयत्नशील आहेत. गर्भावस्थेत याचा वापर करणे पूर्णपणे सुरक्षित आहे.

कोकार्डियोग्राफी : यामुळे गर्भाच्या हृदयाची तपासणी केली जाते. ही अल्ट्रासाऊंड हृदयात जाणाऱ्या आणि जाणाऱ्या रक्तप्रवाहाची माहितीही मिळते.

■ ■ ■

प्रकरण-४

तुमची गर्भावस्थेतील जीवनशैली

आपल्या दैनंदिन जगण्यात बदल करावा, असे तुम्हाला आता नक्कीच वाटत असेल. कारण आता फक्त तुम्ही तुमच्यासाठीच नाही, तर दुसऱ्यासाठीही जगत असता. आपल्या जीवनशैलीत किती मोठ्या प्रमाणात बदल येणार आहे, या विचारानेच तुम्ही परेशान होता. रात्रीच्या जेवणाच्या आधीचे कॉकटेल आठवा, आता प्रसूती होईपर्यंत ते सोडून द्यावे लागणार? हॉट टबमध्ये डुंबणे आणि जिमही सोडावे लागणार? त्या चिकट वास मारणाऱ्या द्रवाने आता तुम्ही घरातील बेसीन स्वच्छ करू शकाल? आता तुम्हाला तुमच्या मांजरीच्या ओकारीकडेही लक्ष द्यावे लागणार? गर्भधारणा झाली म्हणजे आता मैत्रिणीसोबत तुमच्या रुममध्ये सिगारेट ओढणे किंवा मायक्रोवेव्हमध्ये जेवण ठेवणे, यासारख्या गोष्टींचा पण पुन्हा विचार करावा लागणार? या गोष्टींचा तर तुम्ही कधी स्वप्नातही विचार केला नव्हता. काही बाबतीत आम्ही तुम्हाला वागण्याचे स्वातंत्र्य देऊ शकतो, पण बाकी अनेक बाबतीत तुम्ही थोडी सावधगिरी बाळगून पुन्हा पहिल्यासारखा आनंद मिळवू शकता.

तुम्ही काय विचार करीत आहात?

खेळ आणि व्यायाम

"मी गर्भवती आहे तरीही माझा नियमित व्यायाम करू शकते का?"

साधारणपणे गर्भावस्था म्हणजे खेळणे सोडून देणे नसते. फक्त तुम्हाला त्या गर्भातील जीवाचीही काळजी घ्यायची आहे, इतके लक्षात ठेवले की झाले. बहुतेक महिला आपले नेहमीचे कामकाज आणि खेळणे सुरू ठेवू शकतात, असाच सल्ला गर्भवतींना डॉक्टर देत असतात. अर्थात तुम्हाला एखादा नवीन खेळ किंवा दुसरे नवीन काही सुरू करायचे असेल, तर मात्र तुम्ही आपल्या डॉक्टरांचा सल्ला घ्यायला हवा. तसेच थकव्यामुळे तुमची प्रकृती बिघडेल, इतक्या मोठ्या प्रमाणात व्यायाम वगैरे करू नका.

कॅफिन

"मी दिवसातून अनेक वेळा कॉफी पित होते.

आता मला कॉफी घेणे सोडावे लागेल का?''

तुम्हाला पूर्णपणे कॉफी सोडण्याची काही आवश्यकता नाही, फक्त थोडे सावरावे लागेल. गर्भावस्थेत रोज २०० मि.ग्रॅ. पर्यंत कॉफीनचे सेवन करणे सुरक्षित समजले जाते. अर्थात तुम्ही दुधासोबत कॉफी घेता की दुधाशिवाय, यावरही बरेच काही अवलंबून असते. अशा वेळी तुम्ही रोज दोन कॉफी घेऊ शकता. कमी प्रमाणात कॉफी घेत असाल, तर हरकत नाही; पण कडक कॉफी घेत असाल, तर प्रमाण थोडे कमी करायला हवे.

खरं तर कॉफीमधून तुम्ही जे कॉफिन घेत असता, ते इतरही अनेक पदार्थांत द्रवरूप अवस्थेत असते. त्यातील किती कॉफीन गर्भापर्यंत पोहचेत, याबाबत निश्चित काही सांगता येत नाही. गर्भावस्थेच्या सुरुवातीच्या काळात जास्त कॉफिन घेतले, तर गर्भपात होऊ शकतो, याबद्दल काहीही ठोस माहिती उपलब्ध नाही.

कॉफिनबाबत आणखी एक महत्त्वाची गोष्ट आहे. कॉफी पिल्यामुळे तरतरी येत असली, तरी ती कॅल्शियमसारख्या दुसऱ्या पोषक घटकांना शरीराला मिळू देत नाही. त्यामुळे तुम्हाला वारंवार लघवीला जावे लागते. कॉफिनमधील उत्तेजक द्रव्य तुमचा मूड बदलीत असते. तुम्ही जर दुपारनंतर कॉफी घेत असाल, तर त्यामुळे तुमची रात्रीची झोपही पूर्ण होऊ शकत नाही. तुम्ही जास्त प्रमाणात कॉफिन सेवन केले तर ती तुमची आणि गर्भाची लोहाची पातळी घटवू शकते.

सर्व डॉक्टर याबाबतीत वेगवेगळा सल्ला देतात. त्यामुळे कॉफी किती प्रमाणात सेवन करावी, या बाबत तुम्ही तुमच्या डॉक्टरांचा सल्ला घेतला, तर उत्तम. रोज शरीरात जाणाऱ्या कॉफिनचे प्रमाण कॉफीच्या कपांवरून मोजले जाऊ शकत नाही. कॉफीशिवाय इतर पेयांतही, म्हणजे आइस्क्रिम, चहा, एनर्जी बार, ड्रिंक्सआणि चॉकलेटमध्येही कॉफिन असते. उत्पादनानुसार त्याचे प्रमाण बदलत असते. घरी तयार केलेल्या कॉफीच्या तुलनेत बाहेरील कॉफीत कॉफिनचे प्रमाण अधिक असते, हे तुम्ही लक्षात घ्यायला हवे.

तुम्ही कॉफिनपासून कशा प्रकारे सुटका करून घेऊ शकता, हे तुमच्यासाठी कॉफिन म्हणजे काय आहे, यावर अवलंबून आहे. ती तुमच्या सकाळची गरज आहे, कामासाठी आवश्यक आहे, दुपारच्या झोपेनंतर हवे असते की जेव्हा वाटेल तेव्हा हवे असते. सकाळची कॉफी घ्यायला हरकत नाही, पण दुपारनंतरच्या कॉफीचे प्रमाण मात्र कमी करायला हवे. तसेच कॉफीतील दुधाचे प्रमाण वाढवा. त्यामुळे तुम्हाला बोनस म्हणून कॅल्शियम मिळेल.

तुम्हाला कॉफीचे व्यसन असेल, तर कॉफी सोडणे सोपे नाही, हेही तुम्हाला माहीत असते. कोणत्याही गोष्टीचे व्यसन असेल, तर ते सोडल्यावर अनेक लक्षणे दिसायला लागतात. जसे- डोकेदुखी, थकवा, बेचैनी, आळस इ. तुम्हाला हळूहळू त्याचे प्रमाण कमी करावे लागेल. आधी एका कपाचे प्रमाण कमी करा. काही दिवस त्याची सवय झाल्यानंतर मग पुन्हा आणखी एक कप कमी करा. अशा पद्धतीने तुम्ही ध्येय गाठा.

तुम्ही खाली दिलेला सल्ला पाळला तर तुम्हाल तरतरी मिळविण्यासाठी वारंवार कॉफी घ्यावी लागणार नाही.

- तुमच्या रक्तातील साखर आणि उर्जेची पातळी उच्च ठेवा. ताज्या आणि समतोल आहारानेही तुम्हाला कॉफिन घ्यावे वाटणार नाही.
- रोज व्यायाम करा. यामुळे ऊर्जेची आणि एंड्रोफिनची पातळी वाढते. व्यायामासोबत मिळणारी ताजी हवा खूप उपयुक्त असते.
- योग्य वेळी पूर्ण झोप घ्या. रात्री पूर्ण झोप झाली, तर सकाळी आपोआपच ताजे तवाने वाटते. मग तुम्हाला कॉफीची गरज पडणार नाही.

कॅफिनचे प्रमाण

तुम्ही रोज किती प्रमाणात कॉफिन सेवन करता. हे प्रमाण २०० मि. ग्रॅ. पेक्षा कमी अधिक होऊ शकते. त्यासाठी या यादीची मदत घ्या. -

१ कप ब्रू कॉफी (८ अंश)	=	१३५ मि. ग्रॅ.
१ कप इन्स्टंट कॉफी	=	९५ मि. ग्रॅ.
१ कप डीकेप कॉफी	=	५ मि. ग्रॅ.
६ अंश कॅपेचिनो	=	९० मि. ग्रॅ.
१ अंश एस्प्रेसो	=	९० मि. ग्रॅ.
१ कप चहा		९० ते ६० मि. ग्रॅ.
(हिरव्या चहाच्या तुलनेत काळ्या चहात अधिक कॉफिन असते.)		
१ कॅन कोला (१२ अंश)	=	२३५ मि. ग्रॅ.
१ कॅन डाईट कोला	=	४५ मि. ग्रॅ.
१ अंश मिल्क चॉकलेट	=	६ मि. ग्रॅ.
१ अंश डार्क चॉकलेट	=	२० मि. ग्रॅ.
१ कप चॉकलेट मिल्क	=	५ मि. ग्रॅ.
८ अंश कॉफी आईस्क्रिम	=	४०-८० मि. ग्रॅ

मद्यपान

"मी गर्भवती असल्याचे मला माहीत नव्हते. मी अजाणता दोन वेळा मद्यपान केले. त्यामुळे गर्भावर काही परिणाम होऊ शकतो का?"

खरं तर आपण गर्भवती असल्याचे आईला सुरुवातील कळत नाही. त्यामुळे अशा अवस्थेत करायला नकोत, अशी कामे तिच्या हातून होतात. त्यामुळेच इथे आम्ही हा मुद्दा उपस्थित केला आहे.

सुरुवातीच्या काळात थोड्या प्रमाणात मद्यपान केले, तर गर्भावर काही अनिष्ट परिणाम होऊ शकतात, याचा पुरावा नाही. त्यामुळे त्यात घाबरण्यासारखे काही नाही.

अर्थात, आता मात्र तुम्ही पिण्याची सवय सोडायला हवी, याबाबत वाद नाही. गर्भावस्थेत रोज रात्री झोपताना एक ग्लास वाईन पिणाऱ्या आणि तरीही निरोगी बाळाला जन्म देणाऱ्या काही मातांबाबत तुम्ही ऐकले असेल, पण त्यामुळे ते सुरक्षित आहे, असे समजण्याचे काहीच कारण नाही. अमेरिकन अकादमीच्या संशोधकाच्या मते गर्भवती मातासाठी अल्कोहल नुकसानकारक आहे. तरीसुद्धा तुम्ही अजाणतेपणे केलेल्या मद्यपानाचा विचार करून काळजी करण्याचे काहीच कारण नाही. वाटल्यास तुम्ही डॉक्टरांना विचारून निर्धास्त होऊ शकता.

घरी छोटा पाहुणा येणार असेल, तर स्वतः थोडे सावरून वागायला काय हरकत आहे? अर्थात किती प्रमाणात मद्यपान करणे सुरक्षित असते, याबद्दल ठामपणे कोणीही सांगू शकत नाही. कोणतीही गर्भवती महिला ज्या प्रमाणात अल्कोहल सेवन करील, त्या प्रमाणात ते गर्भाच्या रक्तात मिसळते. गर्भवती

कधीच एकटे मद्यपान करीत नाही. ती प्रत्येक वाईन, बिअर किंवा कॉकटेलचा प्याला आपल्या गर्भासोबत पित असते. परिणामाचा तुम्ही विचार करायला हवा.

गर्भवती स्त्री जर रोज मद्य किंवा बिअरचे पाच-सहा पेग घेत असेल, तर त्यामुळे अनेक प्रकारच्या समस्या निर्माण होऊ शकतात. अशा परिस्थितीत जन्म घेणाऱ्या गर्भाची पूर्ण वाढ होत नाही. त्यात मानसिक विकृती आढळून येतात. डोके तोंड, हृदय, हात-पाय आणि सेंट्रल सिस्टिम यामध्येही विकृती आढळून येतात. अशी मुले अल्पायु असतात. जे जगतात, त्यांना अनेक समस्यांचा आयुष्यभर सामना करावा लागतो. ते योग्य प्रकारे निर्णय घेऊ शकत नाहीत. ते स्वतःही वायच्या २१ वर्षांपर्यंत मद्याचे व्यसनी होतात. गर्भावस्थेत मद्यपान करणे जितक्या लवकर थांबवाल, तितका धोका कमी होतो.

तुमचे पिण्याचे प्रमाण जितके अधिक असेल, तितका धोका वाढतो. पिण्याच्या वाईट सवयीमुळे गर्भपातही होऊ शकतो. प्रसूतीच्या वेळी अडचणी निर्माण होऊ शकतात. जन्माच्या वेळी बाळाचे वजन कमी असू शकते. मूल मंदबुद्धी असू शकते. यामुळे विकासाच्या अडचणी निर्माण होऊ शकतात.

काही महिलांना गर्भावस्थेत मद्यपान सोडणे शक्य होते. कारण त्यांना यावेळी मद्याचा वास येतो. गर्भावस्थेच्या सुरूवातीपासून शेवटपर्यंत ही अवस्था राहू शकते. ज्या महिला मद्याशिवाय राहू शकत नाहीत, किंवा ज्यांना जेवणाच्या वेळी रेड वाईन घेण्याची सवय आहे, त्यांनी आपली जीवनशैली थोडी बदलायला हवी. तुम्ही विश्रांती मिळविण्यासाठी मद्यपान करीत असाल, तर विश्रांतीसाठी संगीत ऐका, गरम पाण्याने स्नान करा, मालीश करा किंवा व्यायाम करा, नाही तर वाचन करा. तुम्ही जर मद्यपान केल्याशिवाय राहू शकत नसाल किंवा तुमची मद्य सोडायची इच्छा नसेल, तर ब्रंचमध्ये ब्लडी मॅरीऐवजी व्हर्जिन मॅरी घ्या. जेवणाच्या वेळी ज्यूस किंवा नॉन अल्कोलह बिअर घ्या. ज्यूसमध्ये पाणी घालून ज्यूस घ्या. असा ज्यूस घेताना ग्लास आणि वातावरणही वाईनसारखे ठेवा. अशा वेळी पतीने तुमची सोबत केली, तर तुमचा आनंद द्विगुणित होईल.

मद्यपान सोडण्यास अडचण येत असेल, तर तुमच्या डॉक्टरांचा सल्ला घ्या.

पाईप आणि सिगारपासून दूर रहा

तुम्ही पाईप आणि सिगार ओढणे सोडले, तर बाळही तुम्हाला धन्यवाद देईल. पाईप आणि सिगारमुळे सिगारेटपेक्षा जास्त प्रमाणात धूर शरीरात जातो आणि त्यामुळे गर्भाला जास्त धोका निर्माण होतो. तुमच्या घरी येणाऱ्या नवीन छोट्या पाहुण्याची बातमी तुम्हाला सर्वांना सांगायची असेल, तर तुम्ही चॉकलेटपासून तयार केलेल्या सिगार किंवा पाईपचा आस्वाद घेऊ शकता.

धुम्रपान

''मी गेल्या दहा वर्षांपासून सिगारेट ओढते. त्यामुळे माझ्या बाळाचे नुकसान होईल का?''

गर्भवती होण्यापूर्वी तुम्ही जे काही धुम्रपान केले आहे, त्याचा तुमच्या अद्याप न जन्मलेल्या बाळावर काहीही दुष्परिणाम होत नाही, ही खूपच आनंदाची बातमी आहे. गर्भावस्थेत, विशेषतः तिसऱ्या महिन्यापासून धुम्रपान केले, तर मात्र त्याचा तुमच्या गर्भाच्या आरोग्यावर गंभीर परिणाम होतो. तुम्ही धुम्रपान करीत आहात, याचा अर्थ तुमचा गर्भ धुराने भरलेल्या पोटात वाढत असतो. त्यामुळे त्याच्या हृदयाची स्पंदने वाढतात. तसेच ऑक्सिजनच्या कमतरतेमुळे त्याचा योग्य विकास होऊ शकत नाही.

याचे परिणाम खूप गंभीर होऊ शकतात. यामुळे गर्भावस्थेतही गंभीर समस्या निर्माण होऊ शकतात. यामध्ये एक्पोटिक प्रेगनन्सी, ॲबनॉर्मल प्लेसेंटल

डिटॅचमेंट, प्रिम्यॅच्यूअर रप्चर ऑफ मेंब्रेन याचा समावेश होतो. इतकेच नाही तर अकाली प्रसूतीसुद्धा होऊ शकते. धुम्रपानाचा गर्भाच्या विकासावर विपरित परिणाम होत असल्याचे आढळून आले आहे. सर्वात मोठा धोका म्हणजे जन्माला येणाऱ्या बाळाचे वजन खूप कमी असू शकते, उंची कमी असू शकते तसेच डोक्याचा व्यास कमी असू शकतो. याच कारणामुळे बाळ जन्माच्या वेळी आजारी होऊ शकते किंवा त्याचा अकाली मृत्यूही होऊ शकतो.

धुम्रपान करणाऱ्या महिलांच्या गर्भाला सीडस् सिंड्रोम आढळून येतो. धुम्रपान न करणाऱ्या महिलांच्या मुलाइतके ते निरोगी नसतात. या मुलांमध्ये शारारिक आणि मानसिक कमतरता आढळून येते. इतकेच नाही, गर्भाचे आई- वडील

ग़र्भासाठी अमूल्य भेट

बाळाच्या आगमनाची सूचना मिळाल्याबरोबर सर्व घरात आनंदाचे वातावरण निर्माण होते. अशावेळी तुम्ही धुम्रपान आणि मद्यपान लगेच सोडायला हवे. धुम्रपान आणि मद्यपान करणाऱ्या स्त्रियाही निरोगी बाळाला जन्म देत असल्याचे तुम्ही ऐकले असेल, पण हे सर्व त्या किती प्रमाणात त्याचे सेवन करतात यावर अवलंबून असते. तुम्ही आणि तुमचे बाळ इतके नशीबवान कसे काय असू शकेल? गर्भवती आई आणि बाळ यांचा प्रतिसाद वेगवेगळ्या प्रकारचा असू शकतो. कदाचित जन्माच्या वेळी बाळात तशी काही लक्षणे आढळून आली नाहीत, तरीही नंतर ती दिसू शकतात. ते हायपरॲक्टिव्ह असू शकतात आणि नतंर त्यांना शिक्षणात अडचणी येऊ शकतात.

धुम्रपान, मद्यपान यासारख्या सवयी सोडणे सोपे नसते. तुम्ही असे करू शकत असाल, तर तुम्ही तुमच्या बाळाला एक अनमोल भेट देत असता, हे विसरू नका.

त्याच्या भोवती धुम्रपान करीत असतील, तर धोका आणखी वाढतो. त्याची इम्यून सिस्टिम ककमुवत होऊ शकते. त्याची श्वसन यंत्रणा कमकुवत असू शकते. कानांमध्ये संक्रमण होऊ शकते. अशा मुलांमध्ये अनेक प्रकारच्या व्यवहार्य अडचणी

धुम्रपान सोडण्यासाठी

अभिनंदन! तुम्ही तुमच्या बाळाला धूररहीत स्वच्छ पर्यावरण देण्याचा निर्णय घेतला आहे. असा विचार करणे, हेच पहिले पाऊल होय. मग खरंच तुम्हाला सिगारेट सोडण्यात अडचण येणार नाही. त्यासाठी खालील सूचना तुम्हाला उपयुक्त ठरतील :

आपले ध्येय ओळखा :- तुम्ही गर्भवती आहात, यापेक्षा सिगारेट सोडण्यासाठी आणखी दुसरे कोणते महत्त्वाचे कारण हवे आहे.

सोडण्याची पद्धत :- या सवयीला हसत हसत निरोप द्या. या दिवसासाठी आनंदी आणि मजा देणारी कामे निवडा म्हणजे तुम्हाला सिगारेटची आठवण होणार नाही.

धुम्रपानाचे कारण ओळखा :- आनंदासाठी, विश्रांतीसाठी, उत्तेजित होण्यासाठी की आणखी कशासाठी धुम्रपान करता, याचा शोध घ्या. तुम्हाला तणावावर किंवा निराशेवर मात करायची आहे? तुम्हाला सारखे तोंडात किंवा हातात धरण्याची सवय लागलीय? तुम्हाला तुमची इच्छा पूर्ण करायची आहे म्हणून सिगारेट शिलगवता? एकदा धुम्रपानाचे कारण कळल्यावर उपाय शोधणे सोपे जाते.

- हात गुतूंन राहावेत, यासाठी तुम्ही धुम्रपान करीत असाल, तर हातात पेन्सिल, काडी किंवा रबर बँड धरण्याची सवय लावा. विणकाम करा, कॉम्प्यूटरवर कोडी सोडवा, व्हिडिओ गेम खेळा. आपल्या इ-मेल तपासा. त्यामुळे तुम्हाला सिगारेटची आठवण येणार नाही.
- तोंडात काही धरण्यासाठी म्हणून सिगारेट ओढत

असाल, तर त्याच्याऐवजी टूथपीक, गम, कच्च्या भाज्या, पॉपकॉर्न किंवा लॉलीपॉप तोंडात धरा.

- उत्तेजनेसाठी धुम्रपान करीत असाल, तर थोडे फिरा. वाचन करा. मैत्रिणींसोबत गप्पा मारा.
- तणाव कमी करण्यासाठी धुम्रपान करीत असाल, तर थोडा व्यायाम करा किंवा आराम मिळविण्याच्या नवीन पद्धती शोधा. हळवे संगीत ऐका. थोडे फिरायला जा. मालिश करा किंवा मग लैगिंक संबंधासाठी तयार व्हा.
- फक्त सवयीमुळे धुम्रपान करीत असाल, तर धुम्रपानाला मनाई असलेल्या ठिकाणी जा..
- धुम्रपान करताना काही विशेष खाण्या पिण्याची सवय असेल, तर ती बदला. तुम्हाला नास्त्याच्या वेळी धुम्रपान करायची सवय असेल आणि अंथरूणावर तुम्ही धुम्रपान करीत नसाल, तर अंथरुणावर नास्ता घेण्याचा विचार वाईट नाही.
- धुम्रपानाची आठवण झाल्यावर दीर्घ श्वास घ्या आणि नंतर हळूहळू सोडा. तुम्ही सिगारेटचा धूर सोडीत आहात, अशी कल्पना करा.

अचानक सिगारेट दिसली तर...

- सिगारेट दिसल्यावर तिचा विचार करण्याऐवजी तुम्ही ओढलेल्या सिगारेटचा विचार करा. तुम्ही जी सिगारेट ओढत नाहीत, ती तुमच्या बाळासाठी किती उपयुक्त आहे, याचा विचार करा.

गर्भापासून प्रेरणा घ्या...

- स्वंयपाक घरातील टेबल, कपाट, दरवाजा यावर तुमच्या गर्भाची सोनोग्राफीद्वारे काढलेली प्रतिमा लावा. अशी प्रतिमा नसेल, तर सुंदर बाळाचे चित्र लावून त्यापासून प्रेरणा घ्या.

थोडी मदत घ्या

- हिप्नोसिस ॲक्यूपंक्चर आणि विश्रांती घेण्याच्या पद्धतीत बदल करून त्याच्या मदतीने तुम्ही धुम्रपान सोडू शकता. याबाबतीत मदत करणाऱ्या अनेक संस्था आहेत. धुम्रपान सोडण्याचा प्रयत्न करणाऱ्या इतर गर्भवती स्त्रियांचीही तुम्ही ऑनलाईन मदत घेऊ शकता.

वारंवार प्रयत्न करा...

निकोटीन एक शक्तीशाली अमंली पदार्थ आहे. त्यापासून सुटका करून घेणे, सोपे नाही. पहिल्यांदा यश मिळाले नाही, तरी वारंवार प्रयत्न करा. केलेल्या प्रयत्नांसाठी स्वतःला शाबासकी द्या. अपयश आले म्हणून नाराज होण्याऐवजी पुन्हा दुप्पट उमेदीने कामाला लागा.

टीप : गर्भावस्थेच्या काळात निकोटीन पॅच, लांजिस किंवा गमचे सेवन करणेही खतरनाक असू शकते. हे घेण्याचा डॉक्टर सल्ला देत नाहीत.

असल्याचे आढळून आले आहे. धुम्रपान न करणाऱ्या आई वडिलांच्या मुलाच्या तुलनेत ही मुले पहिल्या वर्षी खूप अधिक प्रमाणात आजारी पडतात. इतकेच नाही, तर मोठी झाल्यावर ही मुले अतिशय सहजगत्या धुम्रपानाला बळी पडू शकतात.

तंबाखूचाही त्यावर वाईट परिणाम होऊ शकतो. दिवसाला एक पॉकेट सिगारेट ओढणाऱ्या मुलांचे वजन जन्मापासूनच खूप कमी असते. तुम्ही सिगारेट ओढत असाल, तर जोरदार झुरके मारण्याचा मोह तुम्ही सोडायला हवा. कमी निकोटिन असलेली सिगारेट ओढल्यामुळेही धोका कमी होत नाही. तुम्हाला सिगारेट सोडावीच लागेल.

काही आभ्यासातून असेही आढळून आले आहे, की ज्या महिला गर्भावस्थेच्या पहिल्या तीन महिन्यात धुम्रपान सोडतात; त्यांच्या बाबतीत धोका खूप कमी होतो. काही महिला सुरूवातीला धुम्रपान सोडू शकत नाहीत, त्या नंतर आपल्या आतल्या आवाजाला प्रतिसाद देऊन धुम्रपान सोडतात. आधी धुम्रपान सोडणे चांगले; पण नंतर सोडले तरीही गर्भासाठी ऑक्सिजन मिळण्याचा मार्ग मोकळा होतो.

धुम्रपान सोडल्यामुळे आपले वजन वाढू शकते, अशी तुम्हाला भीती वाटत असेल, तर तसा काही

विचार करू नका. कारण असे काही अद्याप कुठे आढळून आले नाही. धुम्रपान करणारे अनेक जण लठ्ठ असतात. अर्थात धुम्रपान सोडण्याच्या प्रक्रियेत थोडे वजन वाढू शकते, पण नंतर ते अगदी सहजगत्या कमी केल्या जाऊ शकते. त्यासाठी डायटिंग करण्याचा विचार मनातून काढून टाका.

धुम्रपान करणे सोडल्यानंतर अनेक लोकांत इतर काही लक्षणे आढळून येतात. ही लक्षणे वेगवेगळ्या लोकांत वेगवेगळी असू शकतात. बचैनी, उत्तेजना, तणाव, अंगदुखी, डोके गरगरणे, शरीर सुन्न पडणे, थकवा येणे, झोप न येणे, गॅसेस होणे अशा प्रकारची लक्षणे सहजपणे आढळून येतात. मानसिक आणि शारीरिक स्वास्थ्याचे दुष्परिणामही आढळून येतात. बहुतेक लोकांना नंतर कफचा त्रास होतो.

निकोटीनचा परिणाम कमी करायचा असेल, तर कॉफिन घेणे बंद करा. थकव्यापासून दूर राहण्यासाठी व्यायाम करा आणि चांगली विश्रांती घ्या. डोक्याला थकवा आणणारी कामे करण्याऐवजी साधी सुधी कामे करा. निराशा खूप वाढली असेल, तर आपल्या डॉक्टरांचा सल्ला घ्यायला विसरू नका.

हे परिणाम काही दिवसांपासून काही आठवडे राहू शकतात, पण फायदा मात्र कायमस्वरूपी मिळतो.

जोडीदाराचे धुम्रपान

"मी सिगारेट ओढीत नाही, पण माझे पती ओढतात. यामुळे गर्भावर काही दुष्परिणाम होऊ शकतात का?"

धुम्रपानातील धुराचा फक्त धुम्रपान करणाऱ्यालाच त्रास होतो, असे नाही. त्याचा परिणाम सभोवतालच्या वातावरणावर आणि आईच्या पोटात वाढणाऱ्या गर्भावरही होतो. तुमचे पिते सिगारेट ओढत असतील, तर त्याचा गर्भावर तितकाच दुष्परिणाम होतो, जितका तुम्ही धुम्रपान केल्यावर होतो.

ते जर धुम्रपान सोडू इच्छित नसतील, तर त्यांना तुमच्यापासून दूर किंवा घराबाहेर जाऊन धुम्रपान करायला सांगा. (अर्थात तरीही थोडा फार दुष्परिणाम होऊ शकतो.)

धुम्रपानाचा त्याग केल्यामुळे फक्त त्यांचेच आरोग्य सुधारत नाही, तर गर्भाचेही सुधारते. धुरामुळे गर्भाला श्वसनसंस्थेचे विकार होऊ शकतात. त्याच्या फुफ्फुसांना त्रास होऊ शकतो. इतकेच नाही, तर तुमचे मूलही मोठेपणी धुम्रपान करू शकते.

अर्थात मित्र आणि नातेवाईकांना धुम्रपान करण्यापासून तुम्ही थांबवू शकत नाहीत. त्यामुळे शक्यतो त्यांच्यापासून दूर राहण्याचा प्रयत्न करावा. (जेव्हा ते धुम्रपान करीत असतात तेव्हा तरी.) तुमच्या कामाच्या ठिकाणी धुम्रपान करण्यास बंदी असेल, तर तुम्ही तिथे मोकळा श्वास घेऊ शकता. असे नसेल, तर धुम्रपानामुळे गर्भाला काय त्रास होऊ शकतो, ते तुमच्या सहकाऱ्यांना सांगा. त्यामुळेही फरक पडत नसेल, तर त्यांनी विशिष्ट ठिकाणी जाऊन धुम्रपान करावे, असा नियम करण्यासाठी प्रयत्न करा. यापैकी काहीच शक्य नसेल, तर अशा ठिकाणी काम करणे काही काळ थांबवा.

अफूचे सेवन करणे

"सामाजिक पातळीवर गेल्या अनेक वर्षांपासून मी अफूचे सेवन करीत आले आहे. याचा माझ्या गर्भावर काही विपरित परिणाम होऊ शकतो का? गर्भावस्थेत अफूचे सेवन करणे हानीकारक असते का?"

जे झाले ते विसरून जा. तुम्हाला काही अडचण येणार असती, तर ती गर्भधारणेच्या वेळीच आली असती. आता तुम्ही गर्भवती आहात, त्यामुळे त्याचा काही धोका नाही. गर्भधारणेपूर्वी सेवन केलेल्या अफूचा गर्भावर काही परिणाम होऊ शकतो, याचा

काही ठोस पुरावा उपलब्ध नाही.

अर्थात याबाबतीत अतापर्यंत समाधानकारक संशोधन झाले नसल्यामुळे त्याचे नेमके परिणाम काय होतात हे सांगता येत नाहीत. तरीही आता तुम्ही त्याचे सेवन थांबवायला हवे. गर्भावस्थेत अफूचे सेवन करणाऱ्या महिला मद्य, सिगारेट आणि इतर अमंली पदार्थांना बळी पडू शकतात. त्या प्रसवपूर्व देखभाल करू शकत नसल्यामुळे वाईट परिणाम कशाचे झाले ते योग्य प्रकारे सांगता येत नाहीत. तुम्ही अफूची नशा करता तेव्हा त्याचे दुष्परिणाम गर्भावर होतात, हे तरी आतापर्यंतच्या आभ्यासावरून समोर आले आहे. यामुळे गर्भाचा पूर्ण विकास होऊ शकत नाही. काही आभ्यासातून तर आणखी दुष्परिणाम समोर आले आहेत. यामुळे गर्भाच्या विकासात अनेक प्रकारच्या अडचणी येतात.

इतर अंमलीपदार्थांप्रमाणे हेही गर्भावस्थेत नुकसानकारक असल्याचे समजून त्याचा तुम्ही त्याग करायला हवा. आतापर्यंत जे झाले ते झाले. गर्भावस्थेत तरी हे चालणार नाही. सिगारेट सोडण्याच्या ज्या सूचना दिल्या आहेत, त्याचा वापर करून तुम्ही अफूही सोडू शकता. योग, ध्यान धारणा आणि मालीश यासारख्या विश्रांती मिळवून देणाऱ्या तंत्राचा आधार घ्या. तरीही शक्य झाले नाही, तर आपल्या डॉक्टरांचा सल्ला घ्या.

कोकेन आणि इतर अमंली पदार्थ

"मी आठवड्यापूर्वी कोकेन घेतले होते. नंतर मला मी गर्भवती असल्याचे कळले. याचा माझ्या गर्भावर काही दुष्परिणाम होणार नाही ना?"

त्या घेतलेल्या कोकेनचा विचार करू नका, फक्त ते शेवटचे ठरेल असे पहा. त्या कोकेनचा तुमच्या गर्भावर काही दुष्परिणाम होणार नाही. गर्भावस्थेतही कोकेनचे सेवन करीत राहिलात तर ते धोकादायक ठरू शकते. ते किती धोकादायक ठरू शकते, याचा नेमका अंदाज सांगता येत नाही. याचे नेमके काय परिणाम होतात ते सांगता येत नाही. कारण साधारणपणे कोकेनचे सेवन करणारे धुम्रपानही करीत असतात. अमंली पदार्थांचा गर्भावर गंभीर दुष्परिणाम होत असल्याचे आभ्यासातून आढळून आले आहे. गर्भाचा रक्तप्रवाह आणि विकासात अडथळे येतात. विशेषतः गर्भाचा डोक्याकडील भागाचा विकास. गर्भपात, अकाली प्रसूती, जन्माच्या वेळी वजन कमी असणे, जन्मानंतर उशिरा रडणे यासारख्या समस्यांच्या बरोबरीने काही दीर्घकालीन समस्याही निर्माण होऊ शकतात. गर्भवती कोकेनचा जितका जास्त वापर करते तितके ते गर्भासाठी जास्त हानीकारक ठरते.

याबाबतीत तुमच्या डॉक्टरांनाही सांगा. त्यांना आणि नर्सला तुमची हिस्ट्री माहीत असणे चांगले असते. इच्छा असूनही कोकेन सोडणे शक्य होत नसेल, तर डॉक्टरांचा सल्ला घ्या.

हेरॉईन, एलसीडी, पीसीपी याशिवाय नार्कोटिक, ट्रॅक्वालायजेंस, सिडेटिव्ह आणि झोपेच्या गोळयाही हानीकारक आहेत. गर्भावस्थेत अंमली पदार्थांपासून दूर रहा म्हणजे तुमची प्रसूती सुरक्षित होऊ शकते.

सेलफोन

"मी मोबाईलवर रोज तासंतास बोलते. याचा गर्भावर काही विपरित परिणाम होऊ शकतो?"

आजकाल तर सर्वच जण मोबाईलचा मोठ्या प्रमाणात वापर करतात. आता तुम्ही दोघे एकाच वेळी एकाच फोनचा वापर करीत असाल, तर त्यामुळे काही फरक पडत नाही. सेलफोनच्या वापराचा गर्भावस्थेवर काही विपरित परिणाम होत असल्याचे आतापर्यंत तर काही आढळून आले नाही. खरं तर तो तुमच्यासाठी उपयुक्त आहे. कारण त्याच्या मदतीने

तुम्ही तुमच्या डॉक्टरांशी आणि मीडवाईफशी लगेच संपर्क साधू शकता. अशाच प्रकारे याच्या मदतीने तुम्ही तुमच्या कामातही अशी सुसूत्रतात आणू शकता, की त्यामुळे तुमचे काम सोपे होऊ शकते आणि तुम्हाला विश्रांतीसाठी जास्त वेळ मिळू शकतो.

अर्थात सेलफोन पूर्णपणे निर्धोक आहे, असे समजता येत नाही. वाहन चालविताना मोबाईलवर बोलणे धोकादायक होऊ शकते. तुमच्या हातात मोबाईल नसला आणि कानाला यंत्र असले, तरी त्यामुळे तुमचे लक्ष तर विचलित होऊ शकते. फोनवर नेहमी सुरक्षित ठिकाणी राहून बोला.

मायक्रोवेव्ह

"मी रोजच मायक्रोवेव्हमध्ये जेवण तयार करते किंवा गरम करते. गर्भावस्थेत याचा वापर करणे सुरक्षित आहे का?"

आता तुम्ही आई होणार आहात. तुमच्यासाठी तर हे एखाद्या जीवलग मैत्रिणीसारखे आहे. कमी वेळात आणि कमी श्रमांत ताजे आणि चवदार जेवण तयार होते. याचा वापर पूर्णपणे सुरक्षित असल्याचे आभ्यासांती आढळून आले आहे. मायक्रोवेव्हमध्ये शक्य त्याच प्रकारचे जेवण तयार करा आणि या जेवणाचा प्लॅस्टिक रॅम्पला स्पर्श होऊ देऊ नका.

हॉट टब आणि सोना बाथ

"आमच्या घरी हॉट टब आहे. गर्भावस्थेत त्याचा वापर करणे सुरक्षित आहे?"

तुम्ही थंड पाण्याने स्नान करावे, असे काही नाही; पण हॉट टबचा वापर न करणे चांगले. ज्या कोणत्या गोष्टीमुळे शरीराचे तापमान १०२ अंश फॉरनहीटपेक्षा जास्त वाढू शकते, अशा कोणत्याही वस्तूचा वापर, विशेषतः गर्भावस्थेच्या सुरूवातीच्या काळात वापर करणे धोकादायक होऊ शकते. तसं तर पहिल्या दहा मिनिटांत शरीराचे तापमान वाढत नसल्याचे आभ्यासांती आढळून आले आहे; पण सुरक्षिततेच्या दृष्टिकोनातून तुम्ही तुमचे पोट गरम पाण्याच्या बाहेरच ठेवा. साधारणपणे शरीराचे तापमान १०२ अंश फॅरनहिट होण्याआधीच बहुतेक महिला गरम पाण्याच्या बाहेर येतात आणि त्यामुळे त्यांना असमान्य वाटू लागते. मनाच्या समाधानासाठी डॉक्टरांच्या सल्ल्याने भृणसाऊंड करू शकता.

सोना किंवा स्टीमरूममध्येही जास्त वेळ राहणे योग्य नाही. गर्भवती महिलांना डिहायड्रेशेन आणि कमी रक्तदाब असण्याचा त्रास होतो. तिथे गेल्यामुळे हा धोका अधिक वाढू शकतो. याच पुस्तकात इतरत्र आम्ही स्पा उपचार पद्धतीशी संबंधित दक्षतेविषयी सांगितले आहे. त्याकडे लक्ष द्या.

पाळीव मांजर

"आमच्या घरी दोन पाळीव मांजरी आहेत. त्यांच्यामुळे गर्भाला आजार होतो, असे मी ऐकले आहे. मी या मांजरींपासून दूर रहू?"

- तुमच्या मित्रांपासून अशा प्रकारे सुटका मिळविण्याचा विचार करू नका. तुम्ही या मांजरीसोबत बऱ्याच काळापासून राहत आहात. त्यामुळे मांजरींपासून होणाऱ्या टोसोप्लाजमोसिस सारख्या रोगांविरूद्ध रोगप्रतिकारक शक्ती तुमच्यत निर्माण झाली असेल. एका अंदाजानुसार ४० टक्के अमेरिकन लोक या आजाराचे बळी आहेत. ज्या लोकांच्या पाळीव मांजरी आपल्या घराबाहेर अधिक काळ राहतात, त्या ठिकाणी तर ही शक्यता अधिकच निर्माण होते. कच्चे मांस खाणाऱ्या आणि पाश्चराईज न केलेले दूध पिणाऱ्या मांजरीपासून तर हा धोका अधिक असतो. तसं तुम्हाला वाटत असेल, तर तुम्ही काही चाचण्या करून घेऊ शकता. खालील सावधगिरी बाळगा.

- मांजरींना विषाणू संसर्ग झाला नाही ना, याची तपासणी करून घ्या. त्यांना संसर्ग झाला असेल, तर काही काळासाठी त्यांना आपल्या मैत्रिणीकडे ठेवा. म्हणजे मग त्या बऱ्या होतील. त्यानंतर मात्र त्या मांजरींना कच्चे मांस खाणे, रानटी मांजरीसोबत फिरणे, इकडे तिकडे भटकणे आणि उंदीर खाण्यापासून रोखण्याचे काम करा.
- दुसऱ्या कोणाला त्यांची स्वच्छता करू द्या. तुम्हालाच ती करावी लागत असेल, तर हातात मोजे घाला. मांजरीला स्पर्श केल्यानंतर लगेच हात स्वच्छ धुवा.
- बागकाम करतानाही हातात मोजे घाला. बागेतील मातीत मांजरीने मल-मूत्र विसर्जन केले, अशी तुम्हाला शंका असेल, तर तुम्ही बागकाम करू नका. मांजरी किंवा दुसऱ्या कोणत्याही प्राण्याने वापरलेल्या मातीत मुलांना खेळू देऊ नका.
- बागेतील फळे आणि भाज्या वापरण्यापूर्वी चांगल्या धुऊन, सोलून आणि शिजवून खा.
- कच्चे किंवा अर्धवट शिजविलेले मांस खाऊ नका. चांगल्या प्रकारे शिजविलेले मांसच वापरा.
- कच्चे मांस स्वच्छता केल्यानंतर हात स्वच्छ धुवा.

प्रत्येक गर्भवती महिलांनी अशा प्रकारे चाचणी करून घ्यायला हवी म्हणजे त्यांना आपली परिस्थिती कळू शकते; असे अनेक डॉक्टरांचे म्हणणे आहे. त्यांना संसर्ग झाला असेल, तर त्या सावधगिरी बाळगू शकतात. तुम्ही डॉक्टरांचा सल्ला घ्या.

घरगुती अडचणी

''घराची स्वच्छता करणाऱ्या वस्तू आणि डास मारणारे स्प्रे यांची कशी हाताळणी करावी? गर्भावस्थेत नळाचे पाणी पिणे योग्य आहे?''

गर्भावस्थेत बारीक सारीक गोष्टीही खूप महत्त्वाच्या असतात. तुम्ही खास प्रकारे दोन जिवांसाठी जगत असता तेव्हा स्वच्छता करणारे पदार्थ, डास मारणारे स्प्रे आणि पिण्याचे पाणीही नुकसानकारक होऊ शकते, असे तुम्ही कुठेतरी ऐकले किंवा वाचले असेलच. तुम्ही थोडीशी सावधगिरी बाळगली तर तुमच्यासाठी आणि बाळासाठी घरासारखे दुसरे सुरक्षित ठिकाण नाही. या घरगुती अडचणींबाबत तुम्हाला खालील माहिती असायला हवी.

घराच्या स्वच्छतेसाठीची उत्पादने :- स्वयंपाकघराची स्वच्छता करायची असेल किंवा डायनिंग टेबल चकचकीत करायचे असेल, तर हे काम तुम्हालाच करावे लागते. गर्भावस्थेत हे करताना थोडी सावधगिरी बाळगा. या सूचनांकडे लक्ष द्या.

- या उत्पादनांचा वास खूप तीव्र असेल तर जवळ जाऊन वास घेऊ नका. हवेशीर असलेल्या ठिकाणींच त्यांचा वापर करा. टॉयलेटची स्वच्छता करण्याचे काम जोडीदाराला सांगणेच चांगले.
- अमोनिया आणि क्लोरिन असलेले पदार्थ गर्भावस्था नसतानाही एकत्र करू नका. या मिश्रणाने तीव्र लाटा उठतात.

इलेक्ट्रिक चादर आणि हिटिंग पॅड

कडाक्याच्या थंडीत हिटिंग पॅड किंवा इलेक्ट्रिक चादर वापरण्याची इच्छा असेल, तर आपल्या प्रिय व्यक्तीची मिठी काही वाईट नसते. थंडी जास्त असेल, तर त्या चादरीच्या सहाय्याने अंथरुणात उष्णता निर्माण करा. मग त्या ठिकाणी झोपताना मात्र ते दूर करा. हिटिंग पॅड एखाद्या टॉवेलात गुंडाळूनच मग त्याचा शेक घ्या. तसं तर गर्भावस्थेचा कालावधी जस जसा वाढत जातो, तशी शरीरात उष्णता निर्माण होते. हिटिंग पॅडचाही १५ मिनिटांपेक्षा जास्त काळ वापर करू नका. रात्री झोपताना तर त्याचा वापर करू नका. हे सुरू ठेवून झोपू नका. गर्भावस्थेच्या आधी काही काळ इलेक्ट्रिक चादर किंवा हिटिंग पॅड वापरले असतील, तर त्याने काही फरक पडत नाही.

- ज्या उत्पादनांवर विषारी असल्याचे लेबल लावलेले असते, त्यांचा वापर करू नका. ओव्हन स्वच्छ करण्यासाठी वापरण्यात येणाऱ्या किंवा ड्रयाक्लिनिंगच्या द्रव्याचा वापर करू नका.
- कोणतेही उत्पादना वापरण्यापूर्वी मोजे घाला. त्यामुळे हाताची त्वचा सुरक्षित राहते तसेच त्वचेचा रसायनांशी थेट संपर्क येत नाही.

शिसे (लीड) :- खरं तर हे मुलांसाठी फारसे घातक नसते. गर्भवती स्त्रिया आणि गर्भ यांच्यासाठी मात्र हानिकारक आहे. त्यापासून बचावासाठी :-

- पिण्याच्या पाण्यात शिसे असते. तुमचे पाणी यापासून सुरक्षित ठेवा.
- जुन्या रंगातही शिसे असते. तुमचे घर ५० वर्षांपेक्षा जुने असेल आणि तुमच्या घरातील रंगाचे पापुद्रे सुटत असतील, तर अशा घरात राहू नका. घरातील एखादी भिंत किंवा एखाद्या फर्निचरचा रंग उडाला असेल तर त्याला पुन्हा रंगविण्यासाठी उशीर करू नका.
- माती, पोटरी आणि चिनीमातीच्या भांड्यातही शिसे आढळून येते. त्याचे प्रमाण नक्की सांगता येत नसले, तरीही अशा भांड्यात आंबट फळे, सिरका, टमाटे किंवा पेय ठेऊ नका.

नळाचे पाणी :- बहुतेक वेळा नळाचे पाणी स्वच्छ आणि सुरक्षित असते. सुरक्षित पाण्यासाठी –

- स्थानिक आरोग्य विभागाकडून पिण्याच्या पाण्याची शुद्धता तपासून घ्या. इतरांच्या तुलनेत तुमच्या घरी येणारे पाणी घाणेरडे आणि दुर्गंधीयुक्त नाही ना, हे पाहा. कारण काही वेळा गटाराचे पाणी त्यात मिसळू शकते किंवा काही ठिकाणी पाईप लाईन खराब होऊ शकते. त्यांना पाणी शुद्ध करण्याची पद्धत विचारा आणि शंका आली, तर पाण्याची तपासणी करा.
- तपासणीत पाणी अशुद्ध आढळून आले, तर फिल्टर वापरा किंवा पिण्यासाठी तसेच जेवण तयार करण्यासाठी बॉटलीबंद पाणी वापरा. अर्थात सर्वच प्रकारचे बाटलीबंद पाणी स्वच्छ असते, असा विचार करू नका. त्या सुद्धा साध्या पाण्याने भरलेल्या असू शकतात. काही बाटल्यातील पाण्यात फ्लोराईड असत नाही, जे तुमच्या गर्भाच्या दातांसाठी आवश्यक असते. डिस्टिल्ड पाणीही वापरू नका. कारण त्यातील खनिजे काढून टाकलेली असतात.
- तपासणीनंतर पाण्यात शिस्याचे प्रमाण अधिक आढळून आले तर पाण्याचे कनेक्शन दुसऱ्या ठिकाणाहून घ्या. असे करणे दर वेळी शक्य होईलच असे नाही, त्यामुळे जेवण तयार करण्यासाठी आणि पिण्यासाठी थंड पाणीच वापरा. पहिली पाच मिनिटे नळ उघडा सोडा.
- पाण्याला क्लोरिनचा वास येत असेल, तर पाणी उकळा किंवा झाकण न लावता २४ तास ठेवा.

कीटकनाशके (पेस्टिसाईड्स) :- अनेक प्रकारच्या कीटकांपासून सुरक्षा मिळविण्यासाठी आपल्याला अनेक वेळा काही प्रकारची कीटकनाशके वापरावी लागतात. गर्भावस्थेतही थोडीसी सावधगिरी बाळगली, तर सर्व काही ठीक होऊ शकते. तुमच्या अवती भोवती कीटकनाशके फवारली असतील, तर त्यांचा वास जाईपर्यंत खिडक्या लाऊन घ्या.

तुमच्याच घरात कीटकनाशकाचा स्प्रे करण्याची आवश्यकता पडली तर भांडे आणि खाण्या पिण्याचे साहित्य त्यापासून सुरक्षित राहील, याची खबरदारी घ्या. घरातील वास घालविण्यासाठी खिडक्या उघड्या ठेवा. सर्व जागा धुवून पुसून स्वच्छ केल्यानंतरच त्या ठिकाणी जेवण करा. तसं तर पेस्ट नियंत्रणासाठी नैसर्गिक पद्धतींचा वापर करणे चांगले. तुमच्या बागेतील मोठ्या पाईपाच्या तुषारांचा त्यासाठी वापर करा. या कामासाठी खास प्रकारचा सोप मिक्स मिळतो, त्याचा वापर करा.

कीटकनाशके वापरण्याचीच वेळ आली, तर जास्त विषारी नसलेली वापरा. घरात नेप्थॉलिन बॉल्स ठेवण्याऐवजी लिंबाचा पाला ठेवा.

घरात लहान मुले किंवा पाळीव प्राणी असतील तर कीटकनाशके त्यांच्यापासून दूर ठेवा. विषारी नसलेल्या कीटकनाशकातही बोरीक ॲसिड आढळून येते. त्याचा वास घेणे किंवा गिळणे विषारी असते. त्यांच्यामुळे डोळे जळजळ करतात. एखाद्या स्थानिक कॅंपमधून कीटकनाशके दूर करण्याच्या नैसर्गिक पद्धतींची माहिती करुन घ्या. त्यांचा सल्ला घ्या.

अर्थात या कीटकनाशकांच्या थोड्या फार प्रमाणात वापराने काही नुकसान होत नाही. याचा दीर्घ काळासाठी वापर केला (जसे रासायनिक कारखान्यात काम करणारे), तर त्याचे गंभीर दुष्परिणाम आढळून येतात.

पेंटचा गंध :- सर्व प्राणी जगतात, छोट्याच्या आगमनापूर्वी भरपूर तयारी केली जाते. पक्षी घरटी तयार करतात, तर खारू ताई आपले घर फांद्या आणि पाने वापरून मऊ करते. पुरूष आणि स्त्रिया ऑनलाईन डिझाईनचे नमुने पाहण्यात व्यस्त होतात. साधारणपणे यात बाळाच्या खोलीला देण्यात येणारा रंगही समाविष्ट होतो. तसं तर आजकाल रंगात शिसे किंवा पाऱ्याचा वापर केला जात नाही. त्यामुळे गर्भावस्थेतही ते पूर्णपणे सुरक्षित असतात. गर्भावस्थेत भार जास्त असतो, त्यामुळे जास्त वेळ पेंट देण्याचे काम केल्याने पाठीच्या मांसपेशीवर ताण पडू शकतो. तिथे वेदना होऊ शकते. पेंट करताना शिडीवरून घसरून पडू शकता. तसेच रंगाच्या वासाने मळमळ होऊ शकते.

घरात रंग देण्याचे काम सुरू असताना बाहेर राहण्याचा प्रयत्न करा. घराच्या सर्व खिडक्या उघड्या ठेवा. पेंट रिमूव्हरच्या वापरापासून दूर रहा. कारण ते खूप विषारी असतात. जुना रंग काढताना त्यात पारा किंवा शिस्याचा वापर असू शकतो.

ग्रीन-ग्रीन टिप्स

घरातील हवा प्रसन्न करायची आहे. तुमचे घर हिरवेगार करून टाका. हिरवी रोपे घरातील प्रदूषण कमी करून स्वच्छ ऑक्सिजनचा पुरवठा करतातच, त्याबरोबर डोळ्यांना गारवाही देतात. 'फिलोडेनड्रॉन' किंवा 'इंग्लिश आयव्ही' सारखी विषारी रोपे मात्र लावू नका. बाळ रांगायला लागेल तेव्हा मात्र तुम्हाला या रचनेत थोडा बदल करावा लागेल.

वायू प्रदूषण

"शहरातील वायू प्रदूषण माझ्या बाळासाठी हानिकारक होऊ शकते का?"

एक दीर्घ श्वास घ्या. हा दीर्घ श्वास खूप मोठ्या प्रमाणात सुरक्षित असतो. हवेत प्रदूषण करणाऱ्या घटकांपासून तुम्ही थोडे सावधच असायला हवे.

- धुराने भरलेल्या खोलीत बसू नका. तंबाखूचा धूर गर्भाच्या विकासावर दुष्परिणाम करतो. तुमचे मित्र, कुटुंबातील सदस्य आणि नातेवाईकांना तुमच्या भोवती धुम्रपान करू नका म्हणून सांगा. सिगारेटच्या बरोबरीने सिगार आणि पाईपपासून दूर रहा. त्यातून जास्त धूर निघतो.
- तुमच्या कारमधील इंधनाची तपासणी करा. गॅरेज बंद करून कार सुरू करू नका. इंजिन सुरू झाल्यावर दरवाजा आणि खिडक्या बंद करा.
- तुमच्या शहरात जास्त प्रदूषण असेल,तर जास्त वेळ घरीच राहण्याचा प्रयत्न करा. खिडक्या बंद ठेवा आणि एसी सुरू ठेवा. आरोग्य अधिकाऱ्यांनी दिलेल्या सर्व प्रकारच्या सूचनांचे पालन करा. काम करायचे असेल तर जीममध्ये जा किंवा इनडोर मॉलमध्ये फेरफटका मारा.
- कोणताही ऋतू असला तरी प्रदूषित वातावरणात धाऊ नका की सायकल चालवू नका. अशा

प्रकारे तुम्ही जास्त प्रमाणात प्रदूषित हवा आत घेता. जिथे पार्क आहे किंवा रस्त्याच्या कडेला भरपूर झाडी असलेला एखादा रस्ता निवडा. मुख्य रस्त्याने जाऊ नका. झाडे कोणत्याही ठिकाणची हवा शुद्ध करतात.

- तुमच्या घरात फायरप्लेस, गॅसची शेगडी किंवा लाकडाची चूल यापासून निघणारा धूर बाहेर टाकण्याची व्यवस्था असायला हवी. फायरप्लेसमध्ये आग पेटविण्यापूर्वी त्याची चिमणी उघडा.
- आम्ही सांगितलेल्या ग्रीन ग्रीन टिप्सचा वापर करा. त्या खूप उपयुक्त आहेत.

घरगुती हिंसाचार

आपल्या गर्भाची सर्व प्रकारे योग्य ती काळजी घेतली जावी, हीच प्रत्येक गर्भवतीची इच्छा असते. काही महिला मात्र गर्भावस्थेत आपलाही बचाव करू शकत नाहीत. कारण त्या घरगुती हिंसाचाराला बळी पडतात. ही गर्भावस्था पूर्वनियोजित नसेल, तर त्यामुळे जोडीदाराच्या मनात संताप, द्वेष आणि उद्रेक निर्माण होऊ शकतो. त्याच्या मनात नकारात्मक विचार जन्माला येतात. अनेक वेळा हीच भावना गर्भवती आणि गर्भ या दोन्हीसाठी हिंसाचाराचे रूप धारण करते.

गर्भावस्थेतील गुंतागुंत आणि कार अपघातांच्या तुलनेत जास्त स्त्रिया घरगुती हिंसाचारामुळे मृत्यू पावतात. साधारणपणे २० टक्के स्त्रिया आपल्या जोडीदाराच्या हिंसाचाराला बळी पडतात. शारीरिक मारहाण सहन कराव्या लागणाऱ्या गर्भवती स्त्रिया अकाली प्रसूत होण्याची शक्यता अधिक असते.

गर्भवती स्त्री आणि गर्भ यांना लागणाऱ्या कोणत्याही शारीरिक जखमेपेक्षा त्यामुळे होणारी मानसिक वेदना जास्त हानीकारक असते. कुपोषण आणि प्रसूतीपूर्व काळजीचा अभाव यामुळे अशा आईच्या पोटी निरोगी बाळ जन्माला येण्याची शक्यता खूप कमी असते.

जन्म झाल्यानंतर लगेच त्या बाळालाही घरगुती हिंसाचाराला सामोरे जावे लागते. समाजातील सर्व थरात अशा महिला आढळून येतात. यामध्ये प्रत्येक वयाच्या जातीच्या आणि शिक्षणाच्या महिला समाविष्ट असतात. तुम्हीही अशा प्रकारच्या घरगुती हिंसाचाराच्या बळी असाल, तर त्यात तुमची काहीही चूक नाही, हे लक्षात घ्या. तुम्ही काहीही केलेले नाही. अशा वाईट नातेसंबंधातून बाहेर पडण्यासाठी तुम्ही इतरांची मदत घ्या. तुम्ही बचाव केला नाही, तर हा हिंसाचार वाढत राहतो. या बाबतीत तुम्ही सुरक्षित नसाल, तर तुमचे बाळही सुरक्षित असू शकत नाही.

तुमच्या डॉक्टरांशी बोला. विश्वासार्ह मित्रांशी बोला किंवा एखाद्या घरगुती हिंसाचाराशी संबंधित स्थानिक संस्थेशी हॉटलाईनवर संपर्क करा. अनेक राज्यांत अशा योजना राबविल्या जातात. अशा ठिकाणी तुमच्या राहण्या खाण्याची तसेच प्रसूतीपूर्व देखभाल करण्याची व्यवस्था करण्यात आलेली असते.

पूरक आणि पर्यायी उपचार

अशा परिस्थितीत सुरुवातीला दाईच पारंपरिक उपचार पद्धतीचा वापर करून समस्या सोडवित असत. आता या उपचारपद्धती अधिक विकसित झाल्यामुळे आपल्या उपचारपद्धतीला पूरक झाल्या आहेत. त्या तुमचा आणि तुमच्या कुटुंबाचा एक भाग होत आहेत.

पूरक आणि पर्यायी उपचारक आजाऱ्याच्या संपूर्ण

आरोग्याकडे लक्ष देतात. ते पोषक भावनिक, अध्यात्मिक आणि शारीरिक संयोगाची तपासणी करतात. शरीर आपली सुरक्षा स्वतः करू शकते, या तत्त्वावर विश्वास असणाऱ्या या उपचार पद्धती त्याला नैसर्गिक मित्र, जाडी-बुटी, शारीरिक कौशल्य, आत्मा आणि मनाची मदत घेतात.

गर्भावस्था हा काही एखादा आजार नाही, तर तो जीवनाचा एक अविभाज्य भाग आहे. आज काल या सर्व उपचार पद्धतींची गर्भवतीने मदत घ्यायला हवी. कारण गर्भावस्था तसेच प्रसूतीसाठी त्या पूरक आणि पर्यायी असल्याचे सिद्ध झाले आहे.

ॲक्यूपंक्चर :- गर्भावस्थेतील अनेक लक्षणांपासून ॲक्यूपंक्चरच्या सहाय्याने मुक्तता मिळविता येते, हे चिनी लोकांना हजारो वर्षांपासून माहीत होते. पारंपरिक प्रसूतीशास्त्राने मात्र गेल्या काही वर्षांपासून याकडे लक्ष द्यायला सुरूवात केली आहे. वैज्ञानिक शोध प्राचीन बुद्धिमत्तेच्या दिशेने वळायला लागले आहेत. ॲक्यूपंक्चरच्या सहाय्याने मेंदूत अनेक प्रकारची रसायने स्त्रवत असल्याचे संशोधकांना आढळून आले आहे. त्यामुळे वेदना कमी होतात. असे कसे होते? ॲक्यूपंक्चर पद्धतीचे तज्ज्ञ, शरीरातील विविध केंद्रावर बारीक सुया टोचतात. प्राचीन पंरपरेनुसार हे मार्ग म्हणजे चॅनल्स आहेत. या माध्यामांतून जीवन ऊर्जा प्रवाहित होत असते.

इलेक्ट्रोपंक्चरच्या माध्यमातून या सुया टोचल्या जातात तेव्हा स्नायू उत्तेजित होत असल्याचे अभ्यासकांना आढळून आले आहे. त्यामुळे एंड्रोफिनचा स्त्राव वाढतो. त्यामुळे कंबरदुखी, पाठदुखी, मळमळ, गर्भावस्थेतील निराशा आणि इतर लक्षणांपासून सुटका होते. यामुळे प्रसूतीच्या वेळी होणाऱ्या वेदनाही कमी होतात. ॲक्यूपंक्चरच्या सहाय्याने वांझपणावरही मात मिळविता येते.

ॲक्यूप्रेशर :- ॲक्यूप्रेशर किंवा 'शिएत्सू' ही उपचार पद्धतीसुद्धा ॲक्यूपंक्चरच्या तत्त्वानुसारच काम करीत असते. यामध्ये सुया टोचण्याऐवजी बोटे आणि अंगठ्याच्या सहाय्याने विशिष्ट ठिकाणी दाब दिला जातो आणि तिथे टेप चिटकवली जाते. मनगटाच्या भोवती असलेल्या एका खास बिंदूवर दाब दिल्यावर मळमळीपासून सुटका होऊ शकते. अशा प्रकारे ॲक्यूप्रेशरमध्ये हात आणि पायाचे अनेक बिंदू असतात. एखाद्या व्यावसायिक व्यक्तीकडून शिकल्यानंतरच त्यांचा पडताळा पहायला हवा.

बायोफीडबॅक :- ही एक अशी उपचार पद्धती आहे, ज्यामध्ये आपल्या शारीरिक किंवा मानसिक तणावापासून मुक्तता मिळविण्यासाठी जैविक प्रतिक्रियांचा कसा वापर करायचा ते शिकविले जाते. यामध्ये डोकेदुखी, पाठदुखी, अंगदुखी, मळमळणे आणि झोप न येणे यासारख्या गर्भावस्थेतील अनेक लक्षणांपासून सुटका करून घेता येते.

कीरोप्रॅक्टिक उपचार :- या उपचारपद्धतीत पाठीचा कणा, इतर सांध्याची हाडे आणि स्नायून योग्य प्रकारे चालावेत आणि शरीराची स्वतःवर उपचार करण्याची क्षमता वाढावी. कीरोप्रॅक्टिकच्या मदतीने गर्भवती महिलांची वमन, पाठदुखी, सांधेदुखी, शियटिका आणि इतर वेदनांपासून मुक्तता होऊ शकते. कीरोप्रॅक्टर गर्भवती स्त्रियांसाठी अशाच पद्धतीचा वापर करतात, जे त्यांच्यासाठी सुरक्षित असतात. त्यामुळे ओटीपोटावर दबाव पडत नाही.

मालिश :- मालिशमुळे वमनापासून सुटका होऊ शकते. काही गर्भवती स्त्रिया मात्र मालिश नंतर मळमळ होत असल्याची तक्रार करतात. यामुळे पाठदुखी, डोकेदुखी आणि शियाटिकापासून सुटका होऊ शकते. त्याचबरोबर शरीरातील मांसपेशी प्रसूतीसाठी सज्ज होतात.

प्रसूतीवेदनेच्या वेळीही याचा वापर करतात. त्यामुळे मांसपेशीना विश्रांती मिळते आणि वेदना

कमी होतात. यामुळे तणावापासूनही सुटका मिळते. संबंधित व्यक्ती प्रसूतीपूर्व मालिश करण्यासाठी योग्य आहे की नाही याची खात्री करून घ्या.

रिफ्लॅक्सोलॉजी :- ॲक्यूप्रेशरप्रमाणे रिफ्लॅक्सोलॉजीमध्येही हात-पाय आणि कानांवर हळूवार दाब दिला जातो, त्यामुळे वेदनेपासून सुटका होऊ शकते. या उपचारासाठी तुम्ही जेव्हा जाल तेव्हा तुम्ही गर्भवती असल्याचे सांगण्यास विसरू नका. म्हणजे ते योग्य खबरदारी घेऊ शकतील.

जल चिकित्सा (हायड्रोथेरपी) :- अनेक इस्पितळात गर्भवती महिलांना गरम पाण्याच्या टबमध्ये झोपविले जाते. अनेक महिलांची बाळाला पाण्यात जन्म देण्याची इच्छा असते.

अरोमा थेरपी :- शरीर, मन आणि आत्म्याच्या आरोग्यासाठी सुगंधित तेलांचा वापर केला जातो. या बाबतीत पुरेशी खबरदारी घ्यायला हवी, असे काही अरोमा तज्ज्ञाचे म्हणणे आहे. कारण काही तेले गर्भवतीसाठी हानिकारक असतात.

ध्यान, मानसिक चित्रण आणि रिलॅक्शेसन तंत्र :- याच्या मदतीने गर्भवती स्त्रियांना शारीरिक आणि मानसिक तणावापासून मुक्ती मिळवून देता येते. यामध्ये मॉर्निंग सिकनेसपासून प्रसूती वेदनेपर्यंत सर्वांचा समावेश होतो. यामुळे भावी मातेच्या उत्तेजनांवर मोठ्या प्रमाणात नियंत्रण मिळविता येते. तुम्ही या पुस्तकात सांगितलेले व्यायाम करू शकता.

संमोहन (हिप्नोथेरपी) :- संमोहनामुळेही गर्भावस्थेच्या लक्षणांपासून मुक्ती मिळते. तणाव कमी होतो आणि अनिद्रा दूर होते. यामुळे प्रसूती वेदना कमी होते आणि बाळाचा जन्म ही साधी सोपी प्रक्रिया होते. ही पद्धत सर्वांसाठी उपयुक्त ठरत नाही. फक्त काही लोकांवरच याचा परिणाम होतो. या पद्धतीचा वापर करण्याआधी संबंधित व्यक्ती अनुभवी असल्याची खात्री करून घ्या.

मॉक्सिबशन :- या पर्यायी उपचारपद्धतीत ॲक्यूपंक्चरच्या बरोबरीने उस्माचा वापर केला जातो. या पद्धतीचा वापर तज्ज्ञ व्यक्तीकडून करून घ्या.

जडी-बुटीचा उपचार :- अनेक शतकांपासून जडी बुटी विविध आजारांवर उपचार करीत आली आहे. गर्भावस्थेतील लक्षणांवर मात करण्याचीही तिची क्षमता आहे. तरीही विशेषज्ञ याचा पूर्णपणे वापर करण्याचा सल्ला देत नाहीत, कारण यावर पुरेसे संशोधन झाले नाही.

पूरक आणि पर्यायी उपचारपद्धतींचा समावेश आता प्रसूतीशास्त्रातही झाला आहे. याचा वापर करण्याआधी योग्य सावधगिरी बाळगायला हवी.

- तुमच्या दाईला आणि लेडी डॉक्टरला याची कल्पना द्या म्हणजे तुम्हाला पूर्ण पूरक उपचार मिळू शकतील. त्यामुळे तुम्हाला आणि गर्भाला पूर्ण सुरक्षितता मिळेल.
- पूरक औषधांवर तुम्ही विसंबून राहू शकत नाहीत, कारण त्यांची योग्य प्रकारे तपासणी केलेली नसते. त्यांचा वापर करण्यात काहीच अडचण नसते, पण त्याचे फायदे-तोटे कळत नाहीत. या औषधांचा वापर करण्याआधी अनुभवी तज्ज्ञांचा सल्ला घ्या.
- काही पर्यायी उपचार पद्धती अशा आहेत, की त्या एरवी तर चांगल्या असतात, पण गर्भवतीसाठी वापरताना मात्र काळजी घ्यावी लागते. त्यामुळे गर्भावस्थेविषयी सर्वांना सांगा.
- या उपचार पद्धतीच्या वापरावरही अनेक गोष्टी अवलंबून असतात. नैसर्गिक म्हणजे सुरक्षित आणि रासायनिक म्हणजे हानिकारक असे सरळसोट गृहित असत नाही, हे लक्षात ठेवा. पूरक उपचार पद्धती गर्भावस्थेत वापरा, पण जपून !

■ ■ ■

नऊ महिने आणि तुमचा आहार

तुमच्या आत एक छोटासा, लहानसा जीव वाढत आहे. इवल्याशा हाता-पायांची बोटे, कान आणि डोळे साकारत आहेत. डोक्यातील पेशी वेगाने वाढत आहेत. तुम्हाला सर्व काही कळण्याआधीच तो इवलासा गर्भ इवलेसे बाळ होतो. त्याला तुम्ही हातात घेऊन जोजवता.

या कामात खूप श्रम पडणार आहेत, म्हणून काळजी करण्याचे काहीच कारण नाही. एक दुसऱ्यावर जीवापाड प्रेम करणारे आई-वडील आणि बाळाची काळजी निसर्गच घेत असतो. याचा अर्थ इतकाच आहे, की तुमच्या इथे एक लाडका, प्रेमळ, निरोगी इवलासा जीव जन्माला येणार आहे. तुमची गर्भावस्था आरामदायी आणि आरोग्यदायी कशी होईल इतकेच फक्त तुम्हाला बघायचे आहे. हे सर्व काही करणे खूप अवघड नसते. आधीपासूनच तुम्ही हे सर्व करीत असता.

आता तशाही तुम्ही दिवसातून तीन-चार वेळा जेवण करीत असता. गर्भावस्थेत मात्र फक्त खाण्यामुळे आव्हान पूर्ण होत नाही. तुम्ही जितके खाऊ शकता, तितकेच तुम्ही खायला हवे. चांगल्या प्रकारे जेवण करणे म्हणजे तुम्ही तुमच्या लाडक्याला आरोग्यदायी जीवनाची भेट देणे असते.

गर्भावस्थेतील आहार योजना तुमच्यासाठी आणि बाळासाठी असते. त्यामुळे बाळाला काय फायदा होतो? अनेक फायद्यांपैकी एक फायदा असा आहे, की जन्माच्या वेळी त्याचे वजन योग्य असते. त्याची बुद्धि चांगल्याप्रकारे विकसित होते. जन्माच्या वेळी होणारे आजार त्याला होत नाहीत. तुम्ही विश्वास ठेवा किंवा ठेवू नका, पण आतापासूनच तुम्ही तुमच्या जेवणात हिरवी पत्ता कोबी आणि इतर हिरव्या भाज्यांचा समावेश केला तर तुमच्या बाळालाही खाण्या पिण्याच्या चांगल्या सवयी लागतील. तो निरोगी व्यक्ती होईल.

याचा फक्त तुमच्या शरीरालाच फायदा होत नाही. तुमच्या गर्भावस्थेतील आहारामुळेच तुमची प्रसूती सुरक्षित होते. योग्य आहार असणाऱ्या महिलांना ॲनिमिया, गॅस्टेशनल डायबेटिज आणि प्रिक्लोपसिया यासारख्या समस्या निर्माण होत नाहीत. विचारपूर्वक निवडलेल्या खाद्यपदार्थांमुळेही आराम मिळतो. चांगल्या पोषणामुळे तुमचा मूडही चांगला राहतो. अशा महिलांची अकाली प्रसूती होत नाही. तसेच प्रसूतीनंतर शरीर पूर्वपदावर यायला वेळ लागत नाही.

हे सर्व फायदे तुमच्य लक्षात आले असतील, तर तुमचा आहार पौष्टिक बनविण्यासाठी तुम्ही कंबर कसायला हवी. कारण गर्भावस्थेतील आहार

आणि साधारण संतुलित आहार यात फारसा फरक असत नाही. गर्भावस्थेतील आहारासाठी त्यात थोडा फरक करावा लागतो. कारण गर्भासाठी थोड्या अधिक प्रमाणात कॅलरीजची आवश्यकता असते. प्रोटिन्स, कॅल्शियम, कडधान्ये, फळे आणि पालेभाज्या आणि आरोग्यदायी स्निग्धपदार्थांचा समावेश हे सर्व ऐकले असलेच ना? आहारतज्ज्ञ तुम्हाला असाच आहार घेण्याचा वर्षानुवर्षे सल्ला देत आले आहेत.

आणखी एक चांगली गोष्ट आहे. आतापर्यंत तुम्ही जर खूप कमी प्रमाणात पोषक आहार घेत असाल, तर त्याला गर्भावस्थेतील आहारत बदलणे फारसे अवघड नाही. कारण बदलाचा विचार केला तरच तशी सुरूवात होऊ शकते. तुम्ही आताही पूर्वीप्रमाणेच चिप्स आणि केक्स खाऊ शकता, फक्त त्यात थोडा बदल करायला हवा. तुम्ही अनेक प्रकारच्या स्वादिष्ट अन्नातून आवश्यक व्हिटॅमिन आणि खनिजे मिळवू शकता. म्हणजे आरोग्य आणि चव या दोन्ही गोष्टी एकत्रच मिळवू शकता.

आहारात योग्य प्रमाणात बदल करण्यापूर्वी एका गोष्टीची खास खबरदारी घ्यायला हवी. या प्रकरणात गर्भावस्थेतील आदर्श आहाराबाबत सांगितले आहे. अर्थात हा आहार तुम्हाला बेचव वाटत असेल, तर तुमच्या इच्छेनुसार त्यात थोडा बदल करू शकता. एकदम अजाणतेपणे काही तरी खाण्यापेक्षा थोडा विचारपूर्वक आपला आहार निवडा. तुम्ही बर्गर किंवा फ्रेंच फ्राय खायला हरकत नाही, पण सोबतीला थोडे सॅलाड असतील, तर बरे नाही का?

नऊ महिन्यातील आरोग्यदायी आहाराचे नऊ मुलभूत नियम

घास मोजा :- तुम्हाला पूर्ण नऊ महिने तुमच्या गर्भासाठी पौष्टिक आहार घ्यायचा आहे. त्या गर्भातील बाळाला आरोग्यदायी जीवन द्यायचे आहे. प्रत्येक घास चघळत असताना फक्त गर्भाचा विचार करा. तुम्ही घेतलेला प्रत्येक घास तुमच्या गर्भाला पोषक आहार पोहचविण्यासाठी तुम्हाला मिळालेली सुवर्ण संधी आहे, हे विसरू नका.

तुमची पद्धत वापरा

तुम्हाला तुमच्या आहाराबाबत काही शंका आहे? तुम्हाला आहार सारणी बनवायची नाही? काय खावं, किती खावं, यासारखे प्रश्न विचारायचे नाहीत? काही हरकत नाही. तुम्ही तुमच्या पद्धतीने चला. संतुलित आणि पौष्टिक आहार घ्या. त्यामध्ये फळे, दूध, कडधान्ये आणि भाज्या या सर्वांचा समावेश करा. तुम्हाला रोज ३०० कॅलरिज अतिरिक्त घ्यायच्या आहेत. तेवढे तुमच्यासाठी पुरेशे आहे.

सर्व कॅलरीज सारख्याच नसतात :- कॅलरीची निवड करताना सावध रहा. त्याच्या प्रमाणाऐवजी गुणवत्तेवर लक्ष द्या. १० आलू चिप्सच्या १०० कॅलरीज, साली सहीत उकडलेल्या १०० कॅलरीज सारख्या नसतात. तुम्हाला आणि गर्भाला २००० रिकाम्या कॅलरिजपेक्षा २,००० पोषक कॅलरिज जास्त उपयुक्त असतात. प्रसूतीनंतर तुमच्या शरीरावर त्याचा परिणाम दिसून येतो.

तुम्ही उपाशी तर बाळही उपाशी :- तुम्ही इवल्याशा बाळाला उपाशी ठेवू इच्छित नसाल, तर मग जन्माआधी त्याला का उपाशी ठेवायचे? त्याला रोज आवश्यक त्या प्रमाणात पोषण मिळणे गरजेचे असते. तुम्हीच त्याला ते पुरवित असता. तुम्हाला भूक लागली नसली, तरीही बाळ उपाशी राहू नये म्हणून तुम्ही खायला हवे. योग्य वेळी समतोल आहार घ्या. दिवसातून पाच वेळा (तीन वेळा जेवण आणि दोन वेळा नास्ता किंवा सहा वेळा थोडे थोडे खाणे) जेवण घेणाऱ्या महिला खूप निरोगी असता. हे फक्त सांगायलाच सोपे आहे कारण खाण्याचे

नुसते नाव घेतले, की तुम्हाला मळमळते. याच पुस्तकात इतरत्र तुम्हाला याबद्दलच्या काही सूचना दिल्या आहेत. त्या उपयुक्त ठरतील.

थोडीशी कार्यकुशलता :- अशा प्रकारे अंदाधूंद खात सुटल्याने कसे होईल, अशी तर तुम्हाला भीती वाटत नाही ना? याबाबतीत जास्त काळजी करू नका. तुम्ही थोडे कौशल्य दाखवायला हवे. जसे पोटभर स्निग्धपदार्थ खाण्याऐवजी लो फॅट डेअरी पदार्थांचे सेवन करायला हवे. तळलेल्या पदार्थांऐवजी उकडलेले किंवा भाजलेले पदार्थ. तेल, तूप कमी प्रमाणात वापरा. तुमचे वजन योग्य प्रमाणात वाढत नसेल, तर वजन वाढविणाऱ्या पदार्थांचा आहारात समावेश करा. तुमचे वजन खूप वाढत असेल, तर असे पदार्थ घ्या ज्यामुळे तुमचे वजन वाढणार नाही; पण गर्भाला पुरेसे पोषण मिळेल.

कार्बोहायड्रेट्स :- अनेक गर्भवती स्त्रिया आपले वजन वाढू नये म्हणून आपल्या आहारातून कार्बोहायड्रेटेस कमी करतात. जसे बटाटे. रिफाईंड कार्बोहायड्रेटस पुरेसे पोषक नसतात, पण कॉम्प्लेक्स कार्बोहायड्रेट्स (अख्या धान्याची डबलरोटी, ब्राऊन राईस, ताजी फळे, भाज्या, बीन्स, नाशपती आणि सालीसह बटाटे) यामुळे व्हिटॅमिन बी मिळते. ते आवश्यक तंतू आणि रेषा देतात. हे फक्त गर्भासाठी नाही, तर तुमच्यासाठीही उपयुक्त असतात. यामुळे मळमळत नाही तसेच कब्ज होत नाहीत. यामुळे पोट भरलेले राहते आणि वजनही वाढत नाही.

कॉम्प्लेक्स कॉर्बोहायड्रेटेस जास्त प्रमाणात घेतले, तर तंतू अधिक मिळतात आणि गॅस्ट्रेशनल डायबेटिस होण्याची शक्यता राहत नाही. तंतूमय पदार्थ हळू हळू वाढवा. एकदम वाढविले तर गॅसेस होण्याची शक्यता असते.

थोडे गोड हवे :- गोड खाणे कोणाला आवडत नाही, पण जास्त प्रमाणात गोड खाणे तुमच्यासाठी हानिकारक ठरू शकते, असे संशोधकांचे मत आहे. यामुळे लठ्ठपणासोबतच दात आणि हिरड्यांचे आजार, मधुमेह, हृदयरोग आणि कोलॅन कॅंसर होण्याची शक्यता वाढते. काही गोड पदार्थांत पोषक घटक कमी प्रमाणात असतात.

रिफाईंड साखर बाजारात अनेक स्वरुपात मिळते. त्यामध्ये तुम्ही हायड्राईड ज्यूस मिळवू शकता. मध ही अशी साखर आहे, जी रिफाइंड नसते. तिच्यात रोगांचा प्रतिकार करणारे अँटिऑक्सिडेंट

आरोग्यदायी पर्याय

तुमच्या आवडत्या आहारात काही आरोग्यदायी पर्याय हवे असतील, तर ही सूची वाचा :-

याच्या ऐवजी	**हे खा**
बटाटा चिप्स	सोया चिप्स
तळलेले चिकन	भाजलेले चिकन
हॉट फज संडे	फळे आणि ग्रेनेलासह थंड दही
टाको चिप्स आणि चीज सॉस	बॅजीस व चीज सॉस
फ्रेंच फ्राय	भाजलेले गोड बटाटा चिप्स
पांढरे ब्रेड	पिठाचे ब्रेड
सॉफ्ट ड्रिंक्स	फळांचा रस
शुगर कुकीज	होलग्रेन फिग न्यूटन

'सिक्स मील' सोल्यूशन

तहान लागणे, छातीत जळजळणे, कब्ज अशा कोणत्याही कारणाने तुम्ही जेवणापासून दूर जात असाल, तर हे 'सिक्स मील सोल्यूशन' वापरा. दिवसातून तीन वेळा पोटभर जेवण करण्याऐवजी त्याचे ६ लहान भागात विभाजन करा. त्यामुळे तुमची ऊर्जा पातळी कायम राहील. डोकेदुखीही कमी होईल आणि मूडही बदलणार नाही.

असतात. त्याच्या मदतीने तुम्ही अनेक पौष्टिक पदार्थ तयार करू शकता. अर्थात ज्या पदार्थात साखर जास्त प्रमाणात असते, ते पदार्थ तुम्ही टाळायला हवेत. थोड्या फार प्रमाणात गोडी असलेले इतर पदार्थ तुम्ही निवडायला हवेत.

चवदार आणि गोड पदार्त हवे असतील तर साखरेऐवजी फळे, मेवा, फळांचा रस घ्या. त्यामुळे तुम्हाला गोडीबरोबर क्षार आणि खनिजेही मिळतात. तुम्ही कॅलरी फ्री शुगरचा पर्यायही निवडू शकता. गर्भावस्थेसाठी ते धोकादायक नसते.

पौष्टिक आहाराचे स्रोत :- निसर्गाचे पोषणाशी खूप जवळचे नाते आहे. अनेक नैसर्गिक खाद्यपदार्थ त्यांच्या मूळ रुपात पोषणाने भरपूर असतात. ताजी मोसमी फळे खा. डब्बाबंद फळे न खाल्लेलीच बरी. ते घेण्याचीच वेळ आली, तर त्यातील मीठ, साखर

अपराधीपणा कशासाठी?

आता तुम्ही दोन जिवांसाठी खात आहात, त्यामुळे तुम्ही सर्व खाद्य पदार्थांची निवड विचारपूर्वक करायला हवी. तुम्ही कधी कधी यात थोडी सूट घेऊ शकता. तुम्हाला काही आवडते खाद्यपदार्थ (कमी पोषक घटक असलेले) खायचे असतील, तर कधी तरी खायला हरकत नाही. ब्लूव्हॅरी मफिनमध्ये ब्ल्यूव्हॅरीपेक्षा साखर अधिक असते, पण इच्छा झाली तर खाऊन घ्या. मनपसंत कॅंडी, बर्गर, कूकीज, क्रीम खाण्याची इच्छा झाली, तर खा; पण सोबत असे काही तरी घ्या ज्यातून पोषक घटक मिळतील. जसे अक्रोडवाली कॅंडी निवडा, आइस्क्रिमवर थोडा मेवा आणि केळयाचे तुकडे टाका, चीट टमाटर असलेले बर्गर मागवा. सोबत थोडे सॅलडही खा.

अर्थात अशा पदार्थांचे प्रमाण जास्त नसावे. ते फक्त चवीपुरते असावे. पोटभर खाऊ नका. मर्यादित रहा. आवश्यकतेपेक्षा जास्त खाल्ले तर परेशानी होईल.

आणि मेदाचे प्रमाण कमी असेल, असे पहा. रोज कच्ची फळे आणि भाज्या आवश्य खा. फळे किंवा भाज्या शिजविण्याची वेळ आली तर त्यांना हलक्या वाफेवर वाफाळून घ्या म्हणजे त्यातील खनिजे आणि क्षार नष्ट होणार नाहीत.

प्रक्रिया केलेल्या अन्नात अनेक प्रकारची रसायने, मेद, साखर इ. घातलेले असते. त्यामुळे त्यातील पोषक घटक कमी होतात. स्मोक्ड टर्कीऐवजी ताजी भाजलेली टर्की घ्या. अख्ख्या धान्यापासून तयार केलेल्या मॅकरोनीसोबत चीज घ्या. चीजही ताजे असेल तर चांगले.

निरोगी आहाराची सुरूवात घरापासून :- तुमचे पती घरातील सोफ्यावर बसून मोठ्या प्लेटित आइस्क्रिम खात असतील, तर अशा वेळी तुम्हाला आवरणे जरा कठीणच असते. त्यावेळी तुम्हाला ताजी फळे अजिबात आवडणार नाहीत. कीचनमधील संत्रा चिज बॉलमुळे तुम्हाला सोया चिप्सचा आनंद मिळणार नाही. घरातील सर्वांच्या सहकार्याने आरोग्यदायी वातावरण निर्माण करा.

घरात कडधान्याची डबलरोटी ठेवा. फ्रीजमध्ये ताजे दही ठेवा. आरोग्यदायी खाद्यपदार्थांत न मोडणारे पदार्थ घरात ठेवू नका. प्रसूतीनंतरही ही प्रक्रिया सुरूच ठेवा.

चांगल्या आहारामुळे गर्भावस्थेत चांगले परिणाम दिसून आले आहेत. तसेच अनेक प्रकारच्या आजारांची शक्यता मावळते. ज्या घरातील सदस्य एकत्र बसून पौष्टिक आहार घेतात, ते नेहमी निरोगी राहतात.

वाईट सवयी टाळा :- प्रसूतीपूर्वी फक्त पौष्टिक आहार घेणे पुरेसे नाही. तुम्हाला तंबाखू, अल्कोहल आणि इतर अमंली पदार्थांचे सेवन थांबवावे लागेल. अजून तुम्ही तुमच्या सवयी बदलल्या नसतील, तर आतापासून तुमची जीवनशैली बदलायला लागा.

गर्भधारणेपूर्वी, काही सूचना

कॅलरीज

गर्भवतीला एका नाही, तर दोन जिवांचे पोषण करण्यासाठी खावे लागते, हे तर सर्वांनाच माहीत आहे. अर्थात या दोन पैकी एक जीव खूप लहान आहे, ही गोष्टही यावेळी लक्षात घ्यायला हवी. त्याला आपल्या आईच्या तुलनेत खूप कमी कॅलरीज लागत असतात. तुमचे वजन सरासरी असेल, तर तुम्हाला ३०० कॅलरीज अधिक लागतात. ज्या साधारणपणे दोन ग्लास मलई काढलेले दूध किंवा एक वाटी पिठापासून मिळतात.

तसेही पहिल्या तिमाहीत अधिक पोषणाची आवश्यकता पडत नाही. कारण त्यावेळी गर्भाचा आकार वाटाण्याएवढा असतो. दुसऱ्या तिमाहीत मात्र तुम्हाला गर्भासाठी अतिरिक्त पोषणाची आवश्यकता असते. नंतर गर्भाचा आकार आणखी वाढतो तेव्हा तुम्हाला साधारणपणे ५०० जास्तीच्या कॅलरीजची आवश्यकता असते.

तुमच्या आणि गर्भाच्या आवश्यकतेपेक्षा जास्त कॅलरीजचे सेवन करणे उपयुक्त ठरत नाही. त्यामुळे उगीच तुमचे वजन वाढू शकते. त्यामुळे वजन वाढते, हे खरे असले तरी गर्भावस्थेत आवश्यक प्रमाणात कॅलरीज घेतल्या नाहीत, तर मात्र त्यामुळे गर्भाचा विकास हळूवारपणे होतो.

या मूलभूत नियमाला फक्त चार अपवाद आहेत. यापैकी एक जरी तुम्हाला लागू पडत असेल, तर आधी कॅलरीजच्या आवश्यकतेबाबत डॉक्टरांचा सल्ला घ्या. आधीच तुमचे वजन जास्त असेल, तर योग्य पोषणासोबतच त्या प्रमाणात कॅलरीजची आवश्यकता असते. तुम्ही अजून किशोर वयीन असाल, तर तुमची पोषक घटकांची गरज वेगळी असते. तुम्ही जुळया मुलांना जन्म देणार असाल, तर तुम्ही प्रत्येकासाठी ३०० कॅलरीज अधिक सेवन करायला हव्यात.

गर्भावस्थेतील कॅलरीजच्या मोजमापाचा अर्थ असा नाही, की तुम्ही लगेच ते तोलून मापून घ्यायला हवे. प्रत्येक वेळच्या जेवणानंतर कॅलरीज मोजण्याऐवजी साधारणपणे एक-दोन आठवड्यानंतर त्यांची तपासणी करावी आणि प्रगतीचा अंदाज घ्यावा. साधारणपणे दिवसाच्या त्याच वेळी वजन मोजा तसेच साधारणपणे त्याच प्रकारचे कपडे घालून वजन मोजा म्हणजे त्यात फरक पडणार नाही. दिनचर्येच्या तुलनेत तुमचे वजन योग्य प्रमाणात वाढत असेल, तर त्याचा अर्थ असा, की तुम्ही योग्य प्रमाणात कॅलरीजचे सेवन करीत आहात. ते कमी प्रमाणात असेल, तर त्याचा अर्थ तुम्ही कमी कैलरीज घेत आहात. आवश्यकतेनुसार जेवणाचे प्रमाण कमी अधिक करा; पण त्याचबरोबर जेवणातील कॅलरीज आणि पोषक घटकांकडेही लक्ष द्या.

प्रोटिन आहार: दिवसातून तीन वेळा

तुमच्या गर्भाचा विकास कसा होईल? तुम्ही घेत असलेल्या प्रोटीन्समधील ॲमिनो ॲसिड आणि इतर पोषक घटकांच्या मदतीने तो होतो. गर्भाच्या पेशीत जलदगतीने वाढ होत असल्यामुळे तुमच्या आहारात प्रोटिन्सचे स्थान खूप महत्त्वाचे आहे. तुम्ही रोज साधारणपणे ९५ ग्रॅम्स प्रोटिन्स घ्यायला हवेत.

ऐकायला वेगळे वाटत असले, तरीही लक्ष द्या. अमेरिकन लोक रोज साधारणपणे इतके प्रोटिन्स घेतातच. जे लोक अधिक प्रोटिन्सयुक्त आहार घेतात, त्यांचे प्रमाण याहूनही अधिक असते.

तुम्हाला देण्यात आलेल्या यादीमधून दिवसांतून तीन वेळा तुम्ही प्रोटिन्सयुक्त आहार घ्यायला हवा. प्रोटिन्सचे मोजमाप करताना उच्च कॅल्शियमयुक्त आहारातून मिळणाऱ्या प्रोटिन्सला विसरू नका. एक

ग्लास दूध आणि एक औंस चीजयापासून एक तृतियांश प्रोटिन्स मिळतात. एक कप दह्यातून एका वेळी लागणारे निम्मे प्रोटिन्स मिळतात. कडधान्ये आणि शेंगातही प्रोटिन्स भरपूर प्रमाणात असतात.

रोज या यादीतून प्रोटिन्सयुक्त पदार्थ निवडा आणि त्यांचा तुमच्या आहारात समावेश करा. डेअरी उत्पादनातूनही प्रोटिन्सची गरज भागते, हे लक्षात ठेवा.

२४ औंस दूध किंवा ताक

१ कप पनीर

२ कप दही

३ औंस किसलेले चीज

४ मोठी अंडी

७ अंड्यातील पांढरा बल्क

३.५ औंस डब्बाबंद सार्डिन किंवा ट्युना

४ औंस डब्बाबंद सालमन

४ औंस शिजविलेले शैल फिश (शिंप, लॉबस्टर, क्लाम्स, मूसल)

४ औंस ताजे मासे (शिजविण्यापूर्वी)

४ औंस (शिजविण्यापूर्वी) चिकन, टर्की, डक किंवा इतर पोल्ट्री उत्पादने

४ औंस (शिजविण्यापूर्वी) लीन बीफ, लँब, बील, पोर्क किंवा बफेलो

कॅल्शियम आहारः दिवसातून चार वेळा

बाळाची हाडे आणि दात मजबूत होण्यासाठी खूप मोठ्या प्रमाणात कॅल्शियमची आवश्यकता असल्याचे तुम्ही शालेत असताना वाचले असेल. गर्भाचा विकास होऊन बाळच होणार असते. मांसपेशी, हृदय, स्नायु विकास, रक्त गोठणे आणि एंजाइम विकास यासाठी कॅल्शियम महत्त्वाचे असते. तुम्ही योग्य प्रमाणात कॅल्शियमचे सेवन केले नाही, तर फक्त गर्भाचेच नुकसान होत नाही. तुमची हाडेही प्रभावित होतात. कारण गर्भाच्या हाडाच्या विकासासाठी लागणारे कॅल्शियम मग तुमच्या हाडांतून मिळविले जाते. यामुळे मग तुमची हाडे कमकुवत होतात. तुम्ही दररोज चार वेळा कॅल्शियमयुक्त आहार घ्यायला हवा.

रोज चार ग्लास दूध पचत नाही? तसं कॅल्शियम काही फक्त ग्लासातून मिळत नाही. तुम्ही ते चीज आणि योगर्टपासूनही मिळवू शकता. तुम्ही ते सूप आणि इतर स्वरूपातही सेवन करू शकता.

ज्या महिलांना दुधाचे पदार्थ चालत नाहीत, त्यांच्यासाठी इतर स्वरूपातही कॅल्शियम असते. कॅल्शियमयुक्त संत्र्याच्या रसाचा ग्लास चांगला आहे, नाही का? ४ औंस डब्बाबंद सालमनपासून कॅल्शियमच्या बरोबरीने प्रोटिन्सही मिळतात. ताज्या हिरव्या भाजीपाल्यापासून कॅल्शियमच्या बरोबरीने सी जीवनसत्त्वही मिळते.

काही गर्भवती महिलांची कॅल्शियमची गरज त्यांच्या आहारातून पूर्ण होत नसेल, तर त्यांना औषधीच्या स्वरूपात कॅल्शियमचे सेवन करण्याचा सल्ला दिला जातो.

तुम्ही रोज चार वेळा कॅल्शियमयुक्त आहार घ्यायला हवा. या मोजणीत अर्धा कप दही किंवा योगर्टचा समावेश करायला विसरू नका.

खाली दिलेल्या यादीतील प्रत्येक पदार्थात ३०० मि.ग्रॅ. कॅल्शियमचे प्रमाण आहे. काही खाद्य पदार्थात कॅल्शियमच्या बरोबरीने प्रोटिन्सही मिळतात.

१/४ कप किसलेले चीज

१ औंस कडक चीज

१/२ कप पाश्चराइज्ड रिसोटा चीज

१ कप दूध किंवा लस्सी

५ औंस कॅल्शियमयुक्त दूध (हलवून प्या.)

१/३ कप बिना साईची दूध भुकटी.(१ कप दूध तयार होते.)

१ कप दही

१ कप कॅल्शियमयुक्त रस(पिण्यापूर्वी हलवा)

४ औंस डब्बाबंद सालमन (हड्डीसहीत)

३ औंस डब्बाबंद सार्डिन (हड्डीसहीत)

३ मोठे चमचे वाटलेले तीळ

१ कप शिजविलेले शलगम

१-१/२ कप शिजविलेली चिनी पानकोबी

१-१/२ कप पक्के एडामामे

१-३/४ मोठा चमता ब्लॅकस्ट्रेप मोलासिस.

तुम्ही कॉटेड चीज, टोफू, वाळलेले अंजीर, बदाम, हिरवी कोबी, ब्रोकली, पालक, वाळलेले बीन्स यापासूनही कॅल्शियम मिळवू शकता.

शाकाहारी प्रोटिन्स

तुम्ही दररोज शेंगा, कडधान्ये आणि मेवा योग्य प्रमाणात घेत असाल, तर या यादीनुसार त्यांची निवड करा. हे पोषण सर्व गर्भवतींसाठी आवश्यक आहे.

लेग्युम्स (हॉफ प्रोटिन सर्व्हिंग)

३/४ कप शिजविलेले बीन्स, दाळी.

३/४ कप हिरवे वाटाणे

१-१/२ औंस भूईमुगाच्या शेंगा

३ मोठे चमचे पीनट बटर

१/४ कप मीसो

४ औंस टोफू

३ औंस टेम्पे

१-१/२कप सोया मिल्क

३ औंस सोया चिज

१/४ कप व्हेज ग्राउंड बीफ

१ मोठा व्हेज हॉट डॉग किंवा बर्गर

१ औंस (शिजवण्यापूर्वी) सोया किंवा प्रोटिन पास्ता.

ग्रेन्स (हॉफ प्रोटिन सर्व्हिंग)

३ औंस (शिजविण्यापूर्वी) गव्हाचा पास्ता

३/४ कप जईचे चोकर

१ कप न शिजविलेले जई

२ कप रेडी टू इट सेरेल

१/२ कप न शिजविलेले कॉशकोस, व्हल्गार किंवा बकवीट

१/२ कप न शिजवलेले कुइनोव्हा

४ स्लाईस गव्हाच्या बेड

२ अख्खे पीटा किंवा इंग्लिस मफिन

नट्स किंवा बिया (हॉफ प्रोटिन सर्व्हिंग)

३ औंस नट (अक्रोट किंवा बदाम)

२ औंस तीळ, सूर्यफूल किंवा भोपळयाच्या बिया

१/२ कप दळलेले फ्लॅक्सीड

(प्रोटिनचे प्रमाण वेगवेगळे असू शकते त्यामुळे हॉफ सर्व्हिंग्ज १२ ते १५ ग्रॅम्स प्रोटिनची पातळी तपासा)

क जीवनसत्त्वाचा आहार: दिवसातून तीन वेळा

पेशींची झीज भरून काढणे, जखम भरणे आणि इतर अनेक प्रकारच्या चयापचयासाठी तुम्हाला आणि गर्भाला क जीवनसत्त्वाची आवश्यकता असते. मजबूत हाडे आणि दातांसाठीही त्याची गरज असते. हे शरीरात साठविले जाते, त्यामुळे ते नियमित प्रमाणात घ्यावे. क जीवनसत्त्व अशा पदार्थांपासून मिळते, जे खायला खूप चवदार असतात. फक्त संत्र्याचा रस हाच काही क जीवनसत्त्वाचा एकमेव स्त्रोत नसल्याचे तुम्हाला यादीवरूनच कळेल.

जीवनसत्त्व क युक्त आहार तुमच्या आहारातील हिरव्या भाज्या, पिवळी फळे आणि पिवळया भाज्या याची कमतरता भरून काढते.

१/२ मध्यम आकाराचे ग्रेपफ्रुट

१/२ कप ग्रेपफ्रुट रस

१/२ मध्यम आकाराची संत्री

१/२ कप संत्र्याचा रस

२ मोठे चमचे संत्री, पांढरी द्राक्षे किंवा दुसरे रसयुक्त पदार्थ

१/४ कप लिंबाचा रस

१/२ मध्यम आकाराचा आंबा

१/२ मध्यम आकाराची पपई

१/८ बारीक कँटालॉप किंवा हनीड्यू

१/३ कप स्ट्रॉबेरी

२/३ कप ब्लॅकबेरी किंवा रसभरी

१/२ मध्यम आकाराची कीवी

१/२ कप ताजे कापलेले अननस

२ कप टरबुजाचे तुकडे

१/४ मध्यम आकाराची लाल, पिवळी किंवा ऑरेंज बॅल पेपर

१/२ मध्यम आकाराची हिरवी बॅल पेपर

१/२ कप कच्ची किंवा शिजवलेली हिरवी कोबी

१ मध्यम आकाराचे टमाटे

३/४ कप टमाट्यांचा रस

१/२ कप भाज्यांचा रस

१/२ कप कच्ची किंवा शिजवलेली फूल कोबी

१/२ कप शिजवलेले माले

१ पॅक्ड कप कच्ची किंवा १/२ कप शिजवलेली पालक

१/४ कप शिजवलेले मस्टर्ड किंवा हिरवे शलगम

२ कप रोमन सॅलाड पत्ता

३/४ कप कापलेली लाल कोबी

१ शक्करकंद किंवा सालीसह बटाटे.

हिरव्या व पिवळ्या पालेभाज्या आणि पिवळी फळे

दिवसातून ३ ते ४ वेळा घ्या : -

यातून अ जीवनसत्त्व मिळते. ते बाळाच्या निरोगी पेशी, हाडे आणि डोळे यांच्यासाठी उपयुक्त आहे. पालेभाज्या आणि पिवळी फळे यांच्यात इ जीवनसत्त्व, रायबोफ्लोबीन, ब जीवनसत्त्व, अनेक क्षार आणि खनिजे, आजारांचा प्रतिकार करणारे फोटोकेमिकल आणि तंतू असतात. खाली दिलेल्या यादीवरून तुम्हाला याची चांगली माहिती मिळू शकते. भाज्या न आवडणाऱ्यांना फक्त पालक आणि ब्रोकलीमध्येच अ जीवनसत्त्व असत नाही, हे माहीत झाल्यामुळे आश्चर्य वाटल्यास हरकत नाही. आंब्यात आणिइतर पदार्थातही अ जीवनसत्त्व भरपूर प्रमाणात असते. आपल्या आवडत्या भाज्यांचा ज्यूस घेणाऱ्यांसाठी ही अतिशय महत्त्वाची बाब आहे, की ते हिरव्या आणि पिवळया भाज्यांचा रस रोज एक ग्लास, एक वाटी गाजराचा रस किंवा आमसूदसोबत घेऊ शकतात.

हे सर्व दिवसातून ३-४ वेळा घेण्याचा प्रयत्न करा. यातील काहीपदार्थ कच्चे खा म्हणजे तंतू मिळतील. यापैकी काही पदार्थ क जीवनसत्त्वाची कमतरताही भरून काढतात.

१/८ कँटालॉप (१/२ कप घन)

२ मोठी ताजी किंवा ६ वाळलेली खारीक

१/२ मध्यम आकाराचा आंबा

१/४ मध्यम आकाराची पपई

१ मोठा नेक्टोराईन किंवा पिवळा आडू

३/४ कप गुलाबी ग्रेपफ्रूटचा रस

१ गुलाबी किंवा लाल ग्रेपफ्रूट

१ क्लेमेंटाईन

१/२ गाजर

१/२ कप कच्ची किंवा शिजवलेली ब्रोकली

१ कॉलेस्ला

१/४ कप पिकलेले स्विस कार्ड

१ कप पॅक्ड हिरवे सॅलाड

१ कप ताजी पालक

१/४ कप पिकलेले विंटर सूवंश

१/२ लहान शक्करकंद

२ मध्यम आकाराचे टमाटे

१ मध्यम आकाराची लाल शिमला मिरची
१/४ कप कापलेली अजमोद

इतर फळे आणि भाज्या

रोज १-२ वेळा घ्या. बीटा कोरेटीन आणि क जीवनसत्त्व असलेली फळे खाण्याशिवाय इतर फळे आणि भाज्या घ्या म्हणजे तुमच्या शरीराला आवश्यक असलेली खनिजे आणि क्षार मिळतील.

यापैकी अनेक फळांत फायटोकेमिकल आणि ॲंटिऑक्सिडंट खूप मोठ्या प्रमाणात आढळून येतात. समजा, तुम्ही रोज एक ॲपल खात असाल, तर त्यासोबत एक डाळींब आणि ब्ल्यूबेरी खा, म्हणजे पोषणात काही कमतरता राहणार नाही.

अनेक फळे आणि भाज्यांच्या यादीतून तुम्हाला आवडत्या भाज्या आणि फळे मिळतील. खालील यादीतून निवड करा -

१ मध्यम आकाराचे सफरचंद
१/२ कप सफरचंदाचा रस किंवा सॉस
१/२ कप डाळिंबाचा रस
२ मोठे चमचे सफरचंदाच्या रसाचे सत्त्व
१ मध्यम आकाराची केळी
१/२ कप ताजी बेरी
१/४ कप पिकलेली कॉर्नबेरी
१ मध्यम आकाराचा पांढरा आडू
१ मध्यम आकाराची नाशपती
१/२ कप अननसाचा रस (गोड नसलेला)
२ लहान अलुबुखारे
१/२ कप ब्ल्यूबेरी
१/२ मध्यम आकाराचा एवोकॅडो
१/२ कप पिकलेली हिरवी बीन्स
१/२ कप पिकलेला ओकारा
१/२ कप चिरलेला कांदा
१/२ कप चुकिंदर
१/२ कप पिकलेली जुकिनी
१ लहान पिकलेली स्वीटकॉर्न
१ कप चिरलेला सॅलाड पत्ता
१/२ कप हिरवे मटार किंवा स्नो पीज

कडधान्ये आणि शेंगा

दिवसांतून ६ वेळा किंवा त्यापेक्षा अधिक वेळा घ्या. कडधान्ये घेणे आवश्यक आहे. जवा, गहू, ओट, मका, तांदुळ, ज्वारी तसेच मटर, बीन्स, भूईमूग यासारखे खाद्यपदार्थ पोषकतत्त्वांनी भरलेली असतात. यामध्ये बी$_{१२}$ जीवनसत्त्व (जे फक्त पशु उत्पादनातच असते.) वगळता बाकी सर्व बी जीवनसत्त्वे असतात. गर्भाच्या शारीरिक विकासासाठी ते आवश्यक असतात. यामध्ये कार्बोहायड्रेट्स, लोह आणि खनिजेही मोठ्या प्रमाणात असतात. झिंक, सेलेनियम आणि मॅग्नेशियम हे गर्भावस्थेसाठी खूप महत्त्वाची आणि उपयुक्त असतात.

स्टार्चयुक्त खाद्यपदार्थांच्या सेवनाने मॉर्निंग सिकनेस कमी होते. यामध्ये अनेक पोषक घटक एकसारखे असतात आणि ते खूप शक्तिमान असतात. चांगलो पोषण मिळविण्यासाठी तुमच्या आहारात अन्नधान्यांचा आणि शेंगांचा समावेश करा.

काही नवीन प्रयोग करा. तुम्ही मासे किंवा चिकन गव्हाच्या डबलरोटीत घालून त्यावर हार्ब्ज किंवा पार्मेजन चीज टाकून खाऊ शकता. इतर प्रोटिनयुक्त अन्नपदार्त सहाय्यक किंवा पूरक खाद्यपदार्त म्हणून घ्या. तुमच्या चवदार खाद्यपदार्थाता थोडे ओट घाला. सूपमध्ये लीमाऐवजी नेवी बिन्स घाला. प्रक्रिया केलेल्या खाद्यपदार्थात मूळ पदार्थाचे सर्व गुणधर्म असत नाहीत, हे तुम्ही लक्षात घ्या. त्यात तंतू,

अखखे पांढरे गहू

आता तुम्ही पांढऱ्या गव्हाच्या डबलरोटीचाही अस्वाद घेऊ शकता. ही नैसर्गिक पांढऱ्या गव्हापासून तयार केली जाते. तिच्यात साधारण गोडवा असतो. नेहमीच्या ब्रेडसारखी ती प्रक्रिया केलेल्या अन्नापासून तायर करीत नाहीत. त्यामुळे तिच्याच भरपूर पोषक घटक असतात. तुम्ही चव आणि गरजेनुसार काहीही निवडू शकता.

जीवनसत्त्वे, प्रोटिन्स, खनिजे आणि क्षार योग्य प्रमाणात असत नाहीत.

खाली दिलेल्या यादीतून तुमच्या आवडीचे पदार्थ निवडा. त्यामुळे शरीरातील प्रोटिन्सची गरज पूर्ण होते, ते लक्षात घ्या.

१ - कोणत्याही अख्या धान्यापासून; गहू किंवा सोयापासून तयार केलेल्या डबलरोटीची स्लाईस.

१/२ अख्या धान्यापासून तयार केलेला पीटा, रोल, बॅगल किंवा टार्टिला.

१ कप अख्खी धान्ये. (खाण्यासाठी तयार)

१/२ कप ग्रॅनेला

२ मोठे चमचे व्हीट जर्म

१/२ कप शिजविलेले तांदूळ

१/२ कप ज्वारी, बाजरी किंवा क्विनोआ.

१ औंस अख्खे धान्य किंवा सोया पास्त्र.

१/२ कप पक्की बीन्स, दाळी, स्पिल्ट

२ कप पॉपकॉर्न

१ औंस अख्खे सोया क्रिस्प

१/४ कप अख्खी धान्ये किंवा सोया आटा

लोहयुक्त पदार्थ रोज घ्या

या नऊ महिन्यांच्या कालावधीच तुम्हाला आणि तुमच्या गर्भाला किती तरी गोष्टी पूर्ण करण्यासाठी खूप मोठ्या प्रमाणात लोह आवश्यक असते. त्यामुळे तुमच्या आहारात लोहाचे प्रमाण वाढवा. क जीवनसत्त्वयुक्त आहारासोबतच लोहयुक्त आहारही घ्यावा लागेल. आम्ही दिलेल्या यादीतून तुम्ही आवडते पदार्थ निवडू शकता.

शरीराची लोहाची गरज फक्त आहारातून पूर्ण होत नाही म्हणून डॉक्टर तुमच्या शरीराच्या गरजेनुसार लोहाच्या गोळ्या देतात. लोह चांगल्या प्रमाणात मिळविण्यासाठी दोन जेवणाच्या मधल्या वेळेत रसासोबत या गोळ्या घ्यायला हव्यात.

सर्व भाज्या, फळे, धान्य आणि मांसात थोड्या फार प्रमाणात लोह असते; पण तुम्हाला तर खूप मोठ्या प्रमाणात लोह हवे असते. हे लोहयुक्त पदार्त शरीराच्या इतर गरजाही पूर्ण करतात.

बीफ, बफैलो, डक, टर्की,

पिकलेले क़्लाम्स, ऑयस्टर, भाजलेले बटाटे, पालक, केळी, शलगम, सी वीड, भोपळयाचे बी.

ओटचे चोकर,

जव, बल्गार आणि क्विनोआ

बीन्स आणि वाटाणे

सोया उत्पादने,

सुका मेवा

ब्लॅकस्ट्रेप मोलेसिज

सुकी फळे

स्निग्ध आणि जास्त स्निग्धयुक्त आहार-दिवसातून चार वेळा (तुमच्या वजनानुसार)

तुम्हाला तर हे माहीत आहेच, की स्निग्ध पदार्थ कधी कधी आवश्यकतेपेक्षा जास्त सेवन केले जातात. त्यामुळे हिरव्या पालेभाज्या आणि क जीवनसत्त्वयुक्त पदार्थांचे सेवन करण्यास काही हरकत नाही. स्निग्ध पदार्थांचे सेवन मर्यादित प्रमाणातच करा म्हणजे वजन थोडे कमी होईल. आहारातून स्निग्ध पदार्थ एकदम कमी करणेही योग्य नाही. कारण गर्भाला स्निग्धपदार्थ हवे असतात.

तिसऱ्या तिमाहीत तर ते अत्यंत महत्त्वाचे असतात.

थोडेसे स्निग्ध पदार्थ...

क़ॅलरीज कमी करायच्या असतील, तर सॅलाडची ड्रेसिंग आणि तळलेल्या तेलाला नाही म्हणा. तुमच्या भाज्यांत थोडे स्निग्ध पदार्थ घाला. कारण भाज्यासोबत घेतलेले स्निग्ध पदार्थ पूर्णपणे शोषले जात असल्याचे आढळून आले आहे. सॅलाडवर ड्रेसिंग, स्टिर फ्राय आणि नट्सचा शिडकावा यातून स्निग्ध पदार्थ मिळवा. ते दीर्घकाळ सोबत करतात.

रोजच्या आहारातील मेदाचा हिशोब ठेवा. ठरलेला कोटा पूर्ण करा, पण आवश्यकतेपेक्षा जास्त सेवन करू नका. जेवण तयार करण्यासाठीही स्निग्ध पदार्त

चांगल्या फॅटचे फॅक्ट्स

तुम्हाला फॅट्सची भीती वाटते. त्याला घाबरण्याऐवजी चांगले फॅट्स वापरा. सर्व फॅट्स वाईट नसतात. काही फॅट्स तर गर्भावस्थेसाठी खूप उपयुक्त असतात, जसे ओमेगा-३ फॅटी ॲसीड! तुमच्या आहारात याचा नक्कीच समावेश करायला हवा. डीएचएमुळे गर्भाचे डोके आणि डोळ्यांचा विकास होतो. गर्भावस्थेत भरपूर प्रमाणात डीएचए सेवन करणाऱ्या मातांच्या मुलांत हात आणि डोळे यांचा ताळमेळ खूप चांगला असल्याचे अभ्यासांती आढळून आले आहे. शेवटच्या तिमाहीत आणि नर्सिंगच्या काळातही याची आवश्यकता जास्त असते.

गर्भासाठी जे चांगले असते, ते तुमच्यासाठीही नक्कीच चांगले असते. त्यामुळे तुमच्या मूडमधील बदल कमी होतात. तसेच अकाली प्रसूती आणि गर्भपाताची शक्यता कमी होते. तुमच्या बाळाच्या झोपेच्या सवयी खूप चांगल्या असतात. तुम्ही आधीपासून जो आहार घेत असता, त्यात डीएचएचे प्रमाण जास्त असते. जसे सॉलमॅन किंवा इतर तेलकट मासे; जसे सार्डीन, आक्रोट, डीएचएसे परिपूर्ण अंडी, आरुगला, क्रेव आणि श्रिंप, फलेमनीड व चिकन यापासून मिळणाऱ्या सुरक्षित डीएचए बाबत तुम्ही तुमच्या डॉक्टरांचा सल्ला घेऊ शकता. प्रसूतीपूर्वही काही डीएचए सप्लिमेंट असतात.

लागतात, हे विसरू नका. तुम्ही १/२ चमचा लोण्यात अंडे फ्राय केले असेल किंवा कॉलेस्लामध्ये १ मोठा चमचा मेयोनीज घातले असेल तर हे प्रमाण लक्षात ठेवा.

पौष्टिक आहार घेऊनही वजन वाढत नसेल, तर थोडे स्निग्ध पदार्थांचे प्रमाण वाढवा. तसेच वजन जर वेगाने वाढत असेल, तर स्निग्ध पदार्थांचे प्रमाण थोडे कमी करा.

या यादीतील सर्व पदार्थ मेदयुक्त आहेत. अर्थात फक्त तेच काही मेदाचे स्रोत नाहीत; पण तुम्हाला त्यांची आवश्यकता आहे. तुमचे वजन योग्य प्रमाणात वाढत असेल, तर दिवसांतून चार वेळा त्याचे सेवन करा. जर नसेल, तर त्या प्रमाणात मेदाचे प्रमाण कमी-अधिक करा.

१ मोठा चमचा तेल (जैतून, कनोला, तीळ)
१ मोठा चमचा लोणी (मार्जरीन)
१ मोठा चमचा नियमित मायोनिज
२ मोठे चमचे सॅलाड ड्रेसिंग
२ मोठे चमचे चांगले क्रीम
१/४ कप हॉफ अँड हॉफ
१/४ कप फेंटी क्रिम
१/४ कप सॉर क्रिम
२ मोठे चमचे नियमित क्रीम चीज
२ मोठे चमचे शेंगदाणे किंवा बदामाचे लोणी

मीठयुक्त खाद्यपदार्थ (मर्यादित प्रमाणात)

सुरुवातीच्या काळात गर्भावस्थेत कमीत कमी मीठयुक्त पदार्थ खाण्याचा सल्ला देण्यात येत असे कारण त्यामुळे शरीरावर सूज येत असे. नंतर मात्र गर्भावस्थेत तरल पदार्थांचे प्रमाण सामान्य असल्याचे आढळून आले. तरल पदार्थाचे शरीरातील संतुलन कायम ठेवण्यासाठी सोडियम घेणे आवश्यक असते. सोडियमची कमतरता पडली, तर त्यामुळे गर्भाला नुकसान होऊ शकते. अर्थात लोणची, चटणी, आचार आवश्यकतेपेक्षा जास्त प्रमाणात सेवन केले, तर ते हानीकारक ठरू शकते. सोडियमच्या जास्त प्रमाणाचा रक्तदाबाशी थेट संबंध आहे. त्यामुळे गर्भावस्थेत

आणि प्रसूतीच्या वेळी अनेक प्रकारच्या अडचणी निर्माण होऊ शकतात. जेवणात कमी प्रमाणात मीठाचा वापर करा. लोणचे खाण्याची इच्छा झाली, तर एखादा तुकडा खा. कृपया आर्धी बरणी संपवू नका. आयोडीनयुक्त मीठाचा वापर करा म्हणजे शरीरात आयोडीनची कमतरता निर्माण होणार नाही. तसं थायरॉईडची तपासणीही आवश्य करून घ्या.

पातळ पदार्थ : रोज८ औंसचा ग्लास

तुम्ही दोन जिवांसाठी खात आहात आणि पीतही आहात. तुमच्या प्रमाणेच गर्भाचे शरीरही पाण्याने बनलेले आहे. या काळात शरीराला पातळ पदार्थांची खूप आवश्यकता असते. तशाही तुम्ही कमी पाणी पित असाल, तर सावरा. त्यामुळे तुमची त्वचा खरखरीत होत नाही. मलावरोध होत नाही आणि शरीरातील विषारी पदार्थ बाहेर पडतात. मूत्राशयाला संसर्ग होणार नाही आणि प्रसूती सुरळीत होते. दिवसाला कमीत कमी ८ ग्लास पाणी प्या. उष्णता जास्त असेल आणि व्यायाम करीत असाल, तर पाण्याचे प्रमाण वाढवा. जेवणाआधी खूप मोठ्या प्रमाणात पाणी पिऊ नका. पाण्याशिवाय दूध, फळे आणि भाज्यांचा रस, ज्यूस, सूप, गरम किंवा थंड चहातूनही पाणी मिळते. फ्रूट ज्यूसमध्ये आर्धे पाणी घालून घ्या. कॅलरीजही वाढणार नाही.

प्रसूतीपूर्व व्हिटॅमिन सप्लिमेंट रोज एक प्रेगनन्सी फॉर्म्युला

इतका चांगला पौष्टिक आहार घेतल्यानंतरही व्हिटॅमिनची औषधी घेण्याची गरज का पडते? तुम्ही एखाद्या प्रयोगशाळेत राहत असता, तर कदाचित याची तुम्हाला गरज पडली नसती. कारण तिथे तुम्हाला प्रत्येक गोष्ट आवश्यकतेनुसार मोजून मापून दिली असती. वास्तवात असे होऊ शकत नाही. तुम्हाला आणि गर्भाला व्हिटॅमिनचा डोस कोणत्याही प्रकारात हवा असतो. पौष्टिक अन्नामुळे निर्माण होणारी प्रत्येक कमतरता भरून निघते.

औषध तर औषध असते. ते कधीही आहाराची जागा घेऊ शकत नाही. त्यामुळे आहारात जीवनसत्त्वे आणि प्रोटिन्सचा समावेश करणे चांगले. आहारातून तुम्हाला पाणी आणि तंतू मिळतात. महत्त्वाच्या कॅलरी आणि प्रोटिन औषधातून मिळत नाहीत. जीवनसत्त्वे जितकी अधिक तितके चांगले, असा विचार करू नका.

काही जीवनसत्त्वे अधिक प्रमाणात घेतल्याने नुकसान होऊ शकते. ते शरीरासाठी विषारी ठरू शकतात. व्हिटॅमिन, प्रोटिनचे कोणतेही औषध डॉक्टरांच्या सल्याशिवाय घेऊ नका. आयुर्वेदिक औषधांपासूनही असेच दूर रहा. आहारात गाजर आणि ब्रोकलीचा समावेश करा. ते जास्त फायदेशीर आहे.

औषधात काय असते?

तुम्ही कोणते औषध घेता त्यावर सर्व अवलंबून असते. तुमच्या वैद्यकीय इतिहासानुसार डॉक्टर तुमच्यासाठी औषधी निवडीत असतात. कारण त्याचा काही तसा नियम नसतो. तुम्हाला स्वतः मेडिकलवर जायचे असेल, तर त्याआधी हे वाचा

- अ जीवसत्त्व ४,००० आय.यू. पेक्षा जास्त घेऊ नका. १०,००० आय.यू.पेक्षा जास्त प्रमाण विषारी होऊ शकते. अनेक निर्मात्यानी अ जीवनसत्त्वाचे प्रमाण कमी केले असून त्यऐवजी बीटा करोटिनचा वापर करायला सुरूवात केली आहे.
- क़मीत कमी ४०० ते ६०० मि.ग्रॅ.फॉलिक ॲसिड.
- २५० मि.ग्रॅ. कॅल्शियम. आहारातून योग्य

प्रमाणात कॅल्शियम मिळत नसेल, तर तुम्हाला हे प्रमाण १२०० मि.ग्रॅ. पर्यंत वाढवावे लागेल. सप्लिमेंट्री आर्यनसोबत कॅल्शियमची मात्रा २५० मि.ग्रॅ. पेक्षा जास्त घेऊ नका. कारण लोह शोषून घेण्यात क्षारांमुळे अडचण येते. आर्यन सप्लिमेंट घेण्यापूर्वी किंवा नंतर दोन तासांनी कॅल्शियम घ्या.

- ३० मि.ग्रॅ. आर्यन.
- ५० ते ८० मि.ग्रॅ. क जीवनसत्त्व
- १५ मि.ग्रॅ. झिंक
- २ मि.ग्रॅ. कॉपर
- २ मि.ग्रॅ. ब जीवनसत्त्व
- ड जीवनसत्त्व ५०० मि.ग्रॅ. पेक्षा अधिक नसावे
- ई जीवनसत्त्व (१६ मि.ग्रॅ.)

  थियामिन (१ -४ मि. ग्रॅ.)

  रायबोफ्लेविन (१-४ मि.ग्रॅ.)

  नियोसिन (१८ मि.ग्रॅ.) ब जीवनसत्त्व (२.६ मि.ग्रॅ.) या डोसाने कोणत्याही प्रकारचे नुकसान होत नाही.
- अनेक औषधांत मॅग्निशियम, फ्लोराईड, बायोटिन, फॉस्फरस, पॅंटोथॅनिक ॲसिड आणि बी$_6$ यांचाही समावेश असतो.

तुमच्या डॉक्टरांच्या सल्ल्याशिवाय कोणतेही औषध घेऊ नका.

तुम्ही काय विचार करता?

मिल्क फ्री मॉम

"मला दूध सहन होत नाही. दिवसातून चार कप दूध पिणे मला शक्य नाही. गर्भाला दूध हवेच असते का?"

गर्भाल दूध नाही, तर कॅल्शियम हवे असते. तुमच्या आहारातील दूध हाच कॅल्शियमचा नैसर्गिक स्त्रोत आहे. त्यामुळेच गर्भवतीला दूध पिण्याचा सल्ला दिला जातो; पण दूध पिल्यामुळे तुमचे तोंड बेचव पडत असेल आणि पोटात गॅसेस होत असतील, तर ते दूध पिण्यापूर्वी तुम्ही दोन वेळा विचार करता. गर्भाची हाडे आणि दात मजबूत होण्यासाठी लागणारे कॅल्शियम फक्त दुधातूनच मिळते असे नाही. त्याला इतरही पर्याय आहेत. तुम्ही हार्ड चीज, योगर्ट किंवा लॅक्टोज फी सारखी डेअरी उत्पादने घेऊ शकता. या प्रकारच्या उत्पादनात कॅल्शियम फोर्टिफाईडही असते. तुम्ही दुधात लॅक्टोस टॅबलेट घालूनही दूध पिऊ शकता. म्हणजे त्यामुळे पोटात काही गडबड होणार नाही आणि ते सहजगत्या पचेल.

तसं तर पहिली तिमाही येईपर्यंत हळूहळू तुम्हाला त्याची सवय होते. याच काळात गर्भाला खऱ्या अर्थाने कॅल्शियमची आवश्यकता असते. ज्यामुळे तुम्हाला त्रास होणार नाही, अशा प्रकारची काही उत्पादने दरम्यानच्या काळात शोधा.

तुम्हाला डेअरी उत्पादनांची ॲलर्जी असेल, तर कॅल्शियमयुक्त ज्यूस किंवा कॅल्शियम असलेली नॉन डेअरी उत्पादने घ्या.

तुम्हाला दुधाची चव आवडत नसेल, तर दुसरे पर्याय शोधा. सेरेल सूप किंवा स्मूदीज दुधात घाला.

पाश्चराईज

लुई पाश्चर यांनी १८०० च्या दरम्यान पाश्चराईज करण्याचे शोधलेले तंत्र अनोखे आहे. स्वतःला आणि गर्भाला दुधाच्या संक्रमणापासून वाचवायचे असेल, तर पाश्चराईज दूध प्या आणि पाश्चराईज डेअरी उत्पादने घ्या. आज काल अंडेही पाश्चराईज मिळतात. त्यामुळे आजारापासून तुम्ही वाचू शकता. गर्भावस्थेत अशी बारीक सारीक काळजी घेणे उपयुक्त आहे. त्याकडे कधीही दुर्लक्ष करू नका.

तुम्हाला आहारातून पुरेशा प्रमाणात कॅल्शियम मिळत नसेल, तर डॉक्टरांना सप्लिमेंट द्यायला सांगा. आज काल त्याच्या गोड गोळ्या मिळतात. त्या चघळाव्या लागतात. कॅल्शियमशिवाय तुम्ही व्हिटॅमिन डीच्या प्रमाणाबाबतही जागरूक असायला हवे. ते गाईच्या दुधात असते. तेही कॅल्शियमसोबत घेणे आवश्यक असते.

आहारात लाल मांस नको

"मी चिकन आणि मासे खाते, पण लाल मांस खात नाही. त्याशिवाय गर्भाला आवश्यक पोषक घटक मिळतील का?"

गर्भावस्थेत मासे आणि पोल्ट्री उत्पादने तुम्हाला चांगले पोषण देतात. फक्त तुम्हाला लोह मिळत नाही, कारण ते फक्त लाल मांसात असते. ही कमतरता तुम्ही दुसऱ्या पर्यायातून भरून काढू शकता.

शाकाहार

"मी निरोगी शाकाहारी आहे. गर्भासाठी मांसाहार करण्याचा मला अनेकजण सल्ला देतात."

शाकाहारी व्यक्तीने आपला आहार थोडासा नियोजित केला, तर त्यालाही मांसाहारी व्यक्तीप्रमाणे पूर्ण पोषण मिळू शकते. तुमच्या शाकाहारात खालील बाबींचा आवश्य समावेश करा.

पुरेशा प्रमाणात प्रोटिन :- तुम्ही दूध आणि अंडी खात असाल, तर तुम्हाला नक्कीच आवश्यक प्रमाणात प्रोटिन्स मिळतात. तुम्ही कडक शाकाहारी असाल आणि दूध, अंडीही घेत नसाल, तर तुम्ही आहारात बिन्स, मटर, मसूर, तोफू आणि सोया उत्पादनांचा समावेश करायला हवा.

पुरेशा प्रमाणात कॅल्शियम :- डेअरी उत्पादने घेणाऱ्या शाकाहारी व्यक्तीसाठी तर काही अडचण नाही; पण तुम्ही डेअरी उत्पादनेही घेत नसाल, तर कॅल्शियमयुक्त ज्यूस, हिरव्या पालेभाज्या, तीळ, बदाम, सोया उत्पादने हे उपयुक्त ठरू शकते. तरीही गरज भागली नाही, तर कॅल्शियमचे औषध घेऊ शकता. त्यासाठी डॉक्टरांचा सल्ला घ्या.

व्हिटॅमिन बी$_{१२}$:- तसं तर बी$_{१२}$ जीवनसत्त्वाची कमतरता दुर्लभ असते. कडक शाकाहारी लोकांना मात्र हे मिळत नाही. कारण ते फक्त मांसाहारातच असते. तुमच्या डॉक्टरांच्या सल्ल्याने फॉलिक ॲसिड आणि लोहाच्या बरोबरीने बी$_{१२}$ चे औषधही घ्या. याशिवाय सोया दूध, फोर्टीसाईड सोरेल, पौष्टिक खमीर यामुळेही आवश्यक गरज भागू शकते.

ड जीवनसत्त्व :- सूर्य प्रकाशात आपली त्वचा स्वतः हे तयार करते, पण जास्त वेळ उन्हात राहिल्यामुळे त्वचा काळी पडू शकते. काळ्या रंगाच्या स्त्रिया हे पुरेशा प्रमाणात घेऊ शकत नाहीत. तुम्ही गाईचे दूध घेत नसाल, तर सोयादूध घ्या. नाही तर औषध घ्या. ब्रेड आणि सोरेलमध्येही ड जीवनसत्त्व असते.

लो-कर्ब डाएट

"मी वजन वाढविण्यासाठी लो कर्ब हाय प्रोटिन डाएट घेत होते. गर्भावस्थेतही मी असाच आहार घेऊ शकते का?"

गर्भावस्थेत कोणत्याही पोषक घटकाची कमतरता योग्य असत नाही. सर्व पोषक घटक संतुलित प्रमाणात घ्यायला हवेत. कमी कर्ब असलेल्या आहारात फॉलिक ॲसिडही कमी असते. ते गर्भाच्या विकासासाठी आवश्यक असते. गर्भासाठी जे घातक असते, ते तुमच्यासाठीही घातक असते. कॉम्पलेक्स

कर्बमुळे मलावरोध होत नाही. ब जीवनसत्त्वामुळे मॉर्निंग सिकनेसशी संघर्ष करण्याची क्षमता मिळते.

कॉलेस्ट्रॉलची काळजी

''मी आणि माझ्या पतीने आहारातील कॉलेस्ट्रॉलचे प्रमाण खूप कमी केले आहे. गर्भावस्थेतही मी असे करू शकते?''

तुम्ही काय ऐकले आहे आणि काय ऐकले नाही, हे आम्हाला माहीत नाही. गर्भावस्थेत तुम्हाला कॉलेस्ट्रॉल कमी करण्याची गरज नसते. या वयात कॉलेस्ट्रॉलमुळे तुमच्या धमन्यात अडथळा निर्माण होण्याची शक्यता नसते. खरं तर गर्भाच्या विकासासाठीही ते आवश्यक आहे. गर्भवती आईच्या शरीरात आपोआपच याची निर्मिती होत असते. त्यामुळे रक्तातील कॉलेस्ट्रॉलचे प्रमाण २५ ते ४० टक्के वाढते. त्यामुळे तुम्ही स्वतः कॉलेस्ट्रॉल वाढविणारा आहार घेण्याची काही गरज नाही. अर्थात अंडाभूर्जी तुम्ही समाधानाने खाऊ शकतो. कॅल्शियमची गरज भागविण्यासाठी चीज खाऊ शकता किंवा बर्गरचा स्वादही घेऊ शकता.

जंक फूडचे सेवन

''मला नट्स, चिप्स आणि फास्ट फूड खूप आवडते. आरोग्यदायी आहार घ्यायला हवा, हे मला माहीत आहे, मी तसा प्रयत्नही करते; पण मी माझ्या सवयी बदलू शकत नाही. ''

तुम्हाला सवयी बदलण्याची इच्छा आहे, हेच सवयी बदलण्याच्या दिशेने उचलेले पहिले पाऊल आहे. त्यासाठी आधी तुम्ही तुमचे अभिनंदन करा. अर्थात या बदलासाठी गंभीरपणे प्रयत्न करायला हवेत. अर्थात असे अनेक मार्ग आहेत, ज्यांच्या मदतीने तुम्ही सवयी बदलू शकता.

१. सोबत जेवण न्या :- न्याहरीच्या टेबलावर कॉफी पिण्याची इच्छा होत असेल, तर घरूनच चांगला आरोग्यदायी नास्ता सोबत न्या. त्यामध्ये कॉम्पलेक्स कार्ब आणि प्रोटिन असायला हवेत. त्यामुळे तुमचे पोट भरलेले राहील आणि जंक फूड खाण्याची इच्छा होणार नाही. दुकानात गेल्यावर तेथील पदार्थ पाहून खाण्याची इच्छा होत असेल, तर तिथे जाणे टाळा. जवळपासच्या दुकानातून आरोग्यदायी सँडविच मागवा किंवा ज्या ठिकाणी तळलेले पदार्थ मिळतात, तिथे जाणे टाळा.

२. थोडे नियोजन आवश्यक आहे :- गर्भावस्थेत सतत आरोग्यदायी आणि पौष्टिक आहार हवा. तुमच्या कपाटात असे पदार्थ नेहमी ठेवायला विसरू नका. ज्या हॉटेल किंवा रेस्टॉरंटमधून स्वच्छ आणि आरोग्यदायी जेवण मागविता येईल, अशा हॉटेल-रेस्टॉरंटचे फोन नंबर जवळ ठेवा. जोराची भूक लागण्याच्या आधीच जेवण मागवा. घर, कामाचे ठिकाण, कार आणि बॅगमध्ये सहजपणे भूक भागविता येईल, असे खाद्यपदार्थ ठेवा. जसे- फळ, ट्रेल मिक्स, सोयाचिप्स, कडधान्येयुक्त ग्रोनेला बार व क्रोकर, योगर्ट किंवा स्मदीज, स्ट्रिंग चीज किंवा व्हॅजिस. तहान लागल्यावर सोडा पिण्याची इच्छा होऊ नये म्हणून सोबत पाण्याची बाटली ठेवा.

३. मोहात पडू नका :- कँडी, चिप्स, कुकीज़ आणि सॉफ्ट ड्रिंक घरातून बाहेर काढा म्हणजे डोक्यात त्यांचा विचारही येणार नाही. पेस्ट्रीच्या मोहात पडू नका. हा मोह तुम्हाला महाग पडू शकतो.

४. पर्याय शोधा :- खूप चवदार लागणाऱ्या कोणत्याही पदार्थाला तुम्ही पर्याय निवडू शकता. पर्याय असा असावा, की तुम्हाला चवही मिळावी आणि पुरेशा प्रमाणात पौष्टिक घटकही मिळावेत. तुम्हाला आइस्क्रिम खाण्याची इच्छा होत असेल, तर तुम्ही ज्यूस बार किंवा फ्रुटस्मूदही घेऊ शकता.

५. गर्भाकडे लक्ष द्या :- तुम्ही जे काही खात असता, तेच गर्भालाही मिळत असते. काही वेळेला तुमचे मन मोहात पडते तेव्हा हे भान ठेवणे जमत नाही. तुमच्या अवती भोवती आणि कामाच्या ठिकाणी बाळाची सुंदर चित्रे लावा. योग्य अयोग्य काय याची निवड करताना ही चित्रे तुम्हाला मदत करतील.

६. आपल्या मर्यादा ओळखा :- काही जंक अधून मधून खाता येतात, पण काही कधीच न खाणे चांगले. तुमचे थोडक्यात समाधान होत नसेल, किंवा थोडे खाल्ल्यावर आणखी खाण्याची इच्छा होत असेल, तर आपल्या मर्यादा ओळखा.

७. चांगल्या सवयी दीर्घकाळ सोबत करतात :- चांगल्या सवयी दीर्घकाल सोबत करतात. प्रसूतीनंतरही नव्या आईला खूप मोठ्या प्रमाणात ऊर्जा हवी असते. त्यावेळी ह्याच सवयी उपयुक्त ठरतात. त्याचबरोबर बाळालाही सुरुवातीपासूनच चांगल्या सवयी लागतात.

आरोग्यदायी आहाराचे शॉर्ट कट

फास्टफूडही आरोग्यदायी होऊ शकते, कसे –

- तुम्हाला नेहमी घाई असेल, तर बर्गरसाठी रांगेत उभे राहण्याऐवजी भाजलेले टर्की चीज, सॅलाड आणि टमाटे वापरून झटपट सँडविच तयार केले जाऊ शकते.
- रोज रात्रीचे जेवण तयार करता येत नसेल, तर दोन-३ रात्रींसाठी एकदाच जेवण तयार करा.
- आरोग्यदायी पदार्थ तयार करायचे म्हणून गोंधळून जाऊ नका. तुम्ही जे काही तयार करता आहात ते साधे आणि पौष्टिक असायला हवे. तुम्ही शिजविलेल्या बोनलेस चिकनवर टोमॅटो सॉस आणि मॉजरेला चीजचा थर देऊन ब्रोलरमध्ये तयार करू शकता. इथे तुम्ही तुमच्या आवडीनुसार काही बदल करू शकता.
- काहीही तयार करण्याइतका खरोखरच वेळ नसेल, तर सुपर मार्केटमध्ये मिळणारे सूप, ज्यूस किंवा रेडीमिक्स खाद्यपदार्थ आणले जाऊ शकतात. अशा भाज्या आणि खाद्य पदार्थ निवडा की जे सहजपणे मायक्रोवेव्हमध्ये तयार करता येतील.

बाहेरचे खाणे

"मी आरोग्यदायी आहार घेण्याचा पूर्ण प्रयत्न करते. बहुतेक वेळा बाहेरच खाणे होत असल्यामुळे असे करणे शक्य होत नाही."

- रेस्टॉरंटमध्ये मिनरल वॉटर पिणे आणि मार्टिनीकडे दुर्लक्ष करणे अनेक गर्भवती महिलंसाठी शक्य होत नाही. तुम्ही तुमच्यासाठी असा आहार निवडायला हवा, की तो तुमच्या आणि गर्भाच्या दृष्टिने आवश्यक कॅलरीजचा असेल. खालील सल्ला वापरून बाहेर घेतल्या जाणाऱ्या लंच किंवा डिनरला तुम्ही आपल्या योग्य करू शकता.
- ब्रेड निवडण्यापूर्वी अख्ख्या धान्यापासून तयार झालेल्या ब्रेड मागवाव्यात. दुसऱ्या ब्रेड नसतील, तर त्या कमी वापरा आणि त्यावर लोणी किंवा जैतून तेल लावायला विसरू नका. याशिवाय रेस्टॉरंटमधील सॅलाडची ड्रेसिंग आणि भाज्यातील लोणी तसेच तेलात फॅट्स असतात.
- पहिल्यांदा हिरव्या सॅलाड घ्या. त्यासोबत श्रिंप कॉकटेल, स्टीम्ड सी फूड, ग्रिल्ड भाज्या किंवा सोप घेऊ शकता.
- सूप घेणार असाल, तर भाज्यांचा बेस असलेले (शक्करकंद, गाजर, टमाटे) घ्या. लेंटील किंवा

बीन सूपमध्येही मोठ्या प्रमाणात प्रोटीन असतात. त्यावर किसलेले लोणी घालून तुम्ही ते खाऊही शकता.

- तुम्ही मेनफूडमध्ये ग्रिल्ड, बॉयल्ड, स्टीम्ड किंवा पर्चड फीश, सी फूड, चिकन ब्रेस्ट किंवा बीफद्वारे प्रोटिनची गरज भागवू शकता. काही खास इच्छा असेल, तर सांगायला विसरू नका. तुम्हाला कोणी नाही म्हणणार नाही. चिकन ब्रेस्ट फ्राय करण्याऐवजी ग्रील्ड करायला तुम्ही सांगू शकता. जेवण शाकाहारी असेल, तर मेन्यूमध्ये टोफू, बिन्स, मटर, चीज किंवा यांची मिसळ घेऊ शकता.
- तुम्ही तुमच्यासाठी बेक्ड पांढरी किंवा गोड शक्करकंद, राईस, मटर आणि हिरव्या भाज्या निवडा.
- तुम्ही रेस्टॉरंटमध्ये फळेही घेऊ शकता. तुम्ही फळे कापून घेण्याची गरज नाही. कापलेल्या फळांवर दोन चमचे फेंटी क्रीम, सोडावॉटर किंवा आइस्क्रिम घालून, दुसऱ्यांसमवेत डेझर्टचा स्वाद घेऊ शकता.

लेबल वाचणे

''मला चांगले पौष्टिक अन्न हवे असते, पण खरेदी केलेल्या डब्ब्यावरील लेबल वाचणे मला अशक्य वाटते. ते मला समजत नाही. ''

तुमच्या मदतीसाठीच लेबल लावले जाते. पुढच्या वेळी जेव्हा केव्हा तुम्हाला डब्बाबंद खाद्यपदार्थ खरेदी करायचे असतील, तेव्हा बारीक अक्षरांतील सूचना वाचा. त्यामध्ये पोषणमूल्य आणि वापरलेली सामग्री असते.

त्या उत्पादनात कोणता पदार्थ अधिक आहे आणि कोणता कमी प्रमाणात आहे, ते तुम्हाला त्यावरून कळते.

डब्ब्यात प्रक्रिया केलेले अन्नपदार्थ आहेत की तसेच वापरलेले ते तुम्हाला एका नजरेत कळते. त्यामध्ये साखर, मीठ, मेद किंवा दुसरे पदार्थ जास्त प्रमाणात तर नाहीत ना, हे त्यावरून कळते. साखर वर असेल किंवा ती वेगवेगळया पदार्थात असेल, तर त्यात साखरेचे प्रमाण अधिक असल्याचे समजून घ्यावे.

क़धी कधी पोषक घटकांव्यतिरिक्त साखरेचे प्रमाण वेगळे दिलेले असते. फ्रूट ड्रिंक किंवा संत्र्याचा ज्यूस यांच्या डब्यावर दिलेले साखरेचे प्रमाण एकसारखे असू शकते, पण त्याचा अर्थ ते दोन्ही सारखेच आहेत असा होत नाही. ऑरेंज आणि कॉर्नशीपची तुलना करा. संत्र्याच्या मूळ ज्यूसमध्ये फळातील साखरेची गोडी असते, तर फ्रूट ड्रिंकमध्ये साखर वरून घातलेली असते.

ज्या गर्भवती प्रोटिन आणि कॅलरीजचा अंदाज करतात, त्यांच्यासाठी हे लेबल वाचणे फायदेशीर होऊ शकते. ज्या खाद्य पदार्थात पोषक घटक अधिक असतील, त्याची खरेदी करा.

अनेक वेळा मोठ्या अक्षरात लिहिलेले असते- 'अखखे गहू, चोकर आणि धान्यापासून तयार केलेले- इंग्लिश माफिन.' त्यावरील बारीक अक्षरात लिहिलेला मजकूर वाचला, तर ते मैद्यापासून तयार केल्याचे आढळून येते आणि यादीत चोकरचे नावही नसते. मधाचे फक्त नाव असते. त्याऐवजी साखर वापरलेली असते.

फक्त बाहेरून गुणवत्ता कळत नाही

फळे आणि भाज्यांच्या बाहेरील रंगांना भुलू नका. ज्या फळांना रंग नसतो ते जीवनसत्त्वे, क्षार आणि खनिजांनी भरलेले असतात. गडद हिरव्या रंगाच्या काकडीऐवजी सोलल्यानंतर हिरवी दिसणारी काकडी घ्या. बाहेरून पिवळे दिसणारे पण आतून गडद असणारे खरबूज घ्या.

'एनरिचड किंव फोर्टीफाइड' बॅनर्सपासूनही सावध रहा. कोणत्याही खाद्यपदार्थातून काही जीवनसत्त्वे मिळतात म्हणून काही ते चांगले असत नाही. जे नैसर्गिक आहे, ते निवडण्याचा प्रयत्न करा.

सुशी खाऊ की नको!

"सुशी मला खूप आवडते. गर्भावस्थेत ते खाऊ नये, असे मी ऐकले आहे. हे खरे आहे का?"

क्षमा करा, पण तुम्ही सुशी, साशीस, कच्चे आयस्टर, सेवियच, फिशी टार्टरस, कार्पेशियस यासारख्या खाद्यपदार्थांपासून दूरच रहायला हवे. कमी शिजवलेले मासे आणि रोल फीश यासारखे सी फूड योग्य शिजलेले नसतात. त्यामुळे तुम्ही आजारी पडू शकता. अर्थात याचा अर्थ असा नाही, की तुम्ही तुमच्या आवडीच्या जपानी रेस्टॉरंटपासून दूर रहावे. आतापर्यंत तुम्ही अशा प्रकारचा आहार घेत आला असाल, तर काळजीचे कारण नाही.

हॉट-हॉट फीश

"मला गरम आणि तिखट जेवण खूप आवडते. गर्भावस्थेत असे खाणे योग्य आहे का?"

छातीत जळजळणे आणि अपचन यासारखा त्रास तुम्हाला होत नसेल, तर तुम्ही मसालदार आणि तिखट जेवण घेऊ शकता. तसेच साल्सा किंवा स्टिर - फ्राय चा आनंद घेऊ शकता. यामुळे काही नुकसान होत नाही. काही मसाल्यात तर क जीवनसत्त्व असते.

शिळे किंवा खराब अन्न

"आज सकाळी मी असा योगर्ट खाल्ला जो शिळा होता. एक आठवड्यापूर्वीच तो एक्सपायर झाला होता. त्याची चव तर चांगली होती. तरीही त्यामुळे काही नुकसान होईल का?"

जे झाले ते झाले. एक्सपायरी संपल्यानंतर डोअरी उत्पादने खाणे धोकादायक असते. कोणताही पदार्थ खाल्ल्यानंतर आठ तासात पॉयझनिंगची लक्षणे आढळली नाहीत, तर काळजी करण्याचे काही कारण नाही. कदाचित तुमचे योगर्ट फ्रीजमध्ये ठेवलेले असू शकते. यापुढे कोणताही पदार्थ खाताना त्याची मुदत पहा.

"काल रात्री काही खाल्ल्याने मला फूड पॉयझनिंग झाले. त्यामुळे मला उलट्या जुलाब झाले. यामुळे गर्भाला काही धोका होऊ शकतो का?"

गर्भापेक्षा जास्त नुकसान तुमचे होऊ शकते. उलट्या आणि जुलाबामुळे शरीरातील पाण्याचे प्रमाण कमी होते, तेव्हा ते दोघांसाठी घातक होते. योग्य प्रमाणात पातळ पदार्थ घेतले, तर अशी परिस्थिती ओढवणार नाही. उलटीत रक्त येत असेल, तर डॉक्टरांकडे जा.

साखरेला पर्याय

"मला जास्त वजन वाढवायचे नाही, पण मला गोड खूप आवडते. मी साखरेचे पर्याय वापरू शकते का?"

ऐकायला बरे वाटत असले, तरी गर्भवतीसाठी साखरेचे पर्यायही संमिश्र फलदायी आहेत. तसे तर ते सुरक्षित आहेत, पण याबाबत अजून पुरेसे संशोधन व्हायचे आहे.

सुक्रालोज (स्पलेंडा) :- हे साखरेपासूनच तयार करतात, पण त्याचे रासायनिक स्वरुप अशा प्रकारे बदलले जाते, की शरीर त्याचे शोषण करू शकत

नाही. ज्या गर्भवतींना कॅलरी वाढवायच्या नाहीत, त्यांनी हे घ्यायला हरकत नाही. तुम्ही हे चहा, कॉफीत, तसेच काही पदार्थ बनवताना वापरू शकता. किंवा ज्यामध्ये सुक्रालोज आहे, अशी उत्पादने घेऊ शकता. (ड्रिंक्स, योगर्ट, कँडी आणि आइस्क्रिम). मर्यादित स्वरूपात वापर करणेच चांगले. हे उत्पादन नवीन आहे, त्यामुळे त्याबाबत अधिक आकडेवारी उपलब्ध नाही.

एस्पार्टम (इक्वल, न्याट्रास्वीट) :- याला ड्रिंक्स, योगर्ट किंवा फ्रोजन फूडमध्ये मिळविता येते. याला शिजविता किंवा बेक करता येत नाही. कारण जास्त शिजविल्यावर याची गोडी निघून जाते. बहुतेक डॉक्टर याला सुरक्षित समजतात आणि थोड्या फार प्रमाणात त्याचा वापर करण्याचा सल्ला देतात. गर्भवतींनी कृत्रिम गोडीची निवड करताना सावध असायला हवे, असे काही डॉक्टर म्हणतात. तुम्ही तुमच्या डॉक्टरांचा सल्ला घ्या आणि मगच ठरवा.

सॅक्रिन :- मानवावर सॅक्रिनचा परिणाम यावर फार काही प्रयोग झाले नाहीत, पण प्राण्यांवर याचा परिणाम बघितला आहे. जास्त प्रमाणात सॅकरीन घेणाऱ्या माद्यांना कॅन्सर होण्याची शक्यता असत; पण गर्भवतीलाही हा धोका आहे, की नाही ते नक्की सांगता येत नाही. बहुतेक डॉक्टर याचा कमीत कमी वापर करण्याचा सल्ला देतात. या आधी तुम्ही जे काही सॅक्रिन घेतले आहे, त्याचा फार विचार करू नका.

ॲसुलफेम- के (सुनॅट) :- साखरेपेक्षा शंभरपट गोड असलेला हा पदार्थ बेक्ड पदार्थ, जिलेटिन डेव्हर्ट, गर्म सॉफ्ट ड्रिंकमध्ये वापरला जातो. एफडीएनुसार गर्भावस्थेत त्याचा मर्यादित स्वरुपात वापर केला जाऊ शकतो. तुम्ही मात्र याबाबतीत तुमच्या डॉक्टरांना विचारा.

सॉरबीटॉल :- ही साखर नैसर्गिकरित्या काही फळांत आणि बेरीत आढळते. साखरेपेक्षा जास्त गोड असलेली सॉरबिटॉल खाण्या पिण्याच्या अनेक पदार्थात वापरली जाते. मर्यादित प्रमाणात गर्भावस्थेत याचा वापर केला जाऊ शकतो. जास्त प्रमाणात सेवन केल्यास गॅसेस किंवा डायरिया होऊ शकतो.

मॅनिटॉल :- ही साखरेपेक्षा थोडी कमी गोड असते. साखरेपेक्षा कमी कॅलरीज असतात. याचाही कमी प्रमाणात वापर केला जाऊ शकतो. जास्त घेतल्यास गॅस्ट्रलाईन प्रॉब्लेम्स निर्माण होऊ शकतात.

जायलिटॉल :- नैसर्गिकरित्या काही फळात आणि भाज्यात आढळणारी गोडी आहे. सामान्य चयापचय प्रक्रियेतही ही साकर आपल्या शरीरात तयार होत असते. चुइंगगम, टूथपेस्ट आणि काही खाद्य पदार्थांत हिचा वापर करतात. यात साखरेपेक्षा ४० टक्के कमी कॅलरीज असतात. गर्भावस्थेत याचा कमी प्रमाणात वापर करा. जायलिटॉलयुक्त एक चुइंगगम फायदा करेल, पण याचे पाच पॉकेट चघळणे तुम्हाला आवडेल का?

स्टेविया :- दक्षिण अमेरिकेतील जाडीबुटीपासून तयार करण्यात येणारा हा एक असा गोड पदार्थ आहे, ज्याबद्दल अधिक संशोधन झालेले नाही. याचा वापर करण्यापूर्वी डॉक्टरांचा सल्ला घ्या.

लॅक्टोज :- या मिल्कशुगरमध्ये साखरेच्या १/१६ पट गोडी असते. यामुळे खाद्य पदार्थांना हलकीशी गोडी येते. लॅक्टोज इन्टॉलरेंटची लक्षणे दिसत असतील, तर याचा वापर करू नका.

मध :- ॲंटीऑक्सिडेंट तत्त्वांमुळ आज काल याचा खूप मोठ्या प्रमाणात वापर केला जातो. हा साखरेला चांगला पर्याय आहे, पण यात कॅलरीजचे प्रमाण कमी नसते. एक मोठा चमचा साखरेच्या तुलनेत यात १९ कॅलरीज जास्त असतात.

फ्रुट ज्यूस कॉंसन्ट्रेट :- द्राक्षे आणि सफरचंद यासारखे ज्यूस कॉंसन्ट्रेट गर्भावस्थेत खूप सुरक्षित असतात. अनेक पदार्थात तुम्ही याचा साखरेऐवजी वापर करू शकता. सूपर मार्केटमध्ये ते फ्रोज अवस्थेत मिळतात. जॅम, जॅली, कडधान्याच्या कूकीज,माफिन, सेरेल, ग्रेनेला बार आणि पॉप अप टोस्टर पेस्ट्रिजमध्येही याचा वापर केला जातो.

फ्रूट ज्यूसची गोडी असलेले उत्पादने, कडधान्ये, आरोग्यदायी मेद यासारखे पौष्टिक खाद्यपदार्थ तयार केले जातात. हे खरेच खूप चांगले असतात.

हर्बल चहा

"मी खूप प्रमाणात हर्बल चहा पिते. गर्भावस्थेत हा पिणे चांगले आहे का?"

तुम्हा दोघांसाठी तुम्हाला हर्बल चहा हवा आहे? खरं तर याबाबतीत अद्याप पुरेसे संशोधन झाले नाही. त्यामुळे या प्रश्नाचे योग्य उत्तर देता येत नाही. काही हर्बल चहा सुरक्षित समजले जातात, तर काही नाही. जसे 'रसबेरी लीफ चहा'. हा जास्त प्रमाणात घेतला, तर कॉंट्रेक्शन सुरू होऊ शकते. तुमच्या अवस्थेनुसार ते बरे किंवा वाईट ठरू शकते.

तसं तर असं म्हणता येईल, की गर्भावस्थेत याबाबतीत थोडी सावधगिरी बाळगायला हवी. फार तर मर्यादित स्वरुपात याचा वापर करावा. कोणता हर्बल चहा तुमच्यासाठी चांगला आहे, याबाबत तुमच्या डॉक्टरांचा सल्ला घ्या.

कदाचित तुम्ही एखाद्या अडचणींचा तर घुटका घेत नाहीत ना? त्यामुळे काहीही पिण्यापूर्वी त्यावरील लेबल काळजीपूर्वक वाचा. काही चहा फ्रूट बेस असण्याबरोबरच जाडीबुटीयुक्त असतात. तुम्ही तुमच्या नेहमीच्या काळ्या चहामध्ये संत्री, लिंबाचा रस, फ्रूटज्यूस, लिंबाच्या फोडी, नाशपती, दालचिनी, लवगं, आले किंवा विलायची वगैरे टाकू शकता. कोणत्याही चहाबाबत असे समजले जाते, की त्यामुळे फॉलिक ॲसिडचे प्रमाण कमी होते. जे गर्भावस्थेत अतिशय महत्त्वाचे असते. त्यामुळे हिरवा चहा घेत असाल, तर कमी प्रमाणात घ्या. परसदारी उगवलेला कोणताही चहा घेण्याआधी तो गर्भावस्थेत घेणे सुरक्षित आहे की नाही, हे पहा.

खाद्यपदार्थांतील रसायने

"डब्बाबंद खाद्यपदार्थांतील प्रीझर्व्हेटिव्ह, भाज्यांबरील कीटकनाशके, माशांमधील जी.सी.बी आणि मर्करीमधील अँटॉबिमोटी हॉट डॉगमधील नायट्रेस. मग गर्भावस्थेत असे काय खावे, जे माझ्यासाठी सुरक्षित असेल?"

इतके परेशान होण्याची कारण नाही. या सर्व गोष्टींना घाबरून उपाशी राहण्याची तुमच्यावर वेळ येणार नाही. खाद्यपदार्थांत असलेले फारच थोडे घटक असे असतात, जे तुमच्या गर्भाला नुकसान पोहचवू शकतात.

अर्थात प्रत्येक वेळी तुम्ही सावधगिरी बाळगणे, हेच अधिक चांगले. याकाळात असे करणे फारसे अवघडही नसते. तुमच्या आणि गर्भाच्या आरोग्यासाठी आम्ही दिलेल्या आहाराबाबतच्या टिप्सचे पालन करा. खरेदी करताना फार विचार करावा लागणार नाही, याकडे लक्ष द्या.

- गर्भावस्थेतील आहारातून तुमचा आहार निवडा. त्यामुळे तुम्ही अनेक प्रकारच्या प्रोसेस्ड फूडपासून वाचू शकता. अशा प्रकारे तुम्ही हिरव्या आणि पिवळया पाले भाज्या, फळभाज्या; फायटोकेमीकलयुक्त फळे आणि भाज्यांचे सेवन केले, तर आहारातील विषारी घटक निरूपद्रवी होतात.
- शक्य होईल तेव्हा ताजे, फ्रोजन किंवा डब्बाबंद ऑर्गनिक पदार्थच खा. त्यामुळे प्रोसेस्डफूडमधील

स्टोरेन्सपासून तुमचा बचाव होईल आणि तुमचे जेवण चांगले पौष्टिक होईल.

- संधी मिळेल तेव्हा निसर्गासोबत चला. म्हणजे असा आहार घ्या ज्यात कृत्रिम रंग किंवा प्रिजर्व्हेटिव्ह नाहीत. लेबल काळजीपूर्वक वाचा. हे सर्व पदार्थ तुमच्यासाठी सुरक्षितही नाहीत आणि पौष्टिकही नाहीत, हे लक्षात ठेवा.
- नायट्रेटयुक्त हॉटडॉग, सलामी, बोलोगना, स्मोक्ड फिश आणि मांस खाऊ नका. ज्यामध्ये प्रिझर्व्हेटेव्ह नाहीत, असे ब्रँड निवडा.
- माशांपासून तुम्हाला लीन प्रोटीन मिळतात. यामध्ये ओमेगा-३ फॅटी ॲसीडही असतात. गर्भाच्या मेंदू निर्मितीसाठी ते उपयुक्त असतात. तुमच्यासाठीही ते खूप फायदेशीर आहे; पण याआधी तुम्ही ते कधी खाल्ले नसतील, तर त्यामुळे अरुची होऊ शकते. गर्भवती महिलांनी मासे खाल्ले तर त्या बुद्धिमान बाळाला जन्म देतात, असे अभ्यासात आढळले आहे. मासे खा, पण तुमच्यासाठी सुरक्षित असलेलेच निवडा. शार्क, स्वोर्ड फिश, किंग मॅकरेल, टाइलफिश आणि क्यूना स्टीट्स पासून दूर रहा. या मोठ्या माशांत मिथाईल मर्क्युरी नावाचे रसायन असते. ते गर्भाच्या विकसनशील स्नायूंना हानी पोहचविते. आधीच खाल्ले असतील, तर काही हरकत नाही; पण आता खाऊ नका.

तुम्ही एखाद-दोन वेळा स्वार्डफिश खाल्ला असेल, तर त्यामुळे खाही फरक पडत नाही. याचे नियमित सेवन धोकादायक असते. डब्बाबंद ट्यूना आणि गोड्या पाण्यातील माशांचे प्रमाणही कमी करा. मोठ्या प्रमाणात बाजारात मिळणारे मासेच तुम्ही वापरायला हवेत. अनेक वेळा काही मासे प्रदूषणामुळे विषारी होतात. त्यामुळे तुमच्यासाठी मासे तुम्ही डॉक्टरांच्या सल्ल्यानेच निवडा.

सालमन, सोल, फ्लाउंडर, हेडडॉक, टिलापिआ, हॅलिबट, ओशन पर्च, फ्लॅक, कॉर्ड आणि ट्वाऊटशिवाय छोटे सागरी माशेही निवडा. ते ओमेगा-३ ने भरलेले असतात. सर्व प्रकारचे सी फूड आणि माशे चांगल्या प्रकारे शिजवा.

- मांसाचे लहान तुकडे निवडा आणि शिजविण्यापूर्वी नको असलेले मेद काढून टाका. पोल्ट्रीमध्ये चरबीबरोबर थोडी चामडीही काढून टाका. म्हणजे कमीत कमी प्रमाणात रसायने शरीरात जातील. लीव्हर आणि कीडनीसारखे मांस न खाणेच चांगले.
- तुमची आर्थिक स्थिती चांगली असेल, तर ऑर्गनिक मांस आणि पोल्ट्री उत्पादनेच खा. यामध्ये हार्मोन्स आणि ॲंटीबयोटिक्स नसतात. तुमची डेअरी उत्पादने आणि अंडीही ऑर्गनिक असतील, तर अधिक चांगले. ते रसायनामुळे विषारी झालेले नसतात आणि त्यामुळे संसर्ग होण्याचा धोकाही नसतो. यात कॅलरीज कमी असतात आणि प्रोटिन तसेच तंतू भरपूर असतात. यामध्ये गर्भासाठी उपयुक्त असणारे

ऑर्गेनिक निवडा

दरवेळी आपला खिसा रिकामा करण्याचा विचार करू नका. ऑर्गेनिक उत्पादने निवडताना खालील गोष्टी लक्षात ठेवा.

हे ऑर्गनिकच घ्या : हे धुतल्यानंतरही कीटकनाशकांचा परिणाम राहतोच. जसे सफरचंद, चेरी, द्राक्षे, आडू, नाशपाती, रसभरी, वॅल पेपर, बटाटे आणि पालक.

हे ऑर्गनिक नका : साधारणपणे या उत्पादनांवर कीटकनाशके राहत नाहीत. जसे केळी, लीची, आंबे, अननस, अजमोद, अवोकॅंडा ब्रोकली, फूलकोबी, कॉर्न, कांदा आणि मटर. बीफ आणि पोल्ट्री उत्पादने ऑर्गेनिक खरेदी करायची असतील, तर खिसा सैल सोडावा लागेल. कारण हे थोडे महाग असतात.

ओमेगा-३ फॅटीॲसीडही असते.

- शक्य असेल तर ऑर्गनिक उत्पादनेच खरेदी करा. ते सर्व प्रकारच्या रसायनांपासून दूर राहतात. त्यामुळे बऱ्याच प्रमाणात ते सुरक्षित राहतात. त्यामुळे ते स्थानिक पातळीवर उपलब्ध असतील आणि दुसरे काही कारण नसेल, तर बिनधास्त खरेदी करता येतात. आर्थिक काळजी असेल, तर मोजकी जैविक उत्पादने खरेदी करा.
- सावधानता म्हणून सर्व फळे आणि भाज्या वापरण्यापूर्वी धुऊन घ्या. धुतल्यामुळे खूप फरक पडतो. पाण्यात बुडविली किंवा पाण्याचा स्प्रे मारला, तर अधिक चांगला फरक पडतो. भाज्या घासून धुवा म्हणजे त्यावर काहीही घाण किंवा रसायने राहणार नाहीत.
- स्थानिक उत्पादनात जास्त प्रमाणात पौष्टिक घटक असतात. त्यामुळे स्थानिक उत्पादने खरेदी करा. ही उत्पादने फारसी घातक नसतात कारण काही शेतकरी इच्छा असूनही ऑर्गॅनिक प्रमाणपत्र मिळवू शकत नाहीत.
- तुमच्या आहारात विविधता ठेवा. विविधतेतून पोषण मिळते. महागड्या भाज्या फळे घेण्यावजी ऋतूमानानुसार मिळणारी उत्पादने निवडा.
- तुम्ही आरोग्याची खूप काळजी करता, तरीही हेल्थ फूडच्या मागे पळू नका. त्यामुळे ताण निर्माण होण्याची शक्यता असते. निसर्गाच्या सोबतीने वागा. नैसर्गिक आहाराचा आनंद घ्या.

प्रोटिनची पूर्तता

तसं तर बहुतेक गर्भवती स्त्रिया प्रोटिनची गरज भागवित असतात. आपल्याला पुरेशा प्रमाणात प्रोटिन मिळत नाहीत, असे तुम्हाला वाटत असेल, तर हाय प्रोटिन स्नॅक्स घ्या. १ किंवा २ अंड्यांच्या पांढऱ्या बल्कपासून तयार केलेले एग सॅलाड प्रोटिनची आर्धी गरज पूर्ण करते. त्याच्या सोबत अख्या धान्यापासून तयार केलेले क्रेकर्स घ्या. दुप्पट मिल्क शेक दोन तृतियांश कमतरता भरून काढते. ३/४ कप कमी मेद असलेल्या चीजमुळेही ही कमतरता भरून निघते. किशमिस, मनुके, चिरलेले टमाटे यापासूनही प्रोटिन मिळतात. पातळ किंवा पावडरच्या स्वरूपात मिळणाऱ्या औषधाने प्रोटिनची कमतरता पूर्ण करण्याचा प्रयत्न करू नका. त्यामध्ये गर्भावस्थेत हानीकारक ठरणारे काही घटक असू शकतात. ते खूप महागही असतात. त्यामुळे तुम्हाला अनावश्यक प्रोटिन मिळू शकतात.

दोघांसाठी सुरक्षित आहार

फळांवर फवारलेल्या कीटकनाशकांच्या परिणामांची तुम्हाला काळजी वाटते. काळजी करायला हवी कारण आता तुम्ही दोघांसाठी खात असता. ज्या स्पंजने तुम्ही आडू स्वच्छ केला आहे, तो तुमच्या शिंक्यात किती आठवडे तसाच पडून होता. तो स्वच्छ होता? रात्री ज्या चाकून कच्चे चिकन कापले होते, त्याच चाकूने तुम्ही आता नाशपती कापता? या लहान सहान गोष्टींमुळे मोठ्या समस्या निर्माण होत असतात. पोटदुखी पासून गंभीर घडामोडीपर्यंत. छातीत जळजळणे हेही एख लक्षण असू शकते. त्यामुळे स्मार्ट मम्मी व्हा!

- खाण्या पिण्याच्या वस्तूबाबत सुरक्षेचा प्रश्न निर्माण होतो तेव्हा ते फेकून देणेच चांगले. खाण्यापूर्वी पाकिटावरचे लेबल वाचायला विसरू नका.
- जे मांस, अंडी किंवा मासे फ्रिझमध्ये किंवा बर्फावर

ठेवलेले नाहीत, ते कधीही खरेदी करू नका. उघडण्यापूर्वी डब्बे धुवा आणि तुमचे कॅन ओपनरही वेळोवेळी गरम पाण्याने धुवा.

- मांस, अंडी आणि मासे हाताळल्यानंतर खाण्यापूर्वी आपले हात धुवा. हाताला जखम असेल, तर जेवण तयार करताना मोजे वापरा. मोजेही वेळोवेळी धुऊन घ्या.
- कीचन ओटा आणि शिंक स्वच्छ ठेवा. भांडी धुण्याचे स्पंज आणि कपडा स्वच्छ ठेवा. ते वेळोवेळी बदला.
- गरम जेवण गरम आणि थंड जेवण थंड असतानाच वाढा. उरलेले अन्न लगेच फ्रीजमध्ये ठेवा आणि नंतर वाफाळून वापरा. फ्रीजमध्ये ठेवलेला पदार्थ पघळला असेल, तर पुन्हा फ्रीज करून वापरू नका.
- फ्रीजचे तापमान वेळोवेळी तपासा. ते नेहमी ० अंश फॅरनहीट असायला हवे. तुमचा फ्रिज तसा नसेल, तर काही हरकत नाही.
- फ्रीजमध्ये ठेवलेले पदार्थ रूम टेंपरेचरला आणू नका. तुम्ही घाईत असाल, तर त्यासाठी थंड पाण्याचा वापर करा.
- मांस, मासे आणि पोल्ट्री उत्पादने कीचन ओट्यावर ठेवण्याऐवजी मेरिनेट करा. थोड्या वेळाने मेरिनेट काढून टाका कारण त्यात विषारी बटन असू शकतात. तुम्हाला मेरिनेटचा वापर डीपसारखा करायचा असेल, तर त्याचा काही भाग आधीच वेगळा काढा.
- गर्भावस्थेत कच्चे किंवा अर्धवट शिजलेले मांस, पोल्ट्री, फिश किंवा सी फूड खाऊ नका. हे सर्व पदार्थ योग्य तापमानावर शिजवायला हवेत.
- अंडी चांगल्या प्रकारे फेटल्यानंतरच शिजवा. एखाद्या पदार्थात कच्ची अंडी घातली असतील, तर त्यात बोट बुडवू नका. अंडी पाश्चराईज्ड असतील, तर अधिक चांगले.
- कच्च्या भाज्या चांगल्या धुऊन घ्या. ऑर्गेनिक भाजीला धूळ, माती लागलेली नसते, असे नाही.
- ज्यामध्ये बॅक्टेरिया वाढू शकतात, असे मोड आलेले कडधान्ये वापरू नका.
- पाश्चराईज्ड डेअरी उत्पादने घ्या आणि ती फ्रीजमध्ये ठेवा. पाश्चराईज्ड न केलेल्या दुधाचे पदार्थ वापरू नका. वापरायचेच असतील, तर चांगले शिजवा.
- हॉट डॉग, डेली मीट आणि कोल्ड स्मोक्ड सी फूडही संसर्ग झालेले असू शकते. सावधानता म्हणून कोणतेही मांस खाण्यापूर्वी वाफाळून घ्या.
- ज्यूसही पाश्चराईज्ड असायला हवा. चांगले हॉटेल असो की रस्त्याच्या काठावरील टपरी, ज्यूस मात्र पाश्चराईज्डच प्या. त्या बाबत ठोस माहिती नसेल, तर ते पिऊ नका.
- बाहेर जेवण करताना स्वच्छतेकडे लक्ष द्या. खराब झालेले पदार्थ बाहेरच पडले असतील आणि बाथरूम घाणेरड्या असतील, तर तिथे माशांना निमंत्रणच असते. अशा ठिकाणी न जाणेच चांगले.

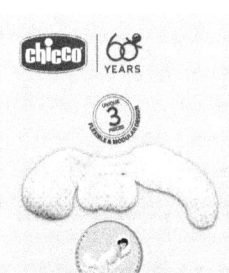

भाग - २

नऊ महिने आणि त्यांची मोजणी

(गर्भधारणा ते प्रसूती)

पहिला महिना

साधारणपणे १ ते ४ आठवडे

अभिनंदन! गर्भावस्थेमध्ये तुमचे स्वागत असो. तसं पाहता तुम्ही काही गर्भवती दिसत नाहीत; पण आतल्या आत तुम्हाला तसे वाटू लागते. थकवा आणि छातीतील बदलांसोबत दुसरीही काही लक्षणे तुम्हाला जाणवू शकतात. जसा जसे दिवस जात राहतील, तसा शरीराच्या इतर भागांतही बदल होत राहतो. ज्याची तुम्हाला अपेक्षा नव्हती, अशा भागातही बदल होतो.

अहो, घाबरू नका. आता तर शांतपणाने तुमच्या गर्भावस्थेतील आनंदाची मजा लुटा. हे तुमच्या जीवनातील अत्यंत रोमांचकारी क्षण आहेत.

या महिन्यातील गर्भाचा विकास

पहिला आठवडा :- या आठवड्यापासून गर्भाचे काउंट डाऊन सुरू झाले आहे. खरं तर या आठवड्यात गर्भ दिसत नाही, की तो आतही असत नाही. तरीही याला पहिला आठवडा का म्हणतात? खरं म्हणजे स्पर्म आणि अंडे यांच्या फलनाचा नेमका काळ आपण सांगू शकत नाही. (तुमच्या जोडीदारेच स्पर्म तुमच्या शरीरात बराच काळ राहू शकतात. तुमच्या एगशी मिलन होत नाही तोपर्यंत. शिवाय तुमचे एगही स्पर्मसाठी एक दिवस थांबू शकते.)

त्यामुळे या आधीच्या मासिक पाळीच्या पहिल्या दिवसाची आपण माहिती घेतो. या दिवसांपासूनच ४० आठवड्यांची गर्भावस्था समजली जाते. अशा प्रकारे प्रत्यक्ष गर्भावस्थेला सुरूवात होण्याआधीच दिवसांची मोजणी सुरू होते.

एक महिन्याचा गर्भ

दुसरा आठवडा :- होय, गर्भ अजूनही साकारला नाही, पण तो आता आत यायला तयार आहे. खरं तर ओव्ह्यूलेशनची तयारी सुरू आहे. तुमच्या गर्भाशयाच्या भिंती जाड होताहेत. (फलीत झालेल्या अंड्यासाठी घरटे तयार होत आहे.) तुमच्या ओव्हरीचे फॉलिकल परिपक्व होताहेत. त्यापैकी काही अतिशय वेगाने आपले काम करीत आहेत. कोणत्या तरी फॉलिकल मधील एखादे अंडे अतिशय वेगाने आपल्या प्रवासाला सुरूवात करण्याची वाट पाहत आहे. त्या एक पेशीय जिवापासूनच मुलगा किंवा मुलगी जन्माला येणार आहे. त्याआधी गर्भनलिकेत त्याचे स्पर्मशी मिलन होणार आहे.

तिसरा आठवडा :- अभिनंदन! तुम्ही आता गर्भ धारण केला आहे. याचा अर्थ असा की लवकरच तुमच्या गर्भात एक बाळ असणार आहे. त्याच्या जन्मानंतर त्याच्यावर मनभरून प्रेम आणि कोडकौतुकाचा वर्षाव होणार आहे. एग आणि स्पर्म यांचे मिलन झाल्यानंतर फलीत झालेल्या पेशीचे विभाजन सुरू होते. थोड्याच दिवसांत तुमचा गर्भ म्हणजे अनेक पेशींचा एक चेंडू होतो. मग गर्भनलिकेपासून गर्भाशयापर्यंतचा प्रवास सुरू होतो.

चौथा आठवडा :- ही इम्प्लाटेशनची वेळ आहे. आता त्या पेशींच्या चेंडूला गर्भ म्हटले जाते. आता प्रसूतीपर्यंत तो गर्भाशयातच राहतो. एकदा तिथे त्याने आपली जागा नक्की केली, की त्याचे विभाजन होते. आर्ध्यापासून तुमचे बाळ निर्माण होते, तर उर्वरित आध्यापासून प्लासेंटा. जो तुमच्या गर्भासाठी लाईफ लाईनचे काम करतो. आताही त्याचे स्वरूप पेशींच्या चेंडूशिवाय वेगळे नाही; पण त्याला कमी समजू नका. तो खूप दूरवरचा प्रवास करून आला आहे आणि तो पाण्याची पिशवी तयार करीत आहे. गर्भाचा प्रत्येक थर शरीराचा आकार धारण करीत आहे. सर्वात आतील थरापासून पचनयंत्रणा, लीव्हर आणि फुफ्फुसे तयार होतात. मधील थरापासून हृदय, लिंग, हाडे, किडनी आणि मांसपेशी साकार होतात. शेवटच्या तिसऱ्या बाहेरच्या थरापासून स्नायूपेशी, केश, त्वचा आणि डोळे तयार होतात.

प्रेगनन्सी टाइमटेबल

तसं तर गर्भावस्था महिन्यांत मोजली जाते; पण डॉक्टर आणि मीडवाईफ ती आठवड्यात मोजतात. तुमच्यासाठी हे थोडे कठीण असू शकते. प्रत्येक स्त्रीची गर्भावस्था साधारणपणे ४० आठवड्यांची असते आणि त्याची सुरूवात गेल्या मासिक पाळीच्या पहिल्या दिवसापासून केली जाते. त्यानंतर दोन आठवडे ओव्ह्यूलेशन आणि गर्भधारणा होत नाही. गर्भावस्थेच्या तिसऱ्या आठवड्यापासून साधारणपणे तुम्ही खऱ्या अर्थाने गर्भवती असता. हा कालावधी तुम्ही जसा जसा वाढवत न्याल तस तसे तुम्हाला आठवड्यांच्या हिशोबाने बदल मोजणे सोपे जाते. या पुस्तकात महिन्यानुसार माहिती दिली असली, तरीही ती आठवड्यात विभागलेली आहे.

१ते१३ आठवडे- पहिली तिमाही-१ते ३ महिने
१४ते२७आठवडे- दुसरी तिमाही-४ते६ महिने
२८ते४०आठवडे-तिसरी तिमाही-७ते९ महिने

तुम्हाला कसे वाटते?

गर्भावस्था खरोखरच एक आश्चर्यकारक अवस्था आहे. यावेळी तुम्हाला अनेक नवीन अनुभवांतून आणि लक्षणांमधून जावे लागते. अनेक वेळा तुम्ही सर्वांसमोर त्याचा उल्लेख करता, तर काही वेळा तुम्ही गप्प राहता. उलटी येत असेल, तर सांगता येते, पण गॅस बाहेर पडत असेल तर? अनेक वेळा तर विसरण्याची समस्या निर्माण होते.

गर्भावस्थेतील लक्षणांबाबत काही खास गोष्टी लक्षात ठेवा. प्रत्येक महिला आणि तिची गर्भावस्था संपूर्णतः वेगळी असते. फक्त काही लक्षणेच सर्वत्र सारखी आढळतात. तुमची बहिण किंवा मैत्रिण यांना एकदाही उलटी झालेली नसू शकते, तर तुमची दिवसाची सुरूवातच रोज सकाळी उलटी करूनच होते. आगामी काळात तसे तर तुम्हाला अनेक शारीरिक आणि मानसिक बदलांमधून जायचे आहे. अर्थात त्यातील बहुतेक बदल सामान्य स्वरुपाचे असतात, पण तुम्हाला काही शंका वाटत असेल,तर डॉक्टरांना विचारायला उशीर करू नका.

तुम्हाला खालीलपैकी काही लक्षणे आढळून येऊ शकतात.

शारीरिक

- फलीत अंडे तुमच्या गर्भात स्थिर होते, तेव्हा तुम्हाला रक्ताचा बारीक डाग लागू शकतो.

यालाच इम्लाटेंशन ब्लडिंग म्हणतात.

- छातीत अनेक प्रकारचे बदल होतात. हलकेपणा किंवा जडपणा जाणवणे. पहिल्यापेक्षा मऊ आणि अधिक संवेदनशील होणे. निप्पलच्या भोवती ग़डदपणा येणे.
- पोट भरल्यासारखे वाटणे, अजिर्ण होणे.
- थकवा, गळून जाणे, उदासवाणे वाटणे.
- वारंवार लघवीला जाणे.
- मळमळणे किंवा उलटी येणे. काही महिलांना तर याची सुरूवात सहा आठवड्यांनंतर होते. तोंडात लाळ येणे.
- वासाची संवेदनशीलता वाढणे.

शारीरिक

- पीएमएस प्रमाणे मानसिक चढ-उतार. रडावेसे वाटणे, चिडचिड होणे, बेचैनी इ.
- होम प्रेगनन्सी टेस्ट करण्याची अधीरता आणि उतावीळपणा.

लक्षणांची लवकर सुरूवात होणे

बहुतेक लक्षणे सहाव्या आठवड्यात दिसून येतात, पण तुमच्या बाबतीत ती लवकरसुद्धा दिसून येऊ शकतात. किंवा नंतर सुद्धा जाणवू शकतात. कारण प्रत्येक गर्भावस्था आपल्या पातळीवर वेगळी असते.

पहिली गर्भावस्था तपासणी

गर्भावस्थेत पहिल्या वेळी तपासणीसाठी जाणे तुमच्यासाठी खूपच महत्त्वाचे असते. अनेक प्रकारच्या वैद्यकीय तपासण्याशिवाय तुमची मेडिकल हिस्ट्री जाणून घेण्यासाठी अनेक प्रकारचे प्रश्न विचारले जातात. डॉक्टर तुम्हाला अनेक प्रकारचे सल्ले देतात आणि तुम्ही तुमच्या अनेक शंकांचे निरसण करून घेता. जसे- तुम्ही व्हिटॅमिनच्या गोळ्या घ्याव्यात की नाहीत किंवा व्यायाम कोणता करावा?

अशा प्रश्नांची यादी घरूनच सोबत न्या. तुमच्यासोबत तुमची वही आणि पेन असावी म्हणजे काही विशेष गोष्टी तुम्ही लिहू शकाल. साधारणपणे डॉक्टरांच्या तपासणीची पद्धत थोडी वेगळी असते.

गर्भावस्थेची पुष्टी :- तुमचे डॉक्टर खालील बाबींची तपासणी करतात.

तुमची गर्भावस्थेची लक्षणे. तुमच्या शेवटच्या मासिक पाळीचा पहिला दिवस. यामुळे तुमच्या प्रसूतीची अंदाजे तारीख सांगता येते. गर्भावस्थेची

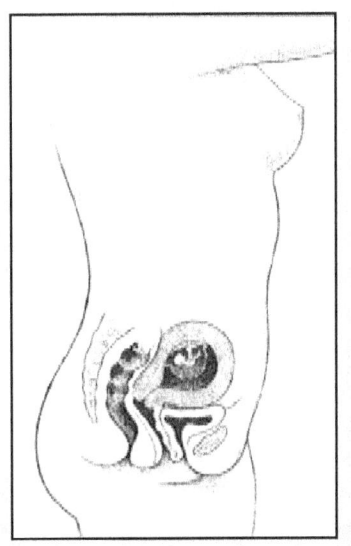

एक नजर

आत होणारे बदल वरून दिसत नाहीत. तरीही तुमच्या शरीरात होणारे काही शारीरिक बदल तुम्हाला जाणवतात. तुमच्या पोटात साधारण गच्चपणा जाणवतो. स्तन संवेदनशील होतात. यावेळी तुमच्या कंबरेवर एक नजर टाका. कारण पुढील नऊ महिने पोट समोर आल्यामुळे तुम्ही ती पाहू शकणार नाहीत.

योग्य परिस्थिती आणि काळ जाणून घेण्यासाठी युट्रस आणि सर्व्हिक्सची तपासणी. गर्भावस्थेची माहिती करून घेण्यासाठी प्रेगनन्सी टेस्ट (लघवी आणि रक्त तपासणी). याच वेळी काही डॉक्टर सोनोग्राफीही करतात. गर्भधारणेची नेमकी तारीख काढण्यासाठी ही योग्य पद्धत आहे.

पूर्ण हिस्ट्री :- तुमची योग्य प्रकारे काळजी घेण्यासाठी तुमची सर्व माहिती डॉक्टरांना असणे आवश्यक असते. डॉक्टरांना भेटायला जाण्यापूर्वी घरूनच तयारी करून जा. तुमचे जुणे मेडिकल रेकॉर्ड वाचा. एखादा गंभीर आजार, ॲलर्जी, पौष्टिकतेशी संबधित एखादे औषध अजूनही घेत असाल तर, तुमच्या कुटुंबाचा मेडिकल इतिहास (जनेटिक डिसऑर्डर, दीर्घकालीन आजार, गर्भावस्थेतील काही असामान्यता इ.), तुमच्या स्त्र रोगांचा इतिहास (पहिल्या मासिक पाळीच्या वेळीचे वय, मासिक पाळीचा नियमितपणा आणि कालावधी, इ), गर्भावस्थेचा मागील इतिहास (जन्म, मिसकॅरीज किंवा ऑबार्शन), याशिवाय मागील प्रसूती. तुम्हाला तुमचे वय, व्यवसाय, जीवनशैलीशी संबंधित सवयी (आहार विहार, व्यायाम, धुम्रपान, इ.) या बाबतीत तसेच तुमच्या गर्भावस्थेवर परिणाम करू शकणाऱ्या तुमच्या वैयक्तिक जीवनातील काही गोष्टींबाबत डॉक्टर विचारतात. जसे- मुलाचे वडील किंवा इतर माहिती.

एक संपूर्ण शारीरिक तपासणी :- यामध्ये तुमचे हृदय, फुफ्फुसे, छाती, पोट, रक्तदाब इत्यादीची तपासणी होते. तुमचे वजन आणि तुमची उंची मोजली जाते. तुमचे हात आणि पाया यांची तपासणी करून तुम्हाला व्हेरीकोज व्हेन्सचा त्रास नाही ना, याची माहिती घेतली जाते. याशिवाय तुमची सर्व अंतर्गत अंगे आणि त्यांचे परस्पर प्रमाण याची तपासणी केली जाते.

अनेक प्रकारच्या टेस्ट :- प्रत्येक गर्भवती स्त्रीला अनेक प्रकारच्या टेस्ट नियमित स्वरूपात कराव्या लागतात. काही भागात काही टेस्ट डॉक्टरांना आवश्यक वाटतात, तर काही भागात नाही. काही टेस्ट अशा असतात, त्या फक्त आवश्यकता पडल्यावरच केल्या जातात. पहिल्या वेळी साधारणपणे खालील प्रमाणे टेस्ट केल्या जातात.

- रक्ताचा प्रकार आणि आरएच पातळीची तपासणी, एचसीजी टेस्ट आणि ॲनिमियाच्या तपासणीसाठी ब्लडटेस्ट.
- ग्लुकोज, प्रोटिन, पांढऱ्या रक्त पेशी, रक्त आणि बॅक्टेरिया तपासणीसाठी युरिनेलेसीस.
- ॲंटीबॉडी पातळी आणि रुबेला सारख्या आजाराच्या तपासणीसाठी ब्लड स्क्रिन.
- सिफलिस, गोनेरिया, हेपेटायटिस बी, क्लमायडिया किंवा एचआयव्ही सारख्या संसर्गाची तपासणी.
- असामान्या सर्व्हायकल कोशिकांच्या तपासणीसाठी पॅपस्मीयर तुमच्या निश्चित अवस्थेनुसार खालील टेस्टही कराव्या लागू शकतात.
- सिस्टिक फायब्रोसिस, सिकल सेल ॲनिमिया आणि इतर जनेटिक आजारांसाठी जनेटिक टेस्ट.
- मधुमेह, उच्च रक्तदाब, आधीजास्त वजनाचे बाळ जन्मले असेल तर, जन्मजात विकृती असेल तर, पहिल्या गर्भावस्थेच्या वेळी वजन खूप वाढले असेल तर रक्तातील साखरेची तपासणी (गॅस्टेसनल मधुमेहाची तपासणी करण्यासाठी सर्व गर्भवतींची ग्लुकोज स्क्रिनिंग टेस्ट केली जाते. साधारणपणे २८ व्या आठवड्यात ती केली जाते.).

चर्चेची संधी :- तुमच्या मनात असलेल्या अनेक जिज्ञासा पूर्ण करून घेण्याची तसेच तुमच्या मनातील अनेक शंकाचे निरसण करून घेण्याची यावेळी तुम्हाला चांगली संधी मिळालेली असते.

तुम्ही काय विचार करता?

ब्रेकिंग न्यूज

''मी गर्भवती असल्याचे मित्र आणि नातेवाईकांना कधी सांगू?''

या प्रश्नाचे उत्तर तर तुम्हीच देऊ शकता. काही भावी आई वडिलांना तर ही बातमी इतरांना लगेच सांगण्याची घाई झालेली असते. काही असे असतात, की जे फक्त जवळच्या नातेवाईकांनाच हळूहळू ही आनंदाची बातमी सांगत असतात. लोकांना सांगायची काय गरज, योग्य वेळ आल्यावर त्यांना कळेलच, असे त्यांना वाटत असते. काही लोक दुसरी तिमाही सुरू होण्याचा आणि त्याच्याशी संबधित इतर टेस्ट करण्याची वाट पाहत असतात.

यातील तुम्हाला जे आवडते, तसे तुम्ही करा. अर्थात ही आनंदाची बातमी सर्वात आधी तुम्हा दोघांशी संबंधित असल्याचे मात्र लक्षात ठेवा.

संपूर्ण निरोगी गर्भावस्था

पहिल्या गर्भावस्थेतील या पहिल्या भेटीचे तुमच्या पूर्ण गर्भावस्थेशी घट्ट ऋणानुबंध असतात, यात काही शंकाच नाही. तुम्ही एका निरोगी बाळाला जन्म देणार असता आणि कोणत्याही प्रकारच्या गंभीर प्रसूतीच्या अडचणीपासून दूर राहता.

निरोगापणाची काळजी इथूनच सुरू होते; पणफक्त डॉक्टरांकडे नियमित जाणे पुरेसे नाही. शरीराच्या सर्व अवयवांची काळजी घ्यावी लागेल.

पूर्ण नऊ महिने निरोगी राहण्यासाठी निर्धार करा. दातांच्या डॉक्टरांकडे जाऊन दातांची तपासणी करा. एखाद्या जुन्या आजारावर उपचार करून घेत असाल, तर फॅमिली डॉक्टरांचा सल्ला घ्या. ॲलर्जी असेल तर डॉक्टरांचा सल्ला घ्या. त्यामुळे उपचारात बदल करावा लागू शकतो.

एखादी नवीन वैद्यकीय समस्या समोर आली, तर दुर्लक्ष करण्याऐवजी लगेच डॉक्टरांचा सल्ला घ्या. बारीक सारीक आजारही गंभीरपणे घ्या. तुमच्या गर्भाला निरोगी मातेची आवश्यकता आहे.

व्हिटॅमिन सप्लिमेंट

''मी व्हिटॅमिन सप्लिमेंट घ्यायलाच हवेत?''

कोणीही व्यक्ती पूर्णपणे पौष्टिक आहार नियमितपणे घेऊ शकत नाही. तसेही सुरूवातीच्या काळात मॉर्निंग सिकनेसमुळे आवश्यक आहार घेणे कठीण असते. व्हिटॅमिनची औषधे पौष्टिक आहाराची जागा घेऊ शकत नाहीत, पण त्यामुळे आहाराशी संबंधित काही गरजा पूर्ण होतात. गर्भाचा विकास सुरू झाल्यामुळे या दिवसात तर ते आणखी आवश्यक असते.

व्हिटॅमिन आणि फॉलिक ॲसिडची औषधे घेणाऱ्या मातांची मुले अनेक जन्मजात आजारांपासून दूर राहतात. व्हिटॅमीन बी- ६ च्या डोसामुळे मॉर्निंग सिकनेसही कमी होत असल्याचे अभ्यासातून आढळून आले आहे.

डॉक्टरांच्या मदतीने तुम्ही औषधांचा डोस नक्की करू शकता. अनेक स्त्रियांना मॉर्निंग सिकनेसमुळे औषधी घेणे अवघड होते. मन शांत असताना आणि उलटी होत नसेल तेव्हाच औषधी घ्या. कोटेड गोळी घ्यायला आणि गिळायला सोपी असते. तुम्हाला वाटले, तर तुम्ही चघळायच्या गोळ्याही घेऊ शकता. उलट्या जास्त होत असतील तर काही घरगुती उपचार करायला हवेत. जसे आले. अर्थात गर्भावस्थेच्या हिशोबानेच त्याचा वापर करायला हवा. औषधी बदलण्यापूर्वी डॉक्टरांचा सल्ला घ्या.

अनेक महिलांना लोहामुळे मलावरोध किंवा डायरीयाचा त्रास होतो. तुमच्या तक्रारीनुसार डॉक्टर औषध देतात. तुम्हाला दुसऱ्या स्वरूपात लोह देण्यासाठी ते प्रयत्न करतील.

''मी ख़ूप पौष्टिक असलेले सेरेल आणि ब्रेड घेते तसेच व्हिटॅमिनची औषधेही घेते. त्यामुळे व्हिटॅमिनचे प्रमाण जास्त तर होणार नाही?''

साधारण आहाराच्या बरोबरीने व्हिटॅमिनची औषधे घेणे चांगले असते, पण तुम्ही जर फोर्टीफाईड उत्पादनांसोबत व्हिटॅमिनची औषधे घेत असाल, तर तुम्हाला डॉक्टरांच्या सल्ल्याने अनेक प्रकारचे सप्लिमेंट घ्यावे लागतील. ज्या उत्पादनांमुळे व्हिटॅमिनचा डोस जास्त होतो, ती घेताना काळजी घ्या. कारण व्हिटॅमिन ए, डी, ई आणि के अधिक प्रमाणात घेतले, तर ते हानीकारक होऊ शकते.

इतर व्हिटॅमिन पाण्यात विद्राव्य असल्यामुळे त्यांचे प्रमाण जास्त झाले तर ते लघवीद्वारे निघून जाते. त्यामुळे तर सप्लिमेंटचे वेडे असलेल्या अमेरिकन लोकांच्या लघवीला जगातील महागडी लघवी म्हणतात.

थकवा

''मी सध्या गर्भवती आहे मला दिवसभव थकवा जाणवतो. अनेक वेळा तर दिवस घालविणे अवघड होते?''

सकाळी उशीवरून डोके काढावे वाटत नाही. सर्व दिवसभर रखडत रखडत चालता. रात्री झोपण्याच्या वेळेचीही वाट पहावी वाटत नाही? तसं यात काळजी करण्यासारखे काही नाही. कारण तुम्ही सध्या गर्भवती आहात. वरून काही दिसत नसले तरी आतल्या आत गर्भाच्या विकासाची प्रक्रिया वेगात सुरू आहे. त्यामुळे साधारण स्त्रियांच्या तुलनेत तुमचे शरीर या काळात खूप अधिक श्रम करीत आहे. त्यामुळेच तुम्हाला थकवा जाणवत आहे.

तुमच्या शरीराला काय हवे आहे? गर्भासाठी जीवनरक्षक प्रणाली असलेले गर्भजल या काळात तयार होत असते. पहिल्या तिमाहीतच ही प्रक्रिया पूर्ण होते. तुमच्या शरीरात हार्मोनची पातळी खूप वाढली आहे. तुम्ही जास्त रक्त तयार करीत आहात. तुमच्या हृदयाची स्पंदने वाढली आहेत आणि रक्तातील साखर कमी झाली आहे. चयापचयासाठी नेहमी ऊर्जेची आवश्यकता असते.तुम्ही झोपलेल्या असलात तरीही तुम्ही पाणी आणि पौष्टिक घटक जास्त प्रमाणात वापरता. गर्भावस्थेतील शारीरिक आणि मानसिक गरजांची पूर्तता करण्याच्या कामी तुमचे शरीर लागले आहे. यामुळेच दिवसभर तुम्हाला थकल्यासारखे वाटते आणि तुम्ही गळून जाता, यात काहीच शंका नाही.

तसे काही पद्धती आहेत, ज्यांच्या मदतीने तुम्ही याही अवस्थेत विश्रांती घेऊ शकता. चौथ्या महिन्यांच्या आसपास जेव्हा हार्मोनल आणि मानसिक बदल पूर्ण होतात तेव्हा तुम्हाला आपोआपच बरे वाटायला लागते.

तोपर्यंत थकवा म्हणजे तुम्हाला सर्व काही सहजपणे घ्यायचे आहे, इतकेच लक्षात घ्या. आपल्या शरीराचा आवाज ऐका आणि त्याला पूर्ण विश्रांती द्या. यासाठी खाली दिलेल्या टिप्स वापरू शकता -

आपली काळजी घ्या :- तुम्ही पहिल्यांदा आई होणार असाल, तर या गोष्टीचा पुरेपूर आनंद घ्या. कारण अशी वेळ आयुष्यात पुन्हा येत नाही. घरात आधीच एक-दोन मुले असतील, तर तुम्हाला त्यांचीही काळजी घ्यावी लागणार. अशा वेळी सुपरमॉम होण्याचा प्रयत्न करू नका. चांगला स्वंयपाक करण्यापेक्षा किंवा घरातील टापटीप ठेवण्यापेक्षा तुम्ही स्वतःची काळजी घेणे जास्त महत्त्वाचे आहे. बेसीनमध्ये खरकटी भांडी पडली असतील, टेबलाखाली धूळ जमा झाली असेल, तर हरकत नाही. बाजारात खरेदीला जाण्याऐवजी ऑनलाईन शॉपिंग करा. दुसरे तुमची काळजी घेत असतील, सासूबाई मदत करू इच्छित असतील, तर त्यांना नकार देऊ नका. एखाद्या मैत्रिणीने तुमच्यासाठी

खरेदी केली, तर खूपच चांगले. अशा प्रकारे तुम्ही तुमची एनर्जी वाचवू शकता. रात्री झोपायला जाण्यापूर्वी थोडी शतपावली करा.

वामकुक्षी घ्या :- दुपारपर्यंत खूप थकवा येतो, त्यामुळे दुपारची वामकुक्षी घेण्याची संधी सोडू नका. झोप येत नसेल, तर लोळून काही वाचा. त्यामुळे शरीराला विश्रांती मिळते. तुम्ही कामाला जात असाल, तर कार्यालयात झोप घेता येत नाही. कारण प्रत्येक कार्यालयात आरामदायी सोफा किंवा विश्रांतीला पूरक वातावरण असत नाही. तुमच्या कार्यालायत लेडीजरूम असेल, तर तिथे खुर्ची किंवा सोफ्यावर पाय उंच ठेवून बसा. लंचच्या वेळी विश्रांती घेत असाल, तर लंच घ्यायला विसरू नका.

मुलांची मदत घ्या :- तुम्हाला आणखी मुले आहेत? बऱ्याच वेळा जास्त कामामुळे थकवा येतो. शरीराला विश्रांती घेण्यासाठी वेळ मिळत नाही. तुम्हाला थकव्याची सवय झालेली असली, तरीही गर्भावस्थेत मात्र तुम्ही तुमची काळजी घ्यायला हवी. मुलांना तुमची काळजी घ्यायला आणि कामात मदत करायला सांगा. बागेत मुलांच्या मागे पळण्याऐवजी लोळून काही वाचा. कोडी सोडवा किंवा मग टीव्ही पहा. मुले झोपली असतील, तर तुम्हीही सर्व कामे सोडून झोप घ्या.

जरा जास्त झोप घ्या :- रात्री नेहमीपेक्षा एक तास जरी जास्त झोप घेतली तरीही दुसऱ्या दिवशी सकाळी खूप तरतरीत वाटते. रात्री उशिरा पर्यंत टीव्ही पाहण्याऐवजी झोप घ्या. सकाळचा नास्ता नवऱ्याला करायला सांगा म्हणजे तुम्ही सकाळी आरामशीर उठू शकाल. अर्थात आवश्यकतेपेक्षा जास्त झोपेमुळेही थकवा येऊ शकतो.

आहाराकडे लक्ष द्या :- ऊर्जेची पातळी कायम ठेवण्यासाठी वेळेवर खाण्याकडे लक्ष द्या. रोजच्यासाठी आवश्यक कॅलरीज घ्या. दीर्घकाळ ऊर्जा मिळेल, असा आहार घ्या. जसे, प्रोटिन, कॉम्पलेक्स, कार्ब्रोहायड्रेटस आणि लोहयुक्त आहार. यापेक्षा एक चांगला पर्याय आहे. कॉफिन किंवा साखरेपासून एकदम ऊर्जा मिळते मात्र नंतर शरीर गळून जाते. एनर्जी ड्रिंक्समुळे ब्लड शुगरचे प्रमाण जास्त वाढते, पण नंतर पहिल्यापेक्षा अधिक थकवा येतो. तसंही काही डब्बाबंद एनर्जी ड्रिंक्समध्ये गर्भावस्थेत हानीकारक ठरणारे काही तत्त्व असतात.

थोड्या थोड्या वेळाने खा :- गर्भावस्थेतील इतर लक्षणांप्रमाणे थकवाही सर्वकाळ राहतो. त्यामुळे दिवसभर थोड्या थोड्या वेळाने खात रहा. म्हणजे मग शरीरातील ऊर्जेची पातळी कायम राहते. वेळेवर आणि पौष्टिक आहार घ्यायला विसरू नका.

थोडा व्यायाम करा :- थोडा व्यायाम आणि शतपावली करणे सुरूच ठेवा. योग करा. आताच्या इतके अंथरून कधीच आवडत नाही, पण जास्त झोपेमुळेही थकवा येतो. त्यामुळे शरीराला हालचाल हवीच. काम आणि आराम याचे योग्य संतुलन राखायला हवे.

अर्थात चौथ्या महिन्यापर्यंत थकवा बऱ्याच प्रमाणात कमी होतो, पण शेवटच्या तिमाहीत तो पुन्हा येतो. रात्रीच्या रात्री झोपेशिवाय जातात. कदाचित बाळाच्या जन्मानंतर तुम्ही जबाबदारी योग्य रितीने पार पाडावी यासाठी निसर्गाचीच ही सोय असावी

मॉर्निंग सिकनेस

''अजून मला मॉर्निंग सिकनेस जाणवत नाही. तरीही मी गर्भवती असू शकते का?''

लोणचे किंवा आईस्क्रिम खाण्याची इच्छा होणे, असेच गर्भावस्थेतील मॉर्निंग सिकनेसचे स्वरूप असते. मॉर्निंग सिकनेसमुळे होणाऱ्या उलट्या आणि मळमळ यामुळे सुमारे ७५टक्के गर्भवती परेशान असतात.

तुमच्या नाकाला माहीत असते?

रेस्टारंटमध्ये पाय ठेवताच तिथे काय शिजवले जात आहे, याची तुम्हाला कल्पना येते. याकडे तुम्ही कधी लक्ष दिलंय? खरं तर गर्भावस्थेतील हार्मोन्समुळे तुमची गंधशक्ती वाढते. त्यामुळेच अनेक वेळा मॉर्निंग सिकनेस जाणवते. यासाठी तुम्ही पुढील उपाय करू शकता –

- एखादा वास सहन होत नसेल, तर कीचनच्या बाहेर पडा. डिपार्टमेंटल स्टोरच्या परफ्यूम कॉर्नरला निरोप द्या.
- दुर्गंधी घालविण्यासाठी खोलीच्या खिडक्या उघडा किंवा एक्झॉस्ट फॅन लावा.
- टॉयलेटसाठीही कमी वासाचे सामान वापरा.
- आपल्या जोडीदाराला शारीरिक स्वच्छता ठेवायला सांगा. काही खाल्ल्यानंतर ब्रश करायला सांगा. क़पडे बदलायला सांगा तीव्र वासाचे परफ्यूम लावणारे आणि धुम्रपान करणाऱ्यांपासून दूर रहा.
- तुम्हाला आवडणाऱ्या वासांच्या सहवासात राहा. जसे- लिंबू, पुदिना, आले, इ. तसं तर काही भावी मातांना बेबी पावडरचा गंधही आवडतो.

याचा अर्थ असा, की उर्वरित २५ टक्के महिलांना उलटी किंवा मळमळीचा त्रास फार तर एखाददुसऱ्या वेळी होतो. याचा अर्थ तुम्ही गर्भवती नाहीत, असा होत नाही तर तुम्ही नशीबवान आहात असा होतो.

"मला दिवसभर मॉर्निंग सिकनेसचा त्रास होतो. त्यामुळे गर्भाला पुरेशा प्रमाणात पोषक घटक मिळत नाहीत, अशी मला भीती वाटते."

ख़रं तर ही मॉर्निंग सिकनेस दिवसा, दुपारी, संध्याकाळी किंवा रात्री कधीही होऊ शकते, तरीही तिला मॉर्निंग सिकनेसच म्हणतात. खरं तर सध्या तुमच्या गर्भाला फार मोठ्या प्रमाणात पोषक घटक लागत नाहीत. त्याचा आकार फक्त वाटाण्याएवढा असतो. या काळात ज्या स्त्रिया आपले वजन खूप कमी करतात, त्यांच्या गर्भालाही काही त्रास होत नाही. कारण नंतरच्या महिन्यांत त्या आपले वजन वाढवित असतात. मॉर्निंग सिकनेस फक्त १२ ते १४ आठवडे या दरम्यानच असते. (काही अपवादात्मक परिस्थितीत असे दुसऱ्या तिमाहीत होते.क्वचित प्रसंगी तिसऱ्या तिमाहीतही होते.)

मॉनिग सिकनेस का होते? याबाबतीत ठामपणे काहीही सांगता येत नाही. पहिल्या तिमाहीत रक्तात वाढणारे एचसीजीचे प्रमाण, ॲस्ट्रोजनचे वाढणारे प्रमाण, गॅस्ट्रोफाजिएल रिफ्लॅक्स, पचन मंदावणे आणि वास येणे यामुळे असे होत असल्याचे काही तज्ज्ञाचे मत आहे.

सर्व गर्भवतींची मॉर्निंग सिकनेस एकसारखी नसते. काही महिलांना वेळोवेळी मळमळते आणि कोरडी उलटी आल्यासारखे होते, पण उलटी होत नाही. काही महिला सतत उलट्या करतात. याचीही अनेक कारणे असतात :-

हार्मोनची पातळी :- सरासरीपेक्षा जास्त पातळी झाल्यास मॉर्निंग सिकनेस होते. ही पातळी कमी झाली की हे कमी होते. अर्थात याची सामान्य पातळी असणाऱ्या महिलांनाही मॉर्निंग सिकनेस जाणवते.

संवेदनशीलता :- काही मेंदू आवश्यकतेपेक्षा अधिक संवेदनशील असतात. अशा गर्भवतींना सारखी घबराहट होते. तुम्ही कारसिक, सी सिक किंव ट्रेबल सिकनेसच्या बळी असाल, तर गर्भावस्थेत हे सर्व खूप वाढू शकते. या काळात तुम्हाला हे सर्व सहन करावे लागते.

तणाव :- मानसिक तणावामुळेही गॅस्टेंटाइनल समस्या निर्माण होऊ शकतात, हे तर सर्वांनाच

माहीत आहे. त्यामुळे तुम्ही तणावग्रस्त असाल, तर मॉर्निंग सिकनेस जास्त होऊ शकते.

थकवा :- शारीरिक किंवा मानसिक थकव्यामुळेही मॉर्निंग सिकनेसची लक्षणे जाणवायला लागतात. (आवश्यकतेपेक्षा जास्त मॉर्निंग सिकनेसही थकवते.)

पहिल्या गर्भावस्थेतील पातळी :- पहिल्या गर्भावस्थेच्या वेळी मॉर्निंग सिकनेसची पातळी साधारणपणे उच्च असते. यामध्ये शारीरिक आणि मानसिक अशी दोन्ही कारणे समाविष्ट असतात. पहिले कारण असे, की अशा प्रकारच्या बदलांसाठी शरीर तयार नसते. पहिल्यांदा गर्भवती होणाऱ्या महिला भावनिक पातळीवर खूप उत्तेजित होत असतात. त्यामुळे त्यांचा त्रास वाढतो. नंतरच्या वेळी त्यांचे लक्ष पहिल्या बाळाच्या संगोपनाकडे लागलेले असते त्यामुळे अशी लक्षणे दिसून येत नाहीत. याला काही अपवादही असतात.

कारणे काहीही असली तरी मॉर्निंग सिकनेसचा परिणाम मात्र एकसारखाच असतो. त्यावर ठोस उपचार नाही. तरीही त्याची तीव्रता कमी करण्यासाठी खालील उपाय अमंलात आणावेत -

- लवकर खा. तुम्ही झोपेतून उठेपर्यंत मॉर्निंग सिकनेस तुमची वाट पहात नाही. रिकाम्यापोटी तिचा जास्त त्रास होतो. विशेषतः रात्रीच्या दीर्घ झोपेनंतर. पोट रिकामे असते तेव्हा पोटात निर्माण होणाऱ्या अम्लांना पचविण्यासाठी काहीच नसते. त्यामुळे मळमळायला लागते. रात्री झोपतानाच पलंगाजवळ खाण्यासाठी काही तरी ठेवा. म्हणजे मग सकाळी भूक लागल्यावर तुम्हाला स्वंयपाकघरात लगेच जावे लागणार नाही. रात्री लघवीसाठी उठल्यावरही तोंडात काही तरी टाका. म्हणजे सकाळपर्यंत पोट रिकामे राहणार नाही.
- रात्री उशिरा जेवा. रात्री झोपण्यापूर्वी एक ग्लास दूध, स्ट्रिंग चिड किंवा खारीक खा. सकाळी उठल्यावर पोट रिकामे राहत नाही.
- साधे जेवण घ्या. आवश्यकतेपेक्षा जास्त खाल्ल्यामुळेही मळमळ होऊ शकते. भूक लागल्यावर एकदाच भरपूर जेवण्याऐवजी थोड्या थोड्या वेळाने थोडे थोडे खा.
- अधून मधून खात रहा. रक्तातील साखरेचे प्रमाण एकसारखे राहील, असे पाहा. त्यामुळे तुमचे पोट नेहमी भरलेले राहील. दिवसातून तीन वेळा पोटभर खाण्याऐवजी सहा वेळा थोडे थोडे खा. घराबाहेर पडताना साधे स्नॅक्स खायला विसरू नका.
- चांगले खा. तुमच्या आहारात भरपूर कार्बोहायड्रेटस आणि प्रोटिन्स असायला हवेत. चांगल्या पोषणामुळेही तुम्हाला मदत मिळते.
- जे काही खाऊ शकता, ते खा. पोटात काही तरी घालण्याला अधिक महत्त्व द्या. गर्भावस्थेतील नंतरच्या काळात संतुलित आहार घेण्यासाठी खूप वेळ आहे. आता आवडेल ते खा. ते पौष्टिक असेल, तर अधिक चांगले.
- पातळ पदार्थ घ्या. उलटीमुळे शरीरातील पाण्याचे प्रमाण कमी होते. त्यासाठी पातळ पदार्थ आवश्यक असतात. पातळ पदार्थ घेणे शक्य असतील, तर त्यातून पौष्टिकता मिळविण्याचा प्रयत्न करा. स्मूदिज, सूप आणि ज्यूसच्या माध्यमातून जीवनसत्त्वे आणि क्षार मिळवा. पातळ पदार्थांमुळेही मळमळत असेल, तर पाण्याचे प्रमाण अधिक असलेले ठोस पदार्थ खा. जसे ताजी फळे, भाज्या, सॅलाड, लिंबू आणि आंबट फळे. एकदाच सर्व काही घेतल्यामुळे पोट जड होत असेल, तर जेवणाच्या मध्ये पातळ पदार्थ घ्या.
- जेवणाचे तापमान बदला. काही गर्भवतींना थंड पातळ पदार्थ आणि जेवण घेणे सहज शक्य होते; तर काहींना थोडे गरम पदार्थ आवडतात.

- आहारात बदल करा. आधी खूप आवडणानय क्रेकर्सचे नुसते नाव घेतल्यानेही आता मळमळत असेल, तर त्याला दुसरा पर्याय निवडा.
- ज़े पदार्थ किंवा ज्यांचा वास आवडत नाही, असे पदार्थ जबरदस्तीने खाऊ नका किंवा अशा जागी जाऊन बसू नका. तुम्हाला गोड जास्त आवडते की तिखट ते तुमच्याशिवाय दुसऱ्या कोणाला माहीत असणार? तुम्हाला गोड आवडत असेल, तर ब्रोकली किंवा चिकनऐवजी आडू आणि योगर्टच्या माध्यमातून व्हिटॅमिन ए आणि प्रोटिन मिळविण्याचा प्रयत्न करा. तिखट आवडत असेल, तर नास्त्यासाठी पिझ्झा वापरा.
- आपल्याला कोणता वास आवडतो आणि कोणत्या वासाने मळमळते, हे गर्भवती स्त्रियांना चांगले माहीत असते. त्यामुळे त्यापासून दूर राहण्याचा प्रयत्न करा. तुमच्या पतीच्या ज्या आफ्टर सेव्ह क्रिमचा गंध तुम्हाला वेडे करीत होता, तोच गंध आता तुम्हाला बाथरूमजवळही जाऊ देत नाही. त्यामुळे उलटी होते.
- सप्लिमेंट! जे पोषक घटक तुम्हाला मिळत नाहीत, त्याची कमतरता पूर्ण करण्यासाठी जीवनसत्त्वांचा डोस घ्या. मळमळत असेल, तर औषधी घेऊ नका. तुमची लक्षणे गंभीर स्वरूपाची असतीलतर व्हिटॅमिन बी १२ बाबत डॉक्टरांचा सल्ला घ्या. यामुळे तुमची प्रकृती बरीच चांगली राहू शकते.
- आले घेऊन पहा. मळमळत असेल, तर याचा खूप चांगला परिणाम होतो. जेवणात, सूपमध्ये मार्फिनमध्ये त्याचा वापर करा. आल्याचा चहा घ्या. तुम्ही जिंजर कँडी किंवा लॉलीपॉपही खाऊ शकता. आल्यापासून तयार केलेले पेयही तुम्हाला समाधान मिळवून देते.

मळमळत असेल, तर आल्याचा वास घेतल्यानेही बरे वाटते. अनेक महिलांना लिंबू चोखल्याने बरे वाटते. लिंबूही उपयुक्त होत नसेल, तर संत्री गोळी चोखा.

- थोडा जास्तीचा आराम किंवा झोप घ्या. शारीरिक आणि भावनिक थकव्यामुळेही मळमळते.
- सकाळी उठल्याबरोबर घाबरून जाऊ नका. थोडासा जीव घाबरा घुबरा झाला तरी आरामशीर उठा. जवळच्या टेबलावरून काही तरी खायला घ्या. नंतर आरामशीर नास्ता घ्या. तुम्हाला आधीची लहान मुले असतील, तर असे करणे अवघड असते, पण ते उठण्याच्या जरा वेळ आधी तुम्ही उठा. आपल्या पतीला सकाळचे बाकीचे काम करायला सांगा.
- तणाव कमी करा. त्यामुळे मळमळ वाढते.
- दातांच्या स्वच्छतेकडे लक्ष द्या. दातांना ब्रश करा. उल्टी आल्यानंतर चांगली गुळणी करा. त्यामुळे दात स्वच्छ होतील तसेच दात आणि हिरड्यांचे नुकसान होणार नाही.
- सी बँड वापरून बघा. १ इंच जाडीचे इलॅस्टिक बँड दोन्ही मनगटावर बांधा. त्यामुळे मनगटावरील ॲक्यूप्रेशर बिंदूवर दाब पडतो. त्यामुळे मळमळ होत नाही. हे कोणत्याही औषधी दुकानात मिळतात. त्यामुळे काहीही त्रास होत नाही.
- मॉर्निंग सिकनेसच्या गंभीर लक्षणांपासून बचाव करण्यासाठी पर्यायी उपचार पद्धती- ॲक्यूपंक्चर, ॲक्यूप्रेशर, बायोफीड बॅक, हिप्नोसिसचा वापर करा. ध्यान आणि कल्पनाचित्रही प्रभावी ठरते.

मॉर्निंग सिकनेससाठी काही औषधीही मिळतात. परिस्थिती खूप गंभीर होते, तेव्हाच त्यांचा वापर केला जातो. त्यामुळे झोप येते. तसं झोप येणं चांगलं आहे, पण तुम्ही गाडी चालवीत कामावर जाणार असाल, तर हे बरोबर नाही. डॉक्टरांच्या सल्ल्याशिवाय कोणत्याही प्रकारची हार्बल किंवा पारंपरिक औषधे घेऊ नका. फक्त ५ टक्के प्रकरणातच वैद्यकीय उपचारांची आवश्यकता पडते.

अनावश्यक लाळ येणे

"माझ्या तोंडात अनावश्यक लाळ जमा होते. ती गिळल्याने मळमळ होते. असे का होते?"

गर्भावस्थेत तोंडात जास्त लाळ निर्माण होत असते. मॉर्निंग सिकनेसचा त्रास असणाऱ्या महिलांच्या बाबतीत असे घडते. तसं तर पहिल्या काही महिन्यानंतर ही समस्या आपोआप कमी होते.

वारंवार थुकायला त्रास होतो. मिंटयुक्त पेस्टने दात ब्रश करा. वेळोवेळी गुळण्या करा. नाही तर मग बिगर साखरेची बबलगम चघळा.

मेटॅलिक स्वाद

"माझ्या जिभेवर नहमी मेटॅलिक चव असते. असे गर्भावस्थेमुळे होते की काही खाण्यात आल्यामुळे?"

हार्मोन्समधील बदलांमुळे गर्भवती महिलेच्या जिभेवर वेगळ्याच प्रकारची चव असते. हार्मोन तुमच्या चवीवर खूप नियंत्रण ठेवीत असतात. ते नियंत्रणाबाहेर जातात तेव्हा स्वादूग्रंथीवरही त्याचा परिणाम होतो. नंतर हार्मोन्सची पातळी नियंत्रणात रहायला लागते तेव्हा (दुसऱ्या तिमाहीत) ही समस्या आपोआप कमी होते.

तोपर्यंत मात्र तुम्हाला याचा सामना करण्याशिवाय दुसरा काहीही पर्याय नाही. आंबट फळे, लेमनेड आणि कँडी घ्या. यामुळे लाळ कमी प्रमाणात तयार होते. दातांसोबत जिभही स्वच्छ करा. तोंडातील पीएचची पातळी सामान्य करा. डॉक्टरांच्या सल्ल्याने तुम्ही व्हिटॅमिनचा डोसही बदलू शकता.

वारंवार लघवीला लागणे

"मला दर तासाला लघवीला लागते. हे लक्षण सामान्य आहे का?"

ही तुमच्या घरातील सर्वोत्कृष्ट जागा नाही, हे खरं असलं तरी बहुतेक गर्भवतींना या जागेचा आधार घ्यावा लागतो. आवश्यकता पडल्यावर तिथे जावेच लागते. दिवस असो की रात्र, तुम्हाला उठून बाथरूमला जावेच लागते. हे इतके काही आरामशीर नसले, तरीही ते पूर्णपणे सामान्य असते.

वारंवार लघवीची इच्छा का होते? हार्मोन्समुळे रक्तासोबतच लघवीच्या प्रवाहालाही वेग येतो. दुसरी गोष्ट म्हणजे गर्भावस्थेत कीडनीची कार्यक्षमता वाढते. त्यामुळे नको असलेल्या पदार्थांपासून शरीर लवकर सुटका मिळवू शकते. खरं तर तुम्ही दोन जिवांसाठी लघवीला जात असता. गर्भाशयाच्या वाढत्या आकारामुळे मूत्राशयावर दबाव पडतो आणि त्यामुळे मग तुम्हाला वारंवार लघवीला जावे लागते. दुसऱ्या तिमाहीच्या वेळी गर्भाशय ओटीपोटाच्या खाली सरकते तेव्हा हा दबाव आपोआप कमी होतो. गर्भाचे डोके पेल्विन्सपर्यंत पोहचत नाही म्हणजे तिसऱ्या तिमाहीपर्यंत ते खाली येत नाही. शरीराच्या अंतरंगातील कार्यप्रणालीच्या क्षमतेनुसार प्रत्येक महिलांमध्ये याचे प्रमाण वेगवेगळे असू शकते. काही महिलांना यामुळे काही फरक पडत नाही, तर काही स्त्रिया पूर्ण नऊ महिने यामुळे परेशान असतात.

लघवीला गेल्यावर तुम्ही मुत्राशय पूर्णपणे रिकामे करायला हवे. त्यामुळे वारंवार लघवीला जाण्याची प्रवृत्ती कमी होऊ शकते. या परेशानीला घाबरून पातळ पदार्थांचे सेवन कमी करू नका. तुम्हाला आणि तुमच्या शरीराला पातळ पदार्थ भरपूर प्रमाणात हवे असतात.

तसं तुम्ही आता कॉफिनचे प्रमाण कमी करण्यावर

लक्ष द्यायला हवे. रात्री झोपल्यावर उठून वारंवार लघवीला जावे लागत असेल, तर रात्री पातळ पदार्थ थोड्या कमी प्रमाणात घ्यावेत.

एकदा बाथरूमला जाऊन आल्यानंतर परत लगेच बाथरूमला जाण्याची इच्छा होत असेल, तर तुमच्या डॉक्टरांचा सल्ला घ्या. कदाचित, तुमच्या मुत्राशयाला संसर्ग झालेला असू शकतो.

''मला वारंवार लघवीला जाण्याची इच्छा का होत नाही?''

तुम्हाला वारंवार लघवीला जावे लागत नसेल, तर कदाचित ती तुमच्यासाठी सामान्य बाब असू शकते. दर रोज तुम्ही किमान ८ ग्लास पाणी प्यायला हवे. उलटी होत असेल, तर पाण्याचे प्रमाण आणखी वाढवायला हवे. पाणी आणि पातळ पदार्थाचे सेवन कमी केले, तर त्यामुळे मुत्राशयाचा संसर्ग होऊ शकतो तसेच डिहायड्रेशनही होऊ शकते.

स्तनांच्या आकारात होणारा बदल

''माझ्या स्तनांचा आकार इतका मोठा झाला आहे, की मी ओळखू येत नाही. शिवाय ते खूप मऊ झाले आहेत. ते नेहमीसाठी तसेच राहतील की बाळाच्या जन्मानंतर व्यवस्थित होतील?''

गर्भावस्थेत सर्वात आधी मोठी होणारी वस्तू तुम्ही पाहिली आहे, असे वाटते. गर्भधारणेनंतर दुसऱ्या तिमाहीतही पोटाचा आकार फारसा मोठा होत नाही, पण स्तन आणि छातीचा आकार मात्र पहिल्या काही दिवसांतच मोठा व्हायला लागतो. काही वेळेला तर तुमच्या ब्राचा कप साधारणपणे तिप्पट मोठा होतो. याचा अर्थ इतकाच की तुमच्या स्तनात मेद जमा होत आहे आणि तेथील रक्त प्रवाहही वेगाने वाढत आहे. छोट्या बाळाला अन्न पुरवठा करण्याची पूर्वतयारी तुमच्या स्तनांच होत आहे.

छातीच्या आकाराशिवाय तुम्हाला इतरही काही बदल झालेले आढळून येतात. निप्पलच्या भोवतालाचा भूरकट रंग अधिक पसरतो आणि त्याचा रंग अधिक गडद व्हायला लागतो. त्यावर बारीक बारीक उंचवटे दिसायला लागतात. या ग्रंथी आहेत आणि गर्भावस्थेत त्या आणखी स्पष्ट दिसायला लागतात. नंतर मात्र त्या सामान्य होतात. तुमच्या वक्षस्थळावरील निळया रेषाही गडद दिसू लागतात. त्यामुळे आईकडून गर्भाला अन्नपुरवठा व्यवस्थित होत आहे, की नाही याची माहिती कळते. बाळाला स्तनपान करायला सुरूवात केल्यानंतर म्हणजेच प्रसूतीनंतर या निळया रेषा पुसट होतात.

अर्थात पूर्ण नऊ महिने यात होणारे बदल सुरू असतात; पण संवेदनशीलता मात्र पहिले दोन-चार महिनेच जास्त असते. या काळात हळूवर कोमट शेक फायदेशीर होऊ शकतो.

दुसरी गोष्ट म्हणजे अशा वेळी तुम्ही तुमच्या स्तनांना योग्य आधार दिला नाही, तर ते लटकूही शकतात. चांगला आधार देणारी ब्रा तुम्ही निवडायला हवी. कॉटनची स्पोर्ट्स ब्रा निवडा. ती खूप चांगली असते.

काही महिलांच्या स्तनात हा बदल खूप लवकर आणि वेगाने होताना दिसतो, तर काही महिलांच्या बाबतीत हा बदल इतक्या हळूवारपणे होतो, की तो सहसा लक्षातही येत नाही. गर्भावस्थेत होणाऱ्या इतर बदलांप्रमाणे स्तनांत होणारे हे बदलही सामान्य स्वरूपाचे असतात. तुमच्या स्तनांचा आकार फार मोठ्या प्रमाणात बदलला नाही, तर तुम्हाला ब्राचे नंबरही सारखे बदलावे लागणार नाहीत. अर्थात त्यामुळे तुमच्या स्तनपान करण्याच्या क्षमतेवर काहीही परिणाम होत नाही.

''पहिल्या गर्भावस्थेच्या वेळी माझ्या स्तनांचा आकार खूप वाढला होता. दुसऱ्या वेळी असे झाले नाही. हे योग्य आहे का?''

मागच्या वेळी तुमची गर्भावस्थेची पहिली वेळ होती. यावेळी स्तनांना त्यांचा अनुभव झाला आहे. त्यामुळे त्यांच्यात लक्षणीय बदल झाला नसेल. कदाचित त्यांच्या आकारात हळूहळू बदल होऊ शकेल. किंवा कदाचित प्रसूतीनंतर स्तनपान करताना त्यांचा आकार वाढू शकेल. यामध्ये होणारा हा बदल दोन गर्भावस्थेतील अंतरावरही अवलंबून असतो.

ओटीपोटावरील दबाव

''माझ्या ओटीपोटावर हलकासा दबाव असतो. मी त्याकडे फार लक्ष देऊन काळजी घ्यायला हवी का?''

तुमच्या शरीरात होणारा बारिकासा बदल तुमच्या नजरेतून सुटत नाही, असे वाटते. ही चांगली गोष्ट असली, तरी त्यामुळे तुम्ही फक्त दुःख आणि वेदनांशीच जोडले जाता. त्यामुळे ही गोष्ट चांगली समजली जात नाही.

काळजी करू नका. पहिल्या गर्भावस्थेच्या वेळी ओटीपोटात बारीकसा दबाव असणे किंवा आखडणे, याचा अर्थ सर्व काही चांगले आहे, असाच होतो.

कदाचित तुमचे शरीर तुमच्या शरीरात होणाऱ्या बदलांची तुम्हाला जाणीव करून देत असते. तुमचा वाढलेला रक्तप्रवाह, युटेराईन लाईन निर्माण होणे आणि गर्भाशयाचा आकार वाढणे याचीच ही जाणीव असते. काही वेळेला मलावरोध किंवा गॅसेसमुळेही असे होऊ शकते.

ही जाणीव सातत्याने होत असेल, तर याबाबत तुम्ही तुमच्या डॉक्टरांचा सल्ला घेऊ शकता.

फिक्कट डाग पडणे

''टॉयलेटचा वापर करीत असताना मला रक्ताचा फिक्कट डाग पडल्याचे आढळून आले. माझे मिसकॅरेज झाले की काय?''

गर्भावस्थेत अशा प्रकारचा रक्ताचा डाग दिसणे, हे खूपच भीती निर्माण करणारे असते. अर्थात असे होणे म्हणजे तुमच्या बाबतीत काही गैर घडले आहे, असा होत नाही. ग़र्भवतीला अशा प्रकारचे फिक्कट रक्ताचे डाग अधून मधून पडत असतात. अशी स्त्री अखेरीस निरोगी बाळाला जन्म देत असते. मासिक पाळीची सुरूवात किवा अखेर याचा हा संकेत असू शकतो. हृदय शांत ठेवून पुढील माहिती वाचा. या फिक्कट डागांचे पुढीलपैकी एखादे कारण असू शकते.

युटेराईन वॉलमध्ये ॲम्ब्रिओचे शिरणे :- २०ते ३० टक्के महिलांमध्ये अशा प्रकारची स्पॉट ब्लडिंगची शक्यता असते. गर्भधारणेनंतर ५ ते १० दिवसांनी तुमची पाळी येणार असते त्यावेळी असे होऊ शकते. मासिक पाळीच्या तुलनेत खपू कमी, अगदी काही तास किंवा काही दिवसच होते. हे रक्त फिक्कट भूरकट किंवा गुलाबी रंगाचे असते. पेशींचा लहान चेंडू गर्भाशयाच्या भिंतीत आपल्यासाठी मार्ग तयार करीत असतो, तेव्हा असे होऊ शकते. अशा प्रकारे ब्लडिंग होण्याचा अर्थ काही चुकीचे घडत आहे, असा होत नाही.

इंटरकोर्स किंवा अंतर्गत तपासणी अथवा पॅम स्मीअर :- गर्भावस्थेत सर्व्हिक्स आधीच्या तुलनेत खूपच नाजूक झालेले असते आणि त्यातील रक्तवाहिन्या वर येतात. त्यामुळेच इंटरकोर्स किंवा अंतर्गत तपासणीच्या वेळी त्या ब्लडिंगचे कारण होतात.

अशी ब्लडिंग गर्भावस्थेत कोणत्याही वेळी होऊ शकते. साधरणपणे यापासून कोणत्याही प्रकारची समस्या असल्याचे निष्पन्न होत नाही. तरीही तुमच्या समाधानासाठी तुम्ही डॉक्टरांचा सल्ला घेऊ शकता.

योनी किंवा सर्व्हिक्सचा संसर्ग :- या दोन्हीला झालेल्या संसर्गामुळेही रक्तस्राव (ब्लडिंग) होऊ शकतो.

डॉक्टरांना कधी फोन करावा?

कोणतीही आपत्कालीन परिस्थिती निर्माण होण्याआधी तसे झाल्यास काय करायचे ते नक्की करा. अचानकपणे काही नवीन लक्षणे दिसू लागली, तर खालील पद्धत वापरा

सर्वात आधी दवाखान्यात फोन करा. डॉक्टर तिथे नसतील, तर लक्षणे सांगून तिथे तसा निरोप ठेवा. काही मिनिटांत तिथून परत फोन आला नाही, तर परत तिथे फोन करा, किंवा जवळच्या आपत्कालिन कक्षातील नर्सला सर्व परिस्थिती समजावून सांगा. तिने यायला सांगितले, तर डॉक्टरांना तसा निरोप देऊन तिथे जा.

तुमची अडचण किंवा समस्या सांगताना तुम्हाला जाणवत असलेल्या प्रत्येक लक्षणाविषयी सांगायला विसरू नका. ही लक्षणे सर्वात कधी आढळून आली आणि तसे किती वेळा झाले, ते सांगा. ही लक्षणी किती हळूवार किंवा गंभीर होती, तेही सांगा.

लगेच फोन करा :-

- ओटीपोटात बारीक वेदनेसह दुखणे आणि ब्लडिंग होणे.
- ओटीपोटात किंवा त्याच्या दोन्ही बाजूला वेदना होणे किंवा ब्लडिंग होणे.
- आवश्यकतेपेक्षा जास्त तहान लागणे, लघवीला कमी वेळा होणे किंवा दिवसांत एकदाही लघवीला न होणे.
- लघवीच्या वेळी वेदना होणे किंवा जळजळ होणे. ताप चढणे आणि डोके दुखणे.
- १०१.५ अंश फॅरनहिटपेक्षा जास्त ताप येणे.
- हात-पाय किवा डोळयांना सूज येणे. अंधूक दिसणे, अचानक वजन वाढणे.
- थोडा वेळ अंधूक दिसणे किंवा दोन दोन वस्तू दिसणे.
- तीव्र डोके दुखी (सतत दोन-तीन तास)
- रक्ताची उलटी होणे

त्याच दिवशी फोन करा. (रात्रीचा त्रास झाला तर दुसऱ्या दिवशी सकाळी)

- लघवीसोबत रक्त येणे
- हात-पाय आणि डोळयांवर सूज येणे.
- लघवी करताना जळजळ होणे.
- बेशुद्धी
- सर्दी किंवा फ्लूच्या लक्षणाशिवाय ताप येणे.
- मळमळणे किंवा उल्टी होणे (गर्भावस्थेतील सुरूवातीच्या दिवसांशिवाय.)
- गडद रंगाची लघवी होणे. शौचात पिवळेपणा आणि काविळीची लक्षणे दिसणे.

डॉक्टर तुमच्या लक्षणांनुसार आणि त्यांच्या सोयीनुसार तुम्हाला बोलावतात. त्यामुळे याविषयी तुम्ही आधीच माहिती मिळवून ठेवायला हवी.

काही वेळेला कोणत्याही प्रकारची लक्षणे दिसत नसाताना सुद्धा तुम्हाला थकवा जाणवू शकतो. एक- दोन दिवस काळजी घेतल्यानंतरसुद्धा थकवा जात नसेल, तर डॉक्टरांना दाखवा. कदाचित रक्ताची कमतरता किवा शरीराला एखाद्या प्रकारचा संसर्ग झालेला असू शकतो. जसे 'यटीआय' कोणत्याही लक्षणांशिवाय आपले काम करीत असतात. कोणत्याही प्रकारची शंका असेल, तर डॉक्टरांना भेटा.

सबकार्ओनिक ब्लडिंग :- कोरियन (प्लेसेंटासोबत असलेले बाहेरील फॅटल मेंब्रेन) किंवा गर्भाशय आणि प्लासेंटा यांच्या दरम्यान रक्त जमा होते. त्यामुळे साधारण किंवा जोरदार बल्डिंग होऊ शकते. ही नेहमीच्या अल्ट्रासाउंडमध्ये दिसत नाही. ही ब्लडिंग नंतर आपोआपच थांबते आणि यामुळे काहीही समस्या निर्माण होत नाही.

गर्भावस्थेतील इतर सामान्य लक्षणांप्रमाणे अशा

प्रकारे ब्लडिंग होणे, हेही एक लक्षण आहे. काही स्त्रियांना तर पूर्ण गर्भावस्थेच्या काळात अधून मधून अशा प्रकारची ब्लडिंग होत असते. काही जणींना फक्त एक दोन वेळाच असे ब्लडिंग होते. काही महिलांना म्यूकस सोबत भूरकट किंवा गुलाबी रंगाची ब्लडिंग होते, तर काहींना लाल रंगाची. या सर्वांमध्ये असलेली एक सामान्य बाब म्हणजे यामुळे पूर्ण गर्भावस्था सुरक्षित असते आणि त्या निरोगी बाळाला जन्मही देतात. तसं तर तुम्हाला काळजी करण्याचे काही कारण नाही, पण याकडे एकदम दुर्लक्ष करणेही बरोबर नाही.

बारीकशा वेदनेबरोबर लाल रक्ताचे मोठ्या आकाराचे डाग पडलेले दिसले, तर तुम्ही डॉक्टरांचा सल्ला घ्यायला हवा. ते सोनोग्राफी करण्याचा सल्ला देऊ शकतात. गर्भधारणेला सहा आठवडे झाले असतील, तर यावेळी तुम्ही गर्भाच्या हृदयाची धडधड ऐकू शकता. त्यावरून तुम्हाला सर्व काही ठीक असल्याचे कळू शकते.

हे साधे रक्ताचे डाग मोठ्या ब्लडिंगमध्ये रुपांतरीत झाले, तर त्याच वेळी डॉक्टरांना भेटायला हवे. अर्थात तरीसुद्धा मनात मिसकॅरीजचा विचार आणू नका. अनेक गर्भवतींना कोणत्याही ठोस कारणाशिवायही मोठ्या प्रमाणात ब्लडिंग होत असते. नंतर आई आणि मूल दोन्ही निरोगी असल्याचे निष्पन्न होते.

एचसीजी लेव्हल

''डॉक्टरांनी मला ब्लड टेस्टचा रिपोर्ट दिला आहे. त्यामध्ये एचसीजीची पातळी ४१२ ml U/L आहे. याचा अर्थ काय?''

याचा अर्थ असा, की तुम्ही नक्कीच गर्भवती आहात. नवीन विकसित झालेल्या प्लासेंटा कोशिका फर्टिलाईज्ड एग्ज इम्पलांट झाल्यानंतर काही दिवसांत लगेच एचसीजी तयार करतात. लघवीच्या तपासणीतून हे कळते. त्यानंतर डॉक्टर रक्ताची तपासणी करतात, तेव्हा त्यातून त्याची पुष्टी मिळते. गर्भावस्थेच्या सुरूवातीच्या काळात रक्तातील याची पातळी कमी असते; पण काहीच दिवसांत ती खूप वाढते. गर्भावस्थेतील ७ ते १२ आठवड्यांदरम्यान तो सर्वोच्च पातळीवर असतो. नंतर कमी होतो.

दुसऱ्या गर्भवती स्त्रियांच्या अशाच पातळीची तुम्ही तुमची तुलना करू नका. कारण त्यांच्या एचसीजीची पातळीही समान असत नाही. प्रत्येक व्यक्ती आणि वेळ यानुसार तो बदलत असतो.

एचसीजी पातळी

तुमच्यासाठी इथे एचसीजी पातळीची आकडेवारी दिली आहे.

गर्भावस्थेचा आठवडा	**एचसीजी ml U/L मध्ये**
३ रा आठवडा	५ ते ५०
४ था आठवडा	५ ते ४२६
५ वा आठवडा	१९ ते ७,३४०
६ वा आठवडा	१,०८०ते५६५००
७-८ आठवडे	७६५०ते२२९०००
९-१२ आठवडे	२५७००ते२८८०००

सर्वात महत्त्वाची बाब म्हणजे तुमच्या एचसीजीची पातळी आधी वाढते आणि नंतर ती कमी होते. वर दिलेल्या चौकटीवरून तुम्हाला त्याची कल्पना येईल. अर्थात चौकटीत दिलेल्या आकडेवारीसारखीच तुमची आकडेवारी असायला हवी, असे नाही. तुम्ही काही त्याची काळजी करू नका.

तुमची गर्भावस्था साधारण स्वरूपात प्रगती करीत असेल, तर तुम्ही त्याची काळजी करू नका. हा डॉक्टरांचा प्रांत आहे. अल्ट्रासाऊंड तपासणीतूनही खूप मोठ्या प्रमाणात चांगले रिझल्ट समोर येतात. तसं तर कोणत्याही प्रकारची शंका तुमच्या मनात असेल, तर डॉक्टरांचा सल्ला घ्या.

काळजी करू नका

क़ाही गर्भवती महिला पहिल्या तिमाहीत किंवा कधी कधी पूर्ण गर्भावस्थेच्या काळात उगीच काळजी करीत राहतात. या सर्व काळज्यांमध्ये त्यांना सर्वात जास्त सतावते ती गर्भपाताची चिंता.

बहुतेक गर्भवती स्त्रिया सामान्य लक्षणे आणि लहान मोठ्या परेशान्यांसह निरोगी बाळाला जन्म देतात. सर्व सामान्य लक्षणांप्रमाणे ओटीपोटात दुखणे, आकडणे, थोडासा रक्तस्राव होणे ही लक्षणेही सामान्य असतात. या सर्व लक्षणांमुळे तुम्ही घाबरून जाऊ शकता, पण यामुळे तुमच्या गर्भावस्थेला काही धोका असल्याचे समजू नका. अर्थात पुढच्या भेटीत याबाबत डॉक्टरांचा नक्की सल्ला घ्या. खालीलपैकी काही लक्षणे दिसत असतील, तर काळजी करू नका.

- थोडेसे आखडणे, दुखणे, ओटीपोटावर किंवा डाव्या उजव्या बाजूला दुखणे. काही वेळा गर्भाशयाला आधार देणाऱ्या लिंगामेंटवर ताण पडल्यामुळेही असे होऊ शकते. तीव्र कळांसोबत मोठ्या प्रमाणात रक्तस्राव होत नाही, तोपर्यंत काळजी करण्याचे काही कारण नाही.
- रक्तस्राव किंवा ब्लडिंग फक्त गर्भपातामुळे होत नाही. याची इतर कारणे आम्ही आधीच सांगितली आहेत.

अनेक वेळा अमूक एक प्रकारची लक्षणे दिसत नाहीत म्हणूनही काही गर्भवती परेशान होतात. पहिल्या तिमाहीत तर त्यांना आपण गर्भवती नाहीत, असेच वाटते. या कारणामुळेच त्या खूप परेशान होतात. तुमच्या गर्भावस्थेची खात्री झाली असेल, तर मग घाबरायचे कशाला?

इतरांप्रमाणे तुम्हालाही मॉर्निंग सिकनेस व्हायला हवा किंवा स्तनांचा आकार वाढायला हवे, असे नाही. ही लक्षणे तुमच्यात दिसणार नाहीत किंवा उशिरा दिसू शकतील. गर्भवतीची लक्षणे वेगळी असतात किंवा नसतात.

तणाव

''कामाच्या ठिकाणी खूप तणाव असतो. खरं तर मला आताच आई व्हायचे नव्हते, पण मी गर्भवती झाले. मी काम सोडायला हवे का?''

तणाव तुम्ही कशा प्रकारे स्वीकारता यावरच त्याचे चांगले किंवा वाईट परिणाम ठरत असतात. तुम्ही जर तणाव चांगल्या प्रकारे घेत असाल, तर त्याच्या सहाय्याने तुम्ही अतिशय चांगले काम करू शकता. नाही तर मग तो तुमच्यावर स्वार होऊन तुम्हाला उद्ध्वस्त करतो. काही खास प्रकारच्या तणावांचा गर्भावस्थेवर काही परिणाम होत नसल्याचे अभ्यासातून आढळले आहे. तुम्ही त्या ताणातून बाहेर पडलात तर तुमचे बाळही त्यावर मात करू शकते. अर्थात या ताणामुळे तुमची रात्रीची झोप उडाली असेल, निराशेने घेरले असेल, डोके दुखी, पोटदुखी किवा भूक कमी लागत असेल. यामुळे तुम्हाला धुम्रपान किंवा मद्यपानाच्या सवयी लागल्या असतील, तर ही नक्कीच एक समस्या आहे. दुसऱ्या आणि तिसऱ्या तिमाहीच्या वेळीही तणावाचा असाच नकारात्मक परिणाम होत असेल, तर तो संपविणे महत्त्वाचे ठरते. खालील उपाय तुम्हाला उपयुक्त ठरू शकतात.

मन हलके करा :- आपल्या मनातील भावना कुणाजवळ तरी व्यक्त करून मन हलके करा. जोडीदाराला मनातली प्रत्येक गोष्ट सांगा. रात्री झोपायला जाण्यापूर्वी सर्व प्रकारच्या चिंता दूर करा. प्रत्येक अडचणीवर मात करा. सर्वांशी मिळून मिसळून रहा. तेही तणावग्रस्त असतील, तर इतरांशी बोला. तणावामुळे काही शारीरिक लक्षणे दिसत असतील,

रिलॅक्स व्हा!

तणाव तुमच्यावर स्वार होत आहे? मग तर तुम्हाला योगातील रिलॅक्शेसन तंत्राचा वापर करावा लागेल. एखाद्या योगा क्लासला जाऊन किंवा एखाद्या डीव्हीडीच्या मदतीने तुम्ही कधीही आणि कुठेही हे तंत्र आत्मसात करू शकता. जेव्हा केव्हा तुम्ही काळजीत असाल तेव्हा योगा दिवसातून एकदा करून तुम्ही काळजीमुक्त होऊ शकता. डोळे बंद करून बसा आणि एखाद्या सुंदर दृश्याची कल्पना करा. तुम्ही बाळाला मांडीवर घेऊन बसला आहात, असा विचार करा. शरीरातील प्रत्येक स्नायू सैल सोडा आणि 'हाँ' किंवा 'नाही' हे शब्द जोराने म्हणा.

ही क्रिया १०ते २० मिनिटे करा. १-२ मिनिट केली तरी खूप फरक पडतो. तुम्हाला तणावापासून मुक्ती मिळेल.

तर डॉक्टरांचा सल्ला घ्या. दुसऱ्या गर्भवती स्त्रियांशी संबंध वाढवा. मैत्रिपूर्ण वातावरणात तुम्ही तुमच्या मनाला बऱ्याच मोठ्या प्रमाणात शांत करू शकता.

याबद्दल काही करू नका :- तुमच्या जीवनात तणाव निर्माण करणाऱ्या गोष्टींचा शोध घ्या आणि त्यांना कसे कमी करता येईल याचा विचार करा. जी महत्त्वाची नाहीत, अशी कामे करणे कमी करा. घरात किंवा कार्यालयात काही जास्तीच्या जबाबदाऱ्या स्वीकारल्या असतील, तर त्या दुसऱ्या कोणावर सोपविता येतील, का याचा विचार करा किंवा त्यांना काही काळ थांबविता येत असेल तर थांबवा.

जास्तच भीती वाटत असेल, तर कागद पेन घेऊन बसा. तुम्हाला कराव्या लागणाऱ्या कामांची यादी करा आणि त्यातील महत्त्वाच्या कामांचा क्रम ठरवा. त्यामुळे तुम्हाला सर्व काही सुरळीत वाटायला लागेल. झालेल्या कामावर यादीत कट मारायला विसरू नका. त्यामुळे तुम्हाला बरेच ओझे हलके झाल्यासारखे वाटेल.

पूर्ण झोप घ्या :- झोप ही सुद्धा औषधासारखीच असते. त्यामुळे तन-मन दोन्ही शांत होते. झोपल्यामुळेही अनेक प्रकारचा ताण आणि निराशा कमी होते. तुम्हाला झोप येत नसेल, तर या पुस्तकात सांगितलेल्या टिप्सचा वापर करा.

योग्य प्रकारे पोषण :- व्यस्त दिनचर्येचा परिणाम तुमच्या खाण्या पिण्याच्या सवयींवर होत असतो. गर्भावस्थेत तर चुकीच्या आहारा विहाराच्या पद्धतीचा

आशावादी व्हा!

आशावादी लोक जास्त चांगले आणि दीर्घकाल जगतात, असे समजले जाते. गर्भवती आई आशावादी असेल, तर बाळाची दृष्टीही बदलते. अशा गर्भवती स्त्रियांमध्ये प्रसूतीपूर्व धोक्यांचे प्रमाण खूप कमी असल्याचे संशोधनात आढळून आले आहे. तसेच गर्भावस्थेशी संबधित धोकेही खूप कमी होतात.

नीच पातळीवरच तणाव असणाऱ्या गर्भवती महिला गर्भावस्थेतील धोके खूप कमी करू शकतात. तणावाची पातळी उच्च असलेल्या महिलांना गर्भावस्थेत आणि नंतरही अनेक प्रकरच्या समस्यांना सामोरे जावे लागते. तणावात असतना त्या पूर्ण गोष्ट सांगू शकत नाहीत. याउलट आशावादी असलेल्या महिला आपली काळजी अतिशय चांगल्या प्रकारे घेऊ शकतात. योग्य आहार, व्यायाम, स्वतःची चांगली काळजी घ्या. मद्यपान आणि धुम्रपानापासून दूर रहा. योग्य प्रकारे औषधी घ्या. त्या आपल्या सकारात्मक वागण्याने आणि विचाराने गर्भावस्थेवर सकारात्मक परिणाम घडवित असतात.

तुम्हीही गर्भावस्थेत अशा प्रकारे आशावादी दृष्टिकोन स्वीकारून खूप काही मिळवू शकता. समोर आलेल्या दुधाच्या ग्लासाला आर्धे रिकामे न पाहता आर्धे भरलेले पहावे.

जास्त त्रास होतो. दिवसातून किमान ६ वेळा तरी थोडे थोडे जेवण घ्या. कार्बोहायड्रेट्स आणि प्रोटिन्सवर भर देताना साखर आणि कॉफिनचे प्रमाण कमी करा. पोषक आहारामुळेही तणाव कमी होतो.

स्नान करा :- कोमट पाण्याने स्नान करा. त्यामुळे तणाव कमी होतो आणि मन शांत होते. तुम्हाला गाढ झोप येते.

योगा करा :- तणाव कमी करण्यासाठी योगा किवा व्यायामाची मदत घ्या. तुमच्या व्यस्त दिनचर्येतून त्यासाठी वेळ काढा.

पर्यायी उपचार :- अनेक पूरक आणि पर्यायी उपचार पद्धतीच्या मदतीनेही तणाव कमी करता येऊ शकतो. ॲक्यूपंक्चर, बायोफिडबॅक, सम्मोहन थेरपी किंवा मालिश यासारखे. ध्यान आणि मानसिक कल्पनाही उपयुक्त ठरते. मनातल्या मनात सुंदर दृष्याची कल्पना करा. रिलॅक्शेसन तंत्राचा सरावही उपयुक्त ठरतो.

यापासून दूर रहा :- तणावाला दूर ठेवा. त्याचा सामना करा. एखादा चांगला चित्रपट पहा. चांगले पुस्तक वाचा. संगीत ऐका. बाळासाठी संदुर मोजे विणा. मैत्रिणीच्या बरोबरीने व्यासपीठ गाजवा. डायरी लिहा. ऑनलाईन सर्च करा. नाही तर मग असेच फिरायला जा.

कारण नाहीसे करा :- दूर करता येण्यासारखे किंवा नाहीशे करण्यासारखे एखादे कारण असेल, तर ते लगेच दूर करा. कामाचे खूप ओझे असेल, तर इतरांसोबत वाटून घ्या. कामाच्या जास्त ताणामुळे नोकरी बदलण्याचा विचार करीत असाल, तर थोडे थांबा. बाळाच्या जन्मानंतरच याचा विचार करा.

बाळाच्या जन्माननंतर तणाव आणखी वाढणार आहे, हे लक्षात ठेवा. त्यामुळे आतापासून त्याचा सामना करण्याची तयारी करा.

गर्भावस्थेतील लाडीक काळजी

गर्भावस्थेत चेहऱ्यावर एक वेगळेच तेज आणि सुंदरता झळकत असते, याबाबत काहीच शंका नाही. तरीही याकाळात तुम्हाला मेकओव्हरची आवश्यकता पडते. गर्भवती असतानाही तुम्हाला एक्रे क्रीम वापरण्यापूर्वी, बिकनी वेअर्सचा स्प्रा खरेदी करण्यापूर्वी तसेच फेशियल करण्यापूर्वी तुम्हाला खूप काही माहीत करून घेणे आवश्यक असते. म्हणूनच इथे तुम्हाला डोक्यापासून पायापर्यंत सर्व शरीराच्या सौंदर्यविषयक टिप्स दिल्या आहेत. त्यांच्या मदतीने तुम्ही सुंदर तर दिसालच, पण सुरक्षितही राहाल.

तुमचे केस

गर्भावस्थेत तुमचे केस एक तर खूप राठ होऊ शकतात किंवा पहिल्यापेक्षा खूप सुंदर होऊ शकतात. हार्मोन्समुळे ते दाट होऊ शकतात, पण दुर्दैवाने डोक्यावरील केसांबाबत असे होत नाही. केसांच्या वाढीचा पूर्ण शरीरावर परिणाम होतो.

कलरिंग करणे :- गर्भावस्थेत तुम्हाला केस कलर करायचे असतील, तर त्वचेत झिरपणाऱ्या रसायनांचा विचार केला जातो. अर्थात ते नुकसानकारक असातत, असा अजून काहीही पुरावा आढळलेला नाही. पहिल्या तिमाहीत यांचा अतिशय सावधगिरीने वापर करण्याचा सल्ला अनेक विशेषज्ञ देतात. गर्भावस्थेत केसांना डाय करायला त्यांची काही हरकत नाही. तुम्ही मात्र याबाबतीत तुमच्या डॉक्टरांचा सल्ला घ्या. केस रंगविण्यात अडचणी असतील, तर त्यांना चमकदार करा. त्यामुळे केसांपर्यंत रसायने पोहचणार नाहीत आणि तुम्ही चमकदार केलेले केस दीर्घकाळ तसेच राहतील. तसेच त्यामळे गर्भावस्थेत तुम्हाला वारंवार पार्लरमध्ये जावे लागणार नाही.

तुमचे केस अमेनिया विरहीत डायने डाय केले जाऊ शकतात का, याबाबत तुम्ही तुमच्या सौंदर्य तज्ज्ञाचा सल्ला घेऊ शकता. अर्थात यावेळी तुमच्या शरीरात होणाऱ्या हार्मोनल बदलामुळे त्याचे विचित्र परिणामही होऊ शकतात. सामान्यपणे ते जसे होतात तसे ते आता होणार नाहीत. पूर्ण डोक्याचे केस रंगविण्यापूर्वी आधी थोडा पॅच ट्राय करा. नाही तर लाल केस करायच्या नादात ते जांभळे होतील.

केस सरळ करण्याचे तंत्र :- तुमचे कुरूळे केस सरळ करण्याचा तुम्ही विचार करीत आहात? गर्भावस्थेत असे केल्याने काही नुकसान होऊ शकते, असा काही पुरावा अद्याप आढळून आला नाही. तसेच ते पूर्णपणे सुरक्षित असल्याचाही पुरावा मिळाला नाही. त्यामुळे त्यापूर्वी डॉक्टरांचा सल्ला घ्या. तसं तर पहिल्या तिमाहीत केसांना त्यांच्या नेसर्गिक स्वरूपात राहू देणे चांगले असल्याचे तुम्हीही ऐकले असेलच.

तुम्ही त्यांना सरळ करण्याचा प्रयत्न केला, तर हार्मोनल बदलामुळे तुम्हाला कदाचित अपेक्षित परिणाम मिळणार नाही. दुसरे म्हणजे या काळात केसांची वाढ खूप होत असते. त्यामुळे केस सरळ होण्याऐवजी ते मुळाशी जास्त कुरळे होऊ शकतात. तसे तुम्ही 'थर्मल रिकंडिशनिंग प्रक्रिया' वापरू शकता. कारण यात तीव्र रसायनांचा वापर केला जाऊ शकत नाही. अर्थात इथेही डॉक्टरांचा सल्ला घ्या. नाही तर एक सरळ लोखंडी कांब घेऊन त्याने केस सरळ करण्याचा प्रयत्न करा.

परमानेंट किंवा बॉडीवेव्ह :- तुमच्या अपेक्षेइतके तुमचे केस सळसळते नसतील तर गर्भावस्थेच्या काळात परमानेंट किंवा बॉडीवेव्हचा विचार करू नका. कारण हार्मोनल बदलांमुळे त्याचे परिणाम काय होतील, ते सांगता येत नाही. तसेच हे तंत्र पूर्णपणे सुरक्षित आहे, की नाही तेही सांगता येत नाही. या नादात केसाचे उरलेले सौंदर्यही नाहीसे होण्याची शक्यता आहे.

हेअर रिमूव्हल आणि लाइटनिंग ट्रिटमेंट :- शरीरावर उगवणाऱ्या विविध प्रकारच्या केसांमुळे गर्भावस्थेच्या काळात परेशान होण्याचे कारण नाही. अशी स्थिती दीर्घकाळ राहणार नाही. हार्मोनल बदलांमुळे काखेत, ओठांवर, पोटावर आणि पाठीवर केस जास्त उगवत असतील, तर त्यासीाट लेजर, इलेक्ट्रोलॅसिस, डेपिलेटरीज (ब्लिचिंग) याचा वापर करण्यापूर्वी दोनदा विचार करा आणि डॉक्टरांचा सल्ला घ्या. गर्भावस्थेत केस काढणे किंवा त्यांचा रंग हलका करण्याचे तंत्र सुरक्षित असल्याचा अद्याप एकही पुरावा आढळून आला नाही. किमान पहिली तिमाही निघून जाण्याची वाट पहा. तसेच तुम्ही जी काही ट्रिटमेंट घेतली असेल, त्याची काळजी करीत बसू नका कारण त्यामुळे काही नुकसान होत नाही.

सेव्ह करणे, केस उपटणे किंवा वॅक्सिंग करणे:- गर्भावस्थेत शरीराच्या कोणत्याही भागावर अनावश्यक केस उगवू शकतात. एक चांगली गोष्ट अशी, की तुम्ही हे केस सेव्ह करू शकता, वॅक्स करू शकता. इतकेच नाही तर बिकनी वॅक्सही वापरू शकता, पण थोडी सावधानता बाळगायला हवी. कारण गर्भावस्थेत त्वचा खूप संवेदनशील होते आणि अगदी सहजगत्या नुकसान होऊ शकते. तुम्ही सलूनमध्ये जात असाल, तर कोणतीही ट्रिटमेंट घेण्यापूर्वी तुम्ही गर्भवती असल्याचे सांगायला विसरू नका. म्हणजे ते थोडी जास्त सावधगिरी बाळगू शकतील.

तुमचा चेहरा

तुमच्या पोटावरून तुमच्या गर्भावस्थेचा पत्ता लागत नसला तरीही तो तुमच्या चेहऱ्यावरून लगेच लक्षात येतो. गर्भावस्थेत चेहऱ्याबाबत भले-बुरे किंवा चांगले

काहीही होऊ शकते.

फेशियल :- चेहऱ्यावरील ज्या तेजाबाबत तुम्ही ऐकले आहे, तसे सुदैव प्रत्येक गर्भवती मातेला मिळेल असेच नाही. गर्भावस्थेत तसे फेशियल करणे खूप चांगले असते, पण हार्मोनल बदलांमुळे त्वचा इतकी संवेदनशील झालेली असते, त्यामुळे 'ग्लायकोलिक पील' किंवा 'मायक्रोडर्मब्रोसियन' यासारखे उपचार न करणे चांगले. फेशियल करताना मायक्रोकरंटही दिले जाते. पार्लरमध्ये तुम्ही गर्भवती असल्याचे सांगायला विसरू नका म्हणजे ते तुमची काळजी घेऊ शकतील. एखाद्या उपचाराबाबत तुम्हाला शंका असेल, तर डॉक्टरांचा सल्ला घेऊनच पुढे चला.

अँटिरिंकल ट्रिटमेंट:- बाळाच्या चेहऱ्यावरील सुरकत्या चांगल्या वाटतात, पण आईच्या नाही. एखाद्या डार्मोलॉजिस्टकडे जाण्यापूर्वी एक गोष्ट लक्षात घ्या. कोलांजन, रिस्टायलेन, जुवेडर्म किंवा बोटेक्स आणि गर्भावस्था या विषयांवर अजून पुरेसे संशोधन झाले नाही. त्यामुळे यापासून जरा दूरच रहा. जर अँटिरिंकल क्रिम वापरायचे असेल, तर त्यावर दिलेल्या सूचना काळजीपूर्वक वाचा आणि डॉक्टरांचा सल्ला घ्या. ज्या क्रिममध्ये थोड्या फार प्रमाणात व्हिटॅमिन ए, के किंवा बी एच ए चे प्रमाण असेल, तर त्यांना थोड्या कालावधीसाठी निरोप द्या. तसेच दुसऱ्या ज्या गोष्टीबाबत शंका असेल, त्या बाबत डॉक्टरांचा सल्ला घ्यायला विसरू नका. त्या फ्रूट ॲसिडसाठी हो म्हणू शकतील, पण त्याचा वापर करण्यापूर्वी डॉक्टरांचा सल्ला घ्यायला विसरू नका. तसं तुम्ही काळजीपूर्वक पाहिले असेल, तर तुमच्या लक्षात येईल की, गर्भावस्थेत चेहऱ्यावरील सुरकत्या खूप मोठ्या प्रमाणात जाणवत नाहीत. त्यामुळे कॉस्मेटिक प्रक्रियेशिवायही चालू शकते.

ॲक्नेचा उपचार :- तारूण्यात खूप ॲक्रे झाले होते? आता गर्भावस्थेत तुम्ही त्यासाठी हार्मोन्सला जबाबदार धरू शकता. तुमची नेहमीची क्रीम वापरण्यापूर्वी डॉक्टरांचा सल्ला घ्यायला विसरू नका. प्रसूतीपूर्वी तुम्ही लेजर ट्रिटमेंट आणि केमिकल पीलचे उपचार करुण घेण्यापूर्वी खूप सावधगिरी बाळगायला हवी. ॲक्रेसाठी वापरण्यात येणारी नेहमीची औषधे गर्भावस्थेच्या काळात दुष्परिणाम करू शकतात. अशा उत्पादनांचा वापर करण्यापूर्वी त्यांच्या सुरक्षिततेबाबत डॉक्टरांचा सल्ला घ्यायला विसरू नका. यासाठी तुम्ही काही नैसर्गिक उपयांचा वापरही करू शकता. जसे खूप जास्त प्रमाणात पाणी पिणे. योग्य आहार घेणे आणि चेहऱ्याची नियमित स्वरूपात स्वच्छता करणे. यामुळे काहीही नुकसान नक्कीच होत नाही. झाला तर चांगला फायदाच होतो.

तुमचे दात

गर्भावस्थेच्या काळात तुम्हाला खूप हासायचे आहे, पण त्यासाठी तुमचे दात साथ देतील का? खरं तर कॉस्मेटिक दंतचिकित्सा खूप लोकप्रिय आहे, पण गर्भावस्थेत याचा वापर केला जात नाही.

दातांची शुभ्रता :- मोत्यासारखे चमचमणारे दात हवेत. खरं तर दातांना शुभ्रता मिळवून देणाऱ्या कोणत्याही उत्पादनाचा गर्भावस्थेत वापर करायला काही हरकत नाही, पण काही महिने तुम्ही त्याची वाट पाहू शकलात तर अधिक चांगले. तुमच्या दातांच्या नियमित स्वच्छतेकडे लक्ष द्या. या काळात तुमच्या संवेदनशील हिरड्यांनाही हेच हवे असते.

मुलामा किंवा पृष्ठावरण (वीनर्स) :- खरं तर यातही तसा काही धोका नाही, पण खरं म्हणजे दातांशी संबंधित कोणताही उपचार किंवा ट्रिटमेंट करण्यापूर्वी प्रसूतीपर्यंत थांबायला हवे. कारण अशा अवस्थेत तुमच्या हिरड्या खूप संवेदनशील झालेल्या असतात. त्यामुळे कोणत्याही प्रकारचा दंतोपचार पहिल्यापेक्षा अधिक त्रासदायक होऊ शकतो.

तुमचे शरीर

गर्भावस्थेत तुमच्या शरीराला किती श्रम करावे लागतात, याची कदाचित तुम्हाला कल्पनाही नसेल. खरं तर यावेळी त्याला तुमच्याकडून खूप मोठ्या प्रेमाची आणि कौतुकाची अपेक्षा असते. चला, तर मग हे सुरक्षितरित्या कसे करायचे ते पाहू या.

मसाज :- कंबरदुखी किंवा रात्रभर जागवणाऱ्या बेचैनीपासून सुटका करून घ्यायची असेल, तर शरीराला मसाज करा. गर्भावस्थेत तणाव आणि वेदना यापासून बचाव करण्याचा दुसरा कोणताही चांगला उपाय असू शकत नाही; तरीही याच्याशी संबधित काही सूचनांचे पालन करायला हवे. म्हणजे मग हा मसाज आरामदायक आणि सुरक्षित होऊ शकते.

- योग्य हातानी मालिश करून घ्या. मालिश करणाऱ्याकडे तशी परवानगी आहे की नाही ते पहा. गर्भावस्थेशी संबधित सर्व बाबींची त्याला माहिती आहे की नाही ते पहा.
- पहिल्या तिमाहीत मॉर्निंग सिकनेस असल्यामुळे मसाजापासून दूर रहा. पहिल्या तिमाहीत तुम्ही मालिश करून घेतली असेल, तर काही हरकत नाही. त्यात काही धोका नाही.
- योग्य अवस्थेत विश्रांती घ्या. चौथ्या महिन्यानंतर पाठीवर जास्त काळ पडू नका. मालिशच्या वेळी काही खास प्रकारच्या फोमच्या उशांचा वापर करायला तुमच्या थेरपिस्टला सांगा. त्यामुळे तुमच्या शरीराला चांगली विश्रांती मिळेल.
- बिनवासाच्या तेलाचा वापर करा. वासाच्या तेलामुळे तुम्हाला त्रास होऊ शकतो.
- फक्त योग्य ठिकाणीच मालीश करा. शरीरातील काही भाग असे आहेत, त्या ठिकाणी दाब दिल्याने ताण वाढू शकतो. मालिश करणाऱ्याला गर्भावस्थेशी संबधित काळजी घेण्याची माहिती असायला हवी. ओटीपोटावर मालिश करायला सांगू नका. तो आपले हात वेगाने चालवित असेल आणि तुम्हाला त्याचा त्रास होत असेल, तर त्याला त्याबाबत त्याच वेळी सांगा. याबाबतीत तुम्हीच चांगला सल्ला देऊ शकता.

अरोमाथेरपी :- गर्भावस्थेत सेंटच्या बाबतीत थोडा कॉमन सेन्सचा वापर करा. कारण त्यातील काही तेल तुमच्यासाठी हानीकारक असू शकतात. कोणत्याही प्रकारच्या ॲरोमा थेरपीचा सावधानीने वापर करा. गुलाब, लव्हेंडर, चमेली, जॅसमिन, टॅंगिन, नैरोली आणि यलांग यलांग यासारखी तेले काही प्रमाणात वापरली जाऊ शकतात.

बेसील, जुनीपर, रोजमैरी, सेग, पेपरमिंट, मारिनो यासारख्या तेलांपासून गर्भवतीने दूर रहायला हवे. कारण यामुळे युटेराईन कॉंस्ट्रॅक्शन होऊ शकते. प्रसूतीच्या वेळी मिडवाईफ याच तेलाचा वापर करीत असतात. तुम्ही या आधा या तेलाचा वापर केला असेल, तर त्याबाबत काळजी करण्याचे काही कारण नाही. ही तेले आता शरीरात शोषली जात नाहीत कारण पाठीची त्वचा आता राठ झालेली असते. बाथ आणि ब्युटी शॉपवर विक्रीला असलेली सर्व उत्पादने सुरक्षित असतात, फक्त त्यातील सेंट कॉन्स्ट्रेट नसावेत.

बॉडी ट्रिटमेंट, स्क्रब, रॅप, हायड्रोथैरपी :- बॉडी स्क्रब तुमच्या संवेदनशील त्वचेला नुकसान पोहचवित नसेल, तर ते सुरक्षित समजायला हवे. काही हार्बल

रॅप फायदेशीर असतात, पण त्यामुळे तुमच्या शरीराचे तापमान वाढू शकते. हायड्रोथेरपमीमध्येही १०० अंश फॅरनहीटपर्यंत कोमट पाण्याने स्नान केले जाऊ शकते. सोना बाथ, स्टीम बाथ आणि हॉट टबपासून दूरच रहा.

टॅनिंग बँड, स्प्रे आणि लोशन :- गर्भावस्थेत चेहऱ्यावर आलेल्या पिवळेपणाने परेशान आहात? सॉरी, पण टॅनिंग बँड यावेळी तुमच्या उपयोगी पडत नाही. त्यामुळे तुमच्या शरीराचे तापमान इतके वाढू शकते, की ते गर्भाच्या वाढीसाठी हानिकारक आहे.

स्पाचा एक दिवस!

आहा, स्पा! गर्भवतीसाठी स्पाहून अधिक चांगले आरामदायी काही असत नाही. आज काल अनेक ठिकाणी स्पाची सुविधा विशेष प्रकारे पुरविली जाते. स्पासाठी गेल्यावर तुम्ही गर्भवती असल्याचे सांगायला विसरू नका. डॉक्टरांनी काही खबरदारी घ्यायला सांगितली असेल, तर त्याची कल्पना तिथे द्यायला विसरू नका. त्यामुळे त्या हिशोबाने ते ट्रिटमेंट करू शकतील. डॉक्टरांना विचारून गेलात, तर अधिक चांगले.

गर्भावस्था आणि तुमचे मेकअप

गर्भावस्थेत चेहऱ्यावर आलेली सूज, रंगात पडलेला फरक यामुळे चेहऱ्याला अनेक प्रकाराचा सामना करावा लागतो. अर्थात तुम्ही काही प्रमाणात मेकअप करून हे मोठ्या प्रमाणात लपवू शकता.

क्लोज्मा आणि डिक्लेरेशनयामुळे चेहऱ्यावर निर्माण झालेली कमतरता लपविण्यासाठी करेक्टिव्ह कंसिलरचा वापर करा. डॉर्क स्पॉटसाठी अशा प्रकारचे ब्रँड वापरा, डे हायपर पिग्मेंटेंशन लपवू शकतील. हे मेकअप नॉन कार्मोडिजिनिक असायला हवे. तुमच्या छटेपेक्षा एका कमी छटेचा कॉंसिलर वापरा. ते कोपऱ्याला लावून सर्व चेहऱ्यावर सारखे पसरवा. नंतर मग पावडरने ते सेट करा.

मुरूम लपविण्यासाठी जास्त मेकअप करू नका. फाउंडेशन नंतर त्वचेशी मिळता जुळता कॉसिंलर लावा आणि बोटाने सारखा करा.

गालांवर सुंदर गुलाबी आभा पसरवा. त्यामुळे तुमचे सौंदर्य उठून दिसेल.

गर्भावस्थेमुळे तुमच्या नाकावर बारीकशी सूज येऊ शकते. फाऊंडेशनच्या मदतीने तुम्ही ते बारीक करू शकता. फाउंडेशन एकसारखे करा.

जर तुम्ही सनग्लास टॅनिंग लोशन किंवा स्प्रे वापरत असाल, तर आधी डॉक्टरांचा सल्ला घ्या. काही वेळा हार्मोन बदलामुळेही रंग बदलू शकतो, हे तुम्हाला माहीत असायला हवे. या पुस्तकात आम्ही तुम्हाला टॅटू, हिना आणि गोंदणे यासारख्या प्रकारांच्या सुरक्षेविषयी सांगितले आहे. त्याकडेही लक्ष ठेवा.

तुमचे हात-पाय

तसं तर तिसऱ्या तिमाहीत तुम्ही तुमचे पाय चांगल्या प्रकारे पाहू शकत नाहीत. गर्भावस्था हाता-पायांवर आपला परिणाम घडवून आणते. तुमचे हात-पाय सुजतील तरीही ते सुंदर दिसतात.

मॅनिक्युअर व पॅडीक्युअर :- गर्भावस्थेत तुम्ही अतिशय सहजतेने मॅनिक्युअर आणि पॅडिक्युअर करू शकता. या दिवसांत तुमची नखेही पहिल्यापेक्षा लांब आणि मजबूत होतात. तुम्ही हवेशीर सलूनमध्ये जायला हवे. तेथील तीव्र रसायनांचा वास तुम्हाला परेशान करू शकतो. मॅनिक्युअर करताना मांडीवर मसाज करायला सांगू नका. ॲक्रोलिकबाबत थोडी दक्षता बाळगा. कारण गर्भावस्थेत प्रत्येक बाबतीत दक्ष असायला हवे. त्यामुळे अनेक प्रकारच्या गोंधळापासून तुम्ही दूर राहू शकता.

रिलॅक्स व्हा!

योग आणि ध्यानाशिवाय इतरही अनेक उपयांनी तुम्ही रिलॅक्स व्हायला शिकू शकता. तुम्ही एखाद्या गटात सहभागी होऊ शकता किंवा एखाद्या योग गुरूकडून सुरूवातीच्या सूचना घेऊ शकता. यासाठीही तुमच्याकडे वेळ नसेल, तर काही सोप्या रिलॅक्शेसन तंत्राचा वापर करा.

थोडासा तणाव वाढल्यावर याचा सराव करा :

1 डोळे बंद करून बसा. एखाद्या शांत आणि सुंदर दृष्याची कल्पना करा. नंतर हळू हळू शरीरातील सर्व स्नायुंना सैल करा. शक्य असेल तर नाकाने श्वास घ्या आणि मनातल्या मनात एखाद्या सोप्या शब्दाची पुनरुक्ती करा. दहा ते वीस मिनिटे सराव करा.

2 नाकाने हळूवार आणि दीर्घ श्वास घ्या तसेच पोट बाहेर ढकलण्याचा प्रयत्न करा. चारपर्यंत मोजा. खांदा आणि गळ्यातील स्नायू सैल करा. हळूवारपणे श्वास सोडताना ६ पर्यंत मोजा. हेही ४-६ वेळा करा आणि तणाव दूर करा.

गर्भपाताची संभाव्य लक्षणे

डॉक्टरांना लगेच कधी बोलवावे :

1 ओटीपोटात वेदना होत असताना रक्तस्त्राव होणे. गर्भावस्थेच्या सुरूवातीच्या काळात ही इक्टोपिक गर्भावस्थेची लक्षणेही असू शकतात.

2 एका दिवसापेक्षा जास्त काळ वेदना राहत असेल आणि रक्ताचा साधारण धब्बा पडला तर...

3 खूप रक्तस्त्राव होत असेल किंवा साधारण रक्तस्त्राव दोन-तीन दिवस होत असेल तर...

4 गर्भपात, रक्तस्त्राव किंवा आखडण्याचा पूर्वेतिहास असेल तर...

आणीबाणीची मदत कधी घ्यावी :

1 ख़ूप आणि असाह्य रक्तस्त्राव होत असेल तर...

2 फिक्कट लाल किंवा गुलाबी रक्तस्त्राव होत असेल, तर गर्भपात सुरू झाल्याचे समजावे. तुमच्या डॉक्टरांकडे जाणे लगेच शक्य नसेल, तर दुसऱ्या एखाद्या दवाखान्यात जावे. ते तुम्हाला हा स्त्राव सुरु राहू देण्यास सांगतील म्हणजे गर्भपात पूर्ण झाला की नाही, ते कळेल. काही धोका आहे की नाही. डी एंड सी करावी लागेल की नाही!

दुसरा महिना

साधारणपणे ५ ते ८ आठवडे

तुम्ही ही बातमी आतापर्यंत दुसऱ्या कुणाला सांगितली नसली, तरीही तुम्ही न सांगताही कुणालाही हे कळू शकते. या दरम्यान मधल्या मधे गर्भाच्या हालचाली सुरू झालेल्या असतात. अनेक लक्षणे जाणवतात. तुम्ही कुठेही गेलात तरी मळमळ आणि तोंडातील लाळ तुमचा पिछा पुरविते. रात्रंदिवस बाथरुमला जाणे सुरू राहते आणि पोटात गॅस जमा झाल्याने फुगते.

या सर्व लक्षणांमुळे आता तरी तुमची खात्री पटलीच असेल, की तुमच्यात एक नवीन जीव साकारला आहे. तुम्ही गर्भवती आहात. ही सर्व काही पोटाच्या आजाराची लक्षणे नाहीत. तुम्ही स्वत:लाही समजावले असेल. जास्त थकवा येणे आणि वारंवार बाथरूमला जावे लागणे, हे सर्व गर्भवती झाल्याने होत आहे. ही तर फक्त सुरूवात आहे.

या महिन्यातील गर्भाचा विकास

पाचवा आठवडा :- बारीकशी शेपटी असलेला तुमचा गर्भ आता बाळाऐवजी टॅडपॉलच वाटतो. तो आता वेगाने वाढून संत्र्याच्या बी एवढा झाला आहे. तसा तो लहानच आहे, पण पहिल्यापेक्षा खूप मोठा झाला आहे. या आठवड्यात त्याचे हृदयही आकार घेऊ लागले आहे. सर्वात आधी रक्ताभिसरण संस्था आणि हृदयचा आकार घेते. हृदयाचा आकार अतिशय बारीक असतो आणि तो दोन नलिकांपासून तयार होतो. अर्थात अजून ते पूर्ण सामर्थ्याने काम करू शकत नाही. तसे तुम्ही सोनोग्राफीद्वारे त्याची धडधड ऐकू शकता. न्यूटल ट्यूबही काम सुरू करते. त्यापासून तुमच्या गर्भाचा मणका आणि मेंदू साकार होणार असतो. आता ही नळी उघडी आहे, पण पुढच्या आठवड्यात बंद होते.

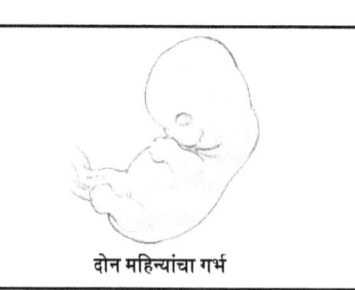

दोन महिन्यांचा गर्भ

साहवा आठवडा :- गर्भाशयातील गर्भाचा पूर्ण आकार मोजणे आता शक्य होत नाही कारण त्याचे लहान लहान पाय दुमडलेले असतात. त्यामुळे त्याला फक्त

डोक्यापासून कंबरेपर्यंतच मोजता येते. या आठवड्यात त्याची लांबी नखापेक्षा जास्त नसते. या आठवड्यात गर्भाचे गाल, जबडा आणि हनुवटीचा विकास सुरू होतो. कानाच्या निर्मितीलाही सुरुवात होते. चेहऱ्यावरील दोन लहान छिद्रापासून डोळे तयार होतात. डोक्याच्या समोरच्या भागात तयार झालेला उंचवटा थोड्याच दिवसात बटनासारखा नाकाचा आकार धारण करतो. या आठवड्यात कीडनी, लिव्हर आणि फुफ्फुसेही आकार घ्यायला लागतात. तुमच्या गर्भाचे इवलेसे हृदय एका मिनिटात ८० वेळा स्पंदने घेत असते. रोज याचा वेग आता वाढतच जातो.

सातवा आठवडा :- तुमच्या गर्भाबाबत एक आश्चर्यकारक गोष्ट. गर्भधारणेच्या वेळी असलेल्या आकाराच्या १०,००० पट त्याचा आकार मोठा झाला आहे. एखाद्या ब्लूबेरीसारखा झालेला हा आकार जास्त करून डोक्याच्या भागाच्या विकासामुळे झाला आहे. डोक्यात दर मिनिटाला १०० कोशिका या वेगाने नवीन कोशिकांची निर्मिती होते. या आठवड्यात तुमच्या गर्भाचे तोंड आणि जिभ आकार घेत आहे. त्याच्या शरीरात हात आणि पाय आकार घेत आहेत. बाळाची कीडनीही आता योग्य ठिकाणी येऊन आपले काम करीत असते. मूत्र निर्माण आणि मूत्र विसर्जन यासाठी आतापासूनच तुम्हाला घाणेरड्या डायपरची काळजी करण्याची गरज नाही.

आठवा आठवडा :- तुमचा गर्भ अतिशय वादळी वेगाने वाढत आहे. यावेळी तो लांबीला रसबेरी इतका किंवा अर्धा इंच झाला आहे. ही छोटीसी रसबेरी आता बऱ्याच प्रमाणात माणसासारखी वाटते. कारण त्याचे ओठ, नाक, पापण्या, पाय आणि पाठ यांनी आकार घ्यायला सुरूवात केली आहे. तुम्ही बाहेरून ऐकू शकत नसलात तरी गर्भाचे हृदय आता मिनिटाला १५० स्पंदने करीत असते. (तुमच्या हृदयाच्या स्पंदनाच्या दुप्पट आहे.) या आठवड्यात आणखीही नवीन काही होत असते. तुमचा गर्भ आता सतत हालचाली करायला लागतो, पण त्या तुम्हाला जाणवत नाहीत.

तुम्हाला कसे वाटते? :- दोन गर्भावस्था एक सारख्या स्वरूपाच्या नसतात, हे नेहमीसारखे लक्षात ठेवा. तुम्हाला ही सर्व लक्षणे जाणवू शकतात किंवा फक्त एखाद दुसरीच लक्षणे जाणवतात. काही मागच्या महिन्यापासून सुरू झालेली असतात, तर काही नव्याने सुरू होतात. फारसी लक्षणे न जाणवणेही होऊ शकते. त्यामुळे परेशान होऊ नका. लक्षणे दिसण्या न दिसण्याचा तुमच्या गर्भावस्थेवर काहीही परिणाम होत नाही. या महिन्यात तुम्हाला खालील लक्षणे जाणवू शकतात -

शारीरिक :- थकवा, ऊर्जेची कमतरता, झोप न येणे, वारंवार लघवीला जाणे, मळमळणे, उल्टीसह किंवा उल्टीसह तोंडात जास्त लाळ जमा होणे, मलावरोध, छातीत जळजळ, अपचन, पोटात गड़बड, खाण्याची आवड-निवड.

- **स्तनांतील बदल** : संवेदनशीलता, जडपणा, निप्पलांच्या बाजूचा गडदपणा, त्यावर मोठे उभार, फिक्कट निळ्या रेषांचे जाळे, तुमच्या स्तनांसाठी रक्ताची गरज वाढते.
- योनीतून फिक्कट पाढंरा स्त्राव येणे.
- कधी कधी डोके दुखणे.
- चकर येणे किंवा थोडे बेशुद्ध होणे.
- पोट थोडे गोलाकार होणे.

भावनिक :- भावनिक चढ-उतार. मूड बदलणे, बेचैनी, व्याकूळता किंवा उगीच रडावेसे वाटणे.

- भीती, आनंदासारख्या भावना व्यक्त होणे.
- गर्भावस्था नसल्याची भीती वाटणे.

या महिन्यातील चेकअप :- ही तुमची पहिली वैद्यकीय तपासणी असेल, तर याबाबत आम्ही आधीच सांगितले आहे. दुसरी तपासणी असेल,

तर पहिल्यापेक्षा लहान असते. आधी सर्व टेस्ट झाल्या असतील, तर यावेळी जास्त ओढा ताण करण्याची गरज नाही. सर्व डॉक्टर आपापल्या पद्धतीने चेकअप करीत असतात, तरीही या तपासणीत तुम्ही खालील तपासण्यांची अपेक्षा ठेवू शकता.

-वजन आणि रक्तदाब.

-लघवी, साखर आणि प्रोटिनची तपासणी.

- सुजेसाठी हात-पाय किंवा व्हेरीकोज व्हेन्ससाठी पाय.

- तुम्हाला जाणवणारी इतर काही लक्षणे.

- काही प्रश्न आणि शंका, ज्या तुम्हाला माहीत करून हव्यात. (यादी करून न्या.)

एक नजर

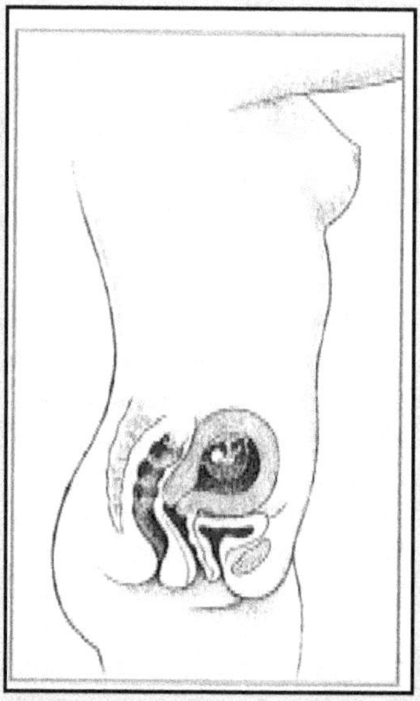

जवळच्या लोकांना तुम्ही अजूनही गर्भवती असल्याचे वाटत नसले, तरी तुम्हाला कपडे कंबरेत घट्ट व्हायला लागतात. कदाचित तुम्हाला पहिल्यापेक्षा मोठी ब्रा आवश्यक वाटू शकते. या महिन्याच्या अखेरीस तुमचे गर्भाशय तुमच्या मुठीच्या आकाराचे किंवा ग्रेपफूटसारखे होते.

तुम्ही काय विचार करता?

छातीत जळजळ आणि अपचन

''मला नेहमी छातीत जळजळण्याचा आणि अपचनाचा त्रास का होतो? त्यासाठी मी काय करू?''

गर्भवतीसारखी छातीतली जळजळ दुसऱ्या कोणालाही होत नाही. इतकेच नाही, तर तुमच्या बाबतीत असे गर्भावस्थेच्या पूर्ण काळात होऊ शकते.

गर्भावस्थेच्या सुरूवातीच्या काळात तुमच्या शरीरात प्रोजेस्टॉरॉन आणि रिलेक्शीन नावाचे हार्मोन्स मोठ्या प्रमाणात निर्माण होतात. त्यांच्यामुळे सर्व शरीरातील मांसपेशी आणि उत्ती शिथील होतात. त्यामध्ये पचनसंस्थेचाही समावेश होतो. परिणामी पचनसंस्थेत अन्न पचायला वेळ लागतो आणि तुम्हाला अपचनाचा त्रास होतो. पोटाच्या वरच्या भागात गॅस होणे आणि छातीत जळजळणे, ही दोन्ही अपचनाची लक्षणे आहेत. हे सर्व तुमच्यासाठी त्रासदायक असले तरीही तुमच्या गर्भासाठी फायदेशीर असते. या हळूवार पचनामुळे पोषक घटक अतिशय चांगल्या प्रकारे रक्तात मिसळतातआणि प्लेसेंटापर्यंत पोहचतात.

इसोफॅगॅस पोटापासून वेगळ्या करणाऱ्या मांसपेशीचे वर्तुळ सैल होते त्यामुळे जेवण पचायला उशीर लागतो. पोटात जास्त प्रमाणात तायर होणारे ॲसिड संवेदनशील असलेल्या इसोफॅगियल भिंतींना उत्तेजित करते. त्यामुळे त्यांच्या आसपासच्या भागात आणि छातीत जळजळ होते. या तक्रारीचा तुमच्या हृदयाशी काही संबंध असत नाही. शेवटच्या दोन तिमाहीत हा त्रास आणखी वाढू शकतो कारण या काळात गर्भाशयाचा तुमच्या पोटावर जास्त दाब पडतो.

गर्भावस्थेचे पूर्ण नऊ महिने तुम्ही या त्रासापासून वाचू शकत नाहीत. या अपचनाच्या त्रासापासून आणि छातीतील जळजळीपासून वाचण्याचा थोडा प्रयत्न करू शकता.

- क़ाही विशिष्ट पदार्थ खाल्ल्यानंतर त्रास वाढत असेल, तर असा पदार्थ आहारातून काढून टाकायला वेळ करू नका. तिखट आणि मसालेदार अन्न टळा. तळलेले, मेदयुक्त पदार्थ; प्रक्रिया केलेले मांस, चॉकलेट, कॉफी, कार्बोनेटेड पेय पदार्थ याचे जास्त प्रमाणात सेवन करू नका.
- पचनसंस्थेवर जास्त भार टाकू नका. थोड्या थोड्या वेळाने थोड्या थोड्या प्रमाणात खा. 'सिक्स मिल सोल्यूशन' तुमच्यासाठी सर्वाधिक चांगले.
- तुम्ही घाई घाईत जेवता तेव्हा हवाही मोठ्या प्रमाणात आत जाते. त्यामुळे गॅस तयार होतो. घाई घाईत खाण्याचा अर्थ अन्न नीट न चावणे. त्यामुळे पोटाला त्यावर अधिक श्रम करावे लागतात. जास्त भूक लागलेली असो की खूप घाई असो, लहान घास घ्या आणि चावून खा.

थोडे लक्ष द्या

तुम्हाला जीईआरडी झाला असेल, तर गर्भावस्थेत यावरील उपचार बदला. छातीतील जळजळीसाठी तुम्ही घेत असलेली औषधे आता सुरक्षित नसू शकतात. आधी डॉक्टरांचा सल्ला घ्या आणि मग आमचे उपाय अमंलात आणा.

छातीतील जळजळ आणि केस

छातीत जळजळ होत असेल, तर बाळाला जावळ तितकेच दाट येते, असे म्हणतात. या दोन्हीसाठी जबाबदार असणारे हार्मोन्स एकसारखे असतात. त्यामुळे छातीत जळजळ होत असेल, तर आतापासून बेबी शॅम्पू आणून ठेवा.

- जेवताना खाण्यासोबत पेय पदार्थ घेऊ नका. जेवताना खूप पाणी पिऊ नका त्यामुळे अपचन होते. काही प्यायचेच असेल, तर दोन जेवणांच्या मध्ये प्या.
- लोळून काहीही खाऊ पिऊ नका. त्यामुळे पाचक रसाला जास्त उड्या मारण्यास वेळ मिळणार नाही. तसेच जेवणानंतर एकदम झोपायला जाऊ नका. एक पद्धत अशी की कंबरेऐवजी गुढग्यातून वाका. तुमचे डोके जितके वाकलेले असेल, तितकी जळजळ जास्त होते.
- तुमचे वजन हळूहळू वाढवा. त्यामुळे पचनसंस्थेवर जास्त ताण पडत नाही.
- कबंरेला किंवा पोटाच्या आसपास घट्ट होणारे कपडे घालू नका. आवळून पोट बांधल्यावरही जास्त जळजळ होते.
- कॅल्शियमयुक्त पॉप तुमची जळजळ जरा कमी करू शकते. डॉक्टरांच्या सल्ल्याशिवाय यासाठी कोणतेही औषध घेऊ नका. ॲसिडिटीमुळे परेशान असाल, तर घरगुती उपाय करा. कोमट दुधात एक चमचा मध घालून थोडे बदाम किंवा ताजी पपई खा.
- जेवणानंतर बिनसाखरेचे गम चघळल्यामुळेही आराम पडतो. मिंटमुळे परेशानी जास्त होते, असे काही लोकांचे म्हणणे असल्यामुळे मिंटयुक्त गम घेऊ नका.
- अजूनही धुम्रपान करीत असाल, तर कृपया सोडून द्या.
- तणावामुळेही अपचन आणि जळजळ होऊ शकते. थोडे शांत रहायला शिका. ध्यान, मानसिक चित्रण, बायोफिडबॅक यासारखे तंत्र वापरा.

ख़ाण्याची आवड-निवड

"आधीपासून खूप आवडणारे खाद्यपदार्थ आता आवडत नाहीत, बेचव लागतात. मी कधीही

न खाल्लेले पदार्थ मला आवडू लागले आहेत, मी काय करू?''

- तुम्ही चित्रपटात पाहिले असेल, की गर्भवती महिलेचा पती कशा प्रकारे मध्यरात्री भर पावसात पैजाम्यावर रेनकोट घालून आपल्या पत्नीच्या आवडीचे आइस्क्रिम आणण्यासाठी जातो ते. वास्तवात मात्र असे होत नाही. नवरोबा इतका त्रास घेत नाहीत.

बहुतेक मातांच्या तोंडाची चव बदलते. त्यांना खाण्याची एखादी वस्तू खूप आवडायला लागते किंवा एखादी वस्तू अजिबात आवडेनाशी होते. पहिल्या तिमाहीत होणाऱ्या हार्मोनल बदलांना तुम्ही यासाठी जबाबदार धरू शकता. अनेक वेळा एखादी वस्तू आपल्याला आवडायला लागते तेव्हा तिची चव तोंडात रेंगाळायला लागते आणि एखादी आवडत नाही तेव्हा शरीर तिला स्वीकारत लागत नाही.

तुमच्या शरीराकडून मिळणारे हे संकेत स्वीकारून त्यानुसारच अमंलबजावणी करायला हवी. तुम्हाला कॉटेज चीज खावे वाटत असेल, तर ते खाऊन तुमचे मन शांत करा. त्यामुळे तुमचा आहार थोडा असंतुलित झाला तरी चालेल. दुसऱ्या कोणत्या तरी प्रकारे तुमचे डायट संतुलित करा.

तुम्हाला आवडणारी वस्तू खूपच वेगळी आहे, असे तुम्हाला वाटत असेल, तर थोडासा पौष्टिक असलेला आणि फक्त कॅलरीज नसलेला दुसरा पर्याय निवडा. फ्रोजन चॉकलेट बारऐवजी चॉकलेट फ्रोजन योगर्ट निवडा. जॅली बिन्सऐवजी ब्रोद्य बिन्सची बॅग घ्या. बेक्ड चिज खा. आपल्या मनाची समजूत घाला. कुठे फिरायला जा. मैत्रिणींशी गप्पा मारा. तुम्ही जर पौष्टिक स्नॅक्स खात नसाल, तर त्याबद्दल मनात पापभावना ठेवू नका. ते तुमच्यासाठी तुमच्या बाळासाठी धोकादायक होणार नाही, याची फक्त काळजी घ्या. तसेच ते खाद्य पदार्थ तुमची सवय होणार नाहीत, असेही बघा.

चौथ्या महिन्यापर्यंत ही लक्षणे बऱ्याच प्रमाणात कमी होतात. अनेक वेळा भावनात्मक बाबीमुळे मनपसंत वस्तू खाण्याची इच्छा अपूर्ण राहते. तुम्ही आणि तुमच्या ज़ोडीदाराने ही गोष्ट समजून घेतली, तर ती पूर्ण करणे खूप सोपे होते. मध्यरात्री काही चटकदार खाण्याची इच्छा झाली, तर काही तरी खाऊन मन शांत करा. नाही तर जोडीदारासोबत रोमॅंटिक विश्वाची सफर करा.

काही महिला माती, राख किंवा कागदासारख्या वस्तू खायला लागतात. ही सवय खूप मोठ्या प्रमाणात धोकादायक होऊ शकते. त्यामुळे पौष्टिक तत्त्वांची कमतरता लक्षात येते. विशेषतः लोहाची कमतरता. तुमच्या डॉक्टरांना याबाबत सांगा. बर्फ खाण्याची इच्छा होत असेल, तर लोहाची कमतरता असू शकते.

नसा दिसणे

''माझ्या छाती आणि पोटावर फिक्कट निळ्या रंगाच्या नसा दिसतात. हे सामान्य आहे का?''

त्याच्यामुळेच तुमची छाती आणि पोट रस्त्याच्या नकाशासारखी दिसते. काळजीचे काही कारण नाही. शरीर योग्य पद्धतीने काम करीत असल्याचे हे चिन्ह आहे. गर्भावस्थेत लागणारा जास्तीचा रक्त पुरवठा करण्यासाठी या नसा निर्माण झाल्या आहेत. जाड किंवा पातळ त्वचा असलेल्या स्त्रियांमध्ये या नसा लवकर आणि मोठ्या प्रमाणात दिसतात. गडद रंगाच्या महिलांमध्ये या नसा दिसत नाहीत किंवा फार कमी प्रमाणात दिसतात.

स्पायडर नसा

''मी गर्भवती झाल्यापासून माझ्या जांघामध्ये कोळ्यासारखे जांभळ्या लाल रंगांच्या रेषांचे जाळे उमटले आहे. ह्या व्हेरीकोज व्हेन्स आहेत?''

त्या सुंदर दिसत नाहीत, पण त्या काही व्हेरीकोज व्हेन्स नाहीत. त्यांना स्पायडर व्हेन्स म्हणतात. त्या तुमच्या मांड्यांवर का तयार होतात, याचेही एक कारण आहे. रक्ताच्या जास्त प्रमाणामुळे रक्त वाहिन्यांवर दबाव पडतो आणि त्या मोठ्या होऊन दिसायला लागतात. दुसरे म्हणजे गर्भारपणातील हार्मोन्समुळेही असे होते. तिसरे म्हणजे जेनेटिक कारणांमुळेही असे होते.

तुमच्या शरीरावर स्पायडर व्हेन्सचे जाळे तयारच होणार असेल, तर ते थांबवणे शक्य नाही, फक्त त्यांना जास्त पसरण्यापासून थांबविता येते. तुमच्या आहाराप्रमाणे त्या निरोगी असतात, त्यामुळे तुमच्या आहारात क जीवनसत्त्वयुक्त पदार्थांचा समावेश करा. यामुळे शरीर कोलाजन आणि इलास्टिन तयार करते. ते रक्त वाहिन्यांची दुरूस्ती करते. तुम्ही रोज व्यायाम करायला हवा आणि पाय दुमडून बसू नये.

अशा प्रकारे त्यापासून बचाव करता आला नाही, तरी घाबरण्याचे काहीच कारण नाही. प्रसूतीनंतर या नसा फिक्कट होऊन नाहीशा होतात. नाहीशा झाल्या नाहीत, तर एखाद्या त्वचा तज्ज्ञाचा सल्ला घ्या. ते तुम्हाला सेलाईन किंवा ग्लिसरिनचे इंजेक्शन देतील किंवा लेझरची मदत घेतील. गर्भावस्थेच्या काळात तुम्ही हा उपचार करू शकत नाहीत, त्यामुळे तोपर्यंत क्लींजरच्या मदतीने त्यांना दडवायला हवे.

व्हेरिकोज व्हेन्स

''माझी आई आणि आजी दोघींनाही गर्भावस्थेत व्हेरिकोज व्हेन्स झाल्या होत्या. माझ्या गर्भावस्थेत मी यापासून वाचू शकेल?''

या अनुवांशिक आहेत. त्यामुळे तुम्हालाही होण्याची शक्यता आहे. तुम्हाला वाटत असेल, तर थोडे पथ्य पाळून तुम्ही ही परंपरा खंडीत करू शकता.

साधारणपणे या पहिल्या गर्भावस्थेच्या वेळी निर्माण होतात आणि नंतरच्या वेळी त्या वाईट होतात. गर्भावस्थेत रक्ताचा जास्तीचा प्रवाह वाहिन्यांवर दबाव आणतो. विशेषत पायांतील नसांवर कारण त्यांना गुरूत्वाकर्षणाच्या विरुद्ध काम करावे लागते. त्यांना अशुद्ध रक्त हृदयाच्या दिशेने ढकलावे लागते. गर्भावस्थेमुळे पेल्विक रक्त वाहिन्यांवरही दबाव पडतो. काही हार्मोन्सचा परिणाम होतो आणि तुम्ही व्हेरिकोज व्हेन्सनी ग्रस्त होता.

याची लक्षणे ओळखणे अवघड नाही, पण ते बऱ्याच प्रमाणात विविध असतात. त्यामुळे पायांत साध्या किंवा तीव्र वेदना, जडपणा किंवा सूज येऊ शकते किंवा काहीही होऊ शकत नाही. फिक्कट निळ्या रंगाच्या रेषा दिसू शकतात किंवा जांघाजवळ नागमोडी रेषा दिसू शकतात.

गंभीर प्रकरणात या नसांच्या वरील त्वचा सुजलेली आणि शुष्क होते. (डॉक्टरांच्या सल्ल्याने त्यासाठी मॉश्चरायझर वापरू शकता.) काही वेळा या नसांच्या टोकावर आगही होते, त्यामुळे अशी लक्षणे डॉक्टरांना सांगायला विसरू नका.

- रक्तप्रवाह सुरळीत ठेवा. बराच वेळ एका ठिकाणी बसू नका किंवा उभे राहू नका. अधून मधून आपले पाय हलवा. झोपताना पायाखाली उशी घ्या. विश्रांती घेताना किंवा झोपताना उजव्या कुशीवर झोपा म्हणजे प्रवाह सुरळीत राहील.
- वजनावर लक्ष ठेवा. आवश्यकतेपेक्षा जास्त वजन वाढले तर रक्ताभिसरण संस्थेला दुप्पट श्रम करावे लागतात.
- जड वस्तू उचलू नका त्यामुळे नसांना सूज येऊ शकते.
- शौचास गेल्यावर कुंथू नका. त्यामुळे नसांवर दाब पडू शकतो. मलावरोध होऊ देऊ नका.
- आधारासाठी पँटी होज वापरा. रात्री झोपण्यापूर्वी मात्र काढून ठेवा.
- रक्त प्रवाहाला अडथळा येईल अशा प्रकारचे कपडे घालू नका.

- घट्ट पँटी, बेल्ट, पँटी होज किंवा इलॅस्टिक सॉक्स घालू नका. उंच टाचाही हानी करू शकतात.
- रोज थोडी शतपावली आणि व्यायाम करा. त्रास होत असेल, तर ॲरोबिक, जॉगिंग, सायकलिंग किंवा वजन उचलणे यासारखे प्रकार करू नका.
- आहारात क जीवनसत्त्वाचा मोठ्या प्रमाणात समावेश करा. त्यामुळे वाहिन्यांची लवचिकता आणि आरोग्य कायम राहील.

गर्भावस्थेत या वाहिन्यांवर शस्त्रक्रिया करण्याचा सल्ला दिला जात नाही. प्रसूतीनंतर काही महिन्यांनी तुम्ही ती करू शकता. तसं तर प्रसूतीनंतर हा प्रश्न आपोआपच सुटतो.

पेल्व्हिकमध्ये वेदना आणि सूज

''माझ्या पेल्व्हिक भागात खूपच सूज आणि वेदना आहे. माझ्या वल्वामध्येही काही अडचण असल्याचे मला जाणवते. हे सर्व काय आहे?''

पायांमध्ये व्हेरिकोज व्हेन्समुळे वेदना होते, पण हा काही फक्त त्यांचाच अधिकार नाही. व्हेरिकोज व्हेन्स तुमच्या रॅक्टमच्या भोवतीही होऊ शकतात. इथे त्यांना 'हिमोरायड्स' म्हणतात. तुम्हालाही हेच झाले आहे, असे वाटते. व्हेरिकोज व्हेन्सवर करण्यात येणारे सर्व उपाय येथेही करा. डॉक्टरांना सांगायला विसरू नका. प्रसूतीनंतर यावरही उपचार होतो.

मुरूम

''किशोर अवस्थेत होतात त्याप्रमाणे माझ्या चेहऱ्यावर मुरूम येतात.''

गर्भावस्थेमुळे चेहऱ्यावर येणारी लालीमा किंवा आभा काही प्रसन्नतेमुळे येत नाही. हे सर्व हार्मोनल बदल आणि तैलग्रंथीमधील अतिरिक्त स्त्रावामुळे होत असते. काही गर्भवतीच्या त्वचेवर यामुळे मुरूमे यायला लागतात. काही सल्ल्याच्या मदतीने तुम्ही यावर काही प्रमाणात नियंत्रण मिळवू शकता.

- एखाद्या साधारण क्लिंजरच्या सहाय्याने दिवसांतून दोन-तीन तोंड धुवावे, पण खसखसून चोळू नका. नाही तर तुमच्या चेहऱ्याची त्वचा अजून संवेदनशील होते आणि मुरूम वाढतात.
- मुरूमांवरील कोणतेही औषध डॉक्टरांच्या सल्ल्याशिवाय वापरू नका. कारण सर्व प्रकारची औषधे सुरक्षित असतातच, असे नाही.
- चेहरा कोरडा ठेवण्यासाठी तेलविरहित मॉइश्चरायझरचा वापर करा. अनेक वेळा आवश्यकतेपेक्षा कोरड्या असलेल्या त्वचेवरही मोठ्या प्रमाणात मुरूम येतात.
- तुमच्या चेहऱ्याच्या त्वचेवरील छिद्र बंद होणार नाहीत अशा प्रकारचे कॉस्मेटिक्स वापरू नका. अशा कॉस्मॉटिक्सवर नॉन कॉमिडोजनिक असे लिहिलेले असते.
- चेहऱ्याशी संबंधित असलेली प्रत्येक वस्तू स्वच्छ आणि कोरडी ठेवण्याचा प्रयत्न करा. तुमच्या मेकअप बॅगमधील सर्व ब्रश स्वच्छ असायला हवेत.
- तुमच्या चेहऱ्यावर आलेल्या मुरूमांना ओढू नका किंवा फोडू नका. त्यामुळे आणखी इन्फेक्शन होण्याची शक्यता असते. गर्भावस्थेत तर असे होण्याची शक्यता अधिक असते. यामुळे चेहऱ्याच्या त्वचेवर डाग पडू शकतात.
- योग्य संतुलित आहार घ्या.
- पाणी पिण्यात कसूर करू नका. पुरेशा प्रमाणात पाणी पिल्यामुळे त्वचा कोमल आणि स्वच्छ राहते.

कोरडी त्वचा

''माझी त्वचा खूप कोरडी पडली आहे. हेही गर्भावस्थेमुळे होते की काय?''

- तुमच्या शरीरातील हार्मोन्स बदलांना तुमच्या कोरड्या त्वचेसाठी तुम्ही जबाबदार धरू शकता. हार्मोन्स तुमच्या त्वचेची कोमलता आणि ओलसरपणाचे हरण करतात. तुमची त्वचा

एखाद्या लहान मुलासारखी कोमल ठेवण्यासाठी खालील उपाय करा -

- साबण विरहित क्लिंजरचा वापर करा. दिवसातून एकदा किंवा रात्री मेकअप काढून ठेवताना याचा वापर करा. याशिवाय गार पाण्याने चेहरा नियमित धुवा.
- चेहऱ्याची त्वचा थोडी ओलसर असतानाच त्यावर मॉश्चरायझर लावा. दिवसातून अनेक वेळा त्याचा वापर करा.
- अंघोळीचा वेळ कमी करा. जास्त धुतल्यामुळेही त्वचा कोरडी होते. अंघोळीसाठी गरम पाण्याचा वापर न करता कोमट पाणी वापरा. गरम पाणी चेहऱ्यावरील नैसर्गिक तेलकटपणा शोषून घेते आणि त्वचेला कोरडे करते. त्यामुळे त्वचा कोरडी आणि निसत्त्व होते.
- तुमच्या आंघोळीच्या टबमध्ये वास नसलेले बाथ आईल घाला. त्यामुळे पाय घसरणार नाही, याची मात्र काळजी घ्या. तुमचा पाय घसरला तर वेगळेच प्रश्न निर्माण होतील.
- दिवसभर पुरेशा प्रमाणात पाणी प्या. तुमच्या आहारात स्निग्ध पदार्थांचा समावेश करा. ओमेगा-३ गर्भासाठी तसेच तुमच्यासाठीही उपयुक्त असते.
- तुमच्या खोलीत कोंदटपणा राहू देऊ नका.
- उन्हात जाण्यापूर्वी त्वचेवर सनस्क्रिन लावायला विसरू नका.

ॲक्झिमा

''तसा मला नेहमीच ॲक्झिमाचा त्रास होतो. गर्भावस्थेत तर परिस्थिती अधिकच चिघळली आहे. मी काय करू?''

दुर्दैवाने गर्भावस्थेतील हार्मोन्सह ॲक्झिमाची परिस्थिती अधिक चिघळवतात. ज्या स्त्रियांना हा आजार असतो, त्यांच्या त्वचेवरील खाज आणि खरखर तर सहन करण्याच्या क्षमते पलिकड़े असते. काही ॲक्झिमा रोग्यांचा आजार काही महिन्यांसाठी नाहीसाही होऊ शकतो. खरोखरच ते खूप मोठे भाग्यवान असतात.

तसे तुम्ही गर्भावस्थेच्या काळात कमी डोस असलेल्या हायड्रोकॉटीसॉन औषधी आणि क्रीम वापरू शकता. याबाबत तुम्ही त्वचा विशेषज्ञाचा सल्ला घेऊ शकता आणि ॲंटिहिस्टेमाईन वापरू शकता. अर्थात त्याआधी तुमच्या डॉक्टरांचा सल्ला घ्यायला मात्र विसरू नका. कदाचित नेहमीच्या परिस्थिती वापरण्यात येणारे ॲंटिबायोटिक्स अशा वेळी सुरक्षित नसू शकतात. त्यामुळे आधी डॉक्टारांना विचारायला विसरू नका. नवीन नॉनस्टीरॉयडल उत्पादने वापरण्याची परवानगी दिली जात नाही. कारण गर्भावस्थेसाठी त्याची तपासणी केली जाऊ शकत नाही.

तुम्हाला ॲक्झिमाचा त्रास असेल, तर उपचारापेक्षा पथ्य बरे, हेही तुम्हाला नक्कीच माहीत असेल.

- थोडी खाज असेल, तर त्यासाठी नखांचा वापर न करता थंड शेक घ्यावा. खाजविल्यामुळे परिस्थिती चिघळते आणि इन्फेक्शनही होते. तुमची नखे कापत रहा त्यामुळे खाज आल्याबरोबर तुम्ही नखांचा वापर करणार नाहीत.
- लॉंड्री डिटर्जंट, हाउसहोल्ड क्लीनर, सोप, बनल बाथ, कॉस्मेटिक्स, परफ्यूम, वूल, रोपे, दागिने तसेच मांस आणि फळांच्या रसासारख्या उत्तेजकांपासून दूर रहा.
- साधारण ओलसर त्वचेवर मॉश्चरायझर लावा म्हणजे ते वाळणार नाही आणि डागही पडणार नाहीत.
- पाण्यात, विशेषतः गरम पाण्यात जास्त वेळ राहू नका.
- घाम येऊ देऊ नका. तसेही गर्भवतीला खूप घाम येतो. सुती कपडे वापरा.
- तणावापासून दूर रहा. तणावात आल्यावर दीर्घ श्वास घ्या.

तसं तर हे अनुवांशिक असते. तुम्हाला ॲक्झिमा

असेल, तर तो बाळालाही होऊ शकतो. अर्थात आईचे दुग्धपान करणाऱ्यांना हा धोका कमी असतो, असे म्हणतात. तुम्ही तुमच्या बाळाला स्तनपान करा. त्याच्यासाठी ते आणखी उपयुक्त होऊ शकते.

पोट वर दिसणे आणि न दिसणे

''एखाद्या दिवशी माझे पोट वर आल्यासारखे दिसते, तर लगेच दुसऱ्या दिवशी ते सपाट दिसते. हे काय नि कशामुळे होते?''

हे सर्व मलावरोद आणि गॅसेसचा परिणाम आहे. यामुळे फुगलेले पोट सपाट व्हायला वेळ लागत नाही. जितक्या लवक फुगवटा दिसतो तितक्याच लवकर तो गायबही होतो. काळजी करू नका लवकरच तुमचे पोट असे फुगायला लागेलल की ते फुगणे गायब होणार नाही. त्यात तुमचा गर्भ आनंदाने राहत असेल.

माझी फिगर

''बाळाच्या जन्मानंतर माझी फिगर पुन्हा पहिल्यासारखी होईल का?''

हे बऱ्याच प्रमाणात तुमच्यावर अवलंबून असते. कोणत्याही स्त्रिचे वजन साधारणपणे २ ते पाँड पर्यंत वाढत असते. प्रसूतीनंतर ते कमी होते. तुम्ही योग्य पद्धतीने योग्य प्रकारे योग्य आहार घेत असाल, तर प्रसूतीनंतर नक्कीच तुमची फिगर पहिल्यासारखी होईल. बाळाच्या जन्मानंतर तुम्ही तुमच्या आहाराच्या आणि व्यायामाच्या योग्य सवयी कायम ठेवल्या तर, तुमची फिगर पहिल्यासारखी झाल्याशिवाय राहणार नाही, पण त्यासाठी किमान सहा महिने तरी लागतात.

गर्भावस्थेत वाढणाऱ्या वजनाची काळजी करू नका. हे गर्भाचे योग्य प्रकारे पोषण करण्यासाठी आणि नंतर त्याला स्तनपान देण्यासाठी खूप आवश्यक आहे.

नाभीछेदन

हे चांगलं आहे. स्टायलीश आहे. तुमची सुंदर नाभी दाखविण्याची ही एक चांगली पद्धत आहे; पण गर्भावस्थेत पोटाचा आकार वाढायला लागतो तेव्हा? मग तुम्हाला तुमची बॅली रिंग काढावी लागेल? तसं तर ही जागा सुजलेली आणि संसर्ग झालेली नसावी. ही ती जागा आहे, जिथून तुम्ही तुमच्या आईशी जोडल्या गेलेल्या होतात. तुमच्या गर्भाचा याच्याशी काही संबंध नाही. म्हणजे नाभी छेदन केल्याने तुमच्या गर्भावर काही फरक पडत नाही. त्याच्या जन्माला काही अडचण येत नाही, की तुमचे ऑपरेशन करताना काही परेशानी होत नाही.

तुमच्या पोटाचा आकार वाढायला लागतो तेव्हा ही बॅली रिंग कपड्यात अडकण्याची शक्यता असते. ती तुम्हाला रुतू शकते. तुम्हाला ती काढून टाकायची असेल, तर काही दिवसांच्या अंतराने तिला छिद्रातून फिरवित रहा, नाही तर छिद्र बंद होईल. तुम्हाला ती काढायची नसेल, तर टॅप्लॉन रिंग वापरा ती लवचिक असते.

गर्भावस्थेत नाभीछेदन करू नका. प्रसूतीनंतरच करा. गर्भावस्थेत त्वचेला छिद्र करणे चांगले नसते. कारण त्यामुळे संसर्गाची शक्यता खूप वाढते.

गर्भाशयाचा आकार

''तपासणीच्या वेळी मिडवाईफने सांगितले, की माझ्या गर्भाशयाचा आकार थोडा लहान आहे. याचा अर्थ गर्भाचा विकास योग्य पद्धतीने होणार नाही?''

गर्भाच्या वजनामुळे बहुतेक आई-वडील नेहमीच काळजीत असतात, पण यात काळजी करण्यासारखे काही नाही. बाहेरून तुमच्या गर्भाशयाचा आकार मोजून शास्त्रीय पद्धतीने त्याबाबत काहीही सांगता येत नाही. कदाचित तुमच्या मीडवाईफला तुमची

सोनोग्राफी करायची असेल, किंवा त्याशिवाय़ काहीही माहिती होणे शक्य नाही. त्यामुळेच गर्भाशयाचा आकार आणि गर्भावस्थेची अंदाजे तारीख सांगता येते.

गर्भाशय मोठे असणे

''माझ्या गर्भाशयाचा आकार दहा आठवड्यांचा असल्याचे मला सांगण्यात आले आहे. वास्तविक पाहता माझी गर्भावस्था आठ आठवड्यांची आहे. माझ्या गर्भाशयाचा आकार मोठा का आहे?''

तुमच्याकडून काही चूक झाली असल्याचीही शक्यता आहे किंवा तुमच्या शेवटच्या मासिक पाळीची तारीखही तुम्ही विसरू शकता. कदाचित गर्भात जुळी सुद्धा असू शकतात. अर्थात त्यांच्यामुळे इतक्या लवकर गर्भाशयाच्या आकारावर परिणाम होत नाही. डॉक्टर तुम्हाला अल्ट्रासाऊंड करण्याचा सल्ला देतील. त्यानंतरच सर्व काही नेमकेपणाने समजू शकेल.

लघवीला त्रास होणे

''गेल्या काही दिवसांपासून मला लघवीला त्रास होत आहे. लघवी आल्यासारखे वाटूनही लघवीला होत नाही?''

तुमचे गर्भाशय पुढच्याऐवजी मागे झुकलेले असू शकते. पाचपैकी एका गर्भवतीच्या बाबतीत असे घडू शकते. त्याच्यामुळे मुत्राशयाकडून येणाऱ्या युरेथ्रा ट्यूबवर दबाव टाकतो. त्यामुळे लघवीला त्रास होतो. मुत्राशय खूप भरल्यावर काही वेळा बाथरूम लिकही होऊ शकते.

बुहतेक सर्व प्रकरणात कोण्यात्याही वैद्यकीय उपायाशिवाय पहिल्या तिमाहीच्या अखेरीस गर्भाशय पुन्हा आपल्या पूर्वपदावर येते. तुम्हाला खरोखरच जर जास्त प्रमाणात त्रास होत असेल, तर तुमच्या डॉक्टरांचा सल्ला घ्या. कदाचित ते आपल्या हाताने गर्भाशय जागेवर सरकवू शकतात. त्यामुळे युरेथ्रावर दबाव पडत नाही. तंस तर ही पद्धत उपयुक्त ठरते नाही, तर मगा बाहेरील नळीचा वापर करून मुत्र काढावे लागते.

कदाचित मूत्रमार्गाला संसर्ग झाल्यामुळेही हा त्रास होऊ शकतो.

मूडमधील चढ-उतार

''गर्भावस्थेत प्रसन्न रहायला हवे, हे मला माहीत आहे. काही वेळा मी प्रसन्न असते, पण कधी कधी मी खूप उदास होते आणि रडावेसे वाटते?''

असे चढ-उतार तर येतच राहतात. गर्भावस्थेत तर मूड अशा प्रकारे बदलत असतात, की त्याला काय करावे! एका क्षणी तुम्ही स्वर्गात असता, तर दुसऱ्याच क्षणी तुम्ही विम्याच्या रकमेसाठी रडत असता. यासाठी हार्मोन्सला जबाबदार धरले जाऊ शकते? पहिल्या तिमाहीच्या काळात हार्मोन्स मोठ्या प्रमाणात निर्माण होत असतात, तेव्हा तर ही समस्या तीव्र असते. साधारणपणे ज्या स्त्रिया आपल्या पी. एम. एस. च्या काळात मूडमधील चढ-उतार सहन करीत असतात, त्यांच्यासाठी गर्भावस्थेत तर ही गोष्ट अतिशय सामान्य असते. कोणताही शारीरिक, मानसिक किंवा भावनिक बदल तुमचा मूड बदलण्यासाठी पुरेसा ठरतो.

अर्थात पहिल्या तिमाही नंतर हे सर्व बऱ्याच प्रमाणात कमी होते. गर्भावस्थेतील या बदलाची आता तुम्हाला सवय होते. तसं तर यापासून आपण पूर्णपणे आपला बचाव करू शकत नाही. तरीही त्यापासून वाचण्यासाठी काही उपाय मात्र नक्कीच करू शकतो.

- रक्तातील साखरेचे प्रमाण उच्च ठेवा. याचा मूडशी

काय संबंध आहे? खूप आहे. रक्तातील साखर कमी झाली की मूड बिघडतो. तीन वेळा खूप खाण्यापेक्षा सहा वेळा थोडे थोडे खा. त्यामध्ये कॉम्पलेक्स कार्ब आणि प्रोटिन्सचा समावेश करा. रक्तातील साखरेची पातळी उच्च असेल, तर तुमचा मूडही चांगला राहील.

- साखर आणि कॉफीनचे प्रमाण मात्र कमी करा. याच्या सेवनामुळे रक्तातील साखरेचे प्रमाण जितक्या वेगात वाढते नंतर तितक्याच वेगात कमी होते. यांचे मर्यादित प्रमाणात सेवन करा.
- गर्भावस्थेतील तुमच्या आहाराच्या वेळापत्रकाचे योग्य प्रकारे पालन करा. आहारात ओमेगा- ३ फॅटी ॲसिडचा समावेश करा. (आक्रोड, मासे, अंडी इ.) यामुळे मूडमध्ये सुधारणा होण्याबरोबरच गर्भाच्या मेंदूचा विकासही चांगला होतो.
- व्यायामामुळे एंड्रोफिन स्त्रवते. त्यामुळे तुम्हाला पहिल्यापेक्षा अधिक चांगले वाटते. डॉक्टरांच्या सल्ल्याने दैनंदिन जीवनात व्यायामाचा समावेश करा.
- थोडे रोमॅंटिक व्हा. लैंगिक संबंध ठेवता नाही आले तरीही जोडीदाराचा हात हातात घेऊन सोफ्यावर बसणे. गतकाळातील आनंदी क्षणांची उजळणी करणे. तसेच चुंबन, अलिंगन यामुळेही मूडमध्ये सुधारणा होते. तुम्ही दोघेही यावेळी नवीन आव्हानांचा सामना करीत आहात. या आत्मियतेमुळे दोघे अधिक जवळ याल आणि मूडही चांगला राहील.
- तुमच्या जीवनात प्रकाश आणा. सूर्याच्या प्रकाशामुळे मूड चांगला राहत असल्याचे सर्वेक्षणातून आढळून आले आहे. अर्थात सूर्य प्रकाशाचा थेट परिणाम टाळण्यासाठी सनक्रिम लावायला विसरू नका.
- चिंता, तणाव, परेशानी, असुरक्षा अशा प्रकारचे संमिश्र विचार गर्भावस्थेत येणे साहजिक असते. अशा विचारात गुंतल्यावर कोणाशी तरी बोला. जोडीदार, मैत्रिणी किंवा दुसऱ्या गर्भवतीला आपल्या मनातील भावना सांगा. तुमचा मूड ठीक होईल.
- विश्रांती घ्या. थकव्यामुळे मूडमधील चढ-उताराचे प्रमाण खूप वाढते. पूर्ण झोप घ्या. आवश्यकतेपेक्षा जास्त झोपू नका. त्यामुळे थकवा आणि भावनिक असुरिक्षतात वाढू शकते.
- विश्रांती घ्यायला शिका. तणाव तुम्हाला अतिशय वाईट रितीने थकवीत असतात. तणाव दूर करण्याच्या उपायांवर विचार करा.
- तुमच्या जीवनात अशी एक व्यक्ती आहे, जिला हे सारे बदल कळत असतात. तो आहे तुमचा जोडीदार. तुम्ही अशा का वागता, ते त्याने समजून घ्यायला हवे. त्यामुळे तो तुम्हाला कशा प्रकारे मदत करू शकतो, हेही त्याच्या लक्षात येईल. कोणती गोष्ट तुम्हाला आवडते आणि कशाचे वाईट वाटते, हे त्याला उमजते. तुमचे म्हणणे स्पष्ट शब्दात सांगा म्हणजे कोणत्याही प्रकारचा गैरसमज निर्माण होण्याची शक्यता राहणार नाही.

डिप्रेशन

"गर्भावस्थेत मूडमध्ये होणाऱ्या चढ-उताराची मला कल्पना आहे, पण मला तर सतत डिप्रेशनने घेरलेले असते."

- प्रत्येक गर्भवती मूडमधील चढ-उताराचा सामना करीत असते. तुम्हाला जर सतत नैराश्याने घेरलेले असेल, तर तुम्ही त्या १० ते १५ टक्के महिलांपैकी आहात, ज्या गर्भावस्थेत निराशेच्या गर्तेत सापडतात. खालील काही कारणामुळे गर्भवती स्त्रिया निराशाग्रस्त होऊ शकतात-
- मूड डिसऑर्डरचा वैयक्तिक किंवा कौटुंबिक

इतिहास.

- आर्थिक किंवा वैवाहिक तणाव.
- जोडीदाराकडून योग्य प्रकारे भावनिक आधार आणि मदत न मिळणे.
- गर्भावस्थेतील गुंतागुंतीमुळे इस्पितळात भरती व्हावे लागणे किंवा झोपून विश्रांती घ्यावी लागणे.
- एखादी क्रॉनिक महिला असेल, तर तिला वाटत असलेली आपल्या आरोग्याची काळजी किंवा मागील गर्भावस्थेच्या वेळी झालेली गुंतागुंत.
- मिसकॅरेज, जन्मजात विकृती यांचा वैयक्तिक किंवा कौटुंबिक इतिहास असेल, तर आपल्या गर्भाची चिंता.

उदास वाटणे, रिकामे वाटणे, भावनिक चिंता, कमी किंवा जास्त झोप येणे, आहाराच्या सवयी बदलणे, दीर्घ थकवा, काम-खेळ आणि इतर बाबी करू न वाटणे, मूडमधील चढ-उतार, एकाग्रता नसणे, स्वतःला दुःख देण्याची भावना, शरीरात कुठे ना कुठे वेदना होण्याची जाणीव, इ. डिप्रेशनची लक्षणे आहेत. तुम्हालाही हाच त्रास होत असेल, तर आम्ही दिलेल्या टिप्सचा वापर करा.

ही लक्षणे दोन आठवड्यात थांबली नाहीत, तर डॉक्टरांना सांगा. ते थॉयराईड तपासणी करायला सांगू शकतात. डिप्रेशन खूप वाढल्यावर सायकोथेरपीही केली जाऊ शकते. योग्य पद्धतीने उपचार मिळणे आवश्यक आहे. डिप्रेशनमुळे तुम्ही तुमची आणि गर्भाची योग्य काळजी घेऊ शकत नाहीत. निराशेमुळे गर्भावस्थेतील गुंतागुंत वाढू शकते. त्यामुळे तुमचे आरोग्यही धोक्यात येऊ शकते. तुम्हाला अँटीडिप्रेशनचे औषध द्यायचे की नाही, तसेच त्याचे काय परिणाम होतील, ते डॉक्टर आणि थेरपिस्टच ठरवतील.

कोणत्याही प्रकारचा पर्यायी उपचार घेण्यापूर्वीही डॉक्टरांना सांगा. पर्यायी उपचार पद्धती खूप मोठ्या प्रमाणात उपयुक्त ठरू शकतात. फॅटीॲसिडयुक्त आहारानेही बराच फरक पडू शकतो. डॉक्टरांच्या सल्ल्याने ओमेगा ३ फॅटि ॲसिडची औषधेही घेऊ शकता.

गर्भावस्थेतील निराशेमुळे प्रसूतीनंतरही डिप्रेशनचा धोका वाढतो. गर्भावस्थेच्या आधी आणि नंतर योग्य प्रकारे उपचार करून डिप्रेशन थांबविता येते. याबाबतीत डॉक्टरांचा सल्ला घ्या.

भीतीचाही ॲटॅक

पहिल्यांदा झालेली गर्भावस्था कोणत्याही स्त्रिसाठी काळजी आणि घाबरण्याचे कारण होऊ शकते. ही चिंता भीतीत परावर्तीत झाली तर?

या आधीही तुम्हाला भीतीचे ॲटॅक आले असतील, तर खबरदारी घ्यायला हवी. ॲटॅकच्या वेळी भीतीमुळे हृदयाची स्पंदने वाढतात. घाम सुटतो. हात-पाय थरथरायला लागतात. दम लागतो. घसा कोरडा पडतो आणि छातीत दुखायला लागते. पोटदुखी, हॉट फ्लॅश किंवा चिल्स फ्लॅशचा त्रास होऊ शकतो. अर्थात याचा गर्भावर परिणाम होतो, असे समजू नका.

असा ॲटॅक आल्याबरोबर डॉक्टरांना सांगा. यामुळे तुमच्या खाण्या पिण्यावर तसेच झोपण्यावर दुष्परिणाम होत असेल, तर थेरपिस्टच्या मदतीने औषधी घ्या.

औषधाच्या सोबतीने दुसऱ्या एखाद्या उपचार पद्धतीची मदत घ्या. आहारात ओमेगा३ फॅटी ॲसिडचा समावेश करा. साखर आणि कॉफिनपासून दूर रहा. वेळेवर नियमितपणे व्यायाम करा. ध्यान आणि इतर रिलॅक्शेसन पद्धतीचा वापर करा. इतर गर्भवती स्त्रियांशी बोला म्हणजे तुमच्या मनातील भीतीवर तुम्ही मात करू शकाल.

गर्भावस्था आणि वजन

कोणत्याही दोन गर्भवती स्त्रियांना डॉक्टरांच्या रूमच्या बाहेर वेटिंग लिस्टमध्ये, लिफ्टमध्ये किंवा व्यावसायिक बैठकीत सामील करा. त्या असेच प्रश्न विचारतात,
"तुमची ड्यू डेट काय आहे?"
"गर्भ लाता मारतो का?"
"तुम्हाला आजारी पडल्यासारखे वाटते का?"
यातील सर्वात महत्त्वाचा प्रश्न असतो, "तुमचे वजन किती आहे?"
गर्भावस्थेत सर्व महिलांचे वजन वाढत असते. हे आवश्यकही असते. कारण योग्य पद्धतीने वजन वाढल्यामुळे गर्भाचा योग्य प्रकारे विकास होतो. वजनाचे योग्य प्रमाण काय आहे? किती वाढले म्हणजे जास्त वाढले, किंवा किती कमी झाले म्हणजे कमी झाले, असे म्हणतात? किती वेगाने वजन वाढायला हवे?
उत्तर :- होय, जर तुम्ही योग्य पद्धतीने, योग्य आहार घेऊन वजन वाढवित असाल तर.

तुम्ही किती वजन वाढवावे?

गर्भाचा विकास होत असताना तुमचे वजन वाढणे आवश्यक असते, पण तुमचे वजन जास्त वाढले, तर मात्र त्यामुळे अडचणी वाढू शकतात. तुमचा गर्भ आणि गर्भवस्थेमध्येही अडचणी निर्माण होऊ शकतात. तुम्ही पूर्ण वजन वाढविले नाही, तरीही हे होऊ शकते.

गर्भावस्थेत वजन वाढविण्याचे योग्य सूत्र काय आहे? गर्भवती स्त्रिया आणि गर्भावस्था वेगवेगळ्या असतात त्यामुळे हे सूत्रही सारखे असत नाही. ४० आठवड्याच्या गर्भावस्थेत तुमचे वजन किती वाढायला हवे, हे गर्भावस्थेच्या पूर्वी तुमचे वजन काय होते, यावर बऱ्याच अंशी अवलंबून असते.

डॉक्टर तुम्हाला योग्य पद्धतीने किती वजन वाढवायचे ते सांगतात. ते तुमच्या गर्भावस्थेच्या हिशोबाने सल्ला देतात. साधारणपणे गर्भावस्थेपूर्वी असलेल्या बी एम आय च्या हिशोबाने वजनाचे ध्येय ठरविले जाते. हे शरीरातील मेदाचे प्रमाण असते. त्यानुसार पौंडात वजन काढण्यासाठी त्याला ७० ने गुणले जाते. नंतर मग त्याला तुमच्या उंचीच्या इंचाच्या वर्गाने भागले जाते. जर बी एम आय सरासरी (१८.५ ते २६) असेल, तर तुम्हाला २५ ते ३५ पौंड वजन वाढविण्याचा सल्ला दिला जातो. हा सर्वसाधारण गर्भवतीसाठी सरासरी सल्ला असतो. गर्भावस्थेच्या सुरूवातीला तुम्ही ओव्हरवेट (२६ ते २९ बीएमआय) तर तुमचे ध्येय १५ ते २५ पौंड असू शकते. तुम्ही जर खूपच जाड असाल (२९ पेक्षा अधिक बी एम आय असणे), तर १५ ते २० पौंड किंवा त्याहूनही कमी वजन वाढविण्याचा सल्ला दिला जातो. तुम्ही खूप सडपातळ असाल (१८.५ बीएमआय पेक्षा कमी), तर तुम्हाला २८ ते ४० पौंड वजन वाढवावे लागेल. गर्भ जर एकापेक्षा अधिक असतील, तर त्या दृष्टिने वजनात वाढ करावी लागेल.

आदर्श वजनाचे ध्येय गाठणे ही वेगळी गोष्ट आहे आणि ते ध्येय साध्य करणे वेगळी गोष्ट आहे. कारण आदर्श कधी वास्तवाशी जुळत नाहीत. योग्य वजन वाढविण्याचा अर्थ इतकाच की तुम्हाला योग्य आहारवर लक्ष द्यावे लागेल. त्याशिवाय इतरही अनेक कारणे असू शकतात. तुमचे चयापचय, जिन्सच्या हालचालीची पातळी, गर्भावस्थेतील लक्षणे (छातीत जळजळणे, मळमळ, जेवणाची अरुची) हे सर्व तुम्हाल योग्य वजन वाढीपासून दूर घेऊन जाऊ शकतात. त्यामुळे सतत वजन काट्यावर लक्ष ठेवायला हवे.

कोणत्या दराने वजन वाढवावे?

गर्भावस्थेत हे काम तुम्हाला खूप मंद गतीने करावे लागते. हे तुमच्यासाठी आणि गर्भासाठी आवश्यक असते. किती वजन वाढवायला हवे याच्या बरोबरीने

कोणत्या गतीने वजन वाढवायला हवे, हेही खूप महत्त्वाचे असते. कारण तुमच्या गर्भाला गर्भाशयात असताना नियमित स्वरूपात पोषक घटक आणि कॅलरीजची मोठ्या प्रमाणात आवश्यकता असते.

योग्य पद्धतीने वजन वाढविल्यामुळे तुमच्यावर कोणत्याही प्रकारचा शारीरिक दबाव पडत नाही. तसेच त्वचेवर स्ट्रेच मार्कही पडत नाहीत. यामुळे प्रसूतीनंतर पुन्हा तुम्हाला आपली पूर्वास्था मिळविणे अवघड जात नाही.

हळूचा अर्थ ३० पौंड वजन वाढीला पूर्ण ४० आठवड्यांत विभाजित करायला हवे? नाही, असे करणे योग्य होणार नाही. पहिल्या तिमाहीत गर्भाचा आकार लहान दाण्यापेक्षा मोठा असत नाही. या काळात कमीत कमी वजन वाढविण्याची आवश्यकता असते. पहिल्या तिमाहीत २ ते ४ पौंड पुरेसे आहे. अर्थात काही महिला तर या काळात अजिबात वजन वाढवू शकत नाहीत. (मॉर्निंग सिकनेस आणि उलट्यामुळे) काही महिला कॅलरीयुक्त आहारामुळे खूप वाढवितात. ज्या महिला हळूहळू वजन वाढवितात. त्यांच्यासाठी पुढे ते उपयुक्त ठरते. त्यांना आपले ध्येय गाठणे सहज शक्य होते.

दुसऱ्या तिमाहीत गर्भ वाढतो त्यामुळे वजनही वाढवायला हवे. ४ ते ६ आठवड्यांच्या दरम्यान दर आठवड्याला १ ते अर्धा पौंड वजन वाढवायला हवे. म्हणजे एकूण १२ ते १४ पौंड.

शेवटच्या तिमाहीत तुमचे वजन ८ ते १० पौंडपेक्षा अधिक वाढता कामा नये. या काळात गर्भाचे वजन वाढणे आवश्यक असते. अनेक महिलांचे

वजन वाढीतील अडथळे

(वजन अंदाजे आहे)

गर्भ	७ १/२ पौंड
प्लेसेंटा	१ १/२ पौंड
ॲम्नियोटिक फ्ल्यूड	२ पौंड
युटेराईन एनलार्जमेंट	२ पौंड
मॅटरनल ब्रेस्ट टिश्यू	२ पौंड
मॅटरनल ब्लड व्हॉल्यूम	४ पौंड
मॅटरनल टिश्यूतील फ्लूड	४ पौंड
मॅटरनल फॅट स्टोर	७ पौंड
एकूण सरासरी	३० पौंड एकूण वजन वाढते.

वजन वाढीतील धोके

तुम्ही जर दुसऱ्या तिमाहीत दर आठवड्याला ३ पौंडपेक्षा अधिक वजन वाढविले. त्याचा संबंध विनाकारण खाण्याशी नसेल किंवा ४ ते ८ महिन्यांच्या दरम्यान सलग दोन आठवडे वजन वाढविले नाही, तर डॉक्टरांना भेटा.

वजन वाढविणे...

गर्भावस्थेत आवश्यकतेपेक्षा अधिक वजन वाढल्यामुळे अनेक प्रकारच्या समस्या निर्माण होतात. तुमच्या गर्भाच्या वजनाचा योग्य अंदाज येत नाही. गर्भावस्थेतील लक्षणे आणखी त्रासदायक होऊ शकतात. यामुळे प्रीटर्म लेबर, गॅस्टेशनल डायबेटीस किंवा हायपरटेंशनचा धोका वाढू शकतो. मोठ्या आकाराचा गर्भ योनी मार्गातून येऊ शकणार नाही. तसेच स्तनपान करतानाही अडचणी येऊ शकतात.

गर्भावस्थेच्या काळात वाढलेले जास्तीचे वजन नंतर लवकर कमी होत नाही. अनेक वेळा तर ते आणखी जास्त वाढण्याची शक्यता असते. ज्या गर्भवती २० पौंडापेक्षा कमी वजन वाढवितात त्यांचे बाळ प्रीमॅच्युअर असू शकते. तसेच गर्भाशयात त्याचा आकार योग्य पद्धतीने वाढू शकत नाही.

वजन नवव्या महिन्यात अजिबात वाढत नाही किंवा एखादा पौंड कमीच होते.

हे ध्येय तुम्ही कुठपर्यंत साध्य करू शकता? कधी खाण्याची इच्छा होत नाही, तर कधी मळमळ होते. मग ध्येय कसे गाठाल? अनेक आठवडे तर असे असतात की खाल्लेल सर्व उलटते. यावेळी वजनाच्या काट्याची चिंता करू नका. तुमचे सरासरी वजन प्रत्येक आठवड्याला योग्य पद्धतीने वाढू शकत असेल, तर काळजीचे काही कारण नाही. आठवड्यात फक्त एकदाच आणि त्याच वेळी तसेच त्याच कपड्यासह वजन मोजा. तुम्हाला खूपच काळजी घ्यायची असेल, तर आठवड्यातून दोनदा मोजा. पहिल्या तिमाहीत तुम्ही आवश्यकतेपेक्षा अधिक वजन वाढविले असेल, दुसऱ्या तिमाहीत मनासारखे वजन वाढवू शकला नाहीत, तर ते लाईनीवर आणण्यासाठी पूर्ण प्रयत्न करा. गर्भावस्थेत कधीही डायटिंग करण्याचा आम्ही सल्ला देणार नाहीत. हे धोकादायक होऊ शकते. डॉक्टरांच्या मदतीने वजनाचे ध्येय पुन्हा नक्की करा आणि गर्भाला विकासाची पूर्ण संधी द्या.

सुरक्षित रहायला शिका

घर, हाय वे, आंगन. बहुतेक गर्भवती महिलांना गर्भावस्थेतील गुंतागुंतीपेक्षा या ठिकाणी होणाऱ्या अपघातांमुळेच जास्त नुकसान होत असते. अर्थात या सर्व दुर्घटना आपल्याच निष्काळजीपणामुळे होत असतात. थोडीशी सावधगिरी आणि समंजसपणाच्या आधारे तुम्ही हे अपघात टाळू शकता. गर्भावस्थेत तुम्ही खालील गोष्टी लक्षात ठेवून स्वतःला सुरक्षित ठेवू शकता.

- तुम्ही पहिल्यासारख्या नाहीत, हे लक्षात ठेवा. पोटाचा आकार वाढल्याबरोबर गुरूत्वमध्यही बदलला आहे. तुम्ही कुठेही सहजपणे तुमचे संतुलन घालवू शकता. हळूहळू तुम्हाला तुमचे पाय दिसणार नाहीत आणि हाच बदल अपघाताला कारण होऊ शकतो.
- रिक्षात असा की विमानात बसा. तुमच्या खुर्चीचा बेल्ट बांधून बसा. तुम्ही तुमच्या कारमध्ये पुढच्या सीटवर एअर बॅसह बसला असाल, तर सीट मागे ठेवा. गाडी चालवित असाल, तर स्टेअरिगं व्हिल छातीजवळ ठेवा आणि त्यापासून किमान १० अंश दूर बसा. त्यामुळे तो पोटाला लागणार नाही. तुमच्या मांडीवर किंवा डॅशबोर्डावर काही सामान ठेवू नका. शक्यतो कारमध्ये मागे बसा.
- कोणत्याही मोकळया खुर्चीवर किंवा शिडीवर बसू नका. त्यामुळे नुकसान होण्याचीच शक्यता असते.
- उंच टाचांचे, घसरणारे सँडल किंवा बूट वापरू नका. पाय घसरणाऱ्या फरशीवर स्टॉकिंग घालून चालू नका.
- बाथ टबमध्ये जाताना आणि बाहेर पडताना खबरदारी घ्या. तुम्हाला घसरण्यापासून सावरू शकतील अशा मॅट तिथे घाला.
- घरातील अडथळे दूर करा. पायऱ्यावर बिनकामाचे सामान ठेवू नका. तिथे अंधार ठेवू नका. फरशीवर तार ठेवू नका. पायऱ्यांवर बर्फ साचू देऊ नका.
- रात्रीच्या वेळ टॉयलेटच्या मार्गावरील दिवे सुरू ठेवा. तिथे कोणतेही सामान ठेवू नका. रात्रीतून अनेक वेळा तुम्हाला तिथून ये-जा करायची आहे त्यामुळे खबरदारी घ्या.
- कोणताही खेळ खेळताना सुरक्षिततेची काळजी घ्या. अति करू नका. अनेक वेळा थकव्यामुळे अपघात होतात.

■ ■ ■

तिसरा महिना

साधारणपणे ९ ते १३ आठवडे

तुम्ही पहिल्या तिमाहीच्या अखेरच्या महिन्यात पदार्पण करता तेव्हा गर्भावस्थेतील सुरूवातीची अनेक लक्षणे तीव्र होतात. त्यावेळी तुम्ही पहिल्या तिमाहीतील थकव्यामुळे गळून गेला आहात की रात्र अनेक वेळा बाथरूमला जावे लागल्यामुळे थकलात, हे सांगणे अवघड असते. हिमंत असेल, तर मान वर करून बोला. चांगले दिवस आता येणार आहेत. मॉर्निंग सिकनेसमुळे तब्येत बिघडली असेल, तर आता परिस्थिती सुधारणार आहे. ऊर्जेची पातळी वाढणार आहे आणि बाथरूमच्या फेऱ्याही आता काही प्रमाणात कमी होणार आहेत. या महिन्यातील तपासणीत तुम्ही गर्भाच्या हृदयाची स्पंदने ऐकू शकाल. त्यावेळी तुम्हाला त्रास देणारी सर्व लक्षणे इतकी त्रासदायक वाटणार नाहीत.

या महिन्यातील गर्भाचा विकास

९ वा आठवडा :- आता तुमच्या गर्भाची लांबी १ इंच म्हणजे मध्यम हिरव्या जैतूनएवढी झाली आहे. गर्भाचे डोके बऱ्याच प्रमाणात विकसित झाले आहे. या आठवड्यात लहान मांस पेशी तयार होत आहेत. त्यामुळे तो आपले हात-पाय हालवू शकेल. साधारणपणे एक महिन्यांतनर तुम्हालाही त्याच्या लाता-बुक्याचा प्रसाद मिळेल. सध्या तरी तुम्हाला काही ऐकू येत नाही. तुम्ही डॉपलरच्या सहाय्याने त्याच्या हृदयाची स्पंदने ऐकू शकता. ते ऐकून तुमच्या हृदयाची स्पंदने वाढू शकतात.

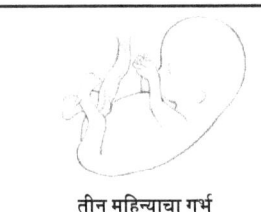

१० वा आठवडा :- जवळपास दीड इंच लांबीचा तुमचा गर्भ रात्रंदिन वाढत आहे. त्याची हाडे, कार्टिलेज, घोटे आणि कोपर तयार होताहेत. त्याच्या हाताचे कोपरही आतापासून काम करायला लागले आहेत. हिरड्यांत बाळाचे दात तयार व्हायला लागले आहेत. पोटाच पाचक रस तयार होत आहे. कीडनीत लघवी तयार होत आहे. तुमचा गर्भ मुलाचा

तीन महिन्याचा गर्भ

असेल, तर त्याचे वृषण आकार घेताहेत. (काहीही असो, शेवटी मुलगा हा मुलगाच असतो.)

११ वा आठवडा :- आता तुमचा गर्भ २ इंच लांबीचा आहे आणि त्याचे वजन एक तृतियांश अंश आहे. डोक्यावर केस आणि हाता पायवर नखे उगवण्याची तयारी सुरू आहे. (पुढील काही महिन्यांत नखे तयार होतील.) सोनोग्राफीच्या सहाय्याने तुम्ही गर्भलिंग निदान केले नसले तरीही मुलगी असेल, तर तिचे अंडाशय तयार व्हायला लागले आहे.

आता गर्भात सर्व प्रकारचे मानवी अवशेष आले आहेत. शरीराच्या पुढील भागात हात-पाय आहेत आणि कान तयार होण्याच्या शेवटच्या अवस्थते आहेत. नाकाच्या दोन्ही बाजूला नाकपुड्या तयार होताहेत. तोंडात जिभ आणि टाळूचे उंचवटे दिसायला लागतात.

१२ वा आठवडा :- पहिल्या तीन आठवड्यांच्या तुलनेत आता गर्भाचा आकार दुप्पट झाला आहे. त्याचे वजन दीड अंश आणि लांबी अडीच इंच झाली आहे. त्याचे शरीर सर्व अंगाच्या विकासासाठी कठोर परिश्रम करीत आहे. त्याच्या सर्व यंत्रणा तयार झाल्या असल्या तरीही अजून खूप काम बाकी आहे. पचन संस्थेने आंकुचनाला सुरूवात केली आहे त्यामुळे ती खाण्यायोग्य होऊ शकते. बोन मॅरो पांढऱ्या रक्त पेशी तयार करीत आहे. त्यामुळे गर्भ जवळपासच्या सर्व कीटाणूंशी लढू शकेल. मेंदूतील पिटोरियन ग्लॅंड्स तयार करायला लागला आहे. त्यामुळे तुमचे बाळ त्याचे बाळ तयार करू शकेल.

१३ वा आठवडा :- पहिली तिमाही संपायला आली आहे. आता गर्भाचा आकार ३ इंच लांब आहे. आता त्याचे डोके त्याच्या लांबीच्या आर्धे आहे, पण लवकरच ते प्रमाणात येईल. त्याचे आतडे पोटात योग्य जागा निर्माण करीत आहेत. या आठवड्यात त्याचे व्होकल कॉर्डही तयार होतील.

तुम्हाला काय वाटते?

प्रत्येक गर्भावस्था आपल्या पातळीवर वेगळी असते, हे नेहमीसारखे लक्षात ठेवा. प्रत्येक स्त्री वेगळी असते. तुम्हाला एकाच वेळी किंवा वेगवेगळ्या वर्षी ही सर्व लक्षणे जाणवू शकतात. काही लक्षणे तर मागील महिन्यांपासून चालू आहेत, तर काही नवीन आहेत. याशिवाय काही असामान्य लक्षणेही असू शकतात. या महिन्यात खालील लक्षणे जाणवू शकतात.

शारीरिक :-

- थकवा, ऊर्जेची कमतरता, झोप येणे.
- वारंवार लघवीला जाण्याची इच्छा.

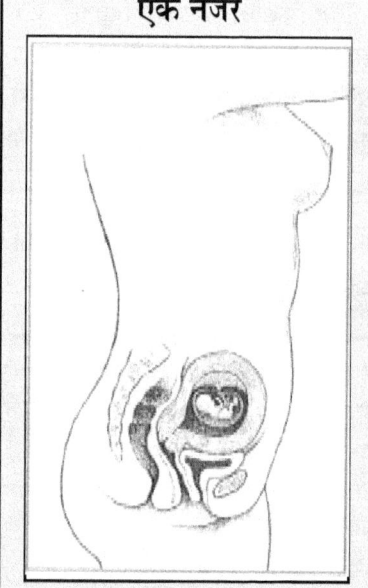

एक नजर

या महिन्यात तुमच्या गर्भाशयाचा आकार ग्रेपफ्रूटपेक्षा मोठा झाला आहे. कंबर जाड व्हायला लागली आहे. महिन्याच्या अखेरीस तुमच्या व्हेनिक बोनच्या वर आणि पोटाच्या खाली तुमचे गर्भाशय जाणवू शकते.

- उलट्या किंवा कोरड्या उलट्या.
- जास्त लाळ निर्माण होणे.
- मलावरोध.
- छातीत जळजळणे, अपचन, पोटफुगी.
- खाण्यातील आवडी निवडी बदलणे.
- मॉर्निंग सिकनेस कमी झाल्यावर भूक लागणे.
- स्तनांमध्ये बदल, जडपणा येणे. संवेदनशीलता. स्तनांवरील निप्पलच्या भोवतालचा रंग गडद होणे. निप्पल उभारणे. त्वचेखाली निळ्या रंगांच्या वाहिन्यांचे जाळे दिसणे.
- पोट, पाय आणि शरीराच्या इतर भागातही नसांचे जाळे दिसणे.
- योनी स्त्रावात थोडासा बदल होणे.
- कधी कधी डोके दुखणे.
- अधून मधून चक्कर येणे.
- पोटाचा आकार दिसू लागणे. कपडे घट्ट होणे.

भावनिक :-

- भावनिक चढ-उतार. मूड चांगला राहणे किंवा बिघडणे. एकाएकी रडावेसे वाटणे. बेचैनी. चिडचिडेपणा वाढणे.
- मत्सर, भीती, आनंद इत्यादी भावना व्यक्त करणे.
- शांततेची नवीन जाणीव होणे.
- गर्भावस्था नसल्याची भीती वाटणे.

या महिन्यातील तपासण्या :- या महिन्यात तुम्ही डॉक्टरांकडून खालील प्रकारच्या तपासण्यांची अपेक्षा ठेवू शकता. अर्थात प्रत्येक डॉक्टर आपापल्या पद्धतीने चेकअप करीत असतात.

- वजन आणि रक्तदाब.
- प्रोटिनसाठी रक्त आणि लघवी तपासणी.
- गर्भाच्या हृदयाची स्पंदने.
- गर्भाशयाचा आकार (बाहेरून).
- गर्भाशयाचा वरील भाग, उंची.
- हाता-पायांवरील सूज. व्हेरिकोज व्हेन्ससाठी पाय.
- तुमचे काही प्रश्न आणि शंका.

तुम्ही काय विचार करता?

''गेल्या काही आठवड्यांपासून मला मलावरोधाचा त्रास होतो. हे सामान्य आहे?''

अनियमितपणा :- पोट फुगणे, गॅस होणे या गोष्टी गर्भावस्थेतील साधारण गोष्टी आहेत. त्याची कारणेही आहेत. प्रोजेस्टॉन हार्मोनमुळे तुमच्या शरीरातील सर्व मांसपेशी शिथील होतात. त्यामुळे पचनसंस्थेत दीर्काल अन्न पडून राहते. म्हणजे पचनाची क्रिया मंदगतीने होत असते. याचा फायदा असा होतो, की त्यामुळे पोषक घटक तुमच्या रक्तात चांगले मिसळतात आणि ते जास्त चांगल्या पद्धतीने गर्भाला मिळतात. याचा तोटा असा, की शरीरातील टाकाऊ पदार्थांचा मार्ग बंद होतो. तुमचे वाढते गर्भाशयही आतड्यांवर दबाव टाकते. अशा प्रकारे तुम्हाला मलावरोध का होतो, ते तुमच्या लक्षात येईल.

पूर्ण गर्भावस्थेच्या काळात मलावरोध तुमची सोबत करतो, असे नाही. यापासून सुटका करून घेण्यासाठी तुम्ही खालील उपाय करू शकता.

तंतूमय पदार्थ :- तुम्हाला आणि तुमच्या गर्भाला रोज २५ ते ३० ग्रॅम तंतूमय पदार्थ हवे असतात. हे सर्व मोजण्याची आवश्यकता नाही. फक्त तुंतूमय पदार्थांचा आहारात समावेश असावा. जसे ताजी फळे आणि भाज्या (कच्चे किंवा अर्धवट पिकलेले, साली सहीत.), अख्खा धान्यापासून तयार केलेले ब्रेड, सेरेल. शेंगा (बिन्स, मटार) आणि सुका मेवा. हिरव्या भाज्या खूप फायदेशीर असतात. याबरोबरच तुम्ही लहानशी रसदार किवी (एक छोटेसे फळ ज्यात खूप लेक्सेटिव्ह असते.) वापरू शकता. याआधी तुम्ही तंतूमय पदार्थांचे सेवन केले नसेल, तर आता

हळूहळू त्यांचे प्रमाण वाढवित न्या नाही तर पचनसंस्था बंड करू शकते. पोटातील गॅसही वाढतो.

तुमच्या आहारात गव्हाचा कोंडाही समाविष्ट करू शकता. अति उत्साहात जास्त फायबरचे सेवन करू नका. ते वेगाने तुमच्या पचनसंस्थेत प्रवेश करतात. त्यामुळे पोषक घटकही तुमच्या रक्तात न मिसळता बाहेर पडू शकतात.

प्रक्रियायुक्त पदार्थांना बंदी :- तंतूमय पदार्त मलावरोध कमी करण्यासाठी उपयुक्त असतात तसेच प्रक्रियायुक्त पदार्त घातक असतात. पांढऱ्या ब्रेड, तांदूळ आणि इतर बेक्ड पदार्थांपासून दूर रहा.

पातळ पदार्थांचे सेवन :- तुम्ही योग्य प्रमाणात पातळ पदार्थांचे सेवन करीत असाल, तर मलावरोध होऊच शकत नाही. पाणी, फळे आणि भाज्यांचा रस यामुळे पचनसंस्थेतील जेवण पुढे जाते. थोडे कोमट पाणी घेतले, तर अधिक चांगले. जसे कोमट पाण्यात लिंबाचा रस घेणे. यामुळे तुमच्या आतड्यांचे आंकुचन होते. दुसऱ्या शब्दात प्रेशर येते.

योग्य वेळी जा :- आतड्यांच्या प्रक्रियेला सतत थांबविण्याचा प्रयत्न केला, तर नियंत्रण ठेवणाऱ्या पेशी कमकुवत होतात. त्यासाठी योग्य वेळेचा वापर करा. तुमचा तंतूमयपदार्थयुक्त नास्ता थोडा वेळेपूर्वी घ्या. म्हणजे कार ट्रफिकमध्ये अडकल्यावर शौचाला जाण्याची इच्छा होणार नाही. तुम्ही घरून निघतानाच पोट साफ करून घ्या.

सिक्स मिल्स सोल्यूशन :- खूप जेवल्याने तुमच्या पचनसंस्थेवर ताण पडतो. त्यामुळे मलावरोध होतो. तीन वेळा जास्त खाण्याऐवजी दिवसांतून सहा वेळा थोडे थोडे खा. त्यामुळे गॅसपासून बचाव होतो.

पूरक औषधी :- गर्भावस्थेतील अनेक औषधे आणि पुरके पचनसंस्थेला सामर्थ्य देण्याऐवजी मलावरोधाला निमंत्रण देतात. अँटिअॅसिडला गर्भवतीचे मित्र म्हटले जाऊ शकते. डॉक्टरांच्या सल्ल्याने त्यांचे सेवन करू शकता. तसे मॅग्निशियम सप्लिमेंटही मलावरोधाशी सामना करतात.

काही बॅक्टेरिया घ्या :- प्रोबायोटिक्स बॅक्टेरिया आतड्यांमधील बॅक्टेरियांना उत्तेजित करू शकतात. त्यामुळे अन्न पचन चांगले होते. दही आणि योगर्टपासून तयार केलेले पदार्थ खा. डॉक्टरांच्या सल्ल्याने तुम्ही प्रोबायोटिक्स सप्लिमेंटही घेऊ शकता. त्याला काहीही चव नसते. याचे पावडर कोणत्याही पदार्थात सहज मिसळले जाऊ शकते.

व्यायाम करा :- काम करणाऱ्या शरीरात मलावरोध होऊ शकत नाही. तुमच्या दैनंदिन कार्यक्रमात किमान अर्धातास शतपावली करण्याचा समावेश करा. गर्भावस्थेतील सुरक्षित व्यायामही करा.

हे सर्व उपाय कूचकामी ठरले, तर डॉक्टरांचा सल्ला घ्या. तुमच्या मनाने कोणतेही आयुर्वेदिक उपाय किंवा एरंडेल तेल वगैरेचा वापर करू नका.

मलावरोध

''माझ्या सर्व गर्भवती मैत्रिणींना मलावरोधाचा त्रास झाला, पण मला होत नाही. मी योग्य वेळी शौचास जाते. असे का?''

तुम्ही गर्भधारणेच्या आधीपासूनच संतुलित पद्धतीचे जीवन जगणाऱ्या असू शकाल किंवा गर्भधारणेनंतर लगेच तुमच्या जीवनशैलीत तुम्ही आवश्यक बदल केलेले असू शकतात. पातळ पदार्त, तंतूमय पदार्त आणि व्यायामाच्या सहाय्याने गर्भावस्थेतील मलावरोधावर नक्कीच नियंत्रण मिळविता येते. तंतूमय आहाराचे सेवन करण्याची पद्धत तुमच्यासाठी नवीन असेल, तर थोडे अवघड जाऊ शकते कारण तुमच्या शरीराला त्याची सवय नसते. तरीही तुमचे पोट मात्र रोज येग्य वेळी साफ होते.

थकवा, मलावरोध आणि मूडी होण्याचे आणखी एक कारण

तसं तर हे सर्व म्हणजे गॅसटेश्नल हार्मोन्सची देणगी आहे; पण काही वेळा थायरॉक्सिन हार्मोन्सच्या कमतरतेमुळेही असे होऊ शकते. त्वचेचे प्रश्न, वजन वाढणे, स्नायूमध्ये वेदना आणि आखडणे, स्मरणशक्ती कमी होणे, हाता-पायांवरील सूज, थंडी जाणवणे, इ. याची लक्षणे आहेत. याशिवाय 'हायपोथॅरिझम' चा त्रासही होऊ शकतो. यामध्ये थायराईडची कमतरता असते. 'हायपोथॅरिझम' मध्ये थायराईड अधिक प्रमाणात तयार होते. याची लक्षणे साधारणपणे गर्भधारणेच्या लक्षणांशी मिळती जुळती असतात. या आधी कधी तुम्ही थॉयराईडची औषधे घेत असाल, तर तुमच्या डॉक्टरांना सांगा. कारण गर्भावस्थेत थॉयराईडची गरज कमी किंवा जास्त होऊ शकते. तुमच्या कुटुंबात कोणाला हा आजार झाला असेल, आमि तुम्हालाही अशी लक्षणे जाणवत असतील, तर डॉक्टरांना दाखवा. एका साध्या रक्त तपासणीतून ही माहिती मिळते.

डायरिया

''मला मलावरोध होत नाही. याउलट गेल्या दोन आठवड्यांपासून पातळ शौचास होते. याला डायरिया म्हणू शकता. असे होते का?''

गर्भावस्थेचा विषय निघाल्यावर तुमच्यासाठी जे सामान्य ठरते ते सर्व सामान्य असते. तुमच्या बाबतीत लूज मोशनही सामान्य असू शकतात. प्रत्येक शरीर गर्भावस्थेतील हार्मोन्सला वेगवेगळ्या पद्धतीने प्रतिसाद देत असते. तुमच्या शरीरात पचनक्रिया मंद होण्याऐवजी तीव्र होऊ शकते. किंवा कदाचित तुमच्या आहारातील सकारात्मक बदल आणि व्यायामाच्या सवयीचा परिणाम असू शकतो.

तुम्हाला वाटले, तर तुम्ही आहारातील सुक्या मेव्याचे प्रमाण कमी करून केळांचा समावेश करू शकता. त्यामुळे तुमचा मल पातळ राहणार नाही. लूज मोशनमुळे शरीरात पाण्याची कमतरता निर्माण होऊ शकते. पातळ पदार्थ योग्य प्रमाणात घ्या

दररोज किमान तीन वेळा तुम्हाला पातळ, म्युकसयुक्त आणि रक्तयुक्त संडास होत असतील, तर डॉक्टरांचा सल्ला घ्या. तुम्हाला उपचारांची आवश्यकता असू शकते.

गॅस

''माझे पोट नेहमीच फुगलेले राहते आणि गॅस बाहेर पडतो. गर्भावस्थेमुळे असे होते का?''

तुम्ही खूप गॅस बाहेर सोडता का? त्यामुळे तुमच्या भोवतालची हवा घाणेरडी होते का? क्षमा करा, पण गर्भवतीसाठी ही गोष्ट सामान्य आहे.

गॅस बाहेर पडण्याचा तो आवाज आणि घाणेरडा वास यापासून दूर राहण्यासाठी खालील उपाय अंमलात आणा.

ठरलेल्या वेळी जा :- मलावरोध आणि पोट फुगणे यामुळेही गॅस होऊ शकतो. त्यामुळे रोज ठरलेल्या वेळी शौचास जा.

सिक्स मिल :- दिवसातून तीन वेळा पोटभर जेवण्याऐवजी थोड्या थोड्या वेळाने थोडे थोडे खा. पोट गच्च भरलेले असेल, तर पोट फुगते आणि पचनसंस्थेवरही ताण येतो. 'सिक्स मिल्स सोल्यूशन' चा स्वीकार करा.

घास गिळू नका :- गडबडीत तुम्ही काही खात असता तेव्हा हवाही मोठ्या प्रमाणात आत जाते.

ती तुमच्या पोटात गेल्यावर गॅस होतो. खाण्यापूर्वी दीर्घ श्वसन करा. तुम्हाला बरे वाटेल.

शांत रहा :- जेवताना तणाव आणि उत्तेजना असेल, तर खूप मोठ्या प्रमाणात हवा आत जाते. त्यामुळे तुमचे पोट गॅस टँक होते.

गॅस तयार करणारे खाद्यपदार्थ :- प्रत्येक व्यक्तीसाठी याचा परिणाम वेगवेगळा असतो. कोणते पदार्थ खाल्ल्यामुळे आपल्या पोटात गॅस तयार होऊ शकतो, याची तुम्ही स्वतः माहिती करून घेऊ शकता. तसंही तुम्ही कांदा, पानकोबी, तळलेले, मसालेदार पदार्थ, भारी सॉस, जास्त गोड पदार्थ, कार्बोनेटेड पेये, बिन्स यापासून दूर रहायला हवे.

गडबड करू नका :- आपल्या मनाने कोणतेही औषध घेण्यापूर्वी आपल्या डॉक्टरांचा सल्ला घ्या. कोमट पाण्यात लिंबू प्या. यामुळे गॅस कमी होतो. हे योग्य औषध आहे.

डोकेदुखी

"मला पहिल्यापेक्षा खूपच अधिक डोकेदुखी होते. मी काही घ्यायला हवे का?"

गर्भावस्थेत पेन किलर औषधांपासून दूर रहायला हवे. या दिवसांत त्यांचे डोके जास्त दुखत असते. तुम्हाला ते सहन करावे लागेल; पण त्यावर तुम्ही उपायही करू शकता. तुम्ही असे उपाय करू शकता ज्यामध्ये औषध घेण्याची गरज पडणार नाही.

सर्वात आधी डोके का दुखते याचे कारण शोधायला हवे. अनेक हार्मोनल बदलांमुळे गर्भावस्थेत डोकेदुखी होते. यामुळे डोकेदुखी, थकवा, ताण, भूक, शारीरिक किंवा मानसिक तणाव खूप प्रमाणात वाढू शकते.

अर्थात यापासून बचाव करण्याचे अनेक उपाय आहेत. यामध्ये कोणतेही औषध किंवा कॅप्सूल घ्यावी लागत नाही. अनेक बाबतीत थोडेसे प्रयत्न केल्यावर यश मिळते.

रिलॅक्स :- गर्भावस्थेत तणाव आणि उत्तेजना यामुळे डोकेदुखी होते. अनेक स्त्रियांना ध्यान आणि योगा यामुळे आराम पडतो. तुम्हीही अशा प्रकारच्या रिलॅक्शेसन तंत्राच वापर करू शकता. अंधाऱ्या खोलीत १० मिनिटांसाठी झोपा. किवा १०-१५ मिनिटे पाय उंच करून डेस्क किंवा सोफ्यावर बसा. यामुळेही बरे वाटते. तणाव, डोकेदुखी कमी होते.

पूर्ण विश्रांती घ्या :- गर्भावस्थेत कमी विश्रांती मिळाल्यामुळेही डोकेदुखी होते. विशेषतः पहिल्या आणि तिसऱ्या तिमाहीत थकवा जास्त येतो. ज्या महिलांना अनेक तास काम करावे लागते किंवा इतर लहान मुलांची देखभाल करावी लागते. अशा वेळी त्यांना झोपही येत नाही. तुम्ही पोटाचा वाढता घेर पाहून विचार करीत राहता : मला कधी विश्रांती मिळेल का? बाळ जन्माला आल्यानंतर सर्व कामे कशी होतील? या विचारामुळे दुप्पट थकवा येतो. संधी मिळेल तेव्हा विश्रांती घ्या. डोकेदुखी कमी होते. आवश्यकतेपेक्षा जास्त झोप घेऊ नका, त्यामुळेही डोकेदुखी होऊ शकते.

वेळेवर जेवण करा :- ब्लड प्रेशर कमी झाले असेल, तर भुकेमुळेही डोके दुखू शकते. रिकाम्या पोटी राहू नका. तुमची बॅग, कारचे कंपार्टमेंट किंवा घरात नेहमी पौष्टिक स्नॅक्स ठेवा.(सोया चिप्स, ग्रेनोला बार, सुका मेवा, इ.) भूक लागली की काही खा.

शांतता ठेवा :- तुम्हाला गोंधळ आवडत नसेल, तर गोंधळामुळेही डोके दुखू शकते. गोंधळ आणि आवाज असणाऱ्या ठिकाणी जाऊ नका. तुमची नोकरी गोंधळ असलेल्या ठिकाणी असेल, तर तुमच्या बॉसशी बोला. एखाद्या शांत ठिकाणी बदली करून घ्या. घरातील टिव्ही, रेडिओ आणि फोनचा आवाज कमी ठेवा.

कॉर्पस ल्यूटेयम सिस्ट काय आहे?

क़ॉर्पस ल्यूटेयम सिस्ट काय आहे, ते तुम्हालाही माहीत करून हवे असेल. तुमच्या प्रजनन काळात प्रत्येक महिन्याला ओव्ह्यूलेशन नंतर कोशिकांचे शरीर पिवळे पडते. त्याला यलो बॉडी (कॉर्पस ल्यूटेयम) म्हणतात. यामुळे काही प्रमाणात प्रोजेस्टॉरन व हस्ट्रोजन तयार करते. तुम्ही गर्भवती झाल्यावर हे कमी होण्याऐवजी अधिक वाढते. (प्लेसेंटा तयार होईपर्यंत) साधारणपणे १० व्या आठवड्यापर्यंत हे काम करणे थांबवते. काही गर्भवस्थामध्ये मात्र ते सिस्टमध्ये बदलते.

याचा गर्भावस्थेवर काहीही परिणाम होत नाही. दुसऱ्या तिमाहीत तो आपोआप संपतो. तसे डॉक्टर त्यावर लक्ष ठेवून असतात आणि अल्ट्रासाऊंडच्या माध्यामातून त्याची बित्तंबातमी मिळवितात. त्यामुळे तुमच्या बाळाला पाहण्याची त्यामुळे आणखी संधी मिळते.

हवेशीर ठिकाणी रहा :- गर्दी आणि कोंदटपणा असलेल्या जागी राहू नका. नाही तर तुमचे डोके दुखायला लागेल. तुम्ही अशा एखाद्या जागी अडकला असाल, तर मोकळ्या हवेत जाऊन श्वास घ्या. स्वेटर असेल तर काढून ठेवा. बाहेर जाणे शक्य नसेल, तर किमान खिडकी तरी उघडा.

प्रकाशाकडे लक्ष ठेवा :- तुमच्या भोवताली असलेल्या प्रकाशाकडे एक नजर टाका. अनेक ठिकाणी फ्लोरेसेंट ब्लबच्या प्रकाशामुळेही डोके दुखू शकते. दिवे लावल्याशिवाय काम भागतच नसेल, तर अधून मधून बाहेर ये- जा करा.

पर्यायांचा विचार करा :- ॲक्यूपंक्चर, ॲक्यूप्रेशर, बायोफीडबॅक आणि मालिश सारख्या पर्यायी उपचार पद्धतींचा वापर करा.

गरम आणि थंड शेक :- सायनसमुळे होणाऱ्या डोकेदुखीपासून बचाव करण्यासाठी दिवसातून किमान ४ वेळा १० मिनिटांसाठी प्रत्येकी ३०-३० सेकंद डोक्याला गरम आणि थंड शेक द्या. तणावामुळे डोकेदुखी असेल, तर मानेच्या मागील भागावर बर्फ ठेवा आणि डोळे बंद करा. नेहमीचा आईस पॅक किंवा जेल बेस्ड नॅक पिलो वापरा.

पोश्चर व्यवस्थित ठेवा :- वाकून किंवा आडवे - तिडवे झुकून जास्त वेळ काम करू नका. (बाळाचे मोजे विणणे वगैरे) तुमच्या पोश्चरकडे लक्ष द्या.

औषधे घ्या :- यामुळे फरक पडला नाही, तर औषधी घ्या. तसं तर टॉयलीझोलमुळे खूप बरे वाटते. गर्भावस्थेत हे सुरक्षितही समजले जाते. डॉक्टरांच्या सल्ल्याने योग्य डोस घ्या. काही तासांसाठी वेगळ्या प्रकारची डोकेदुखी राहिली. ताप आला. वारंवार वेदना होत असतील आणि हाता-पायावर सूज आली असेल, तर डॉक्टरांची मदत घ्या.

''मला अर्धशिशी आहे. गर्भावस्थेत हा त्रास वाढत असल्याचे मी ऐकले आहे. हे खरे आहे?''

काही गर्भवतींना असे वाटत असते, की गर्भावस्थेत त्यांची अर्धशिशी खूप वाढली आहे. काही नशिबवान महिला अशाही असतात, की गर्भावस्थेत त्यांची अर्धशिशी कमी होते. अर्धशिशी कमी किंवा जास्त का होते, याचे नेमके कारण अजून कळले नाही.

तुम्हाला आधीपासूनच अर्धशिशीचा त्रास असेल, तर गर्भावस्थेत कोणत्या प्रकारची औषधे घ्यायला हवीत, हे तुमच्या डॉक्टरांना विचारा. अशा प्रकारे तुम्ही आधीपासूनच या जीवघेण्या आजारावर योग्य प्रकारे उपचार करू शकता.

अर्धशिशी कशामुळे होते, हे तुम्हाला माहीत

असेल, तर तुम्ही ती थांबविण्यासाठीही उपाय करू शकतो. चॉकलेट, चीज, कॉफी की तणाव. तुम्ही आपल्या तोंडावर थंड पाण्याचे हबके मारा. चेहऱ्याला थंड कपड्याने पुसून घ्या. प्रकाश आणि गंध यापासून दूर असलेल्या एखाद्या अंधाऱ्या खोलीत २-३ तास झोपा. ध्यान करा किंवा संगीत ऐका. काही वाचू नका की टिव्ही पाहू नका. बायोफीडबॅक किंवा ॲक्यूपंक्चर सारख्या तंत्राचा वापरही करू शकता.

स्ट्रेच मार्क

"माझ्या शरीरावर स्ट्रेच मार्क निर्माण होतील, अशी मला भीती वाटते. ते थांबविता येतात?"

ते तर कोणालाच आवडत नाहीत; पण बहुतेक गर्भवतींना गर्भावस्थेच्या काळात ब्रेस्ट, हिप्स किंवा पोटावर फिक्कट लाल गुलाबी रंगाचे स्ट्रेच मार्क पडतात.

तुमच्या त्वचेखालील पेशींच्या थरात बारीकशा फटी पडतात, त्यामुळे या खुणा उमटतात. ते आपल्या जागेपासून ओढले जातात, त्यामुळे गर्भवती मातांची त्वचा लवचिक होते. ज्यांनी त्वचेचे योग्य प्रकारे पोषण आमि व्यायाम केला आहे, त्या अनेक वेळा आई होऊनही स्ट्रेर्च मार्कपासून दूर राहतात. तुमच्या आईलाही गर्भावस्थेत अशा प्रकारेच स्ट्रेर्च मार्क पडले असतील, तर तुम्ही त्यापासून वाचू शकत नाहीत. किंवा तुम्ही त्या नशिबवान महिलांसारख्या असू शकाल, ज्या यापासून वाचतात. कदाचित तुम्हीही यापासून वाचू शकाल.

तसं तुम्हाला वाटत असेल, तर तुम्हीही यापासून वाचण्यासाठी काही उपाय करू शकता. जसे हळूहळू वजन वाढविणे. (त्वचा जितक्या वेगात ओढली जाईल तितके हे व्रण उमटतील.) तुमच्या त्वचेला क जीवनसत्त्वयुक्त आहार द्या. तसं तुम्ही कोकोवॉटरसारखे मॉइश्चरायझरही वापरू शकता.

दोघांसाठी बॉडीआर्ट

'हॉटमम्मा' चा टॅटू काढून घ्यायला जात अशाल, तर थोडे थांबा. तंस त्याची शाई काही आपोआप तुमच्या रक्तात मिसळणार नाही; पण सुईमुळे संसर्ग होऊ शकतो. मग धोका का स्वीकारावा?

अनेक वेळा असेही होते, की गर्भावस्थेच्या दरम्यान काढलेला टॅटू प्रसूतीनंतर वेगळाच वाटू लागतो. त्यामुळे बॉडी आर्ट करण्यापूर्वी थोडे थांबा. तुमच्या बाळाला या जगात येऊ द्या.

तसं हौसच पूर्ण करायची असेल, तर तुम्ही हिनाचा वापर करू शकता. तुम्ही नैसर्गिक हिना (मेंदी) वापरा. रासायनिक मेंदी (काळी मेंदी) हानीकारक ठरू शकते. त्यापूर्वीही तुम्ही डॉक्टरांचा सल्ला घ्या कारण त्यामुळेही तुमच्या संवेदनशील त्वचेवर ॲलर्जी होऊ शकते. ती तुमच्या त्वचेवर थोडा पॅच टेस्ट करा. २४ तासांत काही लक्षणे दिसून आली नाहीत, तर त्याचा वापर करा.

त्यामुळे त्वचेवर किमान कोरडेपणा येणार नाही आणि वेदनाही होणार नाही. तुमच्या जोडीदाराला हे तुमच्या पोटावर लावायला सांगा. त्यामुळे गर्भालाही मसाजचा आनंद मिळेल.

तुमचे व्रण अधिक गडद झाले असतील, तरी घाबरू नका. प्रसूतीनंतर काही महिन्यांनी हे व्रण फिक्कट व्हायला लागतील. तसं तर नंतर तुम्ही एखाद्या त्वचा तज्ज्ञाचाही सल्ला घेऊ शकता. तोपर्यंत हे सर्व आनंदाने स्वीकारा.

पहिली तिमाही आणि वजन वाढ

"पहिली तिमाही संपायला आली आहे; पण अद्याप माझे वजन वाढले नाही?"

काही गर्भवती सुरूवातीच्या काळात आपले वजन वाढवू शकत नाहीत. उलट काही महिलांचे वजन

कमी होते. असे मॉर्निंग सिकनेसमुळे होते. नशिबाने निसर्ग स्वतःचा तुमच्या गर्भाचा बचाव करीत असतो. मग तुम्ही उलटी किंवा खायला आवडत नसल्यामुळे जेवण केले नसले तरी चालते. छोट्याशा गर्भाला जास्त पोषणाची आवश्यकता पडत नाही. याचा अर्थ इतकाच, की अद्याप वजन वाढले नाही, तरी त्याचा गर्भावर काहीही दुष्परिणाम होत नाही. गर्भ वाढत जाईल तस तशी त्याला अधिक पोषणाची आणि कॅलरीजची आवश्यकता पडते. त्यावेळी वजन वाढायला हवे.

आता त्याबाबत काळजी करू नका. चौथ्या महिन्यांपासून तुमचे वजन योग्य प्रकारे वाढायला लागेल. वजन वाढविण्यात अडचणी येत असतील, तर तुमच्या आहारात कॅलरीजचे प्रमाण वाढवा. अधून मधून स्नॅक्स खात रहा. एकाच वेळी जास्त खाऊ शकत नसाल, तरी हरकत नाही. सिक्स मिल्स सोल्यूशन वापरा. सॅलाड आणि सूप यांना मुख्य आहारापासून वेगळे करा. कारण कदाचित त्यामुळे तुमचे पोट भरून तुम्ही योग्य जेवण करू शकत नसाल. मेदयुक्त आहाराचा आनंद घ्या, पण जंक फूड पासून दूर रहा. अशा प्रकारे वजन वाढले, तर त्याचा परिणाम गर्भावर न होता तुमच्या नितंब आणि जांघावर होईल.

''माझा गर्भ १२ आठवड्यांचा आहे. आताच माझे वजन १३ पौंडनी वाढले आहे. आता मी काय करू?''

सर्वात आधी घाबरू नका. अनेक महिलांना पहिल्या तिमाहीत अशा प्रकारच्या झटक्यांना सामोरे जावे लागते. त्या वजन काट्यावरून तरल्या की आश्चर्य व्यक्त करायला लागतात, की आपेल वजन इतके कसे वाढले? अनेक वेळा खाण्या पिण्याने असे होते. आपण दोन जिवांसाठी खात आहोत, असे त्यांना पहिल्या दिवसापासूनच वाटू लागते.

अनेक वेळा मळमळ किंवा उलटी होते म्हणून त्या जास्त आईस्क्रिम, पास्ता, बर्गर किंवा ब्रेड खातात.

या वजनाला घाबरू नका. हे वजन काही सहा महिने राहू शकत नाही कारण गर्भ वाढू लागला, की त्याला अधिक पोषण लागते. त्यामुळे कॅलरी घटविण्याचा विचार करू नका. तसं तुम्ही थोडी दक्षता बाळगून वेग कमी करा.

डॉक्टरांचा सल्ला घ्या. पुढच्या दोन तिमाहीसाठी वजन वाढविण्याचे ध्येय नक्की करा आणि त्यादृष्टीने वाटचाल करा. तुम्ही या हिशोबाने वजन वाढविले, तर गर्भाला पूर्ण पोषण मिळेल आणि प्रसूतीनंतर तुम्हाला जास्तीचे वजन कमी करण्यासाठी प्रयत्न करावे लागणार नाहीत.

गर्भवती दिसणे

''अजून पहिलीच तिमाही सुरू आहे, तरीही माझे उभार दिसायला लागलेत?''

काही गर्भवती महिलांचा उभार अनेक दिवस दिसत नाही, तर काही महिलांना सुरूवातीपासूनच पोटाचा उभार जाणवायला लागतो. प्रत्येक गर्भावस्था वेगळी असते, त्यामुळे असे होते. आताच इतके मोठे पोट दिसते, तर नंतर कसे दिसेल, या विचाराने तुम्ही हैरान आहात. घाबरू नका, आपण गर्भवती नाहीत, ही भीती तरी तुम्हाला आता नाही ना?

लवकर पोट दिसू लागण्याची कारणे

मुलगा तर मुलगाच असतो!

दुसरी तिमाही संपली, की तुमची गेलेली भूक परत जागी होते. तुम्हाला खूप भूक लागत असेल, तर तुमच्या पोटात मुलाचा गर्भ वाढत आहे. मुलाचा गर्भ असलेली स्त्री मुलीचा गर्भ असलेल्या स्त्रीपेक्षा जास्त खाते, असे अभ्यासातून आढळून आले आहे. त्यामुळेच तर जन्माच्या वेळी मुलाचे वजन अधिक असते. तुम्ही फक्त खाणे आणि खाण्याचाच विचार करीत असता.

खालीलप्रमाणे असू शकतात -

- तुम्ही बारीक चणीच्या असाल, तर वाढते गर्भाशय लपविण्यासाठी आत जागा मिळणार नाही. त्यामुळे पोट वर आलेले दिसणार.
- तुमच्या मांसपेशीचा टोन कमी असेल, तरीसुद्धा पोट वर आलेले दिसते. दुसऱ्या गर्भावस्थेच्या वेळीही त्यांचे पोट लवकर दिसते. कारण त्वचा ताणण्यासाठी जागाच नसते.
- गर्भवती असल्याची माहिती कळल्याबरोबर मोठ्या प्रमाणात खाण्या पिण्याला सुरूवात केली असेल, तर पोट लवकर वर आलेले दिसते.
- तुम्हाला गर्भधारणेची नेमकी तारीखा माहीत नसेल, तरीही असे होऊ शकते.
- पोटात गॅस आणि अपचन झाल्यामुळेही पोट फुगलेले दिसते.
- काही वेळा पहिल्या तिमाहीतच पोट दिसायला लागते. अशा महिलांच्या पोटात जुळी मुले असण्याची शक्यता असते. तसं तर साधारणपणे पोट वर आलेले दिसत असेल, तर त्याचा अर्थ जुळी मुले आहेत, असा होत नाही.

जुळे असणे

"माझ्या पोटात जुळी मुले आहेत, की नाहीत, ते डॉक्टरांना कसे कळेल?"

गर्भात जुळी मुले आहेत, असे तुम्हाला वाटते. याची माहिती मिळविण्याच्या अनेक पद्धती असू शकतात.

वेळेआधी मोठे गर्भाशय दिसणे :- जुळया मुलांची माहिती होण्यासाठी पोटाच्या नाही तर गर्भाशयाच्या आकाराकडे लक्ष द्यायला हवे. ड्यू डेटच्या तुलनेत गर्भाशय़ वेगाने वाढत असेल, तर तुम्हाला जुळी मुले होऊ शकतात. फक्त पोट मोठे दिसते म्हणून असा अंदाज करता येत नाही.

गर्भावस्थेत वाढलेली लक्षणे :- जुळया मुलांच्या बाबतीत गर्भावस्थेची लक्षणे (मॉर्निंग सिकनेस, अपचन वगैरे) जास्त तीव्र प्रमाणात जाणवतात. अर्थात असे अनेक वेळा एक गर्भ असतानाही होऊ शकते.

झुकाव :- आई एका मुलाला जन्म देणार की दोन, हे ठरविणारे अनेक कारक असतात. ३५ वर्षापेक्षा जास्त वय असलेल्या आणि आयव्हीएफ असलेल्या महिलांच्या बाबतीत असे होऊ शकते. काही वेळा जेनेटिक प्रभावामुळेही असे होऊ शकते.

या दोन्ही गर्भाच्या हृदयांची स्पंदने वेगवेगळी ऐकण्याचा डॉक्टर प्रयत्न करू शकतात. अर्थात ही काही शास्त्रीय पद्धत नाही. अल्ट्रा साऊंडच्या सहाय्यानेच जुळया मुलांची खरी माहिती मिळू शकते. साधारणपणे हीच पद्धत उपयुक्त ठरते. (फक्त एकाच्या मागे दुसरा गर्भ लपलेला नसेल तर.) याच पद्धतीने जुळया मुलांची माहिती मिळू शकते.

गर्भाच्या हृदयाची स्पंदने

"माझ्या मैत्रिणीने गर्भाच्या हृदयाची स्पंदने १० व्या आठवड्यात ऐकली होती. मी तिच्या एक आठवडा पुढे आहे, तरीही डॉक्टर अजून गर्भाची स्पंदने ऐकू शकले नाहीत."

कोणत्याही भावी आई-वडिलांसाठी गर्भाच्या हृदयाची स्पंदने कोणत्याही संगीतापेक्षा कमी असत नाहीत. अल्ट्रासाऊंडच्या मदतीने तुम्ही त्याला पाहिले असले, तरीही डॉक्टरांच्या कार्यालयात डॉपलरच्या सहाय्याने ऐकण्याचा आनंद काही वेगळाच असतो.

अर्थात १० ते १२ आठवड्यांच्या दरम्यान डॉपलरच्या मदतीने गर्भाच्या हृदयाची स्पंदने ऐकली जाऊ शकतात; पण भावी आई-वडिलांना मात्र ही संधी इतकाय लवकर मिळत नाही. अनेक वेळा

मुलगा की मुलगी?

जुन्या दाया आणि काही डॉक्टरांचे असे म्हणणे आहे, की हृदयाच्या गतीवरून गर्भाचे लिंग कळू शकते. १४० पेक्षा अधिक हृदयगती असेल, तर मुलगी आणि त्यापेक्षा कमी हृदयगती असेल, तर मुलगा होऊ शकतो. आनंदाचा भाग म्हणून तुम्ही हे खरे समजू शकता, पण याच्या आधारे फुलांचा रंग निवडू नका म्हणजे झालं !

गर्भाच्या आणि प्लासेंटाच्या स्थितीमुळे हे शक्य होत नाही. किंवा तुमच्या पोटावर मेदाचे अनेक थर जमा झालेले असतात. यामुळेच चुकीची ड्यू डेटही सांगितली जाऊ शकते. १४ व्या आठवड्यात मात्र तुम्ही गर्भाच्या हृदयाची स्पंदने नक्की ऐकू शकता. इतका वेळ थांबायची तुमची तयारी नसेल, तर डॉक्टर तुम्हाला ते अल्ट्रा साऊंडच्या मदतीने ऐकवू शकतात.

गर्भाच्या हृदयाची स्पंदने ऐकताना काळजीपर्वक ऐका. तुमच्या स्पंदनाचा सरासरी दर प्रति मिनिट १०० असतो. गर्भाच्या स्पंदनाचा हाच दर चांगल्या गर्भावस्थेत सुरूवातीलाच ११० ते १६० असतो. मधल्या काळात तो १२० ते १६० प्रति मिनिट असतो. प्रत्येक गर्भाच्या हृदयाची स्पंदने वेगवेगळी

ॲट होम डॉपलर

तुम्हालाही एक प्रीनॅटल हार्ट लिसनर घ्यायचे आहे! त्याच्या सहाय्याने तुम्ही घरबसल्या गर्भाच्या हृदयाची स्पंदने ऐकू शकता. हे उपरण सुरक्षित असते, पण इतके संवेदनशील नसते. पाचव्या महिन्यानंतर याच्या सहाय्याने हृदयाची स्पंदने ऐकता येतात. त्याच्या आधी याचा वापर केला, तर तुमच्या पदरी निराशा येईल. गर्भ जर योग्य अवस्थेत नसेल, तरीही स्पंदने ऐकण्यात अडचणी येतात. लक्षात ठेवा, यंत्र जितके चांगले असेल तितके चांगले परिणाम मिळतात.

असू शकतात. त्यामुळे दुसऱ्या कोणाशी त्याची तुलना करू नका.

१८ ते २० आठवड्याच्या दरम्यान तुम्ही डॉपलर शिवाय नेहमीच्या स्टेथिस्कोपच्या सहाय्यानेही ऐकू शकता.

सेक्सची इच्छा

"माझ्या सर्व मैत्रिणींनी मला सांगितले, की गर्भावस्थेच्या सुरूवातीच्या काळात त्यांची सेक्सची इच्छा खूप वाढली होती. मला असे का वाटत नाही?"

ग़र्भावस्थेमुळे तुमच्या जीवनातील अनेक पैलू बदलतात. सेक्स जीवन हाही त्याचाच एक भाग आहे. हार्मोन तुम्हाला शारीरिक किंवा मानसिक स्वरूपात उत्तेजित करीत असतात. प्रत्येक स्त्रीवर त्याचा होणारा परिणाम मात्र वेगवेगळा असतो. काही गरम होतात तर काही एकदम बर्फासारख्या गार होतात. काही गर्भवती महिला तर याच वेळी जीवनात पहिल्यांदा परमोच्च आनंद मिळवितात. ज्यांना सेक्समध्ये आधी खूप रस होता, अशा महिला आता स्वतःला त्यापासून विरक्त ठेवतात. खरं तर हार्मोन्स त्यांच्या मनात सेक्सची इच्छा निर्माण करतात, पण थकवा, उलटी या लक्षणांमुळे अडथळे येतात. ही सर्व लक्षणे सामान्य स्वरूपाची असली, तरी त्यामुळे मनात अपराधीपणाची भावना निर्माण करतात आणि त्यामुळे तुम्ही सेक्सला विन्मुख होता.

या दिवसांत तुमच्या भावनांत खूप मोठ्या प्रमाणात बदल झाल्याचे तुम्ही लक्षात ठेवायला हवे. एका क्षणी तुम्हाला सेक्सची इच्छा होते, तर लगेच दुसऱ्या क्षणी तुमचा मूड बदलतो. तुमचा समजूतदारपणा, संप्रेषण, हासमुखपणा याच्या सहाय्याने या परिस्थितीचा तुम्ही सामना करू शकता. दुसरी तिमाही येता येता सर्व पहिल्यासारखे होते.

''ग़र्भवती झाल्यापासून सेक्स करण्याची खूप इच्छा होत असते, पण माझी इच्छा पूर्ण होत नाही. हे सर्व नॉर्मल आहे का?''

य़ामध्ये अबनॉर्मल काहीही नाही. खरं तर तुम्ही सुदैवी आहात. कारण पहिल्या तिमाहीतील इतक्या अवघड लक्षणानंतरही तुमची सेक्सची इच्छा कायम आहे. त्यासाठी तुम्ही त्या हार्मोन्सला धन्यवाद द्यायला हवेत, ज्यांच्यामुले पेल्व्हिक भागात रक्त पुरवठा वाढला आहे आणि तुम्ही गरम झाला आहात. यावेळी तुम्ही कोणत्याही सेक्सी मम्मापेक्षा कमी नाहीत. खरं तर हाच अतिशय चांगला कालावधी असतो, जेव्हा तुम्हाला लैंगिक संबंध स्थापन केल्यावरही कसली काळजी करावी लागत नाही किंवा मासिक पाळीच्या हिशोबाने सर्व काही करावे लागत नाही. सेक्स संबंधाचा हा मनोरंजक प्रवास पहिल्या तिमाहीपर्यंत सुरू राहू शकतो किंवा पूर्ण गर्भावस्थेच्या काळात सुरू राहू शकतो.

तुमच्या मनात अशा प्रकारची इच्छा निर्माण होणे नैसर्गिक असून त्यासाठी लाज बाळगण्याचे काही कारण नाही. तुम्ही अतिशय चांगल्या पद्धतीने परमोच्च आनंद मिळवू शकत असाल, तर घाबरण्याचे काही कारण नाही. असे जीवनात पहिल्यांदाच होत असेल, तर ही उत्सव साजरा करण्याची वेळ आहे. डॉक्टरांनी परवानगी दिली असेल तर पोट वर येण्यापूर्वी काही नवीन आसने करून पहा आणि या आनंदी क्षणांचा स्वर्गीय आनंद लुटा.

''या दिवसांत माझ्या मनात सेक्सची इच्छा निर्माण होते, पण पतीचा मूड नसतो. त्यामुळे मला वाईट वाटायला लागले आहे.''

तुम्ही तयार असताना ते का ऐकत नाहीत? त्याचे काही कारण असू शकते. कदाचित त्यामुळे तुम्हाला किंवा गर्भाला धक्का पोहचण्याची त्यांना भीती वाटत असावी. (खरं तर असे होत नाही.) मुलांसमोर सेक्स करण्याची जाणीव किंवा गर्भ त्यांच्या लिंगाला पाहते, अशी भावना त्यांना होऊ शकते. कदाचित या काळात तुमच्या शरीरात होणारे सर्व बदल पाहून ते स्वतःला सावरत असावेत.

कदाचित त्यांच्यातील प्रियकराची जागा आता पित्याने घेतली असेल. तसेही भावी पित्याच्या मनात सेक्सची भावना कमी होत असते.

कारण काहीही असले, तरी त्यांच्या या वागण्याला तुम्ही वाईट समजू नका. तसेच हा काळही असाच जाऊ देऊ नका. त्यांच्याशी मोकळेपणाने बोला. या दिवसांत केलेला सेक्स सुरक्षित असल्याचे त्यांना जाणवू द्या. अशा संबंधांशी गर्भाला काहीही देणे घेणे नसते. अशा प्रकारे त्यांच्या मनातील गाठ उकलणे सोपे होईल. त्यांच्याकडून पुढाकार घेतला जाणार नाही, हे लक्षात ठेवून स्वतः पुढाकार घ्या. एक नवीन सेक्सी नाईटी, मूनलाईट आणि मधूर संगीत कसे राहील? मालीश केल्यानेही त्यांना मूड येत नसेल, तर सोफ्यावरच प्रेम करायला काय हरकत आहे?

कदाचित मन शांत झाल्यावर त्यांनाही मूड येऊ शकतो.

परमोच्च क्षणानंतर पोट आखडणे

''परमोच्च क्षणानंतर मला पोटात आखडल्यासारखे वाटते. हे नॉर्मल आहे की काही चुकीचे घडते?''

काळजी करू नका. फक्त यामुळे सेक्सपासून दूर पळू नका. कमी धोके असलेल्या गर्भावस्थेतही सेक्स नंतरच्या परमोच्च क्षणी किंवा सेक्स करताना पाठीत वेदना होणे किंवा पोटात अखडणे, असा त्रास होतो. गर्भाशयातील संकुचन किंवा इंटरकोर्सनंतर असे होऊ शकते. सेक्स करताना गर्भाला धक्का लागण्याची भीती तर असतेच. या मानसिक आणि शारीरिक कारणांमुळेही असे होऊ शकते.

दुसऱ्या शब्दात सांगायचे तर आखडणे म्हणजे तुमच्या आनंदामुळे गर्भाला वेदना होतात असे नाही. डॉक्टरांनीच परवानगी दिलीय, मग कसली भीती?

तरीही तुमच्या पोटात आखडल्यासारखे वाटत असेल, तर जोडीदाराला हलक्या हाताने पाठ चोळायला सांगा. त्यामुळे तुमचा तणाव दूर होतो.

काही महिलांना सेक्स नंतर पायांतही आखडल्यासारखे होते. तुम्हाला याच पुस्तकात यापासून वाचण्याचे उपाय सांगितले आहेत.

नोकरी आणि गर्भावस्था

तुम्ही आई होणार आहात, याचा अर्थ आधीच तुम्ही तुमचे काम खूप वाढविले आहे. नोकरीच्या बरोबरीने बाळाला जन्म देण्याचे कामही तुम्ही अंगावर घेतले आहे, म्हणजे ओव्हरटाइम ! तुमचा वर्कलोड दुप्पट झाला आहे. तुम्हाला ग्राहक आणि डॉक्टरांच्या भेटी, बाथरूम आणि मॉलच्या चकरा, बिझनेस लंच आणि मॉर्निंग सिकनेस. मैत्रिणींपासून बॉसला सांगण्याची उत्सुकता. निरोगी आणि प्रसन्न राहण्याची धडपड. बाळाच्या येण्याची आणि मेटर्निटी लिव्ह घेण्याची तयारी यासारख्या अनेक आव्हानांचा सामना करावा लागतो. इथे आम्ही तुमच्या मदतीसाठी काही टीप्स देत आहोत -

बॉसला कधी सांगावे? :- बॉसला ही बातमी कधी सांगावी, याचा तुम्हीही विचार करीत असाल. खरं तर त्याचा काही खास नियम नाही, पण तुम्ही थोडी घाईच करायला हवी. नाही तर तुमच्या पोटाचा गेरच सर्व काही सांगून टाकील. तुम्ही काम करता तेथील वातावरण किती मैत्रिपूर्ण आणि औपचारिक स्वरूपाचे आहे, यावर ते अवलंबून असते.

तुम्हाला कसे वाटते :- मॉर्निंग सिकनेसमुळे तुमचा बराच वेळ बेसिनवर जात असेल, तुमच्यावर पहिल्या तिमाहीतील थकव्याचा इतका दुष्परिणाम झाला आहे, की तुम्ही अंथरुणातूनही उठू शकत नाहीत, तर हे गुपीत जास्त दिवस लपून राहणार नाही. त्यामुळे तुम्ही स्वतःच हे सर्व बॉसला आणि सहकाऱ्याला सांगणे चांगले. तुम्हाला खूप बरे वाटत असेल, तर तुमच्या मनाने काही काळ ही बातमी तुम्ही सर्वांपासून लपवू शकता.

तुम्ही काय काम करता :- तुमच्यासाठी आणि गर्भासाठी हानीकारक असणारे काम तुम्ही करीत असाल, तर बदलीसाठी किंवा काम बदलण्यासाठी ही बातमी तुम्हाला लवकर सांगावी लागेल.

काम कसे चालले आहे :- एखादी स्त्री आपल्या कार्यालयात आपण गर्भवती असल्याची बातमी सांगते तेव्हा समोरच्या व्यक्तीच्या मनात असा प्रश्न निर्माण होतो, की ही गर्भावस्थेत काम करू शकेल का? कामाऐवजी तिचे मन गर्भात तर गुंतणार नाही ना? कदाचित ती आपले काम अर्धवट तर सोडणार नाही ना? हातातील काम पूर्ण केल्यावरच तुम्ही ही बातमी सांगा. त्यामुळे गर्भावस्थेतही तुम्ही चांगले काम करू शकता, हे स्पष्ट होईल.

एखादी बातमी येणार असेल तर... :- तुम्ही केलेल्या एखाद्या कामाचा निकाल लागणार असेल, पगार वाढ होणार असेल, प्रमोशन मिळण्याची संधी असेल, तर तोपर्यंत ही बातमी लपवून ठेवा कारण तुम्ही ही बातमी आधी सांगितली तर त्यामुळे तुमच्या प्रगतीत अडथळा येऊ शकेल. कारण अगामी काळात तुम्ही चांगले कामगार होण्याऐवजी चांगली आई होण्याला प्राधान्य द्याल, असे त्यांना वाटू शकते.

गप्पांचा कारखाना :- तुम्ही जर गप्पांच्या कारखान्यात काम करीत असाल, तर थोडे सावरा. तुमच्या आधीच दुसऱ्या कुणी तरी बॉसला ही बातमी द्यावी, असे तुम्हाला वाटते? फक्त विश्वासार्ह सोबत्यांनाच तुम्ही ही बातमी सांगायला हवी. म्हणजे ते तुमच्या इच्छेशिवाय दुसऱ्याला काही सांगणार

नाहीत. आपले तोंड उघडणार नाहीत.

मालकाचे वागणे :- या बाबतीत तुम्ही मालकांचे वागणे माहीत करून घ्यायला हवे. ज्या महिला नुकत्याच आई झाल्या आहेत, त्यांना अगदी गुपचूप पद्धतीने हे विचारा. तुमच्या कार्यालयात मेटार्निटी लिव्हसाठी कोणती पद्धत स्वीकारली जाते, याची माहिती मिळवा. एच. आर. डिपार्टमेंटशी तुम्ही याबाबत बोलू शकता. ते तुम्हाला योग्य माहिती देऊ शकतात. तुमची कंपनी जर गर्भवती मातांच्या सोयीची योग्य प्रकारे काळजी घेत असेल, तर तुम्ही ही बातमी लवकरात लवकर सांगायला हवी. नसेल तर, काय करायला हवे, हे तुम्हाला माहीत आहेच!

बातमी देणे :- एकदा तुम्ही ही बातमी देण्याचा निर्णय घेतल्यानंतर ही बातमी योग्य पद्धतीने पोहचविण्याची तुम्ही काळजी घ्यायला हवी.

स्वतःची तयारी करा :- आपली बातमी सांगण्यापूर्वी थोडीशी चौकशी करा. तुमच्या ऑफिसातील मेटर्निटी लिव्ह पॉलिशीची माहिती मिळवा. काही ठिकाणी पगारी सुट्टी मिळते, तर काही ठिकाणी वेतन दिले जात नाही. काही ठिकाणी तुमच्या सिक लिव्ह या सुट्टीत समाविष्ट करण्याची परवानगी दिली जाते.

अधिकार जाणून घ्या:- गर्भवती असल्यामुळे तुम्हाला कोणते खास अधिकार मिळतात, हे तुम्हाला माहीत असायला हवे. माहिती असेल तरच तुम्ही त्याचा फायदा घेऊ शकाल.

योजना आखा :- प्रत्येक काम पूर्णपणे नियोजनबद्ध असायला हवे. तुमच्या कार्यकौशल्याचे कौतुकही होईल. तुम्ही ही बातमी सांगाल तेव्हा अंदाजे किती दिवस ऑफिसला येऊ शकाल, किती दिवसांची सुट्टी घ्याल, जाण्यापूर्वी हातातील कामे कशी पूर्ण कराल, दुसऱ्यावर काय कामे सोपवाल, हे सर्व सांगा. प्रसूतीनंतर तुम्हाला अर्धवेळ यायचे असेल, तर तसेही आताच सांगा. ही सर्व योजना कागदावर लिहिलेली असेल, तर तुम्ही त्यातील काही विसरणार नाहीत. तसेच तुमचे कौशल्यही दिसून येईल.

वेळ काढा :- पायऱ्यावर, लिफ्टमध्ये किंवा मिटिंगला येता- जात ही बातमी सांगू नका. तुमच्या बॉसची भेटीची वेळ ठरवा म्हणजे आरडा ओरडा न करता ते तुमचे म्हणणे ऐकून घेतील. ऑफिसमध्ये कामाचा जास्त ताण नसेल अशी वेळ त्यासाठी निवडा. अचानक वातावरण बिघडले, तर तुमची भेट टाळा.

सकारात्मक वागा :- तुमची बातमी क्षमा किंवा कारणाने सांगू नका. गर्भवती असल्यामुळे तुम्ही प्रसन्न असल्याचे तसेच घरातील आणि कार्यालयातील कामे कौशल्याने करीत असल्याचे, आत्मविश्वासाने सांगा.

लवचिकता ठेवा :- तुमची योजना तयार करताना त्यात थोडे फेर बदल करण्यासाठी जागा ठेवा. त्यामुळे तुम्ही आपल्या म्हणण्यावर ठाम असल्याचे त्यांना वाटणार नाही. तसेच एकदम शरणागती पत्करू नका. एक व्यवहार्य मर्यादा आखा आणि त्यानुसार वागा.

लेखी स्वरूपात ठेवा :- तुमचा प्रेगनन्सी प्रोटोकॉल आणि मॅटर्निटी लिव्हची योजना तयार झाल्यावर तिला लेखी स्वरूप द्या. त्यामुळे कोणत्याही गैरसमजाला जागा राहणार नाही. (मी असे तर म्हणालो नव्हतो....)

काम आणि आराम जोडीनेच : थकवा, उलटी, पाठ दुखी आणि डोकेदुखी, सुजलेल्या पोटऱ्या आणि वारंवार लघवीची इच्छा. या सर्व अडचणीसोबत कोणती स्त्री नोकरीच्या वेळी आरामशीर राहू शकेल? सुजलेल्या पायांनी तिला वारंवार वाकावे लागत असेल, सामान उचलावे लागत असेल, तर गर्भावस्थेत आराम मिळविण्यासाठी या टिप्स वाचा :-

थोडीशी तयारी

आता तुमच्या घरात लहान मूल नाही. तुमची गर्भावस्था आणि नोकरीचे तास यातच तुम्हाला मेळ घालायचा आहे. तुम्ही आधीपासूनच सर्व प्रकारची तयारी केली, तर आगामी काळात तुम्हाला खूप सोपे जाईल. आमच्या सल्ल्यानुसार तुम्ही दोन-तीन कामे एका वेळी करू शकता.

- विचारपूर्वक दिनचर्या ठरवा. सर्व प्रकारच्या टेस्ट आणि तपासण्यासाठी दुपारची वेळ ठरवा. अर्ध्या दिवसाची सुट्टी घ्यावी लागत असेल, तर बॉसला विचारा. या दिवसांचा हिशोब ठेवा.
- तुमची स्मरणशक्ती कायम ठेवा. कोणत्याही प्रकारच्या कामाची यादी तयार करा. कागद-पेन सोबत ठेवा. काहीह आठवले, की लगेच लिहून टाका.
- आपल्या मर्यादा ओळखा आणि त्या ओलांडू नका. या काळात फालतू कामे हातात घेण्याऐवजी आपली कामे दुसऱ्यावर सोपवा. एका वेळी एकच काम करा.
- कोणी मदत देऊ केली, तर हो म्हणायला संकोचू नका. कदाचित पुढे मागे त्यांनाही तुमची मदत लागू शकते.
- स्वतःला रिचार्ज करा. थोडी हालचाल करा. बाथरूमपर्यंत जाऊन या. रिलॅक्शेसन तंत्राचा वापर करा. काही वेळासाठी स्वतःत हरवून जा.
- मन उदास असेल, तर आपल्या मनातील सांगायला मागे सरू नका. शेवटी तुम्हीही माणूस आहात. टेबलावर कामाचा ढीग असेल आणि मान वर करायची हिम्मत नसेल, तर बॉसला वेळ किंवा मदत मागा. तुम्ही आळशी नाहीत, गर्भवती आहात, हे विसरू नका.

- आरामशीर कपडे वापरा. घट्ट किंवा फिट्ट असलेले कपडे घालू नका. उंच टाचाही अडचण निर्माण करतात. स्पोर्टिंग होज वापरल्या तर व्हैरिकोज व्हेन्सपासून बचाव करू शकाल. कारण तुम्हाला अनेक तास उभे रहावे लागू शकते.
- आतील वातावरण ओळखा. शहराचे तापमान काहीही असो. गर्भावस्थेत शरीराचे तापमान बदलत असते. एका क्षणी घाम फुटतो, तर दुसऱ्या क्षणी थंडी वाजते. थंड आणि गरम दोन्ही प्रकारच्या तापमानाचा योग्य प्रकारे सामना करता येईल, असेच कपडे वापरायला हवेत. शक्य असेल, तर तुमच्या ड्रावरमध्ये स्वेटर आणि स्कार्फ ठेवा. अचानक थंडी वाजायला लागली, तर लगेच गरमी मिळेल.
- पायावर भार देऊन उभ्या राहू नका. कामाच्या वेळी सतत उभे रहावे लागत असेल, तर मधून मधून बसा किंवा शतपावली करा. एक पाय लहान स्टुलावर ठेवा किंव गुढग्यातून वाकवा. वारंवार पाय बदलत रहा आणि त्यांना बदला.
- कोणताही बॉक्स किंवा उंच वस्तू दिसल्यावर थोड्या वेळासाठी पाय वर ठेवा.
- अधून मधून ब्रेक घ्या. बसलेल्या असाल, तर उठून एक फेरी मारून या. उभ्या असाल, तर पाय उंच करून बसा. केबीनमध्ये सोफा असेल, तर संधी मिळताच सोफ्यावर पाठ टेकवून पडा. शरीराला ताण देणारे काही व्यायाम करा म्हणजे पाठ, पाय आणि मानेला आराम मिळू शकेल. साधारणपणे दर तासाला एकदा दोन्ही भूजा भिडवून पाठ आंकुचित करा. बसल्या बसल्या वाकू शकत असाल, तर पायांना हात लावून मान आणि खांद्यावरील तणाव दूर करा.
- तुमची खुर्ची नीट करा. पाठीला आराम हवा असेल, तर कुशन बसवा. तुमच्या सीटखाली एक बारीकशी उशी ठेवा. खुर्ची सरकत असेल,

तर टेबल आणि खुर्चीच्या दरम्यान थोडी जागा ठेवा म्हणजे तुमच्या पोटाला पुरेशी जागा मिळेल.

- वॉटर कूलरच्या जवळ रहा. गप्पा मारण्यासाठी नाही, तर पाणी भरण्यासाठी. तुम्हाला दिवसात पुरेशा प्रमाणात पाणी प्यायचे आहे. कारण शरीरावार सूज येऊ नये आणि मूत्राशयाला संसर्ग होऊ नये.
- दर दोन तासांनी लघवीला जा. अशा प्रकारे तुम्ही संसर्गापासून वाचू शकाल. गरज असो की नसो, लघवीला जा. कारण घाई गर्दीत पळापळ करण्याचे हे दिवस नाहीत.
- आपल्या गर्भाचे पोट भरणे, हो कोणत्याही गर्भवती स्त्रिचे महत्त्वाचे काम आहे. तुम्ही कामात कितीही व्यग्र असलात, तरी खाण्यासाठी वेळ काढायला विसरू नका. तुमच्या टेबलावरही पौष्टिक स्नॅक्स असायला हवेत. पर्स मोठी असेल, तर तिच्यातही काही खाण्याचे असायला हवे. तुमच्यासाठी आणि गर्भासाठी योग्य वेळी काही ना काही खाणे अतिशय आवश्यक आहे.
- वजन काट्यावर लक्ष ठेवा. ऑफिसमधील कामाच्या ताणामुळे तुम्हा अंदाधुंद खाऊन वजन वाढवू शकता. तुमचे ऑफिस एखाद्या वेडिंग मशीन किंवा जंकफूड रेस्टॉरंट जवळ असेल, तेव्हा तर अधिकच लक्ष ठेवायला हवे.
- दातांचा ब्रश जवळच ठेवा. उलट्यामुळे परेशान असाल, तर मधून मधून दात स्वच्छ करता येतील आणि श्वास ही तजेलदार राहतील. माऊथवॉशही उपयोगी पडू शकते. खूप जास्त लाळ तयार होत असेल, तर यामुळे फरक पडू शकतो. (पहिल्या तिमाहीच्या काळात असे होत असते. त्यामुळे ऑफिसात खूप वाईट वाटते.)
- कोणतेही सामान शांतपणे उचला म्हणजे पाठीवर अतिरिक्त ताण पडणार नाही.
- धूर असलेल्या ठिकाणापासून दूर रहा. तो तुमच्यासाठी आणि गर्भासाठी चांगला नाही. त्यामुळे थकवाही येऊ शकतो.
- आवश्यकतेपेक्षा जास्त ताण घेऊ नका. शांत रहा. आयपॉडवर संगीत ऐका. डोळे बंद करून ध्यान करा. इमारतीच्या भोवताली फेऱ्या मारा.
- शरीराचे म्हणणे ऐकायला शिका. थकल्यासारखे वाटत असेल, तर सुट्टी घेऊन घरी जाण्यात काही गैर नाही.

कार्पल टनल सिंड्रोम

की बोर्डावर रात्रंदिवस बोटे चालविणाऱ्यांना या बाबत चांगले माहीत आहे. यामुळे हातात वेदना होतात आणि ते सुन्न पडतात. भावी मातांनाही हा विकार जडतो. हा काही धोकादायक नाही, पण थोडासा त्रासदायक नक्कीच आहे. आमचा सल्ला तुमच्या उपयोगी पडू शकतो.

- मनगटाला अनुकूल असणारा की बोर्ड वापरा.
- टायपिंग करताना मनगटाचा बँड वापरा.
- कॉम्प्यूटरवर काम करताना थोडा ब्रेक घ्या.
- फोनवव जास्त वेळ बोलण्यासाठी स्पिकर फोन किंवा हेडसेटचा वापर करा.
- संध्याकाळी थंड पाण्यात हात ठेवा म्हणजे सूज उतरेल.
- डॉक्टरांच्या सल्ल्याने औषधी घ्या आणि ॲक्यूपंक्चर करा.

नोकरी आणि तुमची सुरक्षितता :- अनेक नोकऱ्या अशा असतात, की तिथे गर्भवती स्त्रिया आपल्या गर्भाला चांगले पोषण आणि पूर्ण सुरक्षितता देऊ शकतात. अशी नोकरी त्या महिलांसाठी आनंदाची असते कारण त्या नोकरी आणि गर्भावस्था दोन्ही एकदाच करू शकतात.

काही जॉब असे असतात, जे दुसऱ्यांचया तुलनेत सुरक्षित समजले जातात. थोडीशी दक्षता बाळगली,

तर तुम्ही काम करण्याच्या वातावरणानुसार स्वतःला बदलू शकता. तुमच्या बाबतीत डॉक्टरांचा सल्ला घेऊनच पुढचे पाऊल टाका.

ऑफिसचे काम :- टेबलावर बसून सतत काम करणाऱ्या व्यक्तीच्या मानेत, पाठीत, पायात आणि डोक्यात किती वेदना होत असतात, हे तर सर्वांनाच माहीत आहे. गर्भवतींना तर यामुळे अधिकच त्रास सहन करावा लागतो. गर्भाला तर काही त्रास होत नाही, पण आईलाच खूप त्रास सहन करावा लागतो. तुम्हाला एका जागी बसून जास्त वेळ काम करावे लागत असेल, तर मध्ये मध्ये उठून थोडेसे फिरा. हात पसरा. खुर्चीवर बसल्या बसल्या मान आणि खांदे सैल सोडा. खुर्चीजवळ एखादा लहान स्टूल ठेवा म्हणजे सुजलेले पाय त्यावर ठेवून विश्रांती घेता येईल. पाठीला कुशनचा आधार द्या.

कॉम्प्यूटरपासून सुरक्षीतता? कॉम्प्यूटर आणि लॅपटॉप गर्भवतीसाठी धोकादायक नसतात, ही किती चांगली बाब आहे. कॉम्प्यूटरसमोर अनेक तास घालविल्यानंतर चकर येणे, डोके दुखणे, मनगटाला कळ येणे, हात आखडणे अशा प्रकारचा त्रास होऊ शकतो. पूर्ण पाठीला विश्रांती मिळू शकेल, अशा खुर्चीचा वापर करा. मॉनिटरही योग्य उंचीवर ठेवा. त्याच्या टॉप डोळयांच्या पातळीत असायला हवा. तो साधारणपणे एक हात अंतरावर असावा. क़ार्पल टर्निंग सिंड्रोमची भीती असणार नाही, अशा प्रकारचा स्क्रिन वापरा. की बोर्डवर हात टेवल्यावर तो तुमच्या कोपरांच्या खाली असायला हवा.

आरोग्य सेवेशी संबधित कार्य:- आरोग्यसेवेशी संबधित असलेल्या प्रत्येक कर्मचाऱ्याची अशी इच्छा असते, की त्याने निरोगी असायला हवे. तुम्ही तर आई होणार आहात, त्यामुळे हे अतिशय आवश्यक होते. सर्वात पहिली गोष्ट म्हणजे उपकरणे स्टरलाईज करणाऱ्या रसायनांपासून तुम्ही स्वतःला आणि गर्भाला वाचवायला हवे. (जसे इथिलिन ऑक्साईड आणि फॉरलडिहायडाईड) काही कॅंसरविरोधी औषधे, हेपेटायटीस बी आणि एड्ससारखे काही संसर्ग तसेच रेडिएशनपासून वाचवायला हवे. कमी तीव्रतेच्या एक्स-रे सोबत काम करणाऱ्या तंत्रज्ञाना रेडिएशनचा धोका असत नाही. ज्या महिलांना मागे पुढे बाळाला जन्म द्यायचा आहे, त्यांनी जास्त तीव्रतेच्या रेडिएशनशी संपर्कात येण्यापूर्वी विशेष प्रकारची उपकरणे वापरायला हवीत. त्यामुळे त्या सुरक्षित राहू शकतील. कामाच्या दृष्टिने तुम्ही सुरक्षिततेचे उपाय अमंलात आणायला हवेत. नाही तर मग

शांत रहा

साधारणपणे २४ व्या आठवड्यात तुमच्या गर्भाचे बाह्य, मध्य आणि अंतकर्ण विकसित होतात. २७ ते ३० आठवड्यादरम्यान तो बाहेरील आवाज ऐकण्यास सक्षम होतो. खरं तर तीव्र गोंधळ त्याच्यापर्यंत पोहचत नाही; पण तरीही तुम्ही तीव्र गोंधळापासून दूर रहायला हवे. जास्त आवाजामुळे गर्भाची ऐकण्याची क्षमता कमी होऊ शकते. आवाजाची तीव्रता ४० ते ६० डेसिबल इतकी असेल, तर त्यामुळे प्रिमॅच्युअर बेबी किंवा कमी वजनाचे बाल जन्मण्याचा धोका असतो. १५० ते १५५ डेसिबल तीव्रतेच्या आवाजामुळेही हीच समस्या निर्माण होऊ शकते. तीव्र संगीत असलेले क्लब, खूप आवाज करणाऱ्या मशिनवर काम करणाऱ्या गर्भवती महिलांनी काही काळासाठी काम सोडून सुरक्षित ठिकाणी बदली करून घ्यायला हवी. कॅसेट ऐकायची असेल, तर ॲम्पिथिएटरच्या मध्यभागी बसा. गाडीत तीव्र आवाजातील संगीत ऐकू नका. तीव्र, कानाचे पडदे फाडणारे संगीत ऐकण्याऐवजी कानांना हेडफोन लाऊन संगीत ऐका.

दुसरी सुरक्षित नोकरी शोधायला हवी.

निर्मिती कार्य :- ज्या ठिकाणी खूप वजनदार आणि खूप धोकादायक यंत्रे तयार होतात, अशा ठिकाणी तुम्ही काम करीत असाल, तर तुमचे काम बदलण्याबाबत तुम्ही बॉसशी बोलायला हवे. उत्पादनाच्या सुरक्षिततेबात तुम्ही त्यांच्या उत्पादकाकडूनही माहिती मिळवू शकता. कोणत्या कारखान्यात आणि कशा पद्धतीने तयार करतात, यावरही बरेच काही अवलंबून असते.

खूप शारीरिक श्रम :- एखादी गर्भवती स्त्री खूप जड सामान उचलण्याचे, शारीरिक श्रम करण्याचे किंवा तासंतास उभे राहण्याचे काम करीत असेल, तर प्रीटर्म लेबरचा धोका वाढतो. अशा वेळी २० ते २८ आठवडे तुम्हाला दुसऱ्या एखाद्या ठिकाणी काम देण्याविषयी तुम्ही बॉसशी बोलायला हवे. हे दुसरे काम जास्त शारीरिक श्रमाचे नसावे. प्रसूतीनंतर पुन्हा तुम्ही मुळच्या कामावर परतू शकता.

भावनिक तणावमुक्त राहून काम करा :- अनेक वेळा कामाच्या ठिकाणी असलेल्या तणावाचाही गर्भवतीवर अनिष्ट परिणाम होत असतो. तणाव कमी करण्यासाठी जाणीवपूर्वक प्रयत्न करायला हवेत.

एक तर मॅटर्निटी लिव्ह लवकर घ्या किंवा कमी तणाव असलेल्या ठिकाणी नोकरी करा. असे करणे प्रत्येक वेळी शक्य असत नाही. आर्थिकदृष्ट्या नोकरी करणे गरजेचे असेल, तर नोकरी सोडल्यामुळे बचाव आणि परेशानी जास्त वाढते.

नियमित व्यायाम, ध्यान आणि आरोग्य क्रिया याच्या सहाय्याने तणाव कमी करणे शिकायला हवे. आवश्यकतेपेक्षा जास्त काम आणि तणाव तुमच्या गर्भावस्थेसाठी हानिकारक असल्याचे तुमच्या बॉसला सांगा. तुम्ही सेल्फ एम्पलॉईड असाल, तर कामाचा बोजा कमी करणे अवघड असते; पण इथे थोडे लक्ष देण्यातच शहाणपणा असतो.

इतर कामे :- शिक्षिका आणि समाजसेविका लहानमुलांसोबत राहत असल्यामुळे संसर्गाच्या फेऱ्यात अडकू शकतात. चिकनफॉक्स, फिफ्थ डिसिज आणि सीएमव्ही यासारखे संसर्ग गर्भावस्थेवर परिणाम करू शकतात. जनावरांसोबत काम करणारे किंवा मांस विकणारे 'टॉक्सोप्लजमोसिस' ने ग्रस्त होऊ शकतात. (त्यांच्यात प्रतिकारक्षमता निर्माण झाली असेल, तर त्यांना काही धोका नसतो.) कोणत्याही प्रकरचा संसर्ग होण्याची शक्यता असलेल्या ठिकाणी काम करीत असाल, तर सुरक्षितता बाळगा. हात धुवा, मोजे, मास्क वापरा.

फ्लाइटं अटेंडंट आणि पायलट यांच्यासाठी प्रीटर्म लेबरचा धोका जरा वाढतो. हायअॅल्टीट्यूड असलेल्या फ्लाईटमध्ये सूर्याच्या रेडियशनच्या संपर्कात आल्यामुळे असे होते. त्यांनी कमी अंतरावरील प्रवास करावा. किंवा जमिनीवरील काम करायला हवे.

कलात्मक फोटोग्राफी, केमिस्ट, कॉस्मॉटिशियन आणि ड्रायक्लिनिंगचे काम करणाऱ्या गर्भवती स्त्रिया अनेक प्रकारच्या रसायनांच्या संपर्कात येत असतात. अशा वेळी योग्य सावधानता बाळगा. किंवा काही काळासाठी ते ठिकाण सोडून द्या.

नोकरीवर कायम राहणे :- तुम्ही शेवटपर्यंत कामावर राहण्याचा निर्णय घेतला आहे? अनेक गर्भवती स्त्रिया पूण नऊ महिने दोन्ही जबाबदाऱ्या लीलया पेलत असतात. अर्थात काही नोकऱ्या अशा असतात, की तिथे फार काही अडचणी येत नाहीत. तुम्ही टेबलावर काम करीत असाल, तर तुम्ही थेट बर्थरूममध्ये जाण्याचा निर्णय घेतला असेल. नोकरी आरामशीर असेल, तर घरी बसून व्हॅक्यूम क्लिनरशी झटापट करणे तुम्ही टाळले असेल. ऑफिसला पायी जाण्या येण्याचा फायदाही होऊ शकतो.

एका आठवड्याला ६५ तास काम करणारी गर्भवती स्त्री गर्भावस्थेतील गुंतागुंतीपासून तितकीच सुरक्षित

गर्भावस्था आणि गैरवर्तन

गर्भावस्थेमुळे कामाच्या ठिकाणी तुमच्याशी गैरवर्तन केला जात आहे? अशा वेळी गप्प राहण्याऐवजी एखाद्या विश्वासू व्यक्तीला आपल्या मनातील गोष्ट सांगा. अशा प्रकारच्या सर्व घटनांची यादी आणि पुरावे तुमच्याजवळ ठेवा. म्हणजे आवश्यकता पडल्यावर सादर करता येते.

असते, जितकी कमी काम करणारी महिला असते, असे एका अभ्यासात आढळून आले आहे. एखादी स्त्री आधीच आई असेल आणि ती उभे राहून अनेक तास काम करीत असेल, तणावाच्या सोबतीने जगत असेल आणि कष्टाचे काम करीत असेल, तर तिच्याबाबतीत प्रीटर्म लेबर, इतर रक्तदाब आणि कमी वजनाचे बाळ जन्माला येण्याचा धोका आहे.

सेल्सगर्ल, सेफ, हॉटेल वर्कर, पोलिस अधिकारी, डॉक्टर आणि नर्स यांनी २८ आठवड्यांनंतर काम करायला हवे? तुम्हाला आरामशीर वाटत असेल, तर तुम्ही आपले काम सुरू ठेवायला हवे, असे डॉक्टर म्हणतात. तसे शारीरिक त्रास तर वाढलेला असतो. जसे पाठदुखी, व्हेरिकोज व्हेन्स, हेमरॉयड.

शक्यतो जरा आधी सुट्टी घ्या. जास्त थकवा आणणारे काम करू नका. जिथे खाली पडून जखमी होण्याची शक्यता असते, तिथे काम करू नका. खरं तर प्रत्येक गर्भवती स्त्री, प्रत्येक जॉब आणि प्रत्येक गर्भावस्था वेगवेगळी असते. डॉक्टरांच्या सल्ल्याने परिस्थितीनुसार योग्य तो निर्णय घ्या.

नोकरी बदलणे :- जीवनात येणाऱ्या अनेक बदलांप्रमाणे आणखी एक बदल करून घेण्याची तुमची इच्छा आहे. तसे त्यांची अनेक कारणे असू शकतात, नाही तर भावी माता आपली नोकरी का बदलेल? कदाचित तेथील वातावरण मैत्रिपूर्ण नसेल, काम आणि मातृत्व यांच्यात समतोल साधता येत नसेल. किंवा कामाचे तास खूप जास्त असू शकतात. तुम्हाला त्याच त्या कामाचा कंटाळा येऊ शकतो. कदाचित तिथे तुमच्यासाठी आणि बाळासाठी घोका असू शकतो. काहीही असो. काम सोडण्याचा निर्णय घेण्यापूर्वी काही गोष्टींचा विचार करायला हवा.

नवीन काम शोधण्यासाठी वेळ, शक्ती आणि दृष्टी असायला हवी. कारण तुमचे सर्व लक्ष गर्भावस्थेवर केंद्रित झाले आहे. नोकरी मिळविण्यासाठी तुम्हाल अनेक प्रकारचे इंटरव्ह्यू द्यावे लागतील आणि भेटी घ्याव्या लागतील. त्यामुळे तुम्ही त्याकडे लक्ष देऊ शकणार नाहीस. गर्भावस्थेतील अडचणींसह पहिली छाप सोडणे आव्हानात्मक होऊ शकते. नवीन नोकरीवर खूप लक्ष द्यावे लागेल. तसेच सर्वांच्या नजरा तुमच्यावर असल्यामुळे तुम्हाला चुका करण्याची संधी मिळणार नाही. तुमच्याकडे उत्साह आणि धैर्य आहे का?

नवीन ठिकाणी गेल्यामुळे काही फायदा होणार आहे, की नाही याचा तिथे जाण्यापूर्वी विचार करा. क़ंपनी तुम्हाला साध्या सुट्ट्या देण्याच्या बदल्यात हेल्थ इन्सुरन्सची रक्कम हडप करील? ते लोक घरून काम करण्याची सवलत देतील? पगार चांगला आहे? सर्व काही दिसते तसे नसते. तसेही तुमच्या घरातील वातावरण डिस्टर्ब झालेच आहे. ऑफिसमध्येही तसेच व्हावे असे तुम्हाला वाटते? काही ठिकाणी पहिल्या वर्षी कमी सवलती देतात.

तसं तर फक्त गर्भावस्थेमुळे तुम्हाला कामावर न ठेवण्याचा कोणत्याही मालकाला अधिकार नाही. तुम्ही ही गोष्ट लपविली आणि काही दिवसानंतर लगेच मेटार्निटी लिव्ह मागितली तर त्यामुळे संबंध बिघडू शकतात.

नवीन नोकरीच्या ठिकाणी गेल्यावर तुम्ही गर्भवती असल्याचे तुम्हाला कळले तर? जे होईल ते स्वीकारा. काम पूर्ण करा. नोकरीतील सुरक्षिततेबाबत तुमचे अधिकार तुम्हाला माहीत असायला हवेत म्हणजे परिस्थिती नकारात्मक होणार नाही.

नोकरी करताना सुरक्षितता आणि विश्रांती

तुम्ही पहिल्यांदाच आई होत अशलात, तरी नोकरी आणि कुटुंब यात समतोल राखायला तुम्ही शिकले पाहिजे. पहिल्या आणि शेवटच्या तिमाहीत गर्भावस्थेची लक्षणे उघडपणे समोर येतात तेव्हा तुम्ही खूप थकू शकता. आमच्या या टिप्सचा वापर करून तुम्ही या दोन्ही आघाड्यांवर यशस्वी होऊ शकता तसेच बऱ्याच अंशी सुरक्षितही राहू शकता.

— दिवसाला तीन वेळा जेवा. मधून मधून साधा नास्टा घ्या. कामात असतानाही स्नॅक्स खायला विसरू नका. पर्समध्येही खाण्याचे पदार्थ ठेवा.

— वजन तपासा. तणावामुळे वजन कमी तर होत नाही ना, याची नोंद घ्या.

— वॉटल कूलरशी मैत्री करा. तुमचा रिकामा ग्लास भरून आणण्यासाठी तुम्हाला वारंवार तिथे जावे लागणार आहे. नाही तर बॉटल वापरा. जास्त पाणी पिल्याने मुत्राशयाचा संसर्ग होणार नाही.

— लघवीची इच्छा थांबवू नका. दर दोन तासांनी लघवीला जा.

— सैलसर कपडे वापरा. रक्तप्रवाहाला अडथळा करणारे घट्ट कपडे घालू नका. अनेक तास उभे राहून काम करावे लागत असेल, तर स्पोर्टिंग होज वापरा.

— अनेक तास उभे रहावे लागत असेल, तर मधून मधून बसा किंवा फिरा. एखादा लहान स्टूल मिळाला, तर उभे राहताना एका पायासाठी त्याचा आधार घ्या.

— कामात ब्रेक घ्या. उभ्या असाल, तर बसा. शक्य असेल, तर सोफ्यावर पडून कंबर सरळ करा. पाठ, कंबर आणि मानेतील ताण कमी करणारा व्यायाम करा.

— तुमच्या श्वसावर लक्ष केंद्रित करा. धूर असलेल्या ठिकाणी जाणे टाळा. धुरामुळे गर्भाला हानी पोहचते आणि तुम्हाल थकवा येतो.

— कोणतेही सामान उचलताना पाठीवर ताण येऊ देऊ नका.

— काही खाल्ल्यानंतर दात स्वच्छ करा. श्वास तजेलदार राहील, दात स्वच्छ राहतील आणि मळमळणार नाही. तोंडात जास्त लाळ जमा होत असेल, तर माऊथ वॉश वापरा. पहिल्या तिमाहीत असे नेहमीच होते.

— या दिवसांत ऑफिसला जाणाऱ्यांना कोर्टल टनेल सिंड्रोममुळे होणारी पाठदुखी त्रास देऊ शकते. याबाबतीत पूर्ण काळजी घ्या.

— तणावापासून दूर रहा. संधी मिळताच रिलॅक्स व्हा. संगीत ऐका. डोळे बंद करून पडून रहा. ध्यान करा. किंवा शतपावली करा. नव्याने ताजे तवाने होण्यासाठी काही तरी करा.

— शरीराचे म्हणणे ऐका. थकवा जाणवत असेल, तर कामाचा वेग कमी करा. थोडी विश्रांती घ्या. संध्याकाळी लवकर घरी जा.

■ ■ ■

प्रकरण-९

चौथा महिना

साधारणपणे १४ ते १७ आठवडे

आता दुसऱ्या तिमाहीला सुरूवात झाली. बहुतेक गर्भवतीसाठी हा काळ चांगला असतो. याच्या बरोबरीने शरीरात काही बदलही होतात. गर्भावस्थेतील त्रासदायक लक्षणे आता बऱ्याच प्रमाणात कमी होतात. खाण्या पिण्याच्या वस्तू पुन्हा आवडायला लागतात. ऊर्जेची पातळी पहिल्याच्या तुलनेत वाढते. स्तनांची संवेदनशीलताही कमी होते. याच दिवसात तुमचे पोटही दिसायला लागते.

या महिन्यातील गर्भाचा विकास

१४ वा आठवडा :- या आठवड्यात गर्भाचा विकास दर वेगवेगळा असू शकतो. हा दर वगळता सर्व गर्भाची विकासाची पद्धत मात्र सारखीच असते. या आठवड्यापर्यंत तुमचा गर्भ बंद मुठीच्या आकाराचा होतो. आता तो बऱ्याच प्रमाणात सरळ स्थितीत येतो. मान पहिल्यापेक्षा लांब आणि सरळ व्हायला लागते. डोके सरळ होते. इवल्याशा डोक्यावर इवलेसे केस उगवायला लागतात. शरीरावरील केसांच्या बरोबरीने हातांवरील केसही उगवायला लागतात. केसांचा हा थर त्याला उष्णाता देतो. शरीरात मेद जमा झाल्यावर केस पातळ होतात. लवकर जन्माा येणाऱ्या बाळाच्या शरीरावर असे केसांचा थर दिसतो.

चार महिन्याचा गर्भ

१५ वा आठवडा :- या आठवड्यात गर्भाची लांबी साडेचार इंच आणि वजन २-३ अंश होते. आता तो लहान संत्र्याएवढा आहे. त्याला योग्य ठिकाणी कान आले आहेत. डोळेही चेहऱ्यावर योग्य ठिकाणी येतात. तो पायाची बोटे हलवतो. अंगठा चोखू शकतो. तो सहजपणे श्वास घेतो आणि सोडतो. तुम्हाला त्याची हालचाल जाणवत नाही; पण तो मोठ्या आनंदात आपले हात-पाय हालवित असतो.

१६ वा आठवडा :- आता त्याचे वजन ३-५ अंश आणि लांबी ४-५ इंच झाली आहे. त्याच्या मांसपेशी थोड्या मजबूत होताहेत. त्याचा चेहरा सुंदर होत चालला आहे. डोळे काम

करायला लागले आहेत, पण पापण्या अजून मिटलेल्या आहेत. त्याला स्पर्शाची संवेदना कळते. तुम्ही पोटाला स्पर्श करता तेव्हा त्याला तो जाणवतो. तुम्हाला त्याची लाचाल जाणवते.

१७ वा आठवडा :- आता गर्भ तुमच्या तळहाताएवढा झाला आहे. त्याचे वजन ५ अंशापेक्षा जास्त आणि लांबी ५ इंच झाली आहे. त्याची त्वचा पारदर्शक असून शरीरात मेद जम व्हायला लागला आहे. सध्या त्याने चोखण्याची आणि गिळण्याची कला आत्मसात केली आहे. जगात आल्यावर पोट भरण्यासाठी त्याला सर्वात आधी हेच करायचे आहे. त्याच्या हृदयाची स्पंदने आता नियमित झाली आहेत.

तुम्हाला काय वाटते?

प्रत्येक स्त्री आणि गर्भावस्था वेगवेगळी असते, हे नेहमीसारखेच लक्षात ठेवा. सध्या तुम्हाला सर्व लक्षणे जाणवू शकतात किंवा त्यातील काहीच तुम्ही जाणवू शकता. काही मागील महिन्यांपासून सुरू असतात तर काही या महिन्यात नव्याने सुरू होतात. काही लक्षणांची तर माहितीही होत नाही, इतकी त्यांची आता सवय होते. काही लक्षणे कमीही जाणवू शकतात. या महिन्यात तुम्हाला खालील लक्षणे जाणवू शकतात.

शारीरिक :-
- थकवा.
- वारंवार लघवीला जावे न लागणे.
- उलटी आणि मळमळणे बंद किंवा कमी होते. काही महिलांना मॉर्निंग सिकनेस जाणवते.
- मलावरोध.
- छातीत जळजळणे, अपचन, पोट फुगणे.
- स्तनांचा आकार वाढतो, पण संवेदनशीलता कमी.

- कधी कधी डोके दुखते.
- कधी कधी बेशुद्धी किंवा चक्कर येणे.
- नाक चोंदणे किंवा कधी कधी नकातून रक्त येणे. कानात मळ होणे.
- ब्रश करताना हिरड्यातून रक्त येणे.
- भूक वाढणे.
- फक्त पावलावर किंवा हाता-पायवर सूज येणे.
- पायांवर व्हेरिकोज व्हेन्स. हेमरॉयड्स.
- योनी स्त्रावात थोडीशी वाढ.
- महिन्याच्या अखेरीस गर्भाच्या हालचाली वाढणे. (इतक्या लवकर नाही.)

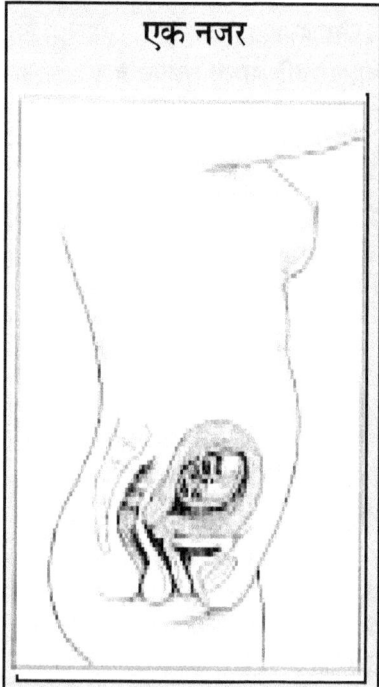

एक नजर

लहान खरबुजाच्या आकाराचे तुमचे गर्भाशय या महिन्यात पेल्व्हिक कॅव्हिटीच्या बाहेर येते. बेंबीच्या २ इंच खाली तुम्हाला त्याचा टॉप जाणवतो. डॉक्टरांच्या मदतीनेच तुम्हाला तो कळू शकतो. सध्या तुम्हाला पूर्वीचे कपडे घट्ट व्हायला लागतात.

भावनिक :-

- मूडमध्ये चढ-उतार, बेचैनी, चिडचिडेपणा, एकदम रडावेसे वाटणे.
- गर्भवती दिसण्याची उत्सुकता.
- कोणतेही कपडे घट्ट होत असल्यामुळे निराश. कारण आताच गर्भावस्थेतील खास कपडे घालण्याची वेळ आली नाही.
- आपली तब्येत ठीक नसल्यासारखे वाटणे. विसरणे आणि एकाग्रता कमी होणे.

या महिन्यातील तपासण्या :-

या महिन्यात तुम्ही डॉक्टरांकडून खालील प्रकारच्या तपासण्यांची अपेक्षा ठेवू शकता. अर्थात यातील बऱ्याच गोष्टी तुमच्या गरजेवर आणि डॉक्टरांच्या पद्धतीवर अवलंबून आहेत.

- वजन आणि रक्तदाब.
- प्रोटिनसाठी रक्त आणि लघवी तपासणी.
- गर्भाच्या हृदयाची स्पंदने.
- गर्भाशयाचा आकार (बाहेरून).
- गर्भाशयाचा वरील भाग, उंची.
- हाता-पायांवरील सूज. व्हेरिकोज व्हेन्ससाठी पाय.
- काही इतर वेगळी लक्षणे.
- तुमचे काही प्रश्न आणि शंका.

तुम्ही काय विचार करता?

दातांशी संबंधित समस्या

''माझ्या तोंडाची अवस्था बेकार आहे. ब्रश करताना हिरड्यातून रक्त येते. आता दंत चिकित्सा करायला हवी का?''

- हासून घ्या. तुम्ही गर्भवती असल्यामुळे तुमचे सर्व लक्ष पोटाकडे असून त्यामुळे दातांकडे तुमचे दुर्लक्ष होत असावे. गर्भावस्थेतील हार्मोन तुमच्या हिरड्यांना पोषक नसतात. ते तुमच्या दुसऱ्या म्युकस मेंब्रेनप्रमाणे सुजतात. त्यांच्यात आग होते आणि रक्त निघते. याचमुळे हिरड्या प्लॉक बॅक्टरियासाठी संवेदनशील होतात. काही स्त्रियांची अवस्था तर अजून केविलवाणी होते. त्यांना 'जिंजीव्हायटिस' होतो. आमच्या सूचना अमंलात आणा आणि निरोगी दात व हिरड्या ठेवा.

सावधान

दात ब्रश करताना हिरड्यातून रक्त येत असेल, तर डॉक्टरांना दाखवा. कदाचित 'प्रेगनन्सी ट्यूमर'मुळेही असे होऊ शकते. अर्थात त्यामुळा काही नुकसान होत नाही. तसं तर प्रसूतीनंतर तो आपोआप बरा होतो; पण तो जर जास्त त्रास द्यायला लागला, तर डॉक्टर किंवा डेंटिस्टकडून उपचार करून घ्या.

- रोज दात स्वच्छ करा आणि ब्रश करा. क्लोराईडयुक्त टुथपेस्ट वापरा. जीभही स्वच्छ करा. त्यामुळे श्वास ताजा राहतो आणि बॅक्टेरिया जमत नाहीत.
- डॉक्टरांच्या सल्ल्याने गुळण्या करण्यासाठी औषध घ्या. त्यामुळे दात हिरड्या निरोगी राहतील.
- जेवण्यानंतर ब्रश करणे शक्य नसेल, तर बिन साखरेची गम चघळा. त्यामुळे तोंडात लाळ निर्माण होऊन दात स्वच्छ होतात. गम जायलोटोलयुक्त असेल, तर दात सडणार नाहीत. सुपारी चघळा म्हणजे तोंडातील आम्लता कमी होते.
- खाताना प्रत्येक पदार्थावर लक्ष ठेवा. नंतर ब्रश करणे शक्य असेल, तरच गोड खा. क जीवनसत्त्वयुक्त खाद्यपदार्थ घ्या म्हणजे हिरड्या निरोगी राहतील आणि त्यातून रक्त येणार नाही. कॅल्शियमचा रोजचा डोस घ्या.

- काहीही त्रास होत नसला, तरीही गर्भावस्थेतील नऊ महिन्यांच्या कालावधीत एकदा तरी दातांची तपासणी करून घ्या. दातांची स्वच्छता नसेल, तर हिरड्यां सुजतात. आधीपासूनच हिरड्यांना त्रास होत असेल, तर डॉक्टरांना दाखवा.

डॉक्टर किंवा डेंटिस्टला भेटायला अजिबात उशीर करू नका. जिंजिव्हायटीसवर उपचार झाला नाही, तर गर्भावस्थेतील गुंतागुंतीशी संबंधित हिरड्यांचे गंभीर प्रश्न निर्माण होऊ शकतात. दात सडल्यामुळे होणारा संसर्ग तुम्हा दोघांसाठीही धोकादायक असतो.

गर्भावस्थेत दंत उपचार आवश्यक असतील तर? तसं तर पहिल्या तिमाहीनंतर नायट्रस ऑक्साईडचा लहानसा डोस पुरेशा असतो. जास्त गंभीर उपचार मात्र टाळायला हवेत. दंत चिकित्सा करण्यापूर्वी आणि नतंर अनेक ॲंटिबायोटिक्स घ्यावे लागतात. त्यामुळे त्यापूर्वी डॉक्टरांचा सल्ला घ्या.

श्वास घेताना त्रास

"कधी कधी मला श्वास घ्यायला त्रास होतो. तसे हे नॉर्मल आहे का?"

दीर्घ श्वास घ्या आणि शांत बसा. दुसऱ्या तिमाहीच्या सुरूवातीला अनेक महिलांना असा त्रास होतो. त्यासाठी तुम्ही गर्भावस्थेतील हार्मोन्सला जबाबदार धरू शकता. त्यामुळे तुमच्या श्वासांची खोली आणि वारंवारता वाढते. त्यामुळे तुम्हाला खूप थकवा येतो. त्यामुळे शरीरातील कॅपलरीजवर सूज येते. त्यात श्वसन यंत्रणेचाही समावेश असतो. फुफ्फुसे आणि ब्रोकाईलच्या मांसपेशी शिथील होतात. त्यामुळे श्वास घेताना त्रास होतो. गर्भावस्था वाढल्यावर गर्भामुळेही असे होते. फुफ्फुसांचे योग्य प्रसारण होत नाही.

यामुळे तुम्हाला थोडे असामान्य वाटू शकते, पण गर्भाला काही त्रास होत नाही. त्याच्याजवळील प्लॅसेंटामध्ये भरपूर प्रमाणात ऑक्सिजन असतो.

- एक्स रे करणाऱ्याला गर्भावस्थेची कल्पना द्या.
- अजाणतेपणी आधीच एक्स रे करावा लागला असेल, तर काळजी करू नका.

तुम्हाल श्वास घेण्यात खूपच त्रास होत असेल, ओठ आणि बोटांचे कांडे निळे पडत असतील, छातीत दुखत असेल, नाडीची गती वाढली असेल, तर डॉक्टराना भेटायला उशीर करू नका.

नकापुड्यातील घाण आणि नाकातून रक्त येणे

"माझ्या नाकपुड्यात खूप घाण जमा होते. कधी कधी तर उगीच नाकातून रक्त यायला लागते. हे सर्व गर्भावस्थेमुळे होते?"

या काळात सध्या फक्त तुमचे पोटच वाढत नाही, तर ॲस्ट्रोजन आणि प्रोस्ट्रेजेनच्या वाढत्या प्रमाणामुळे नाकात म्यूकसची घाण वाढते. हा म्यूकस वाढण्यामागे एकच कारण असते, की तुमचा संसर्ग पसरविणाऱ्या

किटाणूंपासून बचाव करणे. त्यामुळे गर्भावस्थेत नाकातील घाणही वाढते आणि कधी कधी नाकातून रक्तही येते.

नाक पूर्णपणे बंद झाले असेल, तर तुम्ही सेलाईन स्प्रे किंवा स्ट्रिपचा वापर करू शकता. तुमच्या खोलीत ह्युमिडीफायर लावले असेल, तरीही नाक मोकळे होण्यास मदत होते. गर्भावस्थेत ॲंटिहिस्टेमाईन स्प्रे वापरू देत नाहीत. डॉक्टरांच्या सल्ल्याने तुम्ही त्याचा वापर करू शकता.

क जीवनसत्त्वयुक्त आहाराच्या सोबतीने २५० मि.ग्रॅ. चा डोसही तुम्हाला आराम देऊ शकतो. त्यामुळे नाकातून रक्तस्राव होण्याची शक्यता कमी होते.

नाकातून रक्त येत असेल, तर थोडे वाकून उभे रहा. झोपू नका. अंगठा आणि तर्जनीच्या मदतीने नकाचा वरील भाग दाबून धरा. रक्त येणे थांबत नाही, तोपर्यंत असेच करा. रक्त जास्त प्रमाणात येत असेल, तर डॉक्टरांचा सल्ला घ्या.

घोरणे

''मी रात्रीला खूप घोरत असल्याचे पतीने सांगितले. असे का होते?''

घोरणे घोरणाऱ्याची आणि ऐकणाऱ्याचीही झोप उडवते. गर्भावस्थेत मात्र ही सामान्य बाब आहे. नाकात घाण जमा झाल्यामुळे किंवा नाक बंद झाल्यामुळे असे होत असेल, तर नोजल ड्रॉप वापरल्याने किंवा डोके उंच ठेवून झोपल्याने हा त्रास बऱ्याच प्रमाणात कमी होतो. वजन वाढल्यावरही घोरणे होते. त्यामुळे आवश्यकतेपेक्षा जास्त वजन वाढवू नका.

कधी कधी घोरणे हे 'स्लिप ॲनिमिया'चे लक्षणही असते. त्यामुळे झोपल्यावर काही वेळासाठी श्वास थांबतो. तुम्ही दोन जिंवासाठी श्वास घेत असल्यामुळे

> **झोप येत नाही?**
>
> प्रेगनन्सी हार्मोन्स आणि पोटाचा उभार यामुळे झोपण्यात अडचणी येताहेत? झोप येण्यासाठी कोणतेही औषध घेण्यापूर्वी डॉक्टरांचा सल्ला घ्या. किंवा आम्ही याच पुस्तकात इतरत्र सांगितलेल्या सल्ल्यावर अमंलबजावणी करा.

पुढच्या भेटीत याबाबत डॉक्टरांना सांगायला विसरू नका.

ॲलर्जी

''गर्भावस्थेला सुरूवात होताच माझी ॲलर्जी वाढली आहे. माझे नाक सतत वाहते.''

तसे तर गर्भावस्थेत नाकातील म्युकस वाढतो. सामान्य कंजेशन म्हणजेच तर तुम्हाला ॲलर्जी वाटत नाही ना? अर्थात गर्भावस्थेत बऱ्याच जणांना आपली ॲलर्जी कमी झाल्यासारखे वाटते. काही जणाची परिस्थिती मात्र बिघडते. काही लोकांना मात्र काहीच फरक पडत नाही. तुमची लक्षणे वाढताहेत, त्यामुळे तुम्ही त्या सुदैवी लोकांपैकी नाहीत, असे वाटते. ॲलर्जीसाठी कोणतेही औषध घेण्यापूर्वी डॉक्टरांना विचारा. कारण सर्व प्रकारची हिंस्टेमाईन औषधे गर्भावस्थेत सुरक्षित नसतात. तुम्ही अजाणतेपणी असे औषध घेतले असेल, तर त्याची चिंता सोडा.

गर्भधारणेपूवी ॲलर्जी शॉट घेतले जाऊ शकतात. गर्भधारणा झाल्यानंतर ॲलर्जी शॉट घेणे सुरक्षित नसल्याचे ॲलर्जिस्टचे म्हणणे आहे.

उपचारापेक्षा सावधगिरी चांगली, हे तर तुम्हालाही माहीत आहेच. सर्वात आधी तुमच्या ॲलर्जीचे कारण जाणून घ्या. नंतर मग त्यापासून बचाव करण्याचा प्रयत्न करा. अशा प्रकारे येणारे बाळही त्या ॲलर्जीपासून वाचू शकेल.

आमचा सल्ला वापरा खूप उपयुक्त आहे.

ॲलर्जी आणि आहार

आईची ॲलर्जी बाळालाही होणार नाही, हीच भीती असते. स्तनपान करणाऱ्या स्त्रिया ॲलर्जी असणाऱ्या पदार्थांचे मोठ्या प्रमाणात सेवन करीत असतील, तर ही ॲलर्जी बाळालाही होत असल्याचे अभ्यासातून आढळले आहे.

तुम्हालाही ॲलर्जी असेल, तर तुमच्या आहारातून असे खाद्यपदार्थ बाजूला सारण्यापूर्वी डॉक्टरांचा सल्ला घ्या. त्यांनी तसे करायला सांगितले तरच तसे करा.

- तुम्हाला बाहेरील प्रदूषणाचा त्रास होत असेल, तर तुमच्या ए.सी. रूममध्येच जास्त काळ थांबा. बाहेरून आल्यावर तोंड, हात-पाय धुवून कपडे बदला. घराबाहेर मोठ्या फ्रेमचा चष्मा वापरा म्हणजे डोळ्यांना प्रदूषणाचा त्रास होणार नाही.
- धुळीमुळे त्रास होत असेल, तर घराची साफ सफाई आणि झाड झूड करायला दुसऱ्याला सांगा. नेहमीच्या झाडूऐवजी व्हॅक्यूम क्लिनरचा वापर करा. धूळ असलेली कपाटे आणि जुनी पुस्तके यापासून दूर रहा.
- ख़ाण्याच्या विशिष्ट पदार्थाची ॲलर्जी असेल, तर दुसरे खाद्य पदार्थ निवडा. पाचव्या प्रकरणाच्या मदतीने गर्भावस्थेतील आहार ठरवू शकता.
- तुम्हाला प्राण्यांची ॲलर्जी असेल, तर त्यापासून दूर रहा आणि तुमच्या मित्रांनाही त्यांची कल्पना द्या. म्हणजे तुम्ही तिथे जाल तेव्हा ते प्राण्यांना बाहेर काढू शकतील. तुमच्या घरातही असा एखादा प्राणी असेल, तर त्याला तुमच्या झोपण्याच्या खोलीत फिरकू देऊ नका.
- सिगारेट आणि तंबाखूच्या धुरापासून तुम्ही सहजपणे बचाव करू शकता कारण सरकारने सार्वजनिक ठिकाणी धुम्रपानावर बंदी घातली आहे. सिगारेट, पाईपच्या धुरापासून दूर रहा.

योनीस्त्राव

''माझ्या योनीतून फिक्कट पातळ आणि पांढरा स्त्राव वाहतो. मला एखादा संसर्ग झालाय का?''

- पातळ, पांढरा आणि थोडा वास असलेला स्त्राव गर्भावस्थेत साधारणपणे वाहतच असतो. त्यामुळे तुमच्या योनीचा संसर्गापासून बचाव होतो तसेच बॅक्टेरियाचा समतोल राखला जातो. दुर्दैवाने त्यामुळे तुमच्या अंडरवेअरची अवस्था मात्र खूप वाईट होते. कारण शेवटच्या महिन्यापर्यंत तो खूप घट्ट होतो. त्यामुळे अनेक महिला पँटी लायनर पॅडचा वापर करतात. यासाठी टॅपून वापरू नका. कारण त्यामुळे अनावश्यक कीटाणू निर्माण होऊ शकतात.

अर्थात त्यामुळे तुमच्या जोडीदाराला मुख संभोग करण्यात थोडी अडचण निर्माण होऊ शकते. तसेच तुम्हालाही थोडी अडचण निर्माण होऊ शकते. तसे यात काळजी करण्यासारखे काही नाही. तुम्ही स्वतःला स्वच्छ ठेवण्याचा प्रयत्न केला, तर त्यासाठी दोषी समजू नका. त्यामुळे योनीतील मायक्रोऑर्गेज्मिचे संतुलन बिघडू शकते आणि 'बॅक्टेरिअल व्हॅन्झाईस' होऊ शकतो.

वाढलेला रक्तदाब

''मागच्या वेळी मी डॉक्टरांकडे गेले होते तेव्हा माझा रक्तदाबल थोडा वाढलेला होता. यामध्ये काळजी करण्यासारखे काही नाही ना?''

त्यात घाबरण्यासारखे काही नाही. तुम्ही रक्तदाबाची काळजी करायला लागलात, तर काळजीमुळे तो अधिक वाढेल. कदाचित त्या दिवशी तुम्ही ट्रॅफिक जॅममध्ये अडकल्यामुळे किंवा घरी जाऊन

कामे उरकण्याच्या घाईमुळे परेशान असाल. किंवा कदाचित तुमचे वाढते वजन अथवा नवीन प्रकारची काही लक्षणे आढळून आल्यामुळेही तुम्ही काळजी करीत असाल. किंवा तुमच्या गर्भाच्या हृदयाची स्पंदने कण्यासाठी तुम्ही उत्साहीत झाला असाल. क़दाचित एका तासानंतर तुमचा वाढलेला रक्तदाब नियमित झाला असेल. पुढच्या वेळी रक्तदाब मोजण्यासाठी जाल तेव्हा मन शांत ठेवण्याच्या काही तंत्राचा वापर करा. चांगल्या आनंदी गोष्टींचा विचार करा.

पुढच्या वेळीही रक्तदाब थोडा वाढलेला आढळला, तर काळजीचे काही कारण नाही. त्यामुळे काही हानी होत नाही. प्रसूतीनंतर तो आपोआप सामान्य होतो.

बहुतेक गर्भवती स्त्रियांचा रक्तदाब दुसऱ्या तिमाहीत कमी होतो. कारण गर्भाच्या विकासासाठी तुमच्या शरीराला अनेक तास सलग श्रम करावे लागत असतात.

तिसऱ्या तिमाहीत तो थोडा वाढायला लागतो. एक- दोन वेळा तपासल्यानंतरही तो वाढलेलाचा आढळल, तर डॉक्टर जरा काळजीपूर्वक तपासणी करतात कारण त्याचा संबंध लघवीतील प्रोटिन, हाता-पायावरील सूज आणि अचानक वाढलेले वजन याच्याशी असतो.

लघवीतील साखर

''मागच्या वेळी माझ्या लघवीत साखर आढळून आल्यावर काळजीचे काही कारण नसल्याचे डॉक्टरांनी सांगितले. हे मधुमेहाचे लक्षण नाही का?''

ड़ॉक्टराचा सल्ला ऐका. काळजी करू नका. तुमचे शरीर जे करायला हवे तेच करीत आहे. तुमच्या गर्भाला पुरेशा प्रमाणात ग्लुकोज (साखर) मिळावे यासाठी ते योग्य प्रयत्न करीत आहे.

इन्सुलिन हार्मोन तुमच्या शरीरातील साखर नियंत्रित करीत असतात. तसेच शरीरातील पेशींना पुरेशा प्रमाणात पोषण मिळेल, याची काळीज घेत असतात. गर्भावस्थेत रक्तात योग्य प्रमाणात साखर असावी यासाठी तुमचे शरीर प्रयत्न करीत असते. त्यामुळे गर्भाचे योग्य प्रकारे पोषण होते. पण ही यंत्रणा प्रत्येक वेळी योग्य प्रकारे काम करतेच, असे नाही. अनेक वेळआ अँटी इन्सुलिनचा परिणाम इतका जास्त असतो, की त्यामुळे आई आणि गर्भाच्या आवश्यकतेपेक्षा अधिक साखर रक्तात मिसळते आणि कीडनीही त्याला थांबवू शकत नाही. ही जास्तीची साखर मग लघवीत मिसळते. दुसऱ्या तिमाहीत ही एक सामान्य बाब असते. साधारणपणे पन्नास टक्के स्त्रियांना या परिस्थितीचा सामना करावा लागतो.

बुहतेक महिलांच्या शरीरात रक्तातील साखरेचे प्रमाण वाढल्यावर शरीर इन्सुलिनचे प्रमाण वाढवून त्याला प्रतिसाद देते. पुढच्या वेळी तुम्ही तपासणीसाठी जाल तेव्हा सर्व काही नॉर्मल झालेले असेल. ज्यांना मधुमेह झालेला असतो, ज्यांना मधुमेहाची इतर लक्षणेही जाणवत असतात, त्यांच्या शरीरात योग्य प्रमाणात इन्सुलिन नसल्यामुळे रक्तात आणि लघवीत जास्त प्रमाणात साखर आढळते. ज्या महिलांना आधीपासून मधुमेह नसतो, त्यांच्यासाठी अशी लक्षणे म्हणजे 'गॅस्टेशनल डायबेटीस' असतो.

प्रत्येक गर्भवती प्रमाणे तुम्हालाही २६ व्या आठवड्यापर्यंत ग्लुकोज स्क्रिनिंग टेस्ट करावी लागेल म्हणजे गॅस्टेशनेल डायबेटीस आहे की नाही ते कळते. तोपर्यंत लघवीत आढळणाऱ्या या साखरेकडे जास्त लक्ष देऊ नका.

ॲनिमिया (रक्ताल्पता)

''गर्भावस्थेत माझ्या एका मैत्रिणीला

ॲनिमिया झाला होता. हे नॉर्मल आहे का?''

गर्भावस्थेत साधारणपणे लोहाच्या कमतरतेमुळे ॲनिमिया होऊ शकतो, पण तुम्ही मात्र यापासून बचाव करू शकता. डॉक्टरांशी पहिली भेट झाल्यानंतर ॲनिमियासाठी तुमची तपासणी झाली असेल. त्यावेळी तुमच्या शरीरात लोह कमी असायलाच हवे, असे नाही.

जसा जसा काळ पुढे जातो, तशी ही गरज वाढते, साधारणपणे २० व्या आठवड्यानंतर तुमच्या रक्तातील लाल पेशींच्या निर्मितीसाठी लोहाची गरज वाढते. तसं तुम्ही नियमितपणे लोहाच्या गोळ्याचे डोस घेत असाल, तर तुम्हाला ॲनिमिया होण्याची अजिबात शक्यता रहात नाही. गर्भावस्थेच्या काळात डॉक्टरच तुम्हाला हे औषध देतात. तुमच्या आहारातही लोहयुक्त पदार्थांचे प्रमाण वाढवायला हवे. क जीवनसत्त्वयुक्त आहार घेतल्यानेही लोहाचे शोषण करण्यास मदत मिळते.

ॲनिमियाची लक्षणे

ॲनिमिया झालेल्या आईचा चेहरा पिवळा पडतो. ती खूप अशक्त होते. लवकर थकते. कधी कधी बेशुद्ध पडते. तसं तर सर्वच डॉक्टर लोहाच्या गोळ्या देतात, पण या माता लवकर लवकर दोन-तीन बाळांना जन्म देतात. त्यांच्या उलट्या थांबत नसतील, मॉर्निंग सिकनेस असेल, तर त्या कमी खाण्यामुळे अल्पपोषित होतात. त्या सहजपणे ॲनिमियाला बळी पडतात. डॉक्टरांकडून योग्य औषधे आणि आहार घेऊन यापासून बचाव करता येतो.

गर्भाच्या हालचाली

''मला अजून गर्भाच्या हालचाली जाणवत नाहीत. काही गैर तर नाही ना? किंवा मला त्या हालचाली जाणून घेता येत नाहीत की काय?''

त्या सर्व टेस्ट, अल्ट्रासाऊंड, पोटाचा उभार आणि गर्भाच्या हृदयाची स्पंदने हे सर्व विसरून जा. फक्त गर्भाच्या हालचालीमुळेच तुम्ही आई होणार असल्याचा पक्का पुरावा मिळत असतो.

आता तुम्हाला त्या जाणवून घ्यायच्या आहेत. साधारणपणे सर्व मातांना या हालचालीची माहिती चौथ्या महिन्यापासून होते. खरं तर गर्भाच्या हालचाली सातव्या आठवड्यापासूनच सुरू झालेल्या असतात. आईला त्या इवल्याशा हाता-पायाच्या हालचाली जाणवत नाहीत. १४ ते २६आठवड्या दरम्यान या हालचाली ऐकू येतात. १८ ते २२ आठवड्या दरम्यान त्या तीव्रतेने जाणवतात. आधी आई झालेल्या स्त्रियांना या हालचाली लवकर जाणवतात. त्यांच्या पोटाच्या आणि गर्भाशयाच्या पेशी ढिल्या असल्यामुळे हे जाणवण्यात त्यांना काही अडचण येत नाही. पहिल्यांदा आई होणारी स्त्री जर जाड असेल, तर तिला हे लवकर जाणवत नाही. प्लेसांटाच्या स्थितीमुळेही खूप फरक पडतो. त्यामुळे हालचाल जाणवण्यासाठी आणखी काही आठवडे लागू शकतात.

काही वेळा गर्भावस्थेच्या चुकीच्या तारखेमुळेही गर्भाची हालचाल जाणवत नाही. अनेक वेळा आईला तो गॅस किंवा पचनसंस्थेतील गडबड असल्याचे वाटते. सुरूवातीच्या अवस्थेतील या हालचालीबाबत काहीही बोलणे, जरा अवघडच असते. काही वेळा पोटात घाबरल्यासारखे किंवा एखादी बारीक वस्तू पोटाच्या बाहेर येत असल्यासारखे वाटते. कारण प्रत्येक आईला ही हालचाल आपल्या पद्धतीने जाणवत असते. यामुळे तुमच्या चेहऱ्यावर हासू फुलते.

बॉडी इमेज

''मी नेहमीच माझे वजन नियंत्रित ठेवले आहे. आता जेव्हा मी वजन काट्यावर चढते किंवा स्वतःला आरशात बघते तेव्हा मला तणाव

निर्माण होतो, की आता मी जाड दिसते.''

तुमच्या दिसण्याची तुम्ही खूप काळजी घेता, हे कबूल आहे. तसेच तुम्ही वजन नेहमी नियंत्रणात ठेवले आहे, हेही खरे आहे. त्यामुळे हे सर्व खूप टेन्शनयुक्त असू शकते; पण असे व्हायला नको. गर्भावस्थेत तर असे होणारच. तुमचे वजन वाढायलाच हवे. तुमच्या गर्भालाही योग्य पोषण मिळायला हवे.

तसं तर बहुतेकांना गोल गरगरीत गर्भवती स्त्रिया सुंदर दिसतात. त्यांच्या जोडीदारालाही त्या आवडतात. जुन्या दिवसांच्या आठवणी काढून परेशान होण्याऐवजी या गोल गरगरीत आकाराचा आनंद घ्या. तुमच्या वाढणाऱ्या वजनाची काळजी करण्याऐवजी इवल्याशा सुंदर बाळाची स्वप्ने पहा. तुम्ही डॉक्टरांच्या सल्ल्यानुसार योग्य प्रकारे आहार घेत असाल, तर या काळात फक्त तुमचे वजन वाढते, तुम्ही जाड होत नाहीत. वजन वाढले याचा अर्थ गर्भाचे योग्य प्रमाणात पोषण होते, असाच आहे. बाळाने या जगात पाऊल ठेवताच तुमचे वजन पुन्हा पूर्वीसारखे होते.

गर्भावस्थेतील फोटो

लवकरच तुम्हाला या दिवसांचा विसर पडणार आहे, कारण तुम्ही बाळाच्या कोड कौतुकात हरवून जाणार आहात. गर्भावस्थेतील सर्व महिन्यांत एकेक फोटो काढून त्याचा अल्बम तयार करा. अल्ट्रासाऊंडचे फोटोही तुम्ही त्यात लावू शकता. या दिवसाच्या सुंदर आठवणी नंतर तुमच्या बाळालाही खूप आवडतील.

तुम्ही डॉक्टरांच्या सल्ल्याकडे लक्ष दिले नाही, तर हा तणाव तुम्हाला वारंवार फ्रीजकडे घेऊन जाईल. मग तुम्ही खरोखरच जाड व्हाल. एकदम वजन कमी करण्यापासून तुम्ही दूर रहायला हवे. ते योग्य प्रकारे वाढवायला हवे. तुमच्या आहारातून फालतू कॅलरीज कमी करायला हव्यात आणि पोषक घटकांचे प्रमाण वाढवायला हवे.

तुमच्या वजनावर लक्ष ठेवा आणि व्यायाम करीत रहा म्हणजे तुमच्या शरीरातील सर्व भागांचे वजन वाढेल. व्यायाम केल्यामुळे अँड्रोफिनचा स्त्रावही होईल

पोटाच्या उभारासह स्लिम दिसण्याची इच्छा

गर्भावस्थेत स्थुलपणा वाढल्यावरही तुम्ही स्लिम दिसण्यासाठी काही पद्धतींचा वापर करू शकता.

क्राळा रंग :- काळा, नेव्ही ब्ल्यू किंवा चॉकलेटी यासारखे गडद रंग तुमच्या शरीराला सडसडीत आकार मिळवून देतात. मग तुम्ही टी शर्ट किंवा टाईट पँट घातली तरी चालते.

एकाच रंगाची निवड :- पूर्ण शरीरावर एक सारख्या रंगाचे कपडे वापरलयमुळेही तुम्ही सडसडीत आणि सुडौल दिसू शकता. दोन रंगांचे कपडे घातल्यावर सर्वांचे लक्ष ज्या ठिकाणी मेदाचे थर चढले आहेत तिकडेच जाते.

उभ्या रेषा :- होय, उभ्या रेषा असलेले कपडे वापरल्यामुळे तुम्ही उंच आणि सडसडीत दिसाल. आडव्या किंवा तिरप्या रेषांचे कपडे घातल्याने जाडी ठळक होते. ज्यांना लंब झिप, बटन किंवा शिलाई आहे असचे कपडे वापरा.

काही विशेष :- तुमच्या शरीराचा जो भाग लपवायचा आहे, तो कपड्याने झाका. सुजलेले पाऊल दिसायला नको असेल, तर ते सुंदर बुटांनी किंवा पँटने झाका.

फीट रहा :- घट्ट नसलेले, पण फीट बसणारे कपडे वापरा म्हणजे लटकणाऱ्या खांद्यामुळे तुमची सैलसर छबी समोर येईल. कपडे फीट असतील तर तुम्ही सडसडीत आणि स्मार्ट दिसाल.

आणि तुम्ही आनंदी रहाल.

गर्भावस्थेत तुमच्यासाठी काही विशेष प्रकारचे फॅशनेबल कपडे निवडा. कारण असे कपडे वापरण्याची हीच योग्य वेळ आहे. आताही तुम्ही पहिल्यासारखाच बारीकशा टॉप घालण्याचा प्रयत्न केला, तर तुम्ही नक्कीच विनोदी दिसाल. तुमची केसरचना आमि मेकअपची पद्धत यातही थोडा बदल करा आणि सुंदर दिसा.

गर्भावस्थेतील कपडे

''मी माझे जुने ड्रेस वापरू शकत नाही. गर्भावस्थेसाठी वेगळे कपडे खरेदी करण्याची हिमंत होत नाही.''

गर्भवती स्त्रिया चोंग्यासारख्या लांब कपड्यात पूर्ण नऊ महिने वावरायच्या तो काळ आता मागे पडला आहे. आता तर स्टाईलचा जमाना आला आहे. आता तर एकापेक्षा एक रंग आणि डिझाईनचे कपडे मिळतात. तुमच्या आसपासच्या एखाद्या मॅटर्निटी स्टोअर किंवा मॅटर्निटी कॉर्नरमधून तुमच्यासाठी चांगला ड्रेस निवडा. त्यामुळे तुम्ही नक्कीच रोमांचित व्हाल.

खरेदी करताना या सूचनांकडे लक्ष द्या.

- तुमच्या शरीराची आणखी खूप वाढ होणार आहे. हे कपडे महागडे असू शकतात. त्यामुळे विचारपूर्वक त्यांची निवड करा. बाजारात जाण्यापूर्वी आपले कपाट तपासा. त्यातही काही कामाचे कपडे सापडू शकतात. मेटर्निटी स्टोअर मध्ये प्रेगनन्सी पिलोही असतात. कपडे ट्राय करताना ते शरीराला लावून पहा. म्हणजे पुढील काळातही ते उपयोगी पडतील का नाही, याचा तुम्हाला अंदाज येईल.
- कपडे कोणत्याही स्टोअरमधून घेतले तरी तुम्हाला फीट बसत असतील, तर आरामशीर वापरा. त्यामुळे व्यर्थ खर्च वाचू शकतो. तुम्ही आवश्यकतेपेक्षा जास्त फॅशनच्या चक्रात पडलात, तर मात्र नुकसान होईल. कारण हे कपडे तुम्हाला फार थोडे दिवस वापरायचे आहेत. प्रसूतीनंतर फॅट कमी होतील, तेव्हा तुम्हाला त्याकडे बघावेही वाटणार नाही.
- पोटाचा उभार जाणवणार नाही, असे कपडे वापरा. लोकट जिन्स आणि पँटही वापरता येईल.
- अंतवस्त्राच्या बाबतीत मात्र तडजोड करू नका. चांगल्या स्टोअरमधून ब्रा खरेदी करा. ज्या तुमच्या वाढत्या स्तनांना योग्य आकार आणि आधार देऊ शकतील. एका वेळी दोनपेक्षा जास्त ब्रा खरेदी करू नका. तुमच्या स्तनांचा आखार आणखी वाढल्यावर पुन्हा दोन ब्रा खरेदी करा.
- तसं तर विशेष मेटर्निटी अंडरविअर वापरणे आवश्यक नाही, पण वापरायच्याच असतील, तर आम्ही तुम्हाला सांगतो की नव्या स्टाईलच्या थाँग्ज आणि बिकनी पँटिज तुमच्यासाठी आहेत. तुमच्या नेहमीच्या साईजपेक्षा थोड्या मोठ्या आकाराच्या खरेदी करा. त्या जास्त सेक्सी दिसतात. आवडीचे रंग निवडा. कपडा सुती असेल, याची मात्र काळजी घ्या.
- तुमच्या जोडीदाराच्या कपड्याच्या कपाटात डोकावा. त्याचे अनेक सैलसर कपडे तुम्हाला येऊ शकतात. पहिली पाच- सहा महिने तर तुम्ही अगदी आरामशीरपणे त्यांचे पँट शर्ट वापरू शकता. त्यानंतर तुम्हाला तुमच्या कपड्यांची सोय करावी लागेल.
- मॅटर्निटी कपड्यांच्या बाबतीत तुम्हाला देणे-घेणे शिकावे लागेल. दुसऱ्यांचे कपडे व्यवस्थित येत असतील, तर वापरायला काही हरकत नाही. ते कपडे तुमच्या सोयीने वापरले, तर तुम्हाला त्यात नावीन्य जाणवेल. जे मेटर्निटी कपडे वापरायचे नाहीत, ते तुमच्या मैत्रिणीला द्या.

अशा प्रकारे खूप कमी खर्चात काम भागेल.

- गर्भावस्थेत चयापचयाचा दर अधिक असल्यामुळे तुमचे शरीर गरम असते. त्यामुळे सुती कपडे निवडणे चांगले. त्यामुळे तुम्ही 'हिटरॅश' पासूनही तुमचा बचाव करू शकाल. फिक्कट रंगाचे सैलसर आरामदायक कपडे निवडा. वातावरण थंड असेल, तर एकावर एक कपडे घाला. म्हणजे आवश्यकता पडल्यास कपडे उतरता येतील.

प्री बेबी सिटर

''आता माझे पोट चांगलेच वर दिसायला लागले आहे. मी खरेच गर्भवती आहे. आम्ही हा निर्णय विचारपूर्वक घेतला होता, तरीही आता मला भीती वाटायला लागली आहे.''

तुमचे प्रकरण प्री बेबी सिटरचे असावे, असे वाटते. तुमच्यासारख्या अनेक माता गर्भावस्थेत या मानसिकतेला बळी पडतात. त्यांना आपल्याच निर्णयाबद्दल शंका येऊ लागते. या एका निर्णयामुळे तुमचे सर्व जीवन बदलणार आहे, असा विचार करा. तुम्ही दोघे काय खाणार, काय पिणार, कधी झोपणार आणि कसे जगणार, हे सर्व काही येणारे बाळच नक्की करणार आहे. तुमचे जीवन जणू पुन्हा नव्याने सुरू होणार आहे. अनेक मानसिक आणि शारीरिक गरजा वाढतील.

तसं तर यावेळी वाटणारी ही भीती योग्यच आहे. त्यामुळे बाळ येण्यापूर्वीच तुम्ही मानसिकरित्या त्यासाठी तयार असाल आणि प्रत्येक प्रकारच्या आव्हानाचा सामना करू शकाल. तुमचे मित्र आणि सहकारी यांच्याशी याबाबतीत बोला म्हणजे ते तुम्हाला मानसिक आधार आणि समाधान देतील.

जीवन पूर्णपणे बदलून जाणार आहे; पण हा बदल चांगल्यासाठीच होता, हेही तुम्हाला लवकरच उमजेल.

अनावश्यक सल्ले

''मी गर्भवती असल्याचे आता सर्वांनाच दिसते. नातेवाईकांपासून येणारे जाणारे सर्वच जण मला सल्ले देतात. त्यामुळे मी वेडी होईल,असे मला वाटते.''

खरं तर तुमच्या पोटाचा आकार प्रत्येक अनुभवी स्त्रीला तुम्हाला सल्ला देण्यासाठी प्रोत्साहित करीत असतो. तुम्ही सकाळी पार्कमध्ये जॉगिंग करीत असाल, तर कोणत्या ना कोणत्या कोपऱ्यातून आवाज आल्याशिवाय राहणार नाही. अशा परिस्थितीत पळणे चांगले नसते. सूपर मार्केटमधून दोन थैल्या घेऊन निघाल्यावर कोणी ना कोणी तुम्हाला म्हणणारच, 'अशा वेळी तुम्ही इतके वजन उचलू नका.' आइस्क्रिम पार्लरमध्ये आइस्क्रिमवर डबल डिप घालाल तर कोणी तरी नक्कीच म्हणेल, 'हनी, इतके बेबी फॅट वापरणे अवघड होईल.'

तुम्हाला मुलगा होणार की मुलगी याचा अंदाज सांगणारेही अनेक असतात. खरं तर आमच्या दाईच्या अनेक गोष्टी शास्त्रीय कसोटीवर उतरल्या आहेतः पण ज्या गोष्टी शेंडा- बूड नसलेल्या असतात, त्या एका कानाने ऐकून दुसऱ्याने सोडून देणेच चांगले. कुण्या एकाच्या सल्ल्यामुळे मनात शंका निर्माण झाली असेल, तर डॉक्टरांना विचारणे चांगले. तसं तर फालतू गोष्टी ऐकून त्यांचा ताण करून न घेणे चांगले. तुमच्या विनोदी स्वभावाची मदत घ्या. कुणी उगीच सल्ला देत असेल, तर विश्वासू डॉक्टराशिवाय दुसऱ्या कुणाचा सल्ला आपल्यासाठी महत्त्वाचा नसल्याचे सांगा किंवा हासून टाळा.

तस हळूहळू तुम्हाला याची सवय होईल. कारण आगमी काळात ही गर्दी आणखी वाढणार आहे. छोट्या बाळाच्या आईला सल्ला देणाऱ्याची संख्या कमी नसते.

पोटाला स्पर्श करणे

"मैत्रिणी, सहकारी इतकेच नाही तर अनोळखी महिलांनाही माझ्या पोटाला स्पर्श करणे आवडते, पण मला ते आवडत नाही. काय करू?"

छोट्या गर्भाचा गोल गरगरीत आकार खूपच लोभस असतो. खरं तर आईची इच्छा नसताना गर्भातील बाळाला स्पर्श करणे चांगले नाही.

अनेक स्त्रियांना आपण आकर्षणाच्या केंद्रस्थानी असावे, असे वाटते तर काहीं त्यामुळे पार गोंधळून जातात. तुम्हाला हे आवडत नसेल, तर तसे सांगण्यास संकोच करू नका. तुम्ही स्पष्ट शब्दात त्यांना सांगू शकता, की माझ्या पोटाला स्पर्श करणे तुम्हाला आवडत असले, तरी मला ते आवडत नाही. नाही तर मग हासून सांगा, 'हात लावू नका. बाळ झोपला आहे.' तुमचे पोट जरा बाजूल करा नाही तर समोरच्या व्यक्तीला अशी कोपरखळी मारा की पुन्हा कोणाच्या पोटाला स्पर्श करण्याआधी ती शंभर वेळा विचार करील. आपले दोन्ही हात पोटावर ठेवा, नाही तर समोरच्याचा हात पोटाच्या दिशेने येत असलेला दिसला, की थांबवा.

विसरण्याची सवय

"मागच्या आठवड्यात मी पर्स घरीच विसरले. आज तर इतकी महत्त्वाची मिटिंग माझ्या लक्षात राहिली नाही. माझे डोके काम करीत नाही, असे मला वाटते."

आपली विसरण्याची सवय वाढत चालली आहे, असे अनेक गर्भवती स्त्रियांना वाटत असते. आपल्या संघटनात्मक शक्तीवर विश्वास असणाऱ्या स्त्रियाही अशी परिस्थिती आली की घाबरतात. विसरण्याशिवाय त्या आपला आत्मविश्वासही हरवून बसतात.

गर्भवती स्त्रियांच्या मेंदूच्या पेशी कमी होत असल्याचे अभ्यासातून आढळून आले आहे. मुलांना जन्म देणाऱ्या मातांच्या तुलनेत मुलींना जन्म देणाऱ्या मात जास्त विसराळू असतात. सर्वात चांगली गोष्ट अशी, की हे सर्व तात्पुरत्या स्वरूपाचे असते.

प्रसूतीनंतर काही दिवसातच मेंदू पुन्हा पहिल्यासारखे काम करायला लागतो. हेही हार्मोनच्या बदलामुळे होते. भरपूर झोप न झाल्यामुळेही ऊर्जेची पातळी खालावते आणि डोके काम करीत नाही. भावी मातांचे सर्व लक्ष छोट्या बाळासाठी कपडे निवडण्यात आणि नाव शोधण्यात लागलेले असते.

या सवयीमुळे तुम्ही ताण घेतलात, तर परिस्थिती आणखी चिघळते. थोड्या हास्य विनोदाने काम सावरते. तुम्हाला स्वतःला चांगले वाटते. खरं तर या वेळी तुम्ही बाळाला आकार देण्यात गुंतला आहात, त्यामुळे पहिल्यासारखी तत्परता जाणवणार नाही. घरात कराव्या लागणाऱ्या कामाची यादी तयार करा. घरातील चाव्या ठेवण्याची जागा ठरवा. ही सवय जाण्यासाठी कोणतेही औषध घेऊ नका.

हळूहळू तुम्हाला याच प्रकारे काम करण्याची सवय होईल. बाळाच्या जन्मानंतर पुन्हा डोके पहिल्यासारखे काम करू लागेल. कारण तेव्हा तुम्हला भरपूर झोप मिळेल.

गर्भधारणेपूर्वी, काही सूचना

पूण शरीराला त्रास आहे. तुम्ही झोपू शकत नाहीत. पाठीत वेदना आहे. पाउले सुजली आहेत. मलावरोध आहे. पोटात अपचन होत असून एका बसमधील हायस्कूलचे फूटबॉल खेळाडू सोडतील इतका दुर्गंधयुक्त वास सोडत आहात. दुसऱ्या शब्दात तुम्ही गर्भवती आहात. तुम्ही फक्त या वेदना आणि त्रास

वर्क आऊट-?

गर्भावस्थेत वर्क आऊटसाठी तुम्ही रोज ३० मिनिटांचा वेळ काढायलाच हवा. असा एकत्र वेळ काढणे अशक्य असेल, तर १०- २० मिनिटांत त्याला विभाजित करा. दिवसातून तीन वेळा १० - १० मिनिटे फिरल्यानेही वर्क आऊट होऊ शकते. याचा तुमच्या दैंनंदिनीत समावेश करा तरच तुम्हाला त्याची सवय होईल. दैंनंदिन व्यवस्थेत जीममध्ये जाण्याइतका वेळ नसेल, तर ऑफिसवरून परत येताना दोन स्टॉप लवकर उतरा आणि तिथून चालत घरी या. कार थोड्या अंतरावर पार्क करून चालत या. लिफ्टऐवजी जिन्याचा वापर करा. तुमच्या ऑफिसात सर्वात जास्त अंतरावर असलेल्या लेडीज टॉयलेटचा वापर करा.

वेळ तर आहे, पण फक्त प्रेरणा नाही. प्रेगनन्सी व्यायाम वर्गात जा. प्रेगनन्सी योग करा. प्रेगनन्सी डीव्हीडीच्या मदतीनेही वर्क आऊट करू शकता.

खरोखरच तुम्हाला जागचे हालावे वाटणार नाही, अशीही वेळ येते. पण तुम्ही हिमंत सोडू नका. कोणत्या ना कोणत्या प्रकारे वर्क आऊट केल्याशिवाय राहू नका.

कमी करण्याचा प्रयत्न करू शकता. याशिवाय दुसरा काहीही उपाय नाही.

तसे दिवसाला अर्धा तास व्यायाम करून तुम्ही खूप त्रास कमी करू शकता. आळस सोडून तुम्ही इतका व्यायाम करायलाच हवा.

बहुतेक महिला या उपायाने स्वतःला फीट राखू शकतात. डॉक्टरांचा विरोध नसेल, तर तुम्हीही हे करू शकता. या व्यायामामुळे तुम्हाला आणि गर्भाला किती फायदा होतो, ते तुम्हाल माहीत असायला हवे.

व्यायामाचे फायदे

नियमित व्यायामामुळे :-

- क़ाही वेळा जास्त विश्रांतीही तुम्हाला थकवते. थोड्याशा व्यायामाने ऊर्जेचा पातळी वाढते.
- व्यायामामुळे चांगली झोप लागते. झोपेतून उठल्यावर तुम्हाला ताजे तवाने वाटते.
- व्यायाम कराल तर गॅस्टेशनेल मधुमेहापासून दूर रहाल.
- व्यायाम केल्यामुळे डोक्यात अँड्रोफिन स्त्रवतो. त्यामुळे तुमचा मूड चांगला आणि आनंदी राहतो. तणाव कमी होतो.
- पाठ दुखीपासून आराम मिळविण्याचा हा एक चांगला उपाय आहे.
- स्ट्रेचिंग केल्यामुळे मांसपेशींना आराम मिळतो. त्यांची लवचिकता वाढते. त्यांच्यातील तणाव कमी होतो. हा व्यायाम कधीही आणि कुठेही केला जाऊ शकतो. त्यासाठी घाम गाळण्याची आवश्यकता नाही.
- फक्त १० मिनिटांच्या शतपावलीने

कीगल व्यायाम

तुम्हाला एकच व्यायाम करायचा असेल,तर हा करा. कीगलमुळे तुमच्या पेल्व्हिकला मजबुती येते. अशा प्रकारे तुम्ही अनावश्यक मूत्र विसर्जनावरही नियंत्रण मिळवू शकता. त्यामुळे तुमचे शरीर लेबर पेन आणि प्रसूतीसाठी सज्ज होते. तुम्ह ऑपरेशनपासून बचाव करू शकता.

कीगल करताना तुमच्या मांसपेशींना अशाप्रकारे अंकुचित करायचे आहे, जसे मूत्र विसर्जन करताना थांबवितो. त्यामुळे प्रसूतीनंतर तुमची सेक्स क्षमताही वाढते. या पुस्तकात याविषयी अधिक माहिती दिली आहे.

कीगल व्यायाम

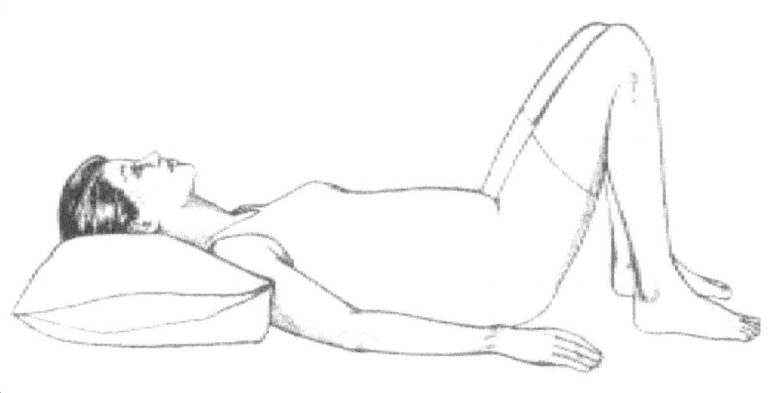

एक्सरसाईज स्मार्ट

गर्भासोबत व्यायाम करण्यासाठी जात असाल, तर आमचा सल्ला लक्षात ठेवा.

- तहान असो की नसो, व्यायामाला सुरूवात करण्यापूर्वी काही प्या. काही पिल्यामुळे शरीरात पाण्याची कमी निर्माण होत नाही. वर्क आऊट नंतरही काही प्यायला विसरू नका. घाम गळाल्यामुळे कमी झालेल्या द्रवाची पूर्तता करा.
- हल्के फुलके स्नॅक्स खा. व्यायामाच्या थोडा वेळ आधी काही खाले तर ऊर्जेची पातळी कायम राहील. तुम्ही जास्त कॅलरी खर्च करीत असाल, तर हे खूप आवश्यक आहे.
- थंड वातावरणात रहा. ज्यामुळे तुमचे तापमान १.५ अंशापेक्षा जास्त वाढेल, असा कोणताही व्यायाम करू नका. सोन, हॉट टब आणि स्टीमपासून दूर रहा. जास्त उष्ण किंवा गर्दीच्या ठिकाणी राहू नका. उष्णता जास्त असेल, तर ए. सी मॉलमध्ये शतपावली करा.
- सहज श्वास घेता यईल असे सैलसर कपडे घाला. स्तनांना आधार देणारी ब्रा वापरा. स्पोर्ट ब्रा चांगली.
- सर्वात आधी पायांकडे लक्ष द्या. स्लीपर्स बदलायच्या असतील, तर पायांना जखमा होण्यापूर्वी बदला. वर्कसाठी उपयुक्त बूट वापरा.
- योग्य जागा निवडा. टाईल्स किंवा फरशीऐवजी लाकडी किवा कार्पेटयुक्त फरशी निवडा. खडबडीत जागी वर्क आऊट करू नका. कडक रस्त्याऐवजी गवत किवा माती असलेल्या फूटपाथवर तसेच ओबड धोबड ऐवजी सपाट जागा चांगली.
- उतार असलेली जागा टाळा कारण पडल्यावर सर्वात आधी पोटाला मार लागू शकतो. पहिल्यांदाच कोणताही खेळ खेळू नका.
- सपाट जागी रहा. तुम्ही उंच प्रदेशात रहात नसाल, तर ६००० फूटापेक्षा उंचीवर जाणाऱ्या कोणत्याही कार्यक्रमात सहभागी होऊ नका. सध्या तरी स्कूवा डायविंग सारख्या

खेळाचा विचार करू नका.

- चौथ्या महिन्यानंतर पाठीवर झोपून व्यायाम करू नका. गर्भाशयाच्या वाढलेल्या आकारामुळे रक्तवाहिन्यांवर दबाव पडू शकतो. रक्ताभिसरणात अडथळा येऊ शकतो.
- शरीराच्या कोणत्याही भागात अंकुचन होईल किंवा जखमी होण्याची शक्यता आहे, अशा कोणत्याही कार्यक्रमात सहभागी होऊ नका. अचानक लागलेल्या झटक्यामुळे किंवा धक्क्यामुळेही नुकसान होऊ शकते. शरीराची लवचिकता कायम ठेवा. धोकादायक पद्धतीने उठणे बसणे टाळा. तुम्ही आता एकट्या नाहीत, तर दोघे आहात, हे विसरू नका.

मलावरोधापासून सुटका मिळते. तुमचे पोट साफ होते आणि चेहऱ्यावर तेज येते.

- व्यायाम करणाऱ्या स्त्रियांना प्रसूतीच्या वेळी जास्त त्रास होत नाही, असे म्हणतात. त्यांची प्रसूती लवकर आणि सहजपणे होते. सी सेक्शनची वेळ येत नाही.
- व्यायाम केल्यामुळे गर्भावस्थेनंतरही तुम्ही फीट राहता. तुमची फीगर पुन्हा पहिल्यासारखी होते आणि जुन्या जिन्स तुम्ही आनंदाने वापरू शकता.
- व्यायामामुळे गर्भाला काय फायदा होतो? यावेळी होणाऱ्या आवाजाचा आणि कंपनांचा गर्भाला अनुभव येत असल्याचे आढळून आले आहे.
- व्यायाम करणाऱ्या महिला निरोगी बाळाला जन्म देतात. प्रसूतीच्या वेळी नव्या जगात पाऊल ठेवताना त्यांना अडचण येत नाही. जन्मानंतर लगेच ते तणाव मुक्त होतात.
- तुम्ही विश्वास ठेवा अगर ठेवू नका, पण व्यायाम करणाऱ्या मातांची मुले जास्त बुद्धिमान असल्याचे अभ्यासातून आढळून आले आहे. त्यांच्या मेंदूची शक्ती अधिक असते.
- अशी मुले रात्रीच्या वेळी चांगली झोप घेतात. कॉलिक नसतात आणि स्वतःला योग्य प्रकारे सावरतात.

थर्टी मिनिट प्लस

डॉक्टरांनी परवानगी दिली तर तुम्ही दिवसातून काही तास आपल्या मनाने वर्क आऊट करू शकता. अशा वेळी लवकर थकवा येतो आणि थकव्यामुळे अपघाताची शक्यता असते. आवश्यकतेपेक्षा जास्त थकवा आला तर शरीरातील पाण्याचे प्रमाण कमी होऊ शकते किंवा तुम्हाला श्वास घ्यायला त्रास होऊ शकतो. या अवस्थेत तुम्ही जास्त कॅलरीज खर्च केल्या तर तुम्हाला जास्त कॅलरीज घ्याव्या लागतील. त्यामुळे आधीपासूनच त्याची व्यवस्था करून ठेवा.

योग्य पद्धतीने व्यायाम करणे

गर्भावस्थेत जुने कपडे योग्य प्रकारे फीट होत नाहीत, त्याच प्रमाणे तुमच्या फिटनेस रुटीनमध्येही थोडा बदल करावा लागतो. तुम्हाला फक्त तुमच्यासाठी नाही तर दोन जिवांसाठी व्यायाम करायचा असतो. तुम्ही जीममध्ये जा की शतपावली करा; आमचा सल्ला फक्त लक्षात ठेवा.

डॉक्टरांकडे :- तुमच्या स्पीकर्सचे बंध बांधण्यापूर्वी डॉक्टरांकडे जायला विसरू नका. तुमच्या गर्भावस्थेत काही गुंतागुंत असेल, तर डॉक्टर तुम्हाला व्यायाम करायला मनाई करू शकतात. किंवा फक्त काही प्रकरचाच व्यायाम करायला परवानगी देऊ शकतात. तुमच्या प्रकृतीनुसार कोणता व्यायाम चांगला राहील, ते त्यांना योग्य प्रकारे विचारा. गर्भावस्थेसाठी काही खेळ चांगले नाहीत.

शरीरातील बदलाचा आदर करा :- शरीराच्या दृष्टिने तुमच्या रुटीनमध्येही बदल करा. शरीराचे

खांदे आणि पायांचा स्ट्रेच

खांद्यातील ताण कमी करण्यासाठी पायांवर उभे रहा आणि कोपर वाकवा. डावी बाजू छातीपर्यंत आणून थोडीशी वाकवा. उजवा हात डाव्या खांद्यावर टेकवून श्वास सोडत त्याला डाव्या खांद्याच्या दिशेने ढकला. हा व्यायाम ५-१० मिनिटे करा आणि बदला.

उभे राहून पायांचा व्यायाम करण्यासाठी खुर्ची किंवा काउंटरचा टॉप धरा. डावा गुढगा दुमडून पाय नितंबापर्यंत न्या. डाव्या हाताने पाय धरून टाच नितंबाला टेकवा आणि जांघा पसरा. पाठ ताठ ठेवा. १०-३० सेकंद ठेवल्यानंतर दुसऱ्या पायाचा व्यायाम करा.

संतुलन बदलत जाते तसे वर्क आऊटमध्येही बदल करा. काही व्यायामांची संख्या कमी करावी लागेल. तुम्ही अनेक वर्षांपासून शतपावली करीत असलात, तरी गर्भावस्थेत तुमचे सांधे मोकळे होतात. पायांवर सूज येते त्यामुळे तुम्हाला सराव कमी करावा लागेल. पाठीवर झोपून करावी लागणारी काही आसने रक्ताभिसरणात अडथळा आणू शकतात. ते अजिबात करू नका.

हळूवार सुरूवात करा :- हळू हळू सुरूवात करा. आवश्यकतेपेक्षा जास्त जोश दाखविण्यात काही मजा नाही. त्यामुळे नुकसानच होऊ शकते. पहिल्या दिवशी १० मिनिटे वार्म अप करून ५ मिनिटेच साधा व्यायाम करा. थकवा आल्यावर बंद करा आणि कूल डाऊन व्हा. तुम्ही आधीपासूनच जीममध्ये जात असाल, तर सध्या आपल्या मनाने नवीन व्यायाम निवडू नका.

वर्क आऊटच्या आधी :- तुम्हाला वर्क आऊट करायची खूप घाई झाली असली, तरीही वर्क

आऊट करण्यापूर्वी शरीर वार्म अप करायला हवे. म्हणजे हृदयाची गती अचानक वाढणार नाही. किमान मार लागेल. सर्दी आणि गर्भावस्थेत याची खास काळजी घ्या. पळण्यापूर्वी चाला आणि पोहण्यापूर्वी हळू पोहा किंवा जॉगिंग करा.

वर्क आऊट नंतर :- तुम्ही अचानक वर्क आउट बंद केले, तर मांसपेशीतच रक्त राहते. त्यामुळे शरीराच्या उर्वरीत भागाला रक्त मिळत नाही. त्यामुळे चक्कर येऊ शकते. बेशुद्धी किंवा उलटी होऊ शकते. पळाल्यानंतर पाच मिनिटे चाला. शरीराला हळूहळू शिथील होऊ द्या. जमिनीवर बसून व्यायाम करीत असाल, तर तिथून हळूच उठाय

घड्याळाकडे लक्ष ठेवा :- थोडा कमी किंवा थोडा जास्त व्यायाम यामुळे काहीही फायदा होत नाही. वार्म अप पासून कूल डाऊन पर्यंतच्या सर्व वर्क आऊटला अर्धा ते पाऊण तास लागू शकतो. जास्त थकवा येऊ देऊ नका.

वर्क आऊटचे विभाजन :- ३० मिनिटांच्या वर्कआऊटसाठी वेळ मिळत नाही? तुमचा व्यायाम २-३ किंवा ४ भागात विभाजित करा. त्यामुळे मांसपेशीतील लवचिकता कायम राहील.

व्यायाम आवश्य करा :- एका आठरड्यात चार वेळा व्यायाम करायचा आणि पुढच्या आठवड्यात अजिबात व्यायाम करायचा नाही, अशी सवय करू नका. कठोर वर्क आऊटमुळे तुम्ही थकला असाल, तर वार्म अप तर करू शकता. त्यामुळे तुमच्या व्यायामातील सातत्य कायम राहील. रोज पूर्ण वर्क करता आले नाही, तरी रोज थोडा फार व्यायाम

ड्रोमड्रे ड्रूप

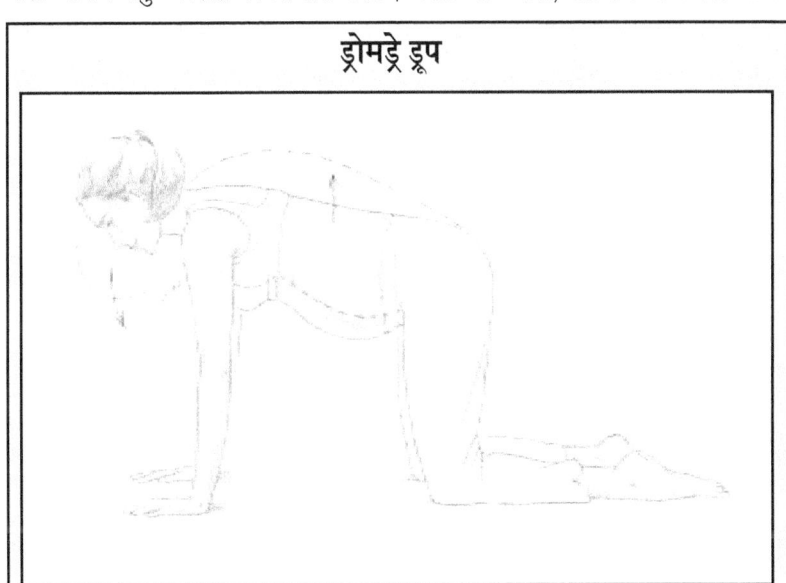

पाठीचा ताण कमी करण्यासाठी हात आणि गुढग्यावर बसा. डोके सरळ ठेवा. पाठीच्या कण्याच्या रेषेत मान ठेवा. पाठीला वाकवा म्हणजे नितंबात तणाव निर्माण होईल. डोके जरा खाली वाकवा. मग पुन्हा पहिल्या आसनात परत या. उभे राहून किवा बसून काम करीत असाल, तर हा व्यायाम दिवसातून अनेक वेळा करा.

मानेला आराम

यामुळे मानेचा ताण कमी होतो. चांगला आधार असलेल्या खुर्चीवर सरळ बसा. डोळे बंद करून दीर्घ श्वास घ्या. मान एकीकडे वळवून खांद्यापर्यंत न्या. खांदा उचलून डोक्याला टेकवू नका किंवा बलजबरीने डोके खांद्याला टेकवू नका. ६ सेकंद एका बाजूला केल्यानंतर दुसऱ्या बाजूला करा. नंतर मग तुमचे डोके समोर आणा. हनुवटी छातीला टेकवा. गळ्याला डावीकडे आणि खांद्याला आरामशीर फिरवा. हे ३ ते ६ सेंकद करा. रोज ३-४ वेळा हा व्यायाम करा.

केल्यामुळे चांगले वाटते, असे गर्भवतीं म्हणतात.

कॅलरीजची पूर्तता :- रोजच्या वर्क आउटमधील कॅलरीची पूर्तता करण्यासाठी तुम्हाला जास्तीचे जेवण करावे लागेल. अर्धातास व्यायामासाठी तुम्हाला १५०-२०० अतिरिक्त कॅलरीज लागतील.

भरपूर कॅलरीज घेऊनही वजन वाढत नाही, असे तुम्हाला वाटत असेल, तर तुम्ही आवश्यकतेपेक्षा जास्त व्यायाम करीत असाल.

द्रव पदार्थांचे प्रमाण :- प्रत्येक अर्ध्यातासाच्या व्यायामानंतर तुम्हाला एक ग्लास द्रव पदार्थ लागतात. म्हणजे घामाची भरपाई होते. घाम जास्त येत असेल, वातावरण उष्ण असेल, तर जास्त पाणी प्यावे लागेल. पण एका वेळी १६ अंशापेक्षा जास्त घेऊ नका. वर्क आऊटच्या ३०-४० मिनिटे आधीपासूनच द्रव पदार्थ घ्यायला सुरूवात करा.

योग्य गटाची निवड :- व्यायाम करण्यासाठी तुम्ही एखाद्या गटाची निवड करीत असाल, तर गर्भवती महिलांसाठी असलेल्या गटाची निवड करा. (गटाचा संचालक कसा आहे, याचीही माहिती मिळवा.) अनेक महिलांना एकटे व्यायाम करण्याऐवजी गटात व्यायाम करायला आवडतो. त्यांना कोणाच्या तरी मदतीची आणि सहाऱ्याची आवश्यकता वाटते. अशा कार्यक्रमात प्रत्येक महिलांच्या गरज आणि क्षमतेनुसार आठवड्यातून तीन क्लास घेतले जातात. त्यांच्याकडे वैद्यकीय आणि व्यायाम तज्ज्ञही असतात. ते तुमच्या सर्व शंका दूर करतात.

थोडी मस्ती करा :- कोणताही व्यायाम किवा कृती तुमच्यासाठी शिक्षा नाही, तर आनंद ठरायला हवी. तुम्ही मनापासून ज्याची निवड कराल, ते करा. यामध्ये प्रसूतीपूर्व योगापासून डिनर नंतर करावी लागणारी शतपावली या सर्वांचा समावेश आहे. एखाद्या मैत्रिणीलाही सोबत शतपावली करायला सांगू शकता.

थोडे दमाने :- तुम्हाला थकवा यईल इतका व्यायाम करू नका. चांगल्या ॲथलेटिक्स असलात, तरीही पूर्ण क्षमतेने व्यायाम करू नका. अतिपासून सावधान. मनाला चांगले वाटते तोपर्यंतच व्यायाम करा. थोडीशी वेदना किंवा त्रास जाणवत असेल, तर व्यायाम थांबवा. थोडा घाम येणे किंवा थोडा दम लागणे इथपर्यंत सर्व ठीक आहे, पण तुम्हाला बोलताही

येणार नाही, इतका दम लागणे बरोबर नाही. वर्कआऊट नंतर डुलकी लागण्याचा अर्थ असा की तुम्ही खूप कठोर श्रम केले आहेत. कसरत केल्यानंतर तुम्हाला जरा बरे वाटायला हवे. कोणीतरी शरीरातील सर्व शक्ती काढून घेतली आहे, असे वाटू नये.

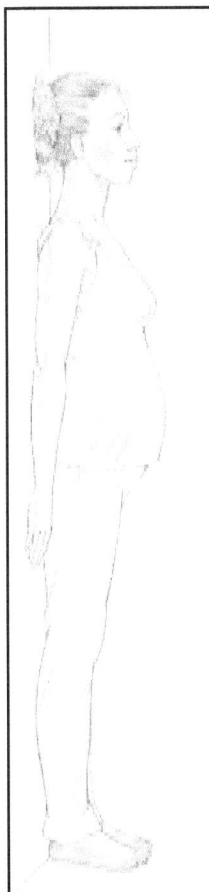

कधी थांबावे :- तुमचे शरीर स्वतः थकल्याची जाणीव करून देते. ही जाणीव समजून घ्या आणि व्यायाम थांबवा. नितंब, पाठ, पेल्व्हिक, छाती किंवा डोक्यात वेदना होत असतील तर लगेच डॉक्टरांना भेटा. व्यायाम थांबविल्यानंतरही अखडले असेल, मूत्राशय संकोचले असेल, चक्कर येत असले, हृदयाची स्पंदने वाढली असतील, श्वास घ्यायला त्रास होत असेल, चालता येत नसेल, मांसपेशीवर नियंत्रण उरले नसेल, अचानक डोके दुखी, हाता- पायावर सूज आली असेल. ॲम्निटयोटिक स्त्राव गळत असेल, योनीतून रक्तस्त्राव होत असेल किंवा २८ व्या आठवड्यानंतर गर्भाच्या हालचाली मंदावल्या किवा थांबल्या असतील, तर लगेच डॉक्टरांना बोलवा. दुसऱ्या आणि तिसऱ्या तिमाहीत तुमची क्षमता जरा कमी होते. ही एक सामान्य प्रक्रिया आहे.

अखेरच्या तिमाहीत :- शेवटच्या तिमाहीत विशेषतः नवव्या महिन्यात थोडा व्यायाम कमी करावा, असे बहुतेक महिलांना वाटते. अशा वेळी स्ट्रेचिंग, शतपावली किंवा पोहणे यामुळेही पुरेसा व्यायाम होतो. तुम्ही चांगल्या ॲथलेटिक्स असाल आणि चांगला व्यायाम करू शकतो, असे वाटत असेल तर डॉक्टरांचा सल्ला घ्या.

व्यायाम करू नका :- कोणतेही काम न करता बराच वेळ बसलात तरीही रक्त साकळल्यामुळे तुमच्या पायांना सूज येऊ शकते. त्यामुळेही अनेक त्रास होू शकतात. तुम्ही अनेक तास बसून एखादे काम करीत असाल, टीव्ही पहात असाल किंवा प्रवास करीत असाल, तर मधून मधून ब्रेक घ्या. ५-१० मिनिटे पायी चाला. सीटवर बसल्या बसल्या थोडा व्यायाम करा. दीर्घ श्वास घ्या. जरा पाय पसरा. पायाची बोटे फिरवा. पोट आणि नितंबाच्या मांसपेशी अंकुचित करा. हातावरही सूज येत असेल, तर हात डोक्याच्या वर न्या. वारंवार मुठी आवळा.

पेल्व्हिक टिल्ट

यामुळे पोश्चर सुधारते. मांसपेशी मजबूत होतात आणि लेबरच्या वेळी सोपे जाते. तुमची पाठ भिंतीला टेकवून पाठीच्या कण्याला आधार द्या. श्वास घेताना आणि सोडताना पाठ भिंतीला टेकवा. शियाटिकासाठी पाठ सरळ ठेवून पेल्व्हिस इकडे तिकडे हलवा. दिवसांतून अनेक वेळा करा.

बायसॅप कर्ल

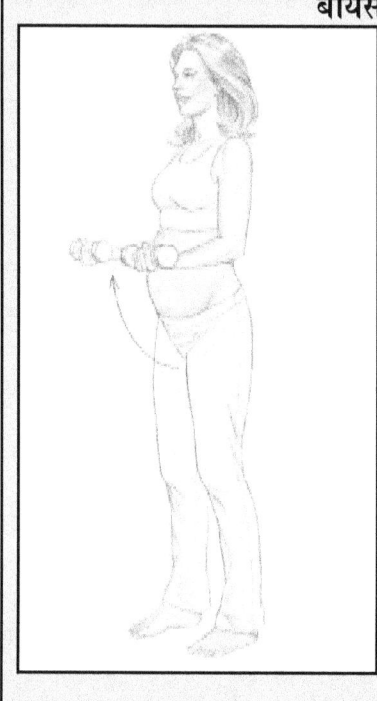

पहिल्यांदा वजन उचलीत असाल, तर त्याची सुरूवात ५ पौंडापासून करा. १२ पौंडापेक्षा अधिक वजन कधीही उचलू नका. खांद्याच्या रुंदी इतके पाय दूर ठेवा. गुढगे भिडवू नका. खांदे आत घेऊन छाती बाहेर काढा. दोन्ही हात समोर ठेवून हाताचे वजन खांद्याच्या दिशेने उचलीत श्वास घ्या. वजन छाती जवळ आल्यावर हळूच खाली घ्या. पुन्हा असे करा. ८ -१० वेळा असे करा. थकवा येत असेल, तर थोडे थांबा. मांसपेशीत आग होत असेल, तर आपल्यावर दबाव टाकू नका आणि श्वास रोखून धरू नका.

पाय उचलणे

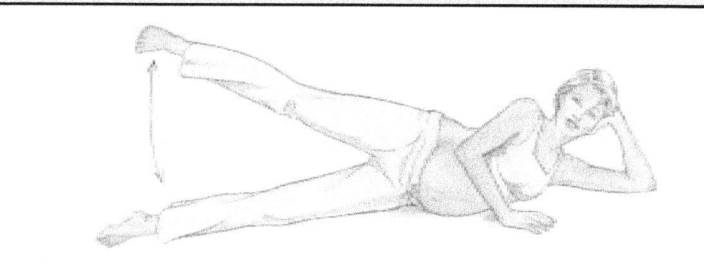

यामध्ये तुमच्या शरीराच्या वजनाच्या सहाय्याने तुमच्या जांघेतील मांसपेशी मजबूत केल्या जातात. डाव्या कुशीवर झोपा. खांदे, नितंब आणि गुढगे एका रेषेत ठेवा. डावा हात जमिनीवर टेकवून डोक्याला आधार द्या. श्वास घेत उजवा पाय शक्य तितका वर न्या. पुन्हा खाली आणा. असे १० वेळा केल्यानंतर दुसऱ्या पायानेही असेच करा.

टेलर स्ट्रेच

मांडी घालून बसा आणि शरीरात ताण निर्माण करा. यामुळे सर्व शरीराला विश्रांती मिळते. दोन्ही हात डोक्याच्या वर न्या. एक हात वर न्या तर एक खाली राहू द्या. एक हात वर नेताना दुसरीकडे झुकण्याचा प्रयत्न करा.

गर्भावस्थेत योग्य व्यायामाची निवड

गर्भावस्थेत तुम्ही वॉटर स्की किंवा घोडदौड स्पर्धेत भाग घेऊ शकत नाहीत, हे खरे आहे. फीटनेस व्यायाम मात्र नक्कीच करू शकता. गर्भवती महिलांनी व्यायामाची निवड करण्यापूर्वी डॉक्टरांचा सल्ला घ्यायला हवा. अनेक व्यायाम या अवस्थेत धोकादायक असू शकतात, याची तुम्हाला कल्पना येईल. फूटबॉल, बास्केट बॉल, स्कूबा डायव्हिंग किंवा मग माऊंटेन बायकिंग. प्रेगनन्सी वर्क आऊटमध्ये काय करावे आणि काय करू नये. हे माहीत करून घेण्यासाठी खालील टीप्सकडे लक्ष द्या.

फिरणे :- हा व्यायाम तर कधीही, कुठेही करता येतो. तुमच्या व्यस्त दिनचर्येत यापेक्षा सोपा व्यायाम असू शकत नाही. कुत्र्याला फिरवून आणण्यासाठी केलेली शतपावली किंवा बाजारातून सामान खरेदी करणे याचाही यात समावेश होतो, हे लक्षात घ्या. नवव्या महिन्यापर्यंत तुम्ही बिनधास्त हा व्यायाम करू शकता. यासाठी कोणत्याही साधनाची किंवा काही फीस भरण्याची गरज पडत नाही. त्यासाठी फक्त योग्य कपडे आणि चांगले बूट हवे असतात. फिरायला नव्याने सुरूवात केली असेल, तर जास्त फिरू नका. आपले मित्र, नातेवाईक किंवा जोडीदारासोबत फिरा. वाटल्यास वॉकिंग क्लबही जॉइन करू शकता. वातावरण योग्य नसेल, तर मॉलमध्ये फिरा.

जॉगिंग :- तुम्ही अनुभवी नसाल, तर जॉगिंगची वेळ आणि अंतर लक्षात घ्यायला हवे. ट्रेडमिलवरही ही गोष्ट लक्षात ठेवा. गर्भावस्थेत लिगामेंट आणि सांधे यामुळे पळणे अवघड जाते, हे लक्षात ठेवा. मारही लागू शकतो त्यामुळे जास्त करू नका.

हिप फ्लैक्सर्स

यामध्ये मांसपेशींच्या मदतीने तुम्ही गुढगे वाकविता आणि कंबर झुकविता. यामुळे प्रसुतीच्या वेळी खूप मदत मिळते. खालच्या पायरीवर उभे रहा. एका हाताने कढड्याचा आधार घ्या. पहिल्या किंवा दुसऱ्या पायरीवर एक पाय ठेवा आणि गुढगा वाकवा. दुसरा पाय मागे जमिनीवर ठेवून गुढगा वाकवू नका. तुमच्या वाकलेल्या गुढग्याच्या दिशेने झुका. पाठ सरळ ठेवा. सरळ पायात ताण निर्माण होतो. अशा प्रकारे पाय बदलून व्यायाम करा.

उकड आसन

या आसनात जांघेतील मांसपेशी मजबूत होतात. उकड आसनात प्रसूती करू इच्छिणाऱ्या महिलांनी हे आसन आवश्य करावे. आपले पाय खांद्याच्या रुंदी इतके दूर करून उभे रहावे. पाठ ताठ ठेवून हळूहळू गुढगे वाकवित खाली बसावे. १० ते ३० सेकंद याच असनात रहावे. मग हळूहळू पुन्हा उभे रहावे. असे किमान १५ वेळा करावे. तसे व्यायाम करताना सांध्याचेही भान ठेवा. ते सहजगत्या जखमी होऊ शकतात.

व्यायामाची यंत्रे :- गर्भावस्थेत ट्रेडमिल, ॲलेप्टिकल्स किंवा स्टेअर क्लायंबर चांगले असतात. मशीनची गती, झुकाव आणि तणाव अशा प्रकारे ठेवा की तो तुमच्यासाठी आरामदायी असेल. सुरूवात हळूहळू करा. शेवटच्या तिमाहीत यंत्रावरील व्यायाम खूप कठीण होऊ शकतो.

ॲरोबिक्स :- चांगली प्रकृती असलेले ॲथेलिट गर्भावस्थेतही डांस अरेबिक सुरू ठेवू शकतात. स्वतःला आवश्यकतेपेक्षा जास्त थकवू नका. तुम्ही नवीन असाल, तर पाण्यातील व्यायाम करा. ते तुमच्यासाठी योग्य आहेत.

स्टेप रूटीन :- तुम्ही पहिल्यापेक्षा चंगलय शेपमध्ये असाल आणि स्टेप रुटीनचा तुम्हाल अनुभव असेल, तर ते गर्भावस्थेतही सुरू ठेवू शकता. या दिवसांत सांध्यांना सहजपणे जखम होऊ शकते, हे लक्षात घेऊन आवश्यकतेपेक्षा जास्त थकवू नका. जिथून पडण्याची भीती असेल, अशा उंच ठिकाणी पाय ठेवू नका. पोट वाढत आहे त्यामुळे अशी कृती करू नका, ज्यामध्ये संतुलन साधता येणार नाही.

किक बॉक्सिंग :- यासाठी खूप कठीण श्रम आणि गती हवी असते. गर्भवतीसाठी या दोन्ही गोष्टी योग्य नाहीत. याबाबतीत तुम्ही खूप अनुभवी असाल, तर याचा थोडा सराव करू शकता. नवीन लोकांनी सुरूवातच करू नये. तुमच्यावर दबाव पडेल, असे काहीही करू नका. दुसऱ्या किकबॉक्सर्स पासून दूरच रहा. चुकून तुमच्या पोटावर कीक बसावी, असे काही तुम्हाला वाटत नसणार. तुम्ही गर्भवती असल्याचे वर्गात सर्वांना माहीत असायला हवे. नाही तर मग तुम्ही गर्भवतीच्या वर्गात जा.

पोहणे आणि पाण्यातील वर्क आऊट :- सध्या तुम्ही छोटीशी बिकनी घालण्याच्या मूडमध्ये नाहीत; पण पाण्यातील वर्क आऊट तुमच्यासाठी फायदेशीर आहे. त्यामुळे तुम्हाला मजबुती मिळेल आणि लवचिकता वाढेल. सांध्यांचे काही नुकसान होणार

कंबर फिरविणे

तुम्ही बराच वेळ बसला आसाल किंवा उगीच अस्वस्थ वाटत असेल, तर रक्त प्रवाह सुरळीत करणारा हा व्यायाम करा. दोन्ही पाय पसरून उभे रहा. एका कडून दुसऱ्याकडे हळूहळू वळा. पाठ सरळ ठेवा आणि हात मोकळे ठेवा. तुम्ही बसल्या बसल्याही हा व्यायाम करू शकता.

नाही. शिवाय आवश्यकतेपेक्षा जास्त उष्णता लागण्याचीही शक्यता नाही. पायांवरील सूज आणि शियाटिक यापासूनही तुम्हाला सुटकारा मिळेल. काही ठिकाणी पाण्यात ॲरोबिक्सचीही सोय असते. या ठिकाणी फक्त घसरण लक्षात ठेवा आणि उडी मारू नका. क्लोरिनयुक्त पुलात जाऊ नका.

आउट डोअर खेळ (हायकिंग, स्केटिंग, बायसिकलिंग आणि स्केयिंग) :- क़ोणत्याही नव्या खेळाचे आव्हान स्वीकारण्याची गर्भावस्था ही काही वेळ नाही. विशेषतः ज्यात संतुलन राखावे लागते. अनुभवी खेळाडू आपला सराव सुरू ठेवू शकतात. तसे हायकिंग करताना थोडे सावध रहा. बायकिंग करतान हेल्मेट वापरा आणि निसरड्या टिकाणी जाऊ नका. रेस लावताना जास्त वाकू नका. तसेही ही काही रेस लावण्याची वेळ नाही. सुरूवातीच्या काळात आईस स्केटिंग करू शकता, पण नंतर मात्र तुम्हाला संतुलन साधणे अवघड जाते. अशाच प्रकारे घोडेस्वारीपासूनही सावध रहा. आऊटडोअर खेळ असले, तरीही स्वतःला थकव्यापासून वाचवा.

वजन उचलणे :- वजन उचलल्यामुळे तुमच्या मांसपेशीचा टोन वाढू शकतो. वजन उचलताना श्वास रोखावा लागेल इथके वजन उचलू नका. त्यामुळे गर्भाशयाला होणाऱ्या रक्त पुरवठ्यात अडचण येते. वाटल्यास हलके वजन उचलू शकता.

योग :- योगामुळे सैथिल्य येते आणि केंद्रित होण्यास मदत मिळते. हे गर्भावस्थेसाठी सर्वात चांगले असून यामुळे गर्भाला जास्त ऑक्सिजन मिळतो. शरीराची लवचिकता वाढते. यामुळे गर्भावस्था आणि प्रसूती दोन्हीही खूप सोपे होतात. जिथे फक्त गर्भवतींनाच योग शिकविले जातात अशा वर्गाची निवड करा.

छाती ताणणे

गर्भावस्थेत पोश्चर आणि गुरूत्वमध्य बदलतो. शरीराला अनेक प्रकारच्या तडजोडी कराव्या लागतात. परिणामी शरीराच्या काही भागात वेदना होतात. छातीतील मांस पेशीना हळूवार ताण दिल्यामुळे थोडे बरे वाटू शकते. तसेच रक्त प्रवाहही सुरळीत होऊ शकतो. दरवाजाच्या दोन बाजूवर तुमचे दोन्ही हात ठेवा. पुढच्या बाजून थोडेसे झुकून छातीत तणाव निर्माण करा. १० ते २० सेकंद याच अवस्थेत रहा.. ५ वेळा असे करा.

कारण वेळ वाढत जातो तस तसा आसनात बदल करावा लागतो.

टीप :- विक्रम योग करू नका. कारण हा फक्त उष्ण तापमानात केला जातो.

पिलॅटस् :- हेही योगासारखेच असते. यामुळेही मांसपेशी लवचिक आणि सशक्त होतात. तुमचे पोश्चर सुधारते आणि कंबर दुखी कमी होते. गर्भवतींच्या वर्गात जा किंवा तुम्ही गर्भवती असल्याचे मार्गदर्शकाला सांगा.

ताई ची :- ही ध्यानाची एक जुनी पद्धत आहे. याच्या हळुवार पद्धतीमुळे शरीराला कुठेही जखम होत नाही तसेच शरीर सुदृढ होते. तुम्ही यातील अनुभवी असाल, तर गर्भावस्थेतही हे सुरू ठेवू शकता. गर्भवती महिलांच्यात वर्गात जा आणि ज्या मध्ये तुम्ही आपले संतुलन कायम ठेवू शकाल, अशीच आसने करा.

श्वसन क्रिया :- तुम्ही विश्वास ठेवा किंवा ठेवू नका, पण योग्य पद्धतीने केलेले श्वसन हाही एक व्यायाम होऊ शकतो. दीर्घ श्वास घेतल्याने शरीराबाबत जागृती निर्माण होते. तुम्ही जास्त प्रमाणात ऑक्सिजन मिळवू शकता. सरळ बसून आपले दोन्ही हात पोटावर ठेवा. श्वास घेताना आणि सोडताना पोटाचे आत बाहेर होणे अनुभवा. नाकाने श्वास घेऊन तोंडाने सोडा. अंक मोजीत आपल्या श्वासांवर लक्ष केंद्रित करा. श्वास घेताना ४ पर्यंत तर सोडताना ६ पर्यंत अंक मोजा. रोज श्वासावर लक्ष केंद्रित करण्याचा सराव करा.

तुम्ही व्यायाम करीत नसाल तर...

तसं तर गर्भावस्थेत व्यायाम करणे चांगले असते, पण काही अडचणी मुळे किंवा वेळे अभावी तुम्ही व्यायाम करू शकत नसाल, तर काही हरकत नाही. डॉक्टरांचे म्हणणे ऐकून तुम्ही गर्भाचीच काळजी घेत आहात. तुमचे एखादे मीसकॅरेज, मुदतपूर्व प्रसूती, सर्व्हिक्सची कमतरता, दुसऱ्या तिसऱ्या तिमाहीत रक्तस्राव किंवा हृदय विकाराचा पूर्वेतिहास असेल, तर ते तुम्हाला व्यायाम करण्याची परवानगी देणार नाहीत.

तुम्हाला जुळी मुले होणार असतील, तुम्हाला रक्तदाब, थॉयराईड, ॲनेमिया किंवा दुसरा एखादा आजार असेल; तुमचे वजन आवश्यकतेपेक्षा कमी किंवा जास्त असेल किंवा आतापर्यंत खूपच आरामशीर जीवनशैली असेल तरीही तुम्हाला व्यायामाला मनाई केली जाऊ शकते. काही प्रकरणात काही मोजके व्यायाम करण्याची परवानगी दिली जाऊ शकते. गर्भावस्थेत कोणताही व्यायाम करण्यापूर्वी डॉक्टरांचा सल्ला घ्यायला विसरू नका.

■ ■ ■

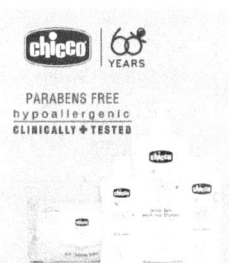

पाचवा महिना

साधारणपणे १८ ते २२ आठवडे

काही काळापूर्वी ज्याचे अस्तित्त्वही जाणवत नव्हते त्याने आता सुंदर आकार घेतला आहे. आता लवकरच तुम्ही गर्भाची हालचाल ऐकू शकाल. तुमच्या पोटाचा आवढलेला गोलाकार तुम्हाला गर्भावस्थेतील वास्तवाच्या आणखी जवळ घेऊन जातो. खर तर बाळ अजून तुमच्या अंगणात आले नाही, पण लवकरच ते येणार असल्याची जाणीवही खूप आनंददायी असते.

या महिन्यातील गर्भाचा विकास

१८ वा आठवडा :- आता तुमचा गर्भ जवळपास साडे पाच इंच लांब आणि ५ औंस वजनाचा झाला आहे. तो आता चिक ब्रेस्ट सारखा असला तरीही त्यापेक्षा खूप सुंदर आहे. त्याच्या लाता -बुक्यांनी तुम्हाला या गोष्टींची जाणीव झाली असेल. आता त्याला जांभई आणि उचकी लागू शकते. तुम्हालाही त्याची उचकी जाणवू शकते. त्याच्या हात आणि पायावरील खास ठसे तयार झाले आहेत.

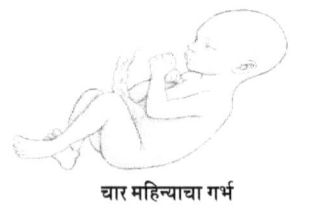

१९ वा आठवडा :- आता तुमच्या गर्भाची लांबी ६इंच आणि वजन अर्धा पौंड झाले आहे. या आठवड्यात तो एखाद्या फळासारखा आहे. तो एक मोठ्या आकाराचा आंबा झाला आहे. घट्ट द्रव्यात बुडालेला आंबा. एक चिकट पातळ पदार्थ त्याच्या त्वचेभोवती आहे. त्यामुळे त्याचा ॲम्निओटिक द्रव्यापासून बचाव होतो. ही सुरक्षा नसेल, तर जन्मानंतर बाळ खूप सुरकत्या पडलेले दिसते. प्रसूतीच्या आधी हे कव्हर दूर होते. पण वेळेपूर्वी जन्म घेणारे काही मुले मात्र या आवरणातच असतात.

२० वा आठवडा :- या आठवड्यात खरबुजाच्या आकाराच्या तुमच्या पोटात कँटालॉपच्या आकाराचा गर्भ वाढत असतो. जो सुमारे साडे सहा इंच लाबं आणि १० औंस वजनाचा असतो. अल्ट्रा साउंडच्या मदतीने या महिन्यात गर्भाचे लिंग निदान केले जाऊ शकते. गर्भ जर मुलीचा असेल, तर तिचे गर्भाशय पूणपणे तयार झालेले असते. इतकेच नाही

चार महिन्याचा गर्भ

तर त्यात अंडाशयही असते. गर्भ जर मुलाचा असेल, तर त्याचे वृषण तयार होत असतात. आता गर्भाला उड्या मारण्यासाठी, खेळण्यासाठी आणि आपले कौशल्य दाखविण्यासाठी तुमच्या गर्भात पुरेशी जागा असते. आगामी काही आठवड्यात हे तुम्हाला जास्त चांगल्या प्रकारे जाणवू शकते.

२१ वा आठवडा :- या आठवड्यात गर्भाचा आकार कसा आहे? तो आता सुमारे ७ इंच लांब आणि ११ औंस वजनाचा आहे. बाळाला केळी आवडाव्यात असे तुम्हाला वाटत असेल, तर या आठवड्यापासून केळी खायला सुरूवात करा. कारण तुमच्या आहारानुसार ॲम्निओटिक द्रव्य रोज बदलत असते. गर्भ रोज तेच खाऊन तेच पचविण्याचा प्रयत्न करीत असते. तुम्ही जे काही खात असता, त्याची चव गर्भाला मिळत असते. त्याचे हात - पाय चांगले काम करतात. मेंदू आणि मांसपेशी यांच्यात चेत्तासंस्था तयार झाली आहे. आता त्याची हालचाल पूर्वीपेक्षा किती तरी अधिक स्पष्ट झाली आहे.

२२ वा आठवडा :- या आठवड्यात गर्भाचे वजन सुमारे १ पौंड आणि लाबी ८इंच झाली आहे. आता तो एकाद्या लहानाशा बाहुलीसारखा झाला आहे. या बाहुलीच्या सर्व इंद्रियांचा अजून विकास होत आहे. आता पासूनच ती तुमचे केस ओढण्याचा सराव करीत आहे. खरं तर अजून त्याच्या भोवती खूप आंधार आहे, तरीही आंधार आणि प्रकाश यातील फरक त्याला कळायला लागला आहे. तुम्ही जर पोटावर फ्लॅस लाईट मारला तर गर्भ त्याला प्रतिसाद देतो. प्रकाशापासून दूर जाण्याचा तो प्रयत्न करतो. गर्भाला तुमचा आणि तुमच्या जोडीदारच्या पोटातील आवाज, रक्तप्रवाहाचा आवाज, तुमच्या हृदयाची धडधड, टीव्हीचा मोठा आवाज, तीव्र सायरन आणि कुत्र्याच्या भूंकण्याचा आवाज ऐकू येतो. तुम्ही जे काही खाता ते त्याला आवडते त्यामुळे लगेच सॅलाडची प्लेट घ्या आणि खायला सुरूवात करा.

तुम्हाला काय वाटते?

प्रत्येक स्त्री आणि गर्भावस्था वेगवेगळी असते, हे नेहमीसारखेच लक्षात ठेवा. सध्या तुम्हाला सर्व लक्षणे जाणवू शकतात किंवा त्यातील काहीच तुम्ही जाणवू शकता. काही मागील महिन्यांपासून सुरू असतात तर काही या महिन्यात नव्याने सुरू होतात. काही लक्षणांची आता सवय होते. या महिन्यात तुम्हाला खालील लक्षणे जाणवू शकतात.

शारीरिक :-

- ज़ास्तीचा उत्साह.
- गर्भाच्या हालचाली
- ओटीपोटात वेदना होणे.
- मलावरोध.
- छातीत जळजळणे, अपचन, पोट फुगणे.
- पाठदुखी.
- कधी कधी डोके दुखते.
- कधी कधी बेशुद्धी किंवा चक्कर येणे.
- नाक चोंदणे किंवा कधी कधी नकातून रक्त येणे. कानात मळ होणे.
- ब्रश करताना हिरड्यातून रक्त येणे.
- खूप भूक लागणे.
- फक्त पावलावर किंवा हाता-पायवर सूज येणे.
- पायांवर व्हेरिकोज व्हेन्स. हेमरॉयड्स.
- त्वचा, पोट आणि चेहऱ्याच्या रंगात बदल.
- बेंबी वर येणे.
- हृदयाची धडधड वाढणे.
- ऑर्गेझ्ममध्ये सहजता किंवा त्रास होणे.

भावनिक :-

- गर्भावस्थेच्या वास्तविकतेची जाणीव होणे.
- मूडमध्ये चढ-उतार कमी होणे.

एक नजर

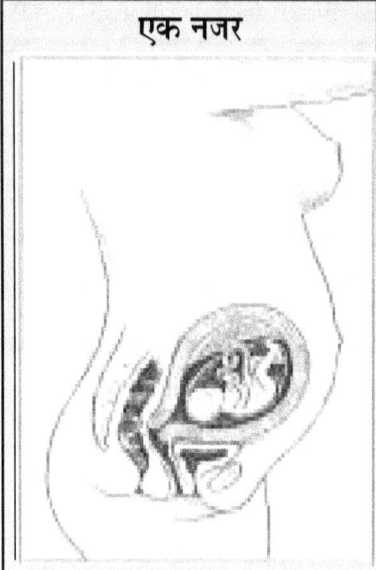

आर्धी गर्भावस्था संपली आहे. साधारणपणे २० व्या आठवड्यात गर्भाशय तुमच्या बेंबीला स्पर्श करते. या महिन्याच्या अखेरीस गर्भाशय नाभीपेक्षा १ इंच वर होते. म्हणजे तुम्ही गर्भवती असल्याचे आता लपून राहू शकत नाही.

- मन आणि डोके भरकटत जणे

या महिन्यातील तपासण्या :-

या महिन्यात तुम्ही डॉक्टरांकडून खालील प्रकारच्या तपासण्यांची अपेक्षा ठेवू शकता. अर्थात यातील बऱ्याच गोष्टी तुमच्या गरजेवर आणि डॉक्टरांच्या पद्धतीवर अवलंबून आहेत.

- वजन आणि रक्तदाब.
- प्रोटिनसाठी रक्त आणि लघवी तपासणी.
- गर्भाच्या हृदयाची स्पंदने.
- गर्भाशयाचा आकार (बाहेरून).
- गर्भाशयाचा वरील भाग, उंची.
- काही इतर वेगळी लक्षणे.
- तुमचे काही प्रश्न आणि शंका.

तुम्ही काय विचार करता?

गरम होणे

''मला नेहमी गरम होते आणि घाम येतो. खरं तर इतरांना साधारण तापमान वाटते, असे का? ''

सध्या तुम्हाला गरम होत आहे. याला कारण गर्भावस्थेतील काही हार्मोन्स आहेत. तुमची ही अडचण काही आम्ही दूर करू शकत नाही, पण असे काही उपाय सांगू शकतो, ज्यामुळे तुम्हाला बरे वाटू शकेल आणि तुम्ही मोकळा श्वास घ्याल.

- सैल आणि आरामदायी कपडे वापरा. एकच जाड कापड घालण्याऐवजी कपड्याचे दोन-तीन थर घाला म्हणजे गरम व्हायला लागल्यावर ते काढता येतील.
- उन्हाळ्यात व्यायाम करू नका. रात्रीच्या जेवणानंतर फिरायला जा. नाही तर ए. सी. फीटनेस सेंटर मध्ये जा. आवश्यकतेपेक्षा जास्त उष्णता जाणवण्यापूर्वी व्यायाम बंद करा.
- गरम होत असेल,तर अंघोळ करा नाही तर पोहा. त्यामुळे तुम्हाला गरम होणार नाही.
- घरात एसी लावा. फक्त पंख्याच्या हवेने उष्णता कमी होणार नाही. घरात एसी नसेल तर तुमचा जास्तीत जास्त वेळ एखादे म्युझियम, मॉल किंवा चित्रपटगृहात तसेच मैत्रिणीच्या घरी घालवा.
- घरातील तुमच्या सोयीचे ठेवा, मग त्यांना स्वेटर घालावे लागले, तरी चालेल.
- खूप पाणी प्या. शरीरात पाण्याची कमतरता निर्माण होऊ देऊ नका. दिवसाला किमान ८ ग्लास पाणी प्या. व्यायाम करीत असाल, तर प्रमाण आणखी वाढवा.
- हलक्या सुगंधाचे पावडर शिंपल्यामुळेही

उष्णतेपासून बचाव होतो.

- तसं तर शरीरातून जितका घाम बाहेर पडेल तितकी उष्णता कमी होते.

चक्कर येणे

''झोपल्यानंतर किंवा बसल्यानंतर एकदम उठण्याचा प्रयत्न करते तेव्हा मला चक्कर येते. काल तर मी खरेदी करताना बेशुद्ध झाले. मी बरी आहे ना?''

गर्भावस्थेत असे होतच असते, त्यामुळे घाबरू नका. याला गर्भावस्थेतील एक नेहमीचे लक्षण समजले जाते.

- पहिल्या तिमाहीत रक्ताची कमतरता निर्माण झाल्याने असे होऊ शकते. दुसऱ्या तिमाहीत गर्भाशय मोठे होऊन रक्त वाहिन्यावर दबाव आल्यामुळे चक्कर येऊ शकते.
- पूर्ण गर्भावस्थेत तुमच्या रक्त वाहिन्या शिथील होतात. गर्भाकडे रक्त प्रवाह वेगवान होतो, तर आईकडे तो मंदगती होतो. यामुळे रक्तदाब कमी होतो आणि मेंदूला योग्य रक्त पुरवठा होत नाही. त्यामुळे चक्कर येते.

आता मात्र हद्द झाली

जॉगिंग करताना थकवा जाणवतो? स्वच्छता करताना व्हॅक्युम क्लिनर चालवणे जड वाटते. स्वतःला आवश्यकतेपेक्षा जास्त थकवण्याचा विचार अजिबात चांगला नाही. त्याचा गर्भावरही दुष्परिणाम होतो. थोडा आराम करा. जास्त थकवा जाणवत असेल,तर तो आगामी काळासाठी सराव असल्याचे समजा. कारण बाळ आल्यानंतर तर कामाची यादी लांबणार आहे. त्यामुळे तुम्ही नेहमी कामात गर्क राहणार आहात.

- अचानक उठल्यामुळेही थोडीसी चक्कर येते. तुम्ही हळूहळू उठायला हवे. धावत जाऊन फोन घेण्याचा प्रयत्न केला तर तुम्हाला चक्कर येऊन सोफ्यावर बसावे लागू शकते.
- ब्लड शूगर कमी झाल्यामुळेही चक्कर येते. तुमच्या आहारात प्रोटिन्स आणि कर्ब पदार्थांचा समावेश करा. दोन जेवणांच्या मध्ये काही हलकु फुलके खात रहा. सोबत नेहमी स्नॅक्स ठेवा.
- डियाहड्रेशनमुळेही असे होऊ शकते. पातळ पदार्थ पुरेशा प्रमाणात घ्या. घाम येत असेल, तर पातळ पदार्थांचे प्रमाण वाढवा.
- गर्दीच्या ठिकाणी, बस, ऑफिसमध्ये आणि दम कोंडणाऱ्या ठिकाणीही चक्कर येऊ शकते. जास्त कपडे घातल्यामुळेही घाबरल्यासारखे होते. अशा वेळी कपड्यांचे ओझे थोडे कमी करा. कपडे काढणे शक्य नसेल, तर गळा आणि कबंर थोडी मोकळी करा. थोडे मोकळया हवेत फिरून या. बाहेर जाणे शक्य नसेल, तर खिडक्या उघडा.

बेशुद्ध झालात तर डाव्या कुशीवर पडून रहा आणि पाय उंच ठेवा. नाही तर गुढग्यात मान घालून बसून रहा. दीर्घ श्वास घ्या आणि कपडे सैल करा. थोडे बरे वाटायला लागल्यावर काही खा- प्या.

पुढच्या भेटीत डॉक्टरांना याची कल्पना द्या. तसं तर तुम्ही एकदम बेशुद्ध पडत नाहीत. थोडी फार शुद्ध हरवली तर त्याचा गर्भावर विपरीत परिणाम होत नाही. डॉक्टरांना सांगायला मात्र विसरू नका.

पाठदुखी

''माझी पाठ खूप दुखते. पूर्ण नऊ महिने कसे जातील याची मला भीती वाटते?''

खरं तर गर्भावस्थेत पाठ आणि शरीराच्या इतर भागात वेदना राहतात. अर्थात म्हणून तुम्ही हात

पाय गाळायला हवेत, असे अजिबात नाही. खरं तर शरीर प्रत्येक वेळी येणाऱ्या काळासाठी आपली तयारी करीत असल्याची ही लक्षणे आहेत. पाठदुखीही त्याला अपवाद नाही. गर्भावस्थेत पेल्विक सांधे मोकळे होत असतात. त्यामुळे प्रसूतीच्या वेळी बाळाला बाहेर यायला सोपे जाते. त्यामुळेच तुमचे खांदे आणि मानही दुखते. पोटाचा आकार वाढल्यामुळे इतरांना गर्भावस्थेची माहिती होत असली, तरी सोबत पाठदुखी, स्नायुदुखी आणि वेदना येते.

खालील उपायाच्या मदतीने तुम्ही पाठदुखीत आराम मिळवू शकता.

योग्य पद्धतीने बसा. बसल्यामुळे पाठीच्या मणक्यावर खूप परिणाम होत असतो. घरी किंवा कार्यालयातील तुमची खुर्ची पाठीला पूर्ण आराम देणारी असावी. तिची पाठ सरळ, दोन हात आणि कडक कुशन असायला हवे. खुर्चीची पाठ थोडीसी मागे जाणारी असेल,तर त्यामुळेही लाभ होऊ शकतो. खुर्चीवर बसल्यानंतर पाय थोडे वर ठेवा. पायावर पाय ठेवू नका नाही तर तुमचे पेल्विस पुढच्या बाजूने झुकतील आणि स्नायूवर दबाव येईल.

- दीर्घकाळ बसल्यामुळेही पाठदुखी खूप वाढते. तुम्ही तासभर बसून असाल, तर थोडे फिरून या आणि पायांना ताण द्या. तसं अर्धा तास एका जागी बसायला हरकत नाही.
- जास्त वेळ उभे राहू नका. असे असेल तर तुमचा एक पाय स्टूलवर ठेवा. त्यामुळे पाठीच्या खालच्या भागावर जास्त ताण पडणार नाही. टणक फरशीवर उभ्या असाल तर पायाखाली पायदान घ्या. त्यामुळे पायावर कमी दाब पडतो.
- वजनदार सामान उचलू नका. उचलायची वेळ आली तर हळूवार उचला. आपले संतुलन सांभाळा. गुढग्यात वाका आणि हातांच्या मदतीने सामान वर उचला. राशनचे सामान उचलायचे असेल, तर ते दोन पिशव्यात भरा आणि दोन्ही

उठताना गुढघा वाकवा

पिशव्या एकेक करून दोन्ही हातांनी उचला.

- दिलेल्या सूचनेनुसारच वजन वाढवा. जास्त वजन वाढल्यामुळेही पाठीवर खूप दबाव पडतो.
- योग्य पद्धतीच्या वाहना वापरा. उंच टाचांच्या वाहनामुळेही पाठीवर दबाव येतो. तसे सपाट वाहनामुळेही पाठीवर दबाव येतो. त्यामुळे २ इंच उंच टाचेची चप्पल घालणे सोयीचे आहे. तसे तर मांसपेशींना आराम देणाऱ्या आर्थोपेडिक वाहनाही तुम्ही वापरू शकता.
- रात्री झोपताना एक बॉडी पिलो घेऊन आरामदायक स्थितीत झोपलात तर सकाळी उठल्यावर पाठ दुखी बरीच कमी होऊ शकते. याशिवाय सकाळी उठल्यानंतर अंथरूणातून उठण्यापूर्वी आपले पाय खाली सोडून थोडे हलवा.
- उंच ठिकाणी ठेवलेले सामान काढण्याचा स्वतः प्रयत्न करू नका. त्यासाठी छोट्या स्टुलाचा वापर करा.
- थंड आणि गरम पाण्याचा शेक दिल्यानेही आराम पडतो. १५ मिनिटासाठी आईस पॅड आणि १५ मिनिटांसाठी हिटिंग पॅड लावा. या दोन्हीचाही वापर कापडात गुंडाळून करा.
- कोमट पाण्याने स्नान करा आणि पाठीची मालीश करा.
- आपली पाठ योग्य पद्धतीने चोळा. तज्ज्ञ व्यक्तीकडून मालीश करून घ्या. गर्भवतीची मालीश कशी करायची ते त्याला माहीत असावे.
- विश्रांती घ्यायला शिका. अनेक वेळा तणावामुळेही पाठदुखी होते. वेदना जास्त असतील तर शिथिलता तंत्राचा वापर करा. तणाव कमी करण्याचे उपायही अमंलात आणा.
- पोटाच्या स्नायूंना आराम देणारे साधे व्यायाम करा. जिम्नॅस्टिक किंवा योग वर्गाला जा.
- वेदनेपासून आराम मिळत नसेल, तर डॉक्टरांच्या सल्ल्याने पर्यायी उपचार करा. (ॲक्यूपंक्चर).

पोटदुखी

"ओटीपोटात वेदना आणि त्रास कशामुळे होतो? "

गर्भावस्था वाढत जाते तशा अनेक प्रकारच्या वेदनाही वाढत जात असल्याचा तुम्हीही विचार करीत असाल. तुमच्या वाढत्या गर्भाशयाला आधार देण्यासाठी मांसपेशी आणि लिंगमेटमध्ये तणाव निर्माण होत आहे. तांत्रिक भाषेत याला 'राऊंड लिंगामेंट पेन ' म्हणतात. बहुतेक गर्भवतींना याची जाणीव होत असते, पण प्रत्येकीचा अनुभव मात्र वेगळा असतो. कधी हा खूप तीव्र, वेदनादायी तर कधी हवाहवासा असू शकतो. याच्या सोबत ताप, चक्कर येणे, रक्तस्राव यासारखी काही लक्षणे नसतील,तर हे एक नेहमीचे लक्षण समजावे.

तुम्ही पाय थोडे उंच करून झोपल्यामुळे थोडे

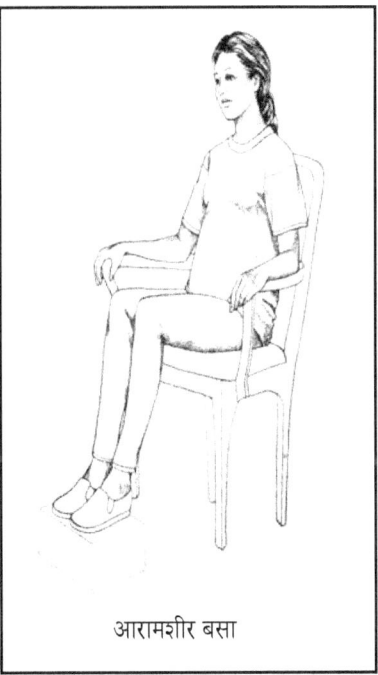

आरामशीर बसा

तुमची नवी त्वचा

गर्भावस्था तुमच्या पूर्ण शरीरावर कोणत्या ना कोणत्या प्रकारे परिणाम करीत असते. त्वचेवरही तिचा परिणाम होतो. या दिवसात तुमच्या त्वचेत खालीलप्रमाणे बदल आढळून येतात.

लिनिया निग्रा :- हार्मोनमुळे गर्भावस्थेत निप्पलच्या भोवतालचा भाग गडद रंगाचा होतो, त्याच प्रमाणे बेंबीपासून खाली जाणारी पांढरी रेषाही गडद होत जाते. ही दुसऱ्या तिमाहीत निर्माण होते आणि डिलिव्हरीनंतर काही महिन्यांनी निघून जाते. ही रेषा बेंबीपर्यंत जात असेल तर मुलीचा गर्भ असतो आणि ही रेषा बरगड्यापर्यंत जात असेल, तर मुलाचा गर्भ असतो, असे दाई सांगतात.

गर्भावस्थेतील सुरकत्या :- ५० ते ७५ टक्के गर्भवतींच्या चेहऱ्यावर सुरकत्या पडतात. सावळ्या महिलांच्या कपाळावर, नाकावर आणि गालावर चट्टे पडतात. डिलिव्हरीनंतर काही काळाने ते विरून जातात. नाही तर मग ब्लीच, पील किंवा लेजरची मदत घेतली जाऊ शकते. आता तुम्हाला या उपचारांपासून दूर रहायचे आहे. सध्या कॉसिंलरच्या मदतीने हे लपवा.

हायपर पिग्मेंटेशन :- काही महिलांची त्वचा शरीराच्या काही भागात गडद रंगाची होते. तीळही गडद होतात. डिलिव्हरी नंतर हे सर्व फिक्कट होतात. सूर्याच्या उन्हात जास्त वेळ घालवू नका. सनस्क्रीनचा वापर करा. एक मोठी हॅट आणि अंगभर कपडे वापरा.

तळहात आणि टाळूवरील लाली :- रक्तप्रवाह वाढल्यामुळे असे होऊ शकते. थंड पाण्याने थोडे बरे वाटू शकते. हाताला थेट शेक देणाऱ्या वस्तूंपासून दूर रहा. कडक साबण आणि सुगंधी लोशनला निरोप द्या. डिलिव्हरीनंतर हेही बरे होते.

मसा :- गर्भवतींमध्ये मसां होण्याची समस्या वाढते. त्वचेवर फालतू त्वचा साचते. हे दुसऱ्या तिसऱ्या तिमाहीत होतात. डिलिव्हरीनंतर ते बरे होतात. नाही तर डॉक्टर त्यावर उपचार करू शकतात.

हीट रॅशेस :- गर्भवती माता बहुतेक वेळा हीट रॅशेशमुळे परेशान असतात. घाम आलेली त्वचा घासते तेव्हा त्या ठिकाणी ती लाल होते आणि तिथे आग व्हायला लागते. छातीच्या खाली, बगलेत, जांघांमध्ये, पोटाच्या खाली जास्त त्रास होतो. आपले शरीर स्वच्छ ठेवा. त्या ठिकाणी कपड्याने पुसून घ्या आणि पावडर लावा. थोडे कॅलमेलाइन लोशनही बरे वाटू शकते. आधी डॉक्टरांना विचारायला विसरू नका. दोन तीन दिवसात बरे वाटले नाही, तर डॉक्टरांना भेटा.

काहीही होऊ शकते :- ही सर्व तर काही उदाहरणे आहेत. तुमची त्वचा कोणत्याही प्रकारे प्रतिक्रिया व्यक्त करू शकते.

बरे वाटू शकते. तसे इतर लक्षणांप्रमाणे याचीही डॉक्टरांना कल्पना द्यायला विसरू नका.

पायांचा आकार वाढणे

''बुट खूप घट्ट व्हायला लागलेत. माझ्या पायांचा आकारही वाढला आहे की काय?''

गर्भावस्थेत काही फक्त पोटच वाढत नाही. इतर अनेक गर्भवती प्रमाणे तुमच्या पायांचा आकार वाढला असल्याचेही तुमच्या लक्षात आले असेल. अशा वेळी तुम्ही नवीन प्रकारचे बूट - चपल खरेदी करणार असाल, तर चांगलेच आहे, पण तुम्ही नुकतेच दोन तीन जोड खरेदी केले असतील, तर अरेरे!

या दिवसांत पायाचा आकार का वाढतो? गर्भावस्थेत वाढलेले पातळ पदार्थांचे प्रमाण आणि सूज याशिवाय याचे आणखी एक कारण असते. गर्भावस्थेतील 'रिलॅक्सिन' नावाचे हार्मोन तुमच्या पेल्विसच्या भोवतालचे लिंगामेंट आणि सांधे बाळासाठी जागा करायला म्हणून सैल करते.अशा प्रकारे त्याचा परिणाम पायांच्या लिंगामेटंवरही होतो. पायाचे लिंगामेंट सैल झाल्यामुळे त्याखालील पायाची हाडे थोडी पसरतात. त्यामुळे अनेक महिलांचे पाय अर्धा -एक इंच मोठे होतात.अर्थात गर्भावस्था संपल्यानंतर पायाचे लिंगांमेंट पुन्हा पहिल्यासारखे घट्ट होतात. अर्थात पाय मात्र नेहमीसाठी मोठा राहू शकतो.

तोपर्यंत तुम्हाला पायावरील सूज कमी करणाऱ्या उपयांचा वापर करावा लागेल. आकार एक इंच वाढला असेल, तर नवीन आरामदायी बूट खरेदी करा. बूट खरेदी करताना फॅशन ऐवजी आरामाला अधिक महत्त्व द्या. बुटांच्या टाचा २ इंचापेक्षा मोठ्या नसाव्यात. तुमचा पाय व्यवस्थित बसावा इतके ते मोठे असावेत. संध्याकाळच्या वेळी बूट खरेदी करा. त्यावेळी पायांवर अधिक सूज असते. तुमचे बूट अशा वस्तूंपासून तयार केलेले असावेत, त्यामुळे सूज आणि घाम आल्यावरही त्यांना श्वास घ्यायला अडचण येऊ नये. (सिंथेटिक घ्यावेत।)

संध्याकाळी तुमच्या पायांत वेदना होतात? विशेष प्रकारे तयार केलेले बूट तुमचा त्रास कमी करू शकतात. त्याशिवाय तुम्हाला पाय आणि कंबरदुखीपासूनही आराम मिळतो. संधी मिळेल तेव्हा पाय उंच करून झोपा. घरात इलॅस्टिकच्या स्लीपर वापरा. खरं तर ही काही फॅशन नाही,पण थकवा आणि वेदनेपासून आराम तर मिळतो.

केस आणि नखांची वेगवान वाढ

''सध्या माझे केस आणि नखे वेगाने वाढत असल्याचे वाटते. असे का? ''

गर्भावस्थेतील सर्व हार्मोन्सनी मिळून तुमची गर्भावस्था वाईट करण्याचे ठरविले आहे, असे वाटते. (मलावरोध, जळजळ, उलटी) याशिवाय काही हार्मोन्स असेही असतात, जे काही वस्तूंना वाढवितात. वेगाने वाढणाऱ्या नखांचे तुम्ही मॅनिक्युअर करू शकता. तुमच्या हेअर डिझायनरकडे जाण्यापूर्वी केस लांब करू शकता. केस पूर्वीपेक्षा दाटही होऊ शकतात. रक्तप्रवाह आणि चयापचयात झालेल्या वाढीमुळे केस आणि नखांच्या पेशींचे पोषण होते. त्यामुळे ते पहिल्यापेक्षा अधिक निरोगी होतात.

अर्थात प्रत्येक फायद्याचे मोलही चुकवावे लागते. या पोषणामुळे इतरही काही परिणाम होतात. यामुळे तुम्हाला नको असलेल्या ठिकाणीही चेहऱ्यावर केस उगवतात. ओठ, भुवया आणि गालांशिवाय काखेत, पायावर, छाती, पोट आणि पाठीवरही केस उगवायला लागतात. तुमची लांब नखेही वाळून कडक होतात.

प्रसूतीनंतर केस आणि नखांची अवस्था पुन्हा पहिल्यासारखी होते, हे लक्षात ठेवा.केस पूर्वीसारखे लहान आणि विरळ होतात. नखांची वाढही थांबते. बाळासाठी तसेही तुम्हाला नखे कापायचीच आहेत.

दृष्टी

''गर्भावस्थेत माझी दृष्टी पहिल्यापेक्षा खूप कमकुवत झाली आहे. माझे कॉंटॅक्ट लेन्सही पूर्वीसारखे काम करीत नाहीत. हा भास तर नाही ना?''

नाही, हा तुमचा भास नाही. या काळात तुमची दृष्टी अधू होते आणि कॉंटॅक्ट लेन्सही कामाचे रहात नाहीत. डोळयातील कोरडेपणामुळे जळजळ, खाज आणि अस्वस्थ वाटू शकते. डोळयात जास्त पाणी येत असेल, तर कॉंटॅक्ट लेन्स लावणाऱ्या महिलांची दृष्टी धूसर होऊ शकते. प्रसूतीनंतर सर्व काही पहिल्यासारखे सामान्य होणार असते त्यामुळे कोणताही नवीन बदल करण्यापूर्वी विचार करा.

अर्थात ही काही डोळयांवर शस्त्रक्रिया करण्याची वेळ नाही. अर्थात त्याचा गर्भावर काही परिणाम होत नसला, तरीही तुम्हाला त्यातून सावरण्यासाठी थोडा वेळ लागू शकतो. त्यामुळे हे सर्व प्रसूतीनंतर करा. शिवाय डोळयात टाकण्याची काही औषधे गर्भवतीसाठी उपयुक्त नसू शकतात. गर्भधारणा करण्यापूर्वी सहा महिने आणि प्रसूतीनंतर सहा महिने डोळयांचे ऑपरेशन टाळायला हवे, असे डोळयांचे डॉक्टर म्हणतात.

अर्थात दृष्टी थोडी-फार अधू झाल्याचे फार फरक पडत नाही; पण जास्त फरक पडत असले, तर डॉक्टरांना दाखवायला विसरू नका. एकदम दृष्टी कमकुवत झाली, डोळयांसमोर काळे डाग दिसायला लागले, दोन तीन तास अशीच स्थिती राहिली तर डॉक्टरांना भेटा. एकदम उभे राहिल्यावव डोळयांसमोर अंधारी आली तर घाबरू नका. तरीही पुढील भेटीत डॉक्टरांना हे सांगायला विसरू नका.

गर्भाच्या हालचाली

''गेल्या आठवड्यात मला रोज काही ना काही हालचाल जाणवत होती. आज मात्र काहीच जाणवत नाही. सर्व ठीक आहे ना?''

गर्भाचे पोटात फिरणे, उड्या मारणे, लाथा मारणे खूपच रोमांचकारी असते. एक ऊर्जेने भरलेला जीता जागता जीव तुमच्या आत वाढत असल्याचा तो खात्रीशीर पुरावा असतो. अर्थात याच हालचालीमुळे भावी मातेच्या मनात काही वेळा अनेक प्रकाराच्या शंका आणि संशय निर्माण होत असतात. गर्भ लाथा मारत असल्याचे एका क्षणी तुम्हाला जाणवत, तर दुसऱ्याच क्षणी गॅसमुळे तर असे होत नसेल ना, असे वाटते. एखाद्या दिवशी त्याच्या हालचाली थांबत नाहीत आणि एखाद्या दिवशी काहीच चाहूल लागत नाही. जणू काही तो गाढ झोपलेला असतो.

घाबरू नका. गर्भावस्थेत या वेळी गर्भाच्या हालचालीची काळजी करण्याचे काहीच कारण नाही. हालचाल कधी आणि किती वेळा होणार, याचे काही वेळापत्रक असत नाही. काही वेळा गर्भ आपली अवस्था बदलत असतो. त्यामुळेही काही वेळा त्याच्या हालचाली जाणवत नाहीत. काही वेळा तुम्ही चालत असता किंवा गाढ झोपेत असता.. काही वेळेला तुम्ही कामात गर्क असल्यामुळेही तुम्हाला त्याची हालचाल जाणवत नाही. काही गर्भ मध्यरात्री आपल्या हालचाली सुरू करतात. आई त्या वेळी गाढ झोपेत असते.

तुम्हाला अनेक तास गर्भाची हालचाल जाणवली नसेल, तर एक ग्लास संत्र्याचा रस किंवा काही स्नॅक्स खाऊन थोडा वेळ पडा. तुमचे स्वस्थ पडणे आणि आहारामुळे बाळाला मिळालेली ऊर्जा यामुळे त्याच्या हालचाली होऊ शकतात. तरीही जाणवले नाही , तर काळजी करू नका कारण अनेक वेळा

दो-तीन दिवस गर्भ काहीच हालचाल करीत नाही. तरीही काळजी वाटत असेल, तर डॉक्टरांना भेटा.

२८ व्या आठवड्यानंतर त्याच्या हालचाली पूर्वीपेक्षा अधिक तीव्र होतात. त्यामुळे त्याच्या हालचालीवर लक्ष ठेवण्याची सवय तुम्हाला आथापासूनच लाऊन घ्यायला हवी.

दुसऱ्या तिमाहीतील अल्ट्रासाऊंड

''माझी गर्भावस्था सहज आणि नियमित प्रकारे चालली आहे, तरीही डॉक्टरांनी अल्ट्रासाऊंड करण्याचा सल्ला दिला आहे. याची खरोखरच आवश्यकता आहे का?''

आज काल सर्व गर्भवतींचे दुसऱ्या तिमाहीत अल्ट्रासाऊंड केले जाते. मग त्यांची गर्भावस्था कितीही सहज आणि नियमित असली तरी. आतापर्यंत गर्भाचा जितका विकास व्हायला हवा होता, तितका झाला आहे की नाही हे डॉक्टरांना माहीत करून घ्यायचे असते. दुसरी गोष्ट म्हणजे तुम्हालाही अल्ट्रासाऊंडच्या मदतीने तुमचा गर्भ पाहण्याची संधी मिळते. यावेळी गर्भाचे लिंगही कळते.

गर्भवती राहण्याची तारीख माहीत करून घेण्यासाठी पहिल्या तिमाहीत अल्ट्रासाऊंड करून घेतले असले किंवा विस्तृत माहिती मिळविण्यासाठी स्कॅन केले असले, तरीही यामुळे डॉक्टरांना जास्तीची माहिती मिळते. जसे बाळाचे शरीर आणि सर्व अवयव, ॲम्नियोटिक द्रव्याचे योग्य प्रमाण, प्लासेंटाची अवस्था इ. यामुळे डॉक्टराना तुमची आणि गर्भाची स्वच्छ प्रतिमा पहायला मिळते.

हे अल्ट्रासाऊंड तुम्हाला चांगल्या प्रकारे समजले नाही, तर डॉक्टरांना विचारायला संकोच करू नका.

प्लेसंटाची स्थिती

''डॉक्टरांच्या म्हणण्यानुसार माझा प्लेसेंटा खाली सर्व्हिक्स जवळ आहे. त्यांच्या मतानुसार आता काळजी करण्याची काही आवश्यकता नाही, तरीही मला काळजी वाटते.''

तुमचा गर्भ गर्भाशयात इकडे तिकडे फिरतो? गर्भा प्रमाणे प्लासेंटाही गर्भाशयात आपली स्थिती बदलीत असतो. फक्त १० टक्के प्लेसेंटाच गर्भाशयाच्या खालच्या भागात जातात. प्रसूतीची वेळ येईपर्यंत बहुतेक प्लासेंटा वरच्या भागात येतात. असे झाले नाही आणि प्लासेंटाने गर्भाशयाचे मुख झाकून घेतले, तर प्लासेंटा प्रिव्हियाची माहिती काढली जाऊ शकते. साधारणपणे २०० पैकी १ केसमध्ये असे होण्याची शक्यता असते. दुसऱ्या शब्दात डॉक्टरांचे म्हणणे खरे आहे. त्यामुळे आतापासूनच काळजी करण्याची काही आवश्यकता नाही. सर्व काही ठीक होईल.

''अल्ट्रासाऊंडच्या वेळी माझा प्लासेंटा 'इंटेरिअर प्लासेंटा' असल्याचे तंत्रज्ञाने सांगितले. याचा काय अर्थ झाला? ''

याचा अर्थ असा झाला की, तुमचा गर्भ प्लासेंटाच्या मागे आहे. साधारणपणे एक फलीत झालेले अंडे गर्भाशयाच्या मागील बाजूस पाठीच्या कण्याजवळ स्थीर होत असते. तिथेच प्लासेंटा विकसित होत असतो. कधी कधी हे अंडे उलट्या बाजूला म्हणजे बेंबीच्या जवळ स्थिर होतो. त्यामुळे तुमचे गर्भाशय पुढच्या बाजूला वाढू लागते. गर्भ याच्या मागच्या बाजूला असतो. तुमच्या बाबतीतही असेच झाले आहे.

तसे गर्भाला यामुळे काही फरक पडत नाही. तो कोणत्याही बाजूला असू शकतो. त्याच्या विकासाशी प्लासेंटाचा काहीही संबंध असत नाही. फक्त तुमची अडचण इतकीच होते, की तुम्ही त्याच्या लाथा, बुक्या आणि त्याची गर्भाशयातील कुशलता तुम्हाला योग्य प्रकारे अनुभवता येऊ शकत नाही. तुमच्या

दोघांच्या मध्ये कुशनचे काम प्लासेंटा करतो.

यामुळे उगीच चिंता लागू शकते. याच कारणामुळे डॉक्टरांनाही गर्भाच्या हृदयाची स्पंदने ऐकण्यात अडचण येते. अशा काही प्रकारच्या गैरसोयी असल्या तरीही त्यामध्ये घाबरण्यासारखे काही नाही. इंटेरिअर प्लासेंटा बहुतेक वेळा पोस्टिरिअर पोझिशनला येत असतो.

झोपण्याची स्थिती

''मी नेहमीच पोटावर झोपत आली आहे. आता मला भीती वाटते. दुसऱ्या कोणत्याही अवस्थेत झोपणे मला आरामशीर वाटत नाही.''

दुर्दैवाने गर्भावस्थेत पाठीवर किंवा पोटावर झोपणे योग्य असत नाही. पोटावर झोपणे म्हणजे एखाद्या टरबुजावर झोपण्यासारखेच झाले. पाठीवर झोपणे आरामशीर वाटत असले, तरीही त्यामुळे तुमच्या गर्भाशयाचा सर्व भार पाठ, आतडे आणि मुख्य रक्तवाहिन्यांवर पडतो. याच दाबामुळे पाठदुखी वाढते. पचन करण्यात अडचणी येतात आणि रक्त प्रवाहात अडथळे निर्माण होतात. त्यामुळे तुम्हाला हायपरटेंशन किंवा लो ब्लड प्रेशरचा त्रास होऊ शकतो. त्यामुळे तुम्ही नेहमी उदास राहू शकता.

अर्थात म्हणून मग तुम्हाला उभ्या उभ्या झोपावे लागेल, असा त्याचा अर्थ नाही. तुम्ही डाव्या कुशीवर वळा आणि दोन्ही पायांच्या मध्ये एक उशी घ्या. ते गर्भासाठीही चांगले असते. त्यामुळे प्लेसेंटाला होणाऱ्या रक्तप्रवाहात अडथळा येत नाही. कीडनी योग्य प्रकारे काम करू शकते. त्यामुळे शरीरातील टाकाऊ पदार्थ बाहेर टाकण्यास अडचण येत नाही. हात, पाय आणि पोटऱ्यावर कमीत कमी सूज येईल.

खूप कमी लोक रात्रभर एकाच कुशीवर झोपू शकतात. डोळे उघडल्यावर तुम्ही पाठीवर किंवा

पोटावर झोपल्याचे तुम्हाला आढळून आले तर काळजी करू नका. त्यामुळे काहीही नुकसान होत नाही. फक्त तुम्ही कुशी बदला. काही रात्री यामुळे तुम्हाला अस्वस्थ वाटू शकते, पण लवकरच तुम्हाला त्याची सवय होऊ शकते. ज़र ५ फूट लांबीची किंवा बाजेच्या आकाराची उशी घेतली, तर त्यामुळे तुम्हाला खूप सोयीचे पडू शकते. तुमच्याकडे अशा प्रकारची उशी नसेल, तर तुम्ही घरातील बिनकामाच्या उशांचा वापर करून इतक्या आरामशीर अवस्थेत झोपा, की तुम्हाला अगदी गाढ झोप लागेल.

ग़र्भातील शाळा

''गर्भातील बाळाला मैफलीला आणले तर तो संगीत प्रेमी होतो, असे माझ्या मैत्रिणीचे म्हणणे आहे. दुसऱ्या मैत्रिणीचे पती आपल्या गर्भातील बाळाला चांगल्या चांगल्या कथा सांगतात. मलाही असेच काही करावे लागेल, की काय? ''

आपले मूल कोणत्या ना कोणत्या प्रकारे चांगले

पाचवा महिना

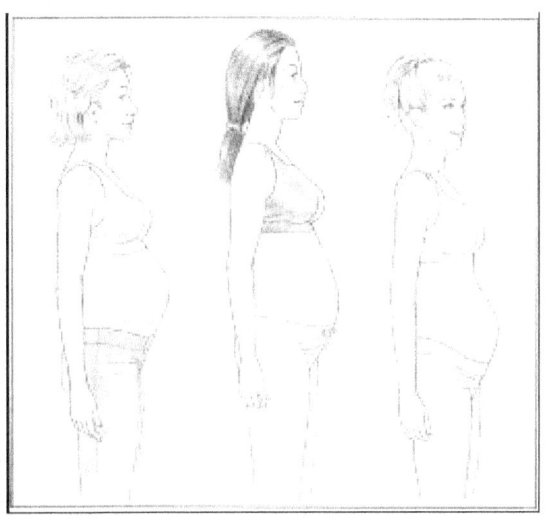

प़ाचव्या महिन्यात गर्भवती तीन प्रकारच्या दिसू शकतात. हे सर्व तुमचा आकार, वजन आणि गर्भाशयाची स्थिती यावर अवलंबून असते. वर, खाली, जड किंवा रुदं गर्भ राहू शकतो.

असावे, असे प्रत्येक आई वडिलांना वाटत असते; पण तुम्हाला मात्र आतापासूनच त्याच्या शिक्षणाची काळजी करण्याचे कारण नाही.

दुसऱ्या तिमाहीच्या अखेरीस गर्भाची श्रवण शक्ती विकसित झालेली असते, हे खरे आहे. अर्थात त्यामुळे तो मैफलिला जाऊंन संगीत ऐकू शकेल आणि जन्मानंतर लगेच संगीतज्ञ होईल, असा त्याचा अर्थ नाही.

अजून जन्माला येणाऱ्या बाळावर आतापासूनच इतक्या जबाबदारीचे ओझे लादू नका. मोठा झाल्यावर तो स्वतःच आपल्या प्रतिभेच्या आणि इच्छेच्या जोरावर सर्व काही शिकेल. तुमच्या गर्भाशयालाच त्याची शाळा बनविण्याचा तुम्ही प्रयत्न केला, तर त्यामुळे त्याच्या नैसर्गिक झोपेत अडथळा येऊ शकतो. नाही तर मग त्याच्या नैसर्गिक विकासात बाधा येऊ शकते.

अर्थात तुमच्या गर्भाल खूप जवळून अनुभवण्यासाठी तुम्ही कोणतीही पद्धत अवलंबू शकता. त्याच्यासाठी गाणे म्हणा, त्याला गोष्टी सांगा. त्याला तुमच्या हाताचा स्पर्श करा. अशा प्रकारच्या शैक्षणिक वातावरणात त्याला काही एखाद्या विद्यापीठाची पदवी मिळणार नाही. पण त्यामुळे तुमच्या दोघांतील जवळिकता वाढते.

गर्भातील बाळाला शास्त्रीय संगीताच्या ध्वनीलहरी आवडू शकतात. त्यामुळे त्याला जन्मानंतरही या संगीतात शांतता मिळू शकते.

तुमच्या पोटाला हलक्या हाताने स्पर्श करा. त्याला संगीत ऐकवा. त्याला तुमचा आवाज ऐकण्याची सवय लागेल. त्यामुळे जवळिकता आणखी वाढते. गर्भाशी प्रेमाचे नाते जोडा. त्याला आतापासूनच काही शिकविण्याच्या फंदात पडू नका. त्यासाठी तर त्याचे अख्खे आयुष्य पडले आहे. किमान

जन्मापूर्वी तरी त्याला या स्पर्धेच्या जगातील धाव पळीपासून दूर ठेवा.

मोठ्या मुलाला उचलणे

"माझे तीन वर्षाचे मूल नेहमी कडेवर घेण्याचा हट्ट धरते. गर्भावस्थेत असे करणे ठीक आहे का? त्यामुळे माझ्या पाठीत दुखते."

डॉक्टरांनी मनाई केली नसेल, तर तुम्ही साधारण ओझे गर्भावस्थेत उचलू शकता. (३५ ते ४० पौंड) पण त्यामुळे तुमची पाठ दुखी वाढू शकते. अशा वेळी तुम्ही जर तुमच्या मुलाची सवय बदलली नाही, तर तुमच्या पाठीचा पार चुरा होईल. मुलाला पायी चालायला सांगा. त्याच्याशी लहान लहान शर्यती लावा. पायऱ्या चढताना त्याच्या हाताला धरून चढा तुमचे कडेवर बसण्याऐवजी तो दोन पावले जरी चालला, तर त्याचे कौतुक करायला विसरू नका. बसल्यावर मात्र त्याला जवळ घेऊन त्याचे कोड कौतुक करा. काही वेळेला त्याला उचलून कडेवर घेण्याशिवाय दुसरा काही पर्यायच नसेल, तर अशा वेळेसाठी तुमची पाठ जरा जबरदस्त ठेवा.

आई-वडील होण्याची उत्सुकता

"या सर्वापासून मला आनंद होईल की नाही, याची मला शंका वाटते. मला खरेच कसे वाटेल, त्याचा मला काही अंदाज येत नाही."

बहुतेक लोक जीवनातील नव नवीन बदलातून जात असतात. तुमच्या घरी होणारा बाळाचा जन्म हाही मोठ्या बदलापेक्षा कमी नाही. हा बदल नक्कीच तुमच्या जीवनात आनंद आणि खुशी आणणारा आहे. फक्त तुम्ही तुमच्या अपेक्षा वास्तवितेच्या मर्यादित ठेवायला हव्यात.

एक हासते खेळते बाळ इस्पितळातून घरी आणण्याचे तुम्ही स्वप्न पहात असाल, तर बहुतेक नवजात शिशू जन्मानंतर कसे दिसतात, ते तुम्हाला माहीत असायला हवे. कदाचित तुम्हाला रडणारे बाळ घरी आणावे लागेल कारण तोपर्यंत तुमची त्याच्याशी जवळिक झालेली नसते. किंवा अजून त्याला हासता येत नसते. तुम्ही जेवायला बसता किंवा तुम्हाला बाथरूमला जायचे असते, तुम्ही गाढ झोपेत असता तेव्हाच त्याला रडून रडून आकांत करण्याची आठवण आलेली असू शकते.

आगामी काळात रोज सकाळी आपण फिरायला जाऊ, असा तुम्ही विचार करीत असाल. दुपारी प्राणीसंग्रहालयाला भेट देता येईल आणि बाळाला सुंदर कपडे घालून नटविता येईल, तर काही खरे नाही. कारण तुम्ही सकाळी फिरायला जाऊ शकाल, पण एखादी सकाळ अशीही असू शकते, की संध्याकाळ कधी झाली ते तुम्हाला कळणारही नाही. तुम्ही आणि तुमचे बाळ प्रकाशाचा किरणही पाहू शकणार नाहीत. अनेक कोवळी उन्हे बाळाचे खूप सारे कपडे धुण्यात वाया जातील.

अर्थात तुम्ही काही वास्तविक अपेक्षा ठेवल्या, तर तुमच्या जीवनात असे काही आनंदी क्षण येतील, जे दुसऱ्या कुणाचेच असू शकणार नाहीत. तुमच्या गोजिरवाण्या बाळाला जवळ घेण्याचे सुख, त्याचे पापे घेण्याचा आनंद, त्याचे गोड हासू हे सारे फक्त तुमच्याच साठी असते. त्या सर्व आनंदात तुम्ही रात्र जागून काढणे, उशिरा जेवणे, खूप कपडे धुणे आणि जोडीदाराला वेळ न देणे यासारख्या अडचणी सहज विसरू शकता.

खुश! आता फक्त त्या क्षणांची वाट पहा.

सीट बेल्ट लावणे

"कारमध्ये सीट बेल्ट लावणे योग्य होईल?"

गर्भवती आणि गर्भासाठी कारमध्ये बसल्यावर सीट

बेल्ट लावणे खूप आवश्यक असते. तसे तर अनेक ठिकाणी असा नियमच आहे. सुरक्षा आणि आरामाच्या दृष्टिने बेल्ट पोटाच्या खाली जांघेजवळ बांधा. खांद्यावरचा बेल्ट दोन्ही वक्षांच्या मधून घ्या. बेल्टमुळे गर्भाला हानी पोहचत नाही. तो तुमच्या गर्भाशयात पूर्णपणे सुरक्षित असतो.

तुम्ही मागच्या सीटवर बसला असाल, तर तुमची सीट मागच्या बाजूला ठकला. म्हणजे तुम्हाला पाय लांब करून बसता येईल. तुम्ही गाडी चालवित असाल, तर स्टेअरिंग छातीजवळ आणा. शक्य असेल तर स्टेअरिंग पासून १० इंचाचे अंतर ठेवा.

प्रवास

''या महिन्यात मी सुट्टी घालविण्यासाठी जाऊ शकते का? ''

यानंतर पुन्हा कधीच गर्भासोबत इतक्या सहजपणे प्रवास करण्याची संधी मिळणार नाही. कारण पुढच्या वर्षी तर तुमच्या कारमध्ये बाळासोबत खेळणी, कपडे, डायपर आणि बाटल्या असतील. तुमची पहिल्या तिमाहीतील त्रासापासून सुटका झाली आहे आणि ग़र्भाचे ओझे होईल अशी अवस्था झाली नाही.

अर्थात प्रवासाचे सामान बांधण्यापूर्वी डॉक्टरांचा सल्ला घ्या. काही वैद्यकीय अडचणी नसतील, तर गर्भावस्थेत प्रवास करण्यास काही अडचण नसते. एकदा डॉक्टरांकडून परवानगी मिळविल्यानंतर सुरक्षित प्रवासासाठी थोडे नियोजन करावे लागेल.

योग्य वेळ आहे :- चांगल्या व सुखी प्रवासासाठी योग्य वेळ हवी असते. कारण पहिल्या तिमाहीत प्रवासाची योजना आखली, तर त्यावेळी मळमळ, चक्कर, उलटी या समस्या स्वस्थ बसू देत नाहीत. शेवटच्या तिमाहीत प्रवासाची परवानगी मिळत नाही.

योग्य स्थळाची निवड :- उष्ण आणि कुंद वातावरण तुमची अडचण वाढवू शकते. तुम्ही असे ठिकाण निवडले असेल,तर तुमचा प्रवास आणि हॉटेल वातानुकुलित असावे. सूर्याच्या उन्हापासून तुम्ही तुमचा बचाव करायला हवा. जास्त उंचीच्या ठिकाणी गेल्यामुळे तुम्हाला ऑक्सिजनची उणीव भासू शकते. तसेच तिथे जाण्यासाठी काही लसिकरण आवश्यक असते. तुमच्या गर्भावस्थेसाठी ते योग्य नसते. डॉक्टरांना विचारा. काही खास ठिकाणी संसर्गाचा धोका असतो. खाण्या पिण्याशी संबंधित आजाराकडेही दुर्लक्ष करू नका.

जिथे मनाला शांतता मिळेल, अशा ठिकाणी जायला हवे. एखाद्या ग्रुपमध्ये सहल न करता एकट्याने हवे तसे फिरायला हवे. कारण फिरणे आणि खरेदी

केल्यावर तुमच्या शरीराला त्याच्या मर्जीने विश्रांती हवी असते. इतर लोक मात्र ठरल्याप्रमाणे प्रवास करीत असतात.

प्रेगनंसी कीट सोबत ठेवा :- तुमच्या जीवनसत्त्वाचा डोस तुमच्याजवळ असायला हवा. काही चांगले स्नॅक्स, सी बँड, पोटातील विकारासाठी डॉक्टरांच्या सल्ल्याने घेतलेले औषध, आरामदायी वाहना आणि सनस्क्रीन लोशन तुमच्या जवळ असायला हवे.

तुम्ही परदेशी जात असाल, तर स्थानिक

जेटलॉग

गर्भावस्थेतील थकव्याच्या सोबतीला जेटलॉग आल्यावर मग प्रवास सुरू होण्याच्या आधीच समाप्त होईल. टाइम झोनमुळे होणारी परेशानी संपवू शकत नसलात तरी तुम्ही ती कमी नक्कीच करू शकता-

- निघण्यापूर्वी आपले घड्याळ नव्या वेळेनुसार लाऊन ध्या. त्याची सवय करून घ्या. टाइमझोननुसार विमान प्रवासात झोपण्याची वेळ असेल, तर झोपा नाही तर जागे रहा.
- स्थानिक वेळेनुसार प्रवास करा. तिथे सकाळी सकाळी पोहचणार असाल,तर गेल्यानंतर झोपण्याऐवजी अंघोळ वगैरे करून फिरायला जा. थोडी विश्रांती घ्या, पण झोपू नका. रात्री स्थानिक वेळेनुसार जेवण घेतल्यानंतरच झोपायला जा. म्हणजे तुमचे शरीर तेथील वेळेशी जुळवून घेते.
- उन्हात राहिल्यामुळे तेथील वातावरणाशी जुळवून घेणे शरीराला लवकर शक्य होते.
- जेवण-खाण वेळेवर करा नाही तर जेटलॉगमुळे तुम्ही आणखी थकाल. उलट वेळेवर खाणे झाले,तर शरीरातील ऊर्जेचा पातळी कायम राहते. थोडासा व्यायामही थकवा कमी करतो.
- चमत्काराची अपेक्षा ठेवू नका. जेटलॉगसाठी डॉक्टरांच्या सल्ल्याशिवाय औषध घेऊ नका.
- दोन एक दिवसात तुम्ही तेथील स्थानिक वेळेशी जुळवून घेता.

याच्या बरोबरीने तुम्हाला झोप न येण्याचा त्रास होऊ शकतो. हे फक्त जेटलॉगमुळे होत नाही, तर तुमच्या पोटातील वजनामुळे होते. हे ओझे उचलण्यासाठी तुम्ही कुलीची मदतही घेऊ शकत नाही.

गर्भावस्था आणि उंच ठिकाण

गर्भावस्थेच्या काळात जास्त उंच ठिकाणी जाण्याचा विचार सोडणेच चांगले. कारण तिथे गेल्यावर तुमच्या अडचणी वाढू शकतात. समुद्रसपाटीपासून उंच ठिकाणी जायचेच असेल, तर एका दिवसात जास्तीत जास्त उंच जाऊ नका. जसे एकाच दिवशी ८००० फूट जाण्याऐवजी २००० फूट जा. मांउटेन सिकनेस पासून बचाव करण्यासाठी डॉक्टरांच्या सल्ल्याने औषध घ्या. एकदाच जास्त जेवण्याऐवजी दिवसातून अनेक वेळा थोडे थोडे खा आणि भरपूर पाणी प्या.

डॉक्टरांचा पत्ता ठेवा. 'इंटरनॅशनल असोसिएशन फॉर मेकिल असिस्टंस टू ट्रॅव्हलर्स' कडून अशी डिरेक्टरी मिळू शकते. त्यामध्ये सर्व जगातील इंग्रजी कळणाऱ्या डॉक्टरांचे नाव-पत्ते असतात. काही मोठ्या हॅाटेलातही अशी सोय असते. तुम्ही मेडिकल ट्रव्हल इन्शुरन्स केला असेल, तर त्याचा नंबरही तुमच्याकडे असायला हवा.

खाण्या पिण्याच्या निरोगी सवयी :- तुम्ही सुट्टीवर असलात, तरीही गर्भ मात्र रात्रंदिवस मेहनत करीत असतो. त्याला तर पोषक घटक पुरेशा प्रमाणात हवे असतात. जेवणाची ऑर्डर विचारपूर्वक द्या. त्यामुळे तुम्हाला स्थानिक जेवणाची चव घेण्याबरोबरच गर्भाच्या पोषणविषयक गरजाही पूर्ण व्हायला हव्यात. सर्वात महत्त्वाची बाब म्हणजे जेवण नियमित असायला हवे. सहा वेळा जेवण्यासाठी लंच, डीनर टाळू नका.

निवडक खा :- काही ठिकाणी सोलल्याशिवाय फळे-भाज्या खाणे हानीकारक ठरू शकते. आपल्या हाताने फळे सोला. नंतर आफले हात आणि फळ

गर्भवतीची चव

होय, गर्भवती खूप चवदार असतात. साधारण स्त्रियांच्या तुलनेत त्या डासांना दुप्पट आकर्षित करतात, असे संशोधकांचे म्हणणे आहे. कदाचित डासांना आवडणारा कार्बन डाय ऑक्साईड तय जास्त प्रमाणात सोडतात. या महिलांच्या शरीराचे तापमानही अधिक असते. जास्त डास असलेल्या ठिकाणी तुम्ही जाणार असाल, तर स्वतःचा योग्य बचाव करा.

स्वच्छ धुऊन खा. कच्चे किंवा अर्धवट शिजविलेले मांस, पोल्ट्री उत्पादने तसेच फ्रीजमध्ये ठेवलेले डेअरी पदार्थ खाऊ नका. फळे खायची असतील, तर केळी किंवा संत्र्यासारखी फळे निवडा कारण त्याची साल जाड असते.

पाणी स्वच्छ नसेल तर ते पिऊ नका की त्याने ब्रश करू नका

पिण्याचे पाणी स्वच्छ नसेल तर बाटली बंद पाणी वापरा. बाटली बंद किंवा उकळलेल्या पाण्यापासन तयार केलेले बर्फच वापरा.

घाण पाण्यात पोहणे :- काही भागात ओढे आणि समुद्रही प्रदूषित असतो. पाण्यात डुबकी मारण्याआधी त्या पाण्यात क्लोरीन आहे की नाही याची खात्री करून घ्या.

मलावरोध टाळा :- घरा बाहेर पडल्यावर जेवण खाणे अनियमित होते. त्यामुळे मलावरोधाचा त्रास होतो. तंतू, पातळ पदार्थ आणि व्यायाम या त्रिसूत्रीला तुमच्या दैनंदिन जीवनातून काढू नका. सकाळचा नाश्ता लवकर घेणार असाल,तर हॉटेल सोडण्यापूर्वी फ्रेश होण्यासाठीही वेळ काढा.

बाथरूमला आवश्य जा :- बाथरूमला जायेच असेल, तर आवश्य जा. मल-मूत्र थांबवून धरल्याने मूत्राशयाला संसर्ग होतो किंवा मलावरोध होतो. मलृ मूत्र विसर्जनाची इच्छा झाल्यावर सभोवतालच्या परिसरात रेस्टरूमचा शोध घ्या.

पायांचा आराम:- तुम्हाला वैरिकोज वेन्सची समस्या असो, की नसो; पण प्रवासात तुम्हाला दीर्घकाळ उभे राहावे लागू शकते किंवा गाडीत बसावे लागू शकते. अशा वेळा तुमचे पाय आणि पोटऱ्या सुजू नये यासाठी स्पोर्ट होजचा वापर करा.

शरीर हलवत रहा :- तुम्ही बराच वेळ बसून काम केल, तर पायातील रक्त वाहिन्यात अडचण येऊ शकते. त्यामुळे तुमचे पाय हलवा. लाबं करा. थोडेसे भोवताली फिरा. मांडी घालून बसू नका. थोड्या वेळासाठी पाय उंच करा. रेल्वे किंवा जहाजात असाल, तर दर अर्ध्या तासाने तिथेच फिरून या. गाडीत असाल, तर तासापेक्षा जास्त वेळ सलग प्रवास करू नका. मध्ये थोडा वेळ थांबून पायी फिरा.

जहाज प्रवास :- जहाजातून प्रवास करीत असाल, तर तिथे गर्भवतीसाठी काही विशेष नियम नाहीत ना, याची खात्री करून घ्या. असतील, तर बाथरूमच्या आसपास सीट घ्या. म्हणजे वारंवार तिथे जाण्यासाठी अडचण येणार नाही.

प्रवासात जेवण मिळेल, की तुम्हाला तुमचे घ्यावे लागणार आहे, याचीही माहिती मिळवा. तिथे फक्त हलके फुलके स्नॅक्स मिळणार असतील तर तुम्ही आपले जेवण सोबत घ्या. जेवण योग्य पद्धतीने पॅक करा. पाणी स्वच्छ असायला हवे. बाटलीबंद पाणी पिणे चांगले. त्यामुळे तुम्हाला वारंवार बाथरूमला जावे लागेल आणि पायांनाही तितकाच व्यायाम मिळेल.

तुमचे सीट बेल्ट पोटाच्या खाली योग्य पद्धतीने बांधा. तुम्ही दुसऱ्या टाइम झोनमध्ये जाणार असाल, तर जेट लॉग लक्षात ठेवा. तिथे पोहचल्यानंतर प्रवासात तुमच्या आरामासाठीही थोडा वेळ राखून ठेवा.

कारने प्रवास करीत असाल तर :- तुमच्या सोबत एक बॅग भरून पौष्टिक स्नॅक्स आणि थर्मास भरून ज्यूस किंवा दूध ठेवा. म्हणजे मग भूक लागल्यावर रस्त्याच्या काठावर असलेल्या हॉटेलात खाण्याची वेळ येणार नाही. तुमची सीट आरामदायी असायला हवी. तिच्या पाठीला कुशन लावलेले असावे. मानेसाठी विशेष प्रकारे तयार केलेले कुशनही उपयुक्त आहे.

रेल्वेच्या प्रवासात :- रेल्वेत पूर्ण मेनूसह डायनिंग कार आहे की नाही, याची माहिती घ्या. रात्रीचा प्रवास असेल, तर स्लीपर कार बूक करायला विसरू नका. प्रवासाला सुरूवात होण्यापूर्वीच प्रवास तुमच्यावर स्वार होईल, असे होता कामा नये.

सेक्स आणि गर्भवती

धार्मिक आणि वैद्यकीय चमत्कार वगळता प्रत्येक गर्भावस्था सेक्सपासूनच सुरू होते. मग तुम्हाला या अवस्थेला आणणाऱ्या गोष्टीपासून इतके दूर कशासाठी रहायचे?

तुम्ही हे थोड्या प्रमाणात करता की जास्त, तुम्ही याचा पूर्ण आनंद घेता की नाही, यापेक्षा जास्त शंका याच गोष्टीची असते, की पोटात गर्भ राहिल्यापासून तुमचे सेक्स जीवन खूप बदलले आहे. बेडरूम, कीचन, खोलीच्या पायऱ्या यापैकी काय सुरक्षित आहे आणि काय नाही, तुमच्या वाढलेल्या पोटासह कोणते आसन जास्त चांगले आहे, तुमची दोघांची एकाच वेळी इच्छा होते की नाही, या सर्व गोष्टींमुळे गर्भावस्थेतील सेक्स खूपच आव्हानात्मक होतो. थोडीशी सृजनशीलता, थोडीशी हास्यप्रियता आणि खूप सारे धैर्य याच्या मदतीने तुम्ही गर्भावस्थेतील सेक्सही पहिल्यापेक्षा जास्त आकर्षक करू शकता.

सेक्सरसाइज

सेक्स करताना कीगल केले तर आनंद मिळण्याबरोबरच व्यायामही होतो. हा खूपच फायदेशीर व्यायाम आहे. तुम्ही तो कुठेही कधीही करू शकता, पण सेक्सच्या वेळी केला, तर आनंद द्विगुणित िहऊ शकतो. आजपर्यंत कधीही कोणत्याही व्यायामात इतकी मजा आली नसेल.

सेक्स आणि तिमाही

गर्भावस्थेत सेक्स जीवन रोलर- कोस्टर प्रमाणे वर -खाली होत असल्याचे सर्वच जोडप्यांना माहीत आहे. पहिल्या तिमाहीत हार्मोन्समुळे काही गर्भवतींची सेक्सची इच्छा वाढते आणि मग हळूहळू त्यांची इच्छा कमी होत जाते. थकवा, मळमळ, उलटी आमि स्तनांतील थोड्याशा वेदना यामुळे त्यांना सेक्समध्ये काही मजा वाटत नाही. प्रतयेक गर्भावस्थेमुळे दोन स्त्रियाही या बाबतीत एक सारख्या असत नाहीत. पहिली तिमाही खूप मोठ्या प्रमाणात हॉट करीत असल्याचा अनुभव तुम्हालाही आला असेल. याला तुम्ही हार्मोन्सचा सुखद बदल म्हणू शकता. तुमची गुप्तइंद्रिये पहिल्यापेक्षा जास्त संवेदनशील होतात.

दुसऱ्या तिमाहीत गर्भावस्थेची अनेक लक्षणे समोर येतात. त्यामुळे सेक्स करण्यासारखी क्षमताच शिल्लक रहात नाही. बेडरूमऐवजी बाथरूममध्येच तुमचा जास्त वेळ जातो. याच्या आधी कधीही मिळाले नसेल इतके चरमसुख तुम्हाला आता मिळू शकते. कारण आता शरीरातील गुप्तांगाला पहिल्यापेक्षा जास्त रक्त पुरवठा होत असतो. आता ऑर्गझ्म पहिल्यापेक्षा जास्त दीर्घ आणि सशक्त असतो. अर्थात काही महिला मात्र दुसऱ्या तिमाहीत प्रेमाचा हा अनुभव हरवून बसतात.

काही महिलांना पूर्ण नऊ महिने याची जाणीवच

होत नाही. अर्थात गर्भावस्थेत तुम्ही हे सहजपणे करू शकता.

प्रसूतीची वेळ जसजशी जवळ येत जाते, तसे वाढलेल्या पोटामुळे सेक्स करणे अवघड वाटू लागते. गर्भावस्थेतील रेदना आणि त्रस सर्व प्रकारच्या गरम भावना गार करतात. आगामी काळाची वाट पाहण्यापेक्षा दुसऱ्या कशाकडेच त्यांचे लक्ष जात नाही. तरीही काही जोडपे मात्र शेवटपर्यंत सेक्स जीवनाचा आनंद लुटतात.

तुमच्या मूडमधील बदल

गर्भावस्थेच्या काळात होणाऱ्या या सर्व बदलामुळेही सेक्सची भावना सकारात्मक किंवा नकारात्मक दृष्ट्या प्रभावित होत असते. या नकारात्मक परिणामांना जास्तीत जास्त प्रमाणात कमी करायला तुम्हाला शिकायला हवे. म्हणजे तुमच्या सेक्स लाईफ वर त्याचा जास्त परिणाम होणार नाही.

मळमळ आणि उलटी :- मॉर्निंग सिकनेस तुमच्या आनंदी क्षणांच्या आड येऊ शकते. जेवताना तर तुम्ही दुसरे काही करू शकत नाहीत. त्यामुळे आपल्या वेळेचा विचारपूर्वक वापर करायला शिका. सूर्य उगवल्यावर तुम्हाला जास्त त्रास होत असेल, तर सेक्ससाठी संध्याकाळचा वेळ राखून ठेवा. जर संध्याकाळी जास्त मळमळ होत असेल, तर सकाळची वेळ चांगली. सकाळ-संध्याकाळ तुमची अवस्था वाईट रहात असेल, तर तुम्हा दोघांना ही लक्षणे थांबेपर्यंत वाट पाहण्याशिवाय दुसरे काही करता येणार नाही.पहिल्या तिमाहीच्या शेवटी सर्व काही व्यवस्थित होऊ शकते. अर्थात प्रकृती साथ देत नसेल, तर उगीच स्वतःला सेक्सी करण्याचा प्रयत्न करू नका. त्याचा काहीही उपयोग होणार नाही.

थकवा :- क़पडे काढण्याइतकाही तुमच्यात त्राण उरला नसेल, तर अशा वेळी सेक्स करण्याचा प्रश्नच निर्माण होत नाही. तसे चौथ्या महिन्याच्या अखेरपर्यंत हा थकवा बऱ्याच प्रमाणात कमी होतो. अर्थात अखेरच्या तिमाहीत हा थकवा पुन्हा येतो. तोपर्यंत मात्र संधी मिळेल तेव्हा थोडे रोमँटिक व्हायला हरकत नाही. त्यासाठी रात्रीचे जेवण होण्याची वाट पाहण्यात

गर्भावस्थेतील सेक्स

सेक्सची कोणती पद्धत सुरक्षित राहील, हे माहीत करून घेण्यासाठी हे वाचा -

मुख मैथून (ओरल सेक्स) :- ओरल सेक्समुळे काहीही नुकसान होत नाही. फक्त आपल्या गुप्तांगात जोराने हवा फुंकू नको, असे तुमच्या जोडीदाराला सांगा. इंटरकोर्स करण्याची परवानगी नसेल, तर तुम्ही दोघे याचा आनंद घेऊ शकता. अट इतकीच की जोडीदाराला गुप्तरोग नसावा.

गुद मैथून (ॲनल सेक्स) :- तुमची इच्छा असेल, तर हा प्रकारही सुरक्षित आहे, फक्त थोडी सावधगिरी बाळगायला हवी. त्यासाठीही निरोधचा वापर करा. गुद मैथूनातून योनी मैथूनसाठी जाताना लिंग स्वच्छ करा. नाही तर मग धोकादायक विषाणू योनीमार्गात प्रवेश करू शकतात.त्यामुळे गर्भाला संसर्गाचा धोका निर्माण होऊ शकतो.

हस्त मैथून (मास्टरबिशन) :- गर्भावस्था धोकादायक स्वरूपाची असेल आणि ऑर्गेझम करण्याला मनाई असेल, तर हस्तमैथून केले जाऊ शकते. हे पूर्णपणे सुरक्षित असते. त्यामुळे तुमचा तणाव दूर होऊ शकतो.

व्हायब्रेटर :- डॉक्टरांच्या परवानगीने योनीत उत्तेजना निर्माण करण्यासाठी तुम्ही व्हायब्रेटरचा वापर करू शकता. अर्थात त्याला खूप खोलवर घालू नका. तसेच तुमची सेक्स खेळणी स्वच्छ असायला हवीत. अशा प्रकारे तुम्ही यांत्रिक सेक्सचाही आनंद घेऊ शकता.

मजा नाही. दुपारच्या वामकुक्षीच्या वेळीही सेक्स करणे जास्त चांगले. किंवा मग सकाळी अंथरूणातून उठण्यापूर्वीच प़ोटभर सुख मिळवा.

तुमचा बदलेला आकार :- तुमच्या पोटाचा आकार हिमालयासारखा वाढतो तेव्हा प्रेम करणे खूपच अशक्य आणि असह्य वाटू शकते. तसंही असे शरीर कुणाला सेक्सी वाटूच शकत नाही. काही पुरूषांत मात्र असे शरीर पाहूनच सेक्सची इच्छा निर्माण होते. अशा वेळी तुमचे शरीर गोलाकार लेसने सजवा किंवा तुमची बेडरूम मेणबत्तीच्या प्रकाशात उजळून टाका. नकारात्मक विचार काढून टाका. 'बिग इज ब्युटिफूल' हा मंत्र गर्भावस्थेत लक्षात ठेवा.

कोलोस्ट्रोम स्रवणे :- गर्भावस्थेतील शेवटच्या काही महिन्यात अनेक स्त्रियांच्या स्तनातून कोलोस्ट्रॉम स्रवायला लागते. फोर प्ले करताना यामुळे तुम्हाला थोडी अडचण येऊ शकते. यामुळे परेशान होऊ नका. जोडीदाराला यामुळे काही त्रास होत नाही. तुमचे लक्ष शरीराच्या दुसऱ्या भागावर केंध्रित करा.

संवेदनशील वक्ष :- काही जोडप्यांसाठी तर या दिवसांत स्तनांचे महत्त्व खूप वाढते. काही महिलांचे स्तन मात्र सूजतात. हात लावताच तिथे वेदना होतात. तुमच्या बाबतीत असे होत अशेल, तर जोडीदाराला आधीच तसे सांगा. तसेच पहिल्या तिमाही नंतर हे सर्व बरोबर होत असल्याचे सांगा.

योनी स्रावातील बदल :-गर्भावस्थेत योनीतील स्रावाचे प्रमाण वाढते. त्याचा रंग आणि गंधही बदलतो. पूर्वी तुमची योनी कोरडी रहात असेल, तर या ओलाव्यामुळे सेक्स खूप आनंदी होऊ शकतो. काही वेळा हा ओलावा इतका जास्त असतो, की जोडीदाराला सेक्स करणे अशक्य होते. स्रावाचा गंध आणि चव यामुळे मुख मैथुन करता येत नाही. प्यबिक एरिया आणि जांघेवर हलक्या सुगंधी तेलाची मालिश करून थोडा बदल करता येतो. काही गर्भवतींना योनीतील कोरडेपणाचा त्रास होतो. त्यांनी सेक्स करताना वॉटर बेस्ड ल्युब्रिकेंट वापरावे.

सर्व्हिक्सच्या संवेदनशीलतेमुळे रक्तस्त्राव :- गर्भावस्थेत गर्भाच्या मुखाची संवेदनशीलताही खूप वाढते. संभगाच्या वेळी लिंग खूप खोलवर गेले, तर थोडासा रक्तस्त्राव होऊ शकतो. यामुळे घाबरू नका, पण डॉक्टरांना कल्पना द्या.

याशिवाय इतरही काही भावनात्मक कारणे तुमचा सेक्समधील आनंद कमी करू शकतात. त्यामुळे या विषयावर मोकळेपणाने बोलणे अधिक चांगले.

गर्भाला धक्का लागण्याची किंवा मिसकॅरीज होण्याची भीती :- काळजी सोडा आणि सेक्सचा आनंद घ्या. सामान्य गर्भावस्थेत सेक्समुळे काहीही नुकसान होत नाही. ॲम्नियोटिक द्रव्यात गर्भ अतिशय सुरक्षित असतो. तुमचे गर्भाशयही पूर्णपणे बंद आहे. तुम्ही सेक्स करू नये, असे डॉक्टरानी सांगितले, तर ते त्याचे कारणही सांगतात. नाही तर मग तुम्ही सेक्स जीवन चांगले उपभोगू शकता.

ऑर्गेझ्म मुळे लवकर प्रसूती होण्याची भीती :- परमोच्च सुखानंतर गर्भाशयात खूप मोठ्या प्रमाणात अंकुचन होऊ शकते. काही स्त्रियांत ते जास्त प्रमाणात होऊ शकते. संभोगानंतर ते अर्धा तासही राहू शकते, पण हे म्हणजे लेबर पेन नव्हे. साधारण गर्भावस्थेत याने काही हाणी होत नाही. याच्यापासून बचाव करण्याचे काही कारण असते, तर डॉक्टरांनी तशी पूर्व कल्पना दिली असती.

गर्भ सर्व काही पाहत असल्याची किंवा त्याला कळत असल्याची भीती :- असे होऊच शकत नाही. अर्थात परमोच्च सुखाच्या क्षणी होणाऱ्या अंकुचनामुळे त्याला झोके मिळतात, पण काय चालले

आहे, ते त्याला कळत नाही. तसेच हे त्याच्या लक्षातही रहात नाही. मूत्राशयातील हालचालीनुसार त्याच्या हालचाली वेगवान होत असतात. (म्हणजे सेक्स सुरू असताना शांत राहणे, नंतर लाथा बुक्या मारणे.परमोच्च सुखानंतर हृदयाची धडधड वाढणे.)

गर्भाच्या डोक्याला मार लागण्याची भीती :- तुमचा जोडीदार असे बोलून दाखवत नसला, तरीही त्याच्या मनात ही भीती असते. अर्थात गर्भाच्या डोक्यापर्यंत पोहचू शकेल इतके मोठे कोणतेही लिंग असू शकत नाही. गर्भ आपल्या घरात आरामशीर राहतो. तुमच्या गर्भाचे डोके पेल्विस जवळ असले तरीही लिंगामुळे त्याला हानी पोहचू शकत नाही.

सेक्समुळे संसर्ग होण्याची भीती :- तुमच्या सर्व्हिक्सचे तोंड बंद असेल आणि जोडीदाराला लैंगिक आजार नसतील, तर सेक्समुळे संसर्ग होण्याची भीती नाही. वीर्य आणि संसर्गजन्य विषाणू यापासून गभ पूर्णपणे सुरक्षित असतो.

आकर्षणावर चिंता स्वार होणे :- बाळ येण्याची वेळ जवळ येत असल्यामुळे सध्या तुम्ही खूप तणावग्रस्त आहात. अशा वेळी सेक्सी विचार निर्माण होत नाहीत. येणारी नवीन जबाबदारी, भावनात्मक आणि आर्थिक समस्या डोक्यात फेर धरतात.अशा गोष्टी अंथरूणावर जाण्यापूर्वीच सोडून द्याव्यात.

नात्यात होणारा बदल :- बदलत्या नात्यांसोबत जुळवून घेणे तुमच्यासाठी अवघड असू शकते. आता तुम्ही फक्त प्रियकर-प्रेयसी किंवा पती-पत्नी नाहीत, तर आई-वडील होत असल्याचे तुम्हाला वाटू शकते. अर्थात या बदालामुळे तुमचे संबंध अधिक दृढ होण्याचीही शक्यता आहे.

मत्सर :- जोडीदाराच्या मनात मत्सराची भावना निर्माण होऊ शकते. गर्भावस्थेमुळे तुम्ही सर्वाच्या लाडक्या झाल्याचे त्याला वाटू शकते. किंवा तुम्हाला फसवून तो जीवनातील मजा लुटत असल्याचे तुम्हाला वाटू शकते. अशा भावना अंथरूणाबाहेरच सोडून देणे चांगले.

गर्भावस्थेच्या अंतिम काळात सेक्स केल्याने लवकर प्रसूती होणे :- गर्भावस्था जवळ आल्यावर परमोच्च सुखाच्या क्षणी होणारी संकुचने जोरदार असतात, हे खरे आहे. पण तोपर्यंत सर्व्हिक्स सज्ज होत नाही, तोपर्यंत या संकुचनामुळे प्रसूती होत नाही. गर्भावस्थेत शेवटपर्यंत सेक्स करणाऱ्या महिला वेळेवर प्रसूत झाल्याचे पाहणीत आढळले आहे.

तसं आणखी एक गोष्ट आहे. आधी बाळाला जन्म देणे या उद्देशाने तुम्ही सेक्स करीत होतात. आता फ्कत मनोरंजनासाठी तुम्ही हे सर्व करीत आहात. त्यामुळे मासिक पाळी, चार्ट, कॅलेंडर, गर्भनिरोधक अशी काही काळजी करावी लागत नाही. गर्भावस्थेमुळे आपण खूप जवळ आलो असल्याचे काही जोडपे मानतात. त्यामुळे वाढलेले पोट त्यांच्यासाठी अडथळा न ठरता प्रेमाचे प्रतिक ठरते.

आरामदायी आसन

गर्भावस्थेत संभोग आसने बदलावी लागतात. तुमच्यावर भार न टाकता जोडीदार तुमच्यावर येऊ शकत असेल, तर ठीक आहे. नाही तर कुशीवर वळा किंवा तुम्ही त्यांच्या वर स्वार व्हा. आसन कोणतेही असो, तुमच्यासाठी ते आरामशीर असायला हवे.

सेक्सवर बंधने येतात तेव्हा...

गर्भावस्थेतही तुम्ही आणि तुमचा जोडीदार सेक्सचा मनमुराद आनंद लुटू शकता, तुमच्यासाठी ते खूप आनंददायी असू शकते; पण सर्वच जण तुमच्यासारखे

नशीबवान नसतात. धोकादायक गर्भावस्थेत काही काळासाठी किंवा पूर्ण नऊ महिन्यांसाठी सेक्स करण्यावर बंदी घातली जाते. किंवा मग स्त्रीला परमोच्च सुख न देता संभोग करण्याची परवानगी दिली जाते.किंवा फक्त फोर प्ले करण्याचीच परवानगी मिळते. काही वेळा निरोधसह आत प्रवेश करावा लागतो. तुमच्यावरही डॉक्टरांनी अशी काही बंधने घातली असतील, तर त्यांच्याकडून या बाबतीत नसंकोचता संपूर्ण माहिती घ्या. बंदी कशामुळे आणि किती दिवसांसाठी आहे, याची माहिती मिळवा. खालील परिस्थितीत सेक्सवर बंधने येऊ शकतात-

- प्रीटर्म लेबरचे संकेत असतील किंवा आधी असे काही झाले असेल तर
- गर्भाशय लहान असेल किंवा प्लेसेंटाची कमतरता असेल तर.
- तुम्हाला रक्तस्राव होत असेल किंवा पूवी मिसकॅरेज झाले असेल तर.

फक्त समाधान करण्याची परवानगी असेल, तर संभोग न करता हस्तमैथून करा. समाधान करण्याची परवानगी नसेल, तर परमोच्च सुखापूर्वी थांबवा. अर्थात यामुळे पूर्ण समाधान मिळणार नाही, पण तुमच्या जोडीदाराला जवळ येण्याचे समाधान तर मिळते. कोणत्याही प्रकारची परवानगी नसेल, तर त्यामुळे नात्यात अडसर होऊ देऊ नका. जवळ येण्याच्या रोमँटिक पद्धती स्वीकारा. जसे हातात हात घेणे, मिठी मारणे किंवा सोबत बाहेर फिरणे.

थोडक्यात जास्त आनंद मिळवा

चांगले लैंगिक संबंध काही एका दिवसात निर्माण होत नाहीत. त्यासाठी धीर समजूतदारपणा आणि प्रेम हवे असते. गर्भावस्थेच्या काळात लैंगिक संबंधांना अनेक प्रकारच्या मानसिक आणि शारीरिक बदलातून जावे लागते. त्यापासून बचावाचे काही उपाय –

- सेक्सचे विश्लेषण करण्याऐवजी त्याचा आनंद घ्या. हे क्षण असेच वाया घालवू नका. संख्येपेक्षा गुणवत्तेला महत्त्व द्या. आधीचे सेक्स जीवन आणि आताचे सेक्स जीवन याची तुलना करू नका. आता त्यात बराच फरक पडला आहे.
- सकारात्मक विचार करा. सेक्समुळे तुमचे शरीर आगामी प्रसूतीसाठी सज्ज होते, हे लक्षात ठेवा. संभोग करताना तुम्ही कीगल केले, तर ते खूपच चांगले. आपले शरीर सेक्सी समजा. प्रत्येक मिठीतून तुमच्या दोघांतील जवळिक वाढत असल्याचे समजा.
- थोडा रोमान्स करा. जुनी आसने जमत नसतील तर काही नवीन विचार करा. कोणत्याही नवीन आसनात स्थीरावण्यासाठी वेळ लागतो.
- आपल्या अपेक्षा नेहमी वास्तवाच्या मर्यादेतच ठेवा. या दिवसात तुम्हाला अनेक प्रकारच्या आव्हानांचा सामना करावा लागू शकतो. काही महिलांना लगेत परमोच्च सुख मिळते, तर काही महिलांना त्यासाठी नऊ महिने वाट पहावी लागते. परमोच्च सुख नाही मिळाले तरीही अनेक वेळा परस्परांची सोबतच खूप मोलाची असते.

नात्यात संवादही खूप महत्त्वाचा असतो, हे लक्षात ठेवा. परस्पर संवादातून तुम्ही या नवीन आव्हानांचा खंबीरपणे सामना करू शकता. कोणतीही समस्या अंथरुणापर्यंत जाण्यापूर्वी सोडवा. तरीही प्रश्न सुटला नाही, तर व्यावसायिक मदत घ्या. आता तर तुम्ही फक्त दोघांचा विचार करीत आहात, पण आगामी काळात तुम्हाला तिघांचा विचार करायचा आहे.

गर्भावस्थेतील सेक्सबाबात सर्व जोडप्यांची मते निरनिराळी असतात. तुम्हाला जे चांगले वाटते तेच तुमच्यासाठी चांगले. एकमेकांच्या मिठीत हरवून जा. तेच तुमच्यासाठी चांगले.

■ ■ ■

छठा महिना

साधारणपणे २३ ते २७ आठवडे

आता तर पोटातील हालचालीची काही शंका नाही. ही गॅसची कमाल नाही तर तुमच्या लाडक्याची करामत आहे. अर्थात गॅसही आहेच. आता तर इवल्याशा हाताने बुक्या आणि लाथा मारायला सुरूवात केली आहे. कधी कधी तुम्हाला त्याची उचकीही जाणवत असेल. या महिन्यानंतर दुसरी तिमाही संपते. आता तुम्हाला विकासाच्या अनेक पायऱ्या चढायच्या आहेत. तुमचे पाय पाहून घ्या कारण नंतर पोटामुळे ते तुम्हाला दिसणार नाहीत.

या महिन्यातील गर्भाचा विकास

२३ वा आठवडा :-गर्भाला खिडकी असती तर गर्भाची लटकणारी त्वचा तुम्हाला दिसली असती. मेदाच्या तुलनेत त्वचा लवकर तयार होते आणि आता त्वाचा भरून निघेल इतका मेद निर्माण झाला नाही. त्यामुळे असे होते. या आठवड्यात गर्भाची लांबी सुमारे ८ इंच आणि वजन एक पौंडच्या आसपास आहे. महिना अखेरीस त्याचे वजन दुप्पट होते. एकदा मेद निर्माण व्हायाला सुरूवात झाल्यावर त्याच्यातील पारदर्शीपणा कमी होतो. आता तर त्वचेखालील अवयव आणि हाडे पाहता येतात. आठव्या महिन्यानंतर मात्र तुमचा गर्भ इतका पारदर्शी रहात नाही.

पाच महिन्याचा गर्भ

२४ वा आठवडा :- गर्भाची लांबी आता साडे आठ इंच आणि वजन सुमारे दीड पौंड झाले आहे. आता गर्भाची तुलना फळांच्या आकाराशी केली जाऊ शकत नाही. आता तो दर आठवड्याला सुमारे ६ अंश वजन वाढवित आहे. हे सर्व वजन, अवयव, हाडे आणि मेद यामुळे वाढते. आता त्याचा लाडीक चेहरा पूर्णपणे तयार झाला आहे. पण त्याच्या केसांमधील पिगमेंट तयार न झाल्यामुळे त्याचा केसांचा रंग काही आताच सांगता येत नाही.

२५ वा आठवडा :- दिवसेंदिवस गर्भ आता खूप प्रगती करीत आहे. आता त्याची लांबी सुमारे ९ इंच झाली असून वजन सुमारे दीड पौंड झाले आहे. त्याच्या रक्त वाहिन्यात रक्त भरायला लागले आहे. या

आठवड्याच्या शेवटी त्याची फुफ्फुसेही पूर्णपणे तयार होतील. त्यासाठी आणखी थोडा वेळ लागेल. त्याच्या रक्तप्रवाहात ऑक्सिजन मिळवायला थोडा वेळ लागेल. या आठवड्यात त्याच्या बंद नाकपुड्या उघडायला लागतील. तेव्हापासून तो श्वास घेण्याचा सराव करायला लागेल. त्याच्या व्होकल कॉर्डही काम करायला लागल्या आहेत. तुम्ही त्याची उचकी तर अनुभवली असेल.

२६ वा आठवडा :- २पौंड वजनाच्या मांसाच्या गोळ्यासारखे तुमचे बाळ झाले आहे. आता त्याची लांबी ९ इंच झाली आहे. त्याचे डोळेही हळूहळू उघडायला लागले आहेत. आताच त्याच्या डोळ्याचा रंग सांगता येत नाही. अंधारात तो थोडे पाहू शकतो. जोराचा प्रकाश किंवा आवाज ऐकल्यावर तो त्याला प्रतिसाद देतो. ते वेगाने आपल्या पापण्या हलवतो.

२७ वा आठवडा :- या आठवड्यापासून त्याच्या विकासाचा चार्ट नव्याने बनवावा लागतो. आता त्याची लांबी १५ इंच आणि वजन २ पौंड होते. त्याची चव काम करू लागते आणि तुम्ही जे काही खाता त्याची चव ॲम्नियोटिक द्रव्याच्या माध्यमातून त्याला कळते. उदाहरणार्थ काही गर्भ तिखट जेवणानंतर उचक्या देतात किंवा मग वेगात लाथा मारायला लागतात.

तुम्हाला काय वाटते?

प्रत्येक स्त्री आणि गर्भावस्था वेगवेगळी असते, हे नेहमीसारखेच लक्षात ठेवा. सध्या तुम्हाला सर्व लक्षणे जाणवू शकतात किंवा त्यातील काहीच तुम्ही जाणवू शकता. काही मागील महिन्यांपासून सुरू असतात तर काही या महिन्यात नव्याने सुरू होतात. काही लक्षणांची आता सवय होते. तुमची काही लक्षणे कमीही असू शकतात. या महिन्यात तुम्हाला खालील लक्षणे जाणवू शकतात.

एक दृष्टिक्षे

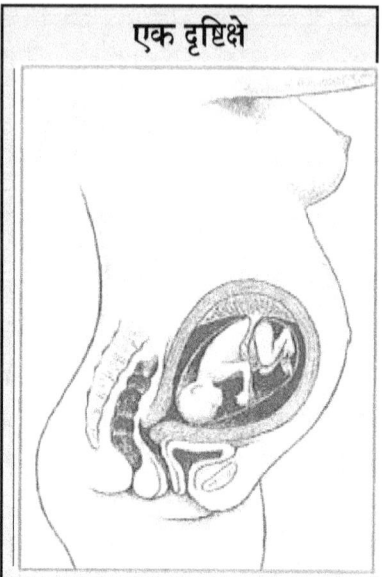

या महिन्याच्या सुरूवातील तुमचे गर्भाशय बेंबीच्या सुमारे दीड इंच वर येते. महिन्याच्या अखेरीस त्याची उंची अडीच इंच होते. आता त्याचा आकार बास्केट बॉल सारखा होतो.

शारीरिक :-

- गर्भाच्या वेगवान हालचाली
- योनीतून सतत स्त्राव होणे.
- ओटीपोटात वेदना होणे.
- मलावरोध.
- छातीत जळजळणे, अपचन, पोट फुगणे.
- पाठदुखी.
- कधी कधी डोके दुखते.
- कधी कधी बेशुद्धी किंवा चक्कर येणे.
- नाक चोंदणे किंवा कधी कधी नकातून रक्त येणे. कानात मळ होणे.
- ब्रश करताना हिरड्यातून रक्त येणे.
- खूप भूक लागणे.
- फक्त पावलावर किंवा हाता-पायवर सूज येणे.

- पायांवर व्हेरिकोज व्हेन्स. हेमरॉयड्स.
- ओटीपोटावर खाज येणे.
- बेंबी वर येणे.
- पाठ दुखी.
- स्ट्रेच मार्क्स
- छाती रुंदावणे.

भावनिक :-

- गर्भावस्थेच्या वास्तविकतेची जाणीव होणे.
- मूडमध्ये चढ-उतार कमी होणे.
- मन आणि डोके भरकटत जणे
- गर्भावस्था नकोसी वाटणे.
- भविष्याची काळजी आणि तणाव.
- भविष्याबाबत उत्साह वाटणेय

या महिन्यातील तपासण्या :-

या महिन्यात तुम्ही डॉक्टरांकडून खालील प्रकारच्या तपासण्यांची अपेक्षा ठेवू शकता. अर्थात यातील बऱ्याच गोष्टी तुमच्या गरजेवर आणि डॉक्टरांच्या पद्धतीवर अवलंबून आहेत.

- वजन आणि रक्तदाब.
- प्रोटिनसाठी रक्त आणि लघवी तपासणी.
- गर्भाच्या हृदयाची स्पंदने.
- गर्भाशयाचा आकार, गर्भाची स्थिती (बाहेरून).
- हाता-पायावरील सूज.
- गर्भाशयाचा वरील भाग, उंची.
- तुम्हाला जाणवणारी काही इतर वेगळी लक्षणे.
- तुम्हाला विचारावे वाटणारे प्रश्न आणि शंका.

तुम्ही काय विचार करता?

झोप येण्यातील अडचणी

''मला आतापर्यंत कधीच झोपेचा प्रश्न नव्हता. आता मात्र मी रात्री झोपू शकत नाही.''

मध्यरात्री वारंवार बाथरूमला जावे लागणे, पायात गोळे येणे, छातीत जळजळणे आणि पोटावर इतका भार घेऊन चांगली झोप येण्याची अपेक्षा कशी ठेवता येईल? तसं हे चांगलं आहे. आगामी काळाचे हे प्रशिक्षण आहे. बाळ जन्माला आल्यावर तुम्हााल रात्र रात्र जागावे लागणार आहे. आतापासूनच त्याचा इतका सराव करू नका. चांगली झोप येण्यासाठी खाली काही उपाय दिले आहेत -

- दिवसा थोडे काम करा. दिवसा काम करणारे शरीर रात्री गाढ झोपते. काम नसेल, तर व्यायाम करा. पण रात्री झोपण्यापूर्वी नको. नाही तर तुमची उरली सुरली झोपही गायब होईल.
- डोके शांत ठेवा. घरी किंवा कार्यालयात कामाचा जास्त बोजा असेल, तर तो इतरांवर सोपवा. ऐकण्यासारखे कोणी नसेल, तर सर्व चिंता एका कागदावर लिहा. मग शांत झोपा. प्रत्येक समस्येवर कोणता ना कोणता उपाय निघतो. रात्री झोपताना असे विचार मनात आणू नका.
- रात्रीचे जेवण थोडे शांतपणाने घ्या. त्यामुळे रात्री छातीत जळजळ होणार नाही आणि कुशी बदलीत रहावे लागणार नाही. जेवण झाल्या बरोबर लगेच झोपायला जाऊ नका. पोट भरल्यामुळे जास्त ऊर्जा निर्माण होते आणि झोपणे अवघड होते.
- आवश्यकतेपेक्षा जास्त जेवणही झोपेत अडथळा आणते. तुमच्या जवळ हल्के फुल्के स्नॅक्स ठेवा म्हणजे रात्री भूक लागल्यावर खाता येईल. आजीबाईचा उपाय करा. रात्री झोपण्यापूर्वी एक ग्लास कोमट दूध प्या. प्रोटिन्स आणि कॉम्लपेक्स कार्बच्या मिश्रणानेही असे होते. एखादे फळ खा. चीज आणि किसमिश असलेले दही खा. दुधात एक माफिन किंवा ओटमील बुडवून खा.
- वारंवार लघवीला जाण्याने झोप मोड होते, हे लक्षात ठेवा. सायंकाळी सहा वाजल्यानंतर पातळ

प्रमाण सेवन करण्याचे प्रमाण थोडे कमी करा. तहान लागल्यावर पाणी आवश्य प्या, पण झोपायला जाण्यापूर्वी १६ औंशाची पूर्ण बाटली पिऊ नका.

- दुपारनंतर कोणत्याही प्रकारच्या कॉफिनपासून दूर रहा. त्यामुळे तुम्ही किमान सहा तास ताजे तवाने राहू शकता. साखरही हेच काम करते. त्यामुळेही तुमची ऊर्जा पातळी उंच राहते.
- आपले झोपेचे वेळापत्रक नक्की करा. हे फक्त मुलांसाठीच असत नाही. तुम्हीही आपल्या जुन्या वेळापत्रकाचे पालन केले, तर तुम्हालाही गाढ झोप लागू शकते. जेवणानंतर काम करण्याचे कमी करा. काही साधे सुधे वाचन करा नाही, तर थोडा वेळ टिव्ही पाहा. हळूवार संगीत ऐका नाही, तर योग किंवा शिथिलता आणणाऱ्या तंत्राचा सराव करा. कोमट पाण्याने आंघोळ करा नाही तर मग थोडासा प्रणय करा.
- गर्भावस्थेत अंथरुणावर असलेल्या अनेक उषा तुम्हाला आराम मिळवून देऊ शकतात. त्यांचा वापर करून तुमच्या शरीराला योग्य प्रकारे आराम मिळवून द्या. तसेच आरामशीर पद्धतीने झोपा. तुमची गादीही व्यवस्थित असायला हवी. तसेच तुमची बेडरूमही जास्त थंड किंवा जास्त गरम असू नये.
- श्वास कोंडणाऱ्या कोंदट वातावरणात झोप येत नाही. त्यामुळे तुमची झोपण्याची खोली थोडी हवेशीर असायला हवी. आपलो डोके झाकून झोपू नका. त्यामुळे ऑक्सिजन कमी मिळतो तसेच कार्बन डाय ऑक्साईडचे प्रमाण वाढते. तसेच त्यामुळे तुमचे डोके दुखू शकते.
- झोप येण्याचे कोणतेही औषध घेण्यापूर्वी डॉक्टरांना विचारा. डॉत्टरांनी मॅग्नेशियमचे औषद दिले असेल, तर ते झोपायला जाण्यापूर्वी घ्या. कारण मॅग्निशियममुळे शरीर शिथील पडते.
- अंथरूणावर झोप आणि सेक्सशिवाय दुसरे काहीही करू नका. दुसरे काम करण्यासाठी घरातील दुसऱ्या भागाचा वापर करा. त्यामुळे अंथरुणावर पडल्या पडल्या तुम्हाला झोप येईल.
- थकवा आल्यावर झोपायला जा. घड्याळ पाहून झोपायला गेलात, तर झोप येणार नाही. त्याच बरोबर आवश्यकतेपेक्षा जास्त थकवाही येऊ देऊ नका. त्यामुळेही लवकर झोप येत नाही.
- तासांत मोजून झोप घेऊ नका. आपल्याला झोपेच्या समस्या आहेत, असे सांगणारे काही लोक आवश्यकतेपेक्षा जास्त झोप घेत असतात. तुम्हाला सतत थकवा जाणवत नसेल, तर त्याचा अर्थ तुमची झोप पूर्ण होते, असा आहे.
- झोप येत नसेल, तर उगीच अंथरुणावर पडून राहण्याऐवजी काही काम करा. आपल्याला झोप येत नसल्याची काळजी तर त्यावेळी अजिबात करू नका.
- कमी झोप लागण्याच्या काळजीत तुमची पुढची झोप खराब करू नका.

बेंबी वर येणे

''माझी बेंबी आधी आत होती. आता ती बाहेर आली आहे. प्रसूतीनंतरही ती अशीच

> ### वेळेला कैद करा
>
> एक बॉक्स घ्या. त्यात तुमचे गर्भावस्थेचे फोटे, तुमच्या जोडीदाराचे फोटो आणि पाळीव प्राण्यांचे फोटो टाका. त्यात तुमच्या गर्भाचा अल्ट्रा साऊंड रिपोर्टही ठेवा. तुमच्या आवडीच्या हॉटेलातील मेनू आणि सध्याचे एखादे मासिक किंवा वर्तमानपत्र टाका. बाळ थोडे मोठे होईल, तेव्हा त्याला आपल्या जन्माच्या आधीच्या या गोष्टी पाहून खूप मजा येईल.

राहीन का? ''

सध्या तिचा तुमच्या कपड्यांना स्पर्श होतो का? काळजी करू नका. गर्भावस्थेत असे होतच असते. आतील फुगलेले गर्भाशय वरच्या दिशेने येते त्यामुळे बेंबी वर येते. प्रसूतीनंतर काही वेळाने ती पुन्हा पूर्वीसारखी होते. तोपर्यंत तुम्ही तिच्यातील मळ काढा. तसेच तिच्यावर काही फॅशन नसेल, तर तुम्ही तिला बँडेजने झाकून टाकू शकता. तशीच टेवली तरीही त्यात लाज वाटण्यासारखे काही नाही. गर्भावस्थेतील सन्माननीय गोष्टींपैकी ही एक आहे.

गर्भाचे लाथा मारणे

''माझा गर्भ कधी कधी दिवसभर लाथा मारतो, तर कधी दिवसभर शांत राहतो. हे नेहमीचे आहे का?''

तोही माणूस आहे. आपणही उड्या माराव्यात, खेळावे किंवा आपण शांत रहावे असे त्यालाही वाटू शकते. तुमच्या कामावर त्याच्या हालचाली अवलंबून असतात. तुम्ही दिवसभर कामात राहिलात, तर तो दिवसभर तुमच्यासारखे हालतो-डुलतो आणि खूप कमी हालचाली करतो. तसेच तुम्ही कामात व्यस्त असल्यामुळे तुम्हाला त्याच्या हालचाली जाणवणारही नाहीत. तुम्ही शांत होऊन बसल्यावर मात्र त्याच्या हालचाली वाढतात. त्यामुळेच रात्री झोपताना किंवा दिवसा विश्रांती घेत असताना तुम्हाला त्याच्या हालचाली जास्त प्रमाणात जाणवतात. तुम्ही घाबरलात किंवा उत्तेजित झालात, की त्याच्या हालचाली वाढतात.

साधारणपणे २४ ते २८ आठवड्यांच्या मध्ये गर्भ खूप जास्त हालचाली करतो. या वेळी ते जास्त उड्या मारीत नाहीत, की फारशे कला कौशल्य दाखवित नाहीत. कामात व्यस्त असलेल्या आईला त्याच्या हालचाली फार जाणवतही नाहीत. २८ ते ३२ आठवड्या दरम्यान मात्र गर्भाच्या हालचाली स्पष्ट, वेगवान आणि जोरदार असतात.

इंटेरिअर प्लासेंटा असेल, तर या वेळीही गर्भाच्या हालचाली ज़ाणवण्यासाठी आणखी वेळ लागू शकतो.

तुमच्या गर्भाच्या हालचालीची दुसऱ्या गर्भाच्या हालचालीशी तुलना करू नका. प्रत्येक गर्भाच्या हालचाली आणि विकास वेगळ्या पद्धतीने होत असतो. काही गर्भ नेहमी सक्रिय असतात, तर काहींना शांत रहायला आवडते. काही इतके नियमित असतात, की आई त्यांच्या हालचालीवरून वेळ सांगू शकते. काही गर्भांना मात्र आपल्या पद्धतीनुसार वागायला आवडते. २८ व्या आठवड्यापर्यंत गर्भाच्या हालचालीच्या नोंदी ठेवणे आवश्यक नसते.

''ग़र्भ कधी कधी इतक्या जोरात लाथ मारतो, की त्यामुळे मला वेदना होतात. ''

गर्भाशयातील तुमचे बाळ पक्व होत चालले आहे. दिवसेंदिवस तो शक्तीमान होत आहे. त्यामुळे त्याची साधी सुधी लाथ आता जबरदस्त कीक होते. बरगड्या, पोट, सर्व्हिक्सला लाथ लागल्यामुळे तुम्हाला वेदना होत असतील, तर असे झाल्यावर आपली स्थिती बदला. त्यामुळे गर्भाचे संतुलन बिघडते आणि तो लाथा मारणे थांबवतो.

''ग़र्भ नेहमी लाथा मारीत असतो. माझ्या गर्भात जुळे तर नाही ना?''

प्रत्येक गर्भवतीला काही ना काही कारणाने आपल्या गर्भात जुळे असल्यासारखे वाटत असते. खरं तर गर्भ अनेक प्रकारचे कला कौशल्य दाखवित असतो. दोन हातांशिवाय आपल्याला जास्त बुक्या लागत आहेत, असे तुम्हाला वाटत असेल, तर ते गर्भाचे कापर, गुढगे असतात. तसेच पायांची हालचाल असते. तुमच्या गर्भात खरेच जुळे असते, तर

अल्ट्रासाऊंडमुळे आतापर्यंत तुम्हाला त्याची माहिती कळाली असती.

पोटाला खाज येणे

"माझ्या पोटाला सतत खाज सुटते. त्यामुळे मी वेडी होते."

गर्भावस्थेत पोटाला खाज येते. पोटाचा आकार वाढत जातो, तशी खाज वाढत असते. कारण पोटावरची त्वचा सतत ओढली जात असते. त्यामुळे त्यातील ओलावा कमी होऊन खाज सुटते. अशा वेळी तुम्ही तिथे नखाने खाजविले, तर प्रकरण हाताबाहेर जाते. मॉइश्चरायझरमुळे थोडे बरे वाटू शकते. खाज थांबविण्यासाठी कॅलोमाईल लोशन लावा. किंवा ओटमील बाथ घ्या. कोरड्या त्वचेशी ज्याचा संबंध नाही, अशी खाज तुम्हाला होत असल्याचे वाटत असेल, पोटावर रॅशेस पडत असतील, तर डॉक्टरांना दाखवायला उशीर करू नका.

असंतुलित होणे

"मी जे काही उचलते ते हातातून निसटते. मी इतकी कशी काय असंतुलित झाले?"

पोटावर जास्तीचा मेद जमा होण्याशिवाय या गर्भावस्थेत शरीरात इतरही बरेच बदल होत असतात. सांधे आणि लिंगामेट यांच्यात आलेला सैलसरपणा तसेच पाणी जमा होणे यामुळे तुमच्या हाताची पकड सैल होते. तुम्ही गर्भावस्थतील आव्हानांशी संघर्ष करीत आहात. तुम्ही विसराळू झाला आहात त्यामुळे कोणत्याही वस्तूवर किंवा विषयावर तुम्ही मन एकाग्र करू शकत नाहीत. पोटाचे वजन वाढल्यामुळे तुमचा गुरूत्वमध्य बदलला आहे. त्यामुळे कधी कधी तुमचे संतुलनही ढळते. तुम्ही पायऱ्या चढता, उतारावरून उतरता किंवा जड सामान उचलता तेव्हा तुम्हाला याची प्रकर्षाने जाणीव होते. पोट पुढे आल्यामुळे तुम्ही पायासमोर आलेली वस्तू पाहू शकत नाहीत. आणि ठेचाळून खाली पडता. गर्भावस्थेतील थकवाही यासाठी खूप मोठ्या प्रमाणात कारणीभूत असतो.

अशा प्रकारच्या अडाणीपणामुळे चिडचिडेपणाही वाढतो. चाव्यांचा जुडगा वारंवार हातातून खाली पडल्यामुळे तो उचलण्याच्या नादात पाठ किंवा मान दुखू शकते.

तुम्ही अचानक तोल जाऊन पडल्यामुळे मार लागू शकतो. त्यामुळे अनेक अडचणी निर्माण होऊ शकतात.

आता तुम्हाला दैनंदिन कामात थोडा बदल करावा लागेल. तुमच्या घरातील काचेचे सामान स्वच्छ करण्याची जबाबदारी तुम्हाला दुसऱ्यावर सोपवावी लागेल. जमीन निसरडी असेल, तर थोडे सांभाळून चाला. टबमध्ये निरूपयोगी कुशन ठेवा. पायऱ्यांवर सामान ठेवू नका, तुम्ही त्याला अडखळू शकता. खुर्ची किंवा स्टुलावर उभे राहून काही काम करू नका. थकवा येत असेल, तर जास्त काम करू नका. आपल्या मर्यादा ओळखून वागा. हे सर्व हळुवारपणे करावे लागेल.

हात सुन पडणे

"मध्यरात्री अटानक जाग येते तेव्हा हाताची बोटे अचानक सुन होतात. हे गर्भावस्थेमुळे होते का?"

सुजलेल्या पेशींचा दाब रक्त वाहिन्यावर पडल्यामुळे गर्भवतीच्या हाता-पायांच्या बोटांत सुन्नपणा येतो. हे गर्भावस्थेतील सामान्य लक्षण असून हा सुन्नपणा उजव्या हातात असेल तर तुम्हाला कार्पल टनल सिंड्रोम होऊ शकतो. एकाच हाताने खूप काम करणाऱ्यांना हा आजार होऊ शकतो. अनेक

गर्भवतींना कार्पल टनल असल्यामुळे त्यांच्या हातांच्या बोटात सुन्नपणा येतो. जळजळ आणि वेदनाही होऊ शकते. ही लक्षणे फक्त हात आणि मनगटातच नाही, तर पूर्ण हातात जाणवू शकतात.

ख़रं तर सीटीएसच्या वेदना दिवसांतून कधीही जाणवू शकतात, पण जास्त करून हा त्रास रात्रीच्या वेळी होतो. हातावर झोपल्यामुळे परिस्थिती अधिक गंभीर होऊ शकते. झोपताना हात दुसऱ्या एखाद्या उंच उशीवर ठेवून झोपा. सुन्नपणा जाणवत असेल, तर हाताला झटके द्या. यामुळे झोपेत व्यत्यय येत असेल, तर डॉक्टरांचा सल्ला घ्या. मनगटी पट्टा किंवा ॲक्यूपंक्चर केल्यानेही बरे वाटू शकते.

सीटीएससाठी देण्यात येणारी नॉनस्टरायडल आणि ॲंटी इंकजामेंट औषधे गर्भावस्थेत दिली जात नाहीत. तुमच्या डॉक्टरांना विचारा. तसे प्रसूतीनंतर शरीरावरील सूज कमी झाल्यावर यापासून आपोआप आराम मिळतो.

पायांत गोळा येणे

''पायांत गोळे आल्यामुळे रात्रीला झोपू शकत नाही.''

- दुसऱ्या तिसऱ्या तिमाहीत पायांमध्ये नेहमीच गोळे येतात. खरं तर याचे नेमके कारण माहीत नाही. गर्भावस्थेतील वजन, रक्तनलिकांचा पायांवर पडणारा दाब आणि आहार (जास्तीचा फॉस्फरस आणि कॅल्शियम व मॅग्निशियमची कमी) याला यासाठी जबाबदार धरतात. तुम्ही यासाठी हार्मोन्सलाही जबाबदार धरू शकता. कारण त्यांच्यामुळे गर्भावस्थेत अनेक त्रास होतात.
- पायांत गोळे आल्यावर पाय सरळ करा. पाय आमि गुढगे वर करा. त्यामुळे वेदना कमी होते.

कारण कोणतेही असो, तुम्ही त्यापासून बचावासाठी उपाय करू शकता.

रात्री झोपण्यापूवी दोन्ही पायांनी असे अनेक वेळा करा.

- स्ट्रेचिंग व्यायामामुळे वेदना होण्यापूर्वीच ती थांबविली जाऊ शकते. झोपण्यापूर्वी भिंतीपासून २ फूट अंतरावर उभे राहा. हाताचे पंजे भिंतीवर टेकवा. पुढे झुका. पाय जमिनीवर घट्ट ठेवा. १० सेकंद असे करा. नंतर ५ सेकंद विश्रांती घ्या. असे तीन वेळा करा.
- पायांवरील निरुपयोगी वजन कमी करण्यासाठी त्यांना दिवसा उंचावर ठेवून बसा तसेच स्पोर्ट

काहीच बरे वाटत नसेल तर...

कधी कधी पोटात जास्त वेदना होणे, योनीस्त्रावाचा रंग बदलणे, पाठीत आणि पेल्विक भागात वेदना होणे यासारखा गंभीर प्रकारचा त्रास होत असेल, तर डॉक्टरांना बोलावण्यास उशीर करू नका. त्यांना तुमची इतर लक्षणेही सांगा म्हणजे ते सर्व ताडून पाहू शकतील. तुमच्या शरीराला तुम्हीच चांगले ओळखता, हे लक्षात ठेवा. त्याला तुमच्याकडून काय हवे ते लक्षात घ्या.

होज वापरा. पायांतील लवचिकता कायम ठेवा.

- थंड ठिकाणी उभे राहिल्यामुळेही यापासून आराम मिळू शकतो.
- तुम्ही मालीश किंवा शेक घेऊ शकता. फ्लॅक्सिंग किंवा थंड पाण्यामुळे बरे वाटत नसेल, तर मालिश किंवा शेक घेऊ नका.
- दिवसाला किमान ८ ग्लास पाणी प्या.
- संतुलित आहार घ्या, त्यात कॅल्शियम, मॅग्निशियमचे प्रमाण योग्य ठेवा.

काही वेळा आखडल्यामुळे मांसपेशीवर सूजही येऊ शकते. त्यामुळे घाबरू नका. जास्त वेदना होत असतील तर डॉक्टरांना दाखवा. कदाचित नसांमध्ये रक्ताची गाठ झालेली असू शकते.

हीमरॉयड्स

"मला हीमरॉयड्सचा त्रास आहे. गर्भावस्थेत याची स्थिती अधिक गंभीर होत असल्याचे ऐकले आहे. त्यासाठी काय करू?"

साधारणपणे ५० टक्के स्त्रियांना हा त्रास होतो. पायामध्ये व्हेरिकोज व्हेन्स होतात त्याप्रमाणे (मलाशय) रेक्टमच्या व्हेन्सवरही परिणाम होतो. गर्भाशयाचा वाढता दाब पेल्विक भागावर पडत असल्यामुळे जास्त करून मलाशयाच्या नसा सूजतात. मग तिथे खाज यायला लागते. त्यामुळे मग मलावरोध किंवा मूळव्याध होऊ शकतो. यामध्ये येतील नसा द्राक्षाच्या घडासारख्या होतात म्हणून त्याला पाईल्स म्हणतात.

सर्वात आधी मलावरोधापासून आपला बचाव करा. कीगल व्यायाम करा. दीर्घकाळ उभे राहून काम केल्यावर बैठे काम करू नका. टॉयलेटला जाण्याची इच्छा टाळू नका. स्टेप स्टूलवर बसण्याच्या शौचालयात बरे वाटू शकते.

हॅजल पॅक किंवा आईस पॅकमुळेही जरा बरे वाटू शकते. कोमट पाण्याचे स्नानही फायदेशीर आहे. बसताना त्रास होत असेल, तर खाली उशी घ्या. कोणतेही औषध घेण्यापूर्वी डॉक्टरांचा सल्ला घ्या. आजीबाईचा सल्ला ऐकू नका. त्या एक चमचा मिनरल ऑईल लावायला सांगतात. त्यामुळे अनेक पोषक घटक मागच्या दरवाजाने निघून जातात.

यातून रक्तस्त्राव होत असेल, तर डॉक्टरांचा सल्ला घ्या. प्रसूतीनंतर हे बरे होते.

स्तनातील गाठ

"माझ्या स्तनांवर एका कोपऱ्यात बारीकशी गाठ आहे. ती कशाची आहे?"

खरं तर बाळाला दुग्धपान करण्यास अजून खूप वेळ आहे,पण स्तनांनी आपले काम सुरू केले आहे. गर्भावस्थेतील या काळात स्तनांवर लाल आणि मऊ गाठी दिसू लागतात. बारीक शेक किंवा मालिश यामुळे या गाठी नाहीशा होतात. या काळात अंडरवायर ब्रा घालू नये, असे तज्ज्ञांचे मत आहे. पण जी ब्रा वापराल, त्यामुळे स्तनांना आधार मिळायला हवा.

तुमच्या गर्भावस्थेत स्तनांचीही मासिक तपासणी करायची आहे, हे विसरू नका. खरं तर स्तनांत

होणाऱ्या बदलांमुळे ही तपासणी थोडी अवघड होते. या गाठी डॉक्टरांना दाखवा.

बाळ जन्मताना होणारी वेदना

''मला आई होण्याची घाई झाली आहे. पण बाळाला जन्म देण्याचा अनुभव कसा असतो? त्या वेदनेच्या कल्पनेनेच मला काळजी वाटते.''

खरं तर प्रत्येक आई बाळाच्या जन्माची उत्सुकतेने वाट पहात असते; पण त्यांना लेबर, प्रसूती आणि वेदना याचे नाव काढले तरीही घाबरायला होते. या वेदनेच्या कल्पनेनेच त्या परेशान होतात. तसं यात परेशान होण्यासारखे काही नाही. जिने आतापर्यंत थोडीही वेदना सहन केली नाही, तिच्यासाठी ही वेदना भयानक असू शकते.

गर्भावस्थेतील वेदना, हा आपल्या जीवनाचा एक भाग आहे, हे लक्षात ठेवा. शतकांपासून स्त्रिया ही वेदना सहन करीत आल्या आहेत. तसेच या वेदनेला एक सकारात्मक कारणही असते. याच वेदनेनंतर लहानसे बाळ तुमच्या कुशीत येणार असते. ही वेदना फक्त थोड्या वेळासाठी असते. ती काही आयुष्यभर तुमच्या सोबतीला रहात नाही. ही वेदना कमी करण्याचे औषधही आवश्यकता पडल्यावर दिले जाते. या वेदनेला घाबरू नका. त्यासाठी खंबीरपणाने तयार व्हा. तुमचे मन आणि शरीर दोन्ही त्यासाठी सज्ज ठेवा.

माहिती मिळवा :- आपल्या शरीरात काय होत आहे, याची अनेक स्त्रियांना कल्पनाच नसते, त्यामुळे त्या जास्त घाबरतात. आपल्याला ज्याची माहिती नसते त्यामुळे अधिक वेदना होत असते, इतके लक्षात घ्या. त्यामुळे ज्या गोष्टींची तुम्हाला भीती वाटते त्याबद्दल जास्त माहिती मिळवा.

व्यायाम करा :- ही सर्व प्रक्रिया तुमच्या शरीराशी संबंधित आहे, त्यामुळे डॉक्टरांच्या सल्ल्याने स्ट्रेचिंग आणि टोनिंगचे व्यायाम करा. त्यामुळे शरीर कणखर तसेच लवचिक राहते. ही बाब प्रसूतीच्या वेळी उपयुक्त ठरते. कीगल व्यायाम करायला विसरू नका.

संध करा :- कोणाला तरी आपले समदुखी करा. हे तुमचा सोबती, पती किंवा नातेवाईक असू शकतो. ते प्रसूतीच्या वेळी तुम्हाला आधार देऊ शकतात. त्यामुळे तुमचा तणाव दूर होऊ शकतो.

गर्भावस्थेत किंवा नंतरच्या दिवसांतील रक्तस्राव

दुसऱ्या किंवा तिसऱ्या तिमाहीत होणारा फिक्कट गुलाबी रक्तस्राव पाहून घाबरू नका. अंतर्गत तपासणी किंवा संभोगामुळे हा होऊ शकतो. जर या सोबतच तीव्र वेदना होत असतील आणि रक्तस्राव खूप वेगाने होत असेल, तर डॉक्टरांकडे जाण्यास उशीर करू नका. ते अल्ट्रासाऊंडच्या मदतीने योग्य ठिकाणाचा पत्ता लावू शकतात.

प्रीक्लॉम्पसियाचे निदान

प्रीक्लॉम्पसिया म्हणजे गर्भावस्थेतील हायपर टेंशन. हे साधारणपणे ३ते ७ टक्के गर्भवतींना होते. याची योग्य वेळी माहिती मिळवून त्यावर उपचार केले, तर त्यामुळे अनेक प्रकारच्या गुंतागुंतीपासून बचाव करता येतो. याच्या सुरूवातीच्या लक्षणात अचानक वजन वाढणे, हाता- पायांवर सूज येणे, डोके दुखी, पोट दुखी किंवा डोळयांसमोर आंधारी येणे असू शकते. अशी काही लक्षणे आढळली तर डॉक्टरांना सांगायला उशीर करू नका. नियमित वैद्यकीय काळजी तुम्हाला सर्व प्रकारच्या गुंतागुंतीपासून दूर ठेवू शकते.

प्रसूतीसंबंधी भीती

''प्रसूतीच्या वेळी मी काही तरी गडबड करीन, अशी मला भीती वाटते.''

खरं तर आता तुम्ही त्या अवस्थेत नाहीत, त्यामुळे आरडा-ओरडा करणे, रडणे किवा काही गडबड करणे याच्या विचारांची तुम्हाला भीती वाटते. अर्थात एकदा प्रसूती सुरू झाल्यावर ही गोष्ट तुमच्या लक्षातही येत नाही. तुमच्या खोलीत त्यावेळी उपस्थित असलेल्या डॉक्टरांना आणि नर्सेसनी हा प्रकार अनेक वेळा पाहिलेला असतो. अशा अवस्थेत स्त्रिया कशा प्रकारे वागू शकतात, हे त्यांना चांगल्या प्रकारे माहीत असते.

तुम्हाला आपल्या मनातील भावना ओरडून व्यक्त करायच्या असतील, तर मोकळ्या मनाने ओरडा. तुम्हाला ओढ दाबून वेदना सहन करता येत असतील,तर दुसऱ्याचे पाहून गोंधळ करण्याची काहीच गरज असत नाही.

■ ■ ■

सातवा महिना

साधारणपणे २८ ते ३१ आठवडे

तिसऱ्या आणि शेवटच्या तिमाहीत तुमचे स्वागत. तुम्ही आता स्पर्धेत खूप पुढे निघून आला आहात. इवल्याशा बाळाला कुशीत घ्यायला आता थोडाच वेळ शिल्लक राहिला आहे. या दिवसांत गर्भावस्थेतील त्रास आणि अडचणींच्या बरोबरीने तुमची उत्सुकता आणि उत्साहही शिगेला पोहचला आहे. त्यामुळे तुम्हाला हे ओझे जरा जास्त जड वाटू लागते.

गर्भावस्थेचा शेवट म्हणजे प्रसूतीची वेळ जवळ येत चालली आहे. तुम्हाला त्याचेही नियोजन आणि तयारी करायची आहे. त्याबाबची माहितीही मिळवायची आहे.

या महिन्यातील गर्भाचा विकास

२८ वा आठवडा :- या महिन्यात तुमचा लाडका गर्भ आता अडीच पौंड वजनाचा झाला आहे. तो सुमारे १० इंच लांब आहे. त्या बरोबरीने त्याने खोकणे, चोखणे, उचकी देणे शिकले आहे. तुम्ही बाळाची स्वप्ने पाहता त्याप्रमाणे तोही आपल्या इवल्या पापण्या मिटून आईचे स्वप्न पाहत असेल. कारण त्यालाही आता रैम (रॅपिडड आय मुव्हमेंट) स्लीप येत आहे. खर तर अजून तो जन्म घेण्यासाठी तयार नाही. त्याची फुफ्फुसे आता पक्व झाली आहेत. तरीही अजून बराच विकास होणे बाकी आहे.

सहा महिन्याचा गर्भ

२९ वा आठवडा :- आता तुमचा गर्भ जवळपास १७ इंच लांब आणि ३ पौंड वजनाचा झाला आहे. आता त्याची लांबी जन्मासाठी बऱ्याच प्रमाणात पुरेशी आहे. पण अजून काही काम शिल्लक आहे. पुढील ११ आठवड्यात त्याचे वजन दुप्पट किंवा तिप्पटही होऊ शकते. हे सर्व वजन त्याच्या शरीरात जमा होणाऱ्या मेदाचे असते. आता तुम्हाला तुमची कुशी खूप वजनदार लागू शकते. लाथांशिवाय गर्भाचे कोपर किंवा गुढगेही तुम्हाला बोचू शकतात.

३० वा आठवडा :- १७ इंच लांब आणि ३ पौंड वजनाचे लाडिकसे बाळ. तो आता दिवसेंदिवस वाढत

आहे. पोटाच्या बाहेरून तुम्हाला त्याचा अंदाज येऊ शकत नाही. त्याचा मेंदूही बाह्य जगात येण्यासाठी तयार होत आहे. त्याच्या मेंदूच्या पेशी हळूहळू विकसित होत आहेत. कारण जन्म घेतल्यावर त्याला गुढग्यावर रांगायचे आहे. शाळेत जायचे आहे आणि शेवटी एक परिपूर्ण नागरिक व्हायचे आहे. त्याच्या शरीराचे तापमान आता नियमित व्हायला लागले असून अंगावर केस उगवायला लागले आहेत.

३१ वा आठवडा :- गर्भाचे वजन आता ३ ते ५ पौंडाच्या दरम्यान असले, तरीही प्रसूतीपर्यंत त्याला आपले वजन खूप वाढवायचे आहे. या आठवड्यात त्याचे वजन ५ पौंडापेक्षाही अधिक असू शकते. तो आपल्या जन्माच्या वेळच्या लांबीच्या दिशेने वेगाने वाढत आहे. त्याच्या मेंदूतील संपर्क तयार व्हायला लागले असून तो आपल्या पंचेंद्रियांकडून येणारे संकेत समजायला लागला आहे. सध्या तो बराच काळ रॅम्प स्लिपमध्ये घालवित आहे. त्याचे लाथा मारणे आणि हालचाल करणे यावरूनही तुम्हाला त्याच्या झोपेचे वेळापत्रक कळू शकते.

तुम्हाला काय वाटते?

प्रत्येक स्त्री आणि गर्भावस्था वेगवेगळी असते, हे नेहमीसारखेच लक्षात ठेवा. सध्या तुम्हाला सर्व लक्षणे जाणवू शकतात किंवा त्यातील काहीच तुम्ही जाणवू शकता. काही मागील महिन्यांपासून सुरू असतात तर काही या महिन्यात नव्याने सुरू होतात. काही लक्षणांची आता सवय होते. तुमची काही लक्षणे कमीही असू शकतात. या महिन्यात तुम्हाला खालील लक्षणे जाणवू शकतात.

शारीरिक :-

- गर्भाच्या पूर्वीपेक्षा जास्त वेगवान हालचाली
- योनीतून सतत स्त्राव होणे.
- ओटीपोटात वेदना होणे.

तुम्ही गर्भाच्या मेंदूचे पोषण करीत आहात? त्याच्या मेंदूच्या विकासासाठी तिसऱ्या तिमाहीच्या सुरूवातीपासून ओमेगा- ३ देणे आवश्यक आहे.

एक दृष्टिक्षेप

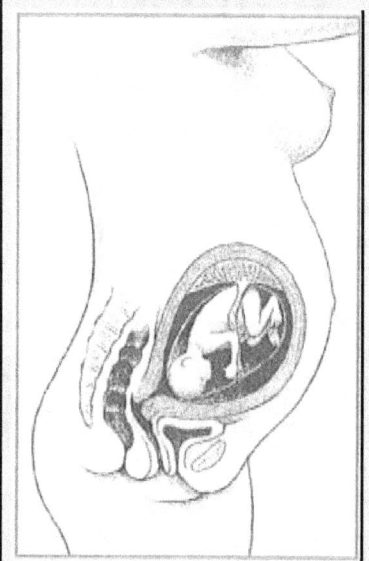

या महिन्याच्या सुरूवातीलाच गर्भाशय क्युबिक बोनच्या वर ११ इंच असते. पुढच्या महिन्यात गर्भाचे डोके मोठे होते, तेव्हा ते बेंबीच्या वर साडेइंच तुम्हाला जाणवू शकते. ८- १० आठवडे अजून विकास व्हायचा आहे. परेशान झालात ना?

- मलावरोध.
- छातीत जळजळणे, अपचन, पोट फुगणे.
- पाठदुखी.
- कधी कधी डोके दुखणे.बेशुद्धी किंवा चक्कर येणे.
- नाक चोंदणे किंवा कधी कधी नकातून रक्त येणे. कानात मळ होणे.
- ब्रश करताना हिरड्यातून रक्त येणे.

- पायांत गोळे येणे.
- पायांवर व्हेरिकोज व्हेन्स.
- हेमरॉयड्स.
- ओटीपोटावर खाज येणे.
- बेंबी वर येणे.
- पाठ दुखी.
- स्ट्रेच मार्क्स
- श्वास घ्यायला त्रास होणे. दम लागणे.
- झोप न येणे.
- गर्भाशय संकुचित होणे.
- संतुलन गमावणे
- छाती विस्तारणे

भावनिक :-

- उत्तेजनेत वाढ होणे
- मन उदास राहणे
- विचित्र आणि वेगळी स्वप्ने
- उदासी आणि निराशा वाढणे.
- शारीरिक पातळीवर फीट असल्यामुळे समाधान.

या महिन्यातील तपासण्या :-

या महिन्यात तुम्हाला दोन नवीन बाबींचा तपासण्यात समावेश करावा लागतो. तिसऱ्या तिमाहीच्या सुरूवातीला खालील तपासण्या कराव्या लागू शकतात. अर्थात यातील बऱ्याच तुमच्या गरजेवर आणि डॉक्टरांच्या पद्धतीवर अवलंबून आहेत.

- वजन आणि रक्तदाब.
- प्रोटिनसाठी रक्त आणि लघवी तपासणी.
- गर्भाशयाची उंची
- गर्भाशयाचा आकार, गर्भाची स्थिती (बाहेरून).
- हाता-पायावरील सूज.
- ग्लुकोज स्क्रिनिंग टेस्ट
- ॲनिमियासाठी रक्त तपासणी
- तुम्हाला जाणवणारी काही इतर वेगळी लक्षणे.

तुम्ही काय विचार करता?

थकवा परतणे

"गेल्या काही महिन्यांत माझी गेलेली ऊर्जा परत आली होती, पण आता मी पुन्हा हारायला लागले आहे. तिसऱ्या तिमाहीत असाच थकवा राहतो का?"

गर्भावस्थेत चढ-उतार येत राहतात. फक्त मूडासाठीच नाही, तर ऊर्जा पातळीसाठीही ही गोष्ट खरी असते. पहिल्या तिमाहीतील थकव्यानंतर दुसऱ्या तिमाहीत गेलेली ऊर्जा परत येते. त्यामुळे दुसऱ्या तिमाहीत तुम्ही काहीही करू शकता. (व्यायाम, सेक्स, प्रवास) तिसरी तिमाही सुरू झाली की बहुतेक गर्भवती पुन्हा थकायला लागतात. सोफ्यावर पडून राहण्याशिवाय त्यांना दुसरं सूचत नाही.

तसं यात परेशान होण्यासारखे काही नाही. खरं तर तिसऱ्या तिमाहीत थकवा येणे स्वाभाविक आहे. त्याशिवाय इतरही अनेक कारणे तुम्हाला थकवू शकतात. पहा ना, यावेळी तुम्ही किती ओझे घेतले आहे. हे वाढलेले ओझे तुमच्या थकव्याचे कारण आहे. याच कारणामुळे या दिवसात तुम्ही रात्री शांत झोप घेऊ शकत नाहीत. तुमच्या मनात अनेक प्रश्नांनी फेर धरला आहे.(सामान, बाळाचे नाव, डॉक्टरांना विचारायचे प्रश्न) त्यामुळे तुमची ऊर्जा पातळी कमी होते. याशिवाय दुसऱ्या मुलाला खाऊ पिऊ घालणे. ऑफिस आणि घरातील कामाच्या अनेक जबाबदाऱ्या डोक्यात गोंधळ निर्माण करतात. या सर्व कारणांमुळे थकवा अनेक पट वाढतो.

तिसऱ्या तिमाहीत थकवा येतो म्हणून तुम्ही सर्व कामे सोडून सोफ्यावर निवांत पडून रहावे, असा त्याचा अर्थ नाही. तुमच्या शरीराला आता

विश्रांती हवी आहे, याचे थकवा हे एक लक्षण आहे. तुमच्या वेगवान जीवनाला थोडी विश्रांती द्या. अनावश्यक कामे कमी करा. तुमच्या दिनचर्येत काही शिथिलता तंत्रांचा समावेश करा. थोडा उपयुक्त व्यायाम करा. ३० मिनिटे चाललात तर त्यामुळे तुम्हाला ऊर्जा मिळेल, पण एक तास चाललात तर मात्र तुम्हाला सोफ्यावर पडावे लागेल. व्यायामही योग्य वेळी करा. झोपण्यापूर्वी व्यायाम केलात तर उरली सुरली झोपही खराब होईल. कारण शरीराला शांत होण्यासाठी आता वेळ लागतो. रिकाम्या पोटी राहू नका. ऊर्जेचा पातळी कायम ठेवण्यासाठी थोड्या थोड्या वेळाने पौष्टिक स्नॅक्स खा. जसे- चीज आणि क्रॅकर्स, ट्रेल मिक्स, योगर्ट आणि स्नुकीज किंवा तुमचे आवडते स्नॅक्स. कॉफिन किंवा साखरेऐवजी यामुळे तुम्हाला जास्त ऊर्जा मिळते.

तसे तर तिसऱ्या तिमाहीतील थकव्यातून निसर्ग आपल्याला हेच सूचवित असतो, की आईने आता आपल्या ऊर्जेचा थेंब न थेंब सांभाळून वापरायला हवा. प्रसूतीसाठी आपली सारी शक्ती वाचवून ठेवायला हवी. त्यानंतर तर शक्ती आणि ऊर्जेची अतिशय आवश्यकता पडते.

जास्त विश्रांती घेऊनही तुमचा थकवा कमी होत नसेल, तर डॉक्टरांना भेटा. कधी कधी ॲनेमियामुळेही तिसऱ्या तिमाहीत थकवा येतो. याच कारणामुळे डॉक्टर सातव्या महिन्यात रक्ताची तपासणी करतात. म्हणजे वेळेपूर्वी ॲनेमियावर उपचार करता येतील.

सूज

"दिवस ढळला की पायावर आणि पोटऱ्यांना कशामुळे सूज येते?"

सध्या तुमचे फक्त पोटच वाढत नाही. गर्भवतीला याहून अधिक सहन करावे लागते. बूटच फक्त घट्ट

> **आंगठीचे काय करू?**
>
> तुमच्या हाताची बोटे हळूहळू सुजू लागली आहेत. यात घातलेली आंगठी नंतर परेशानी होऊ शकते. आताच ती काढणे अवघड झाले आहे. सकाळी सकाळी हात गार करून आंगठी काढून ठेवा. काढताना हाताला थोडी साबन लावा.

होत नाहीत, तर हाताच्या बोटातील आंगठीही निघत नाही. गर्भावस्थेत हात- पाय आणि पोटऱ्यांवरील सूज हे सामान्य लक्षण आहे. कारण या दिवसात शरीरातील पाण्याच प्रमाण वाढते. गर्भावस्थेत सुमारे ७५ टक्के स्त्रियांना कधी ना कधी सूज येते. फक्त २५ टक्के स्त्रियांनाच असा त्रास होत नाही. उष्ण हवामानात, जास्त वेळ उभे राहिल्यामुळे, बसल्यामुळे किंवा दिवसाच्या शेवटी ही सूज वाढत असल्याचे तुमच्या लक्षात आले असेल. खूप विश्रांती किंवा गाढ झोप घेतली की ही सूज बऱ्यापैकी कमी होते.

साधारणपणे या सूजेमुळे थोडा त्रास होतो. किंवा मग फॅशनशी तडजोड करावी लागते. तुम्ही स्टायलीश शूज घालू शकत नाहीत. ही सूज कमी करण्याचे तुम्हाला काही उपाय हवे असतील, तर हे वाचा-

- खूप वेळ उभे राहून काम केल्यावर थोडे बसा. किंवा खूप वेळ बसून काम केले असेल,तर थोडे फिरा. ऑफिसमध्ये थोड्या थोड्या वेळाने उभे रहा. ५ मिनिटांच्या शतपावलीने रक्ताभिसरण सुरळीत होते.
- पाय उंचावर ठेवा. बसताना पाय उंच ठेवा. पाय उंच ठेवून बसण्याचा अधिकार फक्त तुम्हालाच आहे.
- एका कुशीवर पडून विश्रांती घ्या. आतापर्यंत तुम्ही असे जोपत नसाल, तर त्याची सवय करून घ्या. यामुळे कीडनी पूर्ण वेगाने आपले काम करते आणि शरीरातील टाकाऊ पदार्थ बाहेर टाकले जातात. सूज कमी होते.

- सध्या तुम्ही फॅशनकडे नाही तर शरीराच्या आरामाकडे लक्ष द्या. थोड्या वेळासाठी फॅशन केली तरीही घरी आल्यावर साधेपणा स्वीकारा.
- डॉक्टरांची परवानगी असेल, तर व्यायाम करीत रहा. सूज खूप कमी होते. चालल्यामुळे रक्ताभिसरण होते. एका जागी रक्त थांबत नाही. पोहणे किंवा पाण्यातील ॲरोबिक्सही उपयुक्त आहे. कारण पाण्यामुळे पेशींवर दाब पडतो परिणामी द्रव्य तुमच्या नसांतून कीडनीपर्यंत पोहचते. मग तुम्ही ते शरीराबाहेर टाकू शकता.
- तुम्ही जितके जास्त पाणी प्याल तितके जास्त चांगले.दिवसाला कमीत कमी ८ ग्लास पाणी पिल्याने शरीरातील टाकाऊ पदार्थ बाहेर टाकले जातात. द्रव्य किंवा पातळ पदार्थ कमी केल्याने सूज कमी होत नाी.
- चवीनुसार मीठ वापरा. मीठ कमी खाल्ल्याने सूज कमी होते, असे म्हणतात; पण आता मीठ कमी झाल्यावरही सूज येत असल्याचे आढळून आले आहे. त्यामुळे योग्य प्रमाणात मीठ घ्या.
- स्पोर्ट होज दिसायला सेक्सी दिसत नसले, तरी त्यामुळे तुमच्या पायांना आधार मिळतो. गर्भावस्थेत वापरण्यासाठी अनेक प्रकारचे होज मिळतात. तुम्ही आवडीनुसार निवडू शकता.

सूजेच्या बाबतीत सर्वात चांगली गोष्ट म्हणजे ती तात्पुरती असते. प्रसूतीनंतर तुमच्या हाता-पायांवरची सूज उतरते. ही सूज उतरण्यासाठी काही स्त्रियांना एक आठवडा पुरेसा होतो, तर काहींना एक महिना लागतो. तोपर्यंत याचा आनंद घ्या. कारण पोट मोठे असल्यामुळे तुम्हाला एरवी पायांवरील सूज दिसत नाही.

ही सूज तुम्हाला नेहमीपेक्षा अधिक वाटत असेल, तर डॉक्टरांचा सल्ला घ्या. आवश्यकतेपेक्षा जास्त सूज 'प्रीक्लॅम्पिसया' मुळेही येऊ शकते. अर्थात त्याच्या बरोबरीने वजन वाढणे, रक्तदाब वाढणे किवा लघवीत प्रोटीन्सचे प्रमाण वाढणे अशी लक्षणेही असतात. डॉक्टर प्रत्येक वेळी या लक्षणांची तपासणी करीत असतात. त्यामुळे त्याची काळजी करू नका. सूजेसोबतच वजन खूप वाढले, डोके दुखायला लागले किंवा दृष्टी कमकुवत व्हायला लागली तर डॉक्टरांकडे जायला उशीर करू नका.

त्वचेवरील व्रण

''खरं तर आतापर्यंत हे स्ट्रेच मार्क्स इतके वाईट दिसत नव्हते, पण आता त्यावर व्रणही उठायला लागलेत. कशामुळे?''

प्रसूतीसाठी तीन महिन्यांपेक्षा कमी काळ राहिला आहे, म्हणून खुश व्हा. तुम्ही अतिशय सहजपणे या कुरूप आणि अनावश्यक लक्षणांचा लवकरच निरोप घेऊ शकाल. हे तुमच्यासाठी किंवा बाळासाठी धोकादायक नाहीत, इतकेच तोपर्यंत लक्षात ठेवा. याला वैद्यकीय भाषेत 'पॉलीमॉर्फिक ईरशन ऑफ प्रेगनन्सी' म्हणतात. प्रसूतीनंतर हे बरे होतात आणि पुढच्या गर्भावस्थेच्या वेळी हे निर्माण होत नाहीत. तसे तर हे पोटावरील स्ट्रेच मार्क्सवर येतात; पण कधी कधी पाय, जांघा आणि हातांवरही ते दिसून येतात. डॉक्टरांना दाखविल्यावर ते यासाठी एखादे औषध किंवा मलम देतात. किंवा ते कमी करण्याची पद्धत सांगतात.

गर्भावस्थत त्वचेवर कोणत्याही प्रकारची प्रतिक्रिया उमटू शकते. कोणत्याही प्रकारची लक्षणे समोर येऊ शकतात. तुम्ही हे डॉक्टरांना दाखवायला हवे, पण ते फारसे गांभीर्याने घेण्याची गरज नसते.

पाठीचा खालचा भाग आणि पायांतील वेदना (शियाटिका)

''माझ्या पाठीच्या खालच्या भागापासून नितंब

आणि पायांत वेदना होतात. हे कशामुळे?''

तुमच्या शरीरातील शियाटिका नस दबली आहे, असे वाटते. आता तुमचा गर्भ प्रसूतीसाठी योग्य अवस्थेत आला आहे. या प्रक्रियेत त्याचे डोक आणि वाढलेले गर्भाशय शियाटिका नसेवर दाब टाकीत आहे. याच शियाटिकेमुळे तुमच्या पाठीच्या खालच्या भागापासून नितंब आणि पायांत तीव्र, साधी किंवा वेगात वेदना होत आहे. किंवा तो भाग सुन्न झाल्यासारखे वाटत आहे.

शियाटिकाची वेदना खूप तीव्र असते. गर्भाने आपली अवस्था थोडी बदलली तर लगेच बरे वाटू लागते. हे प्रसूतीपर्यंत सुरू राहू शकते. किंवा प्रसूतीनंतरही काहीकाळ राहू शकते.

शियाटिकापासून आराम मिळविण्यासाठी तुम्ही खालील उपाय करून पाहू शकता -

- संधी मिळेल तेव्हा थोडा आराम करा. पडून राहिल्यामुळेही पायांना आराम पडू शकतो. फक्त तुम्ही आरामशीरपणे लोळायला हवे.
- पायांना शेक द्या. हिटिंग पॅडमुळे वेदना कमी होते. कोमट पाण्याचा शेकही उपयुक्त आहे.
- पेल्विक टिल्ट किंवा स्ट्रेच व्यायामानेही दबाव थोडा कमी होतो.
- पोहणे आणि पाण्यातील व्यायाम, शियाटिकाचा त्रास कमी करण्याचा उपाय आहे. त्यामुळे पाठीच्या स्नायूत मजबुतपणा येतो आणि शियाटिकाची वेदना कमी जाणवते.
- काही पर्यायी उपचार करा. ॲक्यूपंक्चर, कीरोप्रॅक्टिक, मालिशमुळेही थोडे बरे वाटू शकते.

ही वेदना सहन करण्याच्या पलिकडची असेल, तर डॉक्टरांना दाखवा. औषध घ्या.

पायांतील अस्वस्थेची लक्षणे

''थकलेली असूनही मी रात्री झोपू शकत नाही. कारण माझ्या पायांत अस्वस्थता असते. पायातील गोळे घालविण्यासाठी मी सर्व प्रकारचे उपाय केले आहेत. आणखी काय करू?''

शेवटच्या तिमाहीत रेस्टलेस लेग सिंड्रोम तुमच्या चांगल्या झोपेत अडथळा निर्माण करतो. पायांमध्ये अस्वस्थता, पाय ओढणे आणि विचित्र प्रकारची जाणीव होते. तसे तर बहुतेक करून हे रात्रीच्या वेळी होते, पण दुपारी झोपल्यावरही कधी कधी हा त्रास होतो.

गर्भवतीच्या पायांत असा त्रास कशामुळे होतो, याचे कारण तज्ज्ञांनाही माहीत नाही. कदाचित याचे काही अनुवांशिक कारण असावे. यावरील उपायांबाबतही काही ठोस माहिती नाही. पायांतील गोळे घालविण्याचे सर्व उपाय इथे फिके पडतात. यावर औषधही नाही. कारण यावरील सर्व औषधांची गर्भावस्थेसाठी तपासणी झालेली नाही. याबाबतीत तुम्ही तुमच्या डॉक्टरांचा सल्ला घ्या.

तणाव, आहार आणि पर्यावरणातील इतर काही कारणांमुळे ही समस्या निर्माण होऊ शकते.आपला आहार आणि सवयींकडे लक्ष द्या. काही महिलांच्या बाबतीत रात्री कार्बोहायड्रेट घेतल्यावर हा त्रास जास्त प्रमाणात होतो. काही वेळा लोहाच्या कमतरतेमुळे होणाऱ्या ॲनेमियामुळेही असा त्रास होतो. डॉक्टरांना विचारूनच यावर उपचार करा. योग, ॲक्युपंक्चर किंवा ध्यानामुळे थोडे- फार बरे वाटू शकते. झोपेच्या बाबतीतही तुम्ही दुर्दैवी असाल, तर प्रसूतीपर्यंत तुम्हाला हा त्रास सहन करावा लागेल. कदाचित प्रसूतीनंतरही तुम्ही औषध घेऊ शकणार नाहीत. कारण तेव्हा तुम्ही बाळाला स्तनपान करीत असता.

गर्भाची उचकी

''कधी कधी मला पोटात बारीकसा धक्का

जाणवतो. ही लाथ असते की दुसरे काही?''

तुम्ही विश्वास ठेवा की नका ठेवू गर्भ पोटातही उचकी देत असतो. अनेकांना दिवसा अनेक वेळा उचक्या लागतात. क़ाही गर्भांना अजिबात उचकी लागत नाही. जन्मानंतरही अशीच परिस्थिती कायम राहते.

आतापासूनच तुम्हाला ही उचकी थांबविण्यासाठी उपाय करण्याची आवश्यकता नाही. कारण त्यामुळे तुमच्या गर्भाला काहीही त्रास होत नाही. आता तर तुम्ही तुमच्या पोटात होणाऱ्या या मनोरंजनाचा फायदा घ्या.

एकदम पडणे

''घराबाहेर असताना मी अचानक पडले आणि माझे पोट फूटपाथवर आदळले. यामुळे गर्भाला जखम होऊ शकते?''

तिसऱ्या तिमाहीत बहुतेक वेळा असे होते. तुम्हाला तुमचे संतुलन सांभाळता येत नाही. पोट वाढल्यामुळे गुरूत्वमध्य बदललेला असतो. सांधे इतके सक्षम राहत नाहीत त्यामुळे तुम्हाला पडायला विशेषतः पोटावर पडायला वेळ लागत नाही. तुमच्या हातातून वस्तू निसटून पडायला लागतात. तुम्ही दिवसा स्वप्ने पहायला लागता, पण पायाखाली काय आहे, ते तुम्हाला दिसत नाही. परिणामी तुम्ही कुठेही पडण्याचा धोका असतो.

तुमचा गर्भ गर्भाशयात पूर्णपणे सुरक्षित असतो. तुमचा साधारण धक्का किंवा जखम त्याला काही करू शकत नाही. तो शॉक ऑब्सार्व्हरवर पद्धतीत सुरक्षित असतो. ॲम्नियोटिक द्रव्य, कठीण कवच, इलॅस्टिक मांसपेशींचे गर्भाशय आणि पोटाची कॅव्हिटी यापासून हे सुरक्षा कवच तयार होते. तुम्ही अतिशय गंभीर स्वरूपात जखमी होता, तेव्हाच गर्भाला धोका निर्माण होतो. तेव्हाच तुम्हाला दवाखान्यात जावे लागू शकते. तरीही तुम्हाला काळजी वाटत असेल, तर डॉक्टरांना भेटून समाधान करून घ्या.

ऑर्गेझ्म आणि गर्भाच्या लाथा

''माझ्या ऑर्गेझ्मनंतर साधारणपणे अर्धा तास तरी गर्भ लाथा मारतो. याचा अर्थ अशा वेळी सेक्स सुरक्षित नाही असा होतो का?''

तुम्ही काहीही करीत असताना गर्भ तुमच्या सोबत असतो. सेक्सविषयी बोलायचे तर यावेळी गर्भ झोपलेला असतो. सेक्सच्या वेळेची मागे पुढे होण्याची गती आणि ऑर्गेझ्ममुळे होणारे गर्भाशयाचे संकुचन यामुळे गर्भ स्वप्नाच्या जगात जातो. दुसऱ्या बाजूला या प्रक्रियेनंतर अधिक सक्रिय होणारेही काही गर्भ असतात. याचा अर्थ सेक्स सुरक्षित नाही, असा अजिबात नाही. तसेच तुमच्या दोघात काय झाले ते त्याला कळले, असेही नाही. तो तर सध्या आंधारात खूप मजेत आहे.

डॉक्टरांनी बंदी केली नसेल, तर अतिशय आरामशीरपणे प्रसूतीपर्यंत सेक्स करीत रहा. कारण नंतर तुम्हाला अशी संधी लवकर मिळणार नाही.

स्वप्न आणि कल्पना

''मला गर्भाबद्दल दिवस-रात्र वेगवेगळी स्वप्ने पडतात. माझे डोके खराब झाले आहे का?''

गर्भावस्थेत चांगली वाईट स्वप्ने पडतच असतात. कधी तुम्ही बाळाला बसमध्ये एकटे सोडले असते, तर कधी तुम्ही त्याला बागेत फिरवित असता. कधी कधी तर तुम्ही शेपटी असलेल्या एलिनला जन्म दिल्याचे तुम्हाला स्वप्न पडते. गर्भावस्थेत अशी स्वप्ने पडतातच. त्यामुळे आपले डोके खराब झाले आहे, असे तुम्हाला वाटू शकते. सध्या तुमच्या अचेतन

मनात बाळाबद्दलच्या अनेक चिंता, काळज्या, उत्कंठा, उत्साह अशा भावना भरलेल्या आहेत. इच्छा असूनही तुम्ही या भावना व्यक्त करू शकत नाहीत. म्हणून मग स्वप्नांच्या माध्यामातून या भावना व्यक्त होत असतात.

यामध्ये तुमच्या शरीरातील हार्मोन्सचा हात असतो. तुमची झोप गाढ नसेल, तर उठल्यावरही ही स्वप्ने तुम्हाला आठवतात. तुम्ही रात्रीला अनेक वेळा उठत असता त्यामुळे रॅम ड्रिम सायकलच्या दरम्यानही तुम्हाला जाग येत असल्याची खूप शक्यता असते. त्यामुळे ही स्वप्ने तुम्हाला पूर्णपणे आठवतात.

गर्भावस्थेत बहुतेक महिला खालील प्रकारची स्वप्ने पाहतात किंवा कल्पना करतात.

- ओह, स्वप्ने! एखादी वस्तू हरवल्याचे किंवा चुकीच्या ठिकाणी ठेवल्याचे स्वप्न. (कारच्या चावीपासून बाळापर्यंत) बाळाचे खेळणे विसरणे, डॉक्टरांकडे जायला विसरणे, तुम्ही बाजारात गेलात आणि बाळ घरी एकटेच आहे. बाळाला सांभाळण्यासाठी पूर्णपणे तयार न होणे.
- ओह, स्वप्ने! हल्लेखोर, गुंड किवा हिंस्त्र पशु तुमच्यावर हल्ला करतात आणि तुम्ही जखमी होऊन खाली पडता.
- वाचवा! एखादी कार, लहानशी खोली किंवा सुरुंगामध्ये अडकल्याची भीती. एखाद्या तलावात बुडणे. लहान बाळाच्या आगमनानंतर जीवन बांधले जाणे.
- अरे नाही, स्वप्ने! वजन वाढत नाही किंवा रात्रीतून खूप वजन वाढले आहे. काही खाल्ले नाही किंवा खूपच खाल्ले आहे.
- ऊं हू स्वप्ने! तुम्ही तुमच्या जोडीदाराला आवडत नाहीत. तो दुसऱ्या कुणाशी तरी बोलतो. गर्भावस्थेतील ही अवस्था आयुष्यभर अशीच राहण्याची तुम्हाला भीती वाटते. तुम्ही कधी आकर्षक दिसू शकणार नाहीत.
- सेक्सुअल स्वप्न! सकारात्मक किवा नकारात्मक संभोगाची स्वप्ने. गर्भावस्थेतील सेक्सबद्दल असलेल्या भ्रामक समजुतीमुळे अशी स्वप्ने पडतात.
- मृत्यू किंव पनर्जन्माची स्वप्ने : आई- वडील किंवा दुसऱ्या एखाद्या नातेवाईकाचा मृत्यू होणे. कदाचित जुन्या आणि नव्या पिढीत काही संबंध निर्माण करण्यासाठी मन प्रयत्न करीत असते.
- बाळासोबत वेळ घालवित असल्याची स्वप्ने. म्हणजे प्रसूतीपूर्वीच तुम्ही स्वतःला पॅरेंटिंगसाठी तयार करीत असता.
- बाळाबद्दलच्या विविध प्रकारच्या कल्पना करणे. बाळ लहान किंवा वाकडे जन्माला येणे. यातून त्याच्या तब्येतीची तुम्हाला वाटणारी काळजी दिसून येते. बाळात जन्मजात प्रतिभा असणे. म्हणजे जन्मल्याबरोबर तो बोलायला किंवा चालायला लागणे. यावरून तुम्ही त्याच्या बौद्धिक भवितव्याची काळजी करीत असल्याचे कळते. बाळाचे डोळे आणि केस आई- वडील दोघांपैकी कुणा एकासारखे असल्याचे तुम्हाला वाटते. बाळाबाबत पडणाऱ्या भीतीदायक स्वप्नांतून हेच सूचित होत असते, की बाळाला सांभाळण्याला तुम्ही घाबरता.

  प्रसूतीशी संबंधित स्वप्नेही पडू शकतात. जसे तुम्ही बाळाला जन्म देऊ शकत नाहीत. यातून बाळाबद्दल वाटणारी काळजी दिसून येते.

स्वप्ने आवश्य पहा, पण त्यासाठी तुमची झोप खराब करू नका. छातीत जळजळणे किंवा स्ट्रेच मार्क्स येणे यासारखेच हे सामान्य आहे. तुम्हालाच फक्त अशी स्वप्ने पडत नाहीत, तर बाळाच्या वडिलांनाही अशी स्वप्ने पडतात. तिथे तर हार्मोन्स जबाबदार नसतात. तुम्ही दोघेही आपापली स्वप्ने परस्परांना सांगू शकलात, तर त्यामुळे जवळिकता वाढण्यास मदत होते.

सर्व काही सांभाळणे

"मी घर, नोकरी, लग्न आणि नंतर बाल कसे सांभाळू शकेन, याचीच मला काळजी वाटते?"

तुम्ही सर्व काही एकाच वेळी सांभाळू शकत नाहीत. जे काही करायचे, ते चांगल्या प्रकारे करायचे इतकेच फक्त लक्षात घ्या. तुम्ही काही सूपर मॉम होऊ शकत नाहीत. त्यामुळे एक चांगली व्यक्ती होण्यासाठी प्रयत्न करा. आपले घर स्वच्छ असावे, बाळाची देखभाल चांगल्या प्रकारे व्हावी, धुण्याच्या कपड्याचा ढीग साचू नये, घरात स्वादिष्ट जेवण तयार व्हावे आणि आपण जोडीदारासाठी सदैव सेक्सी असावे, असेच प्रत्येक नवीन आईला वाटत असते. पण हे सर्व म्हणणेच सोपे आहे. कारण इतके सर्व एकाच वेळी करणे अशक्य आहे.

हे सत्य तुम्ही किती लवकर समजून घेता यावरच तुम्ही तुमचे नवीन जीवन कसे घालवाल, हे अवलंबून असते. त्यामुळे प्रत्यक्षात आव्हाने समोर येण्यापूर्वी तुम्ही हे सत्य जाणून घेतले तर बरे होईल.

सर्वात पहिली गोष्ट म्हणजे महत्त्वाच्या दृष्टिकोनातून तुम्हाला तुमचा प्राधान्यक्रम ठरवावा लागेल. जर नोकरी,पती आणि बाळ याला तुम्ही प्राधान्य देत असाल, तर घरातील स्वच्छतेकडे जरासे दुर्लक्ष करावे लागेल. जेवण तयार करण्यासाठी तुम्ही दुसऱ्या कुणाची मदत घेऊ शकता. तसेच कपडे धुण्याला कामवाली बाई ठेवू शकता. तुम्ही काही काळासाठी नोकरी सोडू शकत असाल किंवा

काही विशेष तयारी

गर्भ प्रसूतीसाठी तयार नसला तरीही तुम्हाला तर तुमचे शरीर त्यासाठी सज्ज ठेवावेच लागते. पेल्विकच्या मांसपेशीच मूत्राशय आणि गर्भाशय या अवयवांना आधार देत असतात. गर्भ बाहेर येऊ शकेल, अशाय पद्धतीनेच त्यांची रचना केलेली असते. याच मांसपेशी हासताना किंवा खोकलताना मूत्राचे टपकने थांबवित असतात. याच मांसपेशी तुमच्या लैंगिक समाधानाचे कारण असतात. कीगल व्यायामच्या मदतीने अतिशय सहजगत्या तुम्ही या पेशींचा व्यायाम करू शकता. दिवसातून तीन वेळा केलेल्या कीगल व्यायामाचे अल्पकालीन आणि दीर्घकालीन फायदे होतात. गर्भावस्था आणि नंतरच्या काळातील त्रासही यामुळे सहजगत्या दूर होतो. प्रसूतीनंतर योनी पूर्वीच्या आकारात यायलाही वेळ लागत नाही.

तुमची योनी आणि गुद्दद्वाराच्या भोवतालच्या मांसपेशीचे अशा प्रकारे अंकुचन करा, जणी काही तुम्ही मूत्र प्रवाह थांबवित आहात. १० सेकंद थांबवा आणि पुन्हा सैल सोडा. कीगल करताना सर्व लक्ष याच भागातील मांसपेशींवर असायला हवे. पोट, जांघा आणि नितंबातील मांसपेशी आंकुचन पावत असतील, तर तुमचे लक्ष ठराविक मांसपेशींवर केंद्रित झाले नाही, असा त्याचा अर्थ होतो. दुकानात खरेदी करताना किंवा एखाद्या रांगेत उभे असतानाही तुम्ही हा व्यायाम करू शकता. यामुळे पेल्विक फ्लोरच्या मांसपेशी मजबूत होतात. सेक्स करीत असतानाही हा व्यायाम करा नवीन मजा मिळते.

घरातीलच काम करू शकत असाल, तर त्या दृष्टिने तुमचा प्राधान्यक्रम ठरवा.

एकदा प्राथमिकता नक्की केल्यावर अवास्तव अपेक्षा ठेवू नका. क़ोणत्याही अनुभवी मातेला विचारा, की आपण परिपूर्ण नसल्याची प्रत्येकीला कधी ना कधी जाणीव होतच असते. एकटी कधीच सर्व काही सांभाळू शकत नाही. त्यामुळे तुम्हीही असे काही करण्याचा प्रयत्न केला, तर तणावाशिवाय दुसरे काहीच हाती लागणार नाही. सर्व काही व्यर्थ आहे, असे वाटणारेही काही क्षण तुमच्या जीवनात येतील. आंथरुण आवरायचे राहिले. धुवायच्या कपड्यांची टोपली भरली आहे. सेक्सी दिसण्यासाठी तुम्हाला आधी तेलकट केस धुवावे लागतील. इतक्या उच्च अपेक्षा ठेवाल, तर त्यांच्यापर्यंत पोहचणे अवघडच नाही तर अशक्य होईल.

प्रत्येक यशस्वी आईच्या मागे एक पप्पा असतात. ते घरकामात मदत करू शकतात. रात्री बाळासोबत जागे राहू शकतात. ते कामात खूपच व्यस्त असतील, तर घरातील इतर सदस्याची तुम्ही मदत घेऊ शकता.

ग्लुकोज स्क्रीनिंग टेस्ट

''गॅस्टेशनल डायबिटिसची तपासणी करण्यासाठी मला ग्लुकोज स्क्रीनिंग टेस्ट करायला डॉक्टारांनी सांगितले आहे. मला त्याची आवश्यकता आहे का आणि या टेस्टमध्ये काय होते?''

याला घाबरू नका. २४ ते २८ आठवड्यांच्या दरम्यान बहुतेक डॉक्टर जाड महिलांना किवा मधुमेहाचा कौटुंबिक इतिहास असलेल्यांना ही टेस्ट करण्याचा सल्ला देत असतात.

तुम्हाला गोड खायला आवडत असेल,तर ही टेस्ट तुमच्यासाठी आणखीनच सोपी होते. तुम्हाला गोड ग्लुकोज पेय प्यावे लागते. त्याची चव ऑरेंज सोड्यासारखी असते. हे पिल्याने काही नुकसान होत नाही. तुम्हालागोड आवडत नसेल, तर थोडीशी उलटी आल्यासारखे होऊ शकते. या चाचणीत तुम्ही आवश्यकतेनुसार इन्सुलिन तयार करू शकत नसलात, तर तुम्हाला 'ग्लुकोज टलरन्स टेस्ट' करावी लागते. यामुळे गॅस्टेशनल मधुमेहाची तपासणी होते.

फक्त ४ते ७ टक्के महिलांत हे आढळून येते. तसेच इतरही काही प्रकारची गुंतागुंत निर्माण होते.

मुदतपूर्व प्रसूतीची लक्षणे

तसे तर बाळाने मुदती पूर्वी जन्म घेण्याची शक्यता खूपच कमी असते. तरीही प्रत्येक गर्भवतीला मुदतपूर्व प्रसूतीची लक्षणे माहीत असायला हवीत. आधीच माहिती असल्यामुळे अनेक प्रकारच्या त्रासापासून सुरक्षा करता येऊ शकते. तुम्हाला याची आवश्यकता पडणार नसली, तरीही तुम्हाला हे माहीत असायला हवे. ३७ आठवड्यांपूर्वी खालीलपैकी काही लक्षणे आढळली तर डॉक्टरांना तातडीने फोन करा.

१. डायरिया, उलटी किंवा अपचनाशिवाय सतत पोट आखडत असेल तर.
२. दर दहा मिनिटांनी अतिशय वेदनादायी संकुचन. 'ब्रॅक्सन हिक्स कंट्रॅक्शन' शी त्याला जोडू नका.
३. पाठीच्या खालच्या भागात सतत वेदना जाणवणे.
४. योनीस्त्रावात बदल. तो रक्तासह गुलाब किंरा भुरकट रंगाचा असेल तर.
५. पेल्विक भागात दबाव आणि वेदना.
६. योनीतून सतत स्त्राव पाझरणे.

यातील सर्व नाही, तर फ्क काहीच लक्षणे दिसून येतात, हे लक्षात ठेवा. असे एखादे लक्षण आढळून आल्यास डॉक्टरांना भेटायला उशीर करू नका. सुरक्षिततेची काळजी घ्यायला हवी. हाच गर्भावस्थेचा पहिला नियम आहे.

तसे आहार, जीवनशैली आणि व्यायामामुळे खूप मोठ्या प्रमाणात बचाव केला जाऊ शकतो. आवश्यकता पडल्यास औषध दिले जाते.

कमी वजनाचे बाळ

"कमी वजनाचे बाळ जन्मल्याबद्दल मी अनेक ठिकाणी ऐकले आहे. यापासून बचाव करण्यासाठी मी काय करू?"

कमी वजनाचे बाल जन्माला येऊ नये म्हणून काही प्रकरणात सुरक्षा केली जाऊ शकते. तुम्ही हे पुस्तक वाचत आहात म्हणजे तुम्ही आधीपासूनच ते काम करीत आहात. साधारणपणे मद्य, तंबाखू किंवा ड्रग्ज घेणाऱ्या महिलांचे बाळ कमी वजनाचे जन्मते. भावनात्मक तणाव, कुपोषण, प्रसूतीपूर्व काळजी न घेणे यासारख्या कारणांवर उपाय केले जाऊ शकतात.

याशिवाय जर आई दीर्घकाळ आजारी असेल, तर डॉक्टरांच्या सल्ल्याने उपाय केले जाऊ शकतात. तसेच काही वेळा मुदतपूर्व प्रसूतीही थाबविली जाऊ शकते. काही बाळ मात्र विनाकारण जन्मापासून लहान असतात. त्यावर मात्र काही उपाय नाही.

प्रसूतीच्या वेळी आईचे वजन कमी असेल, प्लासेंटा कमी असेल किंवा काही अनुवांशिक दोष असतील तर. नऊ महिन्यांपेक्षा कमी कालावधीची गर्भावस्था हेही कारण होऊ शकते. अशा प्रकरणातही योग्य आहार आणि प्रसवपूर्व देखभाल करूनही वजन वाढविता येते. बाळ लहान असले तरीही वैद्यकीय काळजी घेऊन त्याला वाचविण्यासाठी तसेच त्याचे जीवन फुलविण्यासाठी मदत करते.

या बाबतीत तुम्हाला खूप काही काळजी वाटत असेल, तर डॉक्टरांशी सपर्क करा. ते अल्ट्रा साऊंड पाहून गर्भाचा विकास योग्य पद्धतीने होत आहे की नाही ते सांगतील. त्याचा विकास योग्य होत नसेल, तर त्यासाठी ते योग्य पाऊले उचलतील.

प्रसूती वेदना कमी करणे

तुम्हाला याचा सामना करावाच लागेल. ज्याला प्रसूती म्हणतात ते सुमारे १५ तास म्हणजे काही तुम्हाला पार्कमध्ये फिरून येण्यासारखे नसतात. प्रसूती हे खरोखरच कठीण परिश्रमाचे नाव आहे. बाळाच्या जन्माच्या वेळी तुमच्या गर्भाशयात वारंवार संकुचन होते. त्यामुळे सर्व्हिकस (गर्भाशय मुख) आणि योनीमार्गातून बाळ बाहेर पडू शकेल. एखादा चमचा घालण्यासाठीही जी तुम्हाला लहान वाटत होती, तिच ही तुमची व्हेजिना आहे. आणखी एक महत्त्वाची बाब म्हणजे या वेदनेला सकारात्मक बाजू असते. त्याद्वारेच बाळ तुमच्या मांडीवर खेळते.

तुमचे ऑपरेशन होत नसेल आणि तुम्हाला लेबर पेन सहन करावा लागत असेल, तर तो कमी करण्याचेही अनेक तंत्र आहेत. वैद्यकीय किंवा बिगर वैद्यकीय कोणत्याही तंत्राचा तुम्ही वापर करू शकता. किंवा या दोन्हीच्या संयोगातून एक नवीन पर्याय निवडू शकता. तुम्ही कोणत्याही औषधाशिवाय प्रसूती करू शकता किंवा ॲक्युपंक्चर, ॲक्युप्रेशर, संमोहन यासारख्या पर्यायी उपचार पद्धतीचीही निवड करू शकता. त्यामुळे तुम्हाला काहीही वेदना जाणवत नाहीत. संपूर्ण प्रक्रिये दरम्यान तुम्ही जागृत राहता.

तुम्हाला कोणता पर्याय हवा आहे? या सर्वांची तुम्ही आधी माहिती घ्या. याबाबतीत डॉक्टरांचा सल्ला घ्या. 'प्रसव' प्रक्रियेतून गेलेल्या तुमच्या मैत्रिणीचा सल्ला घ्या. मग तुमच्यासाठी योग्य पर्याय निवडा. तुम्हाला फक्त एकाच तंत्राची निवड करायची आहे, की अनेक तंत्रांचा संयोग करायचा आहे. या सर्वांबरोबरच शरीरात लवचिकता कायम ठेवायला विसरू नका. याची सर्वाधिक आवश्यकता असते. डॉक्टरांनी तुमची प्रसूती सामान्य होण्याचे संकेत दिले असतील, तर तुम्ही कोणत्याही तंत्राचा पर्याय निवडू शकता.

औषधे आणि वेदना

वेदना शामक औषधांचा विचार केला, तर प्रसूतीच्या वेळी तुम्ही अशा प्रकारची अनेक औषधे घेऊ शकता. यामध्ये ॲन्थेस्टिक (वेदना जाणवणार नाही आणि झोप येते) ॲनालजॅसिक (वेदनाशामक), ॲट्रॅजिक्स (टेक्विलायजर्स) यांचा समावेश होतो. यापैकी कोणती पद्धत तुमच्यासाठी आरामशीर आहे, याची तुम्ही निवड करू शकता. तुमची सध्याची स्थिती किंवा वैद्यकीय इतिहास वेगळा असेल, तर तुमच्या निवडीवर मर्यादा येऊ शकतात.

कोणते औषध किती प्रमाणात वेदना कमी करू शकते, हेही तुम्हाला पहायला हवे. तुमच्यावर त्याचा काय परिणाम होईल, कारण वेगवेगळी औषधे वेगवेगळ्या व्यक्तीवर वेगवेगळा परिणाम करतात. किंवा तुम्ही निवडलेले औषध वेळेवर मिळाले नाही, असेही होऊ शकते. तुम्ही आणि डॉक्टर यांच्या इच्छेनुसारच सर्व प्रकारची औषधे दिली जातात.

इथे काही विशेष औषधांबद्दल सांगितले आहे.

एपीड्युरल :- दोन तृतियांश गर्भवती दवाखान्यात प्रसूती वेदना कमी करण्यासाठी याचा वापर करतात. हे जास्त प्रमाणात घ्यावे लागत नाही, हेही याच्या लोकप्रियतेचे एक कारण आहे. शरीराच्या खालच्या भागात लोकल पेन रिलिफ दिला जातो. यामुळे तुम्ही पूर्णपणे संचेत राहता आणि बाळ जन्मल्यानंतर त्याचे स्वागत करू शकता. इतर औषधांच्या तुलनेत बाळासाठी हे सुरक्षित आहे. कारण याचे इंजेक्शन पाठीच्या मणक्यात दिले जाते. इतर औषधाप्रमाणे हे औषध तुमच्या रक्तात दिले जात नाही. तुम्हाला हवे असते तेव्हाच हे तुम्हाला दिले जाते. यामुळे ऑपरेशन करावे लागण्याचा धोका निर्माण होत नाही, की लेबर प्रक्रिया संथ होत नसल्याचे अभ्यासातून आढळले आहे. लेबर प्रक्रिया संथ झाली तरीही डॉक्टर तुम्हाला पीटोसिन हार्मोन देऊ शकतात. त्यामुळे प्रसूतीचा वेग कायम राहतो.

एपिड्युरल पासून तुम्ही काय अपेक्षा ठेवू शकता-

- एपिड्युरल देण्यापूर्वी आयव्ही सुरू केले जाते. त्यामुळे तुमचे ब्लड प्रेशर कमी होत नाही.
- काही ठिकाणी ब्लॅडरमध्ये कॅथेटरल टाकले जाते म्हणजे या प्रक्रिये दरम्यान मूत्र विसर्जन केले जावे. औषधामुळे मूत्रविसर्जन थांबू शकते. काही ठिकाणी कॅथेटरचा वापर करतात.
- तुमच्या पाठीच्या खालच्या भागावर ॲंटीसेप्टिक लोशन लावून पाठीचा हा भाग लोकल ॲनेस्थेशियाद्वारे सुन्न केला जातो. या भागातून मग एक सुई एपिड्युरलच्या ठिकाणी टोचली जाते. यावेळी तुम्ही एका कुशीवर वळलेल्या असता. काही महिलांना फक्त सुई टोचल्याची जाणीव होते. तुम्ही सुदैवी असाल, तर बहुतेक महिलांप्रमाणे तुम्हालाही याची जाणीव होणार नाही. प्रसूती वेदनेच्या तुलनेत सुईची वेदना काहीच नसते.
- सुई काढून मग तिथे एक पातळ कॅथेटर टाकली जाते. ही नळी पाठीला टेपने चिकटवली जाते. त्यामुळे तुम्ही इकडे तिकडे हालू शकता. पहिला

डोस दिल्यानंतर ३ ते ५ मिनिटात गर्भाशयाचे स्नायू सुन्न होतात. १० मिनिटांनंतर पूर्ण आराम पडतो. औषधामुळे शरीराचा खालील भाग सुन्न होतो. आता तुम्हाला कळा जाणवत नाहीत.

- तुमचे ब्लड प्रेशर सतत चेक केले जाते.
- एपिड्युरलमुळे काही वेळा गर्भाच्या हृदयाची स्पंदने कमी होतात. त्यामुळे त्याच्यावरही सतत लक्ष ठेवले जाते. यामुळे खरं तर तुमच्या हालचालीवर बंधने येतात; पण त्यामुळे तुमच्यावर आणि गर्भावर लक्ष ठेवणे डॉक्टरांना सोयीचे जाते.

आनंदाची गोष्ट म्हणजे या प्रक्रियेचे साईड इफेक्ट खूप कमी आहेत. बहुतेक महिलांच्या शरीराचा फक्त एकच भाग यामुळे सुन्न होतो. अर्थात बॅक लेबरचा प्रश्न असेल, तर यामुळे वेदनेवर पूर्णपणे मात करता येत नाही.

स्पायनल एपीड्युरल :- हेही पारंपरिक एपिड्युरलप्रमाणे वेदना शामकाचेच काम करते. यामध्ये औषधाचा डोस थोडा कमी केला जातो. प्रत्येक ठिकाणी ही सुविधा मिळत नाही, त्यामुळे आधी तुम्ही या सोयीची माहिती मिळवा. ॲनेस्थेशियाचे डॉक्टर तुमच्या स्पायनल द्रव्यात या औषधाचा थोडासा डो, देऊन संपूर्ण वेदनेपासून तुम्हाला आराम मिळवून देऊ शकतात. यामध्ये तुमचे पाय आणि स्नायू सुन्न होत नाहीत त्यामुळे तुम्ही त्यांचा वापर करू शकता. तुमचे पाय सुन्न होत नसले, तरी तुम्ही खूप अशक्त होता. त्यामुळे त्यावेळी तुम्हाला चालावेसे वाटत नाही.

स्पायनल ब्लॉक किंवा सॅडल ब्लॉक :- सध्या या दोन्ही ब्लॉकचा वापर नाही सारखाच केला जातो. तुम्ही एपिड्युरल घेतले नाही आणि तुम्हाला वेदना शामक हवे असेल, तर प्रसूतीच्या वेळी तुम्ही स्पायनल ब्लॉक घेऊ शकता. यामध्येही स्पायनल द्रव्यात इंजेक्शन दिले जाते. यामुळेही ब्लड प्रेशर कमी होण्याचा धोका असतो.

वेदनेशिवाय...

बाहेर ढकलण्यासाठी वेदना आवश्यक असते का? नाही. एपिड्युरल घेतल्यानंतर बहुतेक महिलांना बाळाला बाहेर लोटताना काहीही अडचण येत नाही. नर्स त्यांना संकूचन होण्याची वेळ सांगतात आणि त्या बाहेर लोटण्यासाठी जोर लावतात. तरीही वेदना होतच असतील तर एपिड्युरल थांबविले जाते. मग डिलिव्हरीनंतर पुन्हा औषध देऊन तो भाग पुन्हा सुन्न केला जाऊ शकतो.

पुडेंडल ब्लॉक :- योनीमार्ग प्रसूतीच्या वेळी याचा वापर केला जातो. इंजेक्शन द्वारे औषध दिले जाते. त्यामुळे हा भाग सुन्न होतो. फोपसेपकिंवा व्हॅक्युम एक्ट्रॅक्शन करायचे असेल, तर ही पद्धत खूपच उपयुक्त ठरू शकते. याचा परिणाम एपीसिओटमीपर्यंत होतो.

जनरल ॲनस्थेशिया :- आज काल सामान्य प्रसूतीमध्ये याचा वापर फार कमी प्रमाणात केला जातो. फक्त अपत्कालीन सर्व्हिकल जन्माचा प्रकार असेल तरच याचा वापर केला जातो. यामुळे झोप येते आणि प्रसूतीच्या वेळी तुम्ही पूर्णपणे बेशुद्ध असता. शुद्धिवर आल्यानंतर मळमळणे, उलटी किंवा खोकल्याचा त्रास होऊ शकतो.

आईच्या बरोबरीने बाळावरही याचा परिणाम होतो. तसे तर बाळावर जास्त परिणाम होणार नाही, यासाठीच प्रयत्न केले जातात. या औषधाचा बाळावर जास्त परिणाम होण्यापूर्वीच त्याला बाहेर काढले जाते. डॉक्टर तुम्हाला या वेळी ऑक्सिजनही देऊ शकतात कारण त्यामुळे बाळाला ऑक्सिजनची कमतरता जाणवत नाही. तसेच त्याच्यावर औषधाचा परिणामही होत नाही.

डॅमरोल :- या वेदना शामकाचा खूप मोठ्या प्रमाणात वापर केला जातो. यामुळे वेदना कमी होतात आणि आईला कळा सहन करणे खूप सोयीचे जाते. दोन-चार तासांत हे पुन्हा दिले जाऊ शकते. याचे काही साईड इफेक्टही होऊ शकतात. जसे उलटी, मळमळ किंवा रक्तदाब कमी होणे. डिलिव्हरीच्या किती जवळ आल्यानंतर तुम्ही हे औषध घेतले, यावर याचे नवजात शिशूवर होणारे परिणाम अवलंबून असतात. डिलिव्हरीच्या वेळीच हे औषध दिले असेल, तर यामुळे बाळ झोपू शकते, त्याला श्वास घ्यायला त्रास होऊ शकतो आणि बाळाला ऑक्सिजन देण्याचीही आवश्यकता पडू शकते. हे परिणाम तात्पुरत्या स्वरूपाचे असतात.

साधारणपणे डिलिव्हरीच्या दोन- तीन तास आधी हे औषध देण्याचा प्रयत्न केला जातो.

टॅक्वालायझर्स :- यामुळे आई पूर्णपणे शांत होऊन बाळाला जन्म देण्याच्या प्रक्रियेत सहभागी होऊन मदत करू शकते. यामुळे वेदना शामकांची क्षमताही वाढते. आईच्या व्यस्ततेमुळे प्रसूतीत व्यत्यय येत असेल, तर याचा वापर केला जातो. थोड्याशा बेहोशीचे काही महिला स्वागत करतात, तर काही महिलांना मात्र यामुळे आपण सोनेरी क्षण गमावून बसत असल्याची हुरहूर लागून राहते. याच्या डोसावर बरेच काही अवलंबून असते. जास्त प्रमाणात दिलेला डोस थोडे नुकसानही करू शकतो. खरं तर यामुळे बाळाला काही नुकसान होत नाही, तरीही खूप आवश्यकता पडल्याशिवाय डॉक्टर याचा वापर करीत नाहीत. खरं तर यासाठी रिलॅक्शेसन तंत्राचा वापर करणे औषधांपेक्षा केव्हाही चांगले.

वेदना आणि पर्यायी उपचार

प्रसूतीच्या वेळी औषध घेणे कोणत्याही स्त्रिला आवडत नाही, पण ही अवस्था आरामदायी व्हावी असे तिला वाटत असते. त्यासाठी पर्यायी उपचार पद्धतींची मदत घेतली जाऊ शकते. आज काल अनेक पारंपरिक डॉक्टरही या तंत्राची मदत घेतात. तुम्हाला एपिड्युरल घ्यायचे असले, तरीही प्रसूतीपूर्व या सर्व तंत्राचा सराव सुरू करावा आणि एखाद्या रिलॅक्शेशन तंज्ज्ञांकडून त्याचे योग्य प्रशिक्षण घ्यावे. अर्थात त्याला गर्भावस्था प्रसव आणि डिलिव्हरीचा अनुभव असायला हवा.

ॲक्युपंक्चर आणि ॲक्यूप्रेशर :- चीनी लोक हजारो वर्षांपासून वेदना शामक म्हणून ॲक्यूप्रेशर आणि ॲक्युपंक्चर तंत्राचा वापर करीत असल्याचे वैज्ञानिक संशोधनातून पुढे आले आहे. ॲक्युपंक्चरच्या मदतीने शरीरावरील काही खास बिंदूवर सुया टोचून प्रसूती वेदना कमी केली जाऊ शकते. ॲक्यूप्रेशरमध्ये फक्त बोटांच्या सहाय्याने दाब दिला जातो. प्रसूतीच्या वेळी अशा प्रकारचा एखादा तज्ज्ञ तुम्हाला सोबत हवा असेल, तर डॉक्टरांना तशी कल्पना द्या.

रिफ्लॅक्सोलॉजी :- घावाच्या काही बिंदूवर मालीश केल्यामुळे प्रसूती वेदना कमी केली जाऊ शकते, असे यांचे म्हणणे आहे. यामुळे प्रसूतीचा कालावधीही कमी होतो. काही बिंदू तर इतके प्रभावी असतात, की प्रसूतीला जाईपर्यंत तुम्ही त्यावर दाब टाकता कामा नये. किंवा त्यांना उत्तजित करू नये.

फिजिकल थेरपी :- मालिश तसेच गरम किंवा थंड पाण्याने शेकानेही या वेदना कमी केल्या जाऊ शकतात. एखाद्या अनुभवी हातांनी मालीश केली, तर वेदना कमी होण्यास मदत मिळते.

हायड्रो थेरपी :- लेबर पेनच्या वेळी कोमट पाणी खूप उपयुक्त ठरते. लेबर सुरू असताना पाण्याने भरलेल्या टबमध्ये झोपवल्यामुळे प्रसूती वेदना कमी होतात. अनेक ठिकाणी अशी सुविधा उपलब्ध आहे

हिप्नोबर्थिंग :- संमोहन काही वेदना कमी करीत

नाही, की तुमच्या शरीराचा कोणता अवयव सुन्न करीत नाही; त्यामुळे फक्त तुम्ही खूप रिलॅक्स होता. हे सर्वांसाठी परिणामकारक ठरत नाही. गर्भावस्थेततच एखाद्या अनुभवी व्यक्तीद्वारे तुम्हाला याचा सरावा करावा लागतो. तरच तुम्ही त्या वेळी होणाऱ्या वेदना आणि त्रासांपासून सुटका मिळवू शकता. याचा आणखी एक फायदा असा, की बाळाची जन्म घेण्याची सर्व प्रक्रिया तुम्ही स्वतः पाहू शकता. तसेच बाळावरही याचा काहीही विपरित परिणाम होत नाही.

डिस्ट्रॅक्शन :- तुम्ही डिस्ट्रॅक्शन म्हणजे लक्ष दूर करण्याच्या तंत्राचाही वापर करू शकता. जसे टीव्ही पाहणे, संगीत ऐकणे, ध्यान करणे इ. यामुळे तुमचे लक्ष वेदनांपासून थोडे विचलित होते. तुम्ही एखादे आवडते चित्र किवा दृष्यावरही तुमचे चित्त एकाग्र करू शकता. याशिवाय मानसिक चित्रण करण्याचा सराव करा. बाळ गर्भाशयाच्या बाहेर येत असल्याची कल्पना करा. तुम्ही त्याला तुमच्या मांडीवर घेतले आहे. अशा प्रकारे कल्पना केल्यामुळेही तुम्हाला आरामदायी वाटू शकते.

ट्रांसक्युटेनियस इलेक्ट्रिकल नर्व्हस् स्टिम्युलेशनः- या प्रयित इलेक्ट्रोड कमी व्होल्टेजच्या पल्सने गर्भाशय आणि सर्व्हिक्सचे स्नायू उत्तेजित केले जातात. त्यामुळे वेदना कमी होते. अर्थात याबाबतीत अजून ठोस पुरावे हाती आले नाहीत.

निर्णय घेणे

प्रसूतीच्या वेळी वेदना कमी करण्याच्या सर्व तंत्रांची तुम्हाला महिती मिळाली आहे. त्यामुळे आता निर्णय तुम्हाला घ्यायचा आहे. अर्थात कोणताही निर्णय घेण्यापूर्वी -

- डॉक्टरांशी मोकळेपणाने बोला आणि निर्णय घेण्यासाठी त्यांची मदत घ्या. औषधे आणि पद्धतींचे फायदे-तोटे आधीच समजून घ्या.
- सर्व पर्याय खुले ठेवा, कारण नेमक्या डिलिव्हरीच्या वेळी कोणती परिस्थिती निर्माण होऊ शकते ते, तुम्हाला माहीत नाही. म्हणजे तुम्ही औषध न घेण्याचे ठरविल्यावरही औषध घेण्याची वेळ येऊ शकते. तुम्ही औषध घेण्याचे ठरविले असेल, तर कदाचित औषधाशिवायही काम चालू शकते. त्यामुळे अनक प्रकारची तंत्र माहीत करून घ्या आणि त्याचा सराव करा.

प्रसूतीच्या वेदना तुमच्या पद्धतीने कमी झाल्या काय किंवा डॉक्टरांच्या प्रयत्नांने कमी झाल्या काय, शेवटी परिणाम चांगला झाला म्हणजे मिळविले. म्हणजे इवलेसे गोड गोजिरे बाळ मांडीवर खेळायला हवे. ही च तर सर्वात महत्त्वाची बाब आहे, नाही का?

आठवा महिना

साधारणपणे ३२ ते ३५ आठवडे

आठव्या महिन्यातही दिवसेंदिवस तुम्ही येणाऱ्या त्या क्षणासाठी स्वतःला तयार करीत असता. बाळाच्या जन्मासाठी आता तुम्ही खूप उत्साहित झाला आहात. तुमची ही पहिली गर्भावस्था असेल, तर बाळ येणार आहे, असेच तुम्हा दोघांना वाटत असते. यामुळे तुम्हाला घाबरल्यासारखे वाटत असेल, तर तुमचे आई-वडील, मित्र-मैत्रिणी यांच्याशी बोला. त्यांनीही पहिल्या गर्भावस्थेच्या वेळी असा प्रकारचा मानसिक ताण सहन केलेला असू शकतो.

या महिन्यातील गर्भाचा विकास

३२ वा आठवडा :- या महिन्यात तुमच्या गर्भाचे वजन सुमारे ४ पौंड आणि लांबी १९ इंच झालीय. या दिवसांत फक्त विकासच होत नाही, तर तुम्ही ज्या प्रकारे येणाऱ्या क्षणासाठी तयारी करीत असता, त्याचप्रमाणे गर्भही त्या क्षणाची पूर्वतयारी करीत आहे. गेल्या काही आठवड्यात त्याने चोखणे, श्वास घेणे, गिळणे आणि लाथा मारणे याचा सराव सुरू केला आहे. त्यामुळे गर्भातून बाहेर आल्यावर तो जगू शकेन. आता त्याला आपला आंगठा चोखता येतो. आता त्याची त्वचा पारदर्शक नाही. आता ती तुमच्यासारखी झाली आहे कारण त्याच्या खाली मेद जमा झाला आहे.

सहा महिन्याचा गर्भ

३३ वा आठवडा :- आता गर्भही तुमच्यासारखे वेगाने वजन वाढवित आहे. त्या हिशोबाने त्याचे वजन आता साडेचार पौंड झाले आहे. या आठवड्यात लांबी पूर्ण एक फूट वाढू शकते. वजन तर दिवसंदिवस वाढतच असते. आता पोटात ॲम्नियोटिक द्रव्यासाठी जागा शिल्लक नाही. त्यामुळे तर त्याच्या लाथा वेदनादायी होतात. आता ते द्रव्य तुमच्या दोघांत कुशनसारखे काम करीत नाही. त्याची इम्युन सिस्टिम तयार व्हावी यासाठी तुमच्याकडून त्याच्याकडे ॲंटीबॉडीजही जात आहेत. तो बाहेर येतो तेव्हा या ॲंटिबॉडीज त्याच्या सोबत असतात. त्यामुळे तो अनेक प्रकारच्या विषाणूपासून बचाव करू शकतो.

३४ वा आठवडा :- या वेळी गर्भाची लांबी सुमारे २० इंच आणि वजन ५

पौंड होते. तो मुलगा असेल, तर या आठवड्यात त्याचे गुप्तांग तयार होते. आता गर्भाची नखे त्याच्या बोटाच्या कांड्यापर्यंत आली आहेत. त्यामुळे तुमच्या सामानाच्या यादीत नेलकटर लिहायला विसरू नका.

३५ वा आठवडा :- गर्भ जर उभा राहू शकला तर त्याची लांबी सुमारे २० इंच असते. आणि वजन सुमारे साडे पाच पौंड. आता प्रसूतीपर्यंत त्याचे वजन आणि मेंदूच्या कोशिका वाढत जातात. त्याच्या मेंदूचा विकास आता वेगाने होत आहे. लवकरच तो आता तुमच्या गर्भाशयात डोके खाली आणि पाय वर या अवस्थेत येणार आहे. प्रसूतीच्या वेळी आधी त्याचे डोकेच बाहेर येणे चांगले असते. त्याचे डोके मोठे असले, तरीही आता ते मऊ असते.

तुम्हाला काय वाटते?

प्रत्येक स्त्री आणि गर्भावस्था वेगवेगळी असते, हे नेहमीसारखेच लक्षात ठेवा. सध्या तुम्हाला सर्व लक्षणे जाणवू शकतात किंवा त्यातील काहीच तुम्ही जाणवू शकता. काही मागील महिन्यांपासून सुरू असतात तर काही या महिन्यात नव्याने सुरू होतात. काही लक्षणांची आता सवय होते. तुमची काही लक्षणे कमीही असू शकतात. या महिन्यात तुम्हाला खालील लक्षणे जाणवू शकतात.

शारीरिक :-

- गर्भाच्या पूर्वीपेक्षा वेगवान, सशक्त हालचाली
- गर्भाच्या स्पष्ट आणि नियमित हालचाली
- योना स्त्रावात वाढ होणे.
- मलावरोध होणे.
- छातीत जळजळणे, अपचन, पोट फुगणे.
- पाठदुखी.
- कधी कधी डोके दुखणे.बेशुद्धी किंवा चक्कर येणे.
- नाक चोंदणे किंवा कधी कधी नकातून रक्त येणे. कानात मळ होणे.

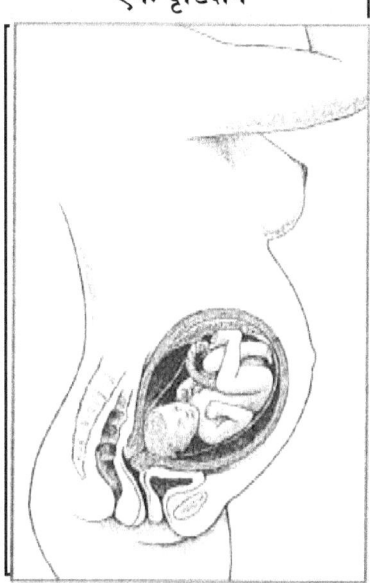

एक दृष्टिक्षेप

प्युबिक बोनपासून गर्भाशयाची उंची से.मी.मध्ये मोजली तर त्याचा संबध गर्भावस्थेच्या आठवड्यांशी जुळतो.म्हणजे ३४ व्या आठवड्यात प्युबिक बोनपासून गर्भाशयाची उंची ३४ से.मी. असते.

- संवेदनशील हिरड्या
- पायांत गोळे येणे.
- पाठदुखी
- नितंबांवर दाब किंवा वेदना
- पोटऱ्या, पाय आणि चेहऱ्यावर सूज
- व्हेरिकोज व्हेन्स
- हेमोरायड्स
- बेंबी वर येणे
- स्ट्रेच मार्क्स
- श्वास घ्यायला त्रास होणे. दम लागणे.
- झोप न येणे.

- गर्भाशय संकुचित होणे.
- छाती विस्तारणे
- निप्पलमधून कोलॅस्ट्रम स्त्रवणे

भावनिक :-

- ग़र्भावस्था संपण्याची उत्सुकता
- लेबर आणि डिलिव्हरीची काळजी
- मन हरवल्यासारखे वाटणे.
- पहिली वेळ असेल,तर आई होण्याची व्यग्रता
- एक विचित्र उत्तेजना

या महिन्यातील तपासण्या :-

या महिन्यात तुम्हाला दोन नवीन बाबींचा तपासण्यात समावेश करावा लागतो. तिसऱ्या तिमाहीच्या सुरूवातीला खालील तपासण्या कराव्या लागू शकतात. अर्थात यातील बऱ्याच तुमच्या गरजेवर आणि डॉक्टरांच्या पद्धतीवर अवलंबून आहेत.

- वजन आणि रक्तदाब.
- प्रोटिनसाठी रक्त आणि लघवी तपासणी.
- गर्भाशयाच्या हृदयाची स्पंदने
- गर्भाशयाचा आकार, गर्भाची स्थिती (बाहेरून).
- हाता-पायावरील सूज.
- ग्रुप बी स्ट्रेप टेस्ट
- तुम्हाला जाणवणारी काही इतर वेगळी लक्षणे.
- तुमचे प्रश्न आणि शंका

तुम्ही काय विचार करता?

ब्रॅक्सटन हिक्स कॉंट्रॅक्शन

"कधी कधी माझे गर्भाशय वरच्या दिशेने सरकून कडक होते, कशामुळे असे होते?"

हा सराव आहे. आता प्रसूती होणार आहे. त्यासाठी शरीर स्वतःला वार्मअप करीत आहे. यालाच 'ब्रॅक्सटन हिक्स कॉंट्रॅक्शन' म्हणतात. तसं तर याची सुरूवात २० व्या आठवड्यापासूनच होते, पण शेवटच्या महिन्यात ते जास्त चांगल्या प्रमाणात जाणवतात. आधी गर्भावस्था झाली असेल, तर हे गडद स्वरुपाचे असतात. वरच्या बाजूने गर्भाशय थोडे आंकुचन पावते आणि नंतर ही जाणीव खालपर्यंत सरकत जाते. ही अवस्था १५ ते ३० सेकंद राहते. कधी कधी २ मिनिट किंवा अधिक काळ जाणवते.

त्यावेळी तुम्ही तुमच्या पोटाकडे लक्ष दिले, तर कसे वाटते ते तुम्ही जाणवू शकता. हे पाहा, पण फारसे गांभीर्याने घेण्याची गरज नाही.

गर्भावस्था संपायला येते तेव्हा अनेक वेळा यांना ओळखणे खूप अवघड जाते. खऱ्या कळा सुरू झाल्यात असेच वाटते. यामुळे बाळाची प्रसूती तर होत नाही, पण गर्भाशयाचे मुख उघडण्याची प्रक्रिया सुरू होऊ शकते. ते सोपे जाते.

अशा वेळी तुमची अवस्था बदला. म्हणजे उभ्या असाल, तर झोपा. बसलेल्या असाल, तर थोडे फिरा. पुरेशा प्रमाणात पातळ पदार्थ सेवन करा. डिहाड्रेशनमुळेही असे होऊ शकते. यावेळी तुम्ही तुमचा लेबर व्यायाम आणि बाळाच्या जन्माच्या तंत्राचा सराव करू शकता. नंतर तुम्हाला सोपे जाते.

हे संकुचन थांबले नाही आणि पहिल्यापेक्षा अधिक वेगवान झाले,तर डॉक्टरांना सांगायला विसरू नका. एका तासात चार किंवा अधिक वेळा असे झाले, तरीही डॉक्टरांना सांगा. त्यांना सर्व काही स्पष्टपणे सांगायला हवे.

छातीत लाथा मारणे

"गर्भाच्या लाथा माझ्या छातीत रुतल्यात असे कधी वाटते. त्यामुळे खूप बेदना होतात."

शेवटच्या महिन्यात असे नेहमीच होते. तुम्ही तुमची अवस्था बदलली की गर्भही आपली अवस्था बदलतो.

नाही तर मग तुम्ही एक व्यायाम करा. एक हात डोक्याच्या वर नेत श्वास घ्या. हात खाली घेताना श्वास सोडा. दोन्ही हातांनी असे थोडा वेळ करा. कोणताच उपाय लागू होत नसेल, तर अनेक वेळा सांधे मोकळे झाल्यामुळेही असे होते. गर्भावस्थेतील हार्मोनची ही देणगी आहे. 'ॲसिटोमिनोफेन' मुळे ही वेदना कमी होऊ शकते, पण या काळात जड सामान उचलू नका. नाही तर परिस्थिती बिघडेल.

दम लागणे

''खरं तर शरीरात भरपूर ऊर्जा असतानाही कधी कधी मला दम लागतो. असे का? बाळाला पुरेसा ऑक्सिजन मिळत नाही का?''

या दिवसात दम लागणे,ही सामान्य बाब आहे. गर्भाशयातील वाढत्या गर्भासाठी त्याचा आकार वाढतो. त्यामुळे तुमच्यासर्व अवयवांवर दाब पडतो. श्वास घेताना तुमची फुप्फुसे पूर्णपणे फैलावू शकत नाहीत. या दिवसात पायऱ्या चढल्या तरीही तुम्ही मॅराथॉन जिंकून आलात असे वाटते. तसे तुमच्या गर्भाला काही त्रास होत नाही. त्याला पुरेसा ऑक्सिजन मिळतो.

प्रसूतीच्या दोन-तीन आठवडे आधी ही स्थिती बदलते. तोपर्यंत तुम्ही वाकून न बसता सरळ बसा आणि उशांचा आधार घ्या.

काही वेळा हे आयर्नच्या कमतरतेचे लक्षण असते. त्यामुळे डॉक्टरांना विचारा. श्वास घ्यायला सतत त्रास होत असेल, तर डॉक्टरांचा सल्ला घ्या. ओठ आणि बोटं निळे पडणे, छातीत दुखणे किंवा नाडी तेज होणे या लक्षणांकडे दुर्लक्ष करू नका.

बालतज्ज्ञाची निवड

तुम्हाला अतिशय विचारपूर्वक बाळासाठी बालतज्ज्ञाची निवड करावी लागेल. मध्यरात्रीही गरज पडल्यावर तुम्ही त्यांच्याशी संपर्क साधू शकायला हव्यात. डॉक्टर, मित्र, सहकारी, इस्पितळ यांचा सल्ला घ्या. तुम्ही एखादा विमा केला असेल, तर त्यांच्या यादीतून याची निवड करावी लागेल.

दोन-तीन निवडल्यानंतर त्यांच्या भेटीची वेळ घ्या. महत्त्वाच्या मुद्यांवर त्यांच्याशी बोला. प्रत्येक वेळी डॉक्टर भेटतील की काही ठराविक वेळीच भेटतील? ते डॉक्टर आणि दवाखाना प्रमाणित आहे की नाही, हेही माहीत करून घ्या. नवजात बाळाची काळजी घेण्यासाठी ते दवाखान्यात येऊ शकतील का ?

ब्लॅडरवरील नियंत्रण गमावणे

''काल रात्री विनोदी चित्रपट पाहत असताना वारंवार हसताना माझ्या ब्लॅडरमधून सतत मूत्रस्राव होत होता. हे काय आहे?''

- वारंवार बाथरुमला जाणे कमी होते म्हणून कीकाय तिसऱ्या तिमाहीत हा नवीन त्रास सुरू झाला आहे. तुम्ही हासल्यावर, शिंकल्यावर किंवा जड सामान उचलल्यावर मूत्राशयातून मूत्रस्राव सुरू होतो. गर्भाशयाच्या वाढलेल्या आकारामुळे मूत्राशयावर दबाव पडतो. काही स्त्रियांना वारंवार लघवीची इच्छा होते. खालील उपाय करून पाहा-
- लघवीसाठी बाथरूमला गेल्यावर पूर्ण मूत्राशय रिकामे करा.
- कीगल व्यायाम करीत असाल, तर आता आराम पडतो. तसेच आगामी काळातही तुम्ही तुमची शरीरयष्टी पुन्हा मिळवू शकता.
- खोकताना, हासताना, शिंकताना किगल करा किंवा पाय दुमडून बसा.
- पॅंटीमध्ये लायनरचा वापर करा.
- योग्य वेळी लघवीला गेला नाहीत, तर त्यामुळेही दबाव वाढतो. मलावरोधामुळेही पेल्विकचे स्नायू

कमकुवत होतात. यापासून बचाव करा.

- वारंवार लघवीची इच्छा होत असेल, तर ब्लॅडरवर नियंत्रण मिळवायला शिका. तासाऐवजी दर अर्ध्या तासाने लघवीला जा. हळूहळू ही मर्यादा वाढवा म्हणजे तुम्हाला घाई गडबडीत बाथरूमला जावे लागणार नाही.
- काहीही झाले तरी दिवसाला ८ ग्लास पाणी प्यायला मात्र विसरू नका. पाण्याचे प्रमाण कमी केले, तर त्यामुळे योनीत संसर्ग होऊ शकतो.

यावेळी फक्त लघवीच गळते की ॲम्नियोटिक द्रव्यही पाझरते याची माहिती घ्या. त्यासाठी त्याचा वास घ्या.लघवीचा वास नसेल, तर डॉक्टरांना भेटा.

तुमच्या गर्भावस्थेची स्थिती

''माझा गर्भ ८ महिन्यांचा वाटत नाही, असे सगळे म्हणतात. सर्व काही व्यवस्थित आहे, असे दाई म्हणते. माझ्या गर्भाचा विकास अर्धवट तर नाही ना?''

तुमचा गर्भ कशा अवस्थेत आहे, हे कोणत्याही गर्भवतीचे फक्त पोट पाहून सांगता येत नाही. त्यापेक्षा खालील गोष्टी जास्त महत्त्वाच्या आहेत.

- **तुमचे शरीर :-** आकार आणि हाडांचा सांगडा तसेच पोटाचे आकार अनेक प्रकारचे असतात.

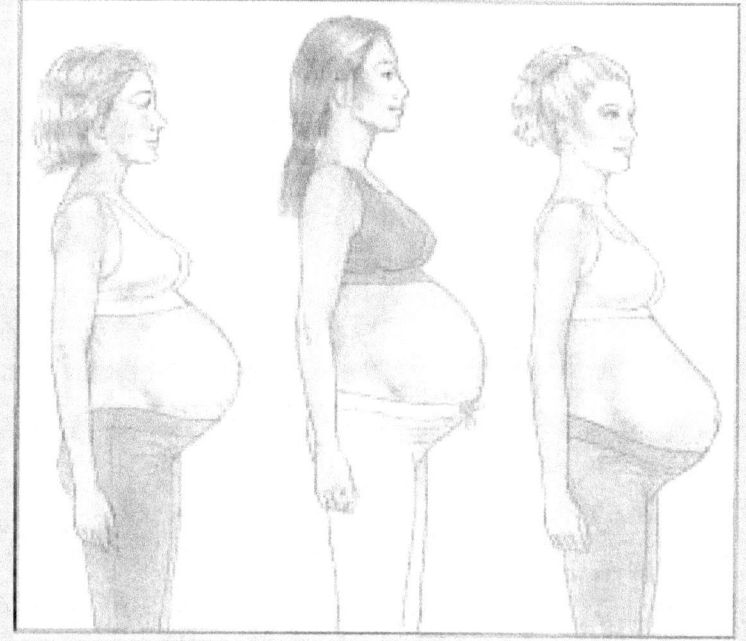

आठव्या महिन्यातील गर्भधारणा

आठव्या महिन्यांत स्त्रिया या तीन प्रकारे गर्भ धारण करून शकतात. हे सर्व तुमचा आकार आणि स्थिती, वजन तसेच गर्भाती स्थिती आणि वजन यावर अवलंबून असते. तुम्ही थोडा उंच, थोडा खाली, रुंद किंवा दिसायला खूप लहान गर्भ धारण करू शकता.

कमी उंचीच्या महिलेचे पोट जास्त उंचीच्या महिलेपेक्षा कमी दिसू शकते. दुसरीकडे जास्त जाड असलेल्या स्त्रियांचा उभार दिसू शकत नाही. कारण त्यांच्या पोटात आधीपासूनच गर्भासाठी पुरेशी जागा असते.

- **स्नायूंचा टोन** :- तुमचे स्नायू टणक असतील, तर सैल स्नायू असलेल्या स्त्रीच्या तुलनेत तुमचा उभार जास्त दिसणार नाही.
- **गर्भाची स्थिती** :- आतमध्ये तुमचा गर्भ कोणत्या स्थितीत आहे, यावरही तुमचा उभार बऱ्याच प्रमाणात अवलंबून असतो.
- **तुमचे वजन** :- आईचे वजन वाढते याचा अर्थ आत गर्भाचेही वजन वाढते असा होत नाही.

तुमची नणंद, वहिनी किंवा सहकारी यापेक्षा हे डॉक्टरच हे जास्त चांगल्या प्रकारे सांगू शकतात. कारण तुमच्या गर्भाशयावर त्यांचे सतत लक्ष असते. फक्त पोट पाहून गर्भाचा विकास सांगता येत नाही. त्यासाठी अल्ट्रासाउंड सारख्या वैद्यकीय तपासण्यांची आवश्यकता असते. दुसऱ्या शब्दात आत जे काही चालले आहे, त्याची आतून कल्पना येत नाही.

''माझे फक्त पोट वर आले आहे, निंतब नाहीत. त्यामुळे मला मुलगाच होईल, असे सगळे म्हणतात. यात काही तथ्य आहे?''

हा तर दाईंचा अंदाज असतो, जो ५० टक्के खरा असतो. असे होऊ शकते किंवा नाही होऊ शकत. तुम्ही असा अंदाज करू शकता, पण त्यामुळे बाळाचे कपडे किंवा त्याच्या खोलीचा रंग तसा निवडू नका. तसे न करण्यातच शहाणपणा आहे.

तुमचा आकार आणि डिलिव्हरी

''माझी उची ५ फूट आहे. मला डिलिव्हरीच्या वेळी त्यामुळे अडचण येऊ शकते? ''

बाळाला जन्म देण्याचा विषय निघतो तेव्हा तुमचा बाहेरील नाही, तर आतील आकार जास्त महत्त्वाचा ठरतो. पेल्विक आणि गर्भाच्या डोक्याचा आकार यावरून डिलिव्हरी आरामशीर होऊ शकेल की नाही, हे ठरत असते. तुमची उंची कमी आहे, याचा अर्थ तुमच्या पेल्विकचा आकार लहान आहे, असा होत नाही. तो उंच महिलेपेक्षाही मोठा असू शकतो.

तुम्ही हा आकार कसा माहीत करून घ्याल कारण त्याच्या काही लहान, मध्यम, मोठा अशा श्रेणी नसतात. डॉक्टर पहिल्या तपासणीच्या वेळी याच्या आकाराचा थोडा फार अंदाज लावू शकतात. गर्भाचे डोके बाहेर येण्यास अडचण येऊ शकते, अशी त्यांना शंका आली, तर ते अल्ट्रा साऊंड करू शकतात.

साधारणपणे तर निसर्ग असे करीत नाही. बाळाचे डोके मोठे आणि आईच्या पेल्विकचा आकार लहान असे असत नाही. गर्भ अतिशय आरामशीरपणे या जगात प्रवेश करू शकेल, अशीच सर्व नैसर्गिक व्यवस्था असते. तुमच्या बाबतीतही असेच होईल, अशी मला पूर्ण आशा आहे.

तुमचे वजन आणि गर्भाचा आकार

''माझे वजन खूप वाढले आहे. गर्भही मोठा असल्यामुळे डिलिव्हरीच्या वेळी मला त्रास होईल, असे मला वाटते.''

तुमचे वजन वाढले आहे, याचा अर्थ बाळाचेही वजन वाढले आहे, असा होत नाही. तुमच्या गर्भाचे वजन इतरही अनेक कारणांवर अवलंबून असते. जसे- जनेटिक, जन्माच्या वेळी असलेले तुमचे वजन, तुमचा आहार. या दृष्टिने ३५-४० पौंड वजन वाढले तर गर्भ ६-७ पौंडचा असू शकतो. २५ पौंड वजन वाढले तर तो ८ पौंडांचा असू शकतो. सरासरी वजन जसे वाढत जाते तसाच गर्भ वाढत असतो.

डॉक्टर तुमचे पोट आणि गर्भाशयाची उंची मोजून गर्भाच्या आकाराचा अंदाज करू शकतात. त्यात एखादा पौंड मागे पुढे होऊ शकते. अल्ट्रासाउंडमुळेही अंदाज येऊ शकतो, पण हाही तंतोतंत नसतो.

गर्भ मोठा असला तरीही त्याचा अडचणीच्या डिलिव्हरीशी काही संबंध नसतो. अर्थात ९-१० पौंड वजनाच्या गर्भाच्या तुलनेत ६-७ पौंड वजनाचा गर्भ लवकर बाहेर येतो. बहुते महिला जास्त वजनाच्या बाळालाही कोणत्याही अडचणीशिवाय जन्म देतात. फक्त तुमच्या पेल्विकच्या तुलनेच बाळाचे डोके किती मोठे आहे, हीच गोष्ट इथे महत्त्वाची असते.

गर्भाची स्थिती

''माझ्या गर्भाचे तोंड कुणीकडे आहे, हे मला कसे कळेल? डिलिव्हरीसाठी तो योग्य मार्गावर आहे की नाही ते मला माहीत करून घ्यायचे आहे.''

बाळाचे हात-पाय, कोपर आणि गुढगे यांचा बाहेरून आंदाज लावणे खूप मनोंरजक असू शकते, पण बाळाची योग्य स्थिती माहीत करून घेण्याची योग्य पद्धत नाही. बाळाच्या अवयवांची योग्य माहिती डॉक्टर तुम्हाला सांगू शकतात.

बाळाच्या हृदयाच्या स्पंदनावरूनही त्याची स्थिती कळू शकते. त्याचे डोके वर असेल, तर त्याच्या हृदयाची स्पंदने पोटाच्या खालच्या भागात ऐकू येतील. बाळाची पाठ तुमच्या पुढच्या दिशेला असेल, तर तुम्हाला ही स्पंदने वेगवा ऐकू येतील. काही शंका असेल, तर अल्ट्रासाऊंडमुळे योग्य स्थिती कळू शकते.

तसे मनोरंजनासाठी तुम्ही या पद्धतीचा वापर करू शकता-

- गर्भाची पाठ सपाट असते आणि त्याचे हात-पाय इवलेशे असतात.
- आठव्या महिन्यात त्याचे डोके तुमच्या पेल्विकच्या जवळ असते.
- त्याचे नितंब डोक्यापेक्षा जास्त मऊ असतात.

ब्रीच (पायाळू) बेबी

''बाळाचे डोके माझ्या बरगड्याजवळ असल्याचे मागच्या वेळी डॉक्टरांनी मला सांगितले होते. याचा अर्थ ते ब्रीच (पायाळू) आहे?''

कदाचित गर्भ काही जिमनॅस्टिक करीत असेल. साधारणपणे बहुतेक गर्भ ३२ ते ३८ आठवड्या दरम्यान आपल्या योग्य स्थितीत येत असतात. फक्त काही गर्भच जन्माच्या काही दिवस आगोदर पर्यंत योग्य स्थितीत येत नाहीत. गर्भात त्याचा खालचा भाग खाली आहे म्हणजे तो ब्रीच आहे, असे होत नाही.

डिलिव्हरीच्या वेळीही गर्भ ब्रीच स्थितीत असेल, तर डॉक्टर तुम्हाला विचारून काही ना काही उपाय करू शकतात. त्यामुळे त्यात घाबरण्यासारखे काही नाही.

''ब्रीच बेबीला पलटवण्यासाठी काय करावे लागते?''

गर्भाची स्थिती बदलण्यासाठी अनेक उपाय करता येऊ शकतात. या पुस्तकात सांगितले आहेत तसे काही सोपे व्यायाम डॉक्टर तुम्हाला करायला सांगू शकतात. तसे ॲक्युपंक्चर आणि जाडी-बुटीची

ब्रीच बेबीला पलटवणे

काही डॉक्टर ब्रीच बेबीला पलटवण्यासाठी व्यायाम करण्याचा सल्ला देतात. डोके खाली करून हात आणि गुढघ्यांवर बसा. पेल्विक टिल्टमध्ये मागे पुढे व्हा. असा व्यायाम करण्यापूर्वी डॉक्टरांचा सल्ला घ्यायला विसरू नका.

चेहरा कुठे आहे?

गर्भाच्या स्थितीचा विचार केला, तर गर्भाचे डोके खाली, तोंड तुमच्या मागच्या दिशेला आणि हनुवटी छातीला टेकलेली असेल, तर तुम्ही सुदैवी आहात. ऑकीपूट इंटेरिअर पोझीशन जन्मासाठी आदर्श समजली जाते. कारण प्रसूतीच्या वेळी त्याचे डोके सहजपणे बाहेर येऊ शकते. गर्भाचे तोंड जर तुमच्या पोटाकडे (ऑकीपूट पोस्टिरिअर) असेल, तर हानीकारक असते. कारण त्याचे डोके तुमच्या मणक्यावर दबाव टाकू शकते. तसेच त्यामुळे त्याला बाहेर यायलाही वेळ लागतो.

डिलिव्हरीची वेळ जवळ आल्यावर डॉक्टर त्याची स्थिती माहीत करून घेण्याचा प्रयत्न करतात. त्याची स्थिती पोस्टिरिअर असेल, तरीही काळजी करू नका. प्रसूतीच्या वेळी तो योग्य अवस्थेत येऊ शकतो. काही ठिकाणी व्यायामाद्वारे डॉक्टर त्याला योग्य स्थितीत आणण्याचा प्रयत्न करतात.

गर्भाची अवस्था

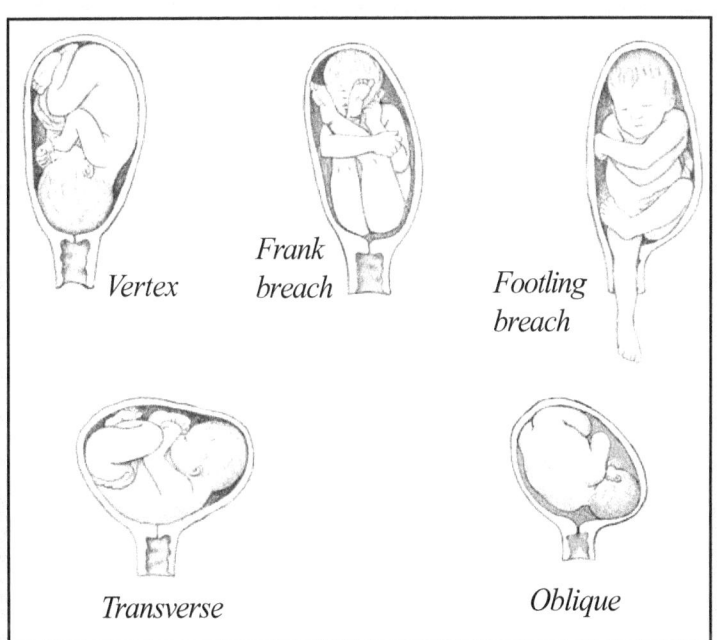

डिलीव्हरीचा विषय येतो तेव्हा गर्भाची स्थिती खूप महत्त्वाची असते. बहुतेक गर्भ डोके खाली म्हणजे व्हर्टिक्स पोझीशनमध्ये असतात. ब्रीच गर्भ मात्र अनेक अवस्थात असू शकतात. जसे फ्रेंक ब्रीचमध्ये त्याचे नितंब खाली असतात आणि दोन्ही पाय हातांच्या मिठीत वर असतात. फुटलिंग ब्रीचमध्ये गर्भाचे एक किंवा दोन्ही पाय खाली असतात. ट्रासंव्हर्स पोझिशनमध्ये गर्भाशयमुखाजवळ बाळाची पाठ असते. ऑब्लिक पोझिशनमध्ये गर्भाचे डोके आईच्या नितंबाजवळ असते.

मदतही घेता येऊ शकते.

तरीही गर्भाने आपली स्थिती बदलली नाही, तर डॉक्टर आपल्या हाताने नीट करू शकतात. याला एक्सटर्नल सिंफेलिक वर्जिल ईसीव्ही म्हणतात. हा ईसीव्ही साधारणपणे ३७ व्या किंवा ३८ व्या आठवड्यात केला जाऊ शकतो. कारण तेव्हा गर्भ थोड्या आरामशीर पद्धतीत असतो. काही डॉक्टर तर एपिड्युरल दिल्यानंतर असे करतात. ते हळूहळू हाताने बाळाला खाली आणण्यासाठी प्रयत्न करतात. प्रत्येक गोष्टीवर सतत लक्ष ठेवले जाते.

ईसीव्हीचे दोन -तीन प्रकार तर हमखास यशस्वी होतात. पूर्वी गर्भवती राहिलेल्या महिलांच्या बाबतीत तर हे प्रकार जास्तच यशस्वी असतात. काही गर्भ मात्र यासाठी अजिबात तयार नसतात. काही पुन्हा पलटी मारून ब्रीच स्थितीत येतात.

''ग़र्भ ब्रीच अवस्थेत असेल, तर लेबर किंवा डिलिव्हरीवर त्याचा काय परिणाम होतो?मी योनीमार्गातून बाळाला जन्म देऊ शकते का?''

तुम्ही योनीद्वारे बाळाला जन्म देऊ शकता की नाही, हे बऱ्याच गोष्टींवर अवलंबून असते. त्यामध्ये तुमच्या डॉक्टरांचे धोरण आणि तुमची अवस्था याचा समावेश होतो. अनेक डॉक्टर बाळाची ब्रीच स्थिती असेल, तर सी सेक्शन करणे पंसत करतात. कारण असे करणे अधिक सुरक्षित ठरत असल्याचे अनेक अध्ययनातून स्पष्ट झाले आहे. फ्रँक ब्रीच स्थिती असेल, तर पेल्पिबरेन मध्ये खूप जागा शिल्लक असते. शिवाय सी सेक्शन केल्याशिवाय चालू शकत नाही. सर्वात महत्त्वाची बाब म्हणजे शेवटच्या क्षणी गर्भाची स्थिती काय आहे, ते लक्षात घेऊन निर्णय घ्यावा लागतो. डॉक्टरांशी विचार करून तुम्ही संभाव्य शक्यतांवर विचार करा. त्यामुळे नेमक्या वेळी तुम्हाला भीती वाटणार नाही की घाबरल्यासारखे वाटणार नाही.

''ग़र्भ ऑब्लिक स्थितीत आहे, असे डॉक्टर म्हणाले. म्हणजे नेमके काय?''

या स्थितीचा अर्थ असा की गर्भाची अवस्था थोडी विचित्र स्वरूपाची आहे. त्याचे डोके खालच्या बाजूने सर्व्हिक्सच्या दिशेने जाण्याऐवजी तुमच्या नितंबाच्या दिशेने गेले आहे. आपल्या हाताने डॉक्टरांनी त्याची स्थिती बदलावी लागेल. नाही तर त्याचा योनीद्वारे जन्म होण्यात अडचणी निर्माण होतील. असे करणे शक्य नसेल, तर मग सी सेक्शन करावे लागेल. काही वेळा गर्भ 'ट्रांसव्हर्स' पोझिशनमध्ये येते तेव्हाही हीच पद्धत अवलंबावी लागते.

सिझेरियन डिलीव्हरी

''डॉक्टरांनी मला सिझेरियन डिलिव्हरीबद्दल सांगितले आहे. त्यामुळे मी निराश झाले आहे.''

हे ऑपरेशन मोठे असते, तरीही साधारणपणे ते सुरक्षित समजले जाते. त्यामुळे याचा सर्रास वापर केला जातो. ३० टक्के महिला याच पद्धतीने बाळाला जन्म देत आहेत.

ही बातमी तुमचे मन मोडणारी असू शकते कारण तुम्हाला असे नको आहे. तुम्हाला त्याला नैसर्गिक पद्धतीने बाळाला या पृथ्वीवर आणायचे होते, पण ऑपरेशनशी संबंधित सर्व मुद्यांचा विचार करावा लागेल.

खरं तर इस्पितळांनी आता ही प्रक्रियाही खूप सोयिस्कर केली आहे. बाळासाठी ही पद्धत किती आरामशीर आहे, याचाही विचार करा. वैद्यकीय दृष्ट्या विचार केला, तर जी बाळासाठी चांगली असते, तिच डिलिव्हरी उत्तम होय. सध्या तरी बाळासाठी याच्याइतके सुरक्षित दुसरे काहीही नाही. ज्या प्रकारच्या डिलिव्हरीनंतर निरोगी बाळ तुमच्या कुशीत असते, ती डिलिव्हरी चांगलीच म्हणायला हवी.

"माझ्या माहितीतील बहुतेक सर्व स्त्रिया सध्या सी सेक्शनद्वारेच बाळाला जन्म देत आहेत."

गेल्या काही वर्षांपासून सी सेक्शन खूप मोठ्या प्रमाणात व्हायले लागले आहेत. त्याची कारणे खालीलप्रमाणे आहेत.

सुरक्षितता :- हे आई आणि बाळ दोघांसाठीही सुरक्षित आहे. कारण आजकाल त्यासाठी विकसित तंत्राचा वापर केला जातो.

मोठा बाळ :- बाळाचा आकार मोठा असेल, तर त्याला योनीमार्गाने बाहेर काढणे शक्य होत नाही. त्यामुळे मग हे ऑपरेशन करावे लागते.

जाड माता :- होय, लठ्ठपणामुळेही सी सेक्शन करावे लागते. आई लठ्ठ असेल, तर तिचा प्रसूती कालावधी दीर्घ असतो आणि तो ऑपरेशन टेबलावरच समाप्त होतो.

जास्त वयाची आई :- तीस वर्षांपेक्षा अधिक वयाच्या आईसाठीही से सेक्शन करावे लागते. किंवा मग त्यांना एखादा दीर्घ आजार असेल तर.

दुसऱ्यांदा सी सेक्शन करणे :- काही प्रकरणात एकदा सी सेक्शन झाल्यानंतर दुसऱ्या वेळी योनीमार्गाने जन्म द्यायला डॉक्टर सांगतात. असे झाले नाही, तर पुन्हा सी सेक्शन करावे लागते.

किमान साहित्याच्या आधारे डिलिव्हरी :- आज काल खूप कमी बाळ फोरसेप किंवा इतर उपकरणाच्या सहाय्याने जन्म घेतात. याचा अर्थ असा, की असे काही करण्यापेक्षा डॉक्टर ऑपरेशन करणे जास्त सोयीचे समजतात.

आईची निवड :- ही पद्धत सुरक्षित आणि वेदनारहीत असल्यामुळे आईलाही हवी असते.

समाधान :- इस्पितळात ही प्रक्रिया आता पहिल्यापेक्षा अधिक सुविधाजनक झाली आहे. प्रसूतीच्या तुलनेत या प्रक्रियेला खूप कमी वेळ लागतो.

माहिती ठेवा

जितकी जास्त माहिती असेल, तितका बाळाला जन्म देण्याचा अनुभव चांगला असतो. प्रसूती सुरू होण्यापूर्वी डॉक्टरांकडून खालील गोष्टी माहित करून घ्या.

- प्रसूती सुरू झाल्यानंतर सी सेक्शनऐवजी काही दुसरे उपाय केले जाऊ शकतात का?
- कोणत्या पद्धतीचा छेद घेतला जाईल?
- गर्भ ब्रीच असेल तर काय करावे लागेल?
- तुम्ही प्रशिक्षकाला सोबत ठेवू शकता का?
- बाळाच्या जन्मानंतर लगेच तुमचा जोडीदार त्याला कुशीत घेऊ शकेल का?
- तुम्हाला बरे होण्यासाठी किती वेळ लागेल?
- तुम्हाला किती प्रमाणात त्रास आणि वेदना सहन कराव्या लागतील?
- अशाच प्रकारे सी सेक्शनबाबतही पूर्ण माहिती घ्या.

"सिझेरियन करणार असल्याचे आधीच सांगितले जाते की ऐनवेळी? त्याची काय कारणे आहेत?"

काही महिलांना याची आधी काहीच कल्पना नसते, तर काही महिला यासाठी आधीपासूनच सज्ज असतात. यासाठी सर्व डॉक्टर वेगवेगळी पद्धत वापरतात.

- आई प्रसूती करण्याच्या स्थितीत नसेल, तर ऑपरेशन करावे लागते.
- बाळाचे डोके आईच्या पेल्विकच्या तुलनेत खूप मोठे वाटत असेल तर.
- गर्भात एकापेक्षा अधिक म्हणजे दोन किंवा तीन बाळ असतील तर.

- ब्रीच किंवा दुसऱ्या स्थितीत बाळ असल्यावर
- एखाद्या आजारामुळे आई प्रसूतीचा धोका स्वीकारू शकत नसेल तर.
- आईचा लठ्ठपणा.
- योनीसंसर्ग झाला असेल तर.
- गर्भाशयाच्या भिंतीपासून प्लॅसेंटा लवकर वेगळा झाला असेल तर हा प्लासेंटा सर्व्हायकलचे द्वार पूर्णपणे अडवतो.

कधी कधी लेबर सुरू होईपर्यंत सी सेक्शन करण्याचा निर्णय घेतला जात नाही-

- प्रसूतीचा कालावधी खूप लांबला आणि बाळ बाहेर येत नसेल तसेच डॉक्टरांचे सर्व उपाय थकले असतील तर.
- नाळ सरकली असेल तर.
- गर्भाशय फाटल्यावर

आधीच तुम्हाला याची शंका आली असेल किंवा डॉक्टरांनी असा ठाम निर्णय घेतला असेल, तर याबाबतही पूर्ण माहिती मिळवा.

इलेक्टिव्ह सिझेरियन

"अनेक महिला से सेक्शनची निवड करतात. मीही असे करायला हवे का?"

या दिवसात याचा खूप वापर वाढला आहे, तरीही तुम्ही याचीच निवड करायला हवी, असे काही नाही. हे अतिशय गंभीरपणे घ्या आणि याच्याशी संबधित प्रत्येक मुद्यावर डॉक्टरांशी चर्चा करा. मगच निर्णय घ्या. तुमची काहीही कारणे असली, तरीही ऑपरेशनचा निर्णय फक्त खालील परिस्थितीतच घ्या-

योनीमार्गातून बाळ जन्मताना होणाऱ्या वेदना :- वेदनेपासून बचाव करण्यासाठी ऑपरेशनचा निर्णय घेण्यात काहीही शहाणपणा नाही. वेदनेपासून बचाव करण्यासाठी तुम्ही इतरही अनेक उपाय करू शकता.

व्हेजिना प्रसूतीनंतर होणाऱ्या परिणामांची भीती :- योनीच्या पेशी सैल होण्याची तुम्हाला भीती वाटत असेल, तर तुम्ही किगल व्यायाम करू शकता. त्यामुळे ही भीती खूप प्रमाणात कमी होते. तसेच ऑपरेशनचेही काही साईड इफेक्ट असतात.

इच्छेनुसार बाळाला जन्म देणे :- ऑपरेशन नंतर तुम्हाला दीर्घकाळ इस्पितळात रहावे लागते. सर्जरीमुळे तुम्हाला तसेच बाळाला काही धोकाही होऊ शकतो.

दुसऱ्या बाळाचा जन्म :- आधीच तुम्ही या पर्यायाची निवड केली असेल, तर दुसऱ्या बाळाच्या जन्माच्या वेळी तुम्ही योनीद्वारे जन्म देण्याचा पर्याय निवडू शकत नाहीत. तेव्हाही तुम्हाला मग हाच पर्याय निवडावा लागतो.

बाळ बाहेर येण्यासाठी पूर्णपणे सज्ज असते, तीच खरी प्रसूतीची योग्य वेळ असते. तुम्ही आधीच ऑपरेशन केले, तर ती त्याची बाहेर येण्याची चुकीची वेळ असू शकते.

तरीही तुम्हाला हाच पर्याय निवडायचा असेल, तर हे तुमच्यासाठी आणि बाळासाठी योग्य आहे की नाही याबाबत डॉक्टरांचा सल्ला घ्या.

वारंवार सिझेरियन

"माझे दोन वेळा सी सेक्शन झाले आहे. मला अजून दोन मुले हवी आहेत. आम्ही किती वेळी सी सेक्शन करू शकतो?"

तसे तर यावर काहीही निर्बंध नाहीत. कोणतीही स्त्री कितीही वेळा सी सेक्शन करू शकते. आधीच्या सी सेक्शनसाठी कशा प्रकारचा छेद घेतला होता आणि किती मोठी जखम झाली होती, यावर बरेच काही अवलंबून असते. यासाठी आधी तुमच्या डॉक्टरांचा सल्ला घ्या.

छेद कुठे आणि कसा घेतला? किती वेळात बरा झाला या सर्व बाबींवर सी सेक्शन धोकादायकही होऊ शकते. या गर्भावस्थेच्या वेळी तुम्हाला थोडी सावधगिरी बाळगायला हवी म्हणजे सर्व काही सुरळीत होईल.

सिझेरियन नंतर योनीद्वारे जन्म

''मागच्या वेळी माझे सिझेरियन झाले होते. यावेळी मी योनीद्वारे जन्म देण्यासाठी प्रयत्न करू शकते का?''

सुरूवातीच्या काळात डॉक्टर आणि नर्सेस असे करण्याची परवानगी देत असत, पण त्यामुळे छेद दिलेल्या ठिकाणी नुकसान होऊ शकत असल्याचे अभ्यासातून आढळून आल्यामुळे आता दुसऱ्या वेळीही सी सेक्शन करण्याचाच डॉक्टर सल्ला देतात. तेस ६० टक्के स्त्रिया एकाद सी सेक्शन झाल्यानंतर दुसऱ्या वेळी योनीद्वारे बाळाला जन्म देऊ शकतात. तसं तर योग्य खबरदारी घेतली तर दोन सी सेक्शन झाल्यावरही महिला योनीद्वारे बाळाला जन्म देऊ शकते. फक्त १० टक्के प्रकरणातच धोका निर्माण होऊ शकत असल्याचे संशोधनांती आढळले आहे.

तुम्ही असा निर्णय घेतलाच असेल, तर याबाबतीत तुमची पाठ थोपटू शकेल, अशा डॉक्टरांची निवड करा. पूर्ण प्रयत्न केल्यावरही असे करणे शक्य झाले नाही तर निराश होऊ नका. बाळासाठी जे चांगले, तेच तुमच्यासाठी योग्य, हे लक्षात ठेवा.

ग्रुप बी स्ट्रॅप

''डॉक्टरांनी मला ग्रुप बी स्ट्रॅप संसर्गाची तपासणी करायला सांगितली आहे. हे काय आहे?''

याचा अर्थ संपूर्ण सुरक्षितता पाळण्याकडे तुमच्या डॉक्टरांचा कल दिसतो. जन्माला आल्यावर बाळाला घशाचा संसर्ग होऊ नये, अशी त्यांची इच्छा दिसते.

जी. व्ही. एस. हा एक विषाणू असून तो निरोगी महिलेच्या योनीत असू शकतो. १० ते १५ टक्के महिलांना हा संसर्ग झालेला असतो. यामुळे बाळाला घशाचा गंभीर संसर्ग होऊ शकतो.

यामुळे तुम्हाला इतर काही गोष्टी कळणार नसल्या तरीही तुम्हाला हा संसर्ग झाला आहे की नाही, हे तर कळते. डॉक्टर तुम्हाला काही औषधे देतील, त्यामुळे हा संसर्ग संपतो आणि बाळ सुरक्षितपणे जन्माला येऊ शकते.

३५ ते ३७ आठवड्यादरम्यान साधारणपणे ही तपासणी केली जाते. तुमचे डॉक्टर करीत नसतील, तर तुम्ही त्यांना सांगून करून घेऊ शकता. 'पॅप स्पिअर टेस्ट' प्रमाणे ही तपासणी केली जाते. तपासणी पॉझिटिव्ह आली, तर अँटिबायोटिक्सचे इंजेक्शन दिले जाते. लघवीच्या तपासणीतूनही याची माहिती मिळू शकते. हवे तर यासाठी तुम्ही औषधही घेऊ शकता.

प्रसूतीच्या थोडा वेळ आधी केलेल्या तपासणीत रिझल्ट पॉझिटिव्ह आले तर उपायाने धोका टाळता येतो. तुमच्या पहिल्या बाळाला हा संसर्ग झाला असेल, तर तपासणी न करताही डॉक्टर औषध देतात. त्यामुळे असा काही धोका उरत नाही.

स्नान करणे

''गर्भावस्थेच्या अंतिम दिवसांत स्नान करणे

पोटभर खा

एखाद्या गाईसारखे दिवसभर तुम्ही रवंथ करीत आहात, असे तुम्हाला वाटू शकते. खरं तर तुमच्या आणि बाळाच्या पोषणासाठी खरं तर हे खूप आवश्यक असते. दिवसातून किमान सहा वेळा खाण्याचा नियम करून टाका आणि पोटभर खा.

योग्य असते का?''

होय, कोमट पाण्याने स्नान केल्यावर शरीराला आराम पडतो. आंघोळीचे पाणी योनीत जाऊ शकेल, असे तुम्हाला वाटत असेल, तर असे होत नाही. जाणीवपूर्वक आत टाकले, तरच ते आत जाऊ शकते. कोणत्याही प्रकारे थोडेसे पाणी आत गेल, तर सर्व्हायकल म्युकस गर्भाशयाचे मुख बंद करून घेते. त्यामुळे आत कोणताही संसर्ग होऊ शकत नाही.

इतकेच नाही तर लेबर सुरू झाल्यावरही तुम्ही स्नान करू शकता. हायड्रोथेरपी मुळे लेबर पेनमध्ये खूप आराम मिळतो. बाळाला टबमध्ये जन्म देण्याचा पर्यायही तुम्ही निवडू शकता.

फक्त तुमच्या टबमध्ये मॅट अंथरेलेली असावी. म्हणजे तुमचा पाय घसरणार नाही. बबल बाथपासून मात्र नेहमीप्रमाणे दूर रहा.

गाडी चालविणे

''ड्रायव्हिंग व्हिलमागे मला नीट बसता येत नाही. तरीही मी गाडी चालवू शकते?''

सीटवर नीट बसू शकता, तोपर्यंत तुम्ही गाडी चालवू शकता. सीट मागे करा आणि व्हील थोडे वर करा म्हणजे तिथे तुम्हाला नीट बसता येईल.

कारमध्ये एका तासापेक्षा अधिक बसू नका. दीर्घ काळ प्रवास करायचा असेल, तर गाडी चालवा किंवा नका चालवू त्यामुळे तुम्हाला थकवा येऊ शकतो. जाणे आवश्यकच असेल, तर दर तासाला गाडीतून खाली उतरून थोडे पायी चाला. मान आणि पाठ मोकळी करण्यासाठी थोडा व्यायाम करा.

लेबर सुरू असताना स्वतः गाडी चालवित इस्पितळात जाऊ नका. जोराची कळ आली तर रस्त्यावर ते धोकादायक होऊ शकते. मागे बसलात तरीही सेट बेल्ट बांधायला विसरू नका.

प्रवास करणे

''या महिन्यात मला एका आवश्यक व्यवसायिक दौऱ्यावर जायचे आहे. या दिवसात प्रवास करणे योग्य आहे की रद्द करू?''

दौऱ्याची तयारी करण्यापूर्वी डॉक्टरांना भेटा. या बाबतीत प्रत्येक डॉक्टरांची मते वेगवेगळी असू शकतात. तुमची अवस्था आणि इतर कारणांवरही ते अवलंबून असते. गर्भावस्था फारशी गुंतागुंतीची नसेल, तर जाण्याची परवानगी मिळू शकते. मुदतपूर्व प्रसूती होण्याची शंका असेल, तर मात्र परवानगी मिळणार नाही. या वेळी प्रवास केल्यामुळे तुमची मान आणि पाठ दुखू शकते. शारीरिक किंवा मानसिक तणाव वाढू शकतो, त्यामुळे तुम्हाला कसे वाटते ते पहा. गर्भावस्था संपेपर्यंत हा दौरा टाळला जाऊ शकतो का? त्यामुळे तुमच्यावर किती दबाव येईल? विमान प्रवास करायचा असेल, तर त्यांच्या सर्व सूचनांचे पालन करा. अनेक विमान कंपन्या तर नवव्या महिन्यांत डॉक्टरांच्या परवानगी शिवाय विमान प्रवास करू देत नाहीत.

डॉक्टरांनी परवानगी दिली तरीही तुम्हाला अनेक गोष्टींकडे लक्ष द्यावे लागेल. दूरवरचा प्रवास करायचा असेल, तर जोडीदाराला सोबत घ्या. कारण अडचणीच्या वेळी ते उपयोगी पडू शकतील.

गर्भावस्थेचा शेवटचा महिना व सेक्स

''शेवटचा महिना आणि सेक्सबद्दल मी वेगवेगळ्या गोष्टी ऐकल्यामुळे मी गोंधळली आहे. त्यामुळे प्रसूती लवकर झाली तर..?''

या बाबतीत काही संशोधनच झाले नाही, असे नाही. खरं तर बऱ्याच प्रमाणात हे तुमच्या दोघांवर अवलंबून असते. तुम्हाला हे सुरू ठेवायचे आहे, की नाही ते

तुम्ही दोघांनी मिळून ठरवायचे आहे. संभोग किंवा परमोच्च सुख याच्याशी लेबरचा काहीही संबंध नाही. आतून प्रसूतीची पूर्ण तयारी झाली असेल, तर यामुळे थोडासा फरक पडू शकतो. तसे डॉक्टर आणि दाई शेवटच्या क्षणापर्यंत संभोग करण्याची परवानगी देतात. अनेक जोडपे हे सहजपणे करतात.

तुमची परिस्थिती पाहता तुमच्यासाठी हे योग्य आहे की नाही, ते डॉक्टरांना विचारा. त्यांनी हिरवा सिग्नल दाखविला तर मनसोक्त करा. लाल सिग्नल दिला असेल, तर मात्र परस्परांच्या जवळ येण्याचे दुसरे काही मार्ग शोधा. एखादे रोमँटिक कँडल लाईट डीनर किंवा दूरवरची शतपावली चांगली राहू शकते. सोबत आंघोळ करण्याची मजा घ्या. गप्पा मारा, मालीश करा. काहीही करा,पण डॉक्टरांच्या इशाऱ्याकडे दुर्लक्ष करू नका. या नंतर बाळ जेव्हा रात्रभर झोपेल तेव्हाच तुम्हाला अशी संधी मिळेल.

आम्ही दोघे

''बाळ अजून जन्माला आले नाही तरीही माझ्या आणि पतीच्या नात्यात बदल आला आहे. आम्ही दोघे परस्परांत गुंतण्याऐवजी बाळ आणि त्याचा जन्म याचाच विचार करतो.''

इवलेशे बाळ तुमच्या जीवनात खूप काही घेऊन येत असते. आनंद, खुशी, उत्साह तसेच खूप मोठे घाणेरडे डायपर. आपल्या इवल्याशा आकाराने ते खूप मोठे बदल घडवून आणते.

तुम्हा दोघांना तुमच्या नात्यातही हाच बदल दिसू लागतो. तुम्ही दोनाचे तीन होता तेव्हा खरेच तुमचा प्राधान्यक्रम बदलतो. ही बदल नैसगिक असल्याचे समजून सर्वच जोडपी तो स्वीकारतात. बाळाच्या येण्यापूर्वीच हा बदल तुमच्या भल्यासाठी होत आहे. आता आपले जीवन रोमँटिक करण्याच्या पद्धतीत बदल होईल, ही गोष्ट जे जोडपे आधीच स्वीकारतात, ते सर्व आव्हांनाचा सामना अतिशय समर्थपणे करतात.

त्यामुळे आधीपासूनच विचार करा आणि या बदलासाठी सज्ज रहा. आता तुम्हाला तुमची खूप ऊर्जा त्या इवल्या बाळासाठी राखून ठेवायची आहे. आता बाळासोबतच तुम्हाला तुमच्या विवाहाची काळजी घ्यायलाही शिकायचे आहे. बाळासाठी तयारी करताना तुमच्या रोमान्सकडे दुर्लक्ष करू नका. आठवड्यात किमान काही क्षण तरी फक्त तुमचे दोघांचेच असावेत. एकत्र चित्रपट पहा. छोट्यासाठी काही खरेदी करताना जोडीदारासाठी काही खरेदी करायला विसरू नका. त्यांच्यासाठी एखाद्या खेळाची तिकिटे खरेदी करा. जेवताना त्यांची चौकशी करा. गत जीवनातील आनंदी क्षणांची उजळणी करा. दुसऱ्या हनिमूनचे प्लॅनिंग करा. सेक्स करता आला नाही तरी स्पर्श सुख तर मिळवा.

यामुळे खूप लवकर तिघांच्या कुटुंबातून तुम्हाला आनंद मिळविता येईल.

स्तनपान

तुमच्या स्तनांचा आकार कशाप्रकारे वाढत आहे, ते गेल्या ३० आठवड्यांपासून तुम्ही पाहात आहात. हा बदल काही उगीचच झाला नाही. एक खूप मोठी जबाबदारी तुम्ही पार पाडावी यासाठी तुम्हाला सज्ज केले जात आहे. निसर्गाने तुमच्या स्तनांवर बाळाला दूध पाजण्याची जबाबदारी सोपविली आहे आणि तेच काम करण्यासाठी ते सज्ज झाले आहेत.

स्तनपान करण्यासाठी वक्ष तयार आहेत, पण अजून तुम्हाला त्याबाबत बरेच काही माहीत करून घ्यायचे आहे. बाळाला दुग्धपान करण्यासाठी स्तनपानाशिवाय दुसऱ्या पर्यायांचा तुम्ही विचार करणार असलात तरीही स्तनपानामुळे होणारे फायदे तुम्हाला माहीत असायला हवेत.

स्तनपान सर्वोत्तम का?

बकरीच्या पिलासाठी बकरीचे दूध अमृत आहे, वासरासाठी गाईचे दूध अमृत आहे, त्याचप्रकारे बाळासाठी आईचे दूध सर्वोत्तम आहार आहे. त्याची काही कारणे खाली दिली आहेत -

ते पौष्टिक आहे :- नवजात अर्भकाच्या पोषणाच्या सर्व गरजा पूर्ण होतील, अशा प्रकारे ते तयार केले आहे. यात किमान शंभर पदार्थ असे असतात, जे गाईच्या दुधात नसतात. या दुधात 'लेक्टलव्यूमीन' प्रोटीन असते, जे पचायला सुलभ असते. ते जास्त पौष्टिकही असते. याच्यात गाईच्या दुधाइतकेच मेद असतात, पण आईचे दूध बाळासाठी अधिक चांगले.

हे सुरक्षित आहे :- तुम्ही पूर्णपणे निश्चिंत होऊन बाळाला आपले दूध पाजू शकता. ते पूर्णपणे तयार आणि विषाणू विरहीत असते. ते खराब किंवा शिळे होत नाही.

पोटासाठी चांगले :- स्तनपान करणाऱ्या बाळाला मलावरोधाचा त्रास होत नाही. तो अतिशय सहजपणे आईचे दूध पचवू शकतो. त्यामुळे बाळाला डायरियाही होत नाही. त्याला खायला ठोस आहार दिला जात नाही तोपर्यंत त्याच्या मलमूत्राला गंधही येत नाही. अशा बाळाला डायपर रॅशेसही होत नाहीत.

मेद पातळ करते :- यामुळे बाळाचे वजन वाढत नाही आणि अशा प्रकारे सहा महिने बाळाला आईचे दूध मिळाले, तर पुढील जीवनात लठ्ठपणाची समस्या निर्माण होत नाही. किशोरावस्थेत कमी होणारी कॅलेस्ट्रॉलची पातळीही यामुळेच असते.

ब्रेन बूस्टर :- स्तनपानामुळे बाळाचा बौद्धिक विकासही होतो. मेंदू निर्माण करणाऱ्या फॅटीॲसिडसह यामुळे आई आणि बाळातील जवळिकही खूप वाढते. स्तनपान करताना आई आणि बाळात निर्माण होणारी जवळिक बाळाची बौद्धिक क्षमता विकसित करते.

ॲलर्जीपासून बचाव :- आईच्या दुधातून मिळणाऱ्या एखाद्या विशेष पदार्थाची बाळाला ॲलर्जी नसेल, तर आईच्या दुधामुळे बाळ कधीही ॲलर्जिक होत नाही. गाईच्या दुधातील बीटा-लॅक्टो-ग्लोब्युलिन मुळे गंभीर किंवा साधारण स्वरूपाची ॲलर्जी निर्माण होऊ शकते. बाहेरचे दूध सेवन करणाऱ्या बाळाच्या तुलनेत आईचे दूध पिणाऱ्या बाळाला दमा होण्याची शक्यता खूपच कमी असते.

संसर्गापासून बचाव :- असे बाळ डयारिया तसेच इतरही अनेक प्रकारच्या संसर्गापासून दूर राहते. त्यामध्ये यूटीआय आणि कानाचा संसर्ग यांचाही समावेश होतो. स्तनपान करणाऱ्या बाळात वॅक्टोरियल मॅनेंजायटिस, एसओआयएस, मधुमेह आणि मुलांत आढळून येणारा कॅन्सर याचा धोका खूपच कमी असतो. स्तनपानामुळे त्यांना कोलॅस्टस मिळते, त्यामुळे अनेक आजारांपासून बचाव होतो.

हिरड्या आणि दातांची मजबुती :- बाटलीऐवजी स्तनांतून दुग्धपान करताना बाळाला खूप जास्त श्रम करावे लागतात. त्यामुळे त्याच्या हिरड्या, दात आणि टाळूचा अतिशय चांगल्याप्रकारे विकास होतो. स्तनपान करणाऱ्या मुलांत पुढे चालून दातांच्या विकारांचे प्रमाण खूप कमी असल्याचे पाहणीत आढळून आले आहे.

स्वादूइंद्रियांचा विकास :- तुम्ही जे काही खाता त्याची चव दुधाला येत असते. त्यामुळे बाळाचे स्वादेंद्रिये विकसित होतात. अशा प्रकारे बाटलीने दूध पिणाऱ्या बाळाच्या तुलनेत स्तनपान करणाऱ्या बाळाला चव लवकर कळते. तसेच ते खाण्यापिण्यासाठी जास्त त्रास देत नाहीत.

स्तनपान केल्यामुळे आईलाही अनेक प्रकारचे फायदे मिळतात.

सुविधा :- स्तनपान करण्यासाठी आधीपासूनच योजना तयार करण्याची आवश्यकता असत नाही. तसेच त्यासाठी कुठलेही साहित्य लागत नाही. तुम्ही पार्कमध्ये बागेत, घरात कुठेही आणि कधीही स्तनपान देऊ शकता. कुठेही जाण्यापूर्वी बाटल, निप्पल, पावडर, बिब सोबत ठेवावे लागत नाही. तुम्ही त्याची मिल्क बँक सोबत घेऊन चालत असता. तुम्हाला मध्यरात्री स्वंयपाक घरात जाऊन दूध तयार करावे लागत नाही. तुम्ही अंथरुणातच बाळाला दूध पाजून त्याला झोपी घालू शकता. तुम्ही ऑफिसला गेला असाल, तर आधीच दूध काढून फ्रीजमध्ये ठेवू शकता. सर्वात महत्त्वाची बाब म्हणजे यासाठी काहीही खर्च करावा लागत नाही.

प्रगतीची गती :- बाळ स्तनपान करीत असते तेव्हा ऑक्सिटॉसिन नावाचे हार्मोन स्त्रवत असते. त्यामुळे गर्भाशयाला आपल्या पूर्ववत आकारात येण्यासाठी खूप कमी वेळ लागतो. गर्भावस्थेनंतर होणारा रक्तस्त्रावही कमी होतो. बाळाला स्तनपान करण्यासाठी बसावे लागत असल्यामुळे तुम्हालाही विश्रांती मिळते. गर्भावस्थेनंतर ही विश्रांती तुमच्यासाठी आवश्यक असते.

गर्भावस्थे पूर्वीची स्थिती :- दूध वाढविण्यासाठी तुमच्या आहारात तुम्ही जितक्या जास्त कॅलरीचा वापर कराल, तो सर्व बाळासाठी वापरला जातो. त्यामुळे तुम्हाला तुमची पहिल्यासारखी फिगर मिळविण्यासाठी उशीर लागत नाही. अशा प्रकारे खूप लवकर तुम्ही तुमची नाजूक कंबर पाहू शकाल.

मासिक पाळीला उशीर :- तुमची मासिक पाळी उशिराने सुरू होते. त्यामुळे कोणालाही काहीही त्रास होत नाही. तुम्हाला दोन मुलांत अंतर ठेवायचे असेल, तर कुटुंब नियोजन करण्यासाठी इतरही काही पर्यायांचा वापर करा. काही स्त्रिया तर केवळ स्तनपानामुळे गर्भधारणेपासून दूर राहू शकतात. अर्थात चार महिन्यात पुन्हा पाळी सुरू होऊ शकते आणि त्या पहिली पाळी येण्याच्या आधीच गर्भवतीही राहू शकतात.

हाडांची मजबुती :- स्तनपान केल्यामुळे तुमच्या हाडांच्या खनिजीकरणात सुधारणा होते. मोनोपॉज नंतर टिप फ्रॅक्चरचा धोका खूप कमी होतो. दूध तयार होण्यासाठी आणि तुमच्या सोयीसाठी आहारात जास्त कॅल्शियमचा समावेश केला तर अधिक चांगले होईल.

प्रकृती सुधारते :- बाळाला स्तनपान केल्यामुळे अनेक प्रकारच्या कँसरचा धोका कमी होतो. अशा महिलांमध्ये गर्भाशय आणि छातीच्या कँसरचा धोका खूप कमी होतो. त्यांना टाईप-२ प्रकारचा मधुमेहही होत नाही.

सर्वात मोठा बोनस :- स्तनपानामुळे तुम्ही आणि बाळ दिवसातून किमान ६-८ वेळा तरी एकत्र येता. या जवळिकतेमुळे आई आणि बाळात भावनिक संबंध निर्माण होतात. त्यामुळे बाळाची बौद्धिक क्षमता अधिक विकसित होते.

तुम्ही जुळ्या मुलांना जन्म दिला असेल, तर हे सर्व फायदे तुमच्यासाठी दुप्पट होतात.

बाटलीची निवड कशासाठी?

कदाचित तुम्ही स्तनपान न करण्याचा निर्णय घेतलेला असू शकतो किंवा तुम्ही स्तनपान करू शकत नसाल. अशा वेळी बाटलीची निवड करायला घाबरू नका. त्याचेही काही फायदे आहेत-

जबाबदारीची विभागणी :- अशा प्रकारे पापांवरही बाटली तयार करण्याची जबाबदारी सोपविता येते. अर्थात आई जर स्तनपान करीत असेल, तर बाबा त्याला नाहू-जेऊ घालू शकतात. तसेच इतर कामांत

स्तनपानाची तयारी

निसर्गाने आधीच सर्व तयारी करून ठेवली आहे. त्यामुळे तुम्हाला जास्तश्रम करावे लागत नाहीत. गर्भावस्थेच्या अखेरच्या दिवसांत निप्पलच्या स्वच्छतेकडे जास्त लक्ष द्या. ते कोरडे असतील, तर त्यांना लेनोलिन बेस्ड क्रिम लावा. वेळेपूर्वी आकाराने लहान असलेल्या निप्पलसना हाताने ओढण्याचा किंवा दाबण्याचा प्रयत्न करू नका. त्यामुळे सूज येऊ शकते किंवा संसर्ग होऊ शकतो.

वक्षस्थळ व्यवहार्य की सेक्सुअल?

की मग दोन्हीसाठीही त्याचा वापर केला जातो? तुम्हाला याच्या सहाय्याने दोन्ही भूमिका पार पाडायच्या आहेत.(आई आणि प्रियसी) हे दोन्हीही आपापल्या ठिकाणी योग्य आहेत. काही वेळा स्तनपानही तुमच्या जोडीदाराला सेन्सेसनल वाटू शकते. त्यामुळे स्तनपान करण्याचा निर्णय घेताना ही गोष्टही लक्षात ठेवा.

मदतही करू शकतात.

अधिक स्वातंत्र्य :- बाटलीने दूध पिणाऱ्या बाळाची आई जरा जास्त स्वतंत्र असते. त्या घराबाहेर पडून सहजपणे आपले काम करू शकतात. त्यांना दूध काढण्याची किंवा सांभाळण्याची काळजी करावी लागत नाही. त्या बाळाला सोडून कुठेही जाऊ शकतात. रात्रीही दुसऱ्या ठिकाणी थांबू शकतात. अर्थात स्तनपान करणाऱ्या आईलाही हा पर्याय उपलब्ध असतो.

रोमान्ससाठी वेळ :- बाटलीने दूध पिणारे बाळ तुमच्या रोमान्समध्ये अडथळा आणीत नाही. तसे स्तनपानही यासाठी योग्य असत नाही. लॅक्टेशन हार्मोन्समुळे तुमची योनी थोडी कोरडी पडत असते. स्तनांतून निघणारे दूध गोंधळ निर्माण करते. बाटलीने दूध पिणाऱ्या बाळाची आई रोमान्स करण्यासाठी भरपूर वेळ काढू शकते.

आहाराचे स्वातंत्र्य :- अशा प्रकारे तुम्ही आपल्या इच्छेनुसार काहीही खाऊ शकता. स्तनपान करणाऱ्या मातांना मात्र जास्त तेलकट, तिखट आणि मसालेदार पदार्थ खाता येत नाहीत. तुम्ही सहजपणे वाईन किंवा कॉकटेलही घेऊ शकता. बाळाच्या पौष्टिकतेच्या गरजा तुम्हाला सांभाळाव्या लागत नाहीत. त्याची काळजी करावी लागत नाही.

लोकांत प्रदर्शन होत नाही :- चार चौघांत तुम्ही

ब्रेस्ट सर्जरीनंतर स्तनपान

या नंतरही काही महिला स्तनपान करू शकतात, तर काही महिलांना पुरेशा प्रमाणात दूधच येत नाही. यानंतर तुम्ही स्तनपान करू शकाल की त्याच्या बरोबर तुम्हाला बाटलीने दूध द्यावे लागेल, याबाबत तुमच्या सर्जनशी चर्चा करा. तुम्ही बाळाला पाजत असाल, तर दूध किती तयार होते, याकडे लक्ष द्या. बाळाला किती प्रमाणात दूध मिळते आणि त्याद्वारे त्याचे किती पोषण होते? त्याच्या ओल्या डायपरद्वारे तुम्हाला याची कल्पना येऊ शकते. हे दूध पुरत नसेल, तर बाटलीने दूध द्यावे लागू शकते. आईच्या दुधाचे थोडे प्रमाणही बाळासाठी उपयुक्त असते, ही गोष्ट लक्षात ठेवा.

हे सर्व ब्रेस्ट सर्जरीचा प्रकार आणि त्याची पद्धत यावर अवलंबून असते. बाळाच्या विकासाकडे तुम्हाला सतत लक्ष द्यावे लागेल. तरच तुम्हाला त्याला तुमचे दूध पुरते की नाही ते कळू शकेल.

बाळाला स्तनपान करू शकत नाहीत, तेव्हा तर बाटलीचाच पर्याय तुमच्यासाठी शिल्लक राहतो. तसे तर स्तनपान करणाऱ्या स्त्रिया अगदी थोड्या वेळात चार चौघातही चोरून लपून स्तनपान करायला शिकतात.

तणाव कमी :- अनेक स्त्रियांना स्तनपान करण्याचे नुसते नाव काढले तरी तणाव निर्माण व्हायला लागतो. तुम्ही एकदा प्रयत्न करून तर पाहा, काही दिवसांतच तुम्ही हे सहजपणे शिकू शकाल. त्यामुळे तुमचा तणावही खूप कमी होतो.

स्तनपानाची निवड का :- बहुतेक महिलांसाठी ही निवड अतिशय स्पष्ट असते. त्या गर्भवती होण्यापूर्वीच स्तनपान करायचे ठरवतात. काही स्त्रिया स्तनपानाचे फायदे कळल्यावर स्तनपान करण्याचा निर्णय घेतात. काही महिला मात्र इतक्या सहजपणे ही निवड करू शकत नाहीत. स्तनपान करणे आपल्याला शक्य नसल्याचे काही जणी मनातल्या मनात पक्के करून टाकतात. थोड्या वेळासाठी का होईना, पण तुम्ही बाळाला स्तनपान करायला हवे आणि त्याचे फायदे मिळवायला हवेत.

पहिले काही आठवडे असे करणे तुम्हाला खूप अडचणीचे वाटू शकते. पहिल्या महिन्या दीड महिन्यातच आपण स्तनपान करू शकू की नाही,याची आईला कल्पना येते.

बाटली आणि स्तनपान एकाच वेळी :- तुम्ही तुमच्या जीवनशैलीनुसार हा निर्णय घेणेच चांगले ठरू शकते. स्तनपान करण्याबरोबरच त्याला वरचे दूधही द्या. स्तनपानासाठी सराव करावा लागेल. कारण एकदा का बाळाला बाटलीने दूध पिण्याची सवय लागली की त्याला स्तनपान करावे वाटत नाही. कारण स्तनाचे निप्पल ओढण्यासाठी त्याला जास्त त्रास सहन करावा लागतो.

तुम्ही स्तनपान करू शकत नाही किंवा तुम्हाला करायचे नसते तेव्हा

दुर्दैवाने प्रत्येक नवीन आईला स्तनपान करण्याची संधी मिळत नाही. काही माता तर इच्छा असूनही आपल्या बाळाला स्तनपान करू शकत नाहीत. आई आणि बाळाचे आरोग्य, मानसिक किंवा शारीरिक कारणामुळे काही वेळा वेळेवर स्तनपान सुरू करता येत नाही. त्याची खालीलप्रमाणे कारणे असू शकतात-

- एखादा गंभीर आजार, त्यामुळे आई बाळाला स्तनपान करू शकत नाही.
- टीबीसारखा संसर्गजन्य आजार. अशा वेळी स्तनांतून दूध काढून बाळाला देता येते.
- अँटी थॉयराईड, अँटी हायपरटेंसिवड्रग्ज किंवा अँटीकॅंसर औषधांचे सेवन.
- एखादे औषध तुम्ही दीर्घ काळापासून घेत असाल, तर स्तनपान करीत असताना ते घेणे किती सुरक्षित आहे, ते डॉक्टरांना विचारा. नसेल तर त्याच्या जागी कोणते औषध घ्यायला हवे?
- कामाच्या ठिकाणी विषारी रसायनांमध्ये काम करावे लागत असेल तर.
- आवश्यकतेपेक्षा जास्त मद्यपान.
- कोणत्याही प्रकारचे ड्रग्ज सेवन करणे.
- एच आय व्ही किंवा एड्ससारखा संसर्गजन्य

पापा आणि स्तनपान

अभ्यासकांचे असे म्हणणे आहे, की जर बाबांनी मदत केली तर ९६ टक्के माता स्तनपान करायला तयार होतात. नाही तर ही संख्या २६ टक्क्यांपर्यंत खाली येते. बाबा अतिशय सहजपणे स्तनपान करणाऱ्या आईला मदत करू शकतात. त्यामुळे आपसातील प्रेमही वाढते. त्यामुळे बाबांनी या संघात सामील होण्यासाठी तयार व्हावे.

धुम्रपान आणि स्तनपान

निकोटीन तुमच्या दुधात मिसळते त्यामुळे बाळाला स्तनपान करण्याची तुमची इच्छा असेल, तर तुम्हाला धुम्रपान करणे सोडावे लागेल. ते तुमच्यासाठी तसेच बाळासाठी हितकारक होते. तुम्ही धुम्रपान करणे सोडू शकत नसाल, तर बाळाला स्तनपान करण्याऐवजी दुसरा एखादा पर्याय निवडा. म्हणजे मग त्याला सेकंड हँड स्मोक पासूनही वाचविता येईल. अशा प्रकारे बाळालाही पुढील जीवनातील धुम्रपानापासून वाचविता येते.

- सिगारेटची संख्या कमी करा.
- कमी निकोटीन असलेला ब्रँड निवडा.
- सिगारेट ओढल्यानंतर कमीत कमी ९५ मिनिटांनी स्तनपान करा. म्हणजे मग तुमच्या दुधात निकोटीन राहणार नाही.
- बाळाच्या उपस्थितीत किंवा त्याच्या सभोवती असताना धुम्रपान करू नका. त्यामुळे त्याला श्वासाचा त्रास होण्याची शक्यता असते.

आजार असेल तर.

- काही वेळा नवजात शिशूही आईचे दूध पिण्यास असमर्थ असतात.
- मुदतीपूर्वी जन्मलेल्या बाळालाही स्तनपान करण्यास अडचण येते. अशा वेळी बाळाला इंटेंसिव्ह केअर युनिटमध्ये ठेवले जाते. अशा वेळी नर्सच्या मदतीने वक्षाचे दूध काढून त्याला देऊ शकता.
- लॅक्टोज इनटॉलरन्स : आई आणि गाईचे दूध पचत नाही. अशा वेळी बाळाला बाहेरचे दूध दिले आणि त्यासोबत आईचे दूध दिले तर ते

पचू शकते.

- तोंडाच्या काही विकृती असतील तर बाळ दूध चोखू शकत नाही. त्या बाळालाही स्तनातून दूध काढून देता येते.
- काही वेळा खूप प्रयत्न करूनही पुरेशा प्रमाणात दूध तयार होत नाही. बाळ उपाशी राहते.

प्रयत्न करूनही तुम्ही बाळाला स्तनपान करू शकत नसाल, तर तुमच्या मनात हीनपणाची किंवा अपराधीपणाची भावना निर्माण होऊ देऊ नका. तुम्ही तुमच्या बाळाला खूप प्रेम देऊ शकता आणि त्याची चांगली काळजी तर नक्कीच घेऊ शकता.

नववा महिना

साधारणपणे ३६ ते ४० आठवडे

ज्याची तुम्ही अतिशय दीर्घकाळापासून अतूरतेने वाट पहात होता, तो महिना शेवटी आला आहे एकदाचा. अशा वेळी थोडी चिंता होणे शक्य आहे. बाळाच्या स्वागतासाठी तुम्ही तयार असू शकता किंवा नसूही शकता. कदाचित अनेक प्रकारच्या कामामुळे (डॉक्टरांना भेटणे, खरेदी करणे, प्रकल्प तयार करणे, बाळाच्या खोलीचा रंग) हा महिना तुम्हाला दीर्घ वाटू शकतो. तुमची प्रसूती योग्य वेळी झाली नाही, तर दहावा महिना आणखी मोठा वाटू शकतो.

या महिन्यातील गर्भाचा विकास

३६ वा आठवडा :- या वेळी तुमच्या बाळाचे वजन ६ पौंड आणि लांबी २० इंच झाली आहे. तुमच्या मांडीवर खेळण्यासाठी गर्भ आता जवळपास तयार आहे. यावेळी बाळाच्या सर्व संस्था बाहेरील जगण्यासाठी तयार होत आहेत. पचनसंस्थेचे काम मात्र अजून सुरू झाले नाही. सध्या तरी नाळेद्वारे त्याला अन्न पोहचत आहे. त्यासाठी पचनाची आवश्यकता नसते. बाळाने स्तनपान सुरू केल्यावर किंवा बाटलीने दूध प्यायला सुरूवात केल्यावर त्याची पचनसंस्था काम करायला लागते आणि मग डायपर घाण व्हायला लागतात.

नऊ महिन्याचा गर्भ

३७ वा आठवडा :- एक आनंदाची बातमी त्याने आज जन्म घेतला तरीही त्याला पूर्ण कालावधीचा समजले जाते. याचा अर्थ त्याचा परिपूर्ण विकास झालेला असतो, असे नसते. या आठवड्यात त्याचे वजन अर्धा पौंड वाढते. यावेळी बाळाचे सरासरी वडन साडे सहा पौंड असते. (बाळाचे वजन वेगवेगळे असते.) आता तुमच्या बाळाचे सुंदर गाल, दंड, खांजे आणि मनगटात मेद जमा व्हायला लागला आहे.

३८ वा आठवडा :- गर्भाचे वजन सुमारे ७ पौंड आणि लांबी २० इंच झाली आहे. ते आता बाहेर येण्यासाठी बऱ्याच मोठ्य प्रमाणात सज्ज आहे. त्याला थोडी फार कामे अजून उरकायची आहेत. मग मात्र तो तुमच्या मांडीवर असणार आहे.

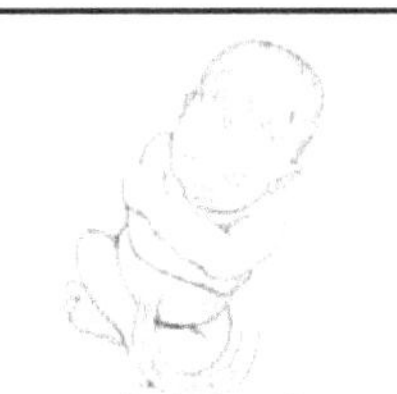

३९ वा आठवडा :- आतापासून प्रसूतीपर्यंत विकास थोडा थांबतो. सरासरी वजन ७ ते ८ पौंड आणि लांबी १९ ते २१ इंच असते. तसे त्याच्या मेंदूचा विकास मात्र वेगाने होत आहे. त्याची गुलाबी त्वचा आता पांढुरकी व्हायला लागली आहे. त्याच्या त्वचेचा खरा रंग मात्र पिग्मेटेशन नंतरच समोर येणार आहे. आता त्याचे डोके तुमच्या पेल्विस जवळ आले आहे. त्याचा अर्थ आता तुम्हाला श्वास घ्यायला त्रास होत नसेल, पण चालायला मात्र अडचण येते.

४० वा आठवडा :- अभिनंदन ! गर्भावस्था संपण्याचा कालावधी आता जवळ आला आहे. सध्या गर्भाचे वजन ६ ते ९ पौंडांच्या दरम्यान असून लांबी १९ ते २२ इंच असू शकते. अर्थात वजन आणि लांबी कमी जास्त असू शकते. अर्थात गर्भ आता तुम्हाला पहिल्यांदा पाहणार असला, तरीही तो तुमचा आवाज ओळखू शकतो. आता तो तुमच्या ड्यू डेटच्या आधी जन्म घेतो की नंतर इतकेच फक्त पहायचे आहे.

४१ वा आठवडा :- त्याला चोकआऊट करण्यासाठी वेळ लागत आहे, असे वाटते. ५ टक्क्यापेक्षाही कमी मुले दिलेल्या तारखेला जन्म घेतात. ८० टक्के मुलांना गर्भाशयातील आपला मुक्काम सहजा सहजी हलवावा वाटत नाही. काही वेळा बाळ उशीर करीत नाही, तर तुम्ही काढलेली तारीख चुकीची असते. जन्माच्या तारखेनंतर उशिरा जन्म घेणारे बाळ सुरकुत्या पडलेले, कोरड्या त्वचेचे असते कारण प्रसूती होण्यापूर्वी त्याचे संरक्षक कवच सुटलेले असते. अर्थात ही सर्व लक्षणे तात्पुरत्या स्वरूपाची असतात. त्यांची नखे खूप वाढलेली असतात. ते दुसऱ्या बाळांच्या तुलनेत खूप जागृत असतात. डोळे पूर्णपणे उघडलेले असतात. अशा बाळांवर डॉक्टर सतत लक्ष ठेवून असतात.

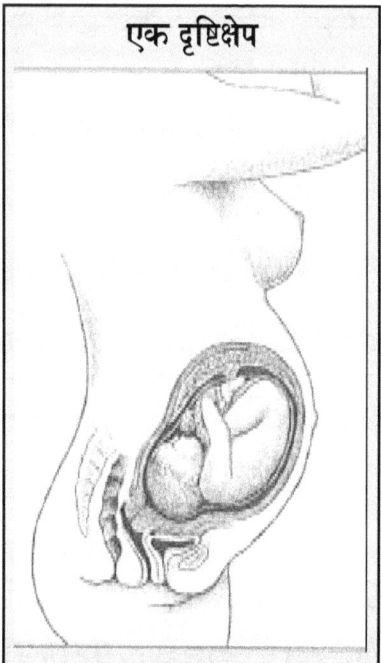

एक दृष्टिक्षेप

आता तुमचे गर्भाशय बरोबर बरगड्याच्या खाली आहे. त्याच्या आकारातही फारसा बदल होत नाही. प्युबिक बोनपासून गर्भाशयाची उंची सुमारे ३०-४० से.मी. असते. आता तुमचे वजन खूप कमी वाढते आहे. तुमच्या पोटाचा आकार वाढत आहे. कारण त्याची या जगात येण्याची तयारी सुरू आहे.

तुम्हाला काय वाटते?

सध्या तुम्हाला सर्व लक्षणे जाणवू शकतात किंवा त्यातील काहीच तुम्ही जाणवू शकता. काही मागील महिन्यांपासून सुरू असतात तर काही या महिन्यात नव्याने सुरू होतात. काही लक्षणांची आता सवय होते. किंवा काही प्रसूतीपूर्व लक्षणे समोर येत असतील.

शारीरिक :-

''गर्भाच्या कामात थोडा बदल. हालचालीत थोडी कमतरता कारण आता त्याला उड्या मारण्यासाठी जागाच नाही.''

- योनी स्राव पूर्वीपेक्षा अधिक घट्ट झाला असून जास्त म्युकस तयार व्हायला लागले आहे. संभोग किंवा पेल्विक परीक्षणानंतर ते फिक्कट गुलाबी किंवा लाल असते. .
- मलावरोध
- छातीत जळजळणे, अपचन, पोट फुगणे.
- कधी कधी डोके दुखणे.बेशुद्धी किंवा चक्कर येणे.
- नाक चोंदणे किंवा कधी कधी नकातून रक्त येणे. कानात मळ होणे.
- संवेदनशील हिरड्या
- रात्री पायांत गोळे येणे.
- पाठदुखी
- नितंबांवर दाब किंवा वेदना
- पोटऱ्या, पाय आणि चेहऱ्यावर सूज
- व्हेरिकोज व्हेन्स
- हेमोरायड्स
- बेबी ड्रॉपिंग नंतर श्वास घ्यायला मोकळेपणा
- स्ट्रेच मार्क्स
- 'ब्रेक्सटन हिक्स कॉंट्रॅक्शन' काही वेदनादायी
- शरीर सैल होणे
- जास्त थकवा किंवा जास्त ऊर्जा किंवा दोन्ही
- भूक लागणे किंवा भूक न लागणे
- निप्पलमधून कोलॅस्ट्रम स्रवणे

भावनिक :-

- ज़ास्त उत्तेजना, जास्त तणाव आणि डोके रिकामे वाटणे.
- संवेदनशीलता आणि बेचैनी
- अधीरता आणि चिडचिडेपणा
- बाळाबद्दल कल्पना करणे, स्वप्ने पाहणे.

या महिन्यातील तपासण्या :-

तुमचा डॉक्टरांकडे जास्त वेळ जाऊ शकतो. वेटिंग रूममध्ये वाचण्यासाठी सोबत काही पुस्तके ठेवा.तुमची प्रसूती किती दूर आहे ते डॉक्टर तुम्हाला सांगू शकतात. खालील तपासण्या कराव्या लागू शकतात. अर्थात यातील बऱ्याच तुमच्या गरजेवर आणि डॉक्टरांच्या पद्धतीवर अवलंबून आहेत.

- वजन वाढणे बंद होते किंवा कमी होते.
- तुमचा रक्तदाब थोडा वाढतो.
- प्रोटिनसाठी रक्त आणि लघवी तपासणी.
- हाता-पायावरील सूज.
- गर्भाशयाचे तोंड उघडायला लागले की नाही हे पाहण्यासाठी सर्व्हिक्सची आतून तपासणी.
- गर्भाशयाची उंची
- गर्भाचा आकार
- तुमचे प्रश्न आणि शंका

प्रसूती आणि डिलिव्हरीशी संबंधित काही सूचना डॉक्टर तुम्हाला देतात. त्यांनी दिल्या नाही तर तुम्ही विचारा.

तुम्ही काय विचार करता?

वारंवार लघवीला जाणे

''गेल्या काही आठवड्यांपासून मला वारंवार लघवीला जावे लागते. हे सामान्य आहे का?''

पहिल्या तिमाहीतील समस्या पुन्हा परत आल्या आहेत. गर्भाशय पुन्हा मुत्राशयावर दबाव टाकायला लागते. आता त्याचा भार पूर्वीपेक्षा जास्त आहे. या लघवीसोबत संसर्ग नसेल, तर ही लक्षणे सामान्य समजली जातात. यापासून बचाव करण्यासाठी पातळ पदार्थांचे प्रमाण कमी करू नका, कारण सध्या त्याची तुमच्या शरीराला खूप गरज आहे. लघवीची इच्छा

झाल्यावर नि:संकोच जा.

स्तनांतील स्राव

"नवव्या महिन्यातच स्तनांतून दूध स्त्रवत असल्याचे माझी एक मैत्रिण सांगत होती. माझे असे होत नाही. माझ्या शरीरात दूध तयार होत नाही की काय? "

दूध पिणारे बाळ जन्माला येत नाही तोपर्यंत दूध तयार होत नाही. काही वेला तर प्रसूती नंतर तीन-चार दिवसही दूध तयार होत नाही. तुमची मैत्रिण कोलॅस्ट्रमबद्दल सांगत होती. हा फिक्कट पिवळया रंगाचा पातळ पदार्थ असतो. स्तनांमध्ये दूध उतरण्यापूर्वी हा तयार होत असतो. त्यामध्ये अनेक प्रकारच्या अँटीबॉडीज असतात. त्याशिवाय त्यात प्रोटिन, कमी प्रमाणात मेद आणि मिल्क शुगर आढळून येते. त्यानंतर मग स्तनात दूध उतरते.

कोलॅस्ट्रम स्त्रवत नसले तरीही तुमच्या शरीरात ते तयार होत असते. तुमचे निप्पल हळूवारपणे दाबा, तुम्हाला त्याचे थेंब बाहेर आलेले दिसतील. जोराने दाबल्यावर मात्र निप्पलला जखम होऊ शकते. निप्पल दाबल्यानंतर थेंब दिसले नाहीत तरीही घाबरण्याचे काही कारण नाही. बाळ जन्माला आल्यानंतर आपल्या अन्नाची सोय करते.

कोलोस्ट्रम जास्त प्रमाणात स्त्रवत असेल, तर तुम्हाला तुमच्या ब्राच्या आत नर्सिंग पॅड लावावे लागतील. म्हणजे मग कपडे खराब होणार नाहीत. तसेही आता तुम्हाला थोडेसे ओलसर गाऊन, टी शर्ट, ब्रा आणि नाईट गाऊन घालण्याची सवय करून घ्यायला हवी.

फिक्कट डाग पडणे

"आज सकाळी सेक्स नंतर मला फिक्कट डाग आढळला. लेबर सुरू होणार आहे की काय?"

अंतर्गत तपासणी किंवा सेक्स नंतर फिक्कट लाल किंवा भूरकट रंगाचा डाग दिसला म्हणजे लेबर सुरू झाले, असा त्याचा अर्थ होत नाही. गुलाबी किंवा भुरकट म्युकस सोबत आंकुचन सुरू झाले तर ती लेबरची सुरूवात असू शकते. मग तुम्ही संभोग केलेला असो की नसो.

संभोगानंतर लगेच एकदम लाल रंगाचा वेगवान रक्तस्राव सुरू झाला तर डॉक्टरांना दाखवा.

पाण्याची पिशवी फुटणे

"चार चौघांत पाण्याची पिशवी फुटण्याची मला खूप भीती वाटते."

चार चोघात ॲम्निओटिक द्रव्याची पिशवी फुटणार तर नाही ना, याची बहुतेक स्त्रियांना शेवटच्या दिवसात खूप भीती वाटत असते. ८५ टक्के महिलांच्या बाबतीत तर असे लेबर रूममध्ये पोहचल्यानंतरच होत असते. केवळ १५ टक्के महिलांच्या बाबतीतच त्यांची ही पिशवी आधी फुटते. पण असे चार चौघात किंवा उघड्यावर कधीही होत नाही. तुम्ही झोपलेल्या असता तेव्हाच असे होऊ शकते. तुम्ही काही मोकळया मैदानात किंवा रस्त्यावर तर कधी झोपत नाहीत. समजा पिशवी फुटली तरीही सर्व काही एकदम वाहून जात नाही. तुम्ही उभ्या किंवा बसलेल्या असता तेव्हा गर्भाचे डोके बाटलीच्या झाकणासारखे काम करीत असते.

समजा असे झाले तरीही तुमच्यावर कोणीही रागावणार नाही. तुमच्या या परिस्थितीकडे दुर्लक्ष करून तुम्हाला मदत करण्याचाच सर्वजण प्रयत्न करतील. तुम्ही गरोदर आहात हे सर्वांनाच माहीत आहे. याचा फायदा असा की २४ तासात तुम्हाला लेबर सुरू होतील म्हणजे बाळ जन्माला येईल. प्रसूती सुरू झाली नाही तरी डॉक्टर तुमच्यासाठी ती सुरू करतील.

तसे तुम्हाला वाटतच असेल तर शेवटच्या दिवसात साधे पॅड लावा. म्हणजे मग तुम्हाला सुरक्षित वाटेल. आपल्या घरातही बेडशीटच्या खाली जाडसर टॉवेल किवा पानकापड आंथरा. कारण मध्यरात्रीही तुमच्याबाबतीत असे होऊ शकते.

गर्भाचे ड्रापिंग

''३८ आठवडे झाल्यानंतरही गर्भाचे ड्रॉपिंग झाले नाही याचा अर्थ माझी प्रसूती उशिरा होणार आहे की काय?''

गर्भ जर बाहेर पडण्याच्या मार्गावर आला नाही तर ही प्रक्रिया सुरू व्हायला अजून वेळ आहे, असा त्याचा अर्थ होतो. बाळ घसरून आईच्या पेल्विक भागात येते. पहिली प्रसूती असेल तर ड्रॉपिंग दोन-चार आठवडे आधी होते. दुसरी तिसरी गर्भावस्था असलेल्या स्त्रिला लेबरही होत नाहीत. अर्थात प्रत्येक गोष्टीला काही अपवाद असतात. तुमची ड्रॉपिंग आधीही होऊ शकते किंवा नंतरही. तुमच्या गर्भाचे डोके खाली येऊन पुन्हा वर जाऊ शकते.

तसे हा फरक तुम्हालाही जाणवू शकतो. डायफ्रामवरील गर्भाशयाचा दाब कमी होत जाईल तसा तुम्ही मोकळा श्वास घेऊ शकाल. तुम्ही पहिल्यापेक्षा जास्त चांगल्या रितीने जेवण करू शकाल. छातीत जळजळ आणि अपचनही होणार नाही. अर्थात इथर काही प्रकारचे त्रास मात्र सुरू होतील. सांधेदुखी वाढते आणि संतुलन डळमळायला लागते.

काही वेळा तर असे होऊनही तुम्हाला काही फरक जाणवत नाही. कारण काही लक्षणे आधीपासूनच तुम्हाला जाणवत असतात. त्यामुळे तुम्हाला ते स्पष्टपणे जाणवत नाहीत.

गर्भाच्या डोक्याची स्थिती माहीत करून घेण्यासाठी डॉक्टर अंतर्गत तपासणी करतील. पोट दाबून त्याची स्थिती तपासतील.

गर्भ आपल्या गतीनुसार कोणत्याही अवस्थेत असू शकतो. कदाचित त्याने खाली यायला सुरूवात केलेली असू शकते. तो खाली येताच लेबर सुरू होऊ शकते. अशा परिस्थितीत तुम्हाला थोडे कमी श्रम करावे लागतात.

बाळाचे रडणे

जन्मानंतर सर्वात आधी बाळाच्या रडण्याचा आवाज ऐकायला येतो. तुमचा विश्वास बसणार नाही, पण बाळ गर्भातही रडत असते. जोरात आवाज झाल्यावर बाळाच्या चेहऱ्यावर रडके भाव येत असल्याचे अभ्यासात आढळले आहे. ते आधीपासूनच रडण्याची तयारी करून येतात. म्हणजे मग तुमच्या नाकी नऊ आणता येतील.

गभा७च्या हालचालीतील बदल

''आधी माझा गर्भ खूप वेगाने लाथा मारीत होता. आताही मला त्याची हालचाल जाणवते, पण तो आता पहिल्यासारखा सक्रिय नाही.''

पाचव्या महिन्यांपासून त्याच्याकडे उड्या मारण्यासाठी आणि आपली कला दाखविण्यासाठी खूप जागा होती. आता परिस्थिती थोडी बदलली आहे. त्याच्याजवळ आता जास्त जागा नाही. एकदा त्याचे डोके पेल्विसकडे गेल्यावर त्याच्या हालचाली आणखी कमी होतात. या वेळी हालचाली कमी अधिक झाल्याने काही फरक पडत नाही. एखादा झटका लागल्यानंतर हालचाल एकदम थांबली आहे, असे तुम्हाला वाटले, तर डॉक्टरांना लगेच दाखवा.

''आज मला हालचाल अजिबात जाणवली नाही. याचा अर्थ काय झाला?''

आम्ही तुम्हाला बेबी कीक काउंटचे सूत्र सांगितले आहे. त्यानुसार गर्भाच्या हालचालीची नोंद ठेवा.

वजन कमी होणे

गर्भावस्थेतील शेवटच्या दिवसात आईचे वजन वाढणे कमी होते. असे का होते? खरं तर ही साधारण गोष्ट आहे. याचा अर्थ शरीर प्रसूतीसाठी तयार आहे. तुमच्या शरीरातील ॲम्नियोटिक द्रव्य कमी व्हायला लागले आहे. घाम आणि संडास यामुळेही वजन कमी व्हायला लागले आहे. हे तुम्हाला चांगले वाटत असेल, तर डिलिव्हरीच्या दिवसाची वाट पहा. त्या दिवशी अचानक इतके वजन कमी होते, की पूर्ण आयुष्यात कधी इतके कमी होत नाही.

त्यानुसार त्याच्या हालचाली नसतील तर डॉक्टरांना दाखवा. या कमीचे कारण डॉक्टर शोधतील. अर्थात कमी हालचाली करणारा गर्भही निरोगी स्वरूपात जन्म घेऊ शकतो.

तसे काहीवेळा या परिस्थितीत हालचाल पूर्णपणे बंद होण्याचीही काही गंभीर कारणे असू शकतात. त्याकडे दुर्लक्ष न करता डॉक्टरांचा सल्ला घ्या.

''डिलिव्हरी जवळ आल्यावर गर्भाच्या हालचाली मंदावतात असे मी ऐकले आहे. माझा गर्भ तर अजूनही पूर्वीसारखाच सक्रिय आहे.''

प्रत्येक गर्भ आपल्या ठिकाणी वेगळा असतो. त्याच्या सक्रियतेची पातळी वेगवेगळी असते. काही गर्भ सुस्त असतात, तर काही आपली चपळता कायम ठेवीत असतात. तसे डिलिव्हरीच्या शेवटच्या दिवसांत त्याच्याजवळ जागेची कमतरता असल्यामुळे त्याच्या हालचाली थोड्या मंदावतात. तुम्ही त्याच्या हालचालीची पूर्ण नोंद ठेवत असाल, तर तुम्हाला घाबरण्याचे काही कारण नाही.

तय्यार व्हा!

बाळाच्या जन्मासाठी तयारी इतके काहीही महत्त्वाचे नसते. या बाबतीत पुस्तके किंवा डीव्हीडी अशा कोणत्याही माध्यमातून मिळालेली माहिती आवश्य घ्या. त्या वेळी वेदनेपासून आपले लक्ष इतरत्र करण्यासाठी तुम्ही काय कराल? डॉक्टरांनी परवानगी दिली तर तुम्ही संगीत ऐका. टीव्ही पाहा. जोडीदारासोबत पोकर खेळा. तुमच्या लॅपटॉपवर काम करा किंवा मैत्रिणीशी फोनवर गप्पा मारा.

या सर्व गोष्टींचा वापर करण्याची संधी तुम्हाला मिळणार नाही, असेही होऊ शकते. तरीही आवश्यक सामान सोबत न्यायला विसरू नका.

नेस्टिंग इंस्टिंक्ट

''नेस्टिंग इंस्टिंक्ट ही लोणकढी थाप आहे की सत्य आहे?''

पक्षांप्रमाणे माणसातही ही भावना दिसून येते. अंडी घालण्यापूर्वी पक्षी घरटे बांधतात त्याप्रमाणे मानवी मनातही अशी व्यग्रता येत असते. डिलिव्हरीच्या काही दिवस आधी घराचा काना कोपरा झाडून पुसू स्वच्छ करते. प्रत्येक वस्तू जागच्या जागी ठेवते. काही महिला तर घरात सहा महिन्यांचे राशन पाणी भरून ठेवतात. काही जणी नर्सरीचा काना कोपरा स्वच्छ करतात. स्वंयपाक घर नवीन पद्धतीने सजवतात. बाळाचे सामान सजवून ठेवण्यात तासंतास घालवितात.

काही वेळा ॲड्रेनलिनच्या पातळीमुळे असे होते. असे सर्वांच्या बाबतीत होत नाही, हे लक्षात ठेवा. काही महिला तर टिव्हीसमोर बसून खाण्या पिण्यात आपला वेळ घालवित असतात. त्यांना काही कधी अशी इच्छा होत नाही.

तुम्हालाही असे होत असेल, तर बाळाची नर्सरी स्वतःला भेट देऊ नका. तुम्ही पायऱ्यावरून पडू शकता. घरातील कामामुळे स्वतःला खूप थकवू नका. तुम्हाला अजून बरीच ऊर्जा साठवून ठेवायची आहे.

प्रसव सुरू होण्यासाठी तुम्ही काय कराल?

प्रसूतीची अंदाजे तारीख टळून गेल्यावरही तुम्ही गर्भवतीच आहात. अजून किती वेळ लागेल माहीत नाही? हे सर्व प्रकरण आपल्या हातात घेऊन प्रसव सुरू होण्यासाठी तुम्ही स्वतः एखांद्या तंत्राचा वापर करायला हवा? हे प्रयत्न यशस्वी होतात? दाईचे तोडगे उपयुक्त ठरतात? खरं तर या बाबतीत काही सांगणे अवघड आहे. कारण बहुतेक वेळा अशा काही पद्धतींना सुरूवात करताच आपोआप प्रसूती सुरू होते. तरीही तुम्हाला खालील तोडगे अंमलात आणायचे असतील तर तुमची मर्जी -

शतपावली :- फिरल्यामुळे गुरूत्वाकर्षणाचे बळ बाळाला खाली येण्यासाठी भाग पाडू शकते. यामुळे प्रसूती सुरू होत नाही, पण त्यासाठी आवश्यक तयारी पूर्ण व्हायला मदत मिळते.

सेक्स :- सध्या तुम्ही एखाद्या लहानशा सागरी घोड्यासारख्या दिसत असल्या तरीही सेक्सचा आनंद घ्यायला काय हरकत आहे? त्यामुळे दुसरे कामही होऊ शकते. वीर्यामुळे संकुचनाला चालना मिळत असल्याचे अभ्यासांती आढळून आले आहे. सेक्स न करणाऱ्या महिलांच्या तुलनेत शेवटपर्यंत सेक्स करणाऱ्या महिलांची मुले उशिरा जन्माला येतात, असे काही संशोधकांचे म्हणणे आहे. तुम्हाला जे योग्य वाटेल ते तुम्ही करा, इतकेच आम्ही यावेळी सांगू शकतो. या शिवाय़ अनेक शतकांपासून चालत आलेले काही घरगुती उपाय आहेत. यांचा वापर करण्यापूर्वी डॉक्टरांचा सल्ला आवश्य घ्या. ते आहेत -

निप्पल उत्तेजना :- निप्पल उत्तेजित केल्यामुळे तुमच्या शरीरात नैसर्गिकरित्या ऑक्सिटोसिन तयार होते आणि प्रसव वेदना सुरू होतात. हे काम दिवसाला अनेक तास करावे लागते असे म्हणतात. यामुळे तीव्र आणि दीर्घ प्रसव वेदना होऊ शकते.ही पद्धत वापरण्यापूर्वी किमान चार वेळा विचार करा.

एरंड तेल :- एंरड तेल पिऊन प्रसव वेदना सुरू करायच्या आहेत? त्यामुळे वारंवार शौचास जावे लागते. परिणामी गर्भाशयात संकुंचन सुरू होते. हे तेल घेतल्याने तुम्हाला डायरिया, उलटी किंवा पोटदुखी होऊ शकते. त्यामुळे असे काही करण्यापूर्वी थोडा विचार करा.

आयुर्वेदिक चहा आणि उपचार :- रसभरीच्या पानांचा चहा यासारखे अनेक उपाय आजी सांगते. सुरक्षेच्या दृष्टिकोनातून त्यावर काहीही संशोधन झाले नाही. त्यामुळे डॉक्टरांना विचारल्याशिवाय एकही पाऊल उचलू नका.

एखाद्या आठवड्यानंतर तुम्ही स्वतः किंवा डॉक्टरांच्या मदतीने ज़्याची तुम्ही अतूरतेने वाट पाहत आहात, त्या प्रक्रियेपर्यंत जाणारच आहात.

आपल्या मर्यादा ओलांडू नका. तुम्ही माणूस आहात आणि आपली सर्वच कामे तुम्ही करू शकत नाहीत.

नऊ महिन्यानंतर जन्मणारे बाळ (ओव्हर ड्यू बेबी)

''प्रसूतीला एक आठवडा उशीर झाला आहे. माझी प्रसूती आपोआप सुरू होईल?''

तुम्ही अतिशय अतूरतेने प्रसूतीच्या अंदाजे तारखेची वाट पहात होतात. ती उलटल्यानंतरही प्रसव वेदना सुरू झाली नाही. आशेची निराशा झाली आहे. साधारण पणे आपण ज्याला ओव्हर ड्यू म्हणतो तसे ७० टक्के प्रकरणात होत नाही. कारण प्रसूतीची

अंदाजे तारीख सांगण्यात चूक झालेली असते. खरोखरच तुमच्या बाबतीत ओव्हर ड्यू असेल, तर डॉक्टर इतका दीर्घकाळ थांबत नाहीत. ४१ व्या आठवड्यातच प्रसव सुरू होण्याची प्रक्रिया सुरू केली जाते. कारण नाही तर ॲम्नियोटिक द्रव्याचे प्रमाण कमी होत चालल्याचे आढळून येते. परिणामी गर्भाशयातील घर बाळासाठी उपयुक्त रहात नाही.

"ओव्हर ड्यू बाळ आतमध्ये योग्य प्रकारे राहू शकत नसल्याचे मी ऐकले आहे. मी नुकतेच ४० आठवडे पूर्ण केले आहेत. माझी डिलिव्हरी व्हायला हवी का?"

४० आठवडे पूर्ण झाले याचा अर्थ गभ बाहेर येण्यासाठी तडफडतो असा होत नाही.

गर्भावस्था खरोखरच ४१ आठवड्यांची झाली तर ते घर त्याच्यासाठी उपयुक्त रहात नाही. प्लासेंटामधून त्याला योग्य पोषण आणि आहार मिळत नाही. ॲम्नियोटिक द्रव्याचे प्रमाणही कमी होते.

अशा गर्भाला 'पोस्टमॅच्युअर' म्हणतात. त्यांची त्वचा कोरडी, उतरलेली, सैलसर आणि सुरकुतलेली असते. कारण त्वचेवरील सुरक्षा कवच गळालेले असते. त्यांची नखे आणि केसही इतर नवजात अर्भकाच्या तुलनेत जास्त वाढलेले असतात. इतर बाळांच्या तुलनेत ते अधिक सजग असतात आणि त्यांचे डोळे पूर्णपणे उघडलेले असतात. त्यांना ऑपरेशन करून बाहेर काढावे लागते आणि त्यांच्या डोक्याचा घेरही मोठा असतो. यांचा जन्म झाल्यानंतर त्यांना थोडावेळ नर्सरीत ठेवावे लागते. खरं तर ते पूर्णपणे निरोगी असतात.

गर्भावस्थेला ४१ वा आठवडा लागल्यानंतर डॉक्टर प्रसव वेदना सुरू करू लागतात. काही डॉक्टर मात्र थोडी वाट पाहतात. ते गर्भाची पूर्ण तपासणी करतात. तसं तर तुमचा गर्भही कोणत्याही परेशानीशिवाय गर्भाशयाच्या बाहेर येण्यासाठी तयार व्हावा, हीच सर्वांची अपेक्षा असते.

जन्माच्या वेळी इतरांना बोलावणे

"बाळाच्या जन्मासाठी मी खूप उत्साहित झाले असून आनंदाच्या या क्षणी माझ्या बहिणी आणि मैत्रिणी मला सोबत हव्या आहेत. त्या

थोडीसी मालीश

बाळाच्या येण्याची प्रतीक्षा असेल, तर काहीही न करता तुमच्या पॅरीनियमची थोडी मालीश करा. त्यामुळे तुमचे गुद्द्वार आणि योनी याच्यामधील मार्ग बाळाच्या येण्यासाठी सज्ज होतो. अशा प्रकारे तुमचा ॲपिसियोटॉमी पासूनही बचाव होऊ शकतो, असे काही तज्ज्ञ सांगतात. त्यासाठी तुमचे हात स्वच्छ आणि नखे कापलेली असावीत. हातावर थोडी के वाय जेली लावून योनीत घालावा. गुद्दाच्या दिशेने दाब टाकीत थोडी मालीश करावी. गर्भावस्थेच्या शेवटच्या दिवसात रोज पच-सात मिनिट अशी मालीश करावी. तुम्हाला असे करावे वाटत नसेल, तर घाबरण्यासारखे काही नाही. वेळ आल्यावर शरीर आपोआपच त्यासाठी तयारी करते. तुम्ही पूर्वी आई झाला असाल तर याची काही गरज पडत नाही.

तुम्हाला मालीश करायची असेल तर हलक्या हाताने हळूवारपणे करावी. प्रसूतीपूर्वी तुमच्या त्वचेला ज़खम व्हावी किंवा सूज यावी, असे तुम्हालाही वाटत नसणार. त्यामुळे थोडी काळजीपूर्वक मालीश करा.

सर्वांना माझ्या पतीसह बर्थरूममध्ये बोलावणे योग्य राहील?''

तुम्हाला हा अनुभव इतरांसोबत शेअर करायचा असेल, आपल्या माणसांची सोबत हवी असेल, तर त्यात काहीच गैर नाही.

खरं तर ॲपिड्युरलच्या वापराने प्रसूती वेदना कमी होतात. त्यामुळे बहुतेक महिलांना याच्यानंतर वेदना जाणवत नाहीत. त्यामुळे हे क्षण त्या आनंदात घालवितात. काही ठिकाणी अशा पाहुण्यांना बसविण्याची पूर्ण व्यवस्था केलेली असते. काही ठिकाणी तर पतीला ऑपरेशन टेबलपर्यंत सोबत करण्याची सोय असते.

आपल्या माणसांची सोबत असल्यामुळे गर्भवतीची हिमंत वाढते असे अनेक डॉक्टरांचे म्हणणे आहे. तसे अशा प्रकारे पाहुण्यांना बोलावण्यापूर्वी तुम्हीही काही गोष्टी लक्षात घ्यायला हव्यात. तुमचे डॉक्टर आणि इस्पितळातील वातावरण असे काही करण्यासाठी परवानगी देते का? तुमच्या या वाईट अवस्थेत अनेक नजरा तुमच्यावर रोखलेल्या असाव्यात असे तुम्हाला वाटते का? त्यांना वाटणारा असाधारणपणा तुम्हालाही त्रासदायक ठरणार नाही ना? त्यांच्या बोलण्यामुळे घाबरून तुम्हाला शांतता तर हवी वाटणार नाही ना? त्यावेळी तुमचे लक्ष बाळावर असण्याऐवजी पाहुण्यांच्या चहा पाण्याकडे तर लागणार नाही ना?

आहार?

प्रसूतीच्या वेळी काय खावे? जुन्या दाई सांगतात की काही तिखट खावे म्हणजे पोट साफ राहते. काही जणी तर टमाटे किंवा अननस खाण्याचा सल्ला देतात.

तुम्ही जो काही खाल ते तुमच्यासाठी आणि बाळासाठी योग्य असायला हवे. उगीच इतर गोष्टीत काय ठेवले आहे?

तुम्हाला या सर्वांची सोबत हवी असली तरीही सी सेक्शन होणार असेल, तर तुम्हा सर्वांना बाहेर थांबून वाट पहावी लागेल, असे सांगा. तुम्हाला दुसऱ्या कोणाला बोलवायचे नसेल, तर आपल्या पतीला सोबत घ्या आणि बाळाला घरी आणल्यावर सर्वांना बोलवा.

आणखी एक दीर्घ प्रसव

''पहिल्यांदा माझे प्रसव ३० तासांचे होते आणि सतत ३ तास बाहेर लोटण्याचा प्रयत्न केल्यानंतर ते संपले होते. सर्व काही व्यवस्थित पार पडले होते, पण दुसऱ्यांदा या प्रक्रियेतून जाण्याची मला भीती वाटते.''

अशा मोठ्या आव्हानांचा सामना केल्यानंतर एखादा शूर वीरच हे पुन्हा दुसऱ्यांदा करू शकतो. अर्थात दुसऱ्या वेळी प्रसूती कशी होईल याबाबत नक्की काहीही सांगता येत नाही. हे सर्व गर्भाची स्थिती आणि इतर अनेक बाबींवर अवलंबून असते.

दुसऱ्यांदा पहिल्यापेक्षा कमी वेळ लागतो असे म्हणतात. आतील स्नायू सैल झाल्यामुळे दुसऱ्यांदा त्रास जरा कमी होतो. काही वेळा तर अनेक तास ढकलण्याऐवजी काही मिनिटातच बाळ बाहेर येते.

मातृत्व

''आता बाळ येणारच असल्यामुळे मला त्याची देखभाल करण्याची काळजी वाटू लागली आहे. मी यापूर्वी कधीच नवजात बाळाला हातात घेतले नाही.''

जन्मापासून कोणतीच स्त्री आई असत नाही. रडणाऱ्या बाळाला शांत करणे, डायपर बदलणे, आंघोळ घालणे ही सर्व कामे तर नैसर्गिकरित्या येतात. मातृत्त्व एक कला असून त्यासाठी थोडा सराव आणि धैर्य

थोडीसी माहिती

प्रसव वेदना सुरू झाल्यानंतर किती वेळाने तुम्हाला डॉक्टरांना बोलवायचे आहे? पिशवी फुटण्याची वाट पाहणार का? की मग थोड्या वेदना सुरू झाल्याबरोबर इस्पितळात फोन कराल? या सर्व बाबतीतही आधी डॉक्टरांचा सल्ला घ्या. त्यांच्या सूचना कुठे तरी लिहून ठेवा. इस्पितळात पोहचायला किती वेळ लागू शकतो, तसेच कोणत्या रस्त्याने जायचे, हेही तुम्हाला माहीत असायला हवे. घरातील इतर मुले, पाळीव प्राणी आणि वृद्धांचीही सोय लावायला हवी म्हणजे ऐनवेळी गडबड होणार नाही.

तुमच्या साहित्यातील वहीत हे सर्व लिहून ठेवा किवा स्वंयपाक घरात फ्रीजच्या वर एका कागदावर लिहून चिटकवून ठेवा.

हवे असते.

आता कुटुंबातील दुसऱ्याची मुले सांभाळण्याचा किवा तास न तास दुसऱ्याचे नवजात मूल खेळवण्याचा काळ आता राहिलेला नाही. आज काल तर अनेक

इस्पितळात किंवा बर्थिंग सेंटरमध्ये काय न्यावे

तसे तर रिकाम्या हाताने तुम्ही कधीही इस्पितळात जाऊ शकता, पण ही चांगली गोष्ट नाही. आपले साहित्य सोबत नेणे चांगले असते. अर्थात पूर्ण सुटकेस भरेल इतके सामान जास्त नसावे. तुमच्या उपयोगी पडतील, अशाच वस्तू सोबत न्याव्यात.

लेबर किंवा बर्थिंग रूमसाठी

- एक पेन आणि वही. म्हणजे तुम्ही डॉक्टरांच्या सूचना आणि तुमची काळजी घेणाऱ्या स्टाफची नावे तुम्ही लिहून ठेवू शकाल.
- कळांवर लक्ष ठेवण्यासाठी घड्याळ. तसे तर या काळात तुमच्या जोडीदाराने घड्याळ वापरावी यासाठी प्रयत्न करा.
- तुमच्या आवडत्या ऑडिओ- व्हिडिओ सीडी सोबत एम पी थ्री प्लेअर आणि टेपरेकॉर्डर.
- इस्पितळाची परवानगी असेल तर कॅमेरा आणि व्हिडिओ कॅमेरा. जास्तीची बॅटरी न्या.
- तुमच्या आवडीचे तेल आणि लोशन. ते मालिश करण्यासाठी उपयोगी पडेल.
- पाठदुखी कमी करण्यासाठी मसाजर किंवा टेनिस बॉल. बॉल काऊंटर प्रेशरसाठी उपयोगी पडेल.
- तुमच्या आवडीची उशी.
- बिना साखरेचे लॉलीपॉप किंवा कँडी
- टुथ ब्रश, पेस्ट, माऊथ वॉश वगैरे.
- किमती पायमोजे
- आरामदायी वाहना. तिथे फिरताना अडचण येणार नाही.
- लांब केस सावरण्यासाठी क्लिप आणि हँड ब्रश.
- जोडीदारासाठी खाण्या पिण्याचे साहित्य.
- सेल फोन आणि बॅटरी चार्जर.

प्रसूतीनंतर वापरण्यासाठी

- रात्री घालण्यासाठी गाऊन किंवा मोकळे कपडे.
- काही पुस्तके. (बाळाची नावे असलेली)
- थोडे स्नॅक्स. म्हणजे तिथे भूक लागल्यावर जेवणाची वाट पहावी लागणार नाही.
- घरचे आणि कुटुंबियांचे फोन नंबर.
- घरी जाताना घालायचे कपडे. या वेळी तुमचे शरीर पाच महिन्यांच्या गर्भवतीसारखे असते.
- घरी जाताना बाळाला घालायचे कपडे.
- छोटी कार सीट. त्याशिवाय बाळाला घरी नेता येत नाही.

गर्भवतींनी यापूर्वी नवजात बाळाला हात देखील लावलेला नसतो. बाळाच्या जन्मानंतरच त्यांचे प्रशिक्षण सुरू होत असते. पॅरेंटिंग क्लास, पुस्तके आणि बेबी केअर क्लासमधून तुम्ही खूप काही शिकू शकता. आधीचे एक दोन आठवडे थोडा त्रास होऊ शकतो, पण हळूहळू बाळाच्या गरजाच तुम्हाला सर्व काही शिकवतात.

भीती कमी होते. तुम्ही रात्रभर त्याच्यासोबत जागी राहू शकता. एक जबाबदारीची जाणीवही होते. त्याला मांडीवर घेऊन तुम्ही अतिशय आरामशीरपणे कॉम्प्युटरवर काम करू शकता. त्याला कडेवर घेऊन व्हॅक्युम क्लिनरने घर स्वच्छ करू शकता. तुम्ही स्वतःला आई समजू लागता तसेच त्याच्यासाठी कविता आणि अंगाई गाऊ लागता. अडचण अशी आहे, की हे सर्व तुम्ही आताच अनुभवू शकत नाहीत. तसे तुम्ही इतर काही आईंना भेटा. नव्याने आई वडील झालेल्यांना भेटा. तुम्हाला सर्व काही कळेल.

सर्व काही भरलेले असावे

या दिवसांत जोरदार खरेदी करा. स्वंयपाकघर, बाथरूम कुठे काही कमतरता रहायला नको. बाळासाठी ड्रायपर आणि कार सीटही आताच खरेदी करून ठेवायला हवे कारण प्रसूतीनंतर बाळाला घरी सोडून बाजारात जाऊन काही खरेदी करण्याइतकी क्षमता नक्कीच तुमच्यात असणार नाही.

खाण्या पिण्याचे सुके आणि पाकिटबंद साहित्य फ्रीजमध्ये भरून ठेवा. वापरा आणि फेका पद्धतीची भांजी, टॉवेल आणि रूमाल घेऊन या. कारण नंतर काही दिवस तुम्ही खरकटी भांडी घासू शकणार नाहीत.

काही अशे पदार्थ तयार करून फ्रीजमध्ये ठेवा की नंतर गरज पडेल तेव्हा मायक्रोवेव्हमध्ये ठेवून ते वापरता येतील.

कॉर्ड ब्लड बँक

अजून ही पद्धत प्रयोगिक पातळीवर असली तरीही काही आई वडील आतापासूनच आपल्या बाळाच्या नाळेतील रक्त बँकेत ठेवायला लागले आहेत कारण आगामी काळात कोणत्याही गंभीर आजाराच्या वेळी सहजपणे उपचार करता येतील. कॉर्ड ब्लड घेण्याची पद्धत अतिशय वेदनारहीत आहे. बाळाची नाळ कापल्यानंतर हे रक्त घेतले जाते. आई आणि बाळ दोघांसाठीही पूर्णपणे सुरक्षित असते. हे साठविण्याची प्रक्रिया मात्र खूप खर्चिक असते. कमी धोका असेलल्या कुटुंबासाठी याचे फायदे अजून पुरेशा प्रमाणात स्पष्ट झाले नाहीत.

सध्या तरी ही प्रक्रिया खूप मोठ्या प्रमाणात यशस्वी झालेली नाही. असे रक्त असेल तर ल्युकोमिया, लिम्फोमा, न्यटोब्लाससटोमा, सिकल सेल ॲनिमिया, सब्लास्टिक ॲनिमिया आणि थॅलिसोमिया या सारख्या आजारांवर उपचार करण्यात मदत मिळते. तुमच्या इथेही कॉड्र ब्लड बँकेची सुविधा उपलब्ध असेल आणि तुम्ही त्यासाठी इच्छुक असाल, तर याचा वापर करायला काही हरकत नाही.

प्री लेबर, फॉल्स लेबर आणि रिअल लेबर

टीव्हीवर पहायला सर्व काही छान वाटत असते. रात्री ३ वाजता एक स्त्री उठून आपल्या पोटावर हात ठेवते आणि आपल्या पतीला मोठ्याने उठवित म्हणते, ‘‘हनी, ती वेळ आली आहे.’’

यात परेशानी इतकीच आहे, की तिला योग्य वेळ कशी काय कळाली? तिने इतक्या खात्रीशिररित्या प्रसूतीबद्दल कसे काय सांगितले? ती तर पहिल्यांदाच गर्भवती झाली आहे? ती अतिशय आरामशीरपणे

इस्पितळात जाण्याची तयारी करते आणि डिलिव्हरीसाठी तिथे पोहचते. अर्थातच स्क्रीप्टमध्ये हे सर्व आधीच लिहिलेले असते.

आपल्या बाबत बोलायचे झाले तर आपल्याकडे अशी कोणतीही स्क्रीप्ट नसते. आपण रात्री ३ वाजता उठलो तरी आपल्याला होणाऱ्या वेदना खऱ्या खुऱ्या प्रसूती वेदना आहेत की ब्रेक्स्टन हिक्स आहेत, हे काही कळत नाही. यावेळी उठून आपण दिवे लावायला हवेत आणि योग्य वेळेची वाट पहायला हवी? आपल्या जोडीदाराला उठवायला हवे का? मध्यरात्री डॉक्टरांना उठवून मला फसव्या वेदना होत असल्याचे सांगायला हवे का? खोट्या वेदनांमुळे आरडा ओरडा करणाऱ्या, पण तिच्याकडे कोणी लक्ष देत नसलेल्या स्त्रियांपैकी मी आहे का? किंवा जिला लेबर कळत नाहीत अशी मी आहे का? मी उशिरा इस्पितळात गेले, तर रस्त्यातच प्रसूत होऊ शकते का? असे प्रश्न तर कळांपेक्षाही तीव्र गतीने आपल्या मनात निर्माण होत असतात.

खरं तर प्रत्येक गर्भवतीला अशा प्रकारच्या समस्यांचा सामना करावा लागतो. तुम्हाला मात्र याबाबत जास्त परेशान होण्याची आवश्यकता नाही. आम्ही तुम्हाला लेबरशी संबंधित प्रत्येक प्रकारच्या लक्षणांची माहिती देत आहोत.

मुदतपूर्व प्रसूतीची लक्षणे

लेबर सुरू होण्यापूर्वी मुदतपूर्व प्रसूतीची लक्षणे दिसून येत असतात. त्याचा अर्थ आता मुख्य घटना सुरू होणार असते. मुदतपूर्व प्रसूतीचे शारीरिक बदल लेबर सुरू होण्यापूर्वी एक महिना आधीही दिसून येऊ शकतात. किंवा काही तास आगोदरही जाणवू शकतात. त्यावेळी तपासणी करून गर्भाशयाचे मुख उघडत आहे की नाही ते डॉक्टर तपासणी करून सांगू शकतात. याशिवाय इतरही काही लक्षणे आहेत, त्याकडे तुम्ही स्वतः लक्ष देऊ शकता.

ड्रॉपिंग :- पहिल्यांदा आई होणाऱ्या स्त्रियांचा गर्भ लेबर सुरू होण्यापूर्वी २-४ आठवडे आधी पेल्विसकडे सरकते. दुसऱ्या प्रसूतीच्या वेळी ही ड्रॉपिंग प्रसव सुरू होण्याच्या थोडे आधी होते.

पेल्विस आणि गुद्दद्वारावर दबाव :- मासिक पाळीप्रमाणे थोडीशी वेदना जाणवायला लागते. त्याशिवाय पाठीच्या खालच्या भागात दुखते.

वजन कमी होणे किंवा अजिबात न वाढणे :- नवव्या महिन्यात प्रसूती जवळ आल्यावर वजन हळूहळू वाढायला लागते. तुम्ही २-३ पौंड वजन कमी करू शकता.

ऊर्जा पातळीत बदल :- काही महिलांना खूप जास्त थकवा जाणवतो. काही महिलांची ऊर्जा खूप वाढते. बाळाला घरी आणण्यासाठी त्या तयारी करतात. घराचा काना कोपरा स्वच्छ करतात.

योनीस्त्रावात बदल :- तुम्ही लक्ष दिल्यावर हा स्त्राव वाढल्याचे आणि घट्ट झाल्याचे आढळते.

म्युकस प्लग बाजूला होणे :- सर्व्हिक्स पातळ होऊन उघडायला लागते तर गर्भाशयावर सील सारखे असेलले म्युकस दूर व्हायला लागते. प्रत्यक्ष प्रसवाच्यो क-दोन आठवडे तुमच्या योनीतून म्यूकसचे बारीक तुकडे बाहेर पडताना दिसतात.

गुलाबी किंवा लाल डाग :- सर्व्हिक्स उघडत असल्यामुळे फिक्कट लाल किंवा गुलाबी म्युकस बाहेर पडायला लागते. प्रसूतीच्या २४ तास आधी हे सुरू होते. कधी ते काही दिवस आधी सुरू होते.

ब्रेक्सन हिक्स कॉंट्रॅक्शन :- हे पहिल्यापेक्षा अधिक सशक्त आणि जास्त वेदनादायी असतात.

डायरिया :- काही स्त्रियांना प्रसूतीच्या थोडे आधी संडास लागते.

फॉल्स लेबरची लक्षणे

लेबर आहे की नाही? हे सर्व नसेल तर खरे लेबर सुरू होत नाही. जसे-

- क़ळा नियमित नसतात आणि त्यांची संख्याही वाढत नाही.

खऱ्या कळा हळूहळू तीव्र, दीर्घ आणि वेदनादायी असतात.

- तुम्ही स्थिती बदलली किंवा थोड्या फेऱ्या मारल्या तर या कळा थांबतात. तसे काही वेळा मुदतपूर्व प्रसूतीच्या वेळीही असे होते
- सेक्स किंवा अंतर्गत तपासी यामुळे भुरकट रंगाचा स्राव बाहेर पडतो.
- कळांच्या बरोबरीने बाळाच्या हालचालीही दीर्घ होतात.

ख़ोट्या लेबरमुळे काही त्रास होत नाही, हे लक्षात ठेवा. सामानासह तुम्ही इस्पितळात गेलात तरी हा एक सराव आहे, असे समजायला हरकत नाही. त्यामुळे ऐनवेळी तुम्हाला अडचणी येणार नाहीत.

रिअल लेबरची (खरी प्रसूती) लक्षणे

खरी प्रसूती कशी सुरू होते ते कोणालाच कळत नाही. यामध्ये अनेक कारणांचा समावेश असतो. गर्भाच्या मेंदूतून आईला संदेश मिळतो, की आई मला बाहेर काढ. असा संदेश मिळाल्याबरोबर सर्व शरीरात हार्मोनल प्रतिक्रिया सुरू होते. त्यामुळे कळा यायला सुरूवात होते. प्रोस्टाग्लॅंडीन्स आणि ऑक्सिटोसिनचा स्राव सुरू होतो.

प्री लेबरच्या कळां खऱ्या लेबरमध्ये बदलतात,. जर-

- क़ळा कमी होण्याऐवजी वाढल्या आणि स्थिती बदलल्यावरही काही फरक पडला नाही.
- कळा पहिल्यापेक्षा जास्त सातत्याने आणि वेदनादायी होतात. नियमित होतात. अर्थात प्रत्येक कळ वेदनादायी आणि दीर्घ (३० ते ७० सेकंद) असत नाही. त्यातील खोली वाढते.
- सुरूवातीच्या कळा मासिक पाळी किंवा गॅसची गडबड यासारख्या असतात. मग ओटीपोटावर दाब येतो. पोट किंवा पाठीच्या खालच्या भागातून निर्माण होणारी कळ जांघांपर्यंत पसरते. काही वेळा खोट्या कळांतही असे होऊ शकते.
- गुलाबी किंवा फिक्कट लाल रक्तस्राव होतो.

१५ टक्के प्रकरणात लेबर सुरू झाल्याच्या झटक्याने पाण्याची पिशवी फुटते. अनेक स्त्रियांत ती लेबरसोबतच फुटते. नाही तर मग डॉक्टर ती कृत्रिमरित्या फोडतात.

ड़ॉक्टरांना कधी बोलवावे

तसे तर याबाबतीत डॉक्टरांनी तुम्हाला सांगितलेच असेल. ५ते २ मिनिटांच्या फरकाने कळा यायला लगतात तेव्हा. तसे अशा प्रकरच्या फरकाची वाट पाहू नका. कारण असे होईलच असे नाही. कळा येत असतील आणि तुम्हाला खऱ्या प्रसूतीचा विश्वास नसेल, तर डॉक्टरांना फोन करण्यात काही गैर नाही. त्यांना मध्यरात्री उठवायला घाबरू नका. मग तुमच्या प्रसूतीची लक्षणे खोटी असली तरीही. असं करणारी तुम्ही पहिली किंवा अखेरची गर्भवती नसता. हे सर्व तुम्हाला खोटे वाटत असले तरीही सावधगिरी बाळगायला काय हरकत आहे?

तुमची ड्यू डेट अनेक आठवडे दूर असेल आणि तरीही अचानक कळा सुरू झाल्या किंवा पाण्याची पिशवी फुटली तर डॉक्टरांना बोलवायला उशीर करू नका. लाल रंगाचा रक्तस्राव होत असेल आणि बाळ तुमच्या सर्व्हिक्स किवा योनीमध्ये जाणवत असेल, तर लगेच डॉक्टरांना बोलवा.

तुम्ही सज्ज आहात?

बाळाच्या स्वागतासाठी तुम्ही सज्ज आहात की नाहीत? त्यासाठी आमचे पुढचे प्रकरण वाचा

■ ■ ■

लेबर आणि डिलिव्हरी

सध्या तुम्ही दिवस मोजण्यात व्यस्त आहात? पुन्हा आपले पाय बघायला अतूर आहात? पोटावर किंवा पुन्हा समाधानाने झोपण्याची इच्छा आहे? काळजी करू नका, आता गर्भावस्था संपायला आली आहे. पोटातले बाळ आता कुशीत घेण्याची वेळ आलीच आहे. बाळाला तुमच्यापर्यंत घेऊन येणाऱ्या या प्रक्रियेचाच तुम्ही विचार करीत आहात. प्रसूती वेदना कधी सुरू होतील, या विचारानेच तुम्ही परेशान आहात. मला वेदना सहन होतील का? मला ॲपिड्युरलची गरज पडेल का?

बाळाची देखभाल? ॲपिसिओटॉमी?मी उकड आसनात प्रसूती करू शकेल का? इस्पितळात जाता जाता उशीर तर होणार नाही ना?

असे प्रश्न, उत्तरे, सोबती, नर्सेस, दाई आणि डॉक्टर यांच्या गराड्यात तुम्ही ही प्रक्रिया पूर्ण कराल. प्रक्रिया कोणतीही असली तरी ती बाळाला तुमच्याजवळ आणण्यासाठी सहाय्यक ठरणार आहे, इतके लक्षात ठेवा.

तुम्ही काय विचार करता

म्युकस प्लग

“माझा म्युकस प्लग निघाला आहे, असे मला वाटते. मी डॉक्टरांना फोन करू का?”

अनेक वेळा सर्व्हिक्स पसरत असताना जिलेटिनसारखे फुललेला म्युकस प्लग निघून जातो. काही स्त्रियांना टॉयलेटमध्ये याचा पत्ता लागतो. काही ना तर याचा पत्ताच लागत नाही. हा निघून जाणे याचा अर्थ इतकाच की येणाऱ्या वेळेसाठी तुमचे शरीर तयार होत आहे; पण तो क्षण आला आहे, याचे ते लक्षण नाही. येथून प्रसूतीची वेळ एक -दोन दिवस किंवा काही आठवडे दूर असू शकते. या बरोबरच तुमचे सर्व्हिक्स हळूहळू उघडायला लागते. त्यामुळे डॉक्टरांना बोलावण्याची किंवा घाबरण्याची काही गरज नाही.

म्युकस प्लग निघाला नाही तरीही घाबरण्याचे काही कारण नाही. दुसरी गोष्ट याचा तुमच्या प्रसूतीच्या वेळेशी काही संबंध असत नाही.

रक्तस्राव

“मला फिक्कट गुलाबी म्युकसचा स्राव होत आहे. प्रसूतीची वेळ जवळ आली आहे का?”

याला आपण प्रसूती पूर्वीची तयारी म्हणू शकतो. रक्तासोबत फिक्कट गुलाबी किंवा भुरकट रंगाचा स्राव होणे म्हणजे सर्व्हिकसच्या रक्तवाहिन्या

फुटताहेत. कारण ते प्रसरण पावत आहे. डिलिव्हरीची प्रक्रिया आता सुरू झाली आहे. एक दोन दिवसात बाळ तुमच्या जवळ असण्याची शक्यता आहे. खरं तर प्रसूतीची वेळ पूर्णपणे अनिश्चित असते. त्यामुळे प्रसूती वेदना सुरू होण्यापूर्वी आपण काही करू शकत नाही.

हा स्त्राव अचानक गडद लाल रंगाचा झाला, तर मात्र डॉक्टराना भेटायला उशीर करू नका.

पाण्याची पिशवी फुटणे

''मध्यरात्री ओल्या आंथरुणावर मला जाग आली. मला आंथरुणात लघवी झाली की पाण्याची थैली फुटली?''

बेडशीटचा वास घेऊन तुम्हाला थोडा फार अंदाज करता येऊ शकतो. हा वास तीव्र अमोनिया (लघवी) सारखा नसेल, तर ते ॲम्नियोटिक द्रव्य असू शकते. तुमच्या गर्भाचे सुरक्षा कवच असलेली पाण्याची पिशवी फुटलेली असू शकते. आता तुम्हाला सतत फिक्कट पिवळया रंगाचा स्त्राव होत असेल, हा डिलिव्हरी झाल्यानंतरच बंद होतो.

तुम्ही किगल व्यायाम करा. स्त्राव थांबला तर ती लघवी होती, नाही तर ॲम्नियोटिक द्रव्यच होते.

झोपताना याचा स्त्राव जास्त प्रमाणात होतो. कारण उभे राहिल्यावर गर्भाचे डोके समोर आल्यामुळे स्त्राव थांबतो. तुमच्या डॉक्टरांनी आधीच कल्पना दिली असेल, पण शंका असेल तर फोन करा.

''पाण्याची पिशवी फुटली तरीही प्रसव वेदना सुरू झाल्या नाहीत. प्रसव कधी सुरू होईल आणि तोपर्यंत मी काय करू?''

आता प्रसूती होणार आहे. काही स्त्रियांना पिशवी फुटल्यानंतर १२ तासांत प्रसूती वेदना सुरू होतात, तर काहींना २४ तास लागतात.

१० पैकी एका घटनेत हा कालावधी आणखी जास्त असू शकतो. हा कालावधी जितका वाढतो तितका अधिक धोका निर्माण होतो. या संसर्गापासून वाचण्यासाठी डॉक्टर २४ तासांतच प्रसूती वेदना सुरू करतात. क़ाही फक्त ६ तासच वाट पाहतात.

या स्थितीनंतर दीर्घकाळ थांबणे अनेक महिलांना आवडत नाही.

सर्वात आधी आपल्या जवळ टॉवेल किंवा पॅड ठेवून डॉक्टरांना फोन करा. योनी स्वच्छ ठेवा म्हणजे संसर्ग होणार नाही. स्त्राव थांबविण्यासाठी टॅपून ऐवजी पॅड घ्या. सेक्स करू नका. तसे तर यावेळी तुम्हालाही ते आवडणार नाही. स्वतःच आतून तपासणी करू नका. टॉयलेटला गेल्यावर समोरून मागे साफ करीत जा.

काही वेळा असेही होते, की अजून बाळाचे डोके पेल्विक एरियात आलेले नसते. स्त्रावासोबत फक्त नाळच योनीत आलेला असतो. असे काही झाले तर डॉक्टरांना कल्पना द्या.

गडद ॲम्नियोटिक द्रव्य

''माझा पडदा फाटला असून द्रव्य स्वच्छ नाही. ते फिक्कट भूरकट रंगाचे आहे. त्याचा अर्थ काय?''

कदाचित ॲम्नियोटिक द्रव्यासोबत हिरवा भूरकट मीकोनियसही येत असेल. खरं तर ही बाळाची पहिली शी आहे, जी साधारणपणे त्याच्या जन्मानंतर होत असते. कधी कधी बाळ गर्भात खूप तणावाखाली असते किंवा जास्त वेळ लागतो तेव्हा गर्भ मध्येच शी करते.

याची तुमच्या डॉक्टरांना लगेच कल्पना द्या. याचा अर्थ गर्भ खूप दबावाखाली आहे. ते लवकरात लवकर प्रसूती सुरू करतील तसेच बाळावर लक्ष ठेवून राहतील.

प्रसूतीच्या वेळी ॲम्नियोटिक द्रव्याची कमतरता

''ॲम्नियोटिक द्रव्य खूप कमी असल्याचे डॉक्टरांनी सांगितले आहे. ते पूर्ण करावे लागेल. यात काही धोका नाही ना?''

तसं तर निसर्ग या द्रव्याची कमतरता निर्माण होऊ देत नाही. कमतरता निर्माण झालीच तर वैदकीय विज्ञानाची मदत घेतली जाऊ शकते. सर्व्हिक्समधून गर्भाशयाच एक कॅथेटर टाकले जाते. त्यातून आत सेलाईन सोल्यूशन टाकले जाते. याला ॲमनियोइंफ्यूझन म्हणतात. यानंतर ऑपरेशन करण्याची शक्यता खूपच कमी होते.

कळांमधील अनियमितता

''प्रसूती वेदना नियमित झाल्यावर आणि दर पाच मिनिटांनी कळ येऊ लागल्यावर इस्पितळात जावे, असे आम्हाला चाईल्डबर्थ क्लासमध्ये सांगण्यात आले होते. माझ्या कळी तर पाच मिनिटांपेक्षाही कमी वेळात येतात, पण त्या नियमित नाहीत. मी काय करू?''

दोन स्त्रियांची गर्भावस्था एक सारखी असत नाही तसेच प्रसूतीही एकसारखी असत नाही. साधरणपणे पुस्तकांत, क्लासमध्ये किंवा डॉक्टरांकडून जे काही सांगितले जाते तसेच्या तसेच सर्व होते असे नाही. कळा नियमित यायला हव्यात, हेही खरे आहे.

तुम्हाला दर ५-७ मिनिटांनी २० ते ६० सेकंदाच्या कळा येत असतील, पण त्या नियमित नसतील तर वाट न पाहता इस्पितळात किंवा बर्थ सेंटरमध्ये जा. तुम्ही काहीही वाचले किंवा ऐकले असेल तरीही तोपर्यंत कळा नियमित होऊ शकतात आणि तुम्ही प्रसूतीच्या सक्रिय फेजमध्ये पोहचू शकता.

प्रसूतीच्या वेळी डॉक्टरांना बोलावणे

''माझ्या कळा दर ३-४ मिनिटांनी होत आहेत. लेबरचे सुरूवातीचे काही तास आपल्या घरीच घालवावेत, असे डॉक्टरांचे सांगणे मला मूर्खपणाचे वाटते?''

यामध्ये काही गैर नाही. हे खरे आहे, की पहिल्यांदा आई होणाऱ्या स्त्रिया लेबर सुरू झाल्यानंतरचे सुरूवातीचे काही तास अतिशय आरामशीरपणे इस्पितळात जाण्याची तयारी करू शकतात. बाळाचे सामान आवरू शकतात. पण तुमचे लेबर या प्रकाराशी मिळते जुळते नाहीत, असे मला वाटते. तुम्हाला जर दर ५ मिनिटांनी ४५ सेकंद इतक्या तीव्रतेच्या कळा येत असतील तर तुमच्या प्रसूती वेदनेचा अंतिम टप्पा खूप लवकर सुरू होऊ शकतो. प्रसूतीची पहिली पायरी वेदना रहीत होण्याचीही शक्यता असू शकते. त्याच वेळी सर्व्हिक्सचे तोंड उघडू शकते. याचा अर्थ तुम्हाला एकदम इस्पितळात किंवा बर्थ सेंटरमध्ये पळत जावे लागू शकते.

त्यामुळे डॉक्टरांना फोन करण्यास वेळ करू नका. त्यांना कळांच्या वेळा आणि अंतर सर्व काही स्पष्टपणे सांगा. कारण डॉक्टर फोनवरून आरामशीरपणे तुमच्या गंभीरतेचा अंदाज लावण्याचा प्रयत्न करू शकतात. त्यामुळे वेदना दाबून शूर वीर होण्याचा प्रयत्न करू नका. त्रास आणि इतर गोष्टी त्यांना सांगा.

तरीही डॉक्टर ऐकत नसतील, तर त्यांच्याकडे तपासणीसाठी येऊ का, असे विचारा. आपली बॅग सोबत घेऊन जा. तसेच अजून खूप वेळ असेल, तर घरी परत येण्यास संकोच करू नका.

वेळेवर इस्पितळात न पोहचणे

''मी योग्य वेळी इस्पितळात पोहचू शकणार नाही, अशी मला भीती वाटते?''

सुदैवाने टिव्हीवर तुम्ही असा प्रकारच्या ज्या काही डिलिव्हरी पाहत असता त्या खोट्या असतात. साधारणपणे पहिल्यांदा आई होणाऱ्या स्त्रीला प्रसूतीची सूचना खूप आधी मिळत असते. खूप कमी वेळा असे होते, की अचानक खाली दाब पडतो आणि त्यांना लघवी करण्याची इच्छा झाल्यासारखे होते. तसे तुम्ही आणि तुमच्या कोचने इमरजन्सी डिलिव्हरीबाबत माहिती घ्यावी. म्हणजे अचानक अशी परिस्थिती निर्माण झाली, तर परेशानी होणार नाही.

तुम्ही एकट्या असतील तर इमर्जन्सी डिलिव्हरी

तसे तर अशी वेळ येणार नाही, पण तरीही माहिती असायला हवी.

- शांत राहण्याचा प्रयत्न करा.
- स्थानिक इमर्जन्सी नंबरवरून इस्पितळाशी संपर्क साधा.
- शेजाऱ्यांकडे मदत मागा.
- बाहेर ढकलण्याची इच्छा होत असली तरीही जोर लाऊ नका.
- आंथरुणावर स्वच्छ टॉवेल किंवा चादर टाका. दरवाजा उघडा ठेवा म्हणजे मदत मिळू शकेल.
- बाळ बाहेर येण्याचा प्रयत्न करीत असताना कळ येईल तेव्हा त्यासोबत जोर लावा.
- बाळाचे डोके दिसायला लागल्यावर जोर लावण्याऐवजी पॅरिनियमवर दाब द्या. डोके एकदम ओढण्याऐवजी हळूहळू ओढा.
- बाळाच्या गळयात नाळ अडकलेली असेल तर शांतपणाने काढा.
- डोके बाहेर काढल्यावर एक खांदा बाहेर काढा. नंतर पुन्हा जोर लावा म्हणजे दुसरा खांदा बाहेर निघू शकेल.
- बाळाचे बाकीचे शरीर मग सहजपणे बाहेर येते.
- नाळ न कापता बाळाला पोटावर झोपवा. त्याला एखाद्या स्वच्छ चादरीत किंवा टॉवेलात गुंडाळा. त्याचे नाक तोंड कापडाने स्वच्छ करा. डोके पायापेक्षा खाली ठेवा. त्याचा श्वास चालू नसेल तर बोटाने तोंड स्वच्छ करा. तसेच नाका तोंडात दोन तीन वेळा हवा फुका.
- प्लासेंटा तुम्ही काढू नका. तो बाहेर आल्यावर टॉवेलात गुंडाळून बाळापेक्षा उंचीवर ठेवा. तुम्हाला त्याला कापण्याची आवश्यकता नाही.
- मदत मिळेपर्यंत स्वतःला आणि बाळाला गरम ठेवण्यासाठी प्रयत्न करा.

प्रसूती काळ कमी असणे

''प्रसूती काळ कमी असलेल्या महिलांबद्दल मी बऱ्याचदा ऐकले आहे. असे किती प्रमाणात होते?''

तुम्ही विचार करता तितका काही तो कमी नसतो. खरं तर गर्भवतीला काही वेळा अनेक तास, दिवस किंवा आठवडे वेदनारहीत कळा येत असतात. त्यामुळे गर्भाशय आणि योनीचे मुक हळूहळू उघडत असते. त्यांना याची जाणीव होते तेव्हा त्या प्रसूतीच्या शेवटच्या टप्प्यात आलेल्या असतात.

काही वेळा जे सर्व्हिक्स उघडण्यासाठी अनेक तास लागतात ते काही मिनिटात उघडते. अशा प्रकारे प्रसूतीसाठी जास्त वेळ लागत नाही. तसेच बाळाला काही त्रास किंवा नुकसानही होत नाही.

तुम्हाला तीव्र कळा सुरू झाल्या असतील, तर इस्पितळात किंवा बर्थ सेंटरला जाण्यासाठी उशीर करू नका. औषधांमुळे त्याचा परिणाम कमी करता

येऊ शकतो म्हणजे तुमच्यावर किंवा बाळावर जास्त दबाव पडत नाही.

बॅक लेबर

''कळा सुरू झाल्यावर माझ्या पाठीच्या खालच्या भागात इतक्या वेदना होताहेत की मी सहन करू शकत नाही.''

कदाचित तुम्हाला 'बॅक लेबर' ची समस्या आहे. तांत्रिक पातळीवर गर्भ जेव्हा पोस्टिरिअर पोझिशनमध्ये असतो तेव्हा अशा प्रकारचा त्रास होतो. बाळाचे तोंड वरच्या बाजूने असते आणि त्याच्या डोक्याचा मागचा भाग पेल्विसच्या मागच्या भागावर दबाव टाकीत असतो. गर्भ योग्य स्थितीत येत नाही तोपर्यंत ही वेदन सतत जाणवत राहते.

अशा प्रकरचा त्रास व्हायला लागतो तेव्हा त्याच्या कारणाऐवजी तो कमी करण्यावर भर द्यायला हवा. वेदना जास्त होत असेल तर ॲपिड्युरल घ्या. कदाचित तुम्हाला सामान्य डोसपेक्षा जास्त डोस देण्याची आवश्यकता पडू शकते. काही वेला नार्कोटिक्समुळेही वेदना कमी जाणवू शकते. तसे तुम्हाला काहीही औषध घ्यायचे नसेल, तर काही साधे सुधे उपाय करून पाहू शकता.

दबाव कमी करणे :- आपली स्थिती बदलण्यासाठी प्रयत्न करा. थोडे पायी चाला. तीव्र कळा येत असतील, तर असे करणे शक्य नसते. उकड बसा किंवा चार पायांच्या प्राण्याप्रमाणे वाका. तुम्हाला आरामदायी वाटणारे शरीराचे आसन करा. झोपण्याशिवाय दुसरा काहीच पर्याय नसेल, तर पाठीवर योग्य प्रकारे झोपा.

थंड किंवा गरम शेक :- थंड किंवा गरम ज्या शेकामुळे आराम पडेल, असा कोणताही शेक घ्या. नाही तर मग दोन्ही शेक घ्या.

उलटा दाब किंवा मालिश :- नर्स किंवा एखाद्या सहकाऱ्याच्या मदतीने जिथे दाबल्यावर आराम पडतो, त्या भागावर दाब द्या. त्यासाठी दोन्ही हातात टेनिस बॉल किंरा बॅक मसाजरची मदत घेऊ शकता. मालिशच्या सहाय्यानेही साधा दबाव देऊ शकता. आलटून पालटून क्रीम, तेल किंवा पावडरने मालिश करू शकता.

रिलॅक्सोलॉजी :- बॅक लेबरसाठी या थेरपीमध्ये पायातील गोळयांवर बोटाने दाब दिला जातो.

इतर पर्यायी उपचार :- हायड्रोथेरपीने वेदना थोड्या कमी होऊ शकतात. ध्यान, स्वसंमोहन किंवा मानसिक चित्रण करण्याचा सराव असेल, तर त्याचा वापर करा. ॲक्यूपंक्चरही करू शकता, पण त्यासाठी आधीच ॲक्यूपंक्चर करणाऱ्याची वेळ घ्यायला हवी.

प्रसूती सुरू करणे

''अजून प्रसूतीची तारीख आली नाही तरी प्रसूती सुरू करण्याची डॉक्टरांची इच्छा आहे. प्रसूतीची तारीख टळल्यावर प्रसूती सुरू करावी लागेल, असाच मी विचार करीत होते.''

कधी कधी निसर्गालाही एखाद्या गर्भवतीला आई करण्यासाठी दुसऱ्याची मदत घ्यावी लागते. सरासरी २० टक्के प्रकरणात असे होते. प्रसूतीची तारीख टळल्यावरही असे करावे लागू शकते. खालील बाबतीत आपण निसर्गाला मदत करायला हवी, असे डॉक्टरांना वाटू शकते.

- तुमचा पडदा फाटल्यानंतर २४ तासांत प्रसूती वेदना सुरू झाल्या नसतील तर. काही डॉक्टर २४ तास वाट पहात नाहीत.
- तुमच्या बाळासाठी गर्भाशय आता आरामदायी घर राहिले नसल्याचे टेस्टवरून कळते. ॲम्नियोटिक द्रव्याची पातळी कमी होणे किंवा

अशीच इतर अनेक कारणे असतील तर.

- सामान्य प्रसूतीसाठी बाळ कमकुवत असल्याची माहिती मिळाल्यावर.
- प्रीक्लोम्पासिया, गॅस्टेशनल मधुमेह किंवा गर्भावस्था सुरू ठेवण्यास घातक ठरणारा दुसरा एखादा दीर्घ आजार असेल तर.
- प्रसूतीच्या वेळी वेळेवर इस्पितळात पोहचू शकणार नाही, अशी भीती वाटत असेल किंवा कमी वेळात प्रसूती होत असेल तर.
- हवे तर तुम्ही डॉक्टरांना याबाबतीत स्पष्टीकरण विचारू शकता. तसे तुम्हाला ही प्रक्रियाही माहीत असायला हवी.

प्रसूती कशी सुरू (लेबर इंडक्शन) होते?

'लेबर इंडक्शन' ही अशी प्रक्रिया आहे, जिला खूप दीर्घ कालावधी लागू शकतो.

साधारणपणे या प्रक्रियेच्या अनेक पायऱ्या असतात. त्या सर्व पायऱ्या तुम्हाला पार कराव्या लागतीलच असे नाही.

- सर्वात आधी तुमच्या गर्भाशयाचे मुख मऊ करावे लागते. हे आधीच झाले असेल, तर पहिला चरण पूर्ण झाल्यामुळे तुम्हाला तो करावा लागत नाही. त्याच्या प्रसरणाला सुरूवात झाली नसेल तर डॉक्टर तुम्हाला त्यासाठी व्हेजाईल जेलच्या स्वरूपात प्रोस्टाग्लॅडिन इ जेल देतात. त्याची गोळीही मिळते. या वेदनारहीत प्रक्रियमध्ये योनीत सिरिंज टाकून सर्व्हिक्सच्या जवळ जेल टाकले जाते. काही तासात जेल आपले काम सुरू करते. त्याचा परिणाम झाला की नाही याची डॉक्टर तपासणी करतात. परिणाम झाला नसेल तर जेलचा दुसरा डोस द्यावा लागतो. गर्भाशयाचे मुख उघडले असेल आणि कळा सुरू झाल्या नसतील तर इंडक्शनची प्रक्रिया सुरू ठेवली जाते. काही डॉक्टर त्यासाठी मेकॅनिकल एजंटचा वापर करतात. जसे एखाद्या फुग्यासह कॅथेटर, डायलेटर किंवा बोटनिकल इ.
- ॲम्निियोटिक पिशवी अजून सोबत असेल, तर कृत्रिम पद्धतीने ती दूर सारली जाते. या प्रक्रियेत कधीही पाण्याची पिशवी फुटू शकते.
- अजूनही प्रसव वेदना सुरू झाल्या नसतील तर 'इंट्रोव्हिनस पिटोसिन' दिले जाते. हे हार्मोन गर्भावस्थेत शरीरातही तयार होत असते आणि खूप महत्त्वाची भूमिका बजावित असते. याशिवाय 'मोसोप्रोस्टॉल' नावाचे औषधही दिले जाते. हे दिल्यामुळे ऑक्सिटोसिन देण्याची आवश्यकता कमी होते तसेच प्रसूतीचा कालावधीही कमी होत असल्याचे आढळून आले आहे.
- प्रसूतीच्या वेळी तुमच्या बाळावर सतत लक्ष ठेवले जाते. औषधामुळे वेगवान आणि तीव्र कळा तर येत नाहीत ना, याकडेही लक्ष दिले जाते. असे होत असेल तर औषधाचे प्रमाण कमी केले जाते. किंवा संपूर्ण प्रक्रियाच थांबविली जाते. प्रसूती सुरू झाल्यावर औषधे थांबवतात. म्हणजे पुढचे सारे नैसगिकरित्या व्हावे.
- ८ ते १२ तासातही प्रसूती सुरू झाली नाही तर डॉक्टर सर्व प्रक्रिया थांबवतात किंवा मग ऑपरेशनचा सल्ला देतात.

प्रसूती दरम्यान खाणे-पिणे

प्रसूतीच्या दरम्यान खाणे- पिणे योग्य असते का?

- तुम्ही हे कोणाला विचारता यावर बरेच काही अरलंबून असते. काही डॉक्टर हे योग्य समजतात तर काही डॉक्टरांच्या मते असेल केल्यामुळे जनरल ॲनास्थेशिया देण्याची वेळ येऊ शकते. कमी धोका असलेल्या गर्भावस्थेत

थोडे फार काही खाल्ले तर चालू शकते असे काही डॉक्टर समजतात. त्यामुळे तिची ऊर्जा पातळी कायम राहते. प्रसूती दरम्यान आहार घेणाऱ्या स्त्रियांचा प्रसूती कालावधी ९० मिनिटांनी कमी होत असल्याचे आढळून आले आहे. तसेच वेदनाशामकांचा डोस द्यावा लागत नाही. याबाबतीत तुम्ही डॉक्टरांना विचारा.

- डॉक्टरांनी परवानगी दिल्यावरही त्या वेळी तुम्हाला भूक नसू शकते. तसे तुम्ही पॉपसिकल, जैल-ओ-ॲपलसॉस, फळे, साधा पास्ता किंवा जॅमचा टोस्ट खाऊन आपली एनर्जी कायम ठेवू शकता. त्यावेळी तुम्हाल उलटीही होऊ शकते. काही महिला तर काही न खाताच उलटी करतात.

तसे इस्पितळात जाताना तुम्ही जोडीदाराने थोडीशी पोटपूजा करावी याकडेही लक्ष द्यायला हवे.

इमर्जन्सी डिलिव्हरी - जोडीदार किंवा कोचसाठी टीप्स

घरी किंवा ऑफिसात

- शांत राहण्याचा प्रयत्न करा आणि आईला धीर द्या. तुम्हाला फारशी माहिती नसली तरीही बाळ आणि आईच खूप काही करीत असते.
- इस्पितळात फोन करून डॉक्टरांना बोलवा.
- वेळ असेल तर तुमचे हात आणि आईची योनी एखाद्या ॲंटिबायोटिक्स साबनाने स्वच्छ करा.
- वेळ असेल तर आईला अशा प्रकारे झोपवा की नितंबाना खालून धरून येऊ शकेल. पायांना आधार देण्यासाठी काही खुर्च्या लावा. काही कुशन आणि उशा पाठीखाली द्या. त्यामुळे ती डिलिव्हरीसाठी उकड आसनात बसू शकेल. बाळाचे डोके दिसत नसेल तर तुम्ही मदतीसाठी वाट पाहू शकता. अशा वेळी आईला सरळ झोपवा म्हणजे डिलिव्हरीची प्रक्रिया मंद होते.
- तुमच्या जवळ टॉवेल, वर्तमानपत्र आणि स्वच्छ कपडे ठेवा. योनीखाली एखादे भांडे किंवा डिशपॅन ठेवा म्हणजे ॲम्नियोटिक द्रव्य त्यात पडेल.
- आंथरूण किंवा टेबलावर नेण्याइतका वेळ नसेल

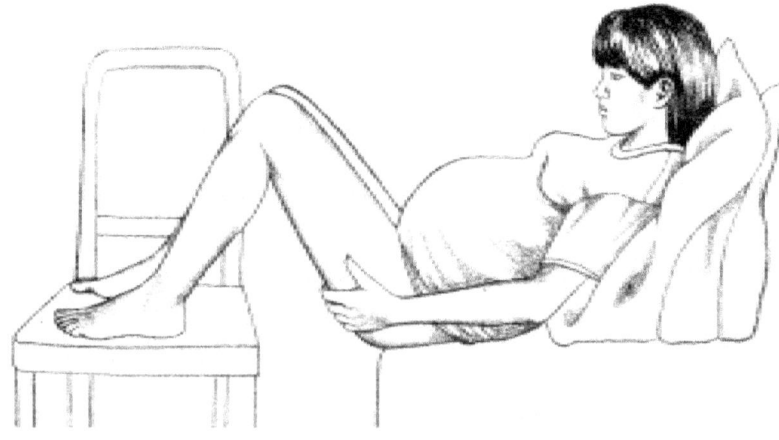

तर खाली वर्तमानपत्र टाकून झोपवा. ही जागा स्वच्छ ठेवण्याचा प्रयत्न करा.

- बाळाचे डोके दिसत असेल तर आईला जोर लावायला सांगू नका. तिच्या पेरोनियमवर थोडा दबाव द्या. डोके हळूहळू बाहेर येऊ द्या. त्याला जोर लाऊन ओढू नका. नाळ दिसत असेल तर तिला बाळाच्या गळयातून काढा.
- डोके दोन्ही हातांनी धरून खाली ओढा आणि आईला ढकलायला सांगा म्हणजे खांदे बाहेर येऊ शकतील. दोन्ही खांदे बाहेर आल्यावर बाकीचे शरीर बाहेर येण्यास वेळ लागत नाही.
- बाळाला आईच्या पोटावर झोपवा. त्याला एखाद्या स्वच्छ कपड्यात किंवा टॉवेलात गुंडाळा.
- स्वच्छ कपड्याने त्याचे नाक तोंड स्वच्छ करा आणि पायापेक्षा डोके थोडे खाली ठेवा. तोंडात बोट घालून स्वच्छ करा आणि थोडी हवा फुका म्हणजे त्याचा श्वास सुरू होईल.
- प्लासेंटा ओढण्याऐवजी बाहेर येऊ द्या. तुम्हाला नाळ कापण्याचीही आवश्यकता नाही.
- आई आणि बाळाला गरम ठेवा.

इस्पितळात जाताना

- कारमधून नेत असताना प्रसूती सुरू झाली तर कार एखाद्या सुरक्षित ठिकाणी थांबवा. आपला फोन जवळ ठेवा. कारचे सिग्नल लाईट सुरू ठेवा. टॅक्सीत असाल तर ड्रायव्हरला इस्पितळात फोन करायला सांगा.

शक्य असेल तर कारमध्ये चादर किंवा जॅकेट आंथरूण मागच्या सीटवर झोपवा. मदत मिळाली नाही तर तिथेच डिलिव्हरी करा आणि मग दवाखान्यात जा.

नेहमीचे आय व्ही

''प्रसूतीसाठी इस्पितळात गेल्यावर लगेच मला आय व्ही लावतील हे खरे आहे का?''

प्रसूतीसाठी तुम्ही जिथे जात आहात तेथील धोरणावर हे अवलंबून असते. काही इस्पितळात तर गेल्या बरोबर तुमच्या हाताला एक पातळ कॅथेटर लावले जाते. त्यामुळे कोणतेही औषध देणे सोपे होते. त्यामुळे डिहायड्रेशनपासून बचाव होतो आणि औषध देण्याचीही सोय होते. काही ठिकाणी फक्त आवश्यकता पडल्यावरच आय व्ही देतात. तुम्ही याबाबत डॉक्टरांना आधीच विचारा. तुम्हाला असे नको असेल, तर त्यांना पूर्व कल्पना द्या.

ॲपिड्युरल घ्यायचे असेल, तर हे करावेच लागेल. ॲपिड्युरलच्या वेळी आणि नंतरही आय व्ही द्वारे द्रव्य दिले जाते.

तसे हे काही तुम्हाला वाटते तितके त्रासदायक नसते. सुरूवातीला फक्त सुई टोचण्याची वेदना होते. त्यानंतर याकडे तुमचे लक्षीही जात नाही. तुम्ही हे सोबत घेऊन बाथरुमला जाऊ शकता किंवा व्हरांड्यात फिरू शकता. तुम्हाला हे अजिबात नको असेल तर डॉक्टरांना हिपारिन लॉक बद्दल विचारा. यामध्ये नसेला एक पाचळ कॅथेटरीन जोडून त्याद्वारे औषध दिले जाते म्हणजे तिथे रक्त गोठत नाही. नंतर मग हे बंद करतात म्हणजे आणिबाणीच्या प्रसंगी नस शोधण्यात वेळ जात नाही. तसच पटकन इंजेक्शन किंवा औषध देता येते. अशा प्रकारे तुम्ही आय व्ही पासून दूर राहू शकता.

बाळावर लक्ष ठेवणे

''प्रसूतीच्या वेळी बाळाच्या हालचालीवर लक्ष ठेवले जाते का? याचा काय फायदा आहे?''

गर्भाने अतिशय आरामशीरपणे आईच्या गर्भात नऊ महिने घालविल्यानंतर जन्माचा प्रवास करून बाहेर येणे त्याच्यासाठी सोपे नसते. काही गर्भ

अतिशय सहजपणे हा प्रवास करतात, तर काही हिमंत सोडतात. बाळ थकल्याचे अनेक लक्षणांवरून जाणवते. त्याच्या हृदयाची स्पंदने कमी होतात.

डॉक्टर बाळाची प्रत्येक हालचाल जाणून घेण्यासाठी त्याच्यावर सतत बारीक लक्ष ठेवून असतात. तुमच्या बाबतीतही आवश्यक आवटले तर पूर्ण प्रसूती दरम्यान ते फॅटल मॉनिटरिंगद्वारा बाळावर लक्ष ठेवून असतात.

फॅटल मॉनिटरिंग तीन प्रकारची असते.

बाह्य तपासणी :- यामध्ये पोटावर दोन प्रकारची उपकरणे लावलेली असतात. एक अल्ट्रासाउंड ट्रांसड्युसर (हृदयाच्या स्पंदनावर लक्ष ठेवते) , दुसरे दाब संवेदन यंत्र. त्यामुळे कळांची तीव्रता आणि कालावधी कळतो. हे दोन्ही मॉनिटरला जोडलेले असतात आणि कागदावर याचा रिपोर्ट येत असतो. या दरम्यान तुम्ही पलंगावर किंवा खुर्चीवर हाल चाल करू शकता, पण तुम्हाला त्याचे जास्त स्वातंत्र्य नसते.

लेबरच्या दुसऱ्या अवस्थेत कळा इतक्या वेगवान होतात की त्यांची सुरूवात आणि शेवट याचा पत्ताच लागत नाही तेव्हा मॉनिटरची मदत घेतली जाते. यावेळी मॉनिटरची मदत घेतली नाही तर डॉपलरच्या सहाय्याने बाळाच्या हृदयाची स्पंदने मोजतात.

अंतर्गत तपासणी

जास्त तंतोतंत परिणाम हवे असतात तेव्हा याची आवश्यकता पडते. यामध्ये योनीमार्गातून बाळाच्या डोक्यावर लहानसा इलेक्ट्रोड लावला जातो. नाही तर मग गर्भाशयात एक कॅथेटॉर टकला जातो. किंवा मग पोटावर उपकरण लावून कळांची तीव्रता मोजली जाते.

खूप आवश्यकता असेल तरच असे केले जाते. कारण यामुळे संसर्ग होण्याची शक्यता असते. बाळाच्या डोक्याला खरचटू शकते. यावेळी तुमच्या हालचाली खूप कमी होतात.

टेलिमेट्री तपासणी

ही तपासणी फक्त काही विशेष इस्पितळातच उपलब्ध असते. यामध्ये तुमच्या जांघेत एक ट्रांसमिटर लावला जातो. त्यामुळे बाळाच्या हृदयाची स्पंदने कळतात. यावेळी तुम्ही फिरू शकता आणि तपासणीही होत असते.

अशा तपासणीत अनेक वेळा खोटी लक्षणेही आढळून येतात. बाळ हलले की इलेक्ट्रोड फिरतो त्यामुळे मॉनिटरवर योग्य नोंद मिळत नाही. या सर्व गोष्टी लक्षात घेतल्यानंतरच बाळाला धोका आहे की नाही, ते डॉक्टर नक्की करतात. जर बाळ थकल्याच्या सूचना सतत मिळत असतील तर ऑपरेशनची तयारी केली जाते.

पडदा फाटणे

''माझी पाण्याची पिशवी आपोआप फुटणार नाही, अशी मला भीती वाटते. डॉक्टरांना ती फोडावी लागली तर त्रास होतो का?''

नाही. ही पिशवी कृत्रिम पद्धतीने फोडल्याचे अनेक स्त्रियांना कळतही नाही. त्या प्रसव वेदनेत इतक्या गुंतलेल्या असतात की त्यांना अशा बारीक सारीक गोष्टी जाणवतही नाहीत. फक्त तुम्हाला एकदम पाणी आल्याची जाणीव होते. काही वेळा बाळाची तपासणी करण्यासाठीही ही पिशवी फोडावी लागते.

तसं तर यामुळे प्रसूतीचा कालावधी कमी होत नाही तरीही काही डॉक्टर प्रसूतीचा वेग वाढविण्यासाठी असे करीत असल्याचे आढळून आले आहे. काही विशेष कारण नसेल तर नैसर्गिकरित्या असे होण्याची डॉक्टर संधी देतात.

काही वेळा तर बाळ या पिशवीसह बाहेर येते. त्याच्या जन्मानंतरच ही फोडली जाते. हेही चांगले असते.

ॲपिसिओटॉमी

''आज काल ॲपिसिओटॉमी फारसी वापरत नसल्याचे मी ऐकले आहे. (हे खरे आहे का?)''

तुम्ही बरोबर ऐकले आहे. आज काल योनी आणि गुद्द्वारामधील भाग प्रसरण पावावा यासाठी छेद दिला जात नाही. त्यामुळे विनाकारण छेद देण्यापासून बचाव होतो.

अर्थात आधीही असे नेहमी करीत नसत. असा छेद दिल्यानंतरच बाळ बाहेर येत असे, पण आता असा छेद न देताही बाळ बाहेर येऊ शकत असल्याचे आढळून आले आहे. त्यामुळे आई रक्तस्त्राव आणि संसर्गाच्या धोक्यापासून दूर राहते.

काही वेळा हे छेद इतके मोठे असायचे की त्यामुळेच धोका निर्माण व्हायचा. आताही बाळ मोठे असेल, फोरसेप किवा व्हॅक्युम डिलिव्हरी करायची असेल किंवा आणिबाणीची परिस्थिती असेल, तर आजही हा छेद दिला जातो.

असा छेद देण्यापूर्वी तुम्हाला स्थानिक वेदना शामक इंजेक्शन दिले जाते. ख़ालील भाग सुन्न पडल्यामुळे तुम्हाला काहीही वेदना होत नाही. बाळ आणि प्लासेंटा बाहेर आल्यावर डॉक्टर इथे टाके घालतात.

अनेक दाई यापासून बचाव करण्यासाठी पॅरिनियम मालीशचा सल्ला देतात. पहिल्यांदा आई होणाऱ्या स्त्रीच्या या भागावर प्रसूतीच्या काही आठवडे आधी मालिश करायला हवी.

तसेही डिलिव्हरीच्या वेळी तुमच्या पॅरिनियमर थोडा दाब देऊन डॉक्टर तुम्हाला मदत करीत असतात. म्हणजे बाळाचे डोके अचानक बाहेर येताना छेद होऊ नये.

तुम्ही याबाबतीत डॉक्टरांचा सल्ला घेऊ शकता. अर्थात आधीच हे काही सर्व ठरविलेले असत नाही, हे लक्षात घ्या. अनेक निर्णय डिलिव्हरी रूममध्ये गेल्यावरच घेतले जातात.

फोरसेप

''डिलिव्हरीच्या वेळी मला फोरसेपची गरज भासेल का?''

तसं तर आज काल फोरसेपच्या मदतीने बाळाला बाहेर काढण्याऐवजी व्हॅक्युमची मदत घेतली जाते. फोरसेप सुद्धा व्हॅक्युम किंवा ऑपरेशन इतकेच सुरक्षित असते.

जोर लाऊन आई इतकी थकते की बाळ बाहेर येऊ शकत नाही तेव्हा बाळाचा धोका टाळण्यासाठी फोरसेपची मदत घेतली जाते. त्यासाठी योनीमार्गावर छेद देण्याचीही गरज पडू शकते.

तुमच्या गर्भाशयाचे मुख पूर्णपणे उघडलेले असायला हवे. मुत्राशय रिकामे असायला हवे आणि पाण्याची पिशवी फुटलेली असावी. काही वेळा यामुळे बाळाच्या डोक्याला खरचटू शकते किंवा सूज येऊ शकते. काही काळानंतर ही बरी होते.

फोरसेपचे प्रयत्न अपयशी झाल्यावर ऑपरेशन करावे लागते.

व्हॅक्युमचा दाब

''माझ्या मैत्रिणीला डिलिव्हरीसाठी व्हॅक्युम एक्सट्रॅक्टरची मदत घ्यावी लागली. हेही फोरसेप सारखेच असते का?''

यामध्ये बाळाच्या डोक्याला एक प्लॅस्टिकची कॅप लावतात. मग हळूच त्याला बाहेर ओढले जाते. या ओढण्यामुळे बाळाला बाहेर येण्यासाठी मदत मिळते. अनेक वेळा यामुळे फोरसेप आणि ऑपरेशनपासून बचाव होतो.

ओढत असताना योनीमार्गावर छेद द्यावा लागत नाही. अशा प्रकारे जन्म घेणाऱ्या बाळाच्या डोक्याला

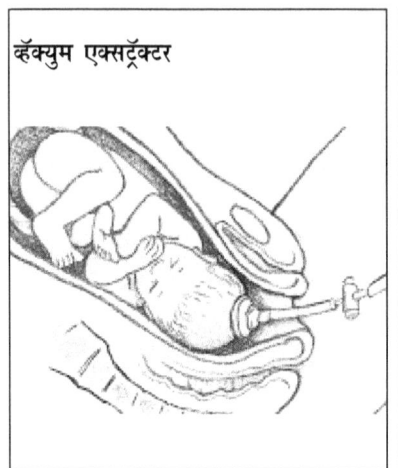

व्हॅक्युम एक्सट्रॅक्टर

थोडी सूज येऊ शकते. काही दिवसांच्या उपचारानंतर ती बरी होते.

व्हॅक्युममुळेही काम झाले नाही तर डिलिव्हरीसाठी ऑपरेशनची मदत घ्यावी लागते.

वेदनेच्या वेळी काही डॉक्टर मध्येच थांबून आराम करण्याचा सल्ला देतात त्यामुळे ऊर्जा वाचवून पूर्ण क्षमतेने तुम्ही पुन्हा जोर लाऊ शकाल. तुम्ही तुमची स्थिती बदलूनही प्रयत्न करू शकता. काही वेळा गुरूत्वाकर्षणाच्या मदतीनेही काम होते.

कोणत्या स्थितीत कोणता निर्णय घ्यावा लागेल ते प्रसूती वेदना सुरू होण्यापूर्वी डॉक्टरांना विचारा.

प्रसूती आसने.

"प्रसूतीच्या वेळी पाठीवर सरळ झोपता येत नाही, हे मला माहीत आहे; पण मग कोणती स्थिती चांगली असते?"

प्रसूतीच्या वेळी तुम्हाला पाठीवर झोपण्याची काहीच आवश्यकता नसते, तसे ही पद्धत फारशी उपयुक्तही नाही. त्यामुळे अनेक रक्त वाहिन्या दबण्याची शक्यता असते. तसेच गुरूत्वाकर्षणाची मदतही मिळत नाही. तुम्ही कोणत्याही अवस्थेत प्रसूती करू शकता आणि तुमच्या इच्छेनुसार त्यात बदलही करू शकता. अशा प्रकारे अवस्था बदलल्यामुळे प्रसूतीची गती वेगवान होते आणि चांगले परिणाम होतात.

खालीलपैकी कोणतीही आरामदायी पोझिशन तुम्ही निवडू शकता.

उभे राहून चालतान :- उभ्या राहिल्यामुळे वेदना कमी होतात आणि गुरूत्वाकर्षणाची मदतही मिळते. बाळाला खालपर्यंत येण्यासाठी मदत मिळते. प्रसूती वेदना वाढल्यामुळए चालण्यात त्रास होऊ लागल्यावर तुम्ही झोपू शकता.

रॉकिंग :- बाळ अजून जमिनीवर आले नाही तरीही त्याला झोक्याचा आनंद तर मिळू शकतो. कळा सुरू झाल्यावर रॉकिंग चेअरमध्ये बसून मागे पुढे झुका. यामुळे योनीचा भाग फैलावतो आणि बाळ खाली येते. या प्रक्रियेत गुरूत्वाकर्षणाची मदत मिळते.

उकड आसन :- बाळाच्या जन्माची वेळ जवळ येते तेव्हा उकड आसन उपयुक्त ठरू शकते. त्यामुळे पेल्विस उघडते आणि बाळाला खाली येण्यासाठी मोकळी जागा मिळते. या आसनात बसण्यासाठी तुम्ही जोडीदाराची मदत घेऊ शकता. किंवा तिथे लावलेल्या दांडीचा आधार घेऊ शकता. त्यामुळे तुमचे पायही जास्त थकणार नाहीत.

बर्थिंग बॉल :- मोठ्या बर्थ बॉलवर बसल्यामुळए पेल्विस उघडते आणि तुम्ही दीर्घकाळ उकड असनात बसू शकता.

बसण्याची पद्धत :- तुम्ही आंथरूणावर, जोडीदारच्या कुशीत किंवा बर्थ बॉलची मदत घेऊन बसू शकता. यामध्ये गुरूत्वाकर्षणाची मदत मिळते. कळांची वेदना कमी होते.

गुढग्यावर :- बॅक लेबर आहे? गुढग्यावर, खुची किंवा जोडीदाराच्या मदतीने वाका. विशेषतः बाळाचे

प्रसूती आसने

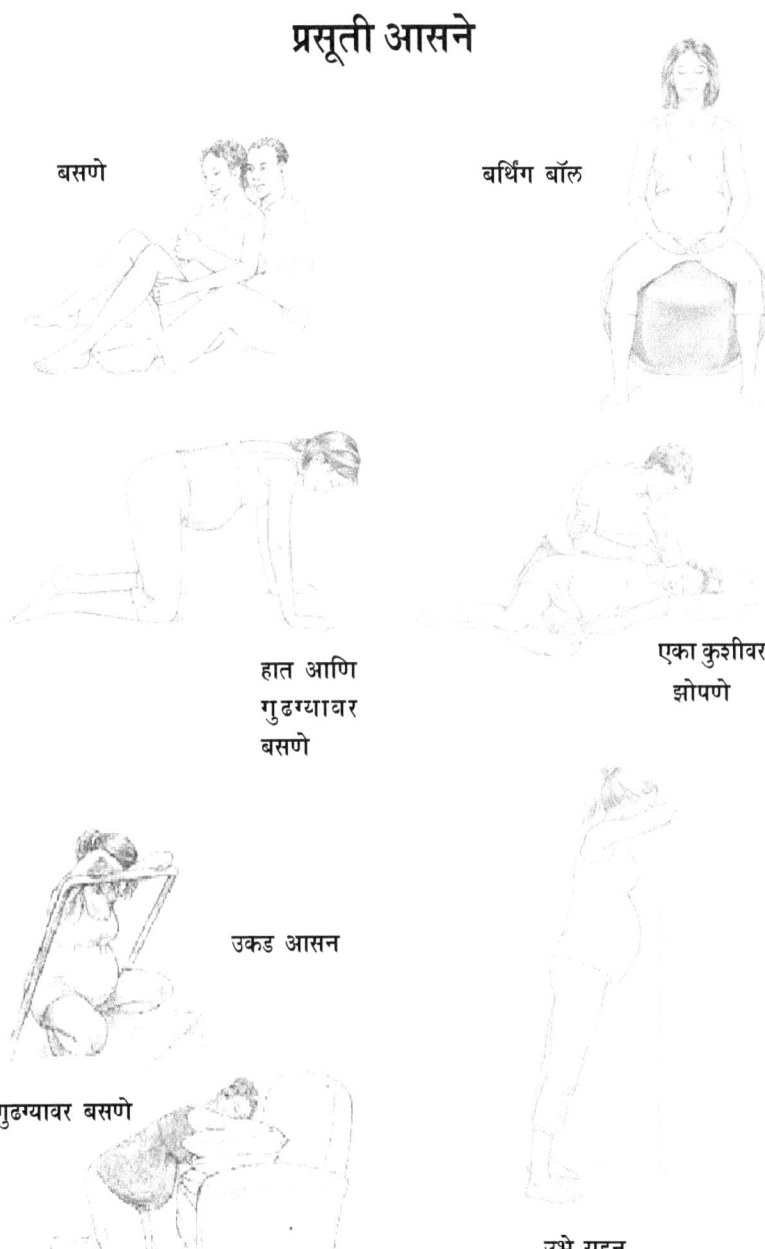

बसणे

बर्थिंग बॉल

हात आणि
गुढग्यावर
बसणे

एका कुशीवर
झोपणे

उकड आसन

गुढग्यावर बसणे

उभे राहून

डोके तुमच्या मणक्यावर दबाव टाकते तेव्हा. त्यामुळे तुमच्यावरील दबाव कमी होतो आणि बाळ पुढे सरकते. यामुळे जन्माच्या वेळी होणाऱ्या वेदनाही कमी होतात.

हात आणि गुढग्यांवर :- बॅक लेबरमध्ये चार पायी आसनही उपयुक्त ठरते. अशा प्रकारे तुम्ही आरामशीरपणे पेल्विक टिल्ट करू शकता तसेच पाठीला मालीशही केली जाऊ शकते. प्रसूती कशीही असली तरीही या आसनामुळे वेदना कमी होते. गुरूत्वाकर्षणाची मदतही मिळते.

एका कुशीवर झोपणे :- बसून किंवा उकड आसनात थकल्या आहात? तर मग एका कुशीवर झोपा. त्यामुळे महत्त्वाच्या रक्त वाहिन्यांवर दबाव पडत नाही. कळांच्या वेदना कमी होतात आणि प्रसूतीची प्रक्रियाही वेगवान होते.

तुम्हाला योग्य वाटते तेच प्रसूतीसाठी योग्य आसन होय, हे लक्षात ठेवा. तुम्हाला वाटेल तेव्हा तुमच्या पोझिशनमध्ये थोडा बदल करा. तुमची सतत तपासणी होत असेल तर चालणे शक्य होत नाही. तरीही तुम्ही एकाच ठिकाणी अनेक पोझीशन बदलू शकता. ॲपिड्युरलच्या वेळीही तुम्ही बसणे, एका कुशीवर झोपणे किवा रॉकिंग पोझिशन घेऊ शकता.

बाळाचा जन्म आणि स्ट्रेच मार्क्स

“डिलिव्हरीच्या वेळी होणाऱ्या स्ट्रेच मार्क्समुळे मी परेशान आहे. माझी योनी पूर्ववत होईल?”

निसर्ग नेहमी आईचा विचार करीत असतो. तिची काळजी घेत असतो. बाळाच्या जन्माच्या वेळी योनी अतिशय आश्चर्यकारकरित्या विस्तार पावत असते. त्यामधून ७-८ पौंड वजनाचे बाळ सहज बाहेर येऊ शकते. नंतर काही आठवड्यातच ती आपल्या पूर्ववत आकारात येते.

तसे गर्भावस्थेत पॅरिनियमची मालीश करून त्याची लवचिकता वाढविता येते. कीगल व्यायामही योनीला पूर्ववत आकार मिळवून देण्यासाठी मदत करतो.

ग़र्भावस्थेनंतर योनीत होणारा थोडासा विस्तार सेक्स आनंददायी करीत असल्याचे आणि त्रास कमी करीत असल्याचे अनेक महिलांचे म्हणणे आहे. काही महिलांमध्ये हा आनंद कमी होतो. त्यांनी किगल व्यायाम केला तर योनीला पूर्ववत आकारात आणण्यासाठी वेळ लागत नाही. डिलिव्हरीला सहा महिने झाल्यावरही तिचा आकार योग्य वाटत नसेल, तर डॉक्टरांचा सल्ला घ्या.

रक्त दिसल्यावर

“रक्त पाहिले की मला चक्कर यायला लागते. मी माझी डिलिव्हरी पाहू शकेन की नाही?”

साधारणपणे मासिक पाळीच्या वेळी जितके रक्त जात असते तितकेच यावेळीही जात असते. दुसरी गोष्ट यावेळी तुम्ही फक्त प्रेक्षक नसता, तर या प्रक्रियेत सामील झालेल असता. तुमची सारी शक्ती बाळाला बाहेर ढकलण्यासाठीच लागत असते. या बाबतीत तुम्ही नुकत्याच आई झालेल्या इतर स्त्रियांशी बोलू शकता.

तरीही तुम्हाला भीती वाटत असेल, तर त्यावेळी समोर लावलेल्या आरशात बघा किंवा जिथून बाळ बाहेर येणार असते त्या पोटाच्या खालच्या भागावर सर्व लक्ष केंद्रित करा. आपली डिलिव्हरी पाहण्याआधी दुसऱ्या कोणाच्या तरी डिलिव्हरीची व्हिडिओ टेप पहा. या बाबतीत तुमचा जोडीदारही काळजी करीत असेल, तर त्याला प्रसूतीशी संबंधित सर्व बाबींची माहिती द्या.

बाळाचा जन्म

बाळाला जन्म देणे हे एक मोठे आव्हान आहे. यावेळी खूप मोठा भावनिक आणि शारीरिक गोंधळही उडतो. हा एक असा अनुभव आहे, जो घेतल्यानंतर तुमच्या हातात आनंदच आनंद असतो. सुदैवाने या सर्व प्रक्रियेत तुम्ही एकट्या सहभागी असत नाहीत.

बाळाच्या जन्माच्या अवस्था आणि पायऱ्या

याच्या तीन अवस्था असतात लेबर, बाळाची डिलिव्हरी, प्लासेंटाची डिलिव्हरी. ऑपरेशन झाले नाही तर तुम्हाला या तिन्ही अवस्थांमधून जावे लागते. लेबरच्या तीन पायऱ्या असतात. यामध्ये होणाऱ्या वेदना आणि लक्षणे निरनिराळी असतात. अंतर्गत तपासणीद्वारे प्रगतीचा अंदाज येतो.

पहिली अवस्था :- लेबर (अर्ली लेबर) यामध्ये गर्भायाचे मुख उघडते. ३० ते ४५ सेकंदाच्या कळा २० मिनिटांने किंवा कमी अंतराने होतात.

सक्रिय लेबर :- गर्भाशयाचे मुख ७ से.मी. होते. ३-४ मिनिटांच्या अंतराने ४० ते ६० सेकंदाच्या कळा येतात.

ट्रांझिशनल लेबर :- गर्भाशयाचे तोंड पूर्णपणे उघडते. २-३ मिनिटांच्या अंतराने ६० ते ९० सेकंदाच्या कळा येतात.

दुसरी अवस्था :- बाळाचा जन्म

तिसरी अवस्था :- प्लासेंटा बाहेर येणे.

तुम्हाला तुमचा कोच आणि डॉक्टरांची मदत मिळतेच, पण स्वतः ही माहिती ठेवायला हवी.

पूर्ण नऊ महिन्यात गर्भावस्थेच्या दरम्यान तुम्ही खूप काही शिकले असते. पण प्रसूती वेदना आणि डिलिव्हरीच्या वेळी काय होईल?

तसं तर याचा अंदाज करणे खूप अवघड आहे. प्रत्येक गर्भावस्थेप्रमाणे प्रसूती वेदना आणि प्रसूतीही वेगवेगळी असते. याबद्दलची थोडीशी माहितीही तुमच्या मनातील भीतीव नियंत्रण मिळवू शकते. अर्थात सर्व काही सुरळीत पार पडते आणि इवलेसे बाळ तुमच्या कुशीत येते.

लेबर- पहिली अवस्था

पहिली पायरी - लेबर लवकर होणे

ही पायरी खूप दीर्घ असते, पण जास्त खोलवर नसते. ही अनेक तास, दिवस किंवा आठवड्यांची असते. दोन ते सहा तासांत कळांशिवाय गर्भाशयाचे मुख ३ से. मी उघडते.

या पायरीवर कळा आणि प्रसूती वेदना २० ते ४५ सेकंद असते. कधी कमीही असू शकते. ते साधे, तीव्र, नियमित किंवा अनियमित असू शकतात. हळूहळू लवकरही होऊ शकतात.

अर्ली लेबरमध्ये खालील लक्षणे असू शकतात.

- पाठदुखी (सतत किंवा कळांसोबत)
- मासिक पाळीप्रमाणे आखडणे.
- ओटीपोटवर दबाव.
- अनुभव
- रक्तासोबत म्युकसचा स्राव
- ॲम्नियोटिक पडदा फाटणे, ही फाटली की सक्रिय प्रसूती सुरू होते.

भावनात्मक पातळीवर तुम्ही अनियमितता, भीती किंवा उत्तेजना अनुभवू शकता. काही स्त्रियां मात्र खूप शांत असतात.

तुम्ही काय करू शकता :- या वेळी उत्तेजित न होता किंवा न घाबरता शांत रहावे.

- रात्रीची वेळ असेल, तर प्रसूती वेदना तीव्र होण्यापूर्वी थोडी झोप घेण्याचा प्रयत्न करा. झोप येत नसेल, तर लक्ष दुसरीकडे वळविण्यासाठी थोडे काम करा. काही पदार्थ तयार करून फ्रीजमध्ये ठेवा. बाळाचे कपडे लावून ठेवा. दिवसाची वेळ असेल, तर रोजची कामे करा. सेलफोन शिवाय घरापासून जास्त दूर जाऊ नका. थोडे फिरा, टिव्ही पहा. मित्रांना इ- मेल करा किंवा इस्पितळात नेण्याचे सामान भरा.
- जोडीदार सोबत नसेल, तर त्याला सूचना द्या. तुमच्या मदतीसाठी एखाद्या नातेवाईकाला बोलवायचे असेल, तर बोलवा. त्याला तशी पूर्वसूचना द्यायला हवी.
- भूक लागली असेल, तर थोडा नास्टा करा. म्हणजे ऊर्जा पातळी कायम राहील. तसे जास्त जेवण करू नका. ते पचिविणे अवघड होते. भरपूर प्रमाणात पाणी प्या. संत्र्याचा रस आणि लॅमनेड पिऊ नका.
- स्वतःला विश्रांती द्या. कोमट पाण्याने स्नान करा. हिटिंग पॅडने पाठीला शेका. आपल्या मनाने कोणतेही औषध घेऊ नका.
- तुम्हाला येणाऱ्या कळांकडे थोडे लक्ष द्या, पण त्यासाठी हातात घड्याळ घेऊन बसू नका.
- रिलॅक्शेशन तंत्राचा वापर करा. आतापासूनच श्वासांच्या व्यायामाचा सराव करू नका. नाही तर तुम्हाला मग कंटाळा येईल.

जोडीदारासाठी :- तुम्ही तिथे पोहचला असाल, तर भावी मातेला आराम देण्यासाठी खालील उपाय करून पहा.

- कळांच्या नोंदी ठेवा. दहा मिनिटांपेक्षा कमी वेळासाठी त्या येतात तेव्हा त्याकडे जास्त लक्ष द्या.
- शांतता ठेवा. जोडीदाराला आराम द्या. तुमची उत्तेजना त्यांच्यापर्यंत पोहचून गडबड करणार नाही, असे पहा. साधी मालीश करा आणि वातावरण आनंदी ठेवा.
- त्यांना आधार आणि धीर द्या. यावेळी त्यांना याची खूप गरज आहे.
- वेळ काढण्यासाठी साध्या गप्पा मारा.
- लक्ष इतरत्र वळविण्यासाठी प्रयत्न करा. व्हिडिओ गेम खेळा, टीव्ही पहा. थोडे फिरा. नाही तर मग किचनमध्ये काही करा.
- तुम्ही स्वतःही काही खाऊन घ्या. म्हणजे तुमची ऊर्जा पातळी कायम राहील. त्यामुळे इस्पितळात गेल्यावर तुम्हाला लगेच कँटिन शोधावी लागणार नाही. फक्त ज्याचा तुमच्या श्वासाला वास येईल, असे काही खाऊ नका म्हणजे झाले.

दुसरी पायरी - सक्रिय प्रसव वेदना (लेबर)

ही सक्रिय पायरी पहिल्या पायरीच्या तुलनेत लहान असते. साधारणपणे दोन ते साडे तीन तासांची असू शकते. यात प्रसव वेदना पहिल्यापेक्षा अधिक तीव्र होतात. दर ४ मिनिटांनी कळा येतात, पण ते

डॉक्टरांना बोलवा...

दिवसा पडदा फाटला आणि प्रसूती वेदना सुरू झाल्या तर डॉक्टरांना फोन करायला हवा. लाल किंवा हिरवा स्त्राव व्हायला लागला, बाळाच्या हालचाली बंद झाल्या तर डॉक्टरांना बोलवा. असे काही झाले नाही तरीही फोन करून डॉक्टरांना सर्व काही कळविण्यात गैर नाही.

प्रसूती वेदनेचे स्वरूप

प्रसूतीच्या वेळी वेदना होतात, यामध्ये काहीच शंका नाही. वेदनेचे हे प्रमाण काही कारणांमुळे वाढविता किंवा कमी करता येते. ते बऱ्याच प्रमाणात तुमच्या नियंत्रणात आहे. तुम्हाला फक्त त्यासाठी एक योजना तयार करावी लागते.

वेदनेची तीव्रता वाढू शकते.	वेदनेची तीव्रता कमी होऊ शकते.
एकटे राहिल्याने	तुमचा एखादा आवडता, विश्वसनीय सोबती किंवा अनुभवी वैद्यकीय तज्ज्ञ सोबतीला असेल तर.
थकवा	थकव्यापासून दूर रहा. नवव्या महिन्यात शक्य तेवढी शरीराला विश्रांती द्या.
तहान आणि भूक	प्रसूतीच्या सुरूवातीला काही हलके सलके खाऊन घ्या. परवानगी असेल तर प्रसूती दरम्यानही काही खा.
वेदनेचा विचार करणे	आपले लक्ष दुसरीकडे वळवा. कळांच्या स्वरूपाकडे लक्ष देऊ नका.यामुळे खूप वेदना होतात, असा विचार करू नका. ह्या वेदना लवकरच संपणार आहेत, हे लक्षात ठेवा.
तणाव आणि वैताग कळा येतना तणावग्रस्त होणे अनामिक भीती	रिलॅक्स होण्याचे आणि ध्यान तंत्र याचा अवलंब करा. आपल्या श्वासांकडे लक्ष द्या. ाामुळे खूप वेदना होतात, असा विचार करू नका. ह्या वेदना लवकरच संपणार आहेत, हे लक्षात ठेवा
आत्मदया	परमेश्वराकडून किती सुंदर भेट मिळणार याचा मनातल्या मनात विचार करा.
नियंत्रणाबाहेर आणि असाह्य असल्याचे समजणे	बाळाच्या जन्माची तयारी आधीपासूनच करा म्हणजे आत्मविश्वास आणि आत्मनियंत्रण राहते.

नियमित असतीलच असे नाही. काही वेळा तर कळांमध्ये श्वास घ्यायलाही वेळ मिळत नाही, मग आराम करण्याचा तर प्रश्नच येत नाही.

आतापर्यंत तुम्ही बर्थ सेंटर किंवा इस्पितळात पोहचलेले असता आणि वेदना सहन करीत असता. ॲपिड्युरलचा वापर सुरू केला असेल, तर वेदना होणार नाहीत.

- कळांसोबत वेदना आणि त्रास वाढतो.
- पाठीची वेदना वाढते.
- पायांत वेदना आणि जडपणा येणे.
- थकवा.
- रक्तस्त्राव वाढणे.
- पिशवी फुटली नसेल तर फुटते किंवा तिला कृत्रिमरित्या फोडावी लागते.

तुम्ही खूप अस्वस्था असता आणि प्रसूती वेदनेत बुडता. तुमचा आत्मविश्वास डळमळीत व्हायला लागतो. सक्रिय स्वरूपात केल्या जाणाऱ्या कामासाठी तुम्ही स्वतःला सज्ज करता.

सक्रिय प्रसूती वेदनेच्या दरम्यान नर्स आणि डॉक्टर अधून मधून चक्कर मारून तुम्हाला एकटे सोडतात. त्यावेळी फक्त जोडीदार किंवा जवळचा नातेवाईकच तुमच्या सोबत असतो. तुमची खालील तपासणी केली जाते.

- रक्तदाब पाहणे.
- डॉपलर किंवा फॅटल मॉनिटरच्या सहाय्याने बाळावर लक्ष ठेवणे.
- कळांची क्षमता आणि वेळेची तपासणी.
- रक्तस्त्रावाचे प्रमाण आणि त्याचा दर्जा.
- ॲपिड्युरल द्यायचे असेल, तर आय व्ही लावतात.
- प्रसूती वेदना खूप कमी असतील, तर औषधाने त्या वाढविल्या जातात.
- गर्भाशयाचे मुख तपासण्यासाठी वेळोवेळी अंतर्गत तपासणी केली जाते.
- तुमची इच्छा असेल, तर एखादे वेदनाशामक दिले जाते.
- तुम्ही एखादा प्रश्न विचारला तर ते त्याचे उत्तरही देतील. अशा वेळी काहीही विचारायला

इस्पितळात किंवा बर्थ सेंटरमध्ये जाणे

या दरम्यान तुम्ही कोच किंवा जोडीदाराला बोलवायला हवे. तुम्ही आधीपासूनच सर्व योजना तयार केली असेल, तर काही अडचण येणार नाही. टॅक्सी किंवा गाडीत बसून सिट बेल्ट बांधा. थंडीपासून बचाव करण्यासाठी पांघरून घ्या.

- इस्पितळात गेल्यावर नोंदणी होते. ही औपचारीक बाब तुमचा जोडीदार पूर्ण करतो. तसे तुम्हाला अनेक प्रकारचे फॉर्म भरावे लागू शकतात.
- तुमच्या अवस्थेनुसार नर्स तुम्हाला लेबर किंवा डिलिव्हरी रूममध्ये नेते. तिथे गेल्यावर तुमच्या गर्भाशयाचे मुख आणि बाळाच्या हृदयाची स्पंदने याची तपासणी होते. अनेक ठिकाणी सोबत आलेल्या व्यक्तीला आत येऊ देत नाहीत. त्यांनी रूमच्या बाहेर बसून वाट पाहावी. तुमच्या पतीला आत येऊ देतात की नाही, याची माहिती मिळवा. या सर्व बाबींची माहिती तुम्ही आधीच मिळविली असेल, अशी आशा आहे. तुम्ही घरून खाण्यासाठी काही आणले नसेल तर फोन करून मागवा. तुमच्या कपड्यावरून घालण्यासाठी तुम्हाला एक स्वच्छ गाऊन दिला जाऊ शकतो.
- नर्स तुम्हाला काही आवश्यक प्रश्न विचारतील. जसे- वेदना कधी सुरू झाल्या. कळा किती वेळाने येतात, तुम्ही किती वेळापूर्वी काय खाल्ले?

- ती तुमच्या हृदयाची स्पंदने, नाडी, तापमान वगैरे पाहते. तुमच्या लघवीचा नमुनाही घेतला जाऊ शकतो. ॲम्नियोटिक द्रव्याची तपासणी केल्यानंतर गर्भाचीही तपासणी केली जाते.
- इस्पितळाच्या धोरणानुसार तुम्हाला आय़ व्ही लावले जाऊ शकते. वेळोवेळी तुमची अंतर्गत तपासणी करून तुमची प्रगती पाहिली जाते.

पडदा कृत्रिम पद्धतीने फाडला जाऊ शकतो. या प्रक्रियेत काहीही वेदना होत नाही. फक्त तुम्हाला गरम पाणी वाहिल्याची जाणीव होते. यावेळी तुम्ही डॉक्टरांना आपल्या शंका विचारू शकता. तुमच्या वतीने तुमचा जोडीदारही प्रश्न विचारू शकतो. त्यामुळे तुम्हाला जास्तीत जास्त समाधान मिळू शकेल.

प्रकरण थोडे मंदावते तेव्हा

सर्व काही फटाफट उरकायला हवे, अशीच तर तुमची इच्छा असते. काही वेळा मात्र प्रसूतीची प्रक्रिया मंदावते. गर्भाशयाचे तोंड पूर्णपणे उघडत नाही. बाळ बाहेर यायला तयार होत नाही. किंवा मग तुम्ही योग्य पद्धतीने जोर लावत नाहीत. काही वेळा ॲपिड्युरल लावल्यानंतरही कळा कमी होतात. यात काळजी करण्यासारखे काही नसते.

- अर्ली लेबरमध्ये डॉक्टर तुम्हाला थोडे फिरायला सांगू शकतात. किंवा रिलॅक्शेसन तंत्राचा वापर करायला सांगू शकतात. ही फॉल्स लेबरची लक्षणे तर नाहीत ना, याची ते माहिती घेत असतात.
- गर्भाशयाचे तोंड उघडले नसेल, तर काही औषधांचे इंजेक्शन देऊन उघडले जाऊ शकते.
- लेबरच्या सक्रिय पायरीवर गर्भाशयाचे तोंड पूर्णपणे उघडलेले नसेल किंवा बाळ खाली आलेले नसेल, कळा कमी झाल्या असतील तर औषधांचा डोस वाढविला जाऊ शकतो.
- दोन तास जोर लावल्यानंतरी डिलिव्हरी होत नसेल, तर डॉक्टरांना दुसरा निर्णय़ घ्यावा लागू शकतो. ते ऑपरेशन, व्हॅक्यूम किंवा फोरसेपची मदत घेऊ शकतात.

तुमचे मूत्राशय रिकामे ठेवा कारण त्याचा प्रसूतीच्या गतीवर परिणाम होत असतो. तुमचे पोटही साफ असायला हवे. डिलिव्हरीसाठी तुमची अवस्था सतत बदलत रहा. बाहेर ढकलताना योग्य पद्धतीने जोर लावा.

सक्रिय प्रसूती वेदनेनंतर २०-२४ तासांतही प्रसूती झाली नसेल, तर डॉक्टर ऑपरेशनचा सल्ला देऊ शकतात. आई आणि बाळाची अवस्था योग्य असेल, तर काही डॉक्टर वाट पहायला तयार होतात.

संकोच करू नका.

तुम्ही काय करू शकता?

हे सर्व तुमच्या आरामासाठी आहे म्हणून :

- तुमची इच्छा होईल तसे करा. पाठीवर मालीश करून घ्या. तोंड पुसण्यासाठी ओला कपडा मागा. तुमची मदत करायला तयार आहेत, पण तुम्ही बोलायला तर हवे ना?
- तुम्ही आधीपासूनच ठरविले असेल तर श्वासांशी संबंधित व्यायाम सुरू करा. याबाबतीत नर्सचा सल्ला घ्या. ज्यामुळे शरीराला आराम वाटेल, असेच सर्व तुम्हाला या वेळी करायचे आहे, हे लक्षात ठेवा.
- एखादे वेदनाशामक औषध हवे असेल, तर त्याबाबत बोलण्याची हीच वेळ आहे. तुम्हाला आवश्यकता पडल्यावर कधीही ॲपिड्युरल दिले

हायपरव्हेंटिलेट होऊ नका

काही महिला आवश्यकतेपेक्षा जास्त श्वास घेतात. त्यामुळे रक्तातील कार्बनडाय ऑक्साईडचे प्रमाण कमी होते. चक्कर येते. हात- पाय सुन्न झाले तर डॉक्टर किंवा नर्सला सांगा. ते तुम्हाला एका पेपर बॅगमध्ये श्वास घ्यायला सांगतील. त्यात थोडे श्वास घेतल्यानंतर तुम्हाला बरे वाटायला लागते.

जाऊ शकते.

- कोणत्याही वेदनाशामकाशिवाय तुम्ही वेदना सहन करीत असाल, तर प्रत्येक कळ आल्यावर थोडी विश्रांती घ्या. कारण नंतर याचे प्रमाण वाढते तेव्हा तुम्हाला विश्रांतीसाठी वेळ मिळत नाही. रिलॅक्शेसन तंत्राचा वापर करा म्हणजे तुमची ऊर्जा पातळी कायम राहील.
- डॉक्टरांच्या परवानगीने काहीही हलके सलके खात रहा. डॉक्टर हमी भरीत नसतील, तर तोंड ओले ठेवण्यासाठी आईस चिप्स चोखा.
- ॲपिड्युरल नसेल आणि चालू शकत असाल तर फिरा. किमान आपली अवस्था तरी बदला.
- लघवीसाठी बाथरूमला जात रहा. पेल्विकवर पडणाऱ्या दबावामुळे तुम्हाला याचा पत्ता लागणार नाही, पण मूत्राशय भरले तर अडचण निर्माण होऊ शकते. ॲपिड्युरल दिले असेल, तर वारंवार उठण्याची गरज पडत नाही कारण मूत्राशय रिकामे करण्यासाठी कॅथेटर लावतात.

ज़ोडीदार किंवा कोचः काय करू शकतात?

- तुम्हाला सर्व प्राथमिक गरजा माहीत असायला हव्यात. आईला औषधाची गरज असेल तर औषध द्या. तिला औषध नको असेल, तर तिला तिचे काम करू द्या.
- तिला जे काही हवे असेल ते मिळायला हवे. प्रत्येक मिनिटाला तिची इच्छा बदलू शकते. एका क्षणी तिला टिव्ही पहावा वाटू शकतो, तर दुसऱ्या क्षणी ती बंद करायला सांगू शकते. यावेळी तिने तुमच्याकडे लक्ष दिले नाही किंवा तुमचे कौतुक केले नाही, तर त्याकडे दुर्लक्ष करा. दुसऱ्या दिवशी सर्व काही व्यवस्थित झाल्यावर ती तुमच्याकडे लक्ष देते.
- तुमच्या आणि तिच्या मूडची काळजी घ्या. खोलीत मंद प्रकाश ठेवा.
- तिची इच्छा असेल, तर मंद संगीतही सुरू ठेवू शकता. कळा दरम्यान श्वास आणि रिलॅक्शेसन तंत्र सुरू ठेवा. असे करण्याची तिची इच्छा नसेल, तर तिच्यावर बळजबरी करू नका. तिचे लक्ष विचलित करण्यासाठी गप्पा मारा. व्हिडिओ गेम खेळा. ती जास्त दुःखी झाली असेल, तर तिला सहानुभूती दाखवा.
- कळांच्या सर्व नोंदी ठेवा. त्यासाठी नर्सची मदत घ्या. मॉनिटरवर पाहून तुम्ही वेदना होणार असल्याचे सांगू शकता. तिथे मॉनिटर नसेल तर पोटावर हात ठेवून कशा प्रकारे वेदना जाणून घेतली जाऊ शकते ते नर्सला विचारा.
- तिचे पोट आणि पाठीवर मालीश करा. त्यामुळे तिला आराम मिळू शकतो. कोणत्या प्रकारे मालीश केल्यावर तिला बरे वाटते ते विचारा. मालिश केल्यावर बरे वाटत नसेल, तर गप्पा मारा. एका मिनिटापूर्वी जे बरे वाटत होते ते आता आवडत नाही.किंवा याच्या उलटही होऊ शकते, हे लक्षात ठेवा.
- प्रत्येक तासाला तिला बाथरूमला जाण्याची आठवण करून द्या. मुत्राशय भरल्यावर प्रसूतीत अडचणी येतात.
- शक्य असेल तर फिरण्यासाठी किंवा अवस्था बदलण्यासाठी तिला मदत करा.

- तिला काही खाण्या पिण्याची परवानगी असेल, तर काही साधे सुधे खायला द्या. किवा तिला चोखण्यासाठी आईस चिप्स द्या.
- ओल्या कपड्याने तिचे तोंड आणि शरीर पुसत रहा.
- पाय थंड पडत असतील तर पायमोजे द्या.
- ती खूप त्रास सहन करीत आहे. त्यामुळे ती खूप मोठ्याने बोलू शकत नाही. तिची प्रत्येक गोष्ट ऐकण्याचा आणि त्याला प्रतिसाद देण्याचा प्रयत्न करा. प्रत्येक औषध आणि प्रक्रियेबाबत डॉक्टरांशी चर्चा करा म्हणजे तुम्हाला ते देण्याची माहिती मिळेल. तिच्या बाबतीत काही बोलायचे असेल, तर खोलीच्या बाहेर जाऊन बोला म्हणजे तिला काही अडचण होणार नाही.

तिसरी पायरी - स्थानांतरीय प्रसूती

प्रसूतीतील ही सर्वात लहान तरीही सर्वात अवघड पायरी असते. वेदनेची तीव्रता अचानक वाढते. कळा २-३ मिनिटांनी येतात आणि ६० ते ९० सेकंद राहतात. आधी एखाद्या वेळी आई झालेल्या स्त्रीला अनेक प्रकारच्या वेदना एकाच वेळी सहन कराव्या लागतात. वेदनेच्या लाटा कधीच संपणार नाहीत, विश्रांती घ्यायला वेळ मिळणार नाही, असे त्यांना वाटू लागते. ७ ते १० सेमी इतके गर्भाशयाचे मुख उघडण्यासाठी साधारणपणे १५ मिनिट ते एक तास इतका वेळ लागतो. काही प्रकरणात हा कालावधी तीन तासही असू शकतो.

तुम्ही एखादे वेदनाशामक घेतले नसेल, तर यावेळी तुम्हाला खालील प्रमाणे लक्षणे जाणवू शकतात.

- क़ळ येताना खूप तीव्र प्रकारची वेदना होणे.
- पाठीचा खालचा भाग आणि पॅरिनियममध्ये तीव्र वेदना.
- गुद्दावर दबाव. (शौचास जाण्यापूर्वी येणाऱ्या दबावापेक्षा हा दबाव वेगळा असतो.)
- रक्तस्त्रावात वाढ होणे.
- खूप गरम होणे किंवा थंडी वाजणे.
- पायांत असाह्य वेदना होणे.
- कळा येत असताना गुंगी आल्यासारखे होणे.
- घसा आणि छातीत विचित्र प्रकारे आखडणे.
- थकवा.

सहनशीलतेचा अंत झाला, असे भावनिक पातळीवर तुम्हाला वाटू शकते. अजून बाहेर ढकलण्याची वेळ आलेली नसते त्यामुळे मनात निराशा, अस्वस्थता आणि चिडचिड होते. याउलट बाळाच्या आणखी जवळ येण्याच्या भावनेने तुम्ही आणखी उत्साहित होऊ शकता.

तुम्ही काय करू शकता?

य़ा पायरीनतंर गर्भाशयाचे तोंड पूर्णपणे उघडले जाते. त्यामुळे बाळाला बाहेर ढकलण्यासाठी तुम्हाला जोर लावावा लागतो. पुढे येणाऱ्या काळाची चिंता करण्याऐवजी तुम्ही इथपर्यंत येण्यासाठी किती दीर्घ प्रवास केला आहे, याचा विचार करा.

मदत मिळत असेल तर काही खास तंत्राचा वापर करणे सुरू ठेवा. सूचना मिळत नाही, तोपर्यंत जोर लावू नका. त्यामुळे त्या भागात सूज येऊन डिलिव्हरीसाठी आणखी वेळ लागू शकतो.

जोडीदाराच्या हात लावण्याने तुम्हाला त्रास होत असेल, तर त्याला तसे सांगायला विसरू नका.

- साधारण लयबद्ध श्वासाच्या मदतीने कळांच्या मधअये विश्रांती घेण्याचा प्रयत्न करा.
- तुमचे सर्व लक्ष बाळावर ठेवा. लवकरच तो तुमच्या मांडीवर असणार आहे.

ग़र्भाशयाचे मुख पूर्णपणे उघडल्यावर तुम्हाला डिलिव्हरी रूममध्ये नेले जाते. तुम्ही बर्थिंग बेडवर असाल, तर त्याचे पाय दूर करून डिलिव्हरीसाठी

त्याला सज्ज केले जाईल.

जोडीदार किंवा कोच : तुम्ही काय करू शकता?

ती ॲपिड्युरलवर असेल,तर तिला दुसरा डोस हवा का याची चौकशी करा. इंजेक्शन खूप त्रासदायक असू शकते. औषधाचा डोस पुरेशा प्रमाणात मिळाला नाही, तर वेदना वाढू शकतात. औषद हवे असेल, तर डॉक्टरांना सांगा. औषधाशिवाय सर्व प्रक्रिया सुरू असेल, तर यावेळी तिला तुमची सर्वाधिक गरज असते.

- तिच्याजवळ रहा, पण तिच्यावर स्वार होऊ नका. तिची इच्छा नसेल तर तिला स्पर्श करू नका. पाठीवर थोडा दाब दिल्यामुळे बरे वाटू शकते, पण तिला हेही नको असेल तर काही करू नका.
- या वेळी खूप मोठ्या मोठ्या गप्पा मारू नका. तिला स्पष्ट आणि थोडक्यात सूचना द्या. विनोद ऐकविण्याची ही वेळ नाही.
- हवे असेल तर तिचे सांत्वन करा. यावेळी शब्दाऐवजी साधा स्पर्श किवा डोळे खूप काही सांगू शकतात.
- कळ आल्यानंतर श्वास तंत्राच्या सहाय्याने बरे वाटत असेल, तर तिला थोडी मदत करण्याचा प्रयत्न करा.
- तिचे पोट पाहून कळांची माहिती द्या. कळांच्या दरम्यान थोडा लययुक्त श्वास कायम ठेवण्याची तिला आठवण करून द्या.
- कळा खूप वेगात येत असतील आणि तिला बाहेर ढकलण्याची इच्छा होत असेल, तर डॉक्टरांना सांगा. कदाचित गर्भाशयाचे मुख पूर्ण उघडलेले असू शकते.
- तिला पाण्याचा घोट किंवा आइस चिप्स देत रहा. तिचे तोंड ओल्या कपड्याने पुसा. थंडी वाजत असेल तर अंगावर चादर घाला आणि पायात स्वॉक्स घाला.
- येणाऱ्या क्षणावर तुम्ही आफले सर्व लक्ष केंद्रित करा. आता आनंदाची पोतडी तुमच्या हाती लागणार आहे.

दुसरी अवस्था : ढकलणे आणि डिलिव्हरी

या पायरीपर्यंत बाळाच्या जन्मासाठी तुमची काहीही सक्रिय भूमिका नव्हती. तुमच्या गर्भाशयाच्या तोंडाने बऱ्याच प्रमाणात तुमचे काम सोपे केले आहे. आता बाळाला बाहेर येण्यासाठी तुम्हाला मदत करायची आहे. या प्रक्रियेसाठी साधारणपणे अर्धा ते एक तास लागू शकतो. काही वेळा ही प्रक्रिया १० मिनिटांत किंवा २-३ तासांत पूर्ण होते.

या अवस्थेतील कळा पहिल्या अवस्थेच्या तुलनेत जास्त नियमित असतात. त्या ६० ते ९० सेकंदाच्या असतात आणि कधी कधी वेदना वाढतात तर कधी कमी होतात. वेदना कधी निर्माण होतात, ते अजूनही तुम्हाला कळत नाही. यावेळी तुम्हाला खालील लक्षणे जाणवू शकतात.

- कळांसोबत वेदना, पण थोड्या कमी प्रमाणात.
- ढकलण्याची तीव्र इच्छा (ॲपिड्युरल असेल तर नाही.)
- ऊर्जेची तीव्र जाणीव किंवा थकवा.
- कळ खूप वेगात उठणे आणि कळणे.
- रक्तस्रावात वाढ होणे.
- बाळाचे डोके वर येत असल्यामुळे योनीत थोडीसी जळजळ होणे. तणाव आणि अस्वस्थता. (यालाच रिंग ऑफ फायर असे म्हणतात.)
- थोडेसे घसरणे आणि ओलाव्याची जाणीव.

आपण ढकलायला सुरूवात केली आहे म्हणून

भावनिक पातळीवर तुम्हाला समाधान मिळते. ढकलणे आणि जोर लावणे याला एका तासापेक्षा अधिक वेळ झाला असेल तर तुम्हाल थकवा आणि निराशा येऊ शकते. ही सर्व प्रक्रिया कधी संपेल, हीच एक भावना या वेळी तुमच्या मनात असते.

तुम्ही काय करू शकता?

या वेळी बाळाला बाहेर यायचे आहे म्हणून तुम्ही आणि डॉक्टरांनी मिळून जे काही आसन निवडले असेल त्यातच पूर्ण जोर लावा. अर्धवट बसलेली किंवा उकड आसन यावेळी उपयुक्त ठरू शकते. कारण यामध्ये गुरूत्वाकर्षणाची मदत मिळते. त्यामुळे बाळ खाली येऊ शकते. या अवस्थेत तुमची हनुवटी छातीला चिकटवा म्हणजे पूर्ण जोर लावता येईल. जोर लावता येत नसेल तर आपली अवस्था बदलण्याचा प्रयत्न करा. उकड आसनात या किंवा मग हात आणि पायांवर बसा.

जोर लावण्याची वेळ आल्यावर बाकी सर्व विसरून जा. तुम्ही ढकलण्यासाठी जितका जोर लावाल तितक्या लवकर बाळ बाहेर येते. चुकीच्या पद्धतीने ढकलले तर त्यामुळे फक्त तुमची शक्ती वाया जाते. थकव्याशिवाय दुसरे काहीही हाती लागत नाही.

- शरीर आणि जांघा सैल सोडून जणू काही तुम्हाला संडासला बसल्या आहात, असा जोर लावा. तुमचे सर्व लक्ष शरीराच्या वरच्या भागावर केंद्रित करण्याऐवजी योनी आणि गुदावर केंद्रित करा. चेहऱ्यावरही दबाव देऊ नका. फिक्कट निळया खुणा उमटू शकतात आणि त्यामुळे बाळही बाहेर येत नाही.
- अशा प्रकारे जोर लावल्यामुळे शौचही बाहेर येऊ शकते. याचा विचार करून लाजू नका. डिलिव्हरीच्या वेळी मल-मूत्र विसर्जन होणे, ही काही फार मोटी गोष्ट असत नाही. खोलीतील कोणीही याची पर्वा करीत नाही. त्यामुळे तुम्हीही करू नका. पॅडने सर्व काही लगेच स्वच्छ होऊ शकते.
- वेदना निर्माण होत असेल तेव्हा दीर्घ श्वास घेऊन बाहेर ढकलण्यासाठी स्वत:ला सज्ज ठेवा. पुन्हा वेदना निर्माण झाल्यावर दीर्घ श्वासासह जोर लावा. त्यासाठी तुम्हाला नर्स किंवा जोडीदाराची मदत हवी असेल, तर तसे सांगा. ढकलण्याची प्रक्रिया किती लांब असावी याचा काही जादूचा मंत्र नाही. प्रत्येक कळ आली की तुम्हाला ढकलायचे आहे. ढकलण्याची इच्छा झाली की पूर्ण जोर लावा. काही वेळा नैसर्गिकरित्या ढकलण्याची इच्छा होत नाही. तेव्हा तुमची एकाग्रता तयार करण्यासाठी डॉक्टर आणि नर्स तुम्हाला मदत करू शकतात.
- बाळाचे डोके दिसून परत दिसेनासे झाले तर निराश होऊ नका. असे काही वेळा होऊ शकते. तुम्ही योग्य दिशेने जात आहात, इतकेच तुम्ही लक्षात ठेवा.
- कळांसोबत विश्रांती घ्या. ढकलून थकला असाल तर डॉक्टरांना सांगा. काही कळांच्या वेळी न ढकलण्याचा ते तुम्हाला सल्ला देतील. त्यामुळे तुमची शक्ती राखून ठेवली जाईल.
- ढकलणे थांबवायला सांगितल्यानंतर थांबवा. इच्छा झाल्यावर तोंडाने फूका.
- समोरच्या आरशावर लक्ष ठेवा. बाळाचे दिसणारे डोके तुम्हाला ढकलण्यासाठी प्रेरणा देत राहते. तुम्ही या प्रक्रियेची व्हिडिओ रेकॉर्डिंग करीत नसाल, तर हे तुम्हाला पुन्हा कधीही पहायला मिळणार नाही.

तुम्ही ढकलण्याच्या प्रक्रियेत गुंतलेल्या असता तेव्हा डॉक्टर तुम्हाला आधार देतात. बाळाच्या हृदयाच्या स्पंदनावर लक्ष ठेवतात. ते आपल्या सर्जरीचे सामान तयार ठेवतात. अँटिसेप्टिक औषधे लावतात. आवश्यकता पडली तर ते थोडासा छेद देऊ शकतात.

एका बाळाचा जन्म

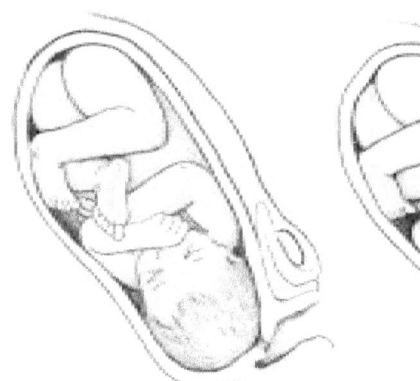

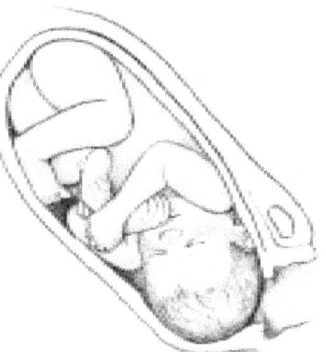

१. गर्भाशयाचे तोंड थोडे उघडले आहे; पण अजून पूर्ण उघडले नाही.

२. काही वेळा आईच्या पेल्विक भागातून बाहेर पडण्यासाठी बाळ आपली अवस्था बदलते. इथे तुम्हाला ते आढळून येईल.

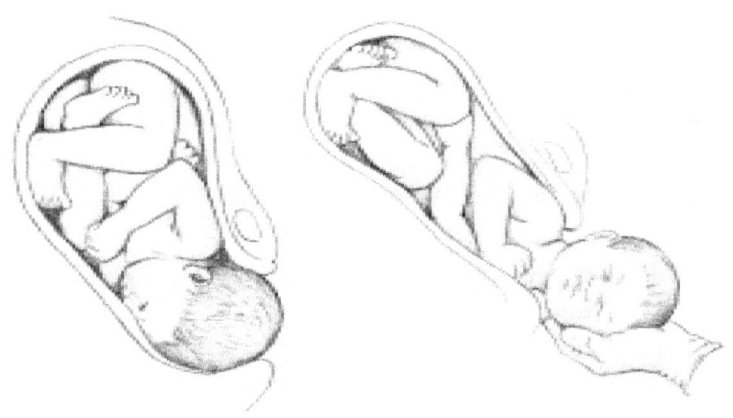

३. गर्भाशयाचे मुख पूर्णपणे उघडले आहे आणि डोके योनीमार्गाला ढकलित आहे.

४. बाळाचे डोके बाहेर निघाल्यानंतर उर्वरित डिलिव्हरी खूप लवकर आणि सहजपणे होते.

व्हॅक्यूम किंवा फोरसेपचा वापरही करू शकतात.

बाळाचे डोके दिसायला लागल्यावर बाळाचे नाक आणि तोंडातील म्युकस काढतात. तसेच त्याला बाहेर काढण्यासाठी प्रयत्न करतात. डोके बाहेर यायलाच वेळ लागत असतो. त्यानंतर तर मगा थोडासा धक्काही पुरेसा असतो. त्यानंतर नाळ कापून बाळ तुमच्या हातात दिले जाते किंवा पोटावर झोपवले जाते. आता तुम्ही बाळाला हाताने स्पर्श करू शकता. जन्माला आल्याबरोबर ज्या बाळाला आपल्या आईच्या त्वचेचा स्पश मिळतो, ते नंतर गाढ झोपतात, शांत राहतात, असे अभ्यासांती आढळून आले आहे.

त्यानंतर मग डॉक्टर बाळाच्या अवस्थेकडे लक्ष देतात. 'अपगार स्केल' वर एक मिनिट आणि पाच मिनिट या हिशोबाने ते तपासणी करतात. त्याची पाठ हळूवारपणे थोपटतात. तुमचा हात आणि बाळाचा पाय याला ओळखीसाठी एकच धागा बांधतात. नवजात बाळाचे डोळे संसर्ग होण्यापासून वाचविण्यासाठी त्यात एक औषध टाकले जाते. तसे तुम्हाला हवे असेल, तर आधी तुम्ही बाळाला कुशीत देण्याविषयी सांगू शकता. त्याचे वजन तपासले जाते आणि मग त्याला एका टॉवेलात गुंडाळले जाते. इस्पितळात वेगवेगळया क्रमाने हीच कामे केली जातात.

नंतर बाळाला स्तनपान करण्यासाठी तुमच्याकडे सोपविले जाते. काही वेळा बाळाची पूर्ण तपासणी करण्यासाठी आणि त्याच्या काही चाचण्या घेण्यासाठी त्याला नर्सरीमध्येही नेले जाते. त्यानंतर मग बाळाला तुमच्या खोलीतील पाळण्यात टाकले जाते.

जोडीदारासाठी : तुम्ही काय करू शकता?

- ढकलत असताना सर्व शक्ती त्याच कामासाठी लावली जाते त्यामुळे तुम्ही आईला त्यासाठी मदत करा. तुमच्या प्रेमाने अश्वस्त करा. तुमच्याकडे लक्ष दिले नाही, तर वाईट वाटून घेऊ नका.
- तोंडातील ओलावा टिकून रहावा यासाठी आइस चिप्स देत रहा.
- तिच्या पाठीला आधार द्या. चेहरा ओल्या कपड्याने पुसा आणि तिने आपली अवस्था बदलली तर परत त्याच अवस्थेत येण्यासाठी तिला मदत करा.
- त्याच बरोबर तिला आरशात पाहण्याची आठवण करून द्या. आरसा नसेल तर तिला सर्व सांगा

बाळावर पहिली नजर

नऊ महिने पोटात राहिल्यावर स्वच्छ आणि गोल गरगरीत बाळ बाहेर येत नाही. त्यालाही बाहेर येण्यासाठी श्रम करावे लागतात. त्याच्या रंगरूपावर त्याचा परिणाम होत असतो. अर्थात ही सर्व लक्षणे तात्पुरती असतात. इस्पितळातून घरी येईपर्यंत बाळ आपल्या मनमोहक रुपात आलेले असते.

वाकडे तिकडे डोके :- अनेक वेळा बाळाच्या डोक्याचा घेर त्याच्या छातीपेक्षाही मोठा असतो. अनेक वेळा जन्माच्या प्रक्रियेत डोक्याचा आकार असा होतो. डोके बाहेर काढताना चुकीच्या पद्धतीने ओढले गेले तर त्यावर फोड येतात. दोन-तीन आठवड्यात ते बरे होतात आणि मग बाळाचे डोके योग्य आकारात यायला लागते.

बाळाचे जावळ :- काही नवजात शिशू टकले असतात, तर काहींच्या डोक्यावर दाट केस असतात. तसे तर हे सर्व केस हळूहळू गळून पडतात आणि नवीन रंगाचे नवीन केस तिथे उगवतात.

शरीरावर चिकट थर :- ॲम्नियोटिक द्रव्याचा परिणाम म्हणून त्याच्या शरीरावर हा चिकट थर जमा होत असतो. काही वेळा प्रिमॅच्युअर बाळाच्या शरीरावर हा थर दिसून येतो. पोस्टमॅच्युअर बाळावर हा थर अजिबात असत नाही.

ज़ननेंद्रियावरील सूज :- नवजात मुलगा किंवा मुलगी दोघांच्याही जननेंद्रियावर सूज आलेली असू शकते. छातीवरही सूज असू शकते. काही वेळा त्यातून थोडासा द्रव बाहेर पडतानाही दिसतो. मुलींमध्ये आईच्या हार्मोन्समुळे योनीतून थोडासा स्त्रावही येताना दिसतो. ये सर्व परिणाम ७ ते १० दिवसांत संपतात.

डोळ्यांची सूज :- काही वेळा नवजात बाळाच्या डोळयावरही सूज आलेली दिसते. ही सूजही काही दिवसात जाते.

त्वचा :- फिक्कट पांढरी, गुलाबी किंवा सावळया त्वचेसह बाळ जन्माला येत असते. जन्मानंतर काही तास पिग्मेंटेशन सुरू होत नाही. चेहऱ्यावर तात्पुरते डागही दिसतात. हवेच्या संपर्कात आल्यामुळे त्यांची त्वचा कोरडी आणि रूक्ष होते.

लव :- काही वेळा नवजात बाळाचे खांदे, पाठ आणि डोक्यावर खूप केस असतात. मुदतपूर्व किंवा मुदतीनंतर जन्म घेणाऱ्या बाळावरही ते आढळून येतात. नंतर हे केस आपोआप गळून जातात.

जन्म खुणा :- बाळाच्या शरीरावर जन्मापासूनच काही खुणा असतात. त्यांना जन्मखुणा म्हणतात. त्वचेवर फिक्कट किंवा गडद डाग असतो. हातावर किंवा जांघेत गडद डाग असतो. काही वेळा बारीकशा मसेसारखा उंचवटाही असतो. काही वेळा या मसा आपोआप गळून जातात. शरीरावरील वेगवेगळया रंगाचे डाग नंतर फिक्कट होतात, पण पूर्णपणे नाहीसे होत नाहीत.

तिसरी अवस्था : प्लेसंटा डिलिव्हरी

वाईट वेळ निघून गेली असून आता चांगली वेळ येणार आहे. बाळ जन्माच्या या शेवटच्या टप्प्यात आता गर्भातून प्लासेंटा बाहेर येतो. बारीक कळा सुरू असतात, पण तुम्ही आता नवजात बाळात मग्न असल्यामुळे तुम्हाला त्या फारशा जाणवत नाहीत. गर्भाशय संकुचित झाल्यामुळे प्लासेंटा योनीत येतो. म्हणजे मग त्याला बाहेर काढता येते.

डॉक्टर तुम्हाला योग्य वेळी बाहेर ढकलण्यास सांगतील आणि प्लासेंटा बाहेर काढण्यासाठी तुम्हाला मदत करतील. तुम्हाला इंजेक्शनद्वारे ऑक्सिटोसिन दिले जाते. त्यामुळे कळा वेगात येतात आणि प्लासेंटा बाहेर येतो. त्यामुळे गर्भाशय लगेचच आपल्या पूर्ववत स्थितीत येते. रक्तस्त्राव कमीत कमी होतो. प्लासेंटा एकसंघ नसेल, तर गर्भाशयात त्याचे तुकडे असू शकतात.

प्रसूतद्ध संपल्यानंतर तुम्हाला खूप थकवा जाणवू शकतो किंवा तुम्ही अतिशय उत्साही राहू शकता. काही स्त्रियांना या वेळी थंडी वाजते, तर काहींना भूक लागते.

यावेळी मासिक पाळीप्रमाणे रक्तस्त्रावही होत असतो. बाळाच्या जन्मानंतर मानसिक पातळीवर तुम्हाला कसे वाटते? प्रत्येक स्त्रिची प्रतिक्रिया वेगवेगळी असते. तुम्हाला तुमचे बाळ आणि जोडीदार यांच्याबद्दल प्रेम वाटू शकते. दीर्घ प्रसूतीनंतर थकून जाऊ शकता किंवा इवल्याशा पाहुण्याला पाहून थोडे अस्वस्थ वाटू शकते. त्यानेही तुम्हाला भेटण्यासाठी त्रास सहन केला आहे. तुमची प्रतिक्रिया काहीही

असली तरीही तुम्ही बाळावर मात्र खूप प्रेम करता. अर्थात या सर्व गोष्टींसाठी थोडा वेळ लागतो.

तुम्ही काय करू शकता?

- तुमच्या बाळावर मनापासून प्रेम करा. बाळ आपल्या आईचा आवाज ओळखत असते त्यामुळे त्याच्याशी बोला. त्याच्या कानात काही तरी हळूवार गुणगुणा म्हणजे त्याला या जगात आपलेपणा वाटू शकतो. बाळाला नर्सरीच ठेवले असेल, तर थोडा वेळ वाट पहा.
- जोडीदारासोबत थोडा वेळ घालवा.
- प्लासेंटा बाहेर काढण्यासाठी मदत करा. बऱ्याच वेळा तर त्याला ढकलण्याचीही गरज पडत नाही. तुम्ही काय करायला हवे ते डॉक्टर सांगतील.
- छेद घेतला असेल, तर त्याची मलमपट्टी होईपर्यंत शांत रहा.
- तुमच्या यशाचा अभिमान बाळगा.
- तुमच्या पॅरिनियमची सूज कमी करण्यासाठी थोडा आईस पॅक मागवा. पॅड लावण्यासाठी नर्स तुम्हाला मदत करतील. कारण सध्या तुम्हाला रक्तस्राव होत असतो. त्यानंतर तुम्हाला स्वच्छ करून तुमच्या खोलीत पाठविले जाते.

जोडीदारासाठी : तुम्ही काय करू शकता?

- बाळ आणि पत्नीसोबत घालवण्यासाठी तुमच्याकडे खूप वेळ असेल. नर्स आणि डॉक्टर बाकी उरलेले काम पूर्ण करतात.
- तुमचे बाळ आणि पत्नीशी प्रेमाचे चार शब्द बोला. त्यांचे अभिनंदन करा.
- बाळाशी थोडे बोललात तर कसे वाटेल? तो तुमचाही आवाज ओळखतो. त्याला अनोळखी वातावरणात आपलेपणा मिळतो.
- आईला थोडे प्रेम द्यायला विसरू नका.
- तिच्यासाठी ज्यूस मागवा. तुम्ही सोबत शॅम्पेन आणली असेल तर उत्सव साजरा करायला काय हरकत आहे?
- क़ॅमेरा किंवा व्हिडिओ कॅमेरा सोबत आणला असेल, तर इवल्याशा बाळाचे फोटो काढायला सुरूवात करा.

सिझेरियन डिलिव्हरी

साधारण डिलिव्हरीप्रमाणे सिझेरियन डिलिव्हरीत तुम्ही सक्रिय स्वरूपात सहभागी होऊ शकत नाहीत. याचेही काही फायदे आहेत. ढकलणे आणि जोर लावणे याच्याऐवजी तुम्ही शांतपणे पडून राहू शकता. फक्त तुम्हाला याबाबतीत माहीत असणे आवश्यक आहे. जेवढी माहिती असेल तेवढे ते आरामदायी होते. त्यामुळे आधीच तुम्ही याबाबत माहिती मिळवायला हवी. कारण काही वेळा अचानक हा निर्णय घेतला जाऊ शकतो.

अनस्थेशिया आणि स्थानिक इस्पितळांची धोरणे यामुळे बहुतेक महिला आपले सिझेरियन पाहू शकतात. त्यावेळी त्या खूप शांत असतात. सिझेरियन डिलिव्हरीत खालील पायऱ्या असतात.

- तुम्हाला अनेस्थेशिया दिला जाऊ शकतो किंवा शरीराच्या खालील भागात ॲपिड्युरल दिले जाते. आणिबाणीच्या प्रसंगी बाळाचा जन्म होणार असेल, तर जनरल अनस्थेशिया दिला जाऊ शकतो.
- ओटीपोट ॲंटिसेप्टिक सोल्यूशनने धुतात. कॅथेटरच्या सहाय्याने डॉक्टर तुमचे ब्लॅडरही रिकामे करतात.
- स्ट्राईल ड्रेप पोटाच्या आसापास लावले जाते आणि एक स्क्रीन अशा प्रकारे लावला जातो की तुम्हाला पोटावर घेतलेला छेद दिसणार नाही.
- त्यावेळी जोडीदार किंवा कोच तुम्हाला आधार देऊ शकतात. तसेच त्यांना सर्जरी पाहण्याची संधीही मिळू शकते.

- हे आपत्कालीन ऑपरेशन असेल, तर घाबरू नका. सर्व काही ठीक होते. इस्पितळात तर हे नेहमीच होत असते.
- अनस्थेशियाचा परिणाम होऊ लागल्यावर तुमचे पोट चिरले जाते. तुम्हाला एखादी चैन उघडल्यासारखे वाटते, पण वेदना जाणवत नाही.
- मग गर्भाशयावर दुसरा छेद घेतला जातो आणि ॲम्नियोटिक पिशवी उघडली जाते. त्यातील द्रव्य काढले जाते. तुम्हाला त्याचा आवाज ऐकू येतो.
- मग बाळाला बाहेर काढले जाते आणि त्याच वेळी सहाय्यक गर्भाशय दाबून धरतो.
- ॲपिड्युरलमुळे थोडासा दबाव किंवा तणाव जाणवू शकतो. तुमचे बाळ पहायचे असेल, तर डॉक्टरांना पडदा थोडा खाली करायला सांगू शकता. अशा प्रकारे तुम्हाला फक्त बाळ दिसू शकते, पण तुमचे इतर अवयव दिसणार नाहीत.
- बाळाच्या नाका तोंडातून म्युकस काढले जाते आणि नाळ कापल्यावर तुम्ही त्याला पाहू शकता.
- योनीद्वारे जन्म घेतलेल्या बाळाची ज्या प्रकारे देखभाल केली जाते तशीच या बाळाचीही घेतली जाते. डॉक्टर प्लासेंटा काढून टाकतात.
- बाळाची नियमित तपासणी केल्यानंतर तुमच्या जननेंद्रियांची तपासणी केली जाते. एकरूप होणाऱ्या टाक्यांनी गर्भाशय शिवले जाते. पोटावर नंतर काढायचे टाके घातले जातात.
- गर्भाशयाचा संकोच करण्यासाठी आणि रक्तस्राव थांबविण्यासाठी ऑक्सिटोसिनचे इंजेक्शन दिले जाते. संसर्ग टाळण्यासाठी अनेक प्रकारचे ॲंटिबायोटिक्सही दिले जातात.

डिलिव्हरी रूममध्येच बाळाला प्रेम करण्याची तुम्हाला संधी मिळू शकते. काही ठिकाणी सिझेरियन झाल्यावर बाळाला थेट नर्सरीमध्ये नेले जाते. तिथे त्याची तपासणी केली जाते. त्यामुळे निराश होऊ नका. बाळाचे कोड कौतुक करण्याची तुम्हाला आता खूप संधी मिळणार आहे.

अभिनंदन!

तुम्ही हे करून दाखविले आहे.

आता बाळाच्या सोबतीने जीवनाचा भरपूर आनंद लुटा.

शुभेच्छांसह

-हैइदी

■ ■ ■

भाग - ३

जुळे, तिळे किंवा जास्त गर्भ

(एकापेक्षा जास्त बाळाची आई होणार असता तेव्हा)

एकापेक्षा जास्त गर्भ

तुम्ही एकापेक्षा जास्त गर्भ धारण केले आहेत? ही बातमी ऐकल्या बरोबर तुम्हाला दु:ख, आनंद आणि परेशानीचा एकत्रित सामना करावा लागू शकतो. या सर्व भावनांच्या कल्लोळात काही प्रश्नही उभे राहिले असतील. माझा गर्भ निरोगी असेल का? मी निरोगी राहील का? मला डॉक्टर बदलून दुसऱ्या एखाद्या विशेषज्ज्ञांकडे जावे लागेल का? मला किती आहार घ्यावा लागेल आणि किती वजन वाढवावे लागेल? माझ्या पोटात दोन बाळांसाठी पुरेशी जागा असेल? माझ्या घरात दोन बाळांसाठी जागा असेल? मी पूर्ण नऊ महिने गर्भ सांभाळू शकेल का? मला सर्व वेळ आंथरूणावरच घालवावा लागेल की काय? दोन बाळांना जन्म देणे अवघड असते?

मल्टिपल प्रेगनन्सी

या दिवसांत मल्टिपल प्रेगनन्सीचे प्रमाण खूप वाढत चालले आहे. कारण ३५ वर्षांहून अधिक वयाच्या स्त्रिया आई होत आहेत. हार्मोनमधील बदलांमुळे त्या जास्तीत जास्त जुळयांना जन्म देताहेत. याशिवाय फर्टिलिटीवरील उपचार आणि लठ्ठपणा हेही याचे एक कारण सांगितले जाते.

तुम्ही काय विचार करता?

मल्टिपल गर्भावस्थेची माहिती होणे

"मी गर्भवती असल्याचे मला नुकतेच कळले आहे. मला जुळी मुले आहते असे वाटते. याची ठोस माहिती मी कशी मिळवू शकेन?"

डिलिव्हरी रूममध्ये अचानक जुळी मुले झाल्याचे पाहून आई वडिलांनी आश्चर्यचकीत होण्याची दिवस आता उरले नाहीत. आता तर आई वडिलांना खूप आधीच ही आनंदाची बातमी कळलेली असते.

अल्ट्रासाऊंड :- अल्ट्रासाऊंडमधील चित्रात पुरावा तुमच्या समोर असतो. तुम्हाला ठोस पुरावा हवा असेल, तर अल्ट्रासाउंडपेक्षा चांगला दुसरा पुरावा असू शकत नाही. पहिल्या तिमाहीत ६ ते ८ आठवड्यादरम्यान एक अल्ट्रासाऊंड होते. यामध्ये तुम्हाला मल्टिपलची माहिती कळू शकते. याबाबती तुम्हाला आणखी पक्की माहिती हवी असेल, तर

१२ व्या आठवड्यापर्यंत वाट पहा. पहिल्या अल्ट्रासाउंडमध्ये दोन्ही गर्भ एकाच वेळी दिसू शकत नाहीत.

डॉपलर :- साधारणपणे नवव्या महिन्यात डॉक्टर डॉपलरच्या सहाय्याने बाळाच्या हृदयाची स्पंदने मोजतात. खरं तर एकाच डॉपलरच्या सहाय्याने दोन बाळांच्या हृदयाची स्पंदने मोजणे अवघड असते. अनुभवी डॉक्टर असे करू शकतात. त्यामुळे अल्ट्रासाउंडमधील बातमी पक्की होते.

हार्मोनची पातळी :- गर्भधारणेनंतर साधारणपणे १० दिवसांनी तुमच्या लघवीत एचसीजी हार्मोन येतात. पहिल्या तिमाहीत ते खूप वेगाने वाढतात. अनेक वेळा यांच्या वाढत्या पातळीवरूनही जुळे असल्याची माहिती कळू शकते. काही वेळा मात्र जुळे असल्यावरही हार्मोन्सची पातळी वाढत नाही. त्यामुळे हे लक्षण काही पक्के लक्षण ठरत नाही.

तपासण्यांचे परिणाम :- दुसऱ्या तिमाहीतील ट्रिपल किंवा क्वॅड स्क्रीन तपासणीतून तुमच्या गर्भात एकापेक्षा अधिक गर्भ असल्याची पक्की माहिती मिळते.

तुमचे मोजमाप :- गर्भाची संख्या जितकी जास्त असते तितका तुमच्या गर्भाशयाचा आकार मोठा असतो. दरवेळच्या तपासणीत तुमच्या गर्भाशयाचा वाढणारा आकार पाहू डॉक्टर मल्टिपल प्रेगनन्सीचा अंदाज करू शकतात. अर्थात प्रत्येक वेळी असे होईलच असे नाही.

तसे काही वेळा अनेक गोष्टींतून तुम्ही अंदाज लावता तेव्हा अल्ट्रासाऊंडमुळे याची खात्री पटते.

फ्रेटर्नल किंवा आयडेंटिकल

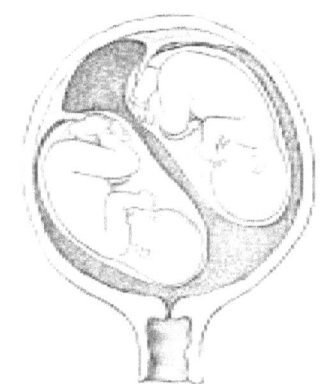

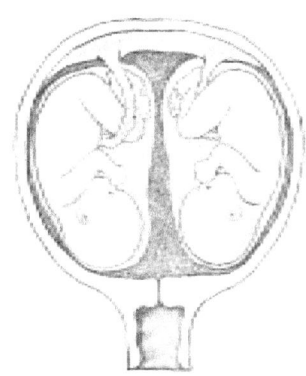

फेटर्नल जुळ्यांमध्ये दोन अंडे एकाच वेळी फर्टिलाईझ होतात. आयडेंटिकल जुळ्यांमधअये एकच अंडे फर्टिलाईझ होऊन त्याचे दोन गर्भात रुपांतर होते. त्यांचे प्लासेंटा एकत्र किंवा वेगवेगळे असू शकतात.

साधारणपणे फ्रेटर्नल जुळी मुले अधिक प्रमाणात असतात. तुमच्या कुटुबात जुळ्या मुलांची परंपरा असेल, तर तुम्हीही जुळ्यांना जन्म देण्याची शक्यता असते.

डॉक्टरांची निवड

''मी जुळ्यांना जन्म देणार असल्याचे मला नुकतेच कळले आहे. अशा वेळी मी नेहमीच्या डॉक्टरांकडे जाऊ की एखादा नवीन विशेषज्ज्ञ निवडू?''

तुमच्या डॉक्टरमुळे तुम्ही समाधानी असाल, तर जुळ्या मुलांमुळे डॉक्टर बदलण्याची आवश्यकता नाही. तुम्ही नियमित स्वरूपात तुमचे चेकअप करण्यासाठी त्यांच्याकडे जा.

याशिवाय तुम्हाला थोडी अधिक काळजी घ्यायची आहे? काही वेळा डॉक्टरही अशा स्त्रियांना सल्ला घेण्यासाठी विशेषज्ज्ञांकडे पाठवतात. तुम्हीही अशा प्रकारे या दोघांचा मेळ घालू शकाल, तर अधिक चांगले. कारण जुळ्या मुलांना जन्म देणाऱ्या आईच्या काही विशेष गरजा असतात. त्यांच्यासाठी 'प्रीनेटोलॉजिस्ट' चा सल्ला खूप उपयुक्त ठरू शकतो. तुमची गर्भावस्था थोडी धोकादायक स्वरूपाची असेल तेव्हा तर ही गोष्ट अधिकच आवश्यक ठरते.

अशा विशेषज्ज्ञाची निवड करताना त्यांच्या इस्पितळाकडेही लक्ष द्या. प्रिमॅच्युअर बेबीची काळजी घेण्यासाठी जिथे खास व्यवस्था केलेली असत, अशा प्रकारच्या इस्पितळाची तुम्हाला निवड करावी लागेल. कारण जुळयांच्या बाबतीत बहुतेक वेळा असे होते.

डॉक्टरांशी याबाबतीतही त्यांच्या धोरणांवर चर्चा करा. ३७-३८ व्या आठवड्यात डिलिव्हरी केली जाईल की सर्व काही ठीक होईल म्हणून वाट पाहिली जाईल? ही डिलिव्हरी योनीमार्गाने होईल की त्यासाठी ऑपरेशन करावे लागेल? तुम्ही लेबर किंवा डिलिव्हरी रूममध्ये बाळाला जन्म देऊ शकाल की सुरक्षेच्या दृष्टिकोनातून तुम्हाला ऑपरेशन थिएटरमध्ये नेले जाईल?

डॉक्टरांची निवड करण्याबाबत या पुस्तकात इतरत्रही आवश्यक माहिती दिली आहे.

गर्भावस्थेची लक्षणे

''ज़ुळे असतील तर लक्षणे सामान्य असण्याऐवजी दुप्पट असतात. हे खरे आहे का?''

काही वेळा जुडवा मुले असल्यामुळे गर्भावस्थेत खूप अडचणी निर्माण होऊ शकतात, पण प्रत्येक वेळी असे होत नाही.

सिंगल प्रेगनन्सीप्रमाणे मल्टिपल प्रेगनन्सीही आपापल्या पातळीवरही वेगळी असते. कदाचित एक गर्भ असलेली माता नऊ महिने सारख्या उलट्या करीत राहू शकते तर जुळे असलेली माता एकदाही उलटी करणार नाही, असे होऊ शकते. इतर लक्षणांबाबतही असेच होऊ शकते.

पायांमधील गोळे, उल्ट्या, व्हेरिकोज व्हेन्स यासारखी लक्षणे दुप्पट होऊ शकतात, हे तुम्ही लक्षात घ्यायला हवे. तुम्ही ते मोजू शकत नाहीत. साधारण गर्भावस्थेत ही लक्षणे थोडी अधिक असतात.

- अशा परिस्थितीत मॉर्निंग सिकनेस, उलटी आणि मळमळणे अशी लक्षणे जास्त असू शकतात. ते लवकर सुरू होतात आणि उशिरापर्यंत राहतात. असे हार्मोन्सच्या वाढलेल्या पातळीमुळे होते.
- पोटात जितके गर्भ असतील पचनाच्या तक्रारी (छातीत जळजळणे, अपचन,गॅस, पोटफुगी इ.) जास्त होतात.
- थकव्याबद्दल काय बोलावे? तुम्ही जितके जास्त ओझे उचलाल तितका जास्त थकवा येतो. तुमची ऊर्जा नाहीशी झाल्यामुळेही थकवा येतो. पोट मोठे असल्यामुळे पूर्ण झोप घेऊ शकणार नाहीत. त्यामुळेही थकवा येतो.
- याशिवाय इतर सर्व शारीरिक त्रास. प्रत्येक गर्भावस्थासोबत दुःख आणि त्रास आणीत असते. जुळी असताना हा त्रास जास्त होऊ शकतो. जितके जास्त गर्भ असतील तितका

जास्त पोटातील जळजळ, पायातील व्हेरिकोज व्हेन्स, पायांतील गोळे, दम लागणे हा सर्व शारीरिक त्रास होतो.

वाईट वाटून घेऊ नका, त्रास तर थोडा अधिक होतो, पण तुम्हाला मिळणारे बक्षिसही दुप्पट असते.

मल्टिपल प्रेगनन्सी आणि आहार

''माझ्या तीन गर्भांसाठी मी आतापासूनच चांगला आहार घेण्याचा निर्णय घेतला आहे. मला तिप्पट आहार घ्यावा लागेल का?''

तीन बाळांचा गर्भ म्हणजे आईला सतत काही ना काही खात रहावे लागणार. खरं तर तुम्ही तुमचा आहार दप्पट करणेही चांगले असू शकते. आगामी काळात प्रत्येक गर्भासाठी १५० ते ३०० कॅलरीज घ्याव्या लागतील. जुळे असतील तर ३०० ते ६०० कॅलरीज आणि तिळे असेल तर ४५० ते ९०० कॅलरीज घ्याव्या लागतील. तुमच्या आहारात बरेच काही समाविष्ट करताना संख्येपेक्षा गुणवत्तेला अधिक महत्त्व द्या. चांगल्या पोषणाशी मल्टिपल प्रेगनन्सीचा खूप जवळचा संबंध आहे. तुम्हाला याच पुस्तकात प्रेगनन्सी डायटची माहिती दिली आहे.

थोडे थोडे खा :- पोट जितके मोठे असेल तितके एका वेळी कमी खा. दिवसातून ५-६ वेळा थोडे थोडे खाल्ल्यामुळे पोटावर वजन वाढत नाही. तसेच तिघांसाठी पुरेशा प्रमाणात पोषणही मिळते.

कॅलरीजचे मोजमाप :- ज्यातून भरपूर प्रमाणात कॅलरीज मिळतील अशा आहाराची निवड करा. पौष्टिक आहार घेतल्यावर तुम्हीही योग्य वेळी निरोगी बाळाला जन्म देऊ शकत असल्याचे आढळून आले आहे. जंक फूडने पोट भरले, तर पौष्टिक अन्नासाठी जागच उरणार नाही.

अतिरिक्त पोषण घ्या :- तुमच्या आहारात जास्त प्रमाणात पौष्टिकतेचा समावेश करा. प्रोटिन, कॅल्शियम, आर्यन यांचा एकेक जास्त डोस घ्यायला सुरूवात करा. याबाबतीत डॉक्टरांचा सल्ला घ्या.

ख़ूप पाणी प्या :- मल्टिपल प्रेगनन्सीमध्ये डी हायड्रेशनची समस्या निर्माण होऊ शकते. त्यामुळे दिवसाला किमान ८-९ ग्लास पाणी प्या.

वजन वाढविणे

''जुळ्या मुलांसाठी माझे वजन जास्त असायला हवे, पण किती जास्त?''

वजन वाढविण्यासाठी सज्ज व्हा. डॉक्टरांच्या मते जुळयांच्या आईने ३५ -४५ पौंड तर तिळयांच्या आईने ५० पौंडांपर्यंत वजन वाढवायला हवे. आधी पासूनच तुमचे वजन थोडे कमी अधिक असेल, तर यात थोडा फार फरक पडू शकतो. तसे वजन वाढविणे प्रत्येक वेळी इतके सोपे असत नाही. गर्भावस्थेत वजन वाढविताना अनेक प्रकारच्या आव्हानांचा सामना करावा लागू शकतो.

पहिल्या तिमाहीतील मॉर्निंग सिकनेस हा सर्वात पहिला अडथळा होय. इच्छा असूनही तुम्ही काही खाऊ पिऊ शकत नाहीत. त्यावेळी एका आठवड्याला एक पौंड वजन वाढविण्याचे ध्येय ठेवा. वाढवू शकला नाहीत तर निराश होऊ नका. फक्त तुमच्या व्हिटॅमिनच्या गोळया घेत रहा. खूप पाणी प्या.

दुसरी तिमाही थोडीशी आरामशीर होऊ शकते. तेव्हा तुम्ही गर्भाला खूप मोठ्या प्रमाणात पौष्टिक घटक देऊन आपले वजन वाढवू शकता. पहिल्या तिमाहीत तुमचे वजन जराही वाढले नसेल किंवा कमी झाले असेल, तर तुम्हाला दर आठवड्याला जुळयांसाठी दीड ते दोन पौंड तर तिळयांसाठी २ ते अडीच पौंड वजन वाढविण्याचा सल्ला दिला जाऊ शकतो. प्रोटिन, कॅल्शियम आणि कडधान्याचा आहारात समावेश करून तुम्हाला आपले वजन

वेगाने वाढवावे लागेल. अपचन आणि छातीतील जळजळ यामुळे परेशान असाल, तर तुम्ही दिवसभराच्या आहाराचे सहा भाग करा.

तिसऱ्या तिमाहीत सातव्या महिन्यापर्यंत रोज दीड ते दोन पौंड वजन वाढविण्याचे ध्येय ठेवा. ३२ व्या आठवड्यापर्यंत तुमचा प्रत्येक गर्भ किमान ४ पौंड वजनाचा होऊ शकतो आणि आता जास्त काही खाण्यासाठी तुमच्या पोटात जागाच असणार नाही. तरीही तुम्ही खूप काही खाऊ शकता. संतुलित पौष्टिक आहारात संख्येऐवजी गुणवत्तेकडे लक्ष द्या.

मल्टिपल प्रेगनन्सीमधील वजन

गर्भावस्थेचा स्तर	पहिली तिमाही वजन	दुसरी तिमाही वजन	तिसरी तिमाही वजन	एकूण वजन वजन
जुळ्यांसह कमी वजन	४-६ पौंड	१९-२३ पौंड	१७-२१ पौंड	४०-५० पौंड
जुळ्यांसह नेहमीपेक्षा जास्त वजन	३-४ पौंड	१९-२२ पौंड	१३-१९ पौंड	३४-४५ पौंड
तिळे	४-५ पौंड	३०+ पौंड	११-१५ पौंड	४५ +पौंड

मल्टिपल टाइम लाईन

तुम्हाला ४० आठवडे मोजावे लागणार नाहीत. जुळ्यांची गर्भावस्था फक्त ३७ आठवड्यांचीच असते. म्हणजे ३ आठवडे आधी. मल्टिपल प्रेगनन्सीही शेवटपर्यंत आई वडिलांना परेशान करीत असते. म्हणजे काहीही नक्की नसते. ती ३९ आठवडेही टिकू शकते किंवा ३७ आठवड्यांपूर्वीही होऊ शकते. ३७ आठवड्यांपर्यंत सर्व काही ठीक राहिले तर ३८ व्या आठवड्यात प्रसूती सुरू करता येते. या बाबतीत डॉक्टरांना आधीच विचारा, की मल्टिपल प्रेगनन्सीच्या शेवटी ते कोणते धोरण अवलंबणार आहेत.

व्यायाम

"मी एक धावपट्टू आहे. जुळ्यांचा गर्भ पोटात घेऊन मी सराव सुरू ठेवू शकते का?"

तसे तर व्यायामामुळे गर्भावस्थेत फायदाच होत असतो, पण तुम्ही जुळ्यांची आई होणार आहात त्यामुळे थोडी सावधगिरी बाळगायला हवी. डॉक्टर तुम्हाला पळण्याशिवाय दुसऱ्या एखाद्या व्यायामाचा सल्ला देऊ शकतात. ज्यामुळे सर्व्हिक्सवर दबाव पडेल किंवा शरीराचे तापमान वाढेल, अशा प्रकारचा कोणताही व्यायाम करू नका. यामुळे मुदतपूर्व प्रसूतीची शक्यता निर्माण होऊ शकते.

तुम्ही पोहणे, वॉटर ॲरोबिक्स, स्ट्रेचिंग, योग किंवा सायकलिंगची निवड करू शकता. याच्या बरोबरीने कीगल करायला विसरू नका. त्यामुळे तुमचे पेल्विक अधिक मजबूत व्हायला मदत मिळते.

कोणताही व्यायाम करताना थकवा आला, तर तो तिथेच थांबवा. थोडे पाणी पिऊन विश्रांती घ्या. तरीही प्रकृती ठीक झाली नाही, तर डॉक्टरांना भेटा.

संमिश्र भावना

''जुळ्यांची वेगळीच मजा असते असे प्रत्येकाला वाटत असले, तरीही आम्ही दोघे मात्र खूप निराश आणि घाबरलेले आहोत. आमच्या बाबतीतच असे का होत आहे?''

काहीही नाही. साधारणपणे बाळाच्या जन्मापूर्वी स्वप्नात तुम्ही दोन लहान खुर्च्या किंवा दोन पाळणे, दोन गाद्या पाहत नाहीत. तुम्ही फक्त एकाच बाळासाठी स्वतःला शारीरिक आणि मानसिकरित्या तयार करता. अशा वेळी अचानक तुम्हाला जुळे असल्याचे कळते. त्यामुळे निराश होणे सहाजिक आहे. अचानक तुमच्यावर दुप्पट जबाबदारी येऊन पडते.

तसे काही आई वडील अशी बातमी ऐकल्यावर खूप लवकर सावरतात आणि मनापासून त्याचे स्वागत करतात. हे ऐकून तुम्हाला धक्का बसला आहे कारण तुम्ही कधीही दोन बाळांना भरवण्याची, झोपू घालण्याची किवा झोके देण्याची कल्पना केलेली नसते.अशा वेळी अचानक जुळे किंवा तिळे होणार असल्याची बातमी कळते तेव्हा निराश होणे सहाजिक आहे. येणाऱ्या बाळाच्या जबाबदाऱ्या वाढण्याची भीती खूप असते.

याबाबतीत विचार करून तुम्ही लाज बाळगण्याचे, घाबरण्याचे काहीच कारण नाही. डिलिव्हरीच्या काही काळ आधी तुमचे विचार दोन बाळांवर केंद्रित करा. पती-पत्नी दोघांनीही परस्परांशी प्रामाणिकपणे आणि मोकळेपणाने बोलायला हवे. या बाबतीत ज्याला माहिती असते किंवा ज्यांना जुळी झाली आहेत, त्यांच्याकडून थोडी माहिती मिळवा. अशा प्रकारचे तुम्हीच पहिले आई वडील नाहीत, याची तुम्हाला माहिती मिळते. त्यामुळे तुमच्या मनात या गर्भावस्थेविषयी उत्साह निर्माण होऊ शकतो. जुळी मुले आल्यामुळे जबाबदारीच्या सोबतच आनंदही दुप्पट मिळतो, हे विसरू नका.

असंवेदनशील वाक्य

''माझ्या मैत्रिणीला मी जुळ्या मुलांबाबत सांगितले तेव्हा ती अतिशय अस्वाभाविक पद्धतीने वागली. ती अशी का वागली?''

जुळयांच्या गर्भावस्थेच्या बाबतीत पहिल्यांदाच अशी घटना घडली आहे, असे वाटते. पण हा काही शेवटचा नाही. तुमचे सहकारी, मित्र, कुटुंबातील सदस्य वेगवेगळया प्रकारे या बाबतीत तुमच्याशी वागत असतात. वेगवेगळया प्रकारचे शेरे मारतील.

खरं तर अशी बातमी कळल्यावर कशा प्रकारे प्रतिक्रिया व्यक्त करायला हवी, हे त्यांना माहीतच नसते. तसे तर अभिनंदन! अशी विशेष बातमी ऐकल्यावर काही तरी विशेष बोलावे असे त्यांना वाटत असते, पण ते नेमके त्यांना माहीत नसते. त्यामुळे ते चुकीचे बोलतात. म्हणून त्यांच्या मनात काहीही वाईट नसते.

अशा कोरड्या प्रतिक्रियांपासून वाचण्याचा एकच सोपा उपाय आहे, तो म्हणजे त्या फारशा गांभीर्याने न घेणे. समोरची व्यक्ती तुमची शुभचिंतक आहे, इतके लक्षात ठेवा. तुमचे वाईट व्हावे असे कधीही त्याला वाटत नाही.

''आमच्या कुटुंबात जुळेच होतात का, मी काही उपचार करून घेतले होते का, असे प्रश्न लोक विचारतात. गर्भधारणेसाठी मी औषधे घेतल्याचे सांगताना मला लाज वाटत नाही, पण ही माहिती अनोळखी लोकांना का सांगावी?''

मल्टिपल कनेक्शन

तुम्ही मल्टिपल कनेक्शनशी जोडून घेऊ शकता. म्हणजे अशा स्त्रियांना भेटा, ज्यांनी जुळ्यांना जन्म दिला आहे. त्यामुळे तुम्ही तुमची भीती, शंका आणि जिज्ञासा शांत करू शकता. डॉक्टरांना भेटल्यावर प्रत्येक वेळी याबाबतीत प्रश्न विचारा म्हणजे तुमच्या मनात काही शंका राहणार नाहीत. मल्टिपल प्रेगनन्सीशी संबधित पुस्तके किंवा ऑनलाईन माहितीही तुमच्या उपयोगी पडू शकते.

गर्भवती सर्वांच्या आकर्षणाचे केंद्र असते. तुम्ही जुळ्यांना जन्म देणार असाल, तर ही गोष्ट आणखी महत्त्वाची ठरते. त्यामुळे तुम्ही सर्वांसाठी कुतुहलाचा विषय होता. अनोळखी लोकही तुमच्या वैयक्तिक आयुष्यात डोकावण्याचा प्रयत्न करतात. खरं तर ते आपले कुतुहल शमविण्यासाठी असे प्रश्न विचारीत असतात. या बाबतीत कशा प्रकारे विचारणा करावी ते त्यांना माहीत नसते. असे कुणी भेटले तर त्यांना तुमच्या बाबतीतल्या सर्व बारीक सारीक गोष्टी सांगा. आधी मी हे औषध घेतले. मग आम्ही अमूक एका दवाखान्यात गेलो. नंतर त्या डॉक्टरांना भेटलो. त्यामुळे ती व्यक्ती लवकरच कंटाळते आणि तिथून सटकण्याचा प्रयत्न करते. नाही तर मग तुम्ही खालीलप्रमाणे उत्तर देऊ शकता.

- होय, आता आमच्या कुटुंबात जुळे होतील. अशा प्रकारे त्यांना उत्तर मिळेल आणि ते आपला अंदाज करीत बसतील.
- आम्ही एका रात्री दोन वेळा सेक्स केला होता. तुम्ही असे फक्त हनिमूनच्या वेळीच केले असेल. यामुळे तर त्यांच्या तोंडाला कुलूप लागते.
- मी अतिशय प्रेमाने जुळ्यांना गर्भात धारण केले आहे.
- तुम्ही का विचारताहात? कदाचित हे सर्व विचारण्यामागे त्यांचे काही खास कारण असू शकते. नसेल तर त्यांच्या कोणत्याही प्रश्नाचे उत्तर देऊ नका.

क़ोणतेही उत्तर किंवा प्रतिक्रिया देण्याचा मूड नसेल तर फक्त इतकेच म्हणा, "ही आतली गोष्ट आहे. हा आमचा वैयक्तिक प्रश्न आहे."

सुरक्षिततेचा प्रश्न

"मला जुळे होणार आहेत, हे सत्य मी मोठ्या मुश्किलीने स्वीकारले आहे. त्यामुळे त्यांच्यासाठी किंवा माझ्यासाठी काही धोका निर्माण होऊ शकतो का?"

ज़ास्तीचे मूल थोड्या जास्तीच्या धोक्यासोबतच येणार. अर्थात हा धोका तुम्ही विचार करता तितका नसतो. तसे अशा प्रकारच्या गर्भावस्थेला 'हाय रिस्क प्रेगनन्सी' म्हणतात.याच्याशी संबंधित धोके आणि गुंतागुंतीची तुम्हाला आधीच माहिती असेल, तर तुम्ही त्याचा सामना करण्याची तयारी करू शकता. म्हणून हे सर्व सुरक्षित आहे, फक्त तुम्हाला योग्य माहिती असायला हवी.

बाळाशी संबंधित धोके

मुदतपूर्व प्रसूती :- जुळी मुले वेळे आधीच जन्माला येतात. त्यांना ते आवडते. एकाच वेळी जन्म घेणारे तिळे तर नेहमीच प्रिमॅच्युअर असतात. सामान्य डिलिव्हरी ३९ व्या आठवड्यात होते, तर जुळ्यांची डिलिव्हरी ३५ ते ३६ आठवड्यात होते. तिळी असतील तर ३२ व्या आठवड्यातच डिलिव्हरी होऊ शकते. गर्भ मोठे होतात तसे त्यांना गर्भाशयात जागा पुरत नाही. त्यामुळे तुम्हाला प्रिमॅच्युअर डिलिव्हरीची लक्षणे माहित असायला हवीत. त्याची जाणीव झाल्याबरोबर डॉक्टरांना फोन करण्यास उशीर करू नका.

ज़न्मतः कमी वजन :- मल्टिपल प्रेगनन्सीमध्ये जन्म घेणारी मुले साडे पाच पौंडापेक्षा कमी वजनाची असतात. वैद्यकीय देखभाल केल्यामुळे त्यांची प्रकृती चांगली असते. बाळाचे वजन पाच पौंडापेक्षा कमी असेल तर त्याच्या आरोग्याचे अनेक प्रश्न निर्माण होऊ शकतात. त्याच्यासाठी खूप धोका वाढू शकतो. गर्भावस्थेत तुम्ही तुमच्या आहाराकडे लक्ष द्या. म्हणजे बाळाचे वजन कमी राहणार नाही.

ट्विन टू ट्विन ट्रांसफ्यूजन सिंड्रोम :- आयडेंटिकली ट्विन प्रेगनन्सीमध्ये गर्भांचा प्लासेंटा एकच असतो. त्यामुळे एका गर्भाच्या शरीरात जास्त तर एकाच्या शरीरात कमी रक्त पुरवठा होऊ शकतो. ही स्थिती गर्भासाठी घातक असते. तुमच्या बाबतीतही असे झाले तर डॉक्टर 'ॲम्नियोसेंटेसिस' च्या माध्यमातून अनावश्यक द्रव्य काढून टाकतात त्यामुळे प्लासेंटाच्या रक्त पुरवठ्यात सुधारणा होते. प्रीटर्म लेबरची शक्यता कमी होते.

डॉक्टर लेसर सर्जरीचा उपायही करू शकता. मल्टिपल प्रेगनन्सीमुळे आईच्या तब्येतीवर खालील परिणाम होऊ शकतात.

प्रीक्लेंपसिया :- जितके गर्भ असतील तितकेच प्लासेंटा असतात. त्यामुळे अनेक वेळा हाय ब्लडप्रेशर किंवा प्रीक्लेंपसियाचा त्रास होऊ शकतो. याची आधी माहिती मिळाली तर वैद्यकीय उपचारांद्वारा त्यावर नियंत्रण मिळविता येते.

गॅसटेशनल मधुमेह :- इतर मातांच्या तुलनेत तुम्हाला गॅसटेशनल मधुमेहाचा धोका अधिक असतो. कारण जास्त प्रमाणात हार्मोन्स निर्माण होत असल्यामुळे इन्शुलिनचे प्रमाण कमी होऊ शकते. तसे योग्य आहारामुळे त्यावर नियंत्रण मिळविता येते; पण काही वेळा जास्तीचे इन्शुलिन घ्यावे लागते.

प्लेसंटल अडचणी :- अशा महिलांना प्लासेंटा प्रिव्हिया (प्लासेंटा खाली असणे) किंवा प्लासेंटल एवरप्शन (वेळेपूर्वी प्लासेंटा वेगळा होणे) अशा त्रास होऊ शकतो. काळजीपूर्वक धेखभाल करून प्लासेंटा प्रिव्हियावर मात मिळविता येते. एव्हरप्शनची तर आधी माहितीच मिळत नाही. तरीही येणाऱ्या अडचणींवर मात करता येते.

बेडरेस्ट

''जुळ्यांच्या गर्भावस्थेमुळे मला सर्व वेळ अंथरूणावर पडून काढावा लागेल?''

आंथरुणावर विश्रांती घ्यायची की नाही? जुळ्या मुलांच्या अनेक भावी माता हाच प्रश्न विचारतात आणि डॉक्टर त्याचे सहजपणे उत्तर देऊ शकत

मल्टिपल फायदे

मल्टिपल प्रेगनन्सी सुरक्षित केल्याबद्दल वैद्यकशास्त्राचे आभार. गर्भावस्थेच्या सुरूवातीलाच तुम्हाला याची माहिती मिळत असल्यामुळे प्रसूतीपूर्व देखभाल केली जाऊ शकते. येणाऱ्या बाळासाठी पूर्वतयारी करायला वेळ मिळतो. डॉक्टरांकडे अनेक वेळा जाऊन तुम्ही आपली जिज्ञासा पूर्ण करू शकता. गर्भाची तपासणी करून निश्चिंत होऊ शकता. तुमचे अनेक वेळा अल्ट्रासाउंडही केले जाते त्यामुळे गर्भाच्या योग्य परिस्थितीची माहिती मिळते. गर्भ सुरक्षित आहेत, याचे समाधान तुम्हाला पूर्ण गर्भावस्थेत मिळते.

तुम्ही तुमच्या तब्येतीची काळजी घेऊ शकता त्यामुळे प्रेगनन्सीशी संबधित अनेक गुंतागुंती (ॲनेमिया, हायपरटेंशन, प्लासेंटा एव्हरप्शन इ.) निर्माण होण्यापूर्वीच नष्ट केल्या जातात.

नाहीत. बेडरेस्टमुळे अनेक प्रकारची गुंतागुंत कमी होते, असे काही डॉक्टर अजूनही समजतात. त्यामुळे ते पूर्ण विश्रांती घेण्याचा सल्ला देतात. गर्भ जितके जास्त असतील तितका हा सल्ला जबरदस्त असतो. कारण जितके गर्भ तितके धोके असतात.

या बाबतीत तुमच्या डॉक्टरांचा सल्ला घ्या. कारण मल्टिपल प्रेगनन्सीचे प्रत्येक प्रकरण स्वतंत्र असते.

विश्रांती घेण्याचा सल्ला दिला असेल, तर सर्व सूचनांचे काळजीपूर्वक पालन करा. बेड रेस्ट घेण्याचा सल्ला दिला नसेल तरीही तुम्हाला कामाचे तास कमी करून पाय थोडे उंच ठेवून विश्रांती घेण्याचा सल्ला दिला जाईल. त्यासाठीही तयार रहा.

व्हॅनेसिंग ट्विन सिंड्रोम म्हणजे काय?

अल्ट्रासाउंडद्वारे मल्टिपल प्रेगनन्सीची आधी माहिती मिळाल्यामुळे अनेक प्रकारचे फायदे होतात कारण तितक्या लवकर तुम्ही आणि डॉक्टर मिळून गर्भाची देखभाल करायला सुरूवात करता. काही वेळा मात्र यामुळे नुकसानही होते. २० ते ३० टक्के मल्टिपल प्रेगनन्सीमध्ये असे होते की जुळ्यांपैकी एक गर्भ पहिल्या तिमाहीतच नष्ट होतो. (आपल्या गर्भात जुळे आहेत याची आईला माहिती होण्याआधीच) गेल्या काही वर्षांत ही प्रवृत्ती खूप वाढली आहे. ३० वर्षांपेक्षा जास्त वयाच्या स्त्रियांबाबत असे होते.

याची काही विशेष लक्षणेही जाणवत नाहीत. मिसकॅरेज प्रमाणे आईला थोडासा रक्तस्राव होतो आणि आई एका चांगल्या बाळाला जन्म देते. दुसऱ्या किंवा तिसऱ्या तिमाहीत असे झाले तर त्यामुळे जिवंत असलेल्या गर्भाला धोका निर्माण होऊ शकतो. किंवा मग प्रीटर्म लेबरची अडचण निर्माण होऊ शकते. संसर्ग किंवा रक्तस्रावही होऊ शकतो. त्यानंतर राहिलेल्या गर्भाची कोणतीही गुंतागुंत निर्माण होऊ नये म्हणून पूर्णपणे वैद्यकीय खबरदारी घ्यावी लागते.

मल्टिपल बाळांचा जन्म

तुम्ही जुळ्या किंवा तिळ्यांना जन्म देण्याच्या क्षणाची अतिशय उत्सुकतेने वाट पहात असता. तसे तर प्रत्येक बाळाचा जन्म ही एक स्वतंत्र घटना असते, पण तरीही तुमची गोष्ट जरा याहून वेगळी असते. कारण तुमच्या समोर अनेक प्रकारच्या समस्या आणि अडचणी असतात. तुमचे बाळ कोणत्याही परिस्थितीत तुमच्यापर्यंत पोहचले तरीही ती त्यांच्यासाठी सुरक्षित आणि निरोगी पद्धत समजली जाते.

जुळे किंवा अधिक बाळांचा लेबर

साधारण गर्भापेक्षा हा वेगळा कसा असू शकतो :

हा अपेक्षेपेक्षा थोडा लहान असतो. जुळ्या मुलांसाठी तुम्हाला दुप्पट त्रास सहन करावा लागतो? नाही. मल्टिपल प्रेगनन्सीत प्रसूतीची पहिली पायरी लहान असते. ढकलण्याच्या वेळेपर्यंत पोहचण्यासाठी तुम्हाला खूप कमी वेळ लागतो. योनीमार्गातून प्रसूती करताना शेवटची घटका खूप लवकर येते.

- हा खूप दीर्घही असू शकतो कारण मल्टिपल गर्भामुळे गर्भाशय ताणलेले असते आणि संकुचन कमी प्रमाणात होते, त्यामुळे गर्भाशयाचे मुख उघडायला वेळ लागू शकतो.
- तुमची जास्त वैद्यकीय देखभाल केली जाते कारण तुम्हाला जास्त धोका असतो. प्रसूतीच्या वेळी दोन मॉनिटर जोडले जातात. म्हणजे संकुचनानंतर गर्भाच्या प्रतिक्रियेवर नजर ठेवली जाऊ शकेल. मधून मधून त्यांच्या हृदयाची स्पंदनेही मोजली जातात.

प्रसूतीची वेळ जवळ आल्यानंतर आधी बाहेर येणाऱ्या बाळाची अंतर्गत तर आत असलेल्या

बाळाची बाह्य तपासणी केली जाते. यासाठी तुम्ही आधीपासूनच तयार असायला हवे.

जुळ्यांची डिलिव्हरी :- तुम्ही खालीलप्रमाणे अपेक्षा ठेवू शकता.

योनीमार्गातून डिलिव्हरी :- अर्ध्यापेक्षा अधिक जुळे पारंपरिक पद्धतीनेच जन्म घेतात. पण हा अनुभव

● तुम्हाला डिलिव्हरी ऑपरेशन रूममध्ये करावी लागेल. सी सेक्शनची आवश्यकता पडली तर परेशानी होऊ शकते. पहिले काही तास दुसऱ्या रुममध्ये घालविल्यानंतर तुम्हाला येथे आणले जाऊ शकते.

संमिश्र डिलिव्हरी :- एका बाळाचा जन्म योनी

पोझिशन / पोझिशन्स

मल्टिपल प्रेगनन्सीत गर्भाची स्थिती खूप महत्त्वाची असते. त्यांचे डोके खालील बाजूला असेल, तर ते अतिशय सहजपणे बाहेर येऊ शकतात. अशातही काही वेळा सी सेक्शन करावे लागू शकते. गर्भ **व्हर्टेक्स ब्रीच पोझिशन** मध्येही असू शकतात. या स्थितीत पहिला गर्भ व्हर्टेक्स पोझिशनमध्ये असतो पण दुसऱ्या गर्भाला मात्र ब्रीच मधून व्हर्टेक्स पोझिशनमध्ये आणावे लागते. तो हाताने योग्य स्थितीत आला नाही तर त्यासाठी ब्रीच एक्सट्रेक्शन करावे लागू शकते.

ब्रीच / व्हर्टेक्स किंवा ब्रीच/ ब्रीच :- दोन्ही गर्भ ब्रीच असतील तर डॉक्टर सी सेक्शनचा सल्ला देऊ शकतात. कारण अशा वेळी हाताने गर्भाची स्थिती बदलणे धोकादायक ठरू शकते.

पहिला गर्भ ऑब्लिक :- पहिल्या गर्भाचे डोके खाली असून गर्भाशयाऐवजी नितंबाकडे असेल तर त्याला ऑब्लिक म्हणतात. एक गर्भ असेल तर त्याला हाताने सरळ करण्याचा प्रयत्न केला जाऊ शकतो. जुळयांमध्ये असे करणे धोकादायक होऊ शकते. काही वेळा प्रसूती वेदनेच्या वेळी गर्भ योग्य स्थितीत येतात. नाही तर मग कोणत्याही प्रकारचा धोका नको म्हणून डॉक्टर सी सेक्शन करण्याचा सल्ला देतात.

ट्रांसव्हर्स/ ट्रासव्हर्स :- अशा वेळी दोन्ही गर्भ ट्रांसव्हर्स स्थितीत असतात. त्यांच्यासाठी मग सी सेक्शन शिवाय दुसरा काहीही मार्ग शिल्लक असत नाही.

एकट्या बाळाच्या जन्मासारखा नसतो. पहिल्या बाळाच्या जन्मासाठी ३ मिनिटांपासून ३ तासांचा वेळ लागू शकतो. हे बऱ्याच प्रमाणात दुसऱ्या बाळाच्या अवस्थेवरही अवलंबून असते. अनेक वेळा डॉक्टर व्हॅक्युमच्या मदतीनेही डिलिव्हरीचा वेग वाढविण्याचा प्रयत्न करतात. अशा वेळी काही डॉ्क्टर ॲपिड्युरलचा सल्ला देतात. गर्भाशयातून बाळाला बाहेर काढायचे असेल तर वेदनाशामक घेतल्याशिवाय कसे चालेल?

जुळ्यांची जन्म वेळ

तुमच्या मल्टिपलच्या जन्मात किती फरक असेल? योनीमार्गातून जन्म होत असेल, तर त्यांच्या जन्मात १० ते ३० मिनिटांचा फरक असू शकतो. सी सेक्शनमध्ये हा फरक काही सेकंदाचा असतो

मार्गातून झाल्यावर दुसऱ्या बाळासाठी ऑपरेशन करण्याची वेळ कधी कधी येऊ शकते. दुसऱ्या बाळाला धोका असतो, जसे, प्लासेंटल एरप्शन किंवा कॉर्ड

प्रोलॅप्स (फॅटल मॅनिटरवर डॉक्टरांना हे सर्व दिसत असते.) तेव्हा आणिबाणीच्या प्रंसगी असे केले जाऊ शकते. आईसाठी हे सर्व सोपे नसते. योनीमार्गातून डिलिव्हरी झाल्यानंतर पुन्हा ऑपरेशनची कटकट. बाळाच्या सुरक्षिततेचा प्रश्न निर्माण झाल्यावर दुसरे काहीच दिसत नाही.

सी सेक्शन :- सी सेक्शनची तारीख डॉक्टरांना भेटून आधीच नक्की केली जाते. काही वेळा मल्टिपल प्रेगनन्सीमध्ये अशा प्रकारच्या अडचणी निर्माण होतात की त्यामुळे सी सेक्शन करणेच योग्य ठरते. अशा वेळी तुमच्या मदतीसाठी जोडीदार किंवा कोच ऑपरेशन रूममध्ये येऊ शकतो. अशा परिस्थितीत बाळांच्या जन्माच्या वेळेत काही सेकंदापासून काही मिनिटांचा फरक असू शकतो.

अनियोजित सी सेक्शन :- या पद्धतीनेही तुमचे बाळ या जगात पाऊल ठेवू शकते. तुम्ही तपासणी करण्यासाठी जाता आणि गर्भ प्रसूतीसाठी तयार असल्याचे तुमच्या लक्षात येते. नियोजित तारखेच्या खूप आधीही असे होऊ शकते. त्यामुळे तुमचे सर्व सामान आधीच तयार ठेवा. गर्भाच्या विकासात अडचणी आल्या, तुम्हाला उच्च रक्तदाबाचा त्रास झाला किंवा दीर्घकाळ प्रसूती वेदना सहन केल्यावरही काही प्रगती झाली नाही तर अशा प्रकारे बाळ जन्म घेऊ शकते. १० पौंडापेक्षा अधिक वजन असलेल्या बाळांची सिझेरियन डिलिव्हरी होऊ शकते.

दोन बाळांचे स्तनपान

बाळासाठी स्तनपान करणे किती महत्त्वाचे आहे ते तुम्हाला माहीत आहे. स्तनपान करणाऱ्या माता खूप लवकर आपली पूर्वीची फीगर मिळवतात, हे तुम्हाला माहीत आहे का? त्यांचा रक्तस्त्रावही कमी असतो. दोन बाळांना स्तनपान केल्यामुळे तुमच्या शरीरातील चरबी लगेच कमी होते. दोन्ही नवजात मुले आयसीयू मध्ये असतील तर घाबरू नका. तुमचे दुग्धाअमृत त्यांच्यासाठी काढून ठेवा आणि पाजा म्हणजे स्तनांत दूध तयार होण्याच्या प्रक्रियेत अडथळा येणार नाही.

तिळ्यांची डिलिव्हरी :- या हायरिस्क डिलिव्हरीत फक्त सी सेक्शनचीच मदत घेतली जाऊ शकते. असे गर्भ योग्य स्थितीत असतील, तर योनीमार्गातूनही त्यांची डिलिव्हरी होऊ शकते, असे काही डॉक्टरांचे म्हणणे आहे. दोन बाळांचा जन्म योनीमार्गातून झाला आणि तिसऱ्यासाठी ऑपरेशन करावे लागले, असे खूप कमी वेळा होते. पद्धत कोणतीही असो, डिलिव्हरी कक्षातून तुम्ही चौघेही सुरक्षित बाहेर आले म्हणजे मिळविले.

मल्टिपल डिलिव्हरीनंतर विश्रांती

तुमच्या मल्टिपल डिलिव्हरीतही सिंगल डिलिव्हरीप्रमाणे विश्रांती मिळते. या प्रसूतीमध्ये खालील प्रमाणे फरक असू शकतो.

- पोट पूर्ववत होण्यास थोडा वेळ लागू शकतो.
- योनीमार्गातून जास्त काळ रक्तस्त्राव होऊ शकतो.
- फीगर पूर्ववत होण्यास वेळ लागतो कारण शेवटच्या महिन्यात तुमची शरीर प्रक्रिया मंद झाली होती.
- शरीरात वेदना होत राहतील आणि वजनही खूप वाढेल. ते कमी करायला वेळ लागेल.

■ ■ ■

भाग -४

बाळाच्या जन्मानंतर

प्रसूतीनंतर

पहिला आठवडा

अभिनंदन ! गेल्या चाळीस आठवड्यांपासून तुम्ही ज्या क्षणाची प्रतीक्षा करीत होतात, तो क्षण शेवटी आला आहे. दीर्घ गर्भावस्था आणि प्रसूती वेदनाही आता मागे पडल्या आहेत. आता तुम्ही अधिकृतरित्या आई झाला आहात आणि आनंदाची इवलीशी पोतडी पोटातून बाहेर पडून तुमच्या हातात आली आहे. हा काळ बाळासोबत बरेच काही घेऊन येतो. काही नवीन प्रकारची लक्षणे (प्रेगनन्सीच्या निरोपाशी संबंधित वेदना, त्रास इ.), काही नवीन प्रकारचे प्रश्न (इतका का घाम येतो, प्रसूतीनंतरही कळा येत राहतात. मी पुन्हा कधी बसू शकेल? आताही मी सहा महिन्यांच्या गर्भवतीसारखी का दिसते? ही छाती कोणाची आहे?) यापैकी काही प्रश्नांची उत्तरे तुमच्याकडे आधीपासूनच असतील, अशी अपेक्षा आहे. कारण एकदा आई झाल्यावर वाचण्यासाठी वेळ कुणाकडे असतो?

तुम्हाला काय वाटते?

डिलिव्हरीच्या प्रकारानुसार प्रसूतीनंतरच्या पहिल्या आठवड्यातील स्थिती अवलंबून असते. याशिवाय काही वैयक्तिक लक्षणेही असू शकतात.

शारीरिक लक्षण :-

योनीतून रक्तस्राव (मासिक पाळीप्रमाणे), ओटीपोटात आखडणे (गर्भाशय संकुचनामुळे)

- थकवा.
- टाक्यांच्या ठिकाणी तणाव, वेदना आणि अस्वस्थता.
- सी सेक्शननंतर पॅरेनियल अस्वस्थता
- छेदाच्या आसपास वेदना आणि सुन्नपणा.
- उठता बसता वेदना आणि टोचण्याचा त्रास
- एक दोन दिवस लघवी आणि शौचास त्रास
- मलावरोध. पहिले काही दिवस शौचास त्रास.
- पूर्ण अंग दुखणे
- डोळे लाल होणे, डोळ्यांभोवती काळी वर्तुळे.
- रात्री खूप घाम येणे
- छातीत वेदना होणे आणि रक्त साकळणे
- स्तनपानाच्या वेळी निप्पलमध्ये वेदना आणि भेगा.

भावनिक लक्षणे :-

- दोघांच्या मूडमध्ये चढ-उतार
- बाळाची देखरेख करण्याचा तणाव
- स्तनपान सुरू करण्यास त्रास होत असल्यास निराशा.
- शारीरिक, भावनिक आव्हानांमध्ये बाधा
- बाळासोबत नवीन जीवन सुरू करण्याची उत्तेजना.

तुम्ही काय विचार करता?

''डिलिव्हरीच्या वेळी थोडा फार रक्तस्राव होईल, अशी अपेक्षा होती, पण मी पहिल्यांदा आंथरूणावरून उठले तेव्हा रक्तस्राव होत असल्यामुळे मी घाबरले.''

तुमच्या जवळ पॅड ठेवा आणि निश्चिंत व्हा. गर्भाशयातून निघणारे रक्त, म्युकस आणि पेशी यांना 'लोकीया' म्हणतात. हे मासिक पाळीपेक्षा जास्त प्रमाणात निघते. सुरूवातीच्या काळात झोपून उठल्यावर वेगात स्राव येतो. हा स्राव सुरूवातीच्या काळात गडद लाल रंगाचा असतो, नंतर गुलाबी, भूरकट होत होत पांढरा होतो. स्राव थांबविण्यासाठी टॅपून ऐवजी पॅडचा वापर करा. हे साधारणपणे ६ आठवडे वापरावे लागतात. काही महिलांना तीन महिने स्राव होतो. प्रत्येकीचा स्राव वेगवेगळा असतो.

स्तनपान किंवा ऑक्सिटॉसिनमुळे हा स्राव कमी होतो. डिलिव्हरीनंतर होणारे संकूचन गर्भाशयाचा आकार पूर्ववत करण्यासाठी उपयुक्त ठरते. तुम्हाला रक्तस्राव जास्त होत असल्याचे इस्पितळातच जाणवले तर नर्सला सांगा. घरी आल्यावर जास्त प्रमाणात रक्तस्राव होत असेल, तर डॉक्टरांना सांगण्यास उशीर करू नका.

वेदनेनंतर

''स्तनपान देत असताना ओटीपोटात आखडणे आणि वेदना का होतात?''

दुर्दैवाने हे वेदनेयुक्त संकुचन प्रसूतीनंतरही संपत नाहीत. गर्भाशयाला अडीच पौंडापासन काही औंशापर्यंत आंकुचित व्हायचे आहे. या प्रक्रियेत वेदना तर होणारच. बाळाच्या जन्मानंतर शरीर हळूहळू पूर्ववत व्हायला लागते. गर्भाशयाच्या संकुचनाचा तुम्हाला आंदाज येऊ शकतो.

या वेदनेमुळे त्रास तर होतो, पण तो फायदेशीर असतो. यामुळे गर्भाशय तर संकुचते, शिवाय रक्तस्रावही कमी होतो. स्तनपान करताना वेदना वाढते कारण त्यावेळी संकुचन वाढविणारे ऑक्सिटोसिन स्रवत असते.

चार ते सात दिवसांत या वेदना आपोआप कमी होतात. तोपर्यंत टाइलीनोलने आराम पडू शकतो. वेदना कमी होत नसेल, तर डॉक्टरांना विचारा, एखादा संसर्ग होऊ शकतो.

पॅरिनियलमधील वेदना

''माझी ॲपिसियोटॉमी झाली नाही. छेदही घेतला नाही. तरीही खालील भागात इतकी वेदना का आहे?''

तुम्ही ७ पौंड वजनाच्या बाळाच्या येण्याकडे दुर्लक्ष करीत आहात. काही चिरफाड झाली नसली तरीही त्या भागात ओरखडे पडू शकतात किंवा सूज येऊ शकते. खोकताना किंवा शिंकताना हा त्रास वाढू शकतो. काही दिवस तर उठताना किंवा बसतानाही त्रास होऊ शकतो. पुढच्या भागात दिलेल्या टिप्स तुम्ही इथेही वापरू शकता. बाळाला ढकलण्याच्या प्रक्रियेत या भागात हिमोरॉयड्स किंवा फिशर झालेले असू शकतात आणि ते खूप त्रासदायक असतात.

''डिलिव्हरीच्या वेळी मला टाके पडले आहेत. त्यांना काही संसर्ग तर झाला नसेल?''

योनीमार्गाने डिलिव्हरी झाल्यावर किंवा दीर्घ प्रसूती वेदनांमुळे या पॅरिनियल भागात वेदना तर होत असतेच, पण काही टाके पडल्यावर मात्र परिस्थिती अधिक बिकट होते. कोणत्याही ताज्या जखमेप्रमाणे या जखमा भरण्यासाठीही ७ ते १० दिवस लागतात. यावेळी होणाऱ्या वेदनांचा अर्थ तुम्हाला संसर्ग झाला, असा होत नाही.

तसेही त्या भागाची इतकी काळजी घेतलेली असते की तिथे संसर्ग होण्याची शक्यताच उरत नाही. दिवसातून एकदा नर्स सूज आणि लालीची तपासणी करीत असते. ती तुम्हाला संसर्गापासून वाचण्यासाठी सल्लाही देत असते. याच सूचना सर्वांना लागू होतात. त्या भागात टाके पडलेले नसले तरीही.

- दर ४-६ तासांनी नवीन पॅड लावा.
- डॉक्टरांच्या सांगण्यानुसार अँटिव्हायोरिट सोल्यूशन घातलेल्या गरम पाण्याने त्या भागाला शेक द्या. लघवीनंतर तो भाग स्वच्छ करा. कोरडे करताना पॅड पुढून मागे न्या. त्यामुळे आराम मिळतो.
- त्या भागाला हाताने स्पर्श करू नका.
- टाक्यामुळे जास्त वेदना होत असेल तर -

बर्फ लावा :- सूज कमी करण्यासाठी आणि बरे वाटावे यासाठी त्या भागावर बर्फ चोळा. सर्जिकल मोज्यात बर्फ भरा किंवा मॅक्सीपॅडमध्ये बर्फ घालून पॅक तयार करा. दर दोन तासांनी दिवसा शेक घ्या.

शेक घ्या :- सिझ बाथ घ्या. कटिस्नानात नितंब गरम पाण्यात बुडवून बसायचे असते. बाकीचे सर्व शरीर पाण्याबाहेर असते. रोज २० मिनिटे गरम पाण्याचा शेक घेतल्याने खूप फायदा होतो.

सुन्न करा :- स्प्रे, क्रीम किंवा ट्युबच्या स्वरूपातील कोणतेही वेदनाशामक लावून तो भाग सुन्न करा. या बाबतीत डॉक्टरांचा सल्ला घ्या.

भार कमी करा :- खालच्या भागावर शरीराचा कमीत कमी भार टाका. सरळ झोपण्याऐवजी कुशीवर झोपा. बसताना खाली एखादी उशी घ्या. बाजारात अशा प्रकारचे ट्यूब मिळतात, ज्यांच्यावव बसल्यामुळे मग पॅरिनियमवर भार पडत नाही.

सैल सोडा :- घट्ट अंतःवस्त्रे घालू नका. ते घासल्यामुळेही त्रास वाढू शकतो. त्यामुळए बरे व्हायलाही अधिक वेळ लागतो.

व्यायाम करा :- त्या भागात सुन्नपणा असल्यामुळे कीगल व्यायाम केल्यावर कळत नसले तरीही फायदा जरूर होतो. त्या भागाच्या रक्त प्रवाहात सुधारणा होते. मसल टोनही सुधारतो.

खालच्या भागात खूप सूज, वेदना आणि लाली असेल किंवा घाण वास येत असेल, तर संसर्ग झाल्याची शक्यता असू शकते. तेव्हा डॉक्टरांना सांगायला वेळ करू नका.

डिलिव्हरीच्या जखमा

"मी बर्थिंगरूममधून नाही तर एखाद्या बॉक्सिंग रिंगमधून परत आले आहे, असेच मला वाटते. असे का?"

तुम्हाला जोरदार मार बसला आहे, असे वाटते. प्रसूतीनंतर असे होणे स्वाभाविक आहे. कारण तुम्ही रिंगमध्ये लढणाऱ्या पैलवानापेक्षाही जास्त मेहनत केली आहे. त्यामुळेच तर बाळ जन्माला आले आहे. तुम्ही त्या वेगवान कळा आणि ढकलणे हे सर्व या शरीरावर सोसले आहे. डोळयाखाली काळी वर्तुळे आल्याचीही शक्यता आहे. कुठे बाहेर जायचे झाल्यास डोळयांवर गॉगल घाला. तसेच दिवसांतून अनेक वेळा थंड शेक घ्या. छातीत वेदना होणे आणि श्वास घ्यायला त्रास होणेही शक्य होते. गरम पाण्याने स्नान किंवा हिटिंग पॅड यामुळे बरे वाटू शकते. टेल

बोनजवळ दुखत असेल तर शेक किंवा मालिश केल्याने बरे वाटू शकते.

लघवीला त्रास होणे

"डिलिव्हरीला अनेक त्रास झाल्यावरही मी लघवी करू शकत नाही."

- प्रसूतीच्या २४ तास आधी अनेक स्त्रियांना लघवीसाठी त्रास होतो. अनेकींना लघवी करण्याची इच्छा होते, तरीही त्या करू शकत नाहीत. लघवीसोबत जळजळ आणि वेदना होते. असे अनेक कारणांमुळे होते-
- ब्लॅडर रोखून धरण्याची क्षमता वाढते त्यामुळे तुम्हाला वारंवार लघवीला जावे लागत नाही.
- डिलिव्हरीच्या वेळी ब्लॅडर किंवा मुत्राशयाला जखमा होतात. त्यामुळे ते भरले तरीही खाली करण्याचे संकेत मिळत नाहीत.
- ॲपिड्युरलमुळेही मुत्राशयाची संवेदनशीलता कमी होते.
- पॅरिनायलमधील वेदना आणि सूज यामुळेही लघवी करताना त्रास होतो.
- छेद किंवा टाके घातल्यामुळे लघवी करताना वेदना किंवा जळजळ होते. काही वेळा लघवी करतानाची स्थिती बदलल्यानेही आराम पडतो. लघवी करताना गरम पाण्याचा शिडकावा केल्यानेही बरे वाटते.
- दीर्घ प्रसूती कालावधीत तुम्ही पातळ पदार्थांचे सेवन केले नसेल, तर डिहायड्रेशनमुळेही असे होऊ शकते.
- अनेक वेळा वेदनेची भीती, प्रायव्हसी नसणे, अस्वस्थता, बेडपॅन किंवा बाथरूमला कोणी सोबत असणे यामुळेही असे होऊ शकते.

डिलीव्हरीच्या ६-८ तासांत तुम्ही लघवी केली नसेल, तर संसर्ग होऊ शकतो. डिलिव्हरी करताना बेडपॅन किंवा एखाद्या भांड्यात लघवी करण्यासाठी नर्स तुम्हाला आग्रह करू शकतात म्हणजे लघवीचे प्रमाण पाहून त्या मूत्राशयाच्या स्थितीचा अंदाज करू शकतात. तुम्ही खालील उपाय करू शकता.

- पातळ पदार्थ जास्त प्रमाणात घ्या.
- आंथरुणातून उठून थोडे फिरा त्यामुळे मल मूत्र विसर्जनाची प्रक्रिया व्यवस्थित होऊ शकेल.
- बाथरूममध्ये नर्सचे येणे विचित्र वाटत असेल, तर तिला बाहेर थांबायला सांगा. पॅरेनियलच्या स्वच्छतेबाबत ती तुम्हाला नंतरही सांगू शकते.
- क़मकुवतपणामुळे बेडपॅन घ्यावे लागत असेल, तर त्या भागावर गरम पाण्याची धार सोडा म्हणजे लघवीची इच्छा होईल. पॅनवर झोपण्याऐवजी बसण्याचा प्रयत्न करा. अशा वेळी खोलीत एकट्या असाल तर चांगले.
- खालच्या भागाला गरम किंवा थंड शेक द्या.
- लघवी करताना पाणी सुरू करा. त्यामुळेही लघवी करण्यास सोपे जाते.

सर्व उपाय अपयशी ठरल्यावर डॉक्टरांना ट्युबच्या माध्यमातून मूत्राशय खाली करावे लागेल. यापासून बचावण्यासाठी आम्ही सांगितलेले उपाय करा.

काही दिवसानंतरही लघवीला त्रास होत असेल, तर संसर्ग झालेला असू शकतो.

"लगवीवर माझे नियंत्रण राहिले नाही. ते आपोआप टपकायला लागते?"

बाळाच्या जन्माच्या वेळी होणारा शारीरिक ताण, शरीरातील अनेक व्यवस्थांवर परिणाम करतो. एक तर लघवीच होत नाही किंवा मग वारंवार होत राहते. पॅरिनियलचा मसल टोन कमी झाल्यामुळे असे होते. प्रसूतीनंतर कीगल व्यायाम खूप परिणामकारक ठरतो. तरीही हा त्रास कमी झाला नाही, तर डॉक्टरांची मदत घ्या.

प्रसूतीनंतर डॉक्टरांना कधी बोलवावे

प्रसूतीनंतर काही महिला तर स्वतःला शारीरिक आणि मानसिक पातळीवर खूप फीट समजतात आणि खूप लवकर सावरतात. काहींसाठी मात्र अडचणी काही संपत नाहीत. अशामध्ये डॉक्टरांना कधी बोलवावे किवा फोन करावा?

काही तासांतच दोन दोन पॅड बदलावे लागत असतील म्हणजे रक्तस्राव जास्त होत असेल, तर नर्सला फोन करून विचारा, की इस्पितळात जाण्याची आवश्यकता आहे की नाही. तसे बर्फाचा शेक घेऊनही बरे वाटू शकते.

- प्रसूतीच्या पहिल्या आठवड्यात गडद लाल रंगाचा स्राव असेल तर डॉक्टरांना सांगा. मासिक पाळी सारखा साधारण रक्तस्राव अनेक आठवडे सुरू राहू शकतो आणि स्तनपान करताना त्याचे प्रमाण वाढू शकते.
- घाण वास मारणारा रक्तस्राव. याचा वास नेहमीच्या मासिक रक्तस्रावासारखा असावा.
- रक्तस्रावादरम्यान रक्ताच्या मोठ्या गाठी येणे. अधून मधून एखादी गाठ येणे सामान्य आहे.
- पहिले काही दिवस रक्तस्राव न होणे.
- सूज नसताना वेदना, अस्वस्थता. डिलिव्हरीच्या काही वेळानंतर ओटीपोटात दुखणे.
- पहिल्या काही दिवसांनंतर पॅरेनियल भागात सतत वेदना होणे.
- २४ तासानंतर दिवसभर १०० अंश फॅरनहिट ताप राहणे.
- चक्कर येणे.
- मळमळणे आणि उलटी होणे.
- वक्ष संसर्गाची लक्षणे आणि वेदना.
- छेदाच्या भोवती सूज किंवा लाली.
- २४ तासानंतर लघवीला त्रास होणे, वेदना आणि घाणेरडी लघवी. डॉक्टरांकडे जाण्यापूर्वी खूप पाणी प्या.
- छातीत दुखणे, हृदयाची स्पंदने वाढणे, पाय लांबविताना वेदना होणे, डॉक्टरांकडे जाण्यापूर्वी पाय उंचावर ठेवा.
- निराशेवर नियंत्रण मिळविता न येणे. बाळाचा राग येणे, हिंस्र भावना. तशी या बाबतीत सविस्तर माहिती दिली आहे.

शौचास त्रास होणे

"डिलिव्हरीनंतर दोन दिवस झाल्यावरही मी मल त्याग करू शकत नाही. जाण्याची इच्छा झाल्यावरही टाके तुटतील अशी भीती वाटते."

प्रसूतीनंतर प्रत्येक मातेला या अवस्थेचा सामना करावाच लागतो. तुम्ही हे बाहेर टाकणार नाहीत, तोपर्यंत अस्वस्थता आणि भीती कायम राहते.

काही वेळा यासाठी अनेक मानसिक कारणेही जबाबदार असतात. बाळाच्या जन्माच्या वेळी पोटातील मांसपेशीवर जास्त तणाव पडल्यामुळेही असे होऊ शकते. काही वेळा प्रसूतीपूर्वी आणि नंतरही शौचास झालेले असते. त्यानंतर तुम्ही काही ठोस आहार घेतलेला नसतो. त्यामुळे पोट साफच असते. मल बाहेर टाकण्यासाठी जास्त जोर लावण्याचा प्रयत्न केला, तर त्यामुळे टाके सुटण्याची किंवा त्रास होण्याची भीती वाटत असते. हीमरॉयड्सची अवस्था आणखी बिघडू शकते. इस्पितळात गोपनियताही कमी असते.

या परिस्थितीवर मात करण्यासाठी तुम्ही खालीलप्रमाणे आम्ही सूचविलेले उपाय करू शकता.

काळजी करू नका :- या बाबतीत काळजी केल्याने

काही होत नाही. टाके सुटण्याची काळजी करू नका. काही दिवस शौचास झाले नाही म्हणून घाबरू नका.

तंतूमय पदार्थ :- इस्पितळात किंवा बर्थसेंटरमध्ये असाल, तर आहारात फळे, भाज्या आणि कडधान्यांचा समावेश करा. सफरचंद, नाशपती, सुका मेवा इ. पदार्थ घेतल्याने तंतूमय पदार्थांची पूर्तता होते. मलावरोध होऊ शकेल, असे पदार्थ खाऊ नका. बेडच्या कोपऱ्यात पडलेला चॉकलेटचा डब्बा मलावरोध करू शकतो.

पातळ पदार्थांचे प्रमाण :- पातळ पदार्थ मोठ्या प्रमाणात घ्या म्हणजे मलावरोध होणार नाही. नाही तर मग सफरचंदाचा रस घ्या. कोमट पाण्यात लिंबू पिळूनही पिऊ शकता.

चाऊन खा :- चाऊन खाल्ल्यामुळे अन्न लवकर पचन होते आणि पचनसंस्था योग काम करते.

शतपावली करा :- डिलिव्हरीनंतर पळण्याच्या स्थितीत नसलात, तरी शतपावली तर करू शकता. आंथरुणात बसल्या बसल्या कीगल करा. यामुळे गुदामार्गाला लाभ होतो. घरात बाळाला घेऊन फिरा.

तणाव नको :- तणावात राहू नका. त्यामुळे टाके तुटणार नाहीत, पण हिमोराईड्स वाढू शकते. कटीस्नान करा. औषध लावा. गरम-थंड शेक घ्या.

मल पातळ करण्याचे औषध :- मल पातळ करण्याचे औषध मिळते. शौचास त्रास होत नाही.

अर्थात पहिल्यांदा शौचास थोडा त्रास होतो, पण घाबरू नका. मल मऊ झाल्यावर त्रास कमी होतो. मग मात्र सर्व काही पहिल्यासारखे होते.

खूप घाम येणे

''रात्रीला एकदम घामाघूम होऊन उठते. असे होणे साधारण आहे का?''

गोंधळात टाकणारे असले तरी असे होणे सामान्य आहे. नवीन मातेला अनेक कारणांमुळे घाम येऊ शकतो. तुम्ही आता गर्भवती नसल्यामुळे हार्मोन्सची पातळी घटते. वारंवार शौचास झाल्याने शरीरातील टाकाऊ पदार्थ कमी होतात. खूप घाम येणे, गैरसोयीचे वाटते. तुमच्या उशीवर टॉवेल टाकून झोपा म्हणजे रात्रीला उशी ओली होणार नाही. चांगली झोप लागेल.

घामाची हानी भरून काढण्यासाठी स्तनपान करा किंवा नका; जास्त प्रमाणात पातळ पदार्थ घ्या.

ताप येणे

''मी नुकतीच इस्पितळातून आली आहे आणि मला १०१ अंश ताप आहे. मी डॉक्टरांना फोन करू का?''

डिलिव्हरीनंतर तुमची तब्येत ठीक नसेल तर डॉक्टरांना सांगण्यातच शहाणपणा आहे. प्रसूतीनंतर होणाऱ्या संक्रमणामुळे हा ताप येऊ शकतो. किवा याची इतरही काही कारणे असू शकतात. काही वेळा उत्तेजना आणि थकव्यामुळेही ताप येऊ शकतो. तसे तर स्तनपानाच्या सुरुवातीच्या दिवसांतही थोडासा ताप येऊ शकतो. प्रसूतीनंतरच्या पहिल्या तीन आठवड्यात एक दिवसांपेक्षा जास्त कालावधीसाठी ताप आला तर डॉक्टरांना दाखवा. तीव्र तापेसोबत थंडी किंवा उलटी होत असेल, तर त्यावर लगेच उपचार करा.

स्तन पसरणे

छातीत दूध उतरले आहे. सामान्यापेक्षा तीनपट स्तन पसरले आहेत. ते टणक झाले आहेत. स्पर्श केल्याने इतके दुखते की मी ब्राही घालू शकत नाही. बाळ स्तनपान करीत आहे तोपर्यंत असेच राहील का? ''

तुम्ही विचार न करताही स्तनांचा आकार वाढला आहे. ते सूजले आहेत आणि धक्का लावल्याने दुखतात. सुजल्यामुळे निप्पलही आत गेले असतील, तर तुम्हाला स्तनपान करताना वेदना होऊ शकते. बाळाला स्तनपान करताना त्रास होतो.

आनंदाची गोष्ट अशी की हे फार काळ टिकत नाही. दुधाची गरज आणि निर्मिती याचे संतुलन झाले की हा सर्व त्रास संपतो.

''स्तनपान करण्याची माझी इच्छा नाही, पण दूध आटविल्याने खूप त्रास होत असल्याचे मी ऐकले आहे. ''

प्रसूतीनंतर दोन तीन दिवसांतच स्तनांत दूध उतरते. तुम्हाला त्याची आवश्यकता असते तेव्हाच स्तनांत दूध उतरत असते. दुधाचा वापर केला नाही, तर त्याची निर्मिती होत नाही. अर्थात काही दिवस किंवा आठवडे दूध टपकू शकते. मात्र काही दिवसातच स्तन पूर्वीसारखे होतात. यावेळी तुम्ही आईस पॅक किंवा आधार देणारी ब्रा वापरू शकता. निप्पल चोळू नका. दूध काढू नका तसेच गरम पाण्याने स्नान करू नका. त्यामुळे दूध तयार होऊन त्रास होतो.

दूध कुठे गेले?

''डिलिव्हरीनंतर दोन दिवसांनी सुद्धा माझ्या स्तनांत कोलोस्ट्रमही तयार झाला नाही. माझे बाळ उपाशी राहील?''

नाही. बाळ उपाशी राहणार नाही. त्याला अजून भूक लागलेली नाही. बाळ जन्मताच उपाशी असत नाही. प्रसूतीच्या तिसऱ्या चौथ्या दिवशी त्याला खूप भूक लागेल तेव्हा तुमच्या स्तनांत त्याच्यासाठी पुरेशे दूध असेल.

आताही तुमचे स्तन रिकामे नाहीत. बाळाच्या पोषणासाठी आवश्यक कोलोस्ट्रम त्यात आताही आहे. यावेळी बाळाला एक चमचा मिळाले तरी पुरेसे असते. स्तन पूर्णपणे भरत नाहीत तोपर्यंत हाताने दूध काढा. एका दिवसाचे बाळ स्वतः स्तन चोखून आपले पोट भरू शकते.

परस्परांतील प्रेम

''बाळाला पाहताच माझ्या प्रेमाला उमाळा येईल, असे मला वाटत होते, पण अजूनही मला तसे वाटत नाही. कशामुळे?''

डिलिव्हरीनंतर लगेच तुमच्या हातात कापडाचा गोळ येतो तेव्हा त्यात गुंडाळलेल्या बाळाचा सुंदर चेहरा पाहताच तुमचे मन मोहून जाते. तो तुमच्याकडे पाहते तेव्हा तुम्ही त्याच्यावर चुंबनांची बरसात करता. त्याच क्षणी आई-बाळातील प्रेम गाढ होते.

प्रत्येक गर्भवती असेच स्वप्न पाहत असते, पण प्रत्यक्षात असे होत नाही. प्रसूतीच्या दीर्घ वेदनेनंतर लाल, सुरकतलेल्या चेहऱ्याचे किंवा सुजलेल्या चेहऱ्याचे बाळ तुमच्या हातात दिले जाते. त्याच्या चेहऱ्यात तुम्हाला आपली काही ओळख दिसत नाही. जाहिरातीत दाखविलेल्या बाळासारखा त्याचा चेहरा गोल गरगरीत असत नाही. तुम्ही खूप प्रयत्न करूनही तो स्तनपान करीत नाही आणि वेगळ्याच आवाजात रडायला लागतो तेव्हा तुमच्यात प्रेमाचा काही पर्याय नाही, असेच तुम्हाला वाटू लागते.

खरंत आई आणि बाळात असे नाते निर्माण होण्यासाठी वेगवेगळा वेळ लागतो. काही महिलांना प्रसूतीसाठी त्रास होत नाही. त्या अतिशय उत्साहाने बाळाचे स्वागत करतात. तेव्हा बाळही त्यांना प्रतिसाद देते. दुसरीकडे प्रसूतीमुळे काही स्त्रिया इतक्या थकतात की त्यांच्यात बाळाला उचलून घेण्याची शक्तीच रहात नाही.

तुम्हालाही थोडा वेळ द्यावा लागेल. बाळाच्या सर्व गरजा पूर्ण करा. त्याला छातीजवळ धरून प्रेम

घरी परतणे

डिलिव्हरीनंतर तुम्हाला आणि बाळाला इस्पितळात किती वेळ थांबावे लागणार ते तुमच्या आणि बाळाच्या स्थितीवर अवलंबून असते. तुम्ही आणि बाळ तंदुरूस्त असाल, तर डॉक्टरांना विचारून सुट्टी घेऊ शकता. बाळाच्या पुढच्या तपासणीसाठी कधी यावे लागणार ते तेव्हाच विचारून नक्की करून घ्या. आगामी काळात तुम्हाला कोणत्या प्रकारचा त्रास होऊ शकतो ते डॉक्टरांना विचारा. पुढची तपासणी करण्यापूर्वी बाळाला कावीळ झाला नाही ना, तसेच त्याला योग्य प्रकारे स्तनपान मिळते आहे ना, याची ते तपासणी करतील.

तुम्हाला ४८ ते ९६ तास इस्पितळात रहावे लागणार असेल, तर या वेळात पूर्ण विश्रांती घेण्याचा प्रयत्न करा. घरी परतल्यावर तुम्हाला खूप सारी ऊर्जा लागणार आहे.

करा. त्याच्यासाठी काही गा, त्याला बोला. त्याच्या इवल्याशा हाता पायाची मालीश करा. हळूहळू तुम्हाला त्याच्या शरीराला येणारा गंध आवडू लागतो. लवकरच तुमचे रुपांतर एका प्रेमळ मातेत होते.

''माझे बाळ प्रीमॅच्युअर असल्यामुळे त्याला आयसीयूमध्ये ठेवावे लागले. तिथे त्याला दोन आठवडे ठेवावे लागेल, असे डॉक्टर म्हणाले. त्याच्याशी प्रेमाचे नाते निर्माण होण्यास उशीर होणार नाही?''

जन्मानंतर लगेच बाळाचे कोडकौतुक करण्याचा आनंद वेगळाच असतो. त्याची तब्येत बरी झाल्यावरही तुम्ही ही गोष्ट करू शकता. त्यामुळे बाळ आणि आई-वडिलांत एक प्रेमाचे नाते निर्माण होऊ शकते.

बाळाला आयसीयूमध्ये ठेवल्यावरही तुम्ही त्याला स्पर्श करू शकता. आई-वडिलांना असे करण्याची इस्पितळात परवानगी दिली जाते. तुम्ही तुमच्या बाळासोबत जास्तीत जास्त वेळ कसा घालवू शकाल ते तिथे असलेल्या नर्सला विचारा. तिथे बाळासोबत रहायला तुम्ही सुरूवात केल्यावर तुमच्या दरम्यान एक गाढ नाते निर्माण होऊ लागते.

बाळ तुमच्या रूममध्ये

''गर्भावस्थेच्या काळात बाळ माझ्या रूममध्ये राहीन, असा विचार केल्याने बरे वाटत होते; पण त्यावेळी थकव्यामुळे माझी काय अवस्था होईल ते मला माहीत नव्हते. आता बाळाला दुसरीकडे न्यायला सांगत आहे. मी किती वाईट आई आहे!''

खरं तर तुम्ही एक चांगली आई आहात. आई होण्याचे आव्हान पेलूनच बाजूला झालात. आता तुम्हाला दुसरे आव्हान पेलायचे आहे. या दरम्यान तुम्हाला थोडी विश्रांती आवश्यकच आहे. डिलिव्हरीतील थकव्यामुळे तुम्ही बाळाची देखभाल करू शकत नाहीत. त्यात गैर काय आहे? प्रसूती आणि डिलिव्हरीनंतर तुमचे शरीर थकले आहे. तुम्ही कित्येक तास झोपला नाहीत. औषधांची नशा डोक्यात आहे. अशा वेळी तुम्हाला थोडा वेळ झोप पूर्ण करायची असेल, तर त्यात गैर काय आहे?

बाळासोबत घालविलेल्या तासांकडे नाही तर त्याच्या दर्जाकडे लक्ष द्या. घरी गेल्यावर तर दिवसभर त्याला तुमच्या जवळच रहायचे आहे. आता पूर्ण विश्रांती घ्या कारण नंतर अशी संधी मिळणार नाही.

सिझेरियन डिलिव्हरी

''सी सेक्शन झाल्यावर मला कधी बरे वाटायला लागेल?''

पोटाच्या कोणत्याही ऑपरेशननंतर बरे व्हायला

लागेल तितका वेळ. तुम्हालाही तितकाच वेळ लागणार आहे. या ऑपरेशननंतर तुमचे ब्लॅडर किंवा ॲपेडिक्स काढले जात नाही, तर तुमच्या कुशीत बाळ येते इतकाच काय तो फरक. सर्जरीमुळे तुम्हाला विश्रांती बरोबरच बाळाच्या जन्माच्या वेळी होणाऱ्या त्रासापासून सुटका मिळते. थकवा, हार्मोनल बदल, घाम असे काही होत नाही.

ऑपरेशनशी संबंधित लक्षणे -

छेदाच्या भोवती वेदना :- ॲनस्थेशियाचा प्रभाव ओसरून लागल्यावर तुम्हाला त्या ठिकाणी वेदना जाणवायला लागते. ही वेदना अनेक कारणांवर अवलंबून असते. छेद कोणत्या स्थितीत घेतला आहे, यापूर्वीही तुमचे सी सेक्शन झाले होते का? तुम्हाला वेदनाशामक औषध दिले जाते. त्यामुळे तुम्हाला झोप येते. तसे तुम्ही स्तनपान करीत असाल, तर काळजी करू नका याचा स्तनपानावर काही परिणाम होत नाही. नंतर तुम्हाला इतक्या भारीच्या वेदना शामकाची आवश्यकता पडणार नाही. ही वेदना खूप दिवस राहिली तर तुम्ही अधून मधून वेदनाशामक घेऊ शकता. पहिले काही आठवडे जड सामान उचलू नका.

उलटी किंवा उलटी शिवाय मळमळणे :- तुमच्या बाबतीत कदाचित असे होणार नाही; पण झाले तर तुम्ही त्यावर औषध घ्या.

थकवा :- खूप रक्त गेल्यामुळे तुमच्यात अशक्तपणा येतो. ऑपरेशन होण्यापूर्वी काही तास प्रसूती वेदनाही सहन केल्या असतील तर थकवा जास्त येऊ शकतो. सी सेक्शन करणे पूर्वनियोजित नसेल, तर मानसिकरित्याही तुम्ही खचू शकता.

अवस्थेची नियमित तपासणी :- एक नर्स नियमितपणे तुमचे तापमान, नाडी आणि रक्तदाब वगैरे तपासत असते. तुमची लघवी आणि रक्तस्राव याचीही तपासणी केली जाते.

रूममध्ये परतल्यावर तुम्ही खालील अपेक्षा ठेवू शकता-

जास्त तपासणी :- नर्स सतत तुमच्या स्थितीवर नजर ठेवून असते.

मूत्रनलिका काढणे :- मूत्रासाठी टाकण्यात आलेली नळी काढण्यात येते. पहिल्यांदा तुम्हाला लघवीसाठी त्रास होऊ शकतो. त्यासाठी आमच्या टिप्स वापरा. त्यांचा उपयोग झाला नाही तर मूत्रनळी पुन्हा टाकावी लागू शकते.

ऑपरेशनच्या ८ ते २४ तासांनंतर :- सर्जरीच्या ८ ते २४ तासांत तुम्हाला आधी हळूहळू उठून बसायचे आहे. नंतर जमिनीवर उभे रहायला सांगितले जाते. चक्कर आली नाही तर तुम्ही उभ्या राहू शकता. नंतर तुम्हाला काही पाऊले चालायला सांगितले जाते. लवकरच तुम्ही इतरांच्या मदतीने उठू बसू शकता.

सामान्य आहाराच्या दिशेने :- अनेक ठिकाणी सी सेक्शनला २४ तास उलटल्यानंतरही आय व्हीवर ठेवले जाते. सुरूवातीचे एक दोन दिवस फक्त पातळ पदार्थ खाण्यासाठी दिले जातात. नंतर हळूहळू ठोस आहार दिला जातो. तुम्हाला खायला प्यायला कधी नि काय द्यायचे ते तुमच्या अवस्थेवरही अवलंबून असते. पातळ पदार्थानंतर तुम्हाला पचू शकतील असे ठोस पदार्थ दिले जातात. ठोस आहार सुरू झाल्यावरही पातळ पदार्थांचे प्रमाण कमी करू नका. ते तुमच्यासाठी आवश्यक आहे.

खांद्यातील वेदना :- अनेक वेळा तुमच्या खांद्यात तीव्र वेदना होऊ शकते. औषध घेतल्याने तुम्हाला बरे वाटू शकते.

मलावरोध :- ॲनस्थेशिया आणि सर्जरी यामुळे

तुमची शौच प्रक्रिया मंदावते. त्यासाठी अनेक दिवसही लागू शकतात. मलावरोधामुळे गॅसेसचा त्रासही होऊ शकतो. सहजपणे शौचास व्हावे यासाठी तुम्हाला काही औषधेही दिली जातात.

पोटाचा त्रास :- पचनसंस्था काम करायला लागल्यावर पोटात जमा झालेला त्रास आपला परिणाम दाखवायला लागतो. हासणे, खोकणे किंवा शिंकणे यामुळे परिस्थिती आणखी चिघळू शकते. नर्श किंवा डॉक्टर बरे वाटण्यासाठी उपाय सुचवू शकतात. छेदावर हात ठेवून दीर्घ श्वास घेतल्याने किवा शतपावली केल्याने थोडे बरे वाटू शकते.

बाळासोबत वेळ घालवा :- तुमची तब्येत थोडी सुधारली असेल, तर बाळाला दूध पाजण्याबरोबरच त्याच्यासोबत थोडा वेळ घालवा. त्याला प्रेम द्या. तुमच्या मदतीसाठी रूममध्ये कोणाला तरी ठेवा म्हणजे तुमचे सर्व लक्ष बाळाकडे राहू शकेल.

टाके काढणे :- आपोआप निघणारे टाके नसतील, तर डिलिव्हरीनंतर चार- पाच दिवसांनी टाके काढतात. टाके काढल्यानंतर छेद काळजीपूर्वक बघा आणि तो कधीपर्यंत बरा होईल ते डॉक्टरांना विचारा. त्याची काळजी कशी घ्यायची आणि त्यात काय काय बदल होऊ शकतो, तेही विचारा.

तसे तुम्ही प्रसूतीनंतर तीन-चार दिवसांनी घरी परत जाऊ शकता. घरी गेल्यावरही तुमची आणि बाळाची काळजी घेण्याची आवश्यकता असते. सुरूवातीचे काही आठवडे तुमची काळजी घेण्यासाठी कोणाला तरी जवळ ठेवा.

बाळासह घरी परतणे

''इस्पितळात तर बाळाचे डायपर बदलणे, बाळाला नाहू घालणे तसेच बाळाला पाजणे याबाबत नर्सच सर्व काही करीत असत. आता घरी आल्यावर मी खूप परेशान आहे. ''

हे खरे आहे की बाळ काही आपल्यासोबत काही सूचना लिहून आणीत नाही. तुम्ही इस्पितळातून घरी येता तेव्हा बाळाला नाहू घालणे आणि खाऊ पिऊ घालणे याबाबतच्या सूचना दिल्या जातात. पहिल्यांदा डयपर बदलताना तुमच्या हातून थोडीशी गडबड होऊ शकते, पण या बाबतीत पुस्तकातून आणि ऑनलाईन माहिती मिळू शकते. बालतज्ज्ञही खूप काही समजावून सांगतात. तुमच्या प्रश्नाची उत्तरे लिहून घ्या म्हणजे तुम्ही काही विसरणार नाहीत.

अर्थात एक समजूतदार आई-वडील होण्यासाठी वेळ लागतो. त्यासाठी तुम्हाला धीर आणि सरावाची आवश्यकता पडते. चुकून कधी तुम्ही त्याचे डायपर उलटे लावले किंवा आंघोळ घालताना कान साफ करायचे विसरले तर याबाबतीत बाळ तुम्हाला माफ

करते. आपल्या बाजूने फीड बॅक द्यायला तो विसरत नाही. भूक लागल्यावर जोर जोरात रडायला लागतो. आंघोळीचे पाणी खूप थंड किंवा गरम असेल तरीही रडायला लागतो. बाळाकडे तुमच्याशी तुलना करायला दुसरी आई असत नाही. तुम्हीच त्याच्यासाठी जगातील सर्वोत्तम आई असता.

तुमचा थकवा घालविण्यासाठी तुम्हा विश्रांती घ्या. ऊर्जेची पातळी कायम टिकविण्यासाठी पोटभर खा. हळूहळू बाळाची काळजी घेणे सोपे आणि सहज होते. तेव्हा तुम्ही बाळाला कडेवर घेऊन कपडेही धुऊ शकता आणि व्हॅक्यूम क्लिनरही चालवू शकता. मग तुम्हाला एकाच वेळी अनेक कामे करण्याचे कौशल्ये येते.

स्तनपानाची सुरूवात

बाळाला स्तनपान करणे, ही खरं तर एक नैसर्गिक प्रक्रिया आहे, पण बहुतेक माता हे योग्य पद्धतीने करू शकत नाहीत. स्तनांमध्ये दूधही आपोआप उतरत असते, पण स्तनाचे निप्पल बाळाच्या तोंडात कसे द्यायचे ते कौशल्य तुम्हाला शिकायचे असते.

हे कौशल्य शिकावेच लागते. काही वेळा काही शारीरिक अडचणींमुळे ही प्रक्रिया पूर्ण होत नाही. कारण दोन्ही बाजूला अनुभव कमी असतो. आईला पाजता येत नाही आणि बाळाला पिता येत नाही.

आधीपासूनच तुम्हाला याची थोडी फार माहिति असेल, तर प्रकरण सांभाळता येते. त्यामुळे पुस्तकांतून आणि ऑन लाईन माहिती मिळवा.

- बर्थिंगरूममध्येच याची सुरूवात करा. बाळाला दूध पाजण्याची पहिली वहिली संधी मिळाली नाही म्हणून निराश होऊ नका. तुम्हीं सुरूवात करू शकणार नाहीत, असा त्याचा अर्थ नाही. तुम्हा दोघांनाही खूप काही शिकायचे आहे.

आयसीयूमधील बाळ आणि स्तनपान

काही कारणामुळे नवजात शिशूला आयसीयू (इन्सेंटिव्ह केअर युनिट) मध्ये ठेवले असेल तरीही स्तनपान करणे सोडू नका. प्रत्यक्ष स्तनपान करू शकत नसाल, तर पंपाच्या मदतीने दूध काढून बाटलीने पाजा. पंपाने दूध काढल्यामुळे दूध तयार होत राहते.

- बाळाला भूक लागल्यावर स्वतःला सज्ज ठेवा. तो भूकेने रडतोय आणि तुमच्या डोळयात झोप आहे, असे होऊ नये.
- शक्य तो इतरांची मदत घ्या. लेक्टेशन तज्ज्ञही याबाबतीत तुम्हाला मदत करू शकतात. ही सोय नसेल तर अनुभवी नर्स किंवा डॉक्टरांना विचारा. ते तुम्हाला उपयुक्त टिप्स देतात.
- शुभचिंतकाच्या गर्दीपासून बचाव करा. भेटायला येणारे तुमच्या आणि बाळाच्या या प्रक्रियेत अडथळा आणू शकतात. तुम्हाला आरामदायी वातावरण निर्माण करायचे आहे. पूर्ण एकाग्रतेने बाळाला स्तनपान करायचे आहे तरच दोघांनाही पूर्ण समाधान मिळेल.
- बाळाने हळूवार सुरूवात केली म्हणून निराश होऊ नका. कदाचित त्यालाही डिलिव्हरीचा थकवा येऊ शकतो. नवजात बाळाला झोपही खूप येते. त्याच्याकडे आधीपासूनच काही दिवसांसाठी अन्न असते. सपाटून भूक लागल्यावर दूध पिण्याची क्षमताही त्याच्यात येते.
- बाटलीच्या दुधापासून बाळाला वाचवा. स्तनपान करण्यापूर्वीच बाटलीच्या दुधाने तो आपले पोट भरून घेईन. बाटलीच्या दुधाने त्याची भूकही जाणार नाही आणि त्याला उपयुक्त कोलोस्ट्रॉमही मिळणार नाही. त्याला पूरक आहाक देत असाल, तर तो स्तनपानाच्या मागे पुढे

देऊ नका. बाटलीची सवय लागली तर अवघड होते. कारण त्यासाठी कमी श्रम पडतात. त्यामुळे स्तनपान करण्यात त्याला रस राहणार नाही.

■ दिवसातून किमान ८ ते १२ वेळा स्तनपान करा. त्यामुळे जास्त दूध तयार होते. बाळही आनंदी राहते. चार तासांनी दूध पाजीत राहिलात तर दूधही तयार होणार नाही आणि स्तनांत रक्त साकळू लागते. बाळाला योग्य पद्धतीने दूध पाजा म्हणजे निप्पल सूजणार नाहीत की वेदना होणार नाही. पोझिशन योग्य असेल, तर तुम्ही कितीही वेळ स्तनपान करू शकता.

■ बाळाला दोन्ही बाजूने स्तनपान करा. एक स्तन रिकामे झाल्यावर दुसरे स्तन त्याच्या तोंडात द्या. यामुळे त्याची भूकही शांत होते आणि त्याला योग्य पोषणही मिळते. त्याला एकाच स्तनाचे पूर्ण दूध पाजू नका. त्याला दुसरे स्तन द्या, पण बळजबरी करू नका. दुसऱ्या वेळी भरलेल्या स्तनाने दुध पाजायचे आहे.

स्तनपान कसे करावे?

■ शांत जागा निवडा. तिथे तुम्हालाही आराम मिळतो आणि बाळही आरामाने पोट भरू शकते.

■ तुमच्याजवळ एखादे पेय ठेवा. ते गरम नसावे. जेवण करून खूप वेळ झाला असेल तर तुम्हीही पौष्टिक स्नॅक्स खा.

■ तुमच्याजवळ पुस्तक ठेवा. पुस्तक वाचताना मधून मधून बाळाकडेही लक्ष द्या. टिव्ही लाऊ नका. फोनही घेऊ नका.

■ बाळाला आरामदायकरित्या मांडीवर घेण्यासाठी मांडीवर उशी ठेवा. आधाराशिवाय उचलून धरल्यामुळे हातात वेदना होऊ शकते.

■ बाळाचे तोंड निप्पलकडे करून झोपवा. त्याचे पूर्ण शरीर तुमतच्याकडे असायला हवे. योग्य स्थितीमुळे तुमचाही समस्यांपासून बचाव होतो.

■ पहिले काही आठवडे स्तनपान करण्याच्या दोन योग्य पद्धती सांगितल्या आहेत. पहिली आहे 'क्रॉसओव्हर होल्ड'. एका हाताने बाळाच्या डोक्याला आधार द्यायचा आणि दुसऱ्या हाताने त्याचे सर्व शरीर तोलून धरायचे. शरीर तोलून धरल्यावर त्याच हाताने आपले निप्पल त्याच्या तोंडात द्यायचे. स्तनाला हळूवार दाबा म्हणजे त्याच्या ओझ्याने बाळाचे नाक दबणार नाही. आता तुम्ही स्तनपान करण्यासाठी सज्ज आहात.

■ दुसऱ्या स्थितीला 'फूटबॉल होल्ड' किंवा 'क्लच होल्ड' म्हणतात. सी सेक्शननंतर ही खूप उपयुक्त असते. कारण यात पोटावर दबाव पडत नाही. तुमचे स्तन मोठे असतील, बेबी प्रीमॅच्युअर असेल किवा तुम्हाला जुळे असतील तर बाळाला अर्धवट झोपलेल्या स्थितीत घ्या. त्याचे हात- पाय त्याच्या बाजूखाली असावेत. एका हाताने त्याच्या डोक्याला आधार द्या आणि दुसऱ्याने स्तनांना सांभाळा. चांगल्या प्रकारे स्तनपान करता येऊ लागल्यावर चित्रात दाखविल्याप्रमाणे 'क्रेडल होल्ड' ही करू शकता.

■ बाळाच्या नाकाजवळून खालच्या ओठाजवळ न्या म्हणजे तो तोंज रुंदावू शकेल. अशा प्रकारे स्तनपान करताना खालचा ओठ दबणार नाही. त्याने डोके फिरविले तर प्रेमाने परत आणा.

■ बाळाने तोंड उघडल्यावर स्तन पुढे नेण्याऐवजी तोंड जवळ आणा. आई बळजबरीने स्तन बाळाच्या तोंडात देते तेव्हा अनेक प्रकारचा त्रास होऊ शकतो. पाठ ताठ ठेवून बाळाला स्तनपान करा.

■ बाळाने निप्पल तोंडात घेतल्यावर दूध निघणार नाही. त्याच्या भोवतालचा काही भागही तोंडात जायला हवा. कारण त्या दूध ग्रंथी आहेत आणि त्यांना दाबल्यावर दूध येते. काही बाळ तर भूक लागल्यावर स्तनाचा कोणताही भाग चोखतात. त्यामुळे स्तनाला जखम होऊ शकते.

■ स्तनामुळे बाळाचे नाक दबत असेल, तर बोटाने स्तन दाबून बाळाला वर उचला म्हणजे त्याला श्वास घेता येईल. मात्र यावेळी त्याची स्तनांवरील पकड सुटणार नाही, असे पाहा.

■ बाळाचे तोंड फुगत असेल तर त्यात दुधाची धार पडत असल्याचे कळते.

■ बाळाने दूध पिणे थांबविल्यानंतर स्तन सोडले नसतील तर ओढू नका. त्यामुळे जखम होऊ शकते. बाळाच्या तोंडाच्या कोपऱ्यात बोट घालून थोडी हवा जाऊ द्या. मग हळून निप्पल काढा.

■ बाळाला रिकाम्या पोटी जास्त वेळ झोपू देऊ नका. तो चार तास झोपला असेल, तर त्याला आता दूध पाजण्यासाठी उठवायला हवे. त्याच्या आंगावरील पांघरून काढा म्हणजे झोप जाईल.

त्याला मांडीवर घेऊन त्याची पाठ चोळा. हाता पायाची मालीश करा किंवा डोक्यावर एक - दोन थेंब पाणी टाका.

तो जागा झाला की दूध पाजण्याची पोझिशन घ्या. किवा झोपलेल्या बाळाला तुमच्या उघड्या स्तनांवर झोपवा. तुमच्या स्तनांचा गंध त्याला उठविण्यासाठी पुरेसा आहे.

■ रडणाऱ्या बाळाला दूध पाजू नका. भुकेजलेल्या बाळाचे रडणे थांबविण्यासाठी त्याला थोडे हाले डुले करा. किंवा तोंडात बोट घालून रंजवा. तोपर्यंत निप्पल त्याच्या तोंडात द्या. आता तो बराच शांत झालेला असतो.

नोंदी ठेवा

दरवेळी तुम्हाल भरलेल्या स्तनांनी स्तनपान करायचे आहे. त्यासाठी हातात एक कडे घाला. एका स्तनाने दूध पाजल्यावर कडे दुसऱ्या हातात घाला. दुसऱ्या वेळी तुम्हाला कडे असलेल्या बाजूने दूध पाजावे लागेल.

- शांत रहा. स्तनपान करताना तुम्ही अस्वस्थ होऊ नका. स्तनपानापूर्वी भोवतालचे वातावरण शांत करा. थोडे दीर्घ श्वसन करा. संगीत ऐका. तणावामुळे दूध निर्माण होण्याच्या प्रक्रियेत अडचण येते. बाळही तणावात असेल तर ते पोटभर दूध पिणार नाही.

- स्तनपान योग्य पद्धतीने सुरू झाल्यावर त्याची नोंद ठेवा. त्याचे कोरडे डायपर किती आणि पिवळे डायपर किती? त्याने दिवसाला किती वेळा आणि किती वेळ दूध पिले? ह्या नोंदी पाहूनच त्याला योग्य प्रमाणात पोषण मिळते की नाही याचा डॉक्टर अंदाज लाऊ शकतील. बाळाच्या वजनावरूनही त्याचे योग्य पोषण होत आहे की नाही ते कळू शकते. दिवसाला किमान ६ डायपर लघवीचे आणि किमान ३ डायपर शौचाचे असायला हवेत.

स्तनांत रक्त साकळणे

कोलोस्ट्रोमपर्यंत तर सर्व काही ठीक राहते. त्यानंतर छातीत दूध उतरते तेव्हा ते मोठे आणि टणक होतात. त्यांना स्पर्श केल्यावर दुखते. ही अवस्था २४ ते ४८ तासांत सामान्य होते. अशा स्तनांनी स्तनपान करणे आई आणि बाळ दोघांसाठीही त्रासदायक असते. यावेळी होणाऱ्या त्रासापासून सुटका करून घेण्यासाठी खाली उपाय करून पाहा.

- दूध पाजण्याआधी स्तनांना थोडा सेक द्या. कोमट पाण्यातील कपडा स्तनांवर ठेवा. ते मऊ होतील.

धीर धरा

स्तनपानाशी संबंधित त्रास दीर्घकाळ राहत नाही. आईचे स्तनपान हा बाळाचा नैसर्गिक अधिकार आहे. तो अतिशय सहजपणे आपला अधिकार मिळवित असतो. तोपर्यंत तुम्हाला फक्त दुधाच्या निर्मितीत खंड पडणार नाही, यासाठी प्रयत्न करायचे आहेत.

- बाळ ज्या स्तनाचे दूध पित असेल त्या स्तनाची हळूवार मालिश करा.

- स्तनपानानंतर आईसपॅक लावा. स्तनांवर पत्ता कोबीची गार पाने लावल्यानेही बरे वाटते.

- चांगल्या नर्सिंग ब्रा वापरा. त्या घट्ट नसतात. स्तनांचा कोंडमारा होईल असे कपडे घालू नका.

- दोन्ही हाताने स्तन दाबून थोडे दूध काढा. त्यामुळे निप्पल मऊ होतील आणि बाळ ते पकडू शकेल.

- नर्सिंग स्थिती बदलत रहा आणि एका स्तनातील दूध संपल्यावरच दुसरे पाजा.

- खूप दुखत असेल तर टायलीनेल किंवा दुसरे एखादे साधे वेदना शामक घ्या.

स्तनपानाशी संबंधित आहार

स्तनपान केल्याने रोज ५०० कॅलरीज लागतात त्यामुळे तुमच्या आहारात जास्तीच्या ५०० कॅलरीज असायला हव्यात.

आहारात संख्येऐवजी गुणवत्तेकडे लक्ष द्या. खरं तर गेल्या नऊ महिन्यात पौष्टिक आहाराच्या नवनवीन पद्धती तुम्ही शिकला आहात. त्यांचा वापरही केला आहे, पण इथे मात्र थोडे अधिक लक्ष द्यावे लागते. स्तनपानाशी संबंधित आहारांच्या नियमांचे पालन करा.

दूध गळणे

स्तनपान सुरू करण्यापूर्वी काही आठवडे आधी स्तनांमधून कधीही दूध गळू शकते. ते तुमच्या स्तनांतून फवाऱ्यासारखे बाहेर पडू शकते. कधी कधी कोणत्याही पूर्वसूचनेशिवाय असे होऊ शकते. अचानक ओले लागू लागते आणि पॅड किंवा स्वेटर उचलण्यापूर्वीच कपडे ओले होतात. अशा वेळी लाजण्याऐवजी याचा बंदोबस्त करा कारण ही एक सामान्य प्रक्रिया आहे. काही वेळा झोपताना, गरम पाण्याने स्नान करताना, किंवा बाळ रडायला लागल्यावर असे होते. बाळ जर नियमित स्वरूपात दूध पित असेल, तर नियमित स्वरूपात दूध तयार होते. आणि ते गळते. बाळ एका स्तनाने पित असेल, तर दुसऱ्या स्तनातून दूध गळू शकते. असे नेहमी नाही तर कधी कधी होऊ शकते. पहिल्यांदा आई होणाऱ्या स्त्रियांच्या बाबतीत असे होऊ शकते. स्तनपानाची वेळ नियमित झाल्यावर हे आपोआप कमी होते. यासाठी तुम्ही खालील उपाय करू शकता-

- तुमच्या जवळ नर्सिंग पॅड ठेवा म्हणजे दूध पाजल्यानंतर तुम्ही त्याचा वापर करू शकाल. डायपर प्रमाणे ओले झाल्यावर तेही बदलावे लागतात. वॉटरप्रूफ किंवा प्लास्टिक लायनर असलेले पॅड घेऊ नका. त्यातील ओलाव्यामुळे निप्पलना त्रास होऊ शकतो. अनेक महिला वापरल्यानंतर फेकण्याचे पॅड वापरतात. काही सुती कपडा वापरतात. जो धुवून वापरता येतो.
- आंथरुणाकडे लक्ष द्या. झोपल्यावर जास्त दूध गळत असेल, तर तुमची चादर रोज बदला.
- दूध गळण्यापासून वाचण्यासाठी दूध काढू नका. अशा प्रकारे पंपिंग केल्यामुळे दूध जास्त गळू शकते.

आवश्यकतेपेक्षा जास्त प्रवाह थांबविण्यासाठी प्रयत्न करा. पहिल्या काही आठवड्यात असे केल्याने दुधाची गाठ होऊ शकते. त्यामुळे स्तनपानाच क्रम नियमित झाल्यावर प्रवाह

काय खावे?

प्रोटीन : ३ वेळा

कॅल्शियम : ५ वेळा, लोहयुक्त भोजन: १ किंवा अधिक वेळा, हिरव्या पालेभाज्या, पिवळ्या भाज्या आणि फळे : ३ -४ वेळा. दुसरी फळे आणि भाज्या : १ पेक्षा अधिक वेळा, कडधान्ये आणि कार्ब : ३ पेक्षा अधिक वेळा, उच्च मेदयुक्त आहार : ३ पेक्षा अधिक वेळा, ८ ग्लासाहून जास्त पाणी आणि ज्यूस इ. बाळाच्या सर्वांगिण मेंदूच्या विकासासाठी डीएमयुक्त आहार, प्रसूतीपूर्व व्हिटॅमिन. बाळ रोज मोठे होत असल्यामुळे रोज कॅलरीजची संख्या वाढवायला हवी. त्याला वरचे दूध द्यायला लागल्यावर मात्र कॅलरीज कमी कराव्या लागतील.

काय खाऊ नका : स्तनपान करीत असताना मद्यपान करू नका. बाळाला दूध पाजल्यानंतर तुम्ही एक ग्लास मद्य घेऊ शकता. कारण पुढील काही तासांत त्याचा परिणाम कमी होतो. थोड्या फार प्रमाणात कॉफी पुन्हा सुरू करू शकता. याशिवाय गॅस निर्माण करणारे जेवण करू नका. कुटुबातील कुणाला किंवा तुम्हाला कशाची ॲलर्जी असेल, तर त्याचा आहारात समावेश करू नका. जाडी बुटीयुक्त कोणताही पदार्थ खाण्यापूर्वी त्यावरील लेबल वाचा.

तुमचा आहार आणि बाळ : आईच्या दुधातूनच बाळाला अनेक प्रकारच्या चवी कळत असतात. तुम्ही विविध प्रकारच्या चवी खाल्ल्या तर मोठे झाल्यावर बाळही हट्ट करणार नाही. ज्यामुळे तुम्हाला त्रास होतो, असे पदार्थ खाऊ नका. ते बाळासाठीही त्रासदायक ठरू शकतात.

थांबविण्यासाठी छाती आणि हात बांधू शकता. किवा एकेक निप्पल दाबू शकता.

निप्पलच्या जखमा

नाजूक निप्पल्समुळे अनेक वेळा स्तनपान त्रासदायक होऊ शकते. तसे बहुतेक महिलांचे निप्पल स्तनपान करण्यासाठी योग्य असतात. त्यांना काहीही त्रास होत नाही. काही माता स्तनपान करताना बाळाला योग्य पद्धतीने घेत नाहीत, किंवा ज्यांचे बाळ खूप जोराने ओढते,त्यांना निप्पलवरील जखमा आणि वेदनांचा सामना करावा लागतो. त्यासाठी खालील उपाय करा -

- बाळाला योग्य पद्धतीने घ्या. बाळाचे तोंड स्तनांकडे असावे. स्तनपानाची स्थिती बदलीत रहा म्हणजे निप्पल वर सारखा दबाव पडेल.
- तुमच्या निप्पलांना थोडा मोकळा श्वास घेऊ द्या. घरात असताना निप्पल थोडा वेळा कपड्याबाहेर काढून ठेवा. टोचणारे किंवा त्रास देणारे कपडे त्यावर घालू नका.
- ते कोरडे ठेवा. नर्सिंग पॅड ओले झाल्यावर बदला. नर्सिंग पॅडमध्ये प्लॅस्टिक लायनर नसावेत. त्यामुळे ओलावा वाढतो. तुम्ही दमट वातावरणात रहात असाल, तर स्तनपानानंतर स्तन थोडा वेळ ब्ले ड्रायर समोर धरा. यामुळे खूप बरे वाटू शकते. पण नेमक्या या वेळी कुणी आले तर काय होईल, हे सांगता येत नाही.
- दुधानेच उपचार करा. स्तनांतील दूधच त्यावरील जखमांचे औषध आहे. दुध पाजल्यानंतर स्तनावर राहिलेले दूध पुसू नका. दूध पाजल्यानंतर काही थेंब दूध काढून निप्पलवर चोळा. ब्रा घालण्यापूर्वी निप्पल वाळू द्या.
- त्यांना चोळा. घाम आणि तेल ग्रंथीमुळे निप्पलची नैसर्गिक सुरक्षा होत असते. ते त्यांना तेलकट ठेवत असतात. निप्पलवर भेगा पडल्या तर बाजारात मिळणारे 'लेनोलिन' लावू शकता. दूध पाजल्यानंतर लिनोलिन औषध लावा. पेन्सिलिन जेली किंवा व्हॅसलिनचा त्यासाठी वापर करू नका. साबन, अल्कोहल किंवा वाईनने निप्पल धुण्याऐवजी त्यासाठी पाण्याच वापर करा. बाळ विषाणूंपासून पूर्णपणे सुरक्षित असतो. तुमचे दूध त्यासाठी अमृतासारखे असते.
- तुम्ही थंड पाण्यात बुडविलेल्या टी बॅगचा वापर करू शकता. त्यांना निप्पलवर ठेवा. चाहामधील घटक निप्पलच्या जखमा भरून काढतात.
- दोन्ही स्तनांकडे सारखे लक्ष द्या. निप्पलांचा वापर करणे, हीच निप्पल मजबूत करण्याची पद्धत आहे. दोन्ही स्तनांत सारखे दूध निर्माण व्हावे यासाठी दोन्ही स्तन सारखा वेळ पाजायला हवेत. एका निप्पलमध्ये जास्त वेदना होत असतील, तर त्याचा वापर कमी करा. थोडे बरे वाटायला लागल्यावर दोन्हीकडून दूध पाजा म्हणजे कमी दूध निर्माण होणार नाही.
- दूध पाजण्यापूर्वी थोडे शांत रहा. त्यामुळे दूध पिण्यासाठी बाळाल जोराने निप्पल ओढावे लागणार नाहीत. तुम्हाला त्रास होणार नाही.
- जखमा बऱ्या होण्यासाठी स्तनपानापूर्वी 'ट़ायलीनोल' घ्या.
- निप्पलांना पडणाऱ्या भेगांकडे लक्ष द्या. त्यामुळे संसर्गही होऊ शकतो. या भेगेतून दुधाच्या एखाद्या गाठीत विषाणू गेले तर संसर्ग होऊ शकतो.

स्तनपानातील अडचणी

एकदा स्तनपान करण्याचा क्रम व्यवस्थित झाल्यावर काही अडचण येत नाही, पण कधी कधी लहान-मोठी अडचण येऊ शकते.

दुधाची गाठ होणे :- अनेक वेळा दूधाची गाठ होते आणि दूध चढते. त्यामुळे स्तनांवर लहान लाल गाठ दिसते. योग्य उपचार झाला नाही तर संसर्गही होऊ शकतो. बाळाला त्याच स्तनाने पाजणे हाच त्यावरील हमखास उपाय आहे. बाळ हे काम करू शकत नसेल, तर तुमच्या हाताने किंवा ब्रेस्ट पंपाने हे काम करा.

या गाठीवर दबाव पाडू शकेल इतकी तुमची ब्रा घट्ट नसावी. नर्सिंगची अवस्थाही बदलत रहा. गरम शेक किंवा मालिशमुळेही बरे वाटू शकते. स्तनपान करताना बाळाला योग्य प्रकारे घेतले तर त्याच्या हनुवटीमुळेही चांगली मालीश होऊ शकते. बाळ जितके दूध पिईल तिकी गाठ लवकर बरी होते.

स्तनांची संसर्ग :- काही वेळा एका किंवा दोन्ही स्तनांना संक्रमण होऊ शकते. स्तनपानाच्या वेळी हे कधीही होऊ शकते. काही वेळा निप्पलच्या भेगांमधून विषाणू स्तनांत प्रवेस करतात. तणावग्रस्त माता याला लवकर बळी पडतात.

याच्या मुख्य लक्षणांत तीव्र वेदना, कडकपणा, लाली, गरमपणा, स्तन सूजणे, थोडी थंडी वाजणे, १०१ ते १०२ अंश ताप येणे याचा समावेश होतो. अशी लक्षणे दिसून येताच डॉक्टरांकडे जायला वेळ करू नका. यामध्ये तुम्हाला विश्रांती, अँटिबायोटिक्स, वेदना शामक, पताळ पदार्थ आणि थंड गरम शेकाची आवश्यकता असते. औषध घेतल्यावर दोन-तीन दिवसांत खूप बरे वाटू शकते.

उपचार सुरू असतानाही बाळाला स्तनपान करा.

बाळाच्या विषाणूमुळेच हा संसर्ग झाला असून त्यामुळे काही नुकसान होणार नाही. अँटिबायोटिक्स औषधे सुरक्षित असतात. स्तनांमधून दूध बाहेर येत राहील त्यामुळे त्याच्या गाठी होणार नाहीत. दूध पाजताना खूप त्रास होत असेल, तर गरम पाण्याच्या टबमध्ये झोपून पंपाने दूध काढा. इलेक्ट्रिक पंपाचा वापर करू नका.

उपचाराला उशीर झाला किंवा मध्येच थांबविले तर स्थिती आणखी बिघडू शकते.

सिझेरियन नंतर स्तनपान

सिझेरियन नंतर किती वेळाने तुम्ही बाळाला स्तनपान करू शकाल, ते तुमच्या आणि बाळाच्या स्थितीवर बऱ्याच अंशी अवलंबून असते. तुम्ही दोघेही बरे असाल, तर रिकव्हरी रूममध्येच स्तनपान करू शकता. तुम्हाला ॲनस्थेशिया दिला असेल किंवा बाळाला नर्सरीमध्ये ठेवले असेल, तर तुम्हाला वाट पहावी लागू शकते. १२ तासानंतरही तुम्ही स्तनपान करू शकला नाहीत, तर पंपाच्या मदतीने कोलोस्ट्रम काढू शकता. ते बाळाला पाजता येते.

सुरूवातील दूध पाजताना थोडा त्रास होऊ शकतो. छेदावर कमीत कमी दाब पडेल यासाठी प्रयत्न करा. बाळाच्या खाली उशी घ्या. कुशीवर झोपा किंवा बाळाला फूटबॉलसारखे उचलून धरा. स्तनपान सुरू केल्यावर थोड्याच दिवसात सर्व अडचणी दूर होतात.

ज़ुळे किंवा तिळ्यांचे स्तनपान

दोन बाळांना दूध पाजणे खूप आव्हानात्मक असते. एकदा तुम्हाला त्याची सवय झाल्यावर तुम्ही कितीही बाळांना एकाच वेळी दूध पाजू शकता.

त्यासाठी तुम्ही खालील बाबींवर लक्ष द्या.-

योग्य पौष्टिक आहार :- डेअरी खाद्यपदार्थ मोठ्या प्रमाणात खा. बाळ मोठे होत असताना तुम्हाला तुमच्या कॅलरीचे प्रमाणही वाढवावे लागते. तुम्ही सोबत वरचे दूध देत असाल, तर त्या प्रमाणात कॅलरी कमी कराव्या लागतील. तुमच्या आहारात प्रोटीन आणि कॅल्शियमचे प्रमाण वाढवा.

पंप करा :- बाळ नर्सरीत असेल आणि स्तनांतील

दुधाचे प्रमाण वाढवायचे असेल, तर इलेक्ट्रिक पंपाचा वापर करा. तेव्हा तुम्ही शांतपणे झोपू शकाल आणि दुसरे कोणी तरी बाळाला बाटलीने ते दूध पाजू शकेल. पंपाने पूर्ण काम झाले नाही, तर निराश होऊ नका. कोणताही पंप बाळाची जागा घेऊ शकत नाही. अर्थात कधी कधी पंपाचा वापर उपयुक्त ठरू शकतो.

दोन बाळांना एका वेळी पाजणे :- दोन्ही बाळांना एकाच वेळी स्तनपान करण्याची तुमची तयारी आहे? नर्सिंग उशीच्या मदतीने हे काम सहजगत्या करता येते. दिवसा रात्री बाळांना आळी पाळीने दूध पाजण्याच्या फंदात पडू नका. तुम्ही थकाल. तुम्ही एकाच वेळी दोघांना स्तनपान करू शकत नसाल, तर दुसऱ्याला बाटली द्या. दुसऱ्याला स्तनपान करताना पहिल्याला बाटली द्या. तुमचे बाळ उत्साही असेल तर १०-१५ मिनिटात आफले पोट भरू शकते. हे तुमच्यासाठी कोणत्याही वरदानापेक्षा कमी नसते.

तिळयांना दूध पाजायचे आहे? बाळांना दूध पाजताना आळीपाळीने स्तन बदलायला विसरू नका.

घर कामासाठी मदत घ्या :- बाळांसह घरकाम करण्यासाठी दुसऱ्या कोणाची तरी मदत घ्या. म्हणजे तुमची ऊर्जा कायम राहील आणि दूध तयार होईल.

आहारातील विविधता:- तुमच्या दोन्ही बाळाच्या भूकेत आणि चवीत फरक आहे. त्यामुळे तुम्हाला दोघांची पूर्तता करायची आहे. तुमच्या आहारात विविधता आणा. त्यांच्या दुधाच्या नोंदी ठेवा, म्हणजे ते पोटभर दूध पिताहेत का नाहीत ते कळू शकेल.

दोन्ही स्तनांनी दूध पाजा :- दोन्ही स्तनांनी आळीपाळीने दूध पाजा म्हणजे त्यांच्यात सारखे दूध येत राहील.

मल्टिपल नर्सिंग

जुळ्यांपैकी एकाला एका वेळी दूध पाजणेच काही मातांना आवडते. काही दोघांना एकाच वेळी दूध पाजतात म्हणजे दिवसभर त्यांना हेच काम करावे लागत नाही. १. तुम्ही एका अवस्थेत दोघांनाही फूटबॉल सारखे पकडू शकता. २. दुसऱ्या स्थितीत क्रेडल होल्ड आणि फूटबॉल होल्ड याचे मिश्रण केले आहे. आधारासाठी उशी घ्या आणि आपल्या सोयीनुसार पोझिशन निवडा.

थोडा वेळ लागेल

आता तुम्ही खूपच अस्तव्यस्त आहात. मन आणि शरीर दोन्ही नाजूक आहेत. बाळाला गप्प कसे करायचे ते तुम्हाला माहीत नाही. त्याच्या रडण्याचे वेगवेगळे अर्थ तुम्हाला माहीत नसतात. त्याला न्हाऊ घालता येत नाही. डायपर बदलताना ते पायाने घाण पसरवते. खरं तर खऱ्या अर्थाने 'आई' होण्यासाठी तुम्हाला थोडा वेळ लागेल. अर्थात ही प्रक्रिया थोडी अवघड आहे, पण थोड्या वेळातच तुम्ही हे सर्व शिकू शकाल.

आई, स्वतःला थोडा वेळ दे.

प्रसूतीनंतर पहिले सहा आठवडे

आता तुम्हाला आपल्या बाळाची चांगल्या प्रकारे काळजी घेता येत असेल. त्याचबरोबर तुम्ही तुमच्या मोठ्या मुलांच्या मागण्याही पूर्ण करू शकत असाल. तरीही रात्रंदिवस तुमचे सर्व लक्ष मात्र इवल्याशा बाळावरच असणार. बाळ आपली काळजी घेऊ शकत नाही तसेच आपली काळजी घेऊ नका अशेही सांगू शकत नाही. आईचीही काळजी घ्यावी लागते. अजूनही तुमचे सर्व प्रश्न बाळाशी संबंधितच आहेत. तुम्ही तुमचीही काळजी घ्यायला हवी. तुमच्याशी संबंधित प्रश्नांची उकलही तुम्ही करून घ्यायला हवी.

तुम्हाला काय वाटते?

या कालावधीला 'रिकव्हरी पिरियड' म्हणतात. साधारण डिलिव्हरी आणि प्रसूतीनंतरही शरीरातील सर्व स्नायूंमध्ये खूप ओढाताण झाली आहे. त्यांना सावरण्यासाठी थोडा वेळ लागणार आहे. भावी मातेप्रमाणे प्रत्येक नवीन माताही स्वतंत्र प्रकारची असते. प्रत्येक आईला रिकव्हर होण्यासाठी लागणारा कालावधी वेगवेगळा असतो. तुम्ही किती आराम करीत आहात आणि तुम्हाला किती मदत मिळत आहे, यावर तो अवलंबून असतो. तुम्हाला खालील लक्षणे जाणवू शकतात.

शारीरिक :-

- योनीतून फिक्कट पांढरा रक्तस्राव होत असेल.
- थकवा.
- टाक्यांच्या ठिकाणी बोचणे. थोड्या वेदना आणि अस्वस्थता.
- छेदाच्या आसपासची वेदना कमी होते.
- मलावरोध आणि हिमोरॉयड्समध्ये आराम.
- वजन कमी होणे.
- सूज हळूहळू कमी होणे.
- छातीत आणि निप्पलमध्ये वेदना होणे
- पोटातील कमकुवत स्नायू तसेच बाळ मांडीवर आल्यामुळे पाठदुखी.
- सांधेदुखी.
- हात आणि घशात दुखणे

भावनिक लक्षणे :-

- मूडमध्ये चढ-उतार

- जबाबदारीचे वाढते ओझे.
- सेक्सबद्दल उदासिनपणा

प्रसूतीनंतरच्या तपासण्या

प्रसूतीनंतरच्या ४ ते ६ आठवड्यांत डॉक्टर तुम्हाला तपासणीसाठी बोलावू शकतात. सी सेक्शन झाले असेल, तर तीन आठवड्यानंतर तपासणीसाठी बोलावले जाते. यावेळी ते त्यांच्या पद्धतीनुसार तपासणी करतात. तुम्ही तुमचे प्रश्न लिहून घेऊन जा आणि त्यांची उत्तरेही लिहून आणा. ते खालील तपासण्या करू शकतात.

- रक्तदाब
- १७ ते २० पौंड कमी झालेले वजन
- गर्भाशयाचा कमी झालेला आकार आणि स्थिती
- गर्भाशयाच्या मुखाची तपासणी
- योनीची तपासणी
- सी सेक्शनचा छेद आणि ॲपिसियोटॉमीची तपासणी.
- तुमची छाती
- हीमोरायड्स, व्हेरिकोज व्हेन्स इ.
- तुमचे प्रश्न आणि उत्सुकता.

या भेटीत तुम्ही कुटुंब नियोजनाच्या साधानाविषयी माहितीही विचारू शकता. तुम्हाला डयफ्राग्राम लावायचा असेल आणि गर्भाशयाचे तोंड पूर्ववत झाले नसेल, तर काही वेळासाठी निरोधचा वापर करू शकताा. तुम्हाला हवे असेल, तर बर्थ कंट्रोलसाठी तुम्ही काही गोळयाही लिहून घेऊ शकता.

तुम्ही काय विचार करता?

थकवा

“प्रसूतीनंतर थकवा येईल याची मला कल्पना होती, पण गेल्या चार आठवड्यात मी पूर्ण झोपही घेऊ शकले नाही. हा जोक नाही.”

नाही, तुमच्या परिस्थितीला कोणीही हासत नाही. नवीन आई- वडिलांना कोणत्या परिस्थितीतून जावे लागते ते सर्वांनाच माहीत आहे. बाळाला न्हाऊ-माखू घालणे, खाऊ घालणे, झोपी घालणे, रंजवणे इ. अनेक कामांची जबाबदारी तुमच्यावर आहे. कुटुंबातील इतर सदस्यांनाही तुमच्या हातचे खायचे आहे. तुम्हाला पुन्हा खरेदीसाठी जायचे आहे. या सर्व कामात तुम्हाला रात्री फक्त तीन तास झोप मिळत आहे. शिवाय प्रसूतीचा अर्धा थकवाही अजून गेला नाही. हा थकवाही खूप असेल ना!

या थकव्यावर काही उपाय नाही का? बाळाला रात्री झोपण्याची नियमित सवय लागत नाही तोपर्यंत तुम्हाला त्याच्या सोबत जागावेच लागेल. तो दिवसा थोडा वेळ झोपत असेल, तर तुम्हीही झोपा.

थोडी मदत घ्या :- तुमच्या मदतीसाठी एखादी मोलकरीण ठेवा. एखादी मैत्रिण, आई किंवा सासूला सोबत बोलवा. त्या बाळाला खेळवत असतील तोपर्यंत तुम्ही एक झोप घ्या. तुमच्या बाळासाठी आवश्यक सामानही त्या खरेदी करू शकतात.

कामाची वाटणी करा :- जोडीदारासोबत कामाची वाटणी करा. स्वंयपाक, भांडे, स्वच्छता या कामांना अंत नसतो. थकवा न आणणारी कामे तुम्ही करा.

थोडे दुर्लक्ष करा :- घरातील अस्वच्छता तुम्हाला आवडत नसली, आंथरुणावर कचरा पडल्याने तुम्हाला राग येत असेल तर तुमची गेलेली ऊर्जा परत येईपर्यंत या बाबींकडे दुर्लक्ष करा. बाळाच्या अभिनंदनाबद्दल आभारासाठी बाळाच्या फोटोसह सर्वांना इ-मेल करा. आपला वेळ आणि ऊर्जा वाचवा.

घरपोच सामान :- तुमची डिलिव्हरी तर झाली आहे. आता अशा स्टोअर्सचा शोध घ्या जे तुमच्या

सामानाची फ्री होम डिलिव्हरी करू शकतील. त्यासाठी थोडे पैसे मोजावे लागले तरी चालतील. आवश्यक सामान एकाच वेळी मागवा म्हणजे बारीक सारीक वस्तूसाठी बाजारात जावे लागणार नाही.

बाळासोबत झोपा :- बाळ झोपल्यावर तुम्हाला शेकडो काम करायची असतात, तरीही झोपण्यासाठी यासारखी वेळ नाही. १५ मिनिट झोपलात तरीही बरे वाटते.

बाळाला पाजताना तुम्हीही खा :- बाळाला पाजताना तुम्हीही काही खायला विसरू नका. प्रोटिन आणि कॉम्पलेक्स कर्बयुक्त स्नॅक्स खा. ताजे फळ, दह्याची वाटी, चॉकलेट किंवा आरोग्यदायी स्नॅक्समुळेही ऊर्जेची पातळी समाधानकारक राहते. घरात खाण्या पिण्याचे सामान ठेवा म्हणजे कधीही काहीही सहजपणे खाता येईल. थोड्या वेळात खूप ऊर्जा देणारा, पण नंतर पुन्हा थकावा आणणारा आहार घेऊ नका. पातळ पदार्थ भरपूर प्रमाणात घ्या आणि दोघांसाठी खायचे आहे, हे विसरू नका.

खूप अशक्तपणा आणि थकवा जाणवत असेल, तर डॉक्टरांना भेटा. तणाव आणि निराशेपासून दूर रहा. लवकरच तुमची दिनचर्या सामान्य होईल.

केस गळणे

''अचानक माझे केस गळायला लागले आहेत. मला टक्कल पडणार आहे की काय?''

तुम्हाला टक्कल पडणार नाही. तुम्ही पूर्ववत अवस्थेत येत आहात. तसे रोज सरासरी १०० केस गळतात. गेले अनेक दिवस त्यांना गळण्याची संधी मिळाली नाही म्हणून ते एकत्र गळताहेत. गर्भावस्थेतील हार्मोनल बदलामुळे असे होत आहे. त्यावेळी तुमचे केस खूप दाट आणि मजबूत झाले होते. आता ते पुन्हा पूर्वीसारखे होताहेत.

तुमचे केस निरोगी राखण्यासाठी व्हिटॅमिनचा डोस घ्या. चांगला आहार घ्या आणि केसांची काळजी घ्या. कमीत कमी शॅम्पू करा. कंडिशनरचा वापर करा म्हणजे गुंता झालेले केस कमी तुटतील. मोठ्या दातांच्या कंगव्याचा वापर करा. केसांवर काहीही प्रयोग करू नका. तरीही केस गळणे कमी झाले नाही तर डॉक्टरांचा सल्ला घ्या.

लघवीवर नियंत्रण

''बाळाच्या जन्मानंतर मूत्राशयावर चांगले नियंत्रण ठेवू शकले, असे मला वाटत होते. आता प्रसूतीला दोन महिने उलटल्यावरही खोकताना किंवा हासताना लघवी टपकते. हे असे नेहमीसाठी राहील का?''

होय, प्रसूतीनंतर काही महिने तरी असेच राहणार आहे. हासताना, खोकताना, शिंकताना तसेच जड सामान उचलताना मूत्राशयावर दबाव पडतो आणि लघवी टपकते. प्रसूती आणि डिलिव्हरीच्या वेळी पेल्विक तसेच मूत्राशयाच्या पेशी आणि स्नायू कमकुवत होतात, त्यामुळे तुम्ही लघवीचा प्रवाह थांबवू शकत नाहीत. गर्भाशयाचे आंकुचन झाल्यावर त्याचा दाबही मूत्राशयावर पडतो. हार्मोनल बदल यासाठी जबाबदार असतात.

ही प्रक्रिया संपायला ३ ते ६ महिन्यांचा कालावधी लागू शकतो. तोपर्यंत तुम्ही पॅडचा वापर करा. टॅपून लावल्याने काही फायदा होणार नाही. त्याशिवाय तुम्ही खालील उपाय करून पाहू शकता.

कीगल व्यायाम :- कीगल आणि पेल्विक भागाशी संबंधित व्यायाम सुरू ठेवा. त्याचा तुम्हाला खूप फायदा होऊ शकतो.

वजन कमी करा :- गर्भावस्थेत वाढलेले वजन कमी करावे लागेल. त्यावेळच्या फालतू वजनाचा

आता मूत्राशयावर दाब पडत आहे.

मूत्राशय प्रशिक्षित करा :- इच्छा नसली तरीही दर आर्ध्या तासाला लघवीला जा. अशा प्रकारे हळूहळू हे अंतर वाढवित न्या.

मलावरोध टाळा :- मलावरोधामुळेही मूत्राशयावर दाब पडतो. नियमित वेळी शौचास जा.

पातळ पदार्त घ्या :- दिवसाला किमान ८ ग्लास पाणी प्या. पाणी कमी पिले तर लघवी कमी टपकेल, असा विचार करू नका. उलट डिहायड्रेशनमुळे मूत्राशयाला संसर्ग होऊ शकतो. संसर्ग झालेल्या मूत्राशयातून जास्त लघवी टपकते. तसेच टपकणाऱ्या मूत्राशयाला सहज संसर्ग होऊ शकतो.

ग़ॅस बाहेर पडणे

''आज काल गॅस खूप बाहेर पडतो. त्यामुळे चार चौघात लाजल्यासारखे होते. असे का?''

नवीन आई झाल्यावर शरीर आपली स्वच्छता करण्याच्या मागे लागते. प्रसूतीनंतर माता याचप्रकारे गॅस सोडीत असतात. यात लाज वाटण्यासारखे काही नाही. तुमच्या पेल्विक भागातील काही स्नायू ताणले गेले आहेत. काही नाहीशे झालेत त्यामुळे तुम्ही गॅस सोडण्यावर नियंत्रण ठेवू शकत नाहीत.

काही दिवसानंतर स्नायू पूर्ववत होतील तेव्हा हा त्रास कमी होतो. तुम्हाला बरे वाटते.

तोपर्यंत आरामशीर जेवण करा. जितकी हवा आत घ्याल, तितकी गॅस होऊन बाहेर पडते. कीगल व्यायाम करत रहा. तो उपयुक्त आहे.

डॉक्टरांची मदत घ्या

तुम्ही तुमच्या परीने सर्व प्रयत्न केले तरीही लघवी टपकणे कमी झाले नाही. काही हरकत नाही. डॉक्टरांशी बोला. ते काही उपाय सांगतील. आवश्यकता पडल्यास सर्जरीही करतील. फक्त तुम्ही धीर सोडू नका.

प्रसूतीनंतरची पाठदुखी

''डिलिव्हरीनंतर पाठदुखी कमी होईल, असे मला वाटत होते; पण असे झाले नाही. का?''

तुमचा जुना मित्र असलेली पाठदुखी परत आली आहे. हार्मोन्समुळे सैल झालेले लिंगामेट अजूनही तसेच आहेत, असे तुम्ही समजू शकता. त्यांना आपली पूर्ववत शक्ती मिळविण्यासाठी काही दिवस किंवा काही आठवडे लागू शकतात. पोटाचे अशक्त स्नायूही पाठीवर आपला परिणाम दाखवित असतात. बाळ उचलणे, झुलवणे, झोपविणे यामुळेही पाठदुखी होऊ शकते. बाळ मोठे होत जाते तसा पाठीवरील दबाव आणि तणावही वाढत जातो.

थोड्याच दिवसांत तुम्हाला पाठदुखीपासून बरे वाटायला लागेल.

- पोटाशी संबंधित काही व्यायाम आणि पेल्विक टिल्ट करा. त्यामुळे पाठीला आधार देणारे स्नायू सक्षम होतील.
- सामान उचलताना किवा वाकताना पाठीकडे लक्ष द्या.
- दिवसभर अंथरूणावर पडून राहू नका. पाठीला उशीचा आधार द्या.
- संधी मिळेल तेव्हा पायांना थोडी विश्रांती द्या. उभे रहायचे असेल तर पायाखाली लहानसा स्टूल घ्या.
- पोश्चरकडे लक्ष द्या. खांदे ताठ असतील तर पाठ दुखणार नाही. बाळ मोठे झाल्यावर त्याला उचलताना एकाच नितंबावर सर्व भार टाकू नका.
- बहुतेक माता बाळाला एका हाताने उचलतात आणि दुसऱ्या हाताने काम करतात. मधून मधून तुम्ही हात बदलायला हवा.

- वेळ आणि संधी मिळाल्यावर पाठीच्या स्नायूंची मालीश करण्यासाठी जोडीदाराची मदत घ्या.
- बाळाला पाजताना पाठीला शेक द्या.

बाळ थोडे मोठे झाले की तुमच्या शरीरातील गेलेली शक्ती परत येते. तेव्हा डायपरची बॅग रिकामी करा आणि आवश्यकता पडल्यावरच ती भरा.

बाळाच्या जन्मानंतर

''बाळाच्या जन्मानंतर खूप रोमांचित होईल, असे मला वाटले होते; पण मला तर खूप निराश वाटते आहे. असे कशामुळे? ''

हीच वेळ सर्वात चांगली असते आणि सर्वात वाईटही. ६० ते ८० टक्के मातांना बाळाच्या जन्मानंतर असे वाटते. डिलिव्हरीनंतरचे पाच दिवस त्या खूप निराश होतात. त्यांच्यावर एक विचित्र उदासिनता येते. त्यांना रडावेसे वाटते. खूप अस्वस्थ आणि चिडचिड्या होतात.

खरं तर यावेळी हार्मोन्सची पातळी बदलत असते त्यामुळे हे होते. गर्भावस्थेनंतर थकवणारी प्रसूती आणि डिलिव्हरी, घरी परतल्याचव बाळाची चिंता, स्तनपानातील अडचणी, तुमच्या चेहऱ्याची बिघडणारी स्थिती, घरातील अस्तव्यस्तपणा, या सर्व गोष्टी तुम्हाला परेशान करीत असतात. काही आठवड्यात तुम्ही नवीन वातावरणाशी समरस होता तेव्हा सर्व काही ठीक होते. तोपर्यंत खाली उपाय करा-

अपेक्षा कमी ठेवा :- एखाद्या परिपूर्ण आई प्रमाणे बाळ आणि घरातील सर्व जबाबदाऱ्या पार पाडू शकाल, अशी तुमची अवस्था नाही. आता थोड्या विश्रांतीची आणि कुणाच्या मदतीची तुम्हाला गरज आहे. तोपर्यंत कमी अपेक्षा ठेवा. सहजपणे करता येईल इतकेच काम हातात घ्या.

एकट्या राहू नका :- घरात खरकटे भांडे आणि कपड्यांचा ढीग, रडणारे बाळ, रात्रीला झोप न येणे. अशा वेळी मदतीशिवाय कसे भागू शकेल. जोडीदार, आई, सासू, बहिण, मैत्रिण कुणाची तरी मदत घ्या.

सुंदर दिसा :- हे ऐकायला वेगळे वाटत असले तरीही खरे आहे. स्वतःसाठी थोडा वेळ द्या म्हणजे मनाला चांगले वाटेल. नाहून-धुऊन स्वच्छ चांगले कपडे घाला. केस व्यवस्थित बसवा. कॉसिलरने डाग लपवून थोडा मेकअप करा.

घराबाहेर पडा :- घराबाहेर पडा. हिंडल्या फिरल्याने मनाची अवस्था बदलते. तुमच्या डोळ्यासमोरील कामाची ढीग दूर होईल. आठवड्यातून किमान एकदा तरी असे करा. एखाद्या मैत्रिणीकडे जा. बाळाला घेऊन पार्कमध्ये जा. मॉलमध्ये जाऊन या.

आपल्याला निमंत्रण द्या :- एखादा चित्रपट पाहून या. जोडीदारासोबत रात्री बाहेर जेवायला जा. उशिरापर्यंत आंघोळ करा. कधी कधी स्वतःला महत्त्व द्या. हे खूप आवश्यक असते.

व्यायाम करा :- व्यायामामुळे शरीर आणि मन तंदुरूस्त राहते. एखादी डिव्हीडी पाहून व्यायाम करा किंवा क्लासला जा. काही करू शकत नसाल तर फिरायला तर जाऊ शकता.

खाण्या पिण्याकडे लक्ष द्या :- तुम्हाला तुमची ऊर्जा पातळी नेहमी कायम ठेवायची आहे. बाळाचे पोट भरण्याबरोबरच तुमच्या खाण्या पिण्याकडेही लक्ष द्या. शारीरिक आणि मानसिक पातळीवर समाधान मिळविण्यासाठी तुम्ही पौष्टिक आहार घेणे आवश्यक आहे. जे खाल्ल्यावर तुम्हाला ऊर्जा मिळू शकेल, असे स्नॅक्स तुम्ही जवळपास ठेवायला हवेत.

हसणे-रडणे :- रडण्याची इच्छा झाली तर मोकळेपणाने रडा. ज्या गोष्टी तुम्हाला करणे शक्य

झाले नाही त्यांच्यावर मनमुराद हासा. बाजारात गेल्यावर बाळाने शी केली. तुमच्या स्तनातून दूध गळायला लागले. अशा काही गोष्टी आठवून खूप हासा. हासणे एक चांगले औषध असून त्यामुळे खोलवरच्या जखमाही भरून निघतात.

थोड्याच दिवसात सर्व काही ठीक होणार आहे, जीवनात पुन्हा आनंद ओसंडून वाहणार आहे, याची स्वतःला नेहमी आठवण करून द्या.

निराशा खूपच वाढली तर डॉक्टरांची मदत घ्यायला संकोच करू नका.

''डिलिव्हरी झाल्यापासून मला खूप समाधानी आणि चांगले वाटते. या सर्वाचा शेवट निराशेत तर होणार नाही ना?''

'बेबी ब्ल्यू' कॉमन आहे, असे समजले तरीही प्रत्येक आईच्या बाबतीत असे होत नाही. तुम्ही सुरूवातीपासूनच सर्व परिस्थिती सावरली आहे. ही खूप चांगली गोष्ट आहे. तुम्हाला तुमच्या जोडीदाराकडेही लक्ष द्यायचे आहे. अनेक वेळा नवीन पप्पानाही निराशा घेरते. ते आपल्या भावना लपविण्याचा प्रयत्न करतात.

प्रसूतीनंतरचे डिप्रेशन

''बाळ एका महिन्याचे झाले आहे तरीही मी डिप्रेशनमध्ये आहे. मी सावरायला हवे का?''

प्रसूतीनंतर डिप्रेशन आणि बेबी ब्ल्यू या दोन्ही अवस्थांमध्ये थोडा फरक असतो. एखादी महिला आधीच डिप्रेशनला बळी पडली असेल, तिला गुंतागुंतीच्या गर्भावस्थेचा सामना करावा लागला असेल, तर तिने निराशाग्रस्त होणे स्वाभाविक आहे.

निराशा किंवा डिप्रेशनची लक्षणे असतील तेव्हा खूप रडण्याची इच्छा होते. झोप आणि आहार याच्याशी संबधित समस्या सुरू होतात. उदासपणा आणि निराशा येते. तुम्ही तुमची आणि बाळाची देखभाल करू शकत नाहीत, असे वाटते. तुम्ही समाजापासून तुटता. चिंता आणि काळजी घेरते. बाळासाठी प्रेमाचा उमाळा येत नाही तसेच स्मृती कमी होते.

तुम्ही बेबी ब्ल्यूच्या टिप्स वापरा. तरीही बरे वाटले नाही, तर डॉक्टरांकडे जायला वेळ करू नका. ते तुमच्या थॉयराईड टेस्ट करू शकतात. अनेक वेळा थॉयराईड हार्मोन्सच्या पातळीतील अनियमितपणामुळेही अशा प्रकाराची मानसिक अस्थिरता निर्माण होते. ही तपासणी सामान्य असेल, तर त्यानंतर डिप्रेशनच्या उपचारासाठी थेरपिस्टकडे पाठविले जाते. ते अँटी डिप्रेशन औषधी देतात. जी स्तनपान करतानाही सुरक्षित असते. लक्षणे खूप खोलवर असतील तर ते 'ब्राईट लाईट थेरपी' करतात. तुमचे डोळे उघडून तुम्हाला अशा एका बॉक्स समोर बसवले जाते ज्यातून दिवसाचा प्रकाश बाहेर येत असतो. त्यामुळे तुमच्या शरीरात सकारात्मक बायोकेमीकल बदल होतो आणि डोके शांत होते. तुमच्या अवस्थेनुसार थेरपिस्ट अनेक संमिश्र उपचार करतात.

निराशेमुळे बाळाबाबत आपलेपणा वाटत नाही तसेच त्याला प्रेम देण्याचीही इच्छा होत नाही. तुमच्या इतर कौटंबिंक संबंधावरही त्याचा परिणाम होतो. आरोग्यही चांगले राहत नाही. अनेक स्त्रियांना भीतीचे झटके येतात. गरम- थंड घाम येतो. छातीत दुखायला लागते. चक्कर येते आणि घाबरल्यासारखे होते. या लक्षणांवर लगेच उपचार केला नाही तर परिस्थिती हाताबाहेर जाऊ शकते.

निराशाग्रस्त असलेल्या ३०टक्के महिलांमध्ये 'पोस्ट-पार्टम ऑफ ऑब्सेसिव्ह कम्पलसिव्ह डिसऑर्डर' (पी.पी.सी.ओ.डी.) ची लक्षणेही आढळून येतात. अशा महिला दर १५ मिनिटांनी बाळाचा श्वास सुरू आहे की नाही ते पाहतात. अतिशय

काटेकोरपणे घराची स्वच्छता करायला घेतात. किंवा मग त्यांच्या मनात बाळाला नुकसान करण्याचे विचार येतात. त्या आपल्या बाळाकडे दुर्लक्ष करतात. अशा प्रकारचे कोणतेही लक्षण किंवा विचार आढळून येताच ड़ॉक्टरांना दाखवायला उशीर करू नका.

पोस्ट पार्टम सायकोसिसमध्ये भ्रमाची अवस्था वाढायला लागते. आत्महत्या किंवा हिंसेचे विचार मनात यायला लागतात. विचित्र विचित्र गोष्टी ऐकायला आणि पहायला मिळतात. सायकोसीसची लक्षणे दिसताच इमर्जन्सी विभागात जायला उशीर करू नका. तुमच्या भावनांना सामान्य समजू नका. गांभीर्याने घ्या. मदत मिळेपर्यंत तुमच्या धोकादायक भावनांवर नियंत्रण ठेवा. शेजारी, मैत्रिण किंवा एखाद्या नातेवाईकाकडे बाळाला सुरक्षित ठेवा.

थॉयरायडिटिस

अनेक नव्या माता खूप थकतात. त्यांचे वजन कमी होते आणि निराशेमुळे त्यांचे केस गळायला लागतात. प्रसूतीनंतर थॉयरायडिटिस होणे ही सामान्य बाब आहे. काही वेळा लक्षणे ओळखू न आल्यामुळे त्यावर उपचार होत नाही.

याची लक्षणे डिलिव्हरीनंतर एक ते तीन महिन्यांच्या दरम्यान कधीही दिसून येतात. यावेळी रक्तात खूप मोठ्या प्रमाणात थॉयराईड हार्मोन्स मिसळतात. महिलांना थकवा, अस्वस्थता आणि भीती वाटू लागते. रात्रीला झोप येत नाही आणि खूप घाम यायला लागतो. त्यानंतर मग हायपोथायरॉयडसची अवस्था येते. थकव्याबरोबर निराशा, स्नायू दुखी, केस गळणे, त्वचा कोरडी पडणे आणि लक्षात न राहणे अशी लक्षणे आढळून येतात.

तुम्हालाही अशी लक्षणे जाणवत असतील, तर डॉक्टरांकडे जायला वेळ करू नका. क़ाही महिलांना डिलिव्हरीनंतर एका वर्षातच बरे वाटायला लागते, तर काही महिलांना नेहमीसाठी थॉयराईडची औषधे घ्यावी लागतात आणि टेस्ट कराव्या लागतात. काही वेळा बरे झाल्यानंतरही पुढच्या गर्भावस्थेच्या वेळी हा त्रास पुन्हा होऊ शकतो. ज्या महिलांना आधी हा आजार झालेला असेल, त्यांनी डॉक्टरांना याची कल्पना द्यायला हवी. कारण त्यामुळे गर्भधारणा आणि गर्भावस्था यामध्ये अनेक अडचणी येऊ शकतात.

प्रसूतीनंतर वजन कमी होणे

''डिलिव्हरीनंतर लगेच बिकनी घालू शकणार नाही, याची मला कल्पनी होती; पण दोन आठवड्यानंतरही मी सहा महिन्यांची गर्भवती वाटते. कशामुळे ?''

बाळाच्या जन्माच्या वेळी एका रात्रीत सुमारे १२ पौंड वजन कमी होते. स्त्रियांना मात्र हेही कमीच वाटते. खरं तर डिलिव्हरीरूममधून बाहेर पडल्यावर तुमच्या गर्भाशयाचा आकार खूप पसरलेला असतो. आगामी ६ आठवड्यात तो हळूहळू कमी होणार असतो. पोटात भरलेल्या पातळ पदार्थांमुळे जाडपणा दिसतो. तुमच्या पोटाचे आणि त्वचेचे स्नायू ओढले जातात, ते हळूहळू सामान्य अवस्थेत येतात.

यावेळी डायटिंगचा विचार करू नका. या पहिल्या सहा आठवड्यात तुम्ही स्तनपानही करीत असता. ऊर्जेची पातळी कायम ठेवण्यासाठी तुम्हाला पुरेशा प्रमाणात पोषणाची आवश्यकता असते. योग्य आहार घ्या म्हणजे तुमचे वजन हळूहळू कमी होईल. कमी कॅलरीज घेतल्या तर दूध कमी प्रमाणात तयार होते. लवकर चरबी कमी करण्याच्या नादात अनेक विषारी पदार्थ तुमच्या दुधात मिसळू शकतात. तुम्ही स्तनपान

करीत नसाल, तर संतुलीत पद्धतीने वजन कमी करण्यासाठी तुम्ही डायट करू शकता.

अनेक वेळा स्तनपान केल्यानेही वजन कमी होते. तुमच्या बाबतीत असे होत नसेल, तर निराश होऊ नका. गर्भावस्थेत तुमचे वजन किती वाढले होते, त्याच प्रमाणात या वेळी तुमचे वजन कमी होते. तुम्ही जर २५ ते ३५ पौंड वजन वाढविले असेल, तर ते डिलिव्हरीच्या काही महिन्यात कमी होते. ३५ पौंडापेक्षा जास्त वजन वाढविले असेल, तर ते कमी करण्यासाठी थोडे अधिक परिश्रम घ्यावे लागतील. त्यासाठी १० महिन्यांपासून दोन वर्षांपर्यंतचा कालावधी लागू शकतो. स्वतःला थोडा वेळ द्या. तुम्हाला वजन वाढविण्यासाठी नऊ महिने लागले होते. त्यामुळे कमी करायलाही थोडा वेळ लागेल, हे लक्षात ठेवा.

सी सेक्शनसाठी दीर्घकाळ विश्रांती

"सी सेक्शनला आठवडा झाला आहे. मी काय अपेक्षा ठेवू शकते?"

तुमच्या सी सेक्शनला एक आठवडा झाला असला तरीही पूर्ण बरे वाटायला थोडा वेळ लागू शकतो. डॉक्टरांच्या सूचना ऐकल्याने आणि विश्रांती घेतल्याने प्रकृती लवकर बरी होईल, हे लक्षात ठेवा. तोपर्यंत तुम्ही खालील अपेक्षा ठेवू शकता -

थोडी किंवा अजिबात वेदना न होणे :- तसे तर आतापर्यंत वेदना कमी झाली असेल. बरे वाटत नसेल तर 'टायलोनिल' सारखे औषध घ्या.

प्रगतीयुक्त सुधारणा :- काही आठवडे जखमांमध्ये वेदना आणि संवेदनशीलता कायम राहते. त्यामध्ये हळूहळू बरे वाटायला लागते. साधारण ड्रेसिंग आणि मोकळे कपडे यामुळे अस्वस्थता आणि वेदना कमी जाणवते. या दरम्यान छेदाच्या भोवती थोडासा ताण, वेदना किंवा खाज सुटणे सामान्य आहे. डॉक्टरांच्या सल्ल्याने एखादे मलम लावू शकता. जखमेतील गाठी पेशीत मिसळून जातील. असे होण्यापूर्वी त्या कोरड्या होऊन गुलाबी होतील.

वेदना कायम राहिली आणि भोवताली सूज किंवा लाली असेल. जखमेतून पू येत असेल, तर त्याचा अर्थ तुम्हाला संसर्ग झाला आहे. तसे थोडे पातळ पाणी तर येत असते, पण तरीही डॉक्टरांना दाखवा.

सेक्ससाठी चार आठवडे थांबा :- तुमच्या छेदाच्या जखमा भरून येत नाहीत तोपर्यंत तुम्हाला सेक्ससाठी थांबावे लागेल.

व्यायाम :- वेदना थांबल्या बरोबर तुम्ही व्यायाम सुरू करू शकता. आताही कीगलमुळे तुमच्या पेल्विक भागातील स्नायूंना बरे वाटू शकते. पोटाचे स्नायून सक्षम करणाऱ्या व्यायामावर भर द्या. आपले ध्येय ठरवा आणि त्यादृष्टीने प्रयत्न करा. तुम्हाला तुमच्या पूर्ववत स्थितीत येण्यासाठी काही आठवडे लागू शकतात.

सेक्स

"आम्ही सेक्सला पुन्हा कधी सुरूवात करू शकतो?"

मानसिक दृष्ट्या सेक्ससाठी स्त्री तयार होते तेव्हा सेक्स सुरू करायला हरकत नाही, असाच सर्व जोडप्यांना सल्ला दिला जातो. त्याचबरोबर ती शारीरिकदृष्ट्या सक्षम असणेही आवश्यक असते. साधारणपणे चार आठवड्यानंतर यासाठी हिरवा सिग्नल दाखविला जातो. काही डॉक्टर मात्र सहा आठवड्यांचा नियम पाळतात. कारण काही वेळा आराम पडायला वेळ लागतो. किंवा मग संसर्ग होतो. या बाबतीत डॉक्टरांचा सल्ला घेतल्यानंतरच पुढे जायला हवे. बाळाची काळजी घेण्यात वेळ कसा

निघून जातो ते तुम्हाला कळणारही नाही.तोपर्यंत परस्परांना सहवास आणि स्पर्श सुख द्या. संभोग टाळा.

''मी सेक्स करू शकते, असे माझ्या दाईचे म्हणणे आहे. मला त्रास होईल असे वाटते आणि माझे मनही त्यासाठी तयार नाही.''

आता करण्याच्या यादीत सेक्स येत नसेल, तर काही हरकत नाही. सध्या तुम्ही अनेक बाबीत व्यस्त आहात. तुम्ही योनीमार्गाने बाळाला जन्म दिला असेल, तर ती आतून ओढलेली आहे. तिच्यात एखादी जखम किंवा छेदही असू शकतो. आता तर तुम्हाला बसायलाही त्रास होतो. शरीरात नैसर्गिक चिकटपणा परतला नाही. ऑस्ट्रोजनची पातळी कमी झाल्यामुळे योनीतील पेशीही पातळ झाल्या आहेत.

सध्या तुमचे सर्व लक्ष बाळाची भूक आणि डायपरवर लागले आहे. तुमच्या आंथरूणावरील चादर मळलेली आहे. पायाजवळ घाण वास मारणाऱ्या कपड्यांचा ढीग आहे. अशा परिस्थितीत सेक्सची इच्छा कशी होईल?

हळूहळू सर्व परिस्थिती पूर्वपदावर येईल तेव्हा तुम्ही स्वतःला सेक्ससाठी तयार करू शकता. त्यामुळे तोपर्यत तुम्हाला सज्ज करण्यासाठी आमच्या टिप्सचा वापर करा.

चिकटपणा :- के- वाय जेलीची वापर करा. दुसरे एखादे लुब्रिकंट वापरल्यानेही वेदना कमी होते.

थोडीशी वाईन :- एक ग्लास वाईनही तुम्हाला यासाठी तयार करू शकते. बाळाला स्तनपान केल्यानंतरच वाईन घ्या आणि मालिश करा.

वार्म अप :- तुम्हाला सध्या खूप फोर प्लेची आवश्यकता पडते. जोडीदाराला तुमची ही गरज सांगा. बाळ गाढ झोपेत असेल, अशी वेळ निवडा. मुख्य समाधानाच्या पूर्वीच त्याला जाग येईल असे होऊ नये.

मोकळेपणाने सांगा :- काय केल्यावर चांगले वाटते किंवा कुठे स्पर्श केल्यावर दुखते ते तुमच्या जोडीदाराला स्पष्टपणे सांगा. त्यामुळे तुम्हीही चांगला आनंद घेऊ शकाल आणि त्यांनाही देऊ शकाल.

योग्य आसन :- प्रयोग करून असे आसन निवडा ज्यामुळे तुमच्या नाजूक भागांवर कमीत कमी भार पडेल. वरची किंवा बाजूची अवस्था चांगली असू शकते. तुमची गती कमीच ठेवा.

कीगल :- ऐकून ऐकून तुम्ही बोअर झाला असलात तरीही या ठिकाणी सुद्धा कीगल व्यायाम तुम्हाला उपयोगी पडू शकतो. संबंध सुरू असताना कीगल करा. त्यामुळे दोघांनाही आनंद मिळेल.

पर्यायी साधने :- तुम्हाला संभोग करण्याची परवानगी नसेल, तर हस्तमैथुन किंवा मुखमैथुनाची मदत घ्या. त्याचीही इच्छा नसेल, तर एक दुसऱ्यासोबत अंथरूणात पडून प्रेमाने गप्पा मारा.

सेक्स केल्यावर एक -दोन वेळा त्रास झाला तर त्यामुळे निराश होऊन प्रयत्न सोडू नका. असे नेहमी होणार नाही आणि लवकरच तुम्ही तोच आनंद मिळवू शकाल.

दुसऱ्यांदा गर्भवती होणे

''मी स्तनपानालाच गर्भ निरोधक समजत होते; पण याच दरम्यान मासिक पाळी येण्याआधीच गर्भधारणा होऊ शकत असल्याचे मला कळले आहे.''

तुम्हाला इतक्या लवकर पुन्हा गर्भवती व्हायचे नसेल,तर स्तनपानासारख्या गर्भ निरोधकावर विश्वास ठेवू नका. स्तनपान करणाऱ्या महिलांची मासिक पाळी इतर महिलांच्या तुलनेत उशीरा सुरू

होते, हे खरे आहे. स्तनपान करणाऱ्या स्त्रियांची मासिक पाळी ६ ते १२ महिन्यानंतर तर इतर महिलांची मासिक पाळी ४ ते ६ महिन्यानंतर सुरू होते. अर्थात पहिली मासिक पाळी कधी येईल, याचा अंदाज करणे अवघड असते. स्तनपानाचा कालावधी आणि वारंवारता याचाही त्यावर परिणाम होतो.

यावर अधिक विसंबून न राहता दुसऱ्या योग्य गर्भ निरोधकाचा तुम्ही वापर करायला हवा. म्हणजे मग संशयाला जागा उरणार नाही.

आकार पूर्ववत करणे

डिलिव्हरी झाल्यावरही सहा महिन्याच्या गर्भवतीसारखे दिसणे किती विचित्र वाटू शकते. डिलिव्हरीनंतर घालण्यासाठी घरून आणलेली जीन्स तशीच परत न्यावी लागली होती. कारण तुमची कंबर अजून मोठीच होती.

नवीन आई भावी आईसारखी कधीपर्यंत वाटू शकते?

या प्रश्नाचे उत्तर चार कारणांवर अवलंबून आहे : गर्भावस्थेत वजन किती वाढले होते, कॅलरीच्या प्रमाणावर किती नियंत्रण आहे, किती व्यायाम करता आणि तुमचे चयापचय किती आहे.

व्यायामाची काय आवश्यकता आहे? बाळाशी संबंधित धावपळ आणि थकव्याला व्यायाम समजण्याची चूक करू नका. त्यामुळे तुमचे पॅरिनियल आणि पोटाचे स्नायू पूर्वपदावर येणार नाहीत. गर्भावस्थेनंतर करावे लागणारे योग्य प्रकारचे व्यायाम तुम्हाल करावे लागतील. त्यामुळे प्रसूती आणि डिलिव्हरीचा थकवा कमी होतो आणि तुम्ही पूर्ववत आकारात येऊ शकता. कीगल व्यायामाने मूत्राशयावरील नियंत्रण वाढते तसेच सेक्सशी

पहिल्या सहा आठवड्याचे नियम

- आरामदायी कपडे आणि ब्रा वापरा
- व्यायामाचा वेळ दोन-तीन भागात विभागा. एकाच वेळी जास्त व्यायाम केल्याने नुकसान होऊ शकते.
- साध्या व्यायामापासून सुरूवात करा.
- हळूहळू व्यायाम करा आणि मध्ये विश्रांती घ्या.
- पहिले सहा आठवडे कोणत्याही प्रकारचा धक्का, झटका किंवा वेगवान हालचाली यापासून दूर रहा. सीट अप किंवा लेग लिफ्ट सारखा व्यायाम करू नका.
- हृदयाची स्पंदने जाणून घ्या.
- व्यायामानंतर पुरेसे पातळ पदार्थ घ्या
- आवश्यकतेपेक्षा जास्त व्यायाम करू नका. थकवा जाणवत असेल तर थांबा. नाही तर दुसऱ्या दिवशी व्यायाम करू शकणार नाहीत.
- आपली काळजी घ्या. बाळालाही हेच आवडते.

पहिल्या सहा आठवड्यांचा व्यायाम

- आधार देणारी ब्रा आणि आरामदायी कपडे वापरा
- दोन-चार भागात व्यायामाचे सत्र विभाग.
- साध्या व्यायामापासून सुरूवात करा.
- हळू व्यायाम करा. शरीराला झटके देऊ नका. तुमचे लिंगामेट सैल आहेत. विचारपूर्वक व्यायाम करा.
- पुरेसे पातळ पदार्थ घ्या. पाण्याची कमी नको.
- ग़रजेपेक्षा जास्त व्यायाम नको. थकवा आल्यावर थांबा.
- बाळाच्या बरोबरीने आपली काळजी घेणे गरजेचे आहे. याकडे दुर्लक्ष करू नका.

बेसिक पोझिशन

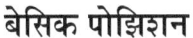

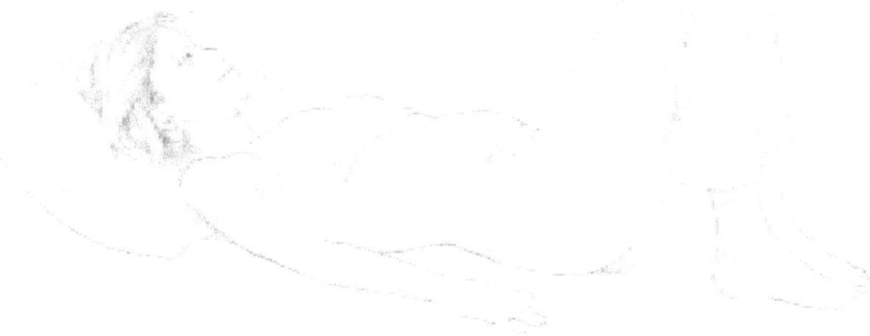

पाठीवर झोपून गुढगे वाकवा. पाय सुमारे १२ इंच अंतरावर ठेवा. तळपाय जमिनीवर टेकवा. डोके आणि खांद्याला उशीचा आधार द्या. हात दोन्ही बाजूला ठेवा.

पेल्विक टिल्ट

बेसिक अवस्थेत पाठीवर झोपा. श्वास घ्या. श्वास सोडताना पाठीला जमिनीच्या दिशेने ढकला. नंतर आरामशीरपणे ३-४ वेळा केल्यानंतर १२ आणि नंतर २४ वेळा करा

संबंधित समस्याही दूर होतात. तुमची काम करण्याची क्षमता वाढते आणि मूडही चांगला राहतो. तुम्ही तणावाचा अतिशय चांगल्या प्रकारे सामना करू शकता. तुमची डिलिव्हरी योनी मार्गाने झाली असेल आणि गुंतागुंत नसेल तर तुम्ही काही दिवसांतच व्यायाम सुरू करू शकता. आधी डॉक्टरांना विचारा.

एकाच झटक्यात किंवा वेगाने व्यायाम सुरू करू नका. हे व्यायाम हळूहळू करावे लागतील कारण अजून तुमचे शरीर खूप अशक्त आहे. काही व्यायाम करा. बाळासोलत शतपावली करा आणि खाली दिलेल्या पायऱ्यांचे पालन करा.

लेग स्लाईड

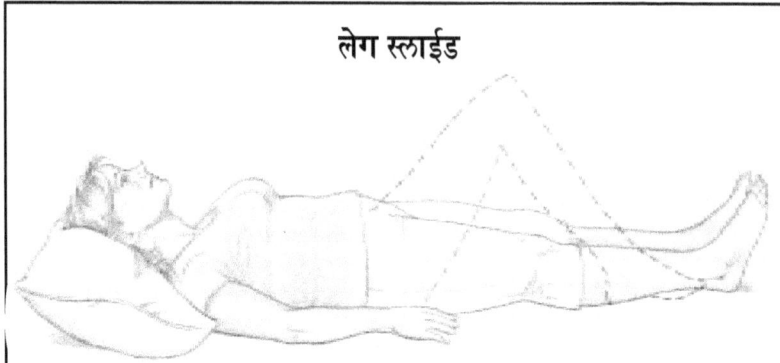

बेसिक आसनात झोपून पाय जमिनीवर लांब करा. श्वास घेत उजवा पाय वरच्या दिशेने वाकवा. कंबर जमिनीवर ठेवा. पाय खाली नेत श्वास सोडा. नंतर डाव्या पायाने करा. काही आठवड्यानंतर तुम्ही याच व्यायामात थोडा बदल करू शकता.

हेड / सोल्डर लिफ्ट

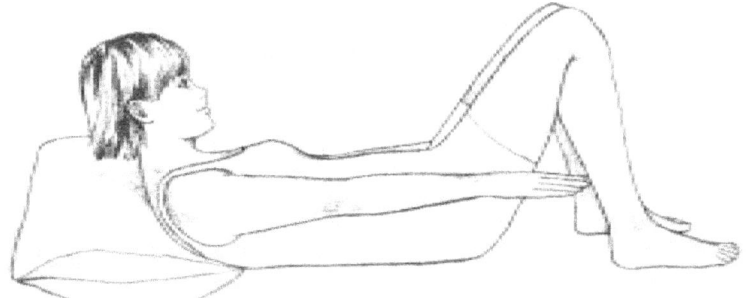

बेसिक आसनात झोपा. दीर्घ श्वास घेत डोके उचलून हात लांब करा आणि श्वास सोडा. डोके खाली टेकवत श्वास घ्या. दर रोज डोके वर उचलण्याचा सराव करा.पहिले सहा आठवडे वेग कमी ठेवा. हे करताना पोटाच्या विभाजन बिंदूवर लक्ष ठेवा.

पहिली पायरी:- डिलिव्हरीनंतर २४ तासांनी

क्रीगल :- डिलिव्हरीनंतर लगेच तुम्ही अगदी सहजपणे कीगल व्यायाम सुरू करू शकता. औषधाच्या परिणामामुळे तुम्हाल ते जाणवणार नाही, पण तुम्हाला त्याचा फायदा नक्की होतो. बाळाला स्तनपान करताना याचा सराव करा. दिवसातून ४-६ वेळा २५ वेळा करा. त्यामुळे तुमच्या पेल्विकचे आरोग्यही चांगले राहते आणि सेक्सचा आनंदही मिळतो.

खुशखबर

व्यायामामुळे तुमच्या निप्पलवर घाम येतो. त्यामुळे बाळाला एक नवी चव मिळते. त्यामुळे डॉक्टरांच्या सल्ल्यानुसार व्यायाम करा. स्तनांना आधार देणारा ब्रा घालायला मात्र विसरू नका.

दीर्घ श्वसन :- नेहमीसारखे झोपून आपल्या पोटावर हात ठेवा. म्हणजे नाकाने श्वास घेताना पोट वर येत असल्याचे तुम्हाला जाणवेल. दोन-तीन दीर्घ श्वासांपासून याची सुरूवात करा. हळूहळू वाढवत न्या. जास्त केल तर चक्कर येणे किंवा घाबरल्यासारखे वाटू शकते.

दुसरी पायरी:- डिलिव्हरीनंतर तीन दिवसांनी

तब्येत साथ देत असेल, तर तुम्ही अतिशय सहजपणे हेड/ सोल्डर लिफ्ट, लेग स्लाईड किंवा पेल्विक टिल्ट करू शकता.

आधी हे आंथरूणात करा. नंतर मग कुशन घातलेल्या जमिनीवर करा. एकूणात विचार करता तुमच्या भावी आरोग्यासाठीही हे चांगले आहे. व्यायाम करण्यासाठी चटई घेतली तर ती तुमच्या उपयोगी पडेल. नंतर तुमचा लाडका त्यावर आपली कला दाखवू शकेल.

गॅप भरू द्या

तुमच्या बेंबीजवळ पोटात लहानशी रिकामी जागा दिसते. त्याला वैद्यकीय भाषेत डास्सटेसिस म्हणतात. असे असेल तर पोटाशी संबंधित कोणताही व्यायाम करू नका. ही जागा भरून येण्यासाठी १ ते २ महिने लागतात. तुम्ही बेसिक अवस्थेत झोपा आणि डोके वर उचला. हाताने बेंबीच्या भोवती दाबा. तिथे तुम्हाला खड्डा पडल्यासारखे जाणवते. हा भरून काढण्यासाठी तुम्ही एखाद्या अनुभवी व्यक्तीला विचारून व्यायामही करू शकता.

तिसरी पायरी:- प्रसूतीच्या तपासणीनंतर

डॉक्टरांच्या तपासणीनंतर तुम्ही तुमच्या व्यायामाची फेर आखणी करू शकता. ज्यामध्ये धावणे, फिरणे, सायकल चालवणे, पोहणे, पाण्यातील व्यायाम, ॲरोबिक्स, योग, वजन उचलणे किंवा अशा कोणत्याही व्यायामाचा समावेश करू शकता. एखाद्या क्लासलाही जाऊ शकता. पण जास्त घाई करू नका. आपल्या शरीराला गाईड समजून त्याच्या हिशोबानेच सर्व काही करा.

भाग - ५

बाबांसाठी

बाबाही गर्भधारणा करतात...

आगामी काळात फक्त स्त्रियांच नाही तर पुरूषही गर्भधारणा करू शकतील, असे वैद्यकशास्त्राचे आणि हॉलिवूड पटांचे मानणे आहे. वडिल असल्यामुळे बाळाच्या निर्मिती प्रक्रियेतील तुम्हीही एक अविभाज्य भाग आहात. येणाऱ्या काळात तुम्हालाही हा रोमांच जगयचा असून त्या काळात आणि त्यानंतर तुम्हालाही सहानुभूतीची गरज आहे, जितकी तुमच्या जोडीदाराला असते...

हे प्रकरण विशेषत्वाने वडिलांसाठी आहे. ज्यांना गर्भावस्थेच्या या प्रक्रियेत दुर्लक्षिले जाते. या प्रकरणाशिवाय सर्व पुस्तक तुम्हीही काळजीपूर्वक वाचणे चांगले. त्यामुळे तुमची पत्नी कोणत्या शारीरिक आणि मानसिक अवस्थेतून जात आहे ते तुम्हाला कळेल. अशा रितीने तुम्ही स्वतःलाही आपल्या जबाबदाऱ्या योग्य रितीने पेलण्यासाठी तयार करू शकाल.

तुम्ही काय विचार करता?

तिच्या लक्षणांचा सामना करणे

''या पुस्तकात सांगितलेली सर्व लक्षणे माझ्या पत्नीला जाणवतात. मळमळणे, काही न आवडणे, वारंवार लघवीला जाणे, इ. मी त्याच्यासाठी काय करू शकतो, तेच मला कळत नाही. ''

या वेळी तुमची पत्नी गर्भावस्थेतील हार्मोन्सच्या कैदेत आहे. त्यानुसारच तिच्या शरीरात बदल होताहेत. याबाबतीत ती काही करू शकत नाही की तुम्ही तिला काही मदत करू शकत नाहीत.

थोडीशी तयारी

अजून बाळाला आणण्याचा निर्णय झालेला नाही. त्याच्या आधीच तुम्ही स्वतःची आणि तिची काळजी घ्यायला हवी.

आमच्या पहिल्या प्रकरणात याबाबत सांगितले आहे. त्या विषयीची सविस्तर माहिती घ्या आणि त्यानुसार वागा.

तसे तुम्ही थोड्या फार सहकार्यासाठी पुढे येऊ शकता. तिला मदत करू शकता.

मॉर्निंग सिकनेस :- मॉर्निंग सिकनेस हे असे लक्षण आहे, ज्याचा आपल्या नावाशी काही संबंध नाही. हा काही फक्त सकाळी होत नाही. तुमच्या पत्नीला दिवसभरात कधीही बाथरूमला जावे लागू शकते. तिला थोडे बरे वाटण्यासाठी मदत करा.तिला मळमळ होणारे आफ्टर सेव लोशन वापरू नका. तिला गॅस आणण्यासाठ पाठवू नका. तिला विचारून असे जेवण आणून द्या जे खाल्यावर तिला उलटी होणार नाही. मळमळ होणार नाही. तिची पाठ चोळा. थंड पाणी पाजा. तिला दिवसातून अनेक वेळा थोडे थोडे खायला सांगा. याबाबतीत मस्करी करू नका.

आवड- नावड :- यापूर्वी ती कधीही खात नव्हती असे जेवण तिला आता आवडू शकते. तसेच तिला अत्यंत आवडणारे जेवण तिला अजिबात आवडणार नाही. तुमची आवड-नावड विसरून तिच्या मनासारखे वागण्याचा प्रयत्न करा. रात्री तिला आईसक्रिम आणून देण्यासाठी थोडे पायी जावे लागले तरी हरकत नाही.

थकवा:- संध्याकाळी आपण खूप थकतो, असे तुम्हाला वाटत असेल, तर जरा तिचा विचार करा. ती सध्या बाळाच्या निर्मिती प्रक्रियेत आहे. तिला किती थकवा येत असेल. तिला घरातील अवघड कामांपासून दूर ठेवा. टॉयलेट क्लिनरच्या वासाने तिला चक्कर येऊ शकते. अशी स्वच्छता तुम्ही स्वतःच करा. त्यावेळी सोफ्यावर बसून ती तुम्हाला पाहू शकते. अनेक वर्षांपासून ती तुमची आवडती पोझिशन आहे.

झोपेतील अडचणी :- यावेळी ती एक बाळ निर्माण करीत आहे, पण तिच्या जवळ बाळासारखी शांत झोप नाही. रात्री तिला झोप येत नसेल, तर तिच्याजवळ झोपून घोरण्याऐवजी तिच्यासोबत जागे राहण्याचा प्रयत्न करा. तिची पाठ चोळा. एक कप गरम दूध किंवा काही तरी खायला द्या. तिच्याशी बोला. तिला प्रेम द्या. अशा प्रकारे तुम्ही दोघे आरामशीर झोपू शकाल.

लघवी :- पहिल्या तिमाहीत वारंवार लघवीला जाण्याची समस्या निर्माण होते. तिच्यासाठी बाथरूम नेहमी मोकळे ठेवा. बाथरूमच्या रस्त्यात रात्रीच्या वेळी काही सामान ठेवू नका. तिथे एक लाईट लावून ठेवा म्हणजे रात्री ती अडखळणार नाही. सिनेमा पाहताना तीन वेळा किंवा तुमच्या आई वडिलांकडे जाताना रस्त्यात सहा वेळी लघवीसाठी थांबली तर वाईट वाटून घेऊ नका. तिला समजून घ्या.

सहानुभूतीचे लक्षण

''माझी पत्नी गरोदर असताना मॉर्निंग सिकनेसची लक्षणे मला का जाणवतात?''

तुम्हालाही गर्भ जाणवत आहे? पतीही स्वतःला पत्नीसारखे समजायला लागतात. असे होत असते. याला 'सिंथ्येटिक प्रेगनन्सी' म्हणतात. त्यांनाही मळमळ होते, उलट्या होतात. खाण्याची आवड नावड निर्माण होते. थकवा येतो आणि मूडमध्येही चढ- उतार येतात.

या दिवसात तुम्ही तिच्या दुःखाने दुःखी होता. तुमचा त्रास थोडा कमी करू शकलो असतो, तर असे त्यांना वारंवार वाटत असते. तुमच्या पत्नीच्या शरीरातील हार्मोन शिवाय तुमच्यातही असे काही हार्मोन डोके वर काढताहेत. तुमचे पोट वर येईल,

आमच्या या प्रकरणात

आमच्या या प्रकरणात गर्भवती महिलेच्या पतीला संबोधित केले आहे. तुम्ही तिचे मित्रही होऊ शकता. तुमच्याशी संबंधित असलेले प्रश्नच वाचा.

छाती मोठी होईल, असे तर होणार नाही. तरीही रात्री फ्रीज उघडून तुम्ही खाण्यासाठी काही तरी शोधीत रहाल. मातृत्वाची ही बाजू तुम्ही अधिक चांगल्या पद्धतीने समजू शकाल. या सहानुभूतीच्या बदल्यात तुमच्या पत्नीसाठी घराची स्वच्छता करा. स्वंयपाक करा. तिच्याशी बोला. म्हणजे तुम्ही दोघेही या अनुभवातून सहजपणे जाऊ शकाल.

डिलिव्हरी नंतर ही सर्व लक्षणे संपतील, पण प्रसूतीनंतर काही नवीन लक्षणे निर्माण होतील. तुम्हाला अशी लक्षणे जाणवत नसतील, तर निराश होऊ नका. कदाचित तुम्ही दुसऱ्या एखाद्या पद्धतीने आपल्या भावना व्यक्त करीत असाल. प्रत्येक भावी मातेप्रमाणे भावी पिताही वेगळा असतो.

एकटेपणाची जाणीव

''या गर्भावस्थेशी माझा काही संबंध नाही, असे मला वाटते. मी खूप एकटा पडलो आहे.''

पत्नी गर्भवती झाल्यानंतर आपण खूप एकटे पडलो आहोत, असे बहुतेक पतींना वाटत असते. कारण त्यावेळी पत्नीच सर्वांच्या आकर्षणाचे केंद्र असते.तिचा आपल्या बाळाशी शारीरिक संबंध असतो. तुम्हीही बाबा होणार असता,पण तुम्ही ते कोणत्याही प्रकारे दाखवू शकत नाहीत.

काळजी करू नका. हे सर्व तुमच्या शरीरात होत नाही म्हणून तुम्ही ते वाटून घेऊ शकत नाहीत, असे नाही. तुम्ही पत्नीशी तुमच्या भावना शेअर करा. तुमच्या कोरडेपणाचा चुकीचा अर्थ काढला जाणार नाही, असे पहा. तिच्या गर्भावस्थेशी तुम्हाला काही देणे घेणे नाही, असे पत्नीला वाटू नये.

त्यासाठी तुम्हाला काय करावे लागेल?

- डॉक्टरांकडे जाताना तिच्यासोबत जा. तिला आधार द्या. डॉक्टरांचा सल्ला लक्षपूर्वक ऐका. कारण पूर्ण नऊ महिने पत्नी आणि गर्भाची तुम्हालाच देखभाल करायची आहे. अशा प्रकारे तुम्हाला तिच्या शरीरात होणाऱ्या बदलांची माहिती कळेल.
- अल्ट्रासाऊंडच्या वेळी तुम्हीही गर्भाच्या हृदयाची स्पंदने ऐकू शकता.

गर्भावस्थेशी संबंधित नियमांचे तुम्हीही पालन करा. तुम्हाल पोटावर उशी बांधण्याची किंवा मी गर्भवती आहे असे लिहिलेले टी शर्ट घालण्याची गरज नाही. या दिवसात मद्यपान आणि धुम्रपान सोडा. पत्नीसमवेत पोषक आहार घेण्यावर भर द्या.

- गर्भावस्था, बाळाचा जन्म आणि देखभालीशी संबंधित माहिती मिळवा. कारण इथे तुमच्या मोठ मोठ्या पदव्या काही कामाच्या नसतात. मित्र आणि सहकाऱ्यांशी याबाबतीत बोला. म्हणजे तुमची जिज्ञासा पूर्ण होईल.
- गर्भाशी संबंध निर्माण करा. पत्नीच्या गर्भात वाढणाऱ्या इवल्याशा बाळाशी मैत्री करा. त्याच्याशी बोला. त्याला तुमच्या आवाजात गाणे ऐकवा. म्हणजे प्रसूतीनंतर लगेच तो तुमचा आवाज ओळखू शकेल.
- पत्नीसोबत मिळू एखादा लहानसा झोका, पाळणा किंवा पलंग तयार करा. त्याच्या नावासाठी पुस्तके आणा. त्याच्या आगमनाची तयारी करा.

सेक्स

''गर्भवती झाल्यानंतर पत्नीचा सेक्समध्ये रस खूप वाढला आहे. हे सामान्य आहे का? मी तक्रार करीत नाही, पण असे करणे सुरक्षित आहे का?''

खरं तर हार्मोनमुळे तुमच्या पत्नीचे शरीर सूजले आहे व त्यातील रक्त प्रवाह वाढला आहे. त्यामुळे तिची कामेच्छा वाढली आहे. कदाचित तिला सेक्स

सेक्सच्या बाबतीत

तुम्ही आधीही सेक्स केला असला तरीही आता तो तुम्हाला प्रेगनन्सी स्टाईलमध्ये करावा लागेल. खूप काही बदलले आहे. त्यानुसार तुम्हालाही स्टाईल बदलावी लागेल.

- ज़ोडीदाराचा मूड निर्माण होण्याची वाट पहा. गर्भवतीचा मूड बदलायला वेळ लागत नाही.
- वार्म अप करणे आवश्यक असते. फोर प्ले द्वारे तुम्हाला जोडीदाराला सेक्ससाठी तयार करायचे आहे.
- तिच्या सूचनांकडे लक्ष द्या. तिच्या शरीरात कोणत्याही ठिकाणी वेदना किंवा त्रास होऊ शकतो. तिला विचारूनच पुढे जा.
- तिच्यासाठी आरामदायी असलेले आसन निवडा. त्यामुळे तिच्या पोटावर दाब पडणार नाही. तुम्ही दोघे कुशीवर झोपू शकता. त्यामुळे पोटाचा उभार अडथळा होणार नाही.
- तुम्हाला संभोगाची संधी मिळत नसेल, तर आनंद मिळविण्यासाठी काही पर्यायी उपाय शोधावे लागतील. जसे हस्तमैथुन, मुखमैथुन किंवा दुहेरी मालीश इ.

अजिबात आवडणार नाही, असेही होऊ शकते. डॉक्टरांनी परवानगी दिली असेल, तर सेक्स करण्यात काही गैर नाही. तिचा मूड असल्यावर तुम्हीही तयारी दाखवा. यावेळी जुन्या पद्धतीचा वापर करण्याऐवजी तिच्या आवडी निवडीकडे लक्ष द्या. या महिन्यात तिच्या कामभावनेत अनेक प्रकारचे बदल होऊ शकतात. तुम्हाला तिच्या मूडनुसार वागावे लागेल.

''माझी पत्नी खूप सेक्सी होती, पण गर्भावस्थेची माहिती कळाल्यापासून तिने सेक्समध्ये रस घेणे सोडून दिले आहे.''

सामान्य स्वरूपात सेक्स लाईफ जगणाऱ्या पती पत्नीच्या जीवनातही या दिवसात बदल येतो. कारण अनेक प्रकारची शारीरिक आणि मानसिक कारणे, सेक्सची इच्छा, आनंद आणि कामगिरी यावर परिणाम करतात. पत्नीचे भरलेले रूप पाहून तुम्हाला इच्छा होऊ शकते किंवा बाळाच्या होणाऱ्या आई विषयी जास्त प्रेम वाटत नसल्यामुळे तुम्हाला अशी इच्छा होणे स्वाभाविक आहे.

त्याचप्रमाणे जोडीदाराची सेक्समधील आवड घटणेही स्वाभाविक आहे. या दिवसात तिच्या पाठीत आणि पायांत वेदना होऊ शकतात. तिची ऊर्जा पातळी उतरलेली असू शकते किंवा तिला आपल्या पोटाच्या उभाराची चीड येऊ शकते. किंवा आई आणि प्रेयसी या भूमिकांत तिला संतुलन साधता येत नसेल.

तिचा मूड नसेल तर ते वैयक्तिक पातळीवर घेऊ नका. तिचा मूड होण्याची वाट पहा. तिचा नकार ऐकल्यावरही ती तुम्हाला पूर्वीसारखीच आवडत असल्याचे तिला हासून सांगा. सध्या तिच्या डोक्यात खूप गोंधळ असल्याचे लक्षात ठेवा. त्यामुळे तुमच्या सेक्सच्या इच्छेला ती जास्त महत्त्व देत नाही.

कदाचित दुसऱ्या तिमाहीत तिची ही स्वाभाविक इच्छा पुन्हा परतून येऊ शकते. अर्थात आगामी महिन्यात काहीही बदल होऊ शकतात. शारीरिक संबंध न ठेवताही तुम्ही परस्परातील प्रेमाचे नाते कायम ठेवू शकता. आपले नाते फक्त तनाचे नसून मनाचे असल्याचे तिला जाणवू द्या.

रोमान्स आणि परस्परातील संवाद तसेच मिठीला विसरू नका. तिला आता याचीच जास्त गरज आहे. गर्भवती असूनही ती किती सेक्सी आणि सुंदर दिसते, हे तिला सांगायला विसरू नका. हे ऐकून तिलाही बरे वाटू शकते.

"सध्या मला सेक्समध्ये इतका रस उरला नाही. हे सामान्य आहे का?"

भावी मातेप्रमाणे भावी पित्याच्या मनातही सेक्सच्या बाबतीत मूडचा चढ उतार निर्माण होत असतो. तुम्हाला सेक्समध्ये का रस उरला नाही, याचीही अनेक कारणे असू शकतात. कदाचित तुम्ही दोघांनीही गर्भावस्था इतकी गंभीरतेने घेतली असेल, की आता ते तुम्हाला कठीण काम वाटत असावे. तुमचेलक्ष येणाऱ्या बाळावर केंद्रित झालेले असू शकते किंवा जोडीदाराच्या बदलत्या आकाराशी तुम्हाला जुळवून घेणे शक्य नसेल. सेक्स केल्यामुळे पत्नीला किंवा बाळाला जखम होणार नाही ना, याची तुम्हाला भीती वाटू शकते. आई होणाऱ्या स्त्रीशी कसे काय संबंध ठेवावेत, असे तुम्हाला वाटू शकते. काही वेळा भावी पित्यात निर्माण होणारे हार्मोनल कारणही कारणीभूत ठरू शकतात.

काही वेळा परस्परातील सुसंवादा आभावीही गैरसमज निर्माण होऊ शकतात. तिाल सेक्समध्ये रस नाही,असे तुम्हाला वाटत असल्यामुळे तुम्हीही आपली सेक्सची भावना दाबून टाकता. तुम्हाला सेक्समध्ये रूची नाही असे तिला वाटत असल्यामुळे तीही पुढाकार घेत नाही.

तुमच्या संबंधात सेक्सच्या संख्येपेक्षा त्याच्या गुणवत्तेवर अधिक लक्ष द्या. तो थोडा असला तरी प्रमाणात त्यांची संख्या खूप वाटायला हवी. अचानक दिलेले चुंबन, अलिंगन किंवा भावना व्यक्त करण्याच्या नवीन पद्धतीनेही सेक्सचा मूड निर्माण करू शकता. गर्भावस्थेच्या शारीरिक आणि मानसिक बदलांशी तडजोड केल्यानंतर कधी तुमचा मूड झाला, तर त्यामध्ये परेशान होण्यासारखे काही नाही.

पूर्ण नऊ महिने किंवा त्यानंतरही बराच काळ तुम्हाला सेक्समध्ये आवड राहणार नाही, असेही होऊ शकते. बाळ आल्यानंतर काही महिने तसेही जोडपे याबाबत खूप उदासिन असतात. हे सर्व योग्य असून ते तात्पुरते असते. तोपर्यंत बाळाचे पोषण, तुमच्या संबंधा आड येणार नाही, याकडे लक्ष द्या. तुमच्यातील रोमान्स जिवंत ठेवा. त्यासाठी तुम्ही कँडल लाईट डिनर घेऊ शकता. तिला सेक्सी नाईटी किंवा गुलदस्ता भेट देऊ शकता. चांदण्या रात्री फिरायला जाऊ शकता. किंवा अंथरूणात बसून गरमा गरम कोकोचा अस्वाद घेऊ शकता. आपली भीती आणि भावना तिच्याशी शेअर करा. तिलाही असे करण्यासाठी प्रेरीत करा. अलिंगन आणि चुंबनांचा वर्षाव करा. अशा प्रकारे तुमच्यातील संबंध कायम राहू शकतात.

तिच्या शारीरिक किंवा मानसिक अवस्थेमुळे तुमची सेक्समधील आवड कमी झाली नाही, असे तिला समजावून सांगा. आपल्या गर्भावस्थेतील आकारामुळे ती आधीच परेशान आहे. ती तुम्हाला पहिल्यापेक्षा अधिक आकर्षक आणि सुंदर वाटत असल्याचे तिला तुमच्या शब्दातून आणि स्पर्शातून जाणवू द्या.

"गर्भावस्थेत सेक्स करायला काही हरकत नसल्याचे डॉक्टरांनी सांगितले आहे, पण असे केल्याने पत्नी किंवा गर्भाला जखम होईल, अशी मला भीती वाटते."

अनेक वडिलांना याच समस्येचा सामना करावा लागू शकतो,यामध्ये हासण्यासारखे काही नाही. पत्नी आणि गर्भाची सुरक्षा महत्त्वाची आहे.

इथे घाबरण्याऐवजी डॉक्टरांच्या सल्ल्याकडे बघा. डिलिव्हरीपर्यंत सेक्स करण्यास त्यांनी परवानगी दिल्यावर भीती कसली? गर्भाशयातील घरात गर्भ सुरक्षित असतो. तो सीलबंद असतो. तुम्ही तितपर्यंत पोहचू शकत नाहीत. तुम्ही काय करता ते त्याला कळत नाही आणि त्यामुळे त्याला काही होत नाही. चरमसुखाच्या वेळी पत्नीच्या गर्भाशयाचे होणारे संकुचन इतके साधारण असते, की त्यामुळे मुदतपूर्व प्रसूती होऊ शकत नाही. खरं तर अशा प्रकारच्या

गर्भावस्थेत सेक्स करणाऱ्या महिलांची प्रसूती वेळेपूर्वी होत नसल्याचे अभ्यासांती आढळून आले आहे. म्हणजे सेक्समुळे गर्भ किंवा पत्नीला जखम होणार नाही. उलट पत्नीची शारीरिक आणि मानसिक गरज पूर्ण होऊन तिला आपलेपणाची अनुभूती होते. सध्या तिला याचीच गरज असते. तुम्हाला थोडी सावधानी बाळगावी लागेल. दुसरी भीती नाही.

तरीही तुम्हाला काळजी वाटत असेल, तर तुमच्या भावना प्रामामिकपणे पत्नीला सांगा.

गर्भावस्थशी संबंधित स्वप्ने

''मला खूप विचित्र स्वप्न पडतात. काय करू ते मला कळत नाही.''

सध्या तुमच्या स्वप्नांचे जग वास्तवाहून अधिक रोमांचक झाले आहे. भावी आईप्रमाणेच वडिलांसाठीही गर्भावस्था म्हणजे भावनांना मेळ असून चांगल्या, वाईट, आनंदी अशा भावना रोलर कोस्टरप्रमाणे मेंदूत फेर धरीत असतात. त्यातील काही भावना अचेतन मनात बसतात आणि संधी मिळताच स्वप्नात येतात. कदाचित तुम्हाला सेक्सशी संबंधित स्वप्ने पडत असतील. बाळाचा तुमच्या सेक्स लाईफवर काय परिणाम होईल, ही चिंता तुम्हाला सतावत असेल. अशी भीती सामान्य असून तिची काळजी करायची नसते.

पुढे येणाऱ्या स्वप्नात तुम्हाला पूर्ण कुटुंब दिसू शकेल. तुम्हाला आई-वडील किंवा आजी-आजोबांशी संबंधित स्वप्ने दिसतील. अचेतन मन भूत आणि भविष्य यांची सांगड घालण्याचा प्रयत्न करीत असते. कदाचित तुम्ही स्वतःला स्वप्नात एखाद्या मुलासारखे पाहत असाल. याचा अर्थ असा की तुम्ही आनंदी भूतकाळ आठवत असून येणारी जबाबदारी टाळीत आहात. तुम्ही स्वतःलाही गर्भधारण केलेल्या अवस्थेत पाहू शकता. जोडीदाराबद्दल प्रेम किंवा मत्सर यामुळे असे होऊ शकते. कारण सध्या तीच सर्वांच्या आकर्षणाचे केंद्र बनली आहे. किंवा येणाऱ्या बाळाशी तुम्ही आपले नाते जोडू पाहत असता. बाळाच्या कारसीटचा बेल्ट बांधायला विसरल्याचे स्वप्न तुम्हाला पडू शकते. त्यातून तुमच्या मनात दडलेली असुरक्षेची भावना उघड होते. स्वप्नात बाळाला सांभाळताना पाहून तुम्ही स्वतःला नवीन भूमिकेसाठी तयार करीत असता. एकटेपणा आणि उदासपणाशी संबंधित स्वप्नेही पडू शकतात.

याशिवाय एखादे बाळ भेटणे, त्याच्यासोबत पार्कमध्ये फिरणे असे स्वप्नही पाहू शकता. त्यातून तुमच्या मनातील उत्तेजना कळते. तुम्हाला एकट्यालाच अशी स्वप्ने पडत नाहीत. परस्परांना आपली स्वप्ने सांगितल्याने प्रेम आणखी वाढते.

हे तुमचे हार्मोन आहेत

भावी पित्याच्या शरीरातही फीमेल सेक्स हार्मोन तयार होत असल्याचे आढळून आले आहे. महिलांमध्ये आढळून येणारी गर्भावस्थेची लक्षणे त्यांच्यातही आढळून येतात. त्यांच्यात एक प्रकारचा नाजूकपणा येतो.

डिलिव्हरीनंतर ३ ते ६ महिन्यांनी हे हार्मोन पूर्ववत होतात. नंतर पुन्हा सेक्स लाईफ पहिल्यासारखे सुरू होते. सेक्स आवडू लागतो.

मूडमधील चढ-उतार

''गर्भावस्थेत होणाऱ्या मूडमधील चढ-उताराबद्दल मी ऐकले होते, पण मी त्यासाठी तयार नव्हतो. एके दिवशी तिचा मूड चांगला राहतो, तर दुसऱ्या दिवशी बिघडतो. मला तर काहीच कळत नाही.''

गर्भावस्था हार्मोनच्या वेगळ्या जगात तुमचे स्वागत! तुमच्या पत्नीच्या गर्भाशयातील बाळाला आकार देण्याच्या कामात ते प्राणपणाने गुंतलेले आहेत.

त्यांनी तिच्या तना-मनावव नियंत्रण मिळविल आहे. ती कधी रडू शकते, उत्तेजित होऊ शकते किंवा खूप आनंदी होऊ शकते. तसेच निराशेच्या चक्रातही अडकू शकते. दुसऱ्या तिमाहीत हे हार्मोन सेट होतात तरीही तुम्हाला मूडच्या चढ-उताराचा सामना करावा लागतो. अशा वेळी बाबांनी काय करावे –

धीर धरा :- गर्भावस्थेचे नऊ महिने संपून जाणार आहेत. ते संपले की आनंदाची पोतडी तुमच्या हाती लागणार आहे. तोपर्यंत तुमचा दृष्टिकोन आशावादी ठेवून धीर धरा.

व्यक्तीशः घेऊ नका :- तिची आराडा ओरड व्यक्तीशः घेऊ नका. हे सर्व तिच्याही नियंत्रणाच्या पलीकडचे आहे. हे सर्व हार्मोनमुळे होत असते. तिला हे सर्व कळते, पण ती काही करू शकत नाही. अशा वागण्याने तीही आनंदी नाही.

मदत करा :- होय, तिला तुमची मदत हवी आहे. तिचा मूड उचकल्यावर तिला काही खायला द्या. व्यायामानेही फायदा होऊ शकतो. भीती आणि सुरक्षेबाबत तिच्याशी बोला. रात्री जेवणानंतर दोघे फिरायला जा.

घरकाम करा :- लॉंड्री, भांडे अशी घरातील किती तरी कामे तुम्ही करू शकता. अशा वागण्याचे ती कौतुक करते. तिचा मुड पाहून तुम्हालाही बरे वाटते.

गर्भावस्थेतील तुमचा मूड

''तिच्या गर्भावस्थेबाबत कळल्यापासून माझे वागणे विचित्र झाले आहे. या दिवसांत बाबही डिप्रेशनमध्ये येतात हे मला माहीत नाही. ''

गर्भावस्थेतील डिप्रेशनचा सामना बाबांनाही करावा लागतो. त्यासाठी सर्व जबाबदारी तुम्ही तुमच्या हार्मोन्सवर टाकू शकत नाहीत. तरीही मूडमध्ये चढ-उतार तर होतच राहतो. भीती, घाबरणे आणि अस्वस्थता तुमचा पीछा सोडीत नाही.

आपल्या भावना व्यक्त करा. आपसांत बोलण्यासाठी रोज थोडा वेळ काढा. नव्याने बाबा झालेल्या मित्रांशी बोला किंवा या बाबतीत पुस्तकांतून किंवा ऑनलाईन माहितीची मदत घ्या.

- थोडासा व्यायाम खूप फायदेशीर होऊ शकतो. तुमच्या शरीरात तयार होणाऱ्या अँड्रोफिनमुळे मूड खूप चांगला राहतो.
- बाळ येणार आहे. त्याच्या स्वागतासाठी थोडी तयारी करायला काय हरकत आहे?
- अल्कोहलपासून दूर रहा. मद्यामुळेच तुमची प्रेक सकाळ आनंदी आणि फुललेली असत नाही. मद्याशिवाय इतर मादक पदार्थांपासून दूर रहा.
- या सूचना अमंलात आणल्यावरही डिप्रेशन गेले नाही. ते तुमच्या संबंधावर परिणाम करायला लागले तर व्यावसायिक सल्ला घ्यायला घाबरू नका.

प्रसूती आणि डिलिव्हरीची काळजी

''बाळाच्या जन्मासाठी मी उत्साहित आहे, पण यामुळे मी खूप तणावातही आहे.''

या बाबतीत तणाव नसणारे खूप कमी बाबा असतात. इतकेच नाही तर शेकडो डिलिव्हरी करणारे डॉक्टरही आपल्या बाळाच्या जन्माच्या वेळी चिंतीत असतात.

ते सर्व जण आपल्या भीतीवर नियंत्रण मिळवून जोडीदाराला पूर्णपणे सांभाळण्यासाठी तयार होतात. तुम्ही चाईल्ड बर्थ क्लासला गेलात, तर तुमची भीती खूप मोठ्या प्रमाणात कमी होऊ शकते.

तुम्हाला या विषयातील तज्ज्ञ व्हावे लागेल. कारण माहितीमुळे आर्धी भीती कमी होते. इंटरनेट किंवा पुस्तकांतून याबाबत माहिती मिळवा. लेबर आणि

डिलिव्हरीची डीव्हीडी पाहा. इस्पितळात किंवा बर्थसेंटरमध्ये वेळेपूर्वी पोहचा म्हणजे तेथील वातावरण ओळखीचे होईल. स्वतःवर दबाव घेऊ नका. तिथे तुमच्याशिवाय दाई, नर्स आणि डॉक्टरही असतात. तुमच्या वागण्याचे वाईट वाटू शकेल किंवा तुमच्यावर नाराज होईल अशा अवस्थेत त्यावेळी तुमची पत्नीही नसते. तुमचे तिथे असणे आणि तुमचा स्पर्श तिच्यासाठी खूप असतो.

तिच्या कामगिरीची काळजी वाटत असेल, तर एखाद्या कौटंबिक सदस्याला सोबत न्या.

''रक्त पाहिले की माझी परिस्थिती बिघडते. डिलिव्हरीच्या वेळी काय होईल?''

डिलिव्हरीच्या वेळी येणाऱ्या रक्ताचा विचार करून बहेतक बाबा घाबरत असतात. पण खरं तर त्यावेळी त्याकडे तुमचे लक्षही जात नाही. बाळाला पाहण्याची उत्सुकता इतकी तीव्र असते की दुसऱ्या कशाकडे लक्षच जात नाही.

रक्त पाहताच भीती वाटत असेल, तर तिच्या चेहऱ्याकडे पाहा. सर्व काही ठीक होते.

''माझ्या पत्नीची डिलिव्हरी सी सेक्शनद्वारे होणार आहे. त्याआधी मी काय काय माहित करून घेऊ?''

सी सेक्शनबाबत जितके जास्त माहीत करून घ्याल तितके तुमच्यासाठी चांगले असते. तुमच्या प्रतिक्रियेचा तिच्यावर खोलवर परिणाम होत असतो. तुम्हीच घाबरल्यावर तिला आधार कोण देईल? या बाबतीत माहिती मिळविणे हाच तणाव कमी करण्याचा सोपा उपाय आहे. दोघे मिळून चाईल्ड बर्थ कक्षात जा आणि डॉक्टरांशी बोला.

सी सेक्शन पूर्णपणे सुरक्षित असते. इस्पितळात ते अजून सोपे करण्यासाठी प्रयत्न चालले आहेत. कारण ऑपरेशनच्या कल्पनेनेच तुम्ही घाबरू नयेत.

जीवनातील बदलाची उत्सुकता

''अल्ट्रासाऊंड पाहिल्यानंतर बाळाच्या जन्मसाठी मी खूप उत्सुक आहे. बाळ आल्यानंतर आमच्या जीवनात किती बदल होईल या काळजीने मी चिंतीत आहे.''

इवलेसे बाळ आपल्यासोबत खूप बदल घेऊन येते, याबाबत काहीच शंका नाही. सर्वच भावी बाबांना याची काळजी असते. गर्भावस्थेच्या प्रक्रियेशी ते भावनिकरित्या गुंततात तेव्हा त्यांच्या मनात ही भीती उरत नाही. ते हे बदल स्वीकारतात. तुम्हीही हे सत्य समजून घ्याल. तुम्हाला खालील बाबींची काळजी असते.

चांगले बाबा होऊ शकेल? :- या भीतीच्या भावनेतून बाहेर पडून तुमचा तुम्हालाचा विश्वास द्यायचा आहे, की तुमच्या इतके चांगले बाबा दुसरे कोणी असूच शकत नाहीत.

संबंधात फरक पडेल? :- प्रत्येक नवीन आई-वडिलांच्या संबंधात थोडा फार फरक तर पडतोच. प्रसूतीनंतर होणाऱ्या गोंधळाशी आणि व्यस्ततेशी सर्वांनाच संघर्ष करावा लागतो. बाळाने घरात पाऊल ठेवताच रोमान्स एका बाजूला जातो. तुम्ही त्याच्या गरजेच्या वस्तू जमा करायला लागता. त्या दिवसात बाळाचे खाणे-पिणे, झोप आणि शौचास याशिवाय दुसरे काहीच सूचत नाही. हे सर्व तुमच्यासाठी नेहमीचे झाल्यावर तुम्ही परस्परांसाठी वेळ काढू शकाल. बाळ रात्री झोपल्यानंतर तुम्ही आपल्यासाठी वेळ काढू शकता. त्यामुळे तुमचे संबंध पहिल्यापेक्षाही अधिक चांगले आणि दृढ होतात.

बाळाच्या देखभालीची जबाबदारी :- बाळाची देखभाल करण्यासाठी आई वडील दोघांनाही समोर यावे लागते. बाळाचे पहिले डायपर बदलताना

सोबत रहा

बाबा म्हणून नवीन जीवन सुरू करायला जाताहात तेव्हा बाळासोबत जास्तीत जास्त वेळ घालविण्याचा प्रयत्न करा. शक्य असेल तर ऑफिसातून सुट्टी घ्या. असे शक्य नसेल तर मात्र ऑफिसचे काम घरी आणू नका. ओव्हरटाइम करू नका. घरातील वेळ फक्त पत्नी आणि बाळासाठी द्या. तुमचे वैयक्तिक काम कितीही महत्त्वाचे असले तरीही नवजात बाळाची जबाबदारी त्यापेक्षा महत्त्वाची असते. घरातील कामात मदत करा.

बाळाबरोबरच पत्नीकडेही लक्ष द्या. ऑफिसला गेल्यावरही तिचाच विचार करीत असल्याची तिची खात्री पटवा. ऑफिसातून घरी फोन करा. औषध घ्यायची आठवण द्या. तिला फूल देऊन किंवा आवडीच्या रेस्टॉरंटमध्ये नेऊन सरप्राईझ द्या.

त्याबद्दल वाद घालण्याऐवजी जबाबदारीचे वाटप करा. अशा बोलण्यामुळे तुमचे दोघांचेही मन मोकळे होते आणि व्यवहार्य दृष्टिने कोणाला कोणते काम करणे शक्य होईल ते कळते.

कामावर काय परिणाम होईल? :- हे तुमच्या कामाच्या स्वरूपावर अवलंबून असते. तुम्ही अनेक तास काम करीत असाल, तर बाळाची जबाबदारी पार पाडण्यासाठी बाळाच्या देखभालीला प्राधान्य द्यावे लागेल. तसेच घरातील कामात मदत करावी लागेल. ऑफिसातील काम घरी आणण्याच्या मोहात पडू नका. बाळाच्या जन्मापूर्वी आणि जन्मानंतर काही दिवस प्रवासाला जाऊ नका. शक्य असेल, तर बाळाच्या जन्मानंतर काही दिवस सुट्टी घ्या.

जीवनशैली बदलावी लागेल :- तुम्हाला तुमच्या सामाजिक जबाबदाऱ्या पूर्णपणे कमी करता आल्या नाहीत तरीही काही तडजोडी तरी कराव्याच लागतील. नवे बाळ सर्वांच्या आकर्षणाचे केंद्र असते. तात्पुरत्या काळासाठी का होईना, पण तुम्हाला जुन्या जीवनशैलीत बदल करावा लागू शकतो. कँडल लाईट डीनर किंवा आवडता खेळ याऐवजी बाळाच्या बारीक सारीक गरजा पूर्ण कराव्या लागू शकतात. मित्रांचे वर्तुळही बदलावे लागेल कारण लहान बाळाच्या आई वडिलांशी तुम्हाला मैत्री करावी लागेल. एकदा प्राधान्यक्रम नक्की झाल्यावर तुम्ही पुन्हा पूर्वीची जीवनशैली स्वीकारू शकता.

मोठे कुटुंब सांभाळू शकेल का? :- बाळाच्या भावी खर्चाचा विचार करता अनेक भावी पित्यांची झोप उडते. या खर्चात तुम्ही अनेक प्रकारे बचत करू शकता. आईने बाळाला स्तनपान केले, तर बाटली आणि डब्याचा खर्च कमी होऊ शकतो. मित्र आणि नातेवाईकांना बाळाच्या उपयोगी पडणारे साहित्य आणायला सांगा. त्याच्या मामे, चुलत, मावस भावाचे सामान आणि कपडे वापरा. जास्त काम करून जास्त पैसे मिळविण्याच्या फंदात पडू नका. बाळासोबत वेळ घालवा. हे नुकसान जास्त नसते.

सर्वात महत्त्वाची गोष्ट अशी आहे, की तुम्ही त्याच्याबाबत विचार करायला लागा. तुमच्या जीवनात कोणीतरी विशेष येणार आहे. तो तुमच्या जीवनात चांगला बदल घडवून आणणार आहे.

बाबांच्या मनातील भीती

''मला चांगले बाबा व्हायचे आहे, पण नुसत्या विचारानेच मला भीती वाटते कारण अजून मी नवजात बाळाची देखभाल केली नाही.''

जन्मापासून कोणीही आई वडील असत नाही. बाळ आल्यावर नैसर्गिकरित्या तुमच्या मनात पितृत्त्वाची भावना निर्माण होते. पहिल्या वेळी त्याच्यासोबत रात्रभर जागणे, त्याला नाहू घालणे किंवा डायपर बदलणे तुम्हालाही आव्हानात्मक वाटू शकते. हळूहळू या सर्व कामात तुम्ही कुशल होता. थोडीशी रात्रीची

झोप, लगाव आणि परिश्रम याच्या जोरावर तुम्ही एक चांगले बाबा सिद्ध होऊ शकता. अर्थात या कामाचे पूर्ण प्रशिक्षण आधीपासून घेतले जाऊ शकत नाही. चुकांपासूनच तुम्ही शिकत असता. आधीपासून थोडी माहिती आणि तयारी असेल, तर खूप मोठ्या प्रमाणात सर्व काही सोपे जाते.

तुमच्या ओळखीच्या एखाद्या बाबांना भेटा. त्याचा अनुभव विचारा. त्याच्या बाळाला भरवा म्हणजे तुमच्या मनातील भीती जाते.

स्तनपान

''बाळाला स्तनपान करण्याचा माझी पत्नी विचार करीत आहे. ही चांगली गोष्ट असली तरीही मी त्यामुळे परेशान आहे.''

आजपर्यंत पत्नीचे स्तन तुमच्यासाठी कामूक होते, पण आता तिथे एक नैसर्गिक प्रक्रिया सुरू होणार आहे. स्तन काही फक्त सेक्स आणि सौंदर्य यासाठी असत नाहीत. बाळाला दूध पाजण्याचे ते एक माध्यम आहे. आईचे दूध बाळासाठी अमृत असते. त्यामुळे बाळाचे आरोग्य खूप चांगले राहते. त्याच्या मेंदूचा वेगाने विकास होत राहतो. तसेच आईलाही प्रसूतीनंतर आपल्या पूर्वावस्थेत परतायला वेळ लागत नाही. तसेच नंतर ब्रेस्ट कँसर होण्याचा धोकाही खूप मोठ्या प्रमाणात कमी होतो.

स्तनपानामुळे पत्नी आणि बाळाच्या जीवनात नाटकीय बदल होणार आहे. इथे याबाबतीत तुमची सहमती त्यांच्यासाठी खूप महत्त्वाची असते. पतीच्या सहमतीने बाळाला स्तनपान करणाऱ्या मातांसाठी ही प्रक्रिया खूप साधी सोपी होत असल्याचे आढळून आले आहे. याबाबतीत तुम्हीही माहिती मिळवा. ही एक नैसर्गिक प्रक्रिया असून ती शिकायला वेळ लागतो. ही प्रक्रिया शिकून घेण्यासाठी बाळाला आणि आईला मदत करा. त्यामुळे थोड्या काळासाठी तुम्हाला थोडी परेशानी होऊ शकते, पण हे नैसर्गिक आणि अतिशय महत्त्वाचे काम आहे.

''माझी पत्नी बाळाला स्तनपान करते. त्या दोघांतील जवळिकतेत मला स्थान नाही. त्यामुळे खूप एकटे वाटते.''

तुम्ही गर्भधारणा करू शकत नाहीत. बाळाला जन्म देऊ शकत नाहीत. त्याला स्तनपान करू शकत नाहीत. तरीही तुम्ही त्याचे बाबा असता. तुम्ही त्याच्या प्रत्येक बारीक सारीक सुख-दु:खात सहभागी होऊ शकता. तुम्ही पत्नीची गर्भावस्था, प्रसूती, डिलिव्हरी याच्याशी संबंधित प्रत्येक गोष्टीशी संबंध जोडून तिची वेदना कमी करू शकता. तुमचा सक्रिय सहभाग खूप महत्त्वाचा आहे.

बाळ स्तनपान करीत असताना :- बाळ स्तनपान करीत असताना तुम्ही काही मदत करू शकत नाहीत. कधी कधी बाटलीतले दूध तयार करायचे असेल, तर त्यासाठी पुढाकार घ्या. त्यामुळे आईला थोडी विश्रांती मिळते आणि तुम्हाला बाळाशी जवळिक साधण्याची संधी मिळते. बाळाला बाटलीने दूध पाजीत असताना तुमच्या शर्टाची बटने उघडा म्हणजे बाळाला तुमच्या शरीराचा गंध आणि स्पर्श मिळू शकेल. बाटलीने दूध पाजताना बाटली काळजीपूर्वक पकडा आणि तुमचे सर्व लक्ष तिकडेच असू द्या.

बाळाच्या आधी झोपू नका :- तुम्ही बाळाला स्तनपान करू शकत नसलात, तरीही रात्री तो दूध पित असताना तुम्ही जागे तर राहू शकता. रात्रीला त्याचे डायपर बदला. दूध पाजण्यासाठी त्याला आईच्या कुशीत द्या. बाळ झोपल्यावर त्याला पाळण्यात घाला.

इतर कामांत मदत :- तुम्ही बाळाला न्हाऊ घालणे, धुणे, झोपी घालणे, खाऊ घालणे या कामात तर मदत करू शकता.

नाते

''माझ्या मुलीमुळे मी खूप उत्साहित झालो असून मी तिच्यावर आवश्यकतेपेक्षा जास्त लक्ष देत असल्याचे मला वाटते. ''

प्रेम आणि स्नेह जीवनात कधीच अती नसते. तुम्ही बाळासोबत जितका जास्त वेळ घालवाल तितके तुमच्यातील नाते घट्ट होत जाते. तसेही बाबांचे मुलीवर जास्त प्रेम असल्याचे आढळून आले आहे. बाबांजवळ मातृत्त्वाची भावना असते. हे नाते जपत असतानाच तुमच्या पत्नीकडे लक्ष द्यायला विसरू नका. तुम्हाला ती किती आवडते, हेही तिला वेळोवेळी जाणवून देत रहा. तिच्याकडे लक्ष द्या.

''बाळ जन्मल्यानंतर चार दिवसांनी मला थोडेसे प्रेम वाटले, पण अजून ओढ लागली नाही.''

खरं तर पहिल्या स्पर्शानेच तुमच्या दोघांतील नाते निर्माण झाले होते. ती फक्त सुरूवात होती. जसा जसा वेळ निघून जाते तसे हे नाते अधिक दृढ होत जाते. तुम्ही त्याला कुशीत घेता, त्याचे डायपर बदलता, न्हाऊ घालता, हातावर किंवा खांद्यावर घेऊन झोपू घालता तेव्हा हे संबंध आणि आपलेपणा वाढतच जातो. बाळाला हातावर घेऊन जोजवताना त्याला तुमच्या त्वचेचा स्पर्श होऊ द्या. सुरूवातीला हा संपर्क फक्त एकेरी असतो. तुम्हीच बोलत असता आणि हसत असता. हळूहळू तोही तुम्हाला प्रतिक्रिया देतो.

तुमची पत्नी बाळाची सर्व कामे करीत असते तेव्हा त्या कामाचा एक भाग होण्यासाठी तुम्ही पुढाकार घ्या. पत्नीला घराबाहेर जायचे असेल, तर तुम्ही बाळासोबत वेळ घालवा. तुम्हाला बाहेर जायचे असेल, तर त्याला अतिशय आरामशीरपणे स्ट्रालर किंवा कारसीटमध्ये बसवा. डायपर बॅग तयार करा आणि सोबत घेऊन जा.

भावनिक बदल

जीवनात खूप मोठा बदल झाला आहे. एका इवल्याशा बाळाने तुमचे दोघांचे रूटीनच बदलून टाकले आहे. तसेच भावनिक पातळीवर खूप कमकुवत केले आहे. यावेळी हिम्मत सोडून भागणार नाही. हा बदल तर एखाद्या दिवशी होणारच होता. निराशेतून बाहेर पडा. बाळासोबत वेळ घालवा. हसा. गाणे म्हणा. प्रत्येक अवघड काळाप्रमाणे हा काळही निघून जातो. तुम्ही प्रत्येक परिस्थितीशी तडजोड करायला शिकाल.

डिलीव्हरीनंतर

''माझ्या बाळाची डिलिव्हरी खूपच त्रासदायक झाली. त्यामुळेच मला सेक्समध्ये रस राहिला नाही, असे वाटते. ''

माणसाची सेक्समधील आवड हा एक नाजूक भाग आहे. बाळीच डिलिव्हरी पाहताना तुमचे मन सेक्सपासून परावृत्त झाले असल्याची शक्यता आहे. तुम्हाला थकवा आला असेल, बाळाची झोपमोड होण्याची शक्यता वाटत असेल, पत्नीच्या शरीराला जखम होण्याची भीती वाटत असेल किंवा मग तुमच्या जीवनातील या बदलत्या काळात तुमच्यातील सर्व एनर्जी बाळासाठी राखून ठेवायची असेल तर नैसर्गिकरित्या तुमच्या मनातील सेक्सची भावना कमी होऊ शकते. कारण तुम्ही तुमच्या प्राधान्यक्रमावर लक्ष दिले आहे.

दुसऱ्या शब्दात सांगायचे झाले तर सेक्ससाठी तुमची पत्नीही मानसिक आणि शारीरिकरित्या तयार नाही म्हणूनही तुमची सेक्सची इच्छा मरू शकते. तुम्ही दोघेही त्यासाठी कधी तयार व्हाल याबाबत काहीही अंदाज व्यक्त करणे शक्य नाही. परिस्थितीवर बरेच काही अवलंबून असते. काही आठवड्यात

प्रसूतीनंतर सेक्स

डॉक्टरांनी तुम्हाला सेक्ससाठी परवानगी दिली असली तरीही अजूनही तिचे शरीर पूर्णपणे सावरले नाही. तिची इच्छा होत नाही तोपर्यंत तुम्ही तिच्यावर बलजबरी करू नका. तिने तयारी दाखविल्यानंतरही सर्व काही खूप सांभाळून करावे लागेल. तिच्या भावना समजून घ्याव्या लागतील. नऊ महिन्यांच्या कालावधीत तिच्या शरीरात अनेक बदल झाले आहेत. त्यामुळे सेक्स करताना तिला थोडीशी परेशानी होऊ शकते. तुम्ही तिची परेशानी समजून घेऊन पाऊल पुढे टाकले तर ती एक कौतुकास्पद कृती होईल.

हळू हळू सर्व काही पूर्वपदावर येऊ शकते. योनील सेक्सशिवाय इतरही अनेक कामे पार पाडायची आहेत आणि ती सर्व कामे पार पाडल्यावर पुन्हा सेक्ससाठी तयार व्हायचे आहे.

या दरम्यान तुम्ही तुमच्या पत्नीशी भावनिक जवळिक निर्माण करण्यासाठी सतत प्रयत्न करा. ती सेक्समध्ये रस दाखवत नसेल, तर ती किती सुंदर आणि सेक्सी दिसते, हे तर तुम्ही तिला सांगू शकता. बाळ झोपल्यानंतर सुगंधी अगरबत्ती लावा म्हणजे डायपरचा घाण वास तिथे घुमणार नाही.

हळूवार संगीत लावा. एक दुसऱ्यासोबत थोडे रोमँटिक व्हायला काय हरकत आहे?

"सध्या माझी पत्नी स्तनपान करीत आहे. त्यामुळे आता मला तिचे स्तन पूर्वीसारखे सेक्सी वाटत नाहीत."

सध्या तिचे स्तन आपले व्यवहारिक काम करीत आहेत. तिचे स्तन बाळाला दूध पाजण्याचे काम करीत आहेत. अशा स्तनांना सेक्सी समजण्यात अनेक जोडप्यांना अडचण येते. आपल्या आनंदासाठी बाळाचे अन्न असलेल्या स्तनांशी खेळू नये, असे त्यांना वाटत असते.

खरं तर अशा प्रकारचा विचार करणे सामान्य स्वरूपाचे असते. तिचे स्तन तुम्हाला सेक्सी वाटत नसतील, तर या बाबतीत पत्नीशी मोकळ्या मनाने स्पष्ट शब्दात बोला. तोपर्यंत शरीराच्या दुसऱ्या अवयवांवर लक्ष द्या. यामुळे बाळावर आपला राग काढू नका. तुम्हाला थोडा काळ वाट पहावी लागेल. महत्त्वाची बाब म्हणजे गोल गरगरीत बाळ सुद्धा तुमचेच असल्याचे सांगितले जाते.

मूडवर लक्ष ठेवा

नवीन आई बाळाच्या कामाच्या ओझ्याखाली इतकी दबली असेल, की तिला आपले खाणे-पिणे आणि झोपण्याची शुद्ध उरली नसेल, तर तिला मदत करा. तिचा मूड खराब होऊ देऊ नका. ती जर डिप्रेशनमध्ये असेल, तर तिची काळजी घ्या. ती नाही म्हणत असली तरीही तिला डॉक्टरांकडे न्या. कदाचित उपचारांमुळे तिला बरे वाटू शकेल. तेव्हा ती मनातल्या मनात तुमचे आभार मानीत असेल.

आजी- आजोबांचा मुद्दा

"आमच्या बाळाच्या जन्मानंतर त्याची देखभाल करण्यासाठी तिच्या आई-वडिलांना बोलवायला हवे की नाही यावरून आम्ही दोघे खूप वाद घालीत असतो."

त्या दिवसात तुम्हाला एखाद्या वृद्ध आणि अनुभवी व्यक्तीचा आधार मिळाला तर खूप चांगले होते. तुम्ही अनेक प्रकारच्या अडचणींपासून दूर राहू शकता. ते लोक घरातील कामात तर मदत करतातच शिवाय इतरही अशा अनेक गोष्टी सांगतात की ज्याबाबत तुम्हाला अजून काही माहिती नव्हती. अर्थात यामुळे थोडा तोटाही होतो. तुम्ही तुमच्या पद्धतीने बाळाचे पालन करू शकत नाहीत. तुम्हाला त्यांच्या सांगण्यानुसारच वागावे लागते. तुम्हाला चुका करण्याची संधी मिळणार नाही की त्यापासून काही शिकण्याची. घरात जास्त लोकांचे काम

वाढल्यामुळे थकवाही वाढतो. तुम्हाला एकांत मिळत नाही तसेच नव्या बाळाच्या आईवर कामाचा अतिरिक्त भार पडतो. ते दूर राहत असतील, तर बाळाच्या जन्मानंतर काही दिवसांनी त्यांना बोलवा. म्हणजे बाळ आणि आई दोघेही थोडे सावरू शकतील. अशा प्रकारे तुम्ही त्यांना तुमचा वेळही देऊ शकता.

ते जर स्थानिक असतील तर त्यांनी दिवसा काही तासांसाठी यावे, असे त्यांना सांगा. या काळात ते बाळाला सांभाळू शकतील आणि तुम्ही एकत्रितरित्या थोडा वेळ घालवू शकाल. एखादा चित्रपट पहायलाही जाऊ शकाल.

तसेही आजी -आजोबांना सोबत ठेवायचे की नाही याचा निर्णय तुम्ही दोघेच करू शकता कारण तो खूप मोठ्या प्रमाणात तुमच्या कुटुंबाच्या गरजा, प्राधान्यक्रम आणि परिस्थितीवर अवलंबून असते. तुमच्या आई वडिलांशी असलेले चांगले संबंध या बाबतीत खूप महत्त्वाचे असतात.

■ ■ ■

भाग - ६

गर्भावस्था आणि तुमचे आरोग्य

तुम्ही आजारी पडलात तर...

गर्भावस्थेशी संबधित अपचन, उलटी, पायांत गोळे येणे यासारख्या त्रासांचा तुम्हाला सामना करावा लागलेला असू शकतो. तुम्हाला सर्दी खोकलाही झालेला असू शकतो कारण या दिवसात सर्दी आणि इन्फेक्शन तुमच्या मागेच लागते. तुमची रोगप्रतिकारक शक्ती थोडी कमी होते. दुसरी गोष्ट म्हणजे दोन बाळांसह आजारी पडल्यावर थोडा जास्त त्रास होऊ शकतो. आतापर्यंत तुमच्या आजारांवर करीत असलेल्या उपचारांना तुम्हाला कपाटात बंद करून ठेवावे लागते.

अर्थात या बारीक सारीक तक्रारींचा तुमच्या गर्भावस्थेवर काहीही परिणाम होत नाही. तरीही उपचारापेक्षा काळजी जास्त महत्त्वाची असते. फक्त काळजी घेतल्याने भागत नसेल, सर्दी किंवा दुसरे इन्फेक्शन झाले तर लगेच उपचार आणि डॉक्टरांची काळजी यामुळे बरे वाटू शकते.

तुम्ही काय विचार करता?

सर्दी - खोकला

''मला शिंका आणि खोकला येतो. डोके दुखते. याचा परिणाम गर्भावर होऊ शकतो का?''

गर्भावस्थेत रोगप्रतिकारक शक्ती कमी झाल्यामुळे सर्दी तर होतच असते. आनंदाची गोष्ट म्हणजे त्याचा परिणाम फक्त तुमच्यावरच होतो. गर्भाचे काहीही बिघडत नाही. सर्दीसाठी तुम्हीजी औषधे घेणार आहात, त्यापासून मात्र तुम्ही बचाव करायला हवा. कारण त्याचा गर्भावर परिणाम होऊ शकतो. कोणतेही औषध घेण्यापूर्वी गर्भावस्थेत कोणते औषध योग्य असेल ते डॉक्टरांना फोन करून विचारा. ते तुम्हाला अनेक पर्याय सूचवतील. त्यातील काहीही तुमही निवडू शकता. ड़ॉक्टरांना न विचारताच मनाने एखाद्या औषधाचा डोस घेतला असेल, तर घाबरण्याचे काही कारण नाही. डॉक्टरांना सांगून स्वतःचे समाधान मात्र नक्की करून घ्या.

तुम्हाला जर जोरदार सर्दी झाली नसेल, तर परिस्थिती खूप चिघळण्यापूर्वीच सावरा नाही तर खूप मोठ्या संसर्गात त्याचे रुपांतर होऊ शकते.

वाहणाऱ्या नाकासोबत तुमच्यावर आंथरुणावर पडून राहण्याची वेळ येऊ शकते.

- आवश्यकता असेल तर विश्रांती घ्या. विश्रांती घेतल्यावर सर्दी लवकर बरी होणार नाही, पण शरीराला विश्रांती मिळते. तुम्हाला ताप किंवा खोकला होणार नाही. याशिवाय थोड्या व्यायामानेही फायदा होऊ शकतो.
- सर्दी झाली म्हणून तुम्ही आणि गर्भ उपाशी राहू नका. भूक लागली नाही तरीही पौष्टिक आहार घ्या. थोडे आवडणारे जेवण करायलाही हरकत नाही. व्हिटॅमिन सी युक्त फळे किंवा ज्यूस घेण्याचा प्रयत्न करा. याचा डोस मात्र घेऊ नका. झिंक आणि अॅक्रेशियाच्या बाबतीतही हे लक्षात ठेवा.
- पातळ पदार्थांचे प्रमाण कमी करू नका. ताप, सर्दी आणि शिंका यामुळे तुमच्या शरीरातील पाण्याचे प्रमाण कमी होते. कोमट पदार्थांने बरे वाटू शकते. गरम सूप प्या. पाणी आणि थंड ज्यूस पिऊ शकता. ते चवीवर अवलंबून आहे.
- झोपताना डोक्याखाली उशी घेऊन डोके उंच ठेवा. अशा प्रकारे नाक बंद झाल्यावरही सहजपणे श्वास घेता येईल. 'नेसल स्ट्रिप' ही नाक मोकळे करण्यासाठी मदत करू शकते. हे बाजारात मिळतात आणि त्यात काहीही औषध नसते.
- नाकात सेलाईन नोज ड्रॉप टाकून नाक ओलसर ठेवा. हेही सुरक्षित असते.
- घसा दुखत असेल किंवा कचकच करीत असेल तर साधारण कोमट पाण्याने गुळण्या करा.
- ताप असेल, तर तो लवकरात लवकर कमी करण्यासाठी प्रयत्न करा.
- डॉक्टरांनी सूचविलेले औषध आवश्य घ्या. गर्भावस्थेत सर्व प्रकारची औषधे धोकादायक असतात, असे समजू नका. आजारांवर उपचार होणेही आवश्यक असते.
- सर्दीमुळे खायला किंवा झोपायला त्रास होत असेल किवा खोकल्यासोबत हिरवे पिवळे बेडके पडत असतील, छाती दुखत असेल, नाकात त्रास होत असेल. ही सर्व लक्षणे आठवडाभर राहिली तर डॉक्टरांना भेटा. कदाचित सर्दीचे संसर्गात रुपांतर झालेले असू शकते. अशा वेळी तुमच्या आणि गर्भाच्या सुरक्षेसाठी औषध घेणे आवश्यक आहे.

सायनसायटिस

"मला एका आठवड्यापासून सर्दी आहे. माझे डोके आणि गाल खूप दुखताहेत. काय करू?"

तुमच्या सर्दीचे सायनसायटिसमध्ये रुपांतर झाले आहे, असे वाटते. याची लक्षणे हीच आहेत, की डोके, गाल आणि जबडा दुखायला लागतो. नाकातून अतिशय घाणेरडा हिरवा पिवळा म्युकस वाहू लागतो. गर्भावस्थेत बऱ्याचदा असे होत असते. कारण तुमचे हार्मोन्स म्युकस मेंब्रेनला सूज आणतात. त्यामुळे नाक बंद होते आणि विषाणूंना जागा मिळते. इम्यून पेशी तिथपर्यंत सहजपणे पोहचू शकत नाहीत. परिणामी सायनसचा आजार दीर्घ होतो. सुरक्षित अँटिबायोटिक औषधांच्या मदतीने यावर नियंत्रण मिळविता येते.

सर्दी किंवा फ्ल्यू

तुम्हाला या दोन्हीतील फरक माहीत असायला हवा. सर्दी झाल्यावर घशात कचकच आणि वेदना होतात. नाक वाहते आणि शिंका येतात. शरीरातही बारीकशी कणकण आणि वेदना होते. फ्ल्यूमध्ये १०४ पर्यंत ताप येतो. मांसपेशी सूजतात. थकवा आणि अशक्तपणा जाणवतो. काही वेळा उलटीही होऊ शकते. शिंका आणि खोकला येतो. औषधाने तुम्हाला बरे वाटू शकते.

फ्ल्यूचा ऋतू

"मला फ्ल्यू झाला तर? गर्भावस्थेत तो सुरक्षित आहे का?"

या आजारापासून बचाव करण्यासाठी फ्ल्यू शॉट घ्यायला हवा. गर्भावस्थेत तर तो आणखीनच आवश्यक आहे. या बाबतीत तुमच्या डॉक्टरांचा सल्ला घ्या. फ्ल्यू पसरण्याआधीच त्याचा बंदोबस्त करण्याचे औषध घ्यायला हवे. खरं तर हे काही पूर्णपणे प्रभावी नसते, पण फ्ल्यूच्या व्हायरसपासून बचाव करते. अशा प्रकारे तुम्ही फ्ल्यूच्या धोक्यापासून बचाव करू शकता. संसर्ग थांबविता आला नाही तरीही त्याची लक्षणे गंभीर असत नाहीत.

'नोजल स्प्रे व्हॅक्सिन' ऐवजी तुम्ही इंजेक्शनद्वारे औषध घ्यायला हवे. फ्ल्यू ची शंका आली तरीही उपचार घ्यायला उशीर करू नका. नाही तर त्यातून न्यूमोनिया होऊ शकतो. या दरम्यान जास्त पाणी प्या आणि विश्रांती घ्या. डिहायड्रेशन होणार नाही.

ताप

"मला बारीकशा ताप आहे. मी काय करू?"

गर्भावस्थेत थोडासा ताप आला असेल, तर तो फारशा गांभीर्याने घेऊ नका तसेच दुर्लक्षही करू नका. म्हणजेच ताप उतरावा यासाठी तुम्हाला काही ना काही करावे लागेल. तापमानावर लक्ष ठेवा.

१००. ४ डिग्री फॅरनहीट पेक्षा जास्त तापमान असेल, तर डॉक्टरांना फोन करा. यावेळी ताप कमी होण्यासाठी 'टायलीनॉल' घ्या, पण मनाने दुसरे कोणतेही औषध घेऊ नका. स्नान. थंड पेय पदार्थ आणि साधारण कपड्यांमुळे तापमान कमी होते. गर्भावस्थेत डॉक्टरांच्या सल्ल्याशिवाय ॲस्प्रिन किंवा इबूफेन कधीही घेऊ नका.

या आधीही तीव्र ताप आला असेल, तर त्याबाबतीतही डॉक्टरांना सांगा.

स्टॅप थ्रोट

"माझ्या तीन वर्षांच्या मुलाला स्टॅप थ्रोट झाला आहे. त्यामुळे मला आणि गर्भाला संसर्ग होऊ शकतो का?"

मुलांचे विषाणू इतरांपर्यंत पोहचायला वेळ लागत नाही. गर्भावस्थेत तर तुम्ही खूप लवकर बळी पडू शकता.

मुलाचे उष्टे पाणी पिऊ नका तसेच त्याचे उरलेले अन्न खाऊ नका. तुमचे हात वारंवार धुवा. चांगला पौष्टिक आहार आणि पुरेशी विश्रांती घेऊन तुमची प्रतिकार शक्ती वाढवा.

तुम्हाला संसर्गाची भीती वाटत असेल, तर थ्रोट कल्चरसाठी डॉक्टरांकडे जा. योग्य प्रकारचे ॲंटिबायोटिक्स घेतले, तर बाळाला संसर्ग होण्याची भीती राहणार नाही. घरात मुलाला किंवा कुटुंबातील कोणाला दिलेले औषध घेऊ नका.

मूत्रमार्गाचे संक्रमण (यू.टी.आय.)

"मला मूत्रमार्गाचा संसर्ग झाला आहे, अशी मला भीती वाटते.?"

तुमच्या ब्लॅडरला वाढत्या गर्भाशयाचा भार सहन करावा लागत आहे. या काळात संसर्ग पसरविणाऱ्या बॅक्टेरियांना पुढे येण्याची संधी मिळते. त्यामुळे यू.टी.आय व्हायला उशीर लागत नाही. गर्भावस्थेतील हार्मोनही यात खूप महत्त्वाची भूमिका पार पाडीत असतात. काही महिलांमध्ये याची लक्षणे सामान्य पासून गंभीर स्वरूपाची असू शकतात. जसे वारंवार लघवीची इच्छा होणे, लघवी टपकणे, लघवी करताना जळजळ, वेदना, ओटीपोटात तीव्र वेदना किंवा दबाव.

लघवीला घाण वासही येऊ शकतो.

लघवीच्या तपासणीतून या संसर्गाची सहज माहिती मिळू शकते. लाल रक्तपेशीद्वारे रक्तस्त्रावाचा तर पांढऱ्या रक्तपेशीद्वारे संसर्गाची माहिती मिळते. अँटिबायोटिक्सचा पूर्ण डोस घेऊन या आजारापासून बचाव करता येतो. तसे तर आधी यापासून बचाव करण्यासाठीच प्रयत्न करायला हवेत. यासाठी गर्भावस्थेत तुम्ही खालील उपाय करू शकता.

- जास्त प्रमाणात पाणी आणि पातळ पदार्थ सेवन करा म्हणजे मूत्रमार्गातील विषाणू बाहेर येतील. या दरम्यान चहा, कॉफी आणि अल्कोहलचे सेवन करू नका.
- योनीमार्ग नेहमी चांगल्या प्रकारे स्वच्छ ठेवा. सेक्सपूर्वी आणि सेक्स नंतर मूत्राशय रिकामे करा.
- लघवीसाठी गेल्यावर मूत्राशय पूर्णपणे रिकामे करा. लघवी झाल्यावर थांबा आणि पुन्हा प्रयत्न करा. लघवीची इच्छा झाल्यावर तिला थांबवू नका. नाही तर संसर्ग होण्याची शक्यता वाढते.
- तुमच्या पॅरेनियल भागाला मोकळी हवा लागू द्या. सुती अंतवस्त्र वापरा. शक्य असेल, तर रात्री झोपतान पायजाम्यासह अंतवस्त्रे वापरू नका.
- योनीमार्ग आणि त्याच्या आसपासचा भाग स्वच्छ आणि साफ ठेवा. शौचास गेल्यानंतर समोरून मागे साफ करीत जा म्हणजे योनीमार्गात बॅक्टेरिया प्रवेश करू शकणार नाहीत. बबल बाथ आणि परफ्यूमयुक्त पावडर, शॉवर जेल, सोप, स्प्रे, डिटर्जंट आणि टॉयलेट पेपरचा वापर करू नका. तलाव क्लोरिनयुक्त नसेल तर त्याचा वापर करू नका.
- पौष्टिक आहार घ्या, भरपूर विश्रांती घ्या. व्यायाम करा आणि तणावात राहू नका.
- या दरम्यान काही डॉक्टर दही खाण्याचा सल्ला देतात. त्यामुळे अँटिबायोटिक्स घेण्याबरोबरच उपयुक्त बॅक्टेरियांचे संतुलन कायम राहू शकते. याशिवाय डॉक्टरांना विचारून आणखी प्रोबायोटिक्स घेऊ शकता.

मूत्रमार्गाच्या खालील भागाला झालेले संक्रमण खूप गंभीर स्वरूपाचे असते. त्यावर उपचार झाला नाही आणि ते कीडनीपर्यंत पोहचले तर त्यामुळे मुदतपूर्व प्रसूती, जन्मतःच कमी वजनाचे बाळ आणि इतर समस्या सुरू होऊ शकतात. याची लक्षणे तर सारखीच असतात, फक्त ताप १०३ अंशापेक्षा जास्त असतो. थंडी वाजते. लघवीसोबत रक्त यायला लागते. पाठ दुखी तसेच उलटी किंवा चक्करा येण्याचा त्रास होऊ शकतो. अशी लक्षणे आढळून येताच डॉक्टरांना दाखवायला उशीर करू नका.

यीस्ट संक्रमण

''मला यीस्ट इन्फेक्शन झाले, असे मला वाटते. मी मनाने औषध घेऊ की डॉक्टरांकडे जाऊ?''

गर्भावस्थेत मनाने कोणताही उपचार करण्याचा किंवा औषध घेण्याचा प्रयत्न करू नका. मग ते यिस्ट इन्फेक्शनसाठी असले तरीही. तसेच चे तुम्हाला शेकडो वेळा झालेले असले तरीही. तुम्हाला त्याची सर्व लक्षणे (पिवळा, हिरवा तसेच घट्ट चिकट स्त्राव आणि दुर्गंधयुक्त लाली, जळजळ, सूज, खाड वगैरे) माहीत असली त्यावर औषध घेऊन अनेक वेळा उपचार केला असला तरी यावेळी डॉक्टरांना दाखवा.

तुमच्यावर कसा उपचार करायला हवा ते संसर्ग पाहूनच डॉक्टर ठरवतील. ते साधारण स्वरूपाचे यिस्ट संक्रमण असेल, तर डॉक्टर योनीसाठी जेल, मलम किंवा क्रीम लिहून देतील. गर्भावस्थेत अँटी यीस्ट स्नेंट 'फ्लूकोनाझोल' औषधही दिले जाते. पण याचा डोस कमी प्रमाणात आणि दन दिवसांसाठीच असावा.

दुर्दैवाने हे उपचार तात्पुरत्या स्वरूपाचे असतात. ससंर्ग पुन्हा होतो आणि डिलिव्हरीपर्यंत कायम राहतो. त्यानंतर पुन्हा उपचार करावे लागतात.

शरीराचे अवयव आणि गुप्तांगांची स्वच्छता याकडे खास लक्ष द्यायला हवे. घट्ट अंतवस्त्रे घालू नका. या भागाला थोडी हवा लागू द्या. तुमच्यासाठी दही उपयुक्त ठरू शकते. डॉक्टरांना विचारून एखादे परिणामकारक प्रोबायोटिकही घ्या. साखर, बेक्ड पदार्थ आणि मैद्याचे सेवन केल्यावर बरे वाटत असल्याचे काही जुनाट रोगी सांगतात. डूश करू नका. त्यामुळे योनीतील बॅक्टेरियांचे संतुलन बिघडते.

पोटातील गडबड

''माझ्या पोटात खूप गडबड आहे. यामुळे गर्भाला काही नुकसान तर होणार नाही?''

पोटातील गडबडीची लक्षणे मॉर्निंग सिकनेसशी इतकी मिळती जुळती असतात की अनेक वेळा त्यांना ओळखणे अवघड असते. यामुळे गर्भाला काही नुकसान होत नाही, पण म्हणून काही त्यावर उपचार करायचा नाही, असे नाही. हार्मोन व्हायरस किंवा आंड्याच्या सॅलाडमुळे तुमच्या पोटात गडबड होत असली, तरीही उपाय एकच असतो. शरीराला विश्रांती द्या. पातळ पदार्थांचे प्रमाण वाढवा. उलटी किंवा संडास होत असतील तर जास्त लक्ष द्या.

तुम्ही लघवी करू शकत नसाल किंवा ती घट्ट होत असेल, तर तुम्हाला डिहायड्रेशन झाले. हळू हळू घोटा घोटाने पाणी प्या. ज्यूस पातळ करून प्या. किंवा कोमट पाण्यात लिंबू पिळून प्या. पाणी पिऊ शकत नसाल, तर आईस चिप्स किंवा पॉपरीक्षण चोखा. ठोस आहार घेताना जेवढा शक्य आहे तेवढाच घ्या. पोटाच्या त्रासात आल्याचा चहा किंवा दुसऱ्या कोणत्याही रुपातील आले घेतल्याने बरे वाटते. उलटी होण्याची कमीत कमी शक्यता असेल तेव्हा व्हिटॅमिनचा डोस घ्या. काही दिवस घेऊ शकला नाहीत तरीही काही फरक पडत नाही.

आराम पडत नसेल तर डॉक्टरांना दाखवा. कारण शरीरातील पाणी कमी झाल्यामुळे अडचणी वाढू शकतात. अँटीॲसिड औषधे उपयुक्त ठरू शकतात, पण विचारल्याशिवाय घेऊ नका.

पोटाचा त्रास दीर्घकाळ रहात नाही, हे लक्षात असू द्या. योग्य औषध घेतल्याने तुम्हाला लवकर बरे वाटते.

लिस्टीरियोसिस

''माझ्या एका मैत्रिणीला गर्भावस्थेत काही खास प्रकारच्या डेअरी उत्पादनापासून दूर रहायला सांगितले होते. कारण त्यामुळे आजार होत होता. हे खरे आहे का? ''

पाश्चराईज्ड न केलेले दूध आणि त्यापासून तयार केलेले चीज गर्भावस्थेत तुम्हाला आजारी करू शकते. अर्धवट शिजलेले अन्न, मांस आणि हॉटडॉगमध्ये 'लिस्टिरिया'' आढळतात. कमी रोग प्रतिकारक शक्ती असलेले कुमार वयीन आणि गर्भवती स्त्रिया त्याला लवकर बळी पडू शकतात. त्याचे विषाणू रक्तात मिसळून गर्भापर्यंत पोहचायला वेळ करीत नाहीत. त्यांना ओळखणे अवघड असते. संसर्ग झालेला आहार घेतल्यानंतर १२ ते ३० तासांत कधीही त्याची लक्षणे दिसायला लागतात.(पोटदुखी, ताप, आखडणे, स्नायूमध्ये वेदना, मळमळ होणे आणि डायरिया) काही वेळा ही लक्षणे योग्य प्रकारे समजायलाही उशीर होतो. अँटीबोयटिक्सच्या मदतीने त्यावर उपचार केला जाऊ शकतो.

अशा प्रकारच्या आहारापासून दूर राहणे, हेच चांगले. उपचारापेक्षा पथ्य चांगले. यापूर्वी असा आहार घेतला असेल, तर काळजी करू नका.

टॉक्सोप्लाझ्मोसिस

"मांजरीची सर्व कामे माझे पतीच करतात, पण मी मांजरीसोबत राहते. त्यामुळे टॉक्सोप्लाझ्मोसिसचा विचार करते. मला हा आजार झाला तर कसे कळेल?"

तुम्हाला हा आजार होणार नाही, अशी आशा आहे. तुम्ही दीर्घ काळापासून मांजरीसोबत राहत असाल तर तुम्हाला आधीच इन्फेक्शन झाले असेल आणि तुमच्या शरीरात अँटीबॉडीज तयार झाले असतील.

तुम्हाला त्याची लक्षणे जाणवत असतील तर तपासणी करून घ्या. घरीच याची तपासणी करू नका. ती विश्वसनीय नसते. तपासणीत हा आजार आढळून आला तर अँटिबायोटिक दिले जातात. म्हणजे हा आजार गर्भापर्यंत पोहचणार नाही.

इन्फेक्शन झाले असेल, तर गर्भावस्थेच्या सुरूवातीच्या काळात त्याला थोपविणे शक्य असते. हा आजार गर्भापर्यंत पोहचल्याचे फार कमी वेळा होते. आज काल अल्ट्रासाउंड द्वारा गभीच तपासणी केल्यावरही कळते.

तसे तर याचा सर्वात चांगला उपाय बचाव हाच आहे.

सायटो मिगेलोव्हायरस (सीएमव्ही)

"शाळेत मिगेलोव्हायरस पसरल्याची सूचना मुलाने आणली आहे. तो माझ्या गर्भाला होईल का?"

तुमच्या मुलाकडून गर्भापर्यंत (सीएमव्ही) पोहचू शकत नाहीत. तुम्हाला तर तो लहानपणीच झाला असेल. अर्थात तो पुन्हा सक्रिय होऊ शकतो. गर्भावस्थेत तो तुम्हाला पुन्हा होऊ शकतो, पण गर्भाला त्याच्यापासून काही धोका नाही. तो तुम्हाला दुसऱ्यांदा होणार असेल, तर धोका आणखी कमी होतो.

तसे तर तुम्ही बचाव करायला हवा. तुमच्या मुलाचे उरलेले अन्न तुम्ही खाऊ नका. त्याचा मल साफ केल्यानंतर तुमचे हात साबणाने चांगले स्वच्छ धुवा. स्वच्छतेच्या नियमांचे पालन करा.

या आजाराच्या लक्षणात ताप, थकवा, घशात कचकच आणि ग्रंथीतील सूज आढळते. अशी लक्षणे आढळून येताच डॉक्टरांना दाखवा. तुम्हाला थोड्या उपचारांची आवश्यकता असते.

फिफ्थ डिसीज

"फिफ्थ डिसिजमुळे गर्भावस्थेत परेशानी होत असल्याचे मी ऐकले आहे?"

सहा आजारांच्या समुहातील पाचव्या आजाराचे हे नाव आहे. यामुळे मुलांना ताप येतो. चिकनफॉक्स आणि मीजल्स याच्या बहिणी आहेत. काही वेळा तर याची लक्षणे कळतही नाहीत. फक्त १५ ते २० टक्के प्रकरणातच याची माहिती मिळते. याच्या लक्षणाला रुबेलाची लक्षणेही समजतात.

खरं तर सर्व मुलांना लहानपणीच हा आजार झालेला असतो. त्यामुळे कुमार वयात याच्या संक्रमणाची अजिबात शक्यता नसते. तुम्हाला हा आजार झाला आणि गर्भापर्यंत त्याचे संक्रमण पहोचले तर त्याला ॲनिमिया होऊ शकतो. अल्ट्रासाऊंडच्या मदतीने डॉक्टर सर्व माहिती मिळवित असतात. गर्भावस्थेच्या सुरूवातीला हा आजार झाला, तर गर्भपाताचा धोका असू शकतो.

अर्थात हे संक्रमण होण्याची शक्यता नाहीच्या बरोबर असते. गर्भावस्थेत मात्र प्रत्येक प्रकारे बचाव करणे हाच सुरक्षिततेचा मूळमंत्र आहे.

मिजल्स

''लहानपणी मला मिजल्सची लस टोचली होती की नाही ते मला माहीत नाही. मी आता लस टोचून घेऊ का?''

नाही. गर्भावस्थेत साधारणपणे ही लस टोचली जात नाही. बहुतेक महिलांना लहानपणी मिजल्स झालेला असतो किंवा त्याची लस टोचलेली असते. तुमच्या मेडिकल हिस्ट्रीतून याची काही माहिती मिळत नसेल किंवा तुमचे आई- वडील याबाबत काही सांगू शकत नसतील तर तुमच्याजवळ याचे इम्यून आहेत की नाहीत, याची डॉक्टर तपासणी करू शकतात.

तुम्हाला जर हे संक्रमण झाले तर लक्षणे दिसून येताच डॉक्टर ते सांभाळून घेतात. त्यामुळे मुदतपूर्व प्रसूती किंवा गर्भपाताची शक्यता निर्माण होते. जन्मजात विकृतीची मात्र काही शक्यता नसते. प्रसूतीच्या आसपास मिजल्सझाल तर गर्भाला संक्रमण होऊ शकते. गामा ग्लोब्युलिनच्या मदतीने संक्रमण खूप मोठ्या प्रमाणात कमी केले जाते. अर्थात ते होण्याची शक्यता नाहीच्या बरोबर असते.

मम्स

''माझ्या एका सहकाऱ्याला मम्स आहेत. त्यापासून वाचण्यासाठी मी लस टोचून घ्यायला हवी का?''

असे होणे अशक्य आहे. तुम्हाला एम.एम.आरची लस टोचली असल्याची पूर्ण आशा आहे. याबाबतीत तुमचे आई वडील किंवा कौटंबिक डॉक्टरांना विचारून तुम्ही निश्चिंत होऊ शकता.

हे झाले असेल आणि तुम्हाला लस टोचली नसेल, तर तुम्ही आता ती टोचून घेऊ शकता. यामुळे गर्भाला काही नुकसान होत नाही. होय, यामुळे मुदतपूर्व प्रसूती किंवा गर्भपात होऊ शकतो. त्यामुळे पहिले लक्षण आढळून येताच सावरा. याची लक्षणे आहेत - ताप, कमी भूक लागणे, कानात दुखणे, चावताना तोंडात दुखणे,इ. याबाबतीत

निरोगी रहा

गर्भावस्थेत बचाव हाच मोठा मूलमंत्र समजला जातो. पौष्टिक आहारामुळे तुमची रोगप्रतिकारक शक्ती वाढते. पूर्ण झोप आणि व्यायामावर लक्ष द्या. तणाव दूर ठेवा. आजारी लोकांपासून दूर रहा कारण तुम्हाला खूप लवकर संक्रमण होऊ शकते. घराबाहेर तोंड आणि नाक झाकून ठेवा. नाक वाहत असणाऱ्याशी हस्तांदोलन करू नका. हातानेच संक्रमण होत असते. दिवसातून अनेक वेळा कोमट पाण्याने स्वच्छ हात धुवा. जेवायच्या आधी हात धुवायला विसरू नका. आजारी मुले किंवा पतीचे उष्टे जेऊ नका. त्यांना चुंबन देऊ नका. त्यांचे कपडे धुतल्यानंतर हात धुवा. त्यांना खोकताना, शिंकताना तोंडावर हात नाही तर कोपर धरायला सांगा. कारण हाताने खूप लवकर संसर्ग होतो. ते जिथे जिथे हात लावतील (फोन, बोर्ड, रिमोट) तिथे स्प्रे करा.

तुमच्या मोठ्या मुलाला कोणत्याही प्रकरचा संसर्ग झाल्याची लक्षणे दिसून आली तर डॉक्टरांकडे जायला उशीर करू नका. पाळीव प्राण्यांना स्वच्छ ठेवा आणि वेळेवर लसीकरण करा. तुमच्या घरी मांजर असेल, तर टॉक्सोप्लाझ्मोसिसपासून तुमचा बचाव करा.

लाइम डिसिजचा धोका असेल, तर तुमचा लवकर बचाव करा.

टूथब्रशसारख्या वस्तू शेअर करू नका. तसेच गुळणा करताना डिस्पोजेबल कप वापरा.

जेवण स्वच्छ आणि पौष्टिक असायला हवे. बाजारात उघड्यावर विकणारे जेवण घेऊ नका.

डॉक्टरांना लगेच माहिती द्या. म्हणजे काहीही अडचण येणार नाही. सुरक्षेच्या दृष्टिकोनातून गर्भावस्थेपूर्वीच याची लस टोचून घ्या.

रूबेला

''परदेश दौऱ्यात रूबेला होऊ शकतो. मी याची काळजी घ्यायला हवी का?''

तुम्ही याबाबतीत फारशी काळजी करण्याची आवश्यकता आहे, असे आम्हाला वाटत नाही. याच्या लसीकरणाबाबत तुम्हाला खात्री नसेल, तर एका तपासणीने त्याची माहिती कळू शकते. रूबेला अँटीबॉडी हिटरने शरीरातील अँटीबॉडीजची पातळी तपासली जाते. डॉक्टरांच्या पहिल्या भेटीतच ही तपासणी करून घ्या. अजून तुम्ही ही तपासणी केली नसेल, तर आता करून घ्या.

गर्भावस्थेत तुम्हाला हे संक्रमण झाले तरीही गर्भावर याचा परिणाम तुम्हाला हे संक्रमण कधी झाले यावर अवलंबून असतो. पहिल्या महिन्यात बाळाला जन्मजात विकृती होण्याची शक्यता अधिक असते. तिसऱ्या महिन्यानंतर हा धोका कमी होतो.

गर्भधारणेपूर्वी तुम्ही ही लस घेतली असेल, तर तुम्हाला एक महिना गर्भधारणा न करण्याचा सल्ला दिला जातो. या दरम्यान गर्भधारणा झाली तरीही घाबरण्यासारखे काही नसते. त्यात धोका नाही.

चिकन पॉक्स

''माझ्या पहिल्या मुलाला बाहेरच्या दुसऱ्या मुलांमुळे चिकन पॉक्स झाला आहे. यामुळे माझ्या गर्भाला काही धोका होऊ शकतो?''

गर्भाला फक्त आपल्या आईमुळेच संसर्ग होऊ शकतो. तुम्हाला लहानपणीच हे संक्रमण झाले असल्याची तसेच त्याची लस दिल्याची आशा आहे. डॉक्टर किंवा आई- वडिलांना हे विचारा.

दुसऱ्या कुणाकडून तुम्हाला ससंर्ग झाला, तर ९६ तासांत लस टोचून घ्यायला हवी. त्यामुळे तुम्ही अनेक गुंतागुंतीपासून बचाव करू शकाल. तुमची लक्षणे गंभीर असतील, तर बचावासाठी अँटीव्हायरस घेऊ शकता.

गर्भावस्थेच्या सुरूवातीला हे संक्रमण झाले तर गर्भात जन्मजात विकृती निर्माण होऊ शकतात. नंतर झाल्यावर हा धोका नसतो. डिलिव्हरीच्या आसापास संक्रमण झाले तर गर्भाला संसर्ग होऊ शकतो.त्यासाठी डॉक्टर आधीच अँटिबॉडीज देतात.

तुम्हाला याची लस दिली नसेल, तर डिलिव्हरीनंतर लगेच घ्या. म्हणजे आगामी गर्भावस्था सुरक्षित राहतील. लस टोचल्यानंतर एक महिना गर्भ धारण करू नका.

लाइम डिसीज

''माझ्या क्षेत्रात लाइम डिसिजचा खूप धोका आहे. त्यामुळे गर्भावस्थेत नुकसान होऊ शकते का?''

साधारणपणे जंगलाच्या आसपासच्या परिसरात हरीण, उंदीर आणि इतर प्राण्यांसोबत राहणाऱ्या लोकांत हा आजार आढळून येतो. तुम्ही शहरात असलात तरीही तुम्ही त्याला बळी पडू शकता. कारण तुमच्या घरात शेतातील भाजी पाला येतो.

बचाव हाच सर्वात मोठा मंत्र आहे. जवळच्या मैदानात जाण्यापूर्वी पँट, बूट आणि सॉक्स घाला. तुमच्या पायांना एखादा वळू चिपकणार नाही, हे पहा. तो तुम्हाला चावला तर थकवा, डोकेदुखी, मान आखडणे आणि ताप यासारखी लक्षणे दिसतात. लगेच डॉक्टरांना दाखवा. स्थिती बिघडल्यावर लक्षणे गंभीर होऊ शकतात.

योग्य वेळी लाइम संक्रमणाचे औषध घेतले,

तर गर्भाला काही धोका असत नाही.

हिपेटायटिस ए

''बालगृहात एका मुलाला हिपेटायटिस झाला आहे. मी तिथे काम करते. माझ्या गर्भाला काही धोका आहे का?''

साधारणपणे याची काही लक्षणे आढळून येत नाहीत आणि हा काही गर्भापर्यंत पोहचत नाही. तुम्हाला हा संसर्ग झाला तरीही गर्भाला काही धोका असत नाही; पण तरीही तुम्ही सुरक्षित रहा. त्या बाळांची देखभाल करताना तसेच जेवण करण्यापूर्वी वारंवार हात धुवा. याच्या लसीबाबत तुम्ही डॉक्टरांना विचारा.

हिपेटायटिस बी

''मी गर्भवती असून मला हिपेटायटीस बी झाला आहे. गर्भाला काही धोका आहे का?''

डिलिव्हरीच्या वेळी याचा संसर्ग गर्भाला होऊ शकतो. त्याच्या आधीच डॉक्टर बचावाचे उपाय करतील. तुमच्या नवजाताला हा संसर्ग होऊ नये म्हणून जन्मानंतर १२ तासांच्या आत याचे औषध मिळते. त्याबा सर्व प्रकारच्या लसी दिल्यानंतर १२-१५ महिन्यानंतर उपचार पूर्ण झाली की नाही याची तपासणी केली जाते.

हिपेटायटिस सी

''गर्भावस्थेत असतानी मी हिपेटायटिस सी ची काळजी करायला हवी का?''

डिलिव्हरीच्या वेळी हा आजार आईकडून बाळाला होऊ शकतो. अर्थात तुम्हाला याचा संसर्ग होण्याची शक्यता खूप कमी असते. गर्भावस्थेनंतरच या संसर्गावर उपचार केला जाऊ शकतो.

व्हॅल्स पाल्सी

''सकाळी उठल्यानंतर कानामागे दुखायला लागले तसेच जीभ सुन्न पडली. मी चेहरा पाहिला तर एक भाग लटकत होता. कशामुळे?''

या अवस्थेत चेहऱ्याच्या मांसपेशीचे नुकसान झाले तर एका बाजूने लकवा होऊ शकतो. गर्भावस्थेच्या तिसऱ्या तिमाहीत किंवा प्रसूतीच्या वेळी हे होण्याची जास्त शक्यता असते. हा अचानक होतो आणि सकाळी झोपेतून उठल्यावर तो जाणवतो.

या तात्पुरत्या स्वरूपाच्या आजाराचे कारण माहीत नाही. बॅक्टेरियाच्या संसर्गामुळे असे झाल्याचे समजले जाते. काही वेळा लकव्यासोबतच कानामागे दुखणे, डोके दुखी, तोंड कोरडे पडणे किंवा बोलता न येणे अशी लक्षणेही आढळून येतात.

हा जास्त गंभीर असत नाही. ६ महिन्यांत उपचार केल्यानंतर तो बरा होतो. यामुळे गर्भाला काही धोका होत नाही. अर्थात या बाबतीत तुम्ही डॉक्टरांना सांगायला हवे.

गर्भावस्था आणि औषधे

डॉक्टरांच्या सल्ल्याशिवाय गर्भवतीने हे औषध घेऊ नये, अशी सूचना प्रत्येक औषधावर लिहिलेली असते. मेडिकलमधून तुम्ही एखादे औषध आणून घेतले तर ते सुरक्षित आहे की नाही ते कसे कळेल?

आपल्या मनाने कोणतेही औषध न घेणे १०० टक्के सुरक्षित असल्याचे आपण मान्य केले तरीही काही औषधेच गर्भावस्थेत सुरक्षित नसतात. तुम्हाला आणि गर्भाला काहीही धोका नसणारी अनेक औषधे आहेत. खरं तर काही वेळा गर्भावस्थेत औषध घेणे अनिवार्य होते.

कोणतेही औषध घेताना त्याच्या फायद्याबरोबर त्याच्या नुकसानाचाही विचार करा. अशा प्रकारच्या तुमच्या प्रत्येक निर्णयात डॉक्टरांचा सहभाग असलेला बरा. सुरक्षेच्या दृष्टिने औषधांचे ए, बी, सी, डी असे वर्गिकरण केलेले असते. तुम्ही यात लक्ष घालण्याची गरज नाही. तुम्ही फक्त इतके लक्षात ठेवा की डॉक्टर किंवा दाईला विचारल्याशिवाय़ कोणतेही ॲलोपॅथी, होमियोपॅथी किंवा आयुर्वेदिक औषध घेऊ नका.

सर्वसाधारण औषधे

गर्भावस्थेत पूर्णपणे सुरक्षित असलेली अनेक औषधे आहेत. वाहणारे नाक आणि डोकेदुखी यापासून ते तुम्हाला क्षणात आराम मिळवून देतात. काही औषधे पहिल्या तिमाहीत हानीकारक असतात. काही औषधे पूर्ण गर्भावस्थेसाठी मना केली जातात.

टायलीनोल :- ॲसिटोमिनोफेन गर्भावस्थेत थोड्या फार प्रमाणात सुरक्षित समजले जाते. पहिल्यांदा याचा डोस घेताना डॉक्टरांना विचारा.

ॲस्प्रिन :- तिसऱ्या तिमाहीत हे औषध न घेण्याचा तुम्हाला सल्ला दिला जातो. कारण यामुळे नवजात शिशूला त्रास होऊ शकतो. डिलिव्हरीचय वेळी जास्त रक्तस्त्राव होऊ शकतो. थोड्या प्रमाणात ॲस्प्रिनचा डोस घेतला तर प्रीक्लोंपिसियामध्ये फायदा होत असल्याचे आढळून आले आहे. तुम्ही हे घ्यायचे की नाही, याचा निर्णय डॉक्टरच घेतील. रक्त पातळ करणाऱ्या औषधांसोबत हे घेतले तर यामुळे गर्भपाताचा धोका टाळला जातो. फक्त तुमच्या अवस्थेनुसार आणि डॉक्टरांच्या सल्ल्याने वागा.

ॲडविल किंवा मोट्रिन :- पहिल्या आणि तिसऱ्या तिमाहीत इब्रुफेनचा वापर विचारपूर्वक करायला हवा. ॲस्प्रिनप्रमाणे याचेही नकारात्मक परिणाम होऊ शकतात. डॉक्टरांच्या सल्ल्याशिवाय हे वापरू नका.

हर्बल देखभाल

गर्भावस्थेत आराम मिळवून देणारी प्रत्येक गोष्ट चांगली वाटत असली तरीही नैसग्रिक औषधांना सुरक्षित समजले जाऊ शकत नाही. त्यामुळे हर्बल औषधी घेताना जास्तीची सावधगिरी बाळगा. डॉक्टरांनी परवानगी दिल्यावरच ही औषधे घ्या. नैसर्गिक उपचार तुम्हाला खूप आवडत असतील तर औषधांऐवजी पर्यायी उपचार पद्धतीवर लक्ष द्या. त्यामुळे काहीही नुकसान होण्याची शक्यता नसते.

ॲलिव्ह :- गर्भावस्थेत तुम्ही याचा अजिबात वापर करू नका.

नोजल स्प्रे :- बंद नाकापासून सुटका करून घेण्यासाठी नोजल स्प्रेचा वापर करतात. डॉक्टरांना विचारून योग्य ब्रँड लिहून घ्या. याशिवाय नोजल स्ट्रिपही योग्य असते.

ॲंटीॲसिड :- छातीत जळजळ होऊ लागल्यावव ॲंटिॲसिड घेतले जाते. पण त्याचा डोस डॉक्टरांना विचारून घ्या.

गॅस एड्स :- कधी कधी गॅस घालविण्यासाठी औषधे घेतली जातात.

ॲंटीहिस्टेमाइन :- गर्भावस्थेत सुरक्षित समजले जाणारे काही ॲंटिहिस्टेमाइन आहेत. बेनेड्रिल सुरक्षित समजले जाते. काही डॉक्टर क्लोर-ट्रिमसेन घेण्याचाही सल्ला देतात.

झोपेचे औषध :- गर्भावस्थेत युनिसोन, टायलीनोल, सोमिनेक्स किंवा नायलीटोल सारखी औषधे सुरक्षित समजली जातात. कधी कधी हे घेण्याचा डॉक्टर सल्ला देतात.

डिकांजेस्टेंड :- घेण्याची गरजच पडली तर मर्यादित स्वरूपात सूडाफेड घ्या. आधी डॉक्टरांना विचारा.

अँटीडायरियल :- यामधील सर्व औषधे सुरक्षित समजली जात नाहीत. त्यामुळे डॉक्टरांना विचारल्याशिवाय काहीही घेऊ नका.

अँटीबायोटिक्स :- बॅक्टिरेया इन्फेक्शन झाल्यामुळे डॉक्टरांनी अँटिबायोटिक्स दिले असतील तर ते पेन्सिलिन किंवा अँटीथ्रोमायसिन फॅमिलीतील औषध देतात. तुमची गर्भावस्था माहीत असलेल्या डॉक्टरांकडूनच हे औषध घ्या.

अँटिडिप्रेसेंट :- डिप्रेशनवर योग्य प्रकारे उपचार झाला नाही तर त्याचा गर्भावर विपरीत परिणाम होऊ शकतो. गर्भाच्या वयानुसार ही औषधे वेळोवेळी बदलावी लागतात.

अँटीनॉसिया :- काही औषधांमुळे मॉर्निंग सिकनेस कमी होते. पण या औषधांच्या परिणामामुळे दिवसा झोप येते. त्यामुळे विचार पूर्वक औषधे घ्या.

टॉपिकल अँटिबायोटिक्स :- व्हॅक्टिरेसिन किंवा नियोसपेरिन यासारखे टॉपिकल अँटिबायोटिक्स मर्यादित प्रमाणात घेतले जाऊ शकतात.

टॉपिकल स्टेरॉयड्स :- टॉपिकल हायड्रोकॉर्टिझोन मर्यादित प्रमाणात घेतले जाऊ शकते.

गर्भावस्थेत औषधांचा वापर

गर्भावस्थेत डॉक्टरांनी एखादे औषध दिलेच तर त्याचे लाभ वाढविण्यासाठी आणि धोके कमी करण्यासाठी खालील उपाय करा.

- क़मी वेळेसाठी थोडा डोस देऊन काम भागविले जाऊ शकते का ते डॉक्टरांना विचारा.
- जास्तीत जास्त उपयुक्त होईल अशा वेळीच औषध घ्या. जसे सर्दीचे औषध रात्र झोपताना.
- सूचनांचे पालन करा. पाण्यासोबत घ्यायचे की दुधासोबत ते वाचा. त्याचे साईड इफेक्टही माहीत करून घ्या.गर्भावस्थेत न घेण्याची सूचना दिली असेल तरीही घाबरू नका. बहुतेक औषधांवर असे लिहिलेले असले तरीही ते सुरक्षित असतात. डॉक्टर विचार पूर्वकच ते देत असतात.
- घरातील ॲलर्जी वाढविणारे पदार्थ दूर करा. कारण त्यांचा परिणाम जास्त होत असतो. हर्बल औषधे सुरक्षित असतात, पण डॉक्टरांना विचारल्याशिवाय त्यांचा वापर करू नका.
- औषध गिळताना एक घोट पाणी प्या म्हणजे ते घशाखाली जाईल. नंतर एक ग्लास पाणी प्या. म्हणजे ते पोटात जाऊन मिसळू शकेल.
- तुमची औषधे कोणत्याही एकाच दुकानातून घ्या. औषधाचे नाव आणि डोस तपासूनच औषध घ्या. एक्सपायरी डेट पहा आणि औषधाचे नावही तपासून पहा. काही वेळा केमिस्टही चुकून दुसरे औषध देऊ शकतात.

कोणतेही औषध गर्भावस्थेत पूर्णपणे सुरक्षित असेल, तर ते घेताना का कू करू नका. त्यामुळे गर्भाला काही नुकसान होत नाही तसेच तुमच्यावर उपचार होतो.

■ ■ ■

तुम्हाला एखादा जुनाट आजार असेल तर...

दीर्घकालीन आजार (क्रोनिकल स्टेज) असणाऱ्याचे जीवन खूप गुंतागुंतीचे असते. त्याला विशेष आहार, औषधे आणि तपासण्या याच्या आधारे जगावे लागते. त्यातच गर्भावस्था असेल, तर आहार, औषधे आणि तपासण्या या तिन्हीच्या रुटीनमध्ये बदल करावा लागतो. थोडीशी सावधानता आणि काळजी घेऊन अशी गर्भावस्था सुरक्षित केली जाऊ शकते. गर्भावस्थेचा आजारावर आणि आजाराचा गर्भावस्थेवर काय परिणाम होईल ते अनेक कारणांवर अवलंबून असते. या प्रकरणात अशाच काही मुद्द्यांवर चर्चा केली आहे. या मार्गदर्शनाचा फायदा घ्या, पण कोणतेही पाऊल उचलण्यापूर्वी डॉक्टरांचा सल्ला घ्या. कारण तुमच्या वैयक्तिक गरजा लक्षात घेऊन तुम्हाला योग्य सल्ला किंवा औषध देतील.

तुम्ही काय विचार करता?

दमा

''मला लहानपणापासून दमा आहे. यासाठी घेतले जाणारे औषध गर्भावस्थेत चालते?''

या अवस्थेत तुम्हाला जास्तीची काळजी घेण्याची आवश्यकता आहे, हे आम्ही समजू शकतो. दम्यामुळे गर्भावस्था धोकादायक मानली जाते, हे खरे आहे. पण धोक्याची ही भीती पूर्णपणे नाहीशी केली जाऊ शकते. तुम्ही एखाद्या अनुभवी विशेषज्ञ, स्त्री रोग तज्ज्ञ किंवा डॉक्टरांच्या चमूच्या देखभालीखाली असाल तर तुमची गर्भावस्था सामान्य राहते आणि तुम्ही एका निरोगी बाळाला जन्म देऊ शकता.

दमा पूर्णपणे नियंत्रणात असेल, तर त्याचा गर्भावस्थेवर फारच थोडा परिणाम होतो. प्रत्येक भावी मातेवर त्याचा परिणाम वेगवेगळा होत असतो. एक तृतियांश प्रकरणात दमा बरा होतो. काही प्रकरणात जसाच्या तसा राहतो तर काही प्रकरणात परिस्थिती आणखी चिघळते. जसा आधी होता तसाच तो आताही असल्याचे तुम्हाला आढळून येईल.

गर्भावस्थेच्या आधीच तुम्ही दम्यावर पूर्णपणे नियंत्रण ठेवणे चांगले. तुमच्यासाठी आणि बाळासाठी हे चांगले. तुम्ही खालील पाऊले उचलली नसतील

तर आधी त्याचे पालन करा-

- दमा पसरविणारे पर्यावरणातील घटक ओळखा. कोणत्या गोष्टीमुळे तुम्हाला जास्त त्रास होतो, हे तर तुम्हाला माहीत असेलच. त्या गोष्टीपासून दूर रहा म्हणजे गर्भावस्थेत तुम्ही मोकळा श्वास घेऊ शकाल. तसे तर पारगकण, जनावरांचे केस, धूळ हेच जबाबदार असतात. तंबाखूचा धूर, अत्तर किंवा घर स्वच्छ करण्यासाठी वापरण्यात येणारे डिर्टजंट यामुळेही त्रास होऊ शकतो. तुम्ही आणि तुमचे पती दोघांनीही धुम्रपान सोडायला हवे. ॲलर्जीचे औषध तुम्ही ते गर्भावस्थेतही सुरू ठेवू शकता.
- व्यायाम करताना काळजी घ्या. व्यायामाला सुरूवात करण्यापूर्वी औषध घ्या म्हणजे ॲटॅक येणार नाही. डॉक्टरांचाही सल्ला घ्या.
- सर्दी, खोकला, फ्ल्यू आणि श्वासांशी संबंधित इतर त्रासापासून बचाव करा. निरोगी रहा. डॉक्टरांच्या सल्ल्याने तुम्ही फ्ल्यूचेही औषध घ्यायला हवे. तुम्हाला सायनासायटिस किंवा रिफल्क्सचा त्रास असेल, तर डॉक्टरांना विचारून उपचार करा नाही तर दम्याच्या नियंत्रणात अडचण येऊ शकते.
- डॉक्टरांच्या सूचनांचे पालन करा. म्हणजे तुम्हाला आणि गर्भाला पुरेसा ऑक्सिजन मिळू शकेल. पीक-फ्लो मीटरनेही तपासणी करू शकता.
- तुमच्या औषधांवर आणखी एक नजर टाका आणि डॉक्टरांनी परवानगी दिलेलीच औषधे घ्या. लक्षणे सामान्य असतील तर औषधांची गरज नाही; पण गंभीर लक्षणे निर्माण झाल्यावर गर्भावस्थेत सुरक्षित असणारे औषध दिले जाऊ शकते. तसे तर नाकातून घेतले जाणारे औषध चांगले असते. औषध घेण्यात कुचराई करू नका. आता तुम्हाला दोघांसाठी श्वास घ्यायचा आहे. दम्याचा ॲटॅक आल्यावर उपचारासाठी उशीर करू नका. बाळाला ऑक्सिजन कमी पडू शकतो. त्यामुळे बारीक कळाही येऊ शकतात. ॲटॅक संपल्यावर त्या थांबतात.

गर्भावस्थेच्या अखेरच्या दिवसात ही गोष्ट थोडा गोंधळ निर्माण करणारी ठरू शकते. ती फारशी धोकादायक नसते. या काळात दम्याचा ॲटॅक दीर्घ होणार नाही याकडे तुम्ही लक्ष द्या.

प्रसूती आणि डिलिव्हरीवर दम्याचा काय परिणाम होतो? कोणत्याही औषधाशिवाय तुम्ही काम भागवू शकता. ॲपिड्युरललाही काही अडचण येत नाही. डेमोरिल सारख्या नार्कोटिक वेदनाशामकामुळे दमा उसळी मारू शकतो. त्यावेळी औषधाने फरकपडला नाही तर डॉक्टर तुम्हाला आयव्हीमधून स्टेरॉइड देऊ शकतात. ऑक्सिजिनेशनचीही तपासणी होते. हे कमी आढळून आले तर त्याचे औषध दिले जाते. बाळाच्या जन्मानंतर अशा मातांचा श्वास खूप वेगाने चालतो. हा त्रास तात्पुरता असतो. डिलिव्हरीनंतर तीन महिन्यांनी गर्भावस्थेपूर्वी असलेली दम्याची लक्षणे पुन्हा आढळून येऊ शकतात.

कॅंसर

गर्भावस्थेत कॅंसर होणे सामान्य नाही, पण तो होऊ शकतो. त्यावेळी उपचाराचे योग्य संतुलन राखणे खूप आवश्यक असते. गर्भकाळ, कॅंसरचा प्रकार, त्याची अवस्था, तुमची प्रतिकार शक्ती अशा अनेक कारणांवर त्याचे उपचार अवलंबून असतात. पहिल्या तिमाहीत कॅंसरवरील उपचारामुळे गर्भाला धोका पोहचू शकतो. त्यामुळे डॉक्टर दुसऱ्या तिमाहीपर्यंत वाट पाहतात. कॅंसरची माहिती नंतर कळली तर डॉक्टर डिलिव्हरीनंतर उपचार करतात. म्हणजे बाळाचा जन्म होतो.

सिस्टिक फायब्रोसिस

''मला सिस्टिक फायब्रोसिस आहे. त्यामुळे

गर्भावस्था किती गुंतागुंतीची होऊ शकते?''

सी.एफ. सोबत जगणे किती आव्हानात्मक असते ते तुम्हाला माहीत आहे. गर्भावस्थेत हे आव्हान आणखी मोठे होते; पण तुम्ही आणि डॉक्टर मिळून गर्भावस्था सुखद आणि सुरक्षित करू शकता.

सर्वात आधी तुम्हाला वजन वाढवायचे आहे. त्यासाठी आहार तज्ज्ञाचा सल्ला घ्या. तुमच्या आणि गर्भाच्या तपासणीसाठी तुम्हाला अनेक वेळा डॉक्टरांकडे जायचे आहे. तुमच्या हालचालींवर बंधने येऊ शकतात कारण इथे अकाली प्रसूतीचा धोका असतो.धोका कमी करण्यासाठी जास्तीची सुरक्षितता बाळगली जाते. वेळेपूर्वी इस्पितळात ज़ावे लागते.

येणाऱ्या बाळाला सीएफ आहे की नाही याची तपासणी जेनेटिक काउंसलिंगद्वारे केली जाऊ शकते. तुमच्या जोडीदाराला हा आजार नसेल, तर बाळाला तो होण्याची शक्यता खूप कमी असते. जोडीदारालाही असेल, तर त्यामुळे हा धोका आणखी वाढू शकतो.

या काळात तुम्हाल प्लमोनरी संसर्ग होणार नाही, याची डॉक्टर पूर्ण खबरदारी घेतील. काही महिलांना गर्भावस्थेत फुफ्फुसांचे संक्रमण होते. त्याचा कायमस्वरूपी नकारात्मक काही परिणाम होत नाही.

डॉक्टरांच्या देखीराखीखाली पूर्ण गर्भावस्था गेली तर मांडीवर बाळ खेळू शकते आणि दुसरी काहीही अडचण येत नाही.

निराशा (डिप्रेशन)

''मला गेल्या काही वर्षांपासून क्रोनिक डिप्रेशन (दीर्घकालीन निराशा) आहे. तेव्हापासून मी अँटीडिप्रेसंट औषधे घेते. गर्भवती झाल्यावर ही औषधे घेता येतील का?''

गर्भावस्थेत अनेक स्त्रिया डिप्रेशनचा सामना करीत असतात. योग्य उपचाराने त्यांची गर्भावस्था सामान्य होते. औषधांच्या बाबतीत थोडे संतुलन बाळगावे लागेल. डॉक्टर आणि मानसोपचारतज्ज्ञाला विचारून कोणती औषधी घ्यायची ते नक्की करावे लागेल.

गर्भाची शारीरिक आणि तुमची मानसिक अवस्था दोन्हीकडेही लक्ष द्यावे लागते. गर्भावस्था हार्मोन सुरूवातीला तुमच्या भावनिक आवस्थेला प्रभारित करतात. ज्यांच्या मूडमध्ये चढ-उतार येत नाही, त्या या हार्मोनमुळे निराशेला बळी पडू शकतात. त्यांनी औषधे घेणे बंद केले तरीही त्यांच्या अवस्थेचा तुम्ही अंदाज करू शकता.

ही निराशा गर्भाच्या तब्येतीवरही परिणाम करते. निराशाग्रस्त असलेली माता योग्य पद्धतीने आहार घेत नाही की गर्भाच्या आरोग्याकडे लक्ष देत नाही. ती धुम्रपान आणि मद्यपानाच्या आहारी जाते. अधिक तणाव आणि दबावामुळे काही वेळा बाळाचा अवेळी जन्म होऊ शकतो. जन्मतः वजन कमी असू शकते किंवा जन्मानंतरही अनेक अडचणी येऊ शकतात. डिप्रेशनवर योग्य प्रकारे उपचार झाले तर गर्भवती आपली आणि गर्भाची योग्य काळजी घेऊ शकते.

औषधे बंद करण्यापूर्वी दहा वेळा विचार करा. कोणती अँटिडिप्रेसंट औषधे तुमच्यासाठी सुरक्षित आहेत ते डॉक्टरांना विचारा. डॉक्टर तुम्हाला योग्य माहिती देतील कारण ते दिवस रात्र हेच करीत असतात. काही औषधांचे थोडे-फार दुष्परिणाम झाले तर त्याकडे दुर्लक्ष करावे लागते. कारण निराशेवर उपचार झाले नाहीत तर दीर्घकालीन समस्या निर्माण होऊ शकतात.

काही वेळा औषधांच्या बरोबरीने मानसोपचारही उपयुक्त होतात. पर्यायी उपचारपद्धतीही उपयुक्त आहेत. व्यायाम, ध्यान आणि पौष्टिक आहार याचेही महत्त्व आहे. त्यामुळे त्याकडे दुर्लक्ष करू नका.

मधुमेह

''मला मधुमेह आहे. गर्भावर त्याचा परिणाम होऊ शकतो का?''

या दिवसात मधुमेहग्रस्त गर्भवती महिलांसाठी अनेक आनंदवार्ता आहेत. वैद्यकीय उपचार आणि स्वतःची योग्य प्रकारे देखभाल याद्वारे त्याही निरोगी बाळाला जन्म देऊ शकतात.

मधुमेह टाईप-१ किंवा २ यापैकी कोणत्याही प्रकारचा असला तरीही गर्भधारणेपूर्वी रक्तातील ग्लुकोजचे प्रमाण योग्य पातळीत येते आणि नऊ महिने योग्य राहत असल्याचे आढळून आले आहे.

तुम्हाला आधीपासून मधुमेह असला किंवा गर्भावस्थेच्या दरम्यान गॅस्टेशनल मधुमेह झाला असला तरीही खाली उपायाच्या मदतीने तुम्ही सुरक्षित डिलिव्हरी आणि निरोगी बाळ मिळवू शकता.

योग्य डॉक्टरांची निवड :- तुमच्या प्रसूती विशेषज्ज्ञाला मधुमेहाच्या बाबतीत माहिती असण्याबरोबरच मधुमेहावर उपचार करणाऱ्या डॉक्टरांशीही जुळवून घेता यायला हवे. इतर गर्भवतीच्या तुलनेत तुम्हाला जास्त वेळा डॉक्टरांकडे जावे लागेल.

योग्य आहार :- एखाद्या डॉक्टर किंवा आहार तज्ज्ञाच्या मदतीने आहाराची पूर्ण योजना तयार करावी लागेल. म्हणजे तुम्हाला आणि गर्भाला पौष्टिक घटकांची कमतरता पडणार नाही. त्यामध्ये कॉम्प्लेक्स कार्बोहायड्रेटचे प्रमाण अधिक आणि प्रोटिनचे प्रमाण मर्यादित असायला हवे. मेद आणि कॅलोस्ट्रॉलही मर्यादित असायला हवे. तंतुमय पदार्थांचे प्रमाणही योग्य असायला हवे.

तसे कार्बोहायड्रेटस्‌ची कमतरता इन्सुलिनच्या मदतीने पूर्ण करता येते. काही ठराविक कार्बोहायड्रेट पदार्थांना तुमचे शरीर कसा प्रतिसाद देते ते पहावे लागते. बहुतेक रोगी फळंऐवजी भाज्या, शेंगा, कडधान्ये यातूनच भरपूर प्रमाणात घेतात. ब्लड शुगरची पातळी कायम ठेवण्यासाठी सकाळी पुरेशा प्रमाणात कार्बोहायड्रेटस घ्यावेत. स्नॅक्समध्येही कॉम्प्लेक्स कर्ब आणि प्रोटीन्स पुरेशा प्रमाणात असायला हवेत. जेवण न केल्याने ब्लड शुगरचे प्रमाण कमी होऊ शकते. दिवसा दर तासाला काही ना काही खा. नियमित स्वरूपात पौष्टिक स्नॅक्स घेतल्यामुळे अनेक अडचणींपासून दूर राह शकता.

वजन वाढविणे :- गर्भधारणेपूर्वीच आपले आदर्श वजन वाढवा. वजन जास्त असेल तर ते कमी करा. डॉक्टरांच्या सांगण्यानुसार हळूहळू वजन वाढवा. अल्ट्रासाऊंडच्या मदतीने डॉक्टर बाळाची विकास जाणून घेतात.

व्यायाम :- तुम्हाला टाईप-२ मधुमेह असेल, तर व्यायाम मर्यादितच ठेवावा लागेल. त्यामुळे तुम्हाल जास्त ऊर्जा मिळते आणि ब्लड शुगरची पातळी कायम राहते. तसेच डिलिव्हरी नंतर फीगर पूर्ववत करण्यासाठीही मदत मिळते. तुमच्या मेडिकल प्लॅनशी हे जुळवूनच पुढे जा. तुमच्या गर्भावस्थेत फारशी गुंतागुंत नसेल, तर थोडीशी शतपावली, पोहणे याचा व्यायामात समावेश करू शकता. बाळाच्या विकासाशी संबंधित काही अडचणी आल्या तर तुम्हाला व्यायाम करण्याची परवानगी मिळणार नाही.

तसे व्यायामापूर्वी काही सावधगिरी बाळगायला विसरू नका. व्यायामापूर्वी काही खा. थकवा येईपर्यंत व्यायाम करू नका. इन्सुलिन घेत असाल, तर व्यायाम करावयाच्या भागात घेऊ नका. व्यायामापूर्वी इन्सुलिनचे प्रमाण कमी करू नका.

विश्रांती :- तिसऱ्या तिमाहीत पुरेशी विश्रांती आवश्यक आहे. जास्त थकव्यापासून बचाव करा आणि दुपारी पाय उंच करून झोपा. नोकरीत कामाचा खूप ताण असेल, तर आधीच सुट्टी घ्या.

औषधी :- आहार आणि व्यायामाने काम झाले नाही, तर तुम्हाला इन्सुलिन घ्यावे लागेल. इन्सुलिनचे इंजेक्शन घ्यावे लागू शकते तसेच

इन्सुलिनचे प्रमाणही बदलत रहावे लागू शकते. तुमचे आणि बाळाचे वजन वाढायला लागल्यावर डोस नव्याने नक्की केला जाईल. 'ग्लायबुराईड' औषध घेतल्यानेही गंभीर नसलेल्या प्रकरणात इन्सुलिनचे प्रमाण कमी करता येते. इन्सुलिन घेताना इतर औषधांवरही लक्ष द्यायला हवे. कारण तेही इन्सुलिनच्या पातळीवर परिणाम करू शकतात. डॉक्टरांच्या सल्ल्याने फक्त सुरक्षित औषधे घ्या.

ब्लॅड शुगर :- तुम्हाला दिवसातून ४ ते १० वेळा ब्लॅड शुगरची पातळी तपासावी लागू शकते. तुम्हाला टाईप-१ मधुमेह असेल, तर ग्लायकोसिलेटड हिमोग्लोबिनसाठीही रक्त तपासणी करावी लागू शकते. याची पातळी जास्त असणे याचा अर्थ शुगरच्या पातळीवर नियंत्रण नसणे. ब्लॅड ग्लुकोजची पातळी कायम ठेवण्यासाठी तुम्हाला वेळेवर जेवावे लागेल, आहार आणि व्यायामावर लक्ष द्यावे लागेल. तसेच आवश्यकता पडल्यावर औषधेही घ्यावी लागतील. गर्भावस्थेच्या पूर्वी जर तुम्ही इन्सुलिन घेत असाल, तर हायपोग्लायसिमियाचा बळी होऊ शकता. त्यामुळे पहिल्या तिमाहीत तपासणीवर लक्ष द्या. घरातून बाहेर पडताना खाण्या पिण्याचे सामान सोबत न्या.

लघवीची तपासणी :- तुमच्या शरीरात कीटोन तयार होऊ शकतात. त्यामुळे यावेळी लघवीची तपासणी करायला हवी.

तपासणीतील सावधागिरी :- टेस्टबाबत विचार करून परेशान होऊ नका. गर्भावस्थेच्या काही आठवडे आधीच तुम्हाला गर्भाशयात दाखल व्हावे लागू शकते. काही चुकले आहे, असा त्याचा अर्थ नाही. फक्त तुमची पूर्ण सुरक्षा इतकीच अपेक्षा असते. टेस्टच्या तपासणीतून तुमची आणि गर्भाची अद्ययावत माहिती मिळते. त्यामुळे आवश्यकता पडल्यावर डॉक्टर योग्य पाऊल उचलू शकतील.

तुमच्या डोळयांचीही नियमित स्वरूपात तपासणी करायला हवी. गर्भावस्थेत काही वेळा रेटीना आणि कीडनीच्या समस्या वाढतात. गर्भाशयात गर्भाचा आक़ार वाढला तर योनीमार्गातून डिलिव्हरी करण्याऐवजी इतर पर्यायांचा विचार करावा लागू शकतो. १० व्या आणि २२ व्या आठवड्यात गर्भाची बारकाईने अल्ट्रासाउंड तपासणी केली जाते.

२१ व्या आठवड्यानंतर तुम्हाला दिवसातून तीन वेळा गर्भाची हालचाल जाणून घेण्याविषयी सांगितले जाते. मधूमेह असलेल्या गर्भवतींना प्रीक्लॅंपिसियाचीही भीती असते. त्यामुळे याबाबतीतही डॉक्टरांना पूर्ण खात्री हवी असते.

इलेक्टिव्ह अर्ली डिलिव्हरी :- गॅस्टेशनल मधुमेह किंवा कमी गंभीर लक्षणे असलेल्या गर्भवतीची प्रसूती योग्य वेळी होते; पण प्लासेंटा खूप लवकर क्षीण व्हायला लागतो किंवा रक्तातील साखरेचे प्रमाण व्यवस्थित राहत नाही तेव्हा बाळ एक-दोन आठवडे आधी जन्म घेऊ शकते. सी सेक्शन करावे लागेल की नॉर्मल डिलिव्हरी होणार, हे डॉक्टरच तपासणीनंतर सांगू शकतात.

बाळाच्या जन्मानंतर लगेच त्याला आय़सीयूमध्ये ठेवण्यात आले तर घाबरण्याचे काही कारण नाही. सर्वच बाळांना अशा प्रकारे ठेवले जाते. तिथे त्यांची फुफ्फुसे आणि मधुमेहांच्या लक्षणांची तपासणी केली जाते. तुम्हाला बाळाला स्तनपान करायचे असेल, तर त्याचीही व्यवस्था केली जाते.

ॲपिलॅप्सी

"मला ॲपिलॅप्सी आहे, पण मला आई व्हायचे आहे. माझी गर्भावस्था सुरक्षित असू शकते का?"

योग्य प्रकारे देखभाल करून तुम्हीही निरोगी बाळाची

आई होऊ शकता. गर्भधारणेपूर्वी डॉक्टरांना आणि न्युरोसर्जनला भेटा. ते तुम्हाला औषधी आणि आवश्यक सावधगिरीबद्दल सांगतील. गर्भावस्थेत ॲपिलॅप्सी जास्त प्रमाणात निर्माण होत नसल्याचा बहुतेक महिलांचा अनुभव आहे. आजाराच्या स्वरूपात फारसा फरकही पडत नाही. फक्त अशा माताना उलटी आणि चक्कर येण्याचे प्रमाण जरा अधिक असते; पण त्यामुळे फार काही गंभीर परिणाम होत नाहीत.

अशा मातांच्या बाळांमध्ये बारीकशी जन्मजात विकृती आढळून येते. अर्थात यालाही तुम्ही ॲपिलॅप्सीचा परिणाम म्हणू शकत नाहीत कारण गर्भावस्थेत घेतलेल्या ॲंटिकंक्लसेंट औषधांचा परिणाम असतो.

गर्भधारणेपूर्वी याच्या औषधांबाबत डॉक्टरांशी चर्चा करा. आपला आजार नियंत्रणात आणल्यानंतरच पुढचे पाऊल उचला. डॉक्टर तुम्हाला एक किंवा अनेक औषधांचे मिश्रण देऊ शकतात. त्यामुळे गर्भावस्था सुरक्षित आणि आजार नियंत्रणात राहू शकेल. गर्भाला धोका होईल म्हणून औषधे घेणे बंद करू नका. त्यामुळे उलट धोका वाढतो.

या दरम्यान अल्ट्रासाऊंडद्वारा कालजीपूर्वक तपासणी आणि गर्भावस्थेपूर्वी स्क्रिनिंग करण्याचा सल्ला देतात. तुम्ही जर वॅल्प्रोहक ॲसिड घेत असाल तर डॉक्टर 'न्यूरल ट्यूब डिफेक्ट' ची तपासणी करायलाही सांगू शकतात.

तुम्ही खूप शांत झोप आणि भरपूर पौष्टिक आहारावर भर द्यायला हवा. पातळ पदार्थ आणि व्हिटॅमिन डी घ्या. गर्भावस्थेच्या शेवटच्या चार आठवड्यात व्हिटॅमिन डीचा एक डोस दिला जातो. यामुळे प्रसूती आणि डिलिव्हरीत अड़चण येत नाही. तसेच तुम्ही स्तनपानही करू शकता. दुधावर औषधांचा किंचितसा परिणाम होतो.

फायब्रोमायल्गिया

''काही वर्षांपूर्वी मला फायब्रोमायल्गिया झाला होता. त्याचा गर्भावस्थेवर काय परिणाम होईल?''

तुमच्या एखाद्या आजाराची तुम्हाला आधीपासूनच माहिती असेल, तर त्यामुळे खूप फायदा होऊ शकतो. याच्या लक्षणात वेदना, जळजळ, स्नायू आणि पेशीतील वेदना प्रमुख असते. गर्भावस्थेतील थकव्यामुळे हा सहज ओळखू येत नाही. यामुळे निर्माण होणारा तणाव हेही गर्भावस्थेचेच एक लक्षण समजले जाते. तुमच्या गर्भावर या आजाराचा काहीहीह परिणाम होत नाही. अर्थात तुमची गर्भावस्था थोडी गुंतागंतीची होऊ शकते. तुमच्या शरीरात जास्त थकवा आणि वेदना राहते. यापासून बचाव करण्यासाठी तणाव कमी करण्याचा प्रयत्न करा. डॉक्टरांना विचारून अशा अवस्थेत घेण्यात येणारी आणि गर्भावस्थेत सुरक्षित असणारी औषधे घ्या.

हायपरटेन्शन

''अनेक वर्षांपासून मला हायपरटेन्शन आहे.

क्रॉनिक फॅटिंग सिंड्रोम

याचा गर्भावस्था आणि निरोगी गर्भ याच्याशी काही संबंध नाही. या सिंड्रोमचा गर्भावस्थेवर काय परिणाम होतो, याची अजून माहिती मिळालेली नाही. काही महिलांची लक्षणे पहिल्यासारखीच राहतात, तर काहींची बिघडतात. तुम्हालाही हा सिंड्रोम असेल, तर तुमच्या डॉक्टरांना गर्भावस्थेची कल्पना द्या म्हणजे ते आधीपासून सुरू असलेल्या औषधांत बदल करू शकतील. तसेच तुम्हाला यासाठी आणखीही काही सल्ला देऊ शकतात. त्यामुळे गर्भाची प्रसूती किंवा देखभाल यात काही अडचण येणार नाही.

औषधांचा फायदा

दीर्घ आजारावर नियंत्रण मिळविण्यासाठी तुम्ही औषधे घेत असाल, तर थोडे लक्ष द्या. ती रात्री झोपताना घ्या म्हणजे तुमच्या सिस्टिमला पूर्ण बरे वाटू शकते. सकाळी उलटी आल्यामुळे सर्व औषध बाहेर पडू शकते. काही वेळा गर्भावस्थेत औषधाचा डोस बदलावा लागतो. याबाबतीत वेळोवेळी डॉक्टरांचा सल्ला घ्या. या बाबतीत काही शंका असेल, तर डॉक्टरांना विचारा.

माझ्या उच्च रक्तदबाचा गर्भावस्थेवर काय परिणाम होऊ शकतो?''

जास्त वय असलेल्या जेवढ्या महिला गर्भधारणा करतात. त्यांच्यात हायपरटेन्शनची समस्या आढळून येते. वयासोबत ही अवस्था वाढत जाते.

तुमची गर्भावस्था हायरिस्क समजली जाते म्हणजे तुम्हाला डॉक्टरांकडे जास्त वेळा जावे लागेल. नियंत्रित रक्तदाब, योग्य वैद्यकीय देखभाल आणि तुमची निगराणी यामुळे तुमची गर्भावस्था सुरक्षित होते. तुम्ही निरोगी बाळाला जन्म देऊ शकता. तुम्ही खालील सूचनांचे पालन करा -

योग्य डॉक्टर :- तुमच्या डॉक्टरांना हायपरटेन्शनची चांगली माहिती असायला हवी. प्रसूतीतज्ज्ञांशी या डॉक्टरांची भेट घालून द्या.

मेडिकल देखभाल :- तुम्हाला डॉक्टरांकडे जास्त चकरा माराव्या लागतील आणि अनेक प्रकारच्या तपासण्याही करून घ्याव्या लागतील. गर्भावस्थेत अनेक प्रकारच्या गुंतागुतीशिवाय प्रीक्लोपसिया होऊ शकतो. त्यामुळे पूर्ण ४० आठवडे डॉक्टर तुमच्या प्रकृतीची काळजी घेतील.

रिलॅक्शेसन :- हायपरटेन्शनसाठी रिलॅक्शेसन तंत्र खूप महत्त्वाचे असते. या तंत्रामुळे रक्तदाब कमी केला जाऊ शकत असल्याचे आढळून आले आहे.

इतर पर्यायी उपचार :- डॉक्टरांच्या सल्ल्याने बायोफीडबॅक, ॲक्युपंक्चर किंवा मालीश सारख्या पर्यायी उपचारांचीही तुम्हीमदत घेऊ शकता.

विश्रांती :- उच्च रक्तदाबामुळे मानसिक किंवा शारीरिक तणाव निर्माण होऊ शकतो. त्यामुळे कोणतेही काम अती करू नका. नोकरीच्या ठिकाणी जास्त काम करावे लागत असेल, तर काही दिवस सुट्टी घ्या. तुमच्यासाठी विश्रांती खूप आवश्यक आहे. घरात दुसरीही मुले असतील तर घरकामासाठी कुणाची मदत घ्या.

रक्तदाबावर देखरेख :- तुम्हाला घरी रक्तदाबाच्या नोंदी ठेवाव्या लागतील. पूर्णपणे रिलॅक्स झाल्यावरच रक्तदाब मोजा.

चांगला आहार :- गर्भावस्थेत चांगला पौष्टिक आहार घ्या. डॉक्टरांच्या सल्ल्याने त्यात बदल करा. फळे आणि भाज्यांचे प्रमाण वाढवा. कमी मेदयुक्त पदार्थ घ्या. कडधान्यांमुळे तुमचा रक्तदाब कमी होऊ शकतो.

पातळ पदार्थ :- दिवसाला किमान ८ ग्लास पाणी प्या म्हणजे पाय आणि पोटऱ्यातील सूज कमी होईल.

योग्य औषध :- गर्भावस्थेत तुमचे औषध बदलणार की नाही हे डॉक्टरांवर अवलंबून असते. कारण काही औषधे गर्भावस्थेत सुरक्षित नसतात.

इरिटेबल बाउल सिंड्रोम

''मला इरिटेबल बाउल सिंड्रोम आहे. गर्भावस्थेत याची लक्षणे वाढतील का?''

हा वेगवेगळया महिलांवर वेगवेगळया पद्धतीने आपले परिणाम दाखवित असतो. तुमच्यावर त्याचा काय परिणाम होईल ते सांगता येत नाही. काही महिलांना

कोणतीच लक्षणे जाणवत नाहीत, तर काही महिलांचे लक्षणे आणखी वाढतात.

खरं तर गर्भावस्थेत काही लक्षणे आधीपासूनच असतात. मलावरोध होऊ शकतो किंवा पातळ शौचास होऊ शकते. गॅसमुळे परिस्थिती आणखी चिघळू शकते. गर्भावस्थेतील हार्मोन इतके परिणामकारक असतात की 'इरिटेबल बाऊल सिंड्रोम'चा पत्ताच लागत नाही. डायरिया झालेल्या महिलेला अचानक मलावरोध होऊ शकतो. किंवा मलावरोध असलेल्यांचे पोट साफ होऊ शकते.

या दिवसात एका वेळी जास्त खाण्याऐवजी थोडे थोडे खा. तंतूमय आहार घ्या. योग्य प्रमाणात पातळ पदार्थ घ्या. मसालेदार पदार्थ टाळ. तणाव घेऊ नका. आहारात थोडे प्रोबायोटिक्स सामील करा.

या सिंड्रोममुळे प्रीमॅच्युअर डिलिव्हरीचा धोका होऊ शकतो. सी सेक्शनची गरज पडू शकते.

लूप्स

''लूप्समुळे माझ्या गर्भावस्थेवर काही परिणाम तर होणार नाही ना?''

गर्भावस्थेत अनेक महिलांसाठी याची लक्षणे वाईट असू शकतात. काहींना मात्र याचा पत्ताही लागत नाही. गर्भावस्थेवर होणारे परिणाम अस्पष्टच असतील असे काही नाही. हा आजार बरा झाल्यावरच तुम्ही गर्भधारणा करणे अधिक चांगले. तुम्ही गर्भवती झाला असाल, तर डॉक्टरांकडे जाऊन औषधे आणि तपासण्याआधारे परिस्थिती सावरू शकता. तुमच्या लूप्सवर उपचार करणाऱ्या डॉक्टरांची प्रसूतीतज्ज्ञाशी भेट घालून द्या. म्हणजे ते एकत्रित निर्णय घेतील.

मल्टिपल स्क्लीरोसिस

''अनेक वर्षांपूर्वी मला मल्टिपल स्क्लीरोसिस झाला होता. दोन वेळा थोडे एम.एस. दिले होते. त्याचा गर्भावस्थेवर परिणाम होईल?''

तुमच्यासाठी आनंदाची बातमी. यामुळे तुमच्या गर्भावस्थेला काहीही नुकसान होणार नाही. प्रसूतीपूर्व योग्य देखभाल, न्यूरोलॉजिस्टचा सल्ला आणि देखभाल यामुळे अतिशय चांगले परिणाम होऊ शकतात. याचा लेबर आणि डिलिव्हरीवर काहीही परिणाम होत नाही. यावेळी तुम्ही ॲपिड्युरल आणि इतर वेदनाशामकांचीही वापर करू शकता.

तसं तर बहुतेक महिलांत काहीही लक्षणे आढळून येत नाहीत. काही महिलांचे वजन वाढू शकते आणि त्यामुळे त्यांना चालण्यासाठी त्रास होऊ शकतो. त्यामुळे लक्षणे दिसोत किंवा नाही, उपचारांपेक्षा दक्षता कधीही चांगली.

तणावापासून दूर रहा आणि भरपूर विश्रांती घ्या. शरीराचे तापमान वाढू देऊ नका आणि मूत्रमार्गाला संसर्ग होऊ देऊ नका.

गर्भावस्थेमुळे एम.एस.च्या उपचारावर परिणाम होऊ शकतो. डॉक्टरांना भेटून गर्भावस्थेत सुरक्षित असणारी औषधेच तुम्ही घ्यायला हवीत.

डिलिव्हरीनंतर स्तनपान करण्याची परवानगी मिळाली नाही तर निराश होऊ नका. बाटलीतले दूधही बाळासाठी चांगले असते. तुम्ही डोक्यावर एकदम कामाचे ओझे घेऊ नका. त्यामुळे तणाव येऊ शकतो. या आजाराचा आईकडून गर्भाला होण्याचा धोका नाहीच्या बरोबर असतो. त्यामुळे त्याबाबत तणाव घेऊ नका.

फिनाइल कीटोनयुरिया

''मला जन्मापासून पी.के.यू. आजार होता. किशोरावस्थेत डॉक्टरांनी मला लो फिनाइलालेनाइन डायटवर ठेवले होते. मी बरी झाले. आता गर्भवती झाल्यावर मला तेच डाएट घ्यायला सांगतात. ते आवश्यक आहे का?''

यामध्ये औषधांबरोबरच फळे, भाज्या, ब्रेज इ. आहाराचा मर्यादित प्रमाणात समावेश असतो. तसेच हाय प्रोटिनयुक्त आहार घेतला जात नाही. हे खाणे खरोखरच सोपे नाही, पण गर्भावस्थेत हे तुमच्यासाठी आवश्यक आहे. तुम्ही या डाएटचे पालन केले नाही, तर त्यामुळे बाळाला अनेक प्रकारच्या अडचणींचा सामना करावा लागू शकतो. आजार नियंत्रणात ठेवण्यासाठी गर्भधारणेपूर्वी तीन महिन्यांपासूनच तुम्ही हे डाएट सुरू करायला हवे.

अनेक वर्षांनंतर परत ते डाएट करणे अवघड असले, तरी बाळासाठी करायलाच हवे. याबाबतीत आहारतज्ज्ञाचा सल्ला घेणे चांगले.

शारीरिक अपगंत्व

''स्पायनल कॉर्डला मार लागल्यामुळे मी व्हीलचेअरवर आहे. मला अनेक दिवसांपासून बाळ हवे आहे. आता मी गरोदर आहे. मी काय करू?''

सर्वात पहिली गोष्ट म्हणजे तुमच्या अवस्थेनुसार तुम्हाला आधी योग्य डॉक्टरांची निवड करावी लागेल. ते तुमच्यासारख्या रोग्यांचे विशेषज्ज्ञ असायला हवेत. सध्या इस्पितळात याकडे विशेष लक्ष दिले जाते.

तुमच्या शारीरिक अपंगत्वावरूनच हे नक्की केले जाईल की तुमची गर्भावस्था सुखद आणि चांगली करण्यासाठी काय करायला हवे?

तुमचे वजन नियंत्रित ठेवा. त्यामुळे गर्भावस्थेतील गुंतागुंत कमी केली जाऊ शकते. व्यायामाद्वारे शरीर मजबूत करा. तसे तुमच्यासाठी वॉटर थेरपी चांगली.

इतर महिलंच्या तुलनेत ही गर्भावस्था तुमच्यासाठी थोडी त्रासदायक ठरू शकते. गर्भासाठी नाही. स्पायनल कॉर्ड किंवा इतर काही आजारांमुळे अपंग असलेल्या मातेने अपंग बाळाला जन्म दिल्याचे अजून तरी आढळून आले नाही. तुम्हाला कीडनी संक्रमण किंवा ब्लॅडरशी संबंधित त्रास, घाम येणे, ॲनिमिया असा त्रास होऊ शकतो. तुमच्या जखमेमुळे तुमची प्रसूती वेदनारहीत होते, त्यामुळे तुम्हाला दुसरी लक्षणे पाहून ठरवावे लागणार. तुम्हाला प्रसूती वेदना सुरू झाल्याचे कळावे यासाठी वारंवार गर्भाची अनुभूती घ्यायला सांगितले जाऊ शकते.

इस्पितळातही ही गोष्ट माहीत असल्याने म्हणजे तुमच्या आवश्यकतेनुसार तुमची प्रसूती केली जाईल.

बाळाच्या जन्मापूर्वीचे काही आठवडे तसेही खूप आव्हानात्मक असतात. तुमच्यासाठी ते आणखी थोडे अवघड असतील इतकेच. त्या दृष्टिने तुम्ही घरी तयारी करा. कोणाला तरी मदतीसाठी बोलवा. घरातील सामान अशा प्रकारे लावा की तुम्हाला आणि बाळाला काही अडचण येणार नाही.

ऱ्ह्युमेटायड आर्थरायटिस

''मला ऱ्ह्युमेटायड आर्थरायीटस आहे. याचा गर्भाबस्थेवर काय परिणाम होईल?''

तुमच्या अवस्थेचा गर्भावस्थेवर काहीही परिणाम होणार नाही, पण गर्भावस्थेचा तुमच्या अवस्थेवर परिणाम होऊ शकतो. या दिवसांत तुमची सांधेदुखी आणि सूज कमी होऊ शकते. अर्थात प्रसूतीनंतर मात्र हा त्रास आणखी वाढू शकतो.

गर्भावस्थेत तुमच्यात खूप बदल होऊ शकतो. या काळात तुम्हाला जुनी औषधे बदलून नवीन सुरक्षित औषधे घ्यावी लागतील.

लेबरच्या वेळी असे आसन निवडा की त्यामुळे तुमच्या सांध्यावर जास्त दाब पडणार नाही. याबाबतीत डॉक्टर तुम्हाला चांगला सल्ला देऊ शकतात.

स्कॉलिओसिस

''किशोराबस्थेत मला स्कॉलिओसिस झाला होता. माझ्या मणक्यातील त्रासाचा

गर्भावस्थेवर काय परिणाम होईल?''

साधारणपणे तुमच्यासारख्या स्त्रिया निरोगी बाळाला जन्म देतात. स्कॉलिओसिसमुळे काहीही त्रास होत नसल्याचे आढळून आले आहे.

स्कॉलिओसिसमध्ये ज्या महिलांचे नितंब, पेल्विस आणि खांदे यांचा समावेश असतो त्यांना श्वास घेण्याचा त्रास किंवा गर्भावस्थेच्या अखेरच्या दिवसांत वजन उचलण्याचा त्रास होऊ शकतो. या काळात पाठीचा त्रास खूपच वाढला तर पाय उंचावर ठेवा. कोमट पाण्याने स्नान करा. पाठीला हळूवार मालीश करा. तुम्ही एखाद्या फिजिओथेरपिस्टची मदत घेऊ शकता. त्याला तुमच्या गर्भावस्थेबद्दल सांगा. लेबरच्या वेळी तुम्हाला ॲपिड्युरल घ्यायचे असेल, तर तज्ज्ञांचा सल्ला घ्या. अनुभवी तज्ज्ञ हे काम चांगल्या प्रकारे करू शकतात.

सिकल सेन ॲनिमिया

''मला सिकल सेल ॲनिमिया असून मला गर्भावस्थेबद्दल आताच कळले आहे. माझा गर्भ चांगला राहील ना?''

आता ही बातमी पूर्वीसारखी भीतीदायक राहिली नाही. अवघड आजार असला तरीही तुम्ही निरोगी बाळाला जन्म देऊ शकता. तसे तुमच्या गर्भावस्थेला हाय रिस्क समजले जाते. कारण यामुळे मिसकॅरीज, प्रीटर्म लेबर, प्रीक्लोंपेसिया किवा गर्भाचा विकास थांबविला जाऊ शकतो.

तपासणीसाठी तुम्हाला डॉक्टरांकडे अनेक वेळा जावे लागू शकते. डॉक्टरांनाही सिकल सेल बाबत माहिती असायला हवी म्हणजे ते त्यानुसार काळजी घेऊ शकतील. इतर मातांप्रमाणे तुम्हीही योनीमार्गाने बाळाला जन्म देऊ शकाल. प्रसूतीनंतर संसर्गापासून बचाव करण्यासाठी ॲंटिबायोटिक्स दिले जातील.

तुम्हाला आणि तुमच्या पतीला हा आजार असेल,तर गर्भालाही हा आजार होण्याची शक्यता असते. तेव्हा तुम्हाला एखाद्या जैनेटिक सल्लागाराचा सल्ला घ्यावा लागेल.

थॉयराइड

''किशोरावस्थेत मी हायपोथॉराईडची आणि आता थॉयराईडची औषधे घेते. गर्भावस्थेत हे घेणे सुरक्षित आहे का?''

हे फक्त सुरक्षित आहे, असे नाही तर तुमच्या गर्भासाठी अत्यावश्यक आहे. हायपोथॉयराइडवर उपचार झाला नाही, तर मिसकॅरीजची शक्यता वाढू शकते. गर्भाच्या मेंदूच्या विकासासाठी थॉयराइड हार्मोन आवश्यक असतात. पहिल्या तिमाहीत गर्भाला हे हार्मोन्स मिळाले नाहीत तर त्याला जन्मजात न्युरो समस्या असू शकतात. पहिल्या तिमाहीनंतर त्याच्या शरीरातच हे हार्मोन तयार होतात. थॉयराइडची पातळी कमी झाल्यामुळे डिप्रेशन येऊ शकते. त्यामुळे तुमचे उपचार सतत चालू ठेवा.

थॉयराइड हार्मोनची शरीरातील गरज लक्षात घेऊन डोस कमी जास्त करावा लागतो. वेळोवेळी तपासणी करूनच डॉक्टर डोस नक्की करतात. थॉयराईड कमी किंवा जास्त झाल्याची लक्षणे तुम्ही ओळखा आणि डॉक्टरांना सांगा. अर्थात गर्भावस्थेच्या लक्षणांपासून ही लक्षणे वेगळी करणे थोडे अवघड असते.

आयोडीनची पूर्तता करण्यासाठी तुम्हाला आयोडीनयुक्त मीठ आणि सी फूडचे सेवन करायला हवे.

''मला ग्रेव्स आजार आहे. याचा गर्भावस्थेवर परिणाम होईल का?''

या आजारात थॉयराइड ग्रंथीत जास्त प्रमाणात

थॉयराइड तयार होते. गर्भावस्थेत काही प्रकरणात सावरले जाते. अर्थात योग्य प्रकारे उपचार झाले नाहीत तर मिसकॅरीज किंवा प्रीटर्म बर्थची शक्यता निर्माण होते. त्यामुळे योग्य उपाचार आवश्यक.

योग्य उपचार झाल्यावर तुम्ही नक्कीच निरोगी बाळाची आई होऊ शकता. या दरम्यान तुम्हाला अँटीथॉयराइड ओषधे दिली जातात. कोणत्याही औषधाने काही फरक पडत नसेल, तर ऑपरेशन करून या ग्रंथी काढून टाकण्याचा सल्ला दिला जातो. हे ऑपरेशन दुसऱ्या तिमाहीत करायला हवे म्हणजे पहिल्या तिमाहीत मिसकॅरीज होण्याचा धोका राहणार नाही. गर्भावस्थेत रेडिओॲक्टिव्ह आयोडिनचा वापर करणे तुमच्यासाठी योग्य असत नाही. गर्भावस्थेपूर्वी तुम्ही हा उपचार करून घेतला असेल, तर थॉयराइड रिप्लेसमेंट थेरपी सुरू ठेवणेच चांगले. हे सुरक्षितच नाही, तर गर्भाच्या विकासासाठी आवश्यक आहे.

मदत घ्या

खरं तर प्रत्येक गर्भवतीने कुणाची ना कुणाची तरी मदत घ्यायलाच हवी. दीर्घकालीन आजार असणाऱ्या गर्भवतीला तर याची जास्तच गरज असते. खरं तर तुम्हाला तुमच्या आजाराबद्दल सर्व काही माहीत असते, पण गर्भावस्थेत त्याचे नियम, कायदे आणि औषधे बदलतात. तुम्हाला खाली मदतीची गरज पडू शकते.

मेडिकल सपोर्ट :- गर्भधारणेपूर्वीच डॉक्टरांकडे जाऊन तुम्ही सल्ला घ्यायला हवा म्हणजे तुम्ही आजारावर नियंत्रण मिळवू शकाल. याशिवाय प्रसूतीतज्ज्ञांसह तुमच्या इतर डॉक्टरांनाही तुम्ही तुमच्या संचात सामील करून घ्यायला हवे. ते सर्व मिळून तुमची आणि गर्भाची काळजी घेतील. सर्व डॉक्टरांना एक दुसऱ्यांनी घेतलेल्या टेस्ट आणि त्याचे रिपोर्ट याची माहिती असायला हवी. एखाद्या डॉक्टराने नवीन औषध दिले तर ते घेण्यापूर्वी इतरांचाही सल्ला घ्यावा.

इमोशनल सपोर्ट :- यावेळी तुम्हाला खूप मोठ्या इमोशनल सपोर्टची आवश्यकता असते. खूप मोठ्या औषधी, टेस्ट आणि डाएट प्लॅन पाहून तुम्ही घाबरून जाता तेव्हा रडण्यासाठी मजबूत खांदा हवा असतो. यासाठी तुम्ही पतीची मदत घेऊ शकता. मित्र आणि नातेवाईकांची मदत घ्या. तुमच्यासारखाच आजार असलेली दुसरी एखादी माता मिळाली, तर तुमच्या अनेक शंकाचे समाधान होऊ शकते. तिने दिलेला सल्ला तुम्हाला उपयुक्त ठरू शकतो.

फिजिकल सपोर्ट :- तुम्हाला खूप मोठा फिजिकल सपोर्टही हवा असतो. म्हणजे कुणी तुमच्यासाठी खरेदी करावी तर कुणी स्वंयपाक तयार करावा. कुणी कपडे धुऊन द्यावेत. अशी मदत घेण्यासाठी संकोच करू नका. या कामासाठी एखादी मोलकरीण ठेवू शकलात तर आणखीनच चांगले.

■ ■ ■

भाग -७

गुंतागुंतीची गर्भावस्था

गुंतागुंतीच्या गर्भावस्थेचे व्यवस्थापन

तुमची गर्भावस्था गुंतागुंतीची किवा अवघड समजली जात असेल तर त्याची सर्व लक्षणे आमि संकेत तुम्हाला या प्रकरणात आढळून येतील. तुमची गर्भावस्था सामान्य असेल, तर तुम्हाला हे प्रकरण वाचण्याची आवश्यकता नाही. कारण या माहितीमुळे तुम्हाला काहीही फायदा न होता फक्त तणाव निर्माण होऊ शकतो. त्यामुळे तुम्ही हे वाचू नका आणि उगीच काळजी करीत बसू नका.

गर्भावस्थेतील गुंतागुंत

साधारणपणे कोणत्याही सामान्य गर्भावस्थेत काही गुंतागुंत निर्माण होत नाही. डॉक्टरांनी याचे तुम्हाला काही संकेत दिले असतील, किवा तुम्हाला तशी काही लक्षणे आढळली असतील, तरच तुम्ही हे वाचायला हवे. हे प्रकरण वाचल्यानंतर त्या विषयाची माहिती तर मिळवा, पण योग्य सल्ल्यासाठी तज्ज्ञाचे मार्गदर्शन घ्या. त्यांच्याशी सपर्क साधा.

अर्ली मिसकॅरीज

हे काय झाले? :- गर्भाचा अनियोजित शेवट म्हणजेच गर्भपाताला मिसकॅरीज म्हणतात. पहिल्या तिमाहीत होणाऱ्या गर्भपाताला मिसकॅरीज म्हणतात. पहिल्या तिमाहीच्या शेवटी, २० व्या आठवड्यात होणाऱ्या गर्भपाताला लेट मिसकॅरीज म्हणतात.

गर्भातील क्रोमोझोमल किंवा जेनेटिक विकृतीमुळे अर्ली मिसकॅरीज होते. हार्मोनल तसेच इतर काही कारणामुळेही ते होऊ शकते. बहुतेक वेळा याचे कारण कळत नाही.

हे किती कॉमन आहे? :- अर्ली प्रेगनन्सीमधील ही एक साधारण गुंतागुंत आहे. साधारणपणे ४० टक्के गर्भधारणांचे रुपांतर मिसकॅरीजमध्ये होत असल्याचा अभ्यासकांचा अंदाज आहे. यातील निम्मे तर इतक्या लवकर होतात की गर्भधारणा झाल्याचेही कळत नाही. मिसकॅरेज कोणत्याही स्त्रिच्या बाबतीत होऊ शकते. मग ती उच्च श्रेणीत मोडत असली तरीही. अर्थात काही कारणांमुळे मिसकॅरेजचा धोका वाढतो. पहिले कारण आहे, जास्त वय असणे. दुसरे आहे, व्हिटॅमिनची कमतरता. वजन कमी किंवा जास्त असणे, धुम्रपान, हार्मोनल असंतुलन, एसटीडी आणि क्रोनिक अवस्था.

संकेत आणि लक्षणे :- मिसकॅरीज होण्याचे संकेत आणि लक्षणे यामध्ये खालील गोष्टींचा समावेश होऊ शकतो.

- आखडणे किंवा दुखणे, ओटीपोटात तीव्र वेदनाही होऊ शकते.
- पाळीप्रमाणे योनीतून मोठ्या प्रमाणात रक्तस्राव.
- तीन दिवसांपेक्षा जास्त काळ फिक्कट डाग पडणे.
- गर्भावस्थेचे लक्षण जाणवणे संपणे.

तुम्ही आणि डॉक्टर काय करू शकता? :- प्रत्येक रक्तस्राव म्हणजे तुमचे मिसकॅरीज असा अर्थ होत नाही. दुसऱ्या काही परिस्थितीतही असे होऊ शकते. रक्तस्राव होत असल्यास डॉक्टरांना भेटा. ते अल्ट्रासाउंडद्वारे याची माहिती काढतील. गर्भावस्था असेल, तर ते तुम्हाला तात्पुरती बेड रेस्ट घेण्याचा सल्ला देतील. गर्भावस्थेची सुरूवात असेल, तर हार्मोनच्या पातळीवर लक्ष ठेवले जाईल. रक्तस्राव आपोआप थांबतो.

गर्भाशयाचे मुख उघडलेले आणि गर्भाच्या हृदयाची स्पंदने जाणवत नाहीत, असे डॉक्टरांना वाटले तर हे मिसकॅरीज समजले जाते. दुर्दैवाने याच्या

मिसकॅरीजचे प्रकार

तुमच्या बाबतीत असे झाले असेल, तर या नावांमुळे काही फरक पडत नाही. कारण तुम्ही गर्भ गमावला आहे. तरी माहीत असायला हवे.

केमिकल प्रेगनन्सी :- अंडे फर्टिलाइझ झाल्यावरही गर्भाशयात इम्पलान्ट होत नाही, तेव्हा असे होते. अशा महिलेला मासिक पाळी येत नाही आणि तिची तपासणीही पॉझिटिव्ह येते. कारण प्रेगनन्सी हार्मोन आढळतात. अल्ट्रासाउंड केल्यावर मात्र प्लासेंटा आढळत नाही.

ब्लायटेड ओव्हम :- या अवस्थेत फर्टिलाइझ्ड अंडे युटेर्सवॉलला जुटते, पण गर्भ होऊ शकत नाही. यामध्ये फक्त गॅस्टेशनल सॅक उरते.

मिस मिसकॅरीज :- गर्भ मृत झाल्यावरही गर्भाशयातच राहतो. यामध्ये भूरकट स्राव व्हायला लागतो. अल्ट्रासाउंडमुळेच खरी स्थिती कळते.

इनकम्पलिट मिसकॅरीज :- प्लासेंटाच्या काही पेशी गर्भाशयात राहतात. काही योनीतील रक्तस्रावासोबत बाहेर येतात. यामध्ये वेदनेसह रक्तस्राव होतो. अल्ट्रासाऊंडमध्ये प्रेगनन्सीचा अंश पहायला मिळतो.

थ्रेटनड मिसकॅरीज :- योनीतून रक्तस्राव होत असतानाही सर्व्हिक्स बंद राहते. गर्भाच्या हृदयाची स्पंदने जाणवतात. अशी गर्भावस्था काही वेळा नंतर सामान्य होते.

तुम्हाला माहीत असायला हवे

साधारण गर्भावस्थेत व्यायाम, सेक्स, जड सामान उचलणे, भावनात्मक तणाव, पडण्याची भीती किंवा पोटावर दाब पडल्याने मिसकॅरीज होत नाही. मॉर्निंग सिकनेसमुळेही मिसकॅरीज होत नाही. एखाद्या वेळी मिसकॅरीज झाले तरीही पुढची गर्भावस्था सामान्य असते

तुम्हाला शिकायचे आहे?

काही वेळा निरोगी गर्भावस्थेतही अल्ट्रासाऊंडमध्ये गर्भाच्या हृदयाची स्पंदने कळायला वेळ लागतो. सर्व्हिक्स बंद असेल. फिक्कट डाग पडत असेल तर मोनोग्राममध्ये स्वच्छ प्रतिमा समोर येते. तुमची एच सी जी पातळीही लक्षात घ्या.

पूर्वी मिसकॅरेज झाले असेल तर...

खरं तर अर्ली मिसकॅरीजमध्ये गर्भ सामान्य जीवन जगण्यासाठी लायक नसतो. आई वडिलांसाठी हा एक धक्काच असतो. ही एक नैसर्गिक प्रक्रिया असून जिवंत राहण्यासाठी अयोग्य असलेला गर्भ आपोआपच नाहीसा होत असतो.

यामुळे दुःख होत असले तरीही यात तुमची काही चूक नसते. तुमचे दुःख आणि मनावरचे ओझे कुणाच्या तरी मदतीने हलके करा आणि आमच्या २३व्या प्रकरणात सांगितलेल्या उपायांवर अमंल करा.

काही महिलांना पुन्हा लवकरात लवकर गर्भवती होण्याची घाई होते; पण आधी डॉक्टरांकडून हिरवा सिग्नल मिळवायला हवा. तसे तर असे एकदाच होत असते.

मिसकॅरीजचे कारण काहीही असले, तरीही डॉक्टर दोन तीन महिने थांबायला सांगतात. काही म्हणतात की शरीराला आपल्या आवश्यकतेनुसार वागू द्या. तुम्हाला थांबायला सागितले असेल, तर विश्वसनीय गभनिरोधकाचा वापर करा. शरीरातील गेलेली शक्ती मिळवा. पुढच्या वेळी तुम्ही बाळाची आई व्हाल, हीच आशा आहे. खरं तर तुम्ही गर्भधारणा करू शकता, हेही मिसकॅरीजमुळे कळते.

मिसकॅरीजनंतर महिला सामान्य गर्भावस्था जगतात आणि बाळाला जन्म देतात.

बचावाचा काहीही मार्ग नाही. आखडल्यामुळे खूप वेदना होत असतील, तर डॉक्टर एखादे वेदनाशामक देऊ शकतात. आपली परिस्थिती सांगायला संकोचू नका.

यापासून बचाव करता येतो? :- हे गर्भातील विकृतीमुळे होते. त्यामुळे त्याचा बचाव करता येत नाही. अर्थात धोका कमी करण्यासाठी खालील उपाय केले जाऊ शकतात.

- गर्भधारणेपूर्वी क्रोनिक अवस्था नियंत्रणात आणावी.
- फॉलिक ॲसिड आणि व्हिटॅमिन बीचे औषध घ्यावे. अनेक महिलांमध्ये फक्त यामुळे अडचणी येत असल्याचे आढळून आले आहे. योग्य औषध घेताच त्यांची गर्भावस्था सामान्य होते.
- गर्भधारणेपूर्वी आपले वजन योग्य स्थितीत आणण्याचे प्रयत्न करावेत. आवश्यकतेपेक्षा कमी किवा जास्त वजनामुळे गर्भावस्थेला धोका होतो.
- मद्यपान आणि धुम्रपान सोडा.
- गर्भावस्थेसाठी सुरक्षित असलेलीच औषधे घेण्याचे औषध घेताना लक्षात घ्या.
- संसर्ग टाळण्यासाठी उपाय करा.

दोनपेक्षा जास्त वेळा मिसकॅरेज झाले असेल, तर त्यांच्या कारणाचा शोध घेण्याचा प्रयत्न करा. म्हणजे पुढच्यावेळी बचाव करता येईल.

मिसकॅरीजचे व्यवस्थापन

पहिल्या तिमाहीत पूर्णपणे मिसकॅरिज होत नाही तेव्हा गर्भावस्थेचे अंश मध्येच राहतात. गर्भाच्या हृदयाची स्पंदने कळत नाहीत आणि रक्तस्त्रावही होत नाही. अशा वेळी तुम्हाला गर्भाशय रिकामे करावे लागते. याच्या अनेक पद्धती आहेत.

एक्सपेक्टेंट मॅनेजमेंट :- नैसर्गिक पद्धतीने गर्भावस्था समाप्त व्हावी यासाठी तुम्ही वाट पाहू शकता. यासाठी काही दिवसांपासून तीन-चार आठवडेही लागू शकतात.

औषधे :- औषधांच्या माध्यामातून उर्वरित गर्भ आणि प्लासेंटा काढण्याचे प्रयत्न केले जातात. रक्तस्त्राव सुरू व्हायला काही दिवस लागू शकतात. औषधांमुळे उलटी, मळमळ, आखडणे किंवा डायरिया होऊ शकतो.

सर्जरी :- डी एंड सी या प्रक्रियेत डॉक्टर आरामशीरपणे गर्भाशयाचे तोंड उघडतात आणि गर्भावस्थेचे उर्वरीत भाग बाहेर काढतात. त्यानंतर एक आठवडा रक्तस्त्राव होतो. यामध्ये संसर्ग होण्याची थोडी भीती असते.

तुम्हाला काय करायचे आहे, याचा निर्णय तुम्ही घ्यायचा आहे. हे खालील बाबींवर अवलंबून असते.

- मिसकॅरीज किती दिवसांनंतर झाले आहे. अजूनही रक्तस्त्राव आणि वेदना होत असतील, तर त्याचा अर्थ अजून ते सुरू आहे. अशा वेळी डी एंड सी करू शकता. औषध घेऊ शकता.
- गर्भावस्थेला किती काळ झाला? गर्भाच्या पेशी जास्त असतील, तर डी एंड सी करणे आवश्यक असते. म्हणजे आतील पूर्ण स्वच्छता होऊ शकते.
- तुमची शारीरिक आणि मानसिक अवस्था कशी आहे? त्यानुसार हा निर्णय घेतला जातो.
- धोके आणि फायदे. डी एंड सी मुळे संक्रमणही होऊ शकते. नैसर्गिक पद्धतीसाठी वाट पाहिली तर गर्भाशय पूर्णपणे स्वच्छ होत नाही. अशा वेळी डी एंड सी. च करावी लागते.
- मिसकॅरीज होण्याचे कारणही डी एंड सी मुळे कळू शकते.
- पद्धत कोणतीही असली तरी गर्भ गमावल्यामुळे व्हायचे ते दुःख होतेच.

लेट मिसकॅरीज

हे काय झाले? :- पहिली तिमाही आणि २० व्या आठवड्यात होणाऱ्या मिसकॅरीजला लेट मिसकॅरीज म्हणतात. २० व्या आठवड्यानंतर त्यालाच 'स्टील बर्थ' म्हणतात. या मिसकॅरीजचा संबंध आईची तब्येत, सर्व्हिक्स किंवा गर्भाशयाची अवस्था, काही खास औषधे आणि विषारी घटक तसेच प्लासेंटाची समस्या असते.

याचे प्रमाण किती असते? :- एक हाजारामध्ये एक गर्भावस्था अशी असू शकते.

संकेत आणि लक्षणे :- पहिल्या तिमाहीनंतर अनेक दिवस होणारा गुलाबी किंवा भूरकट रंगाचा स्त्राव हे याचे लक्षण आहे. जास्त रक्तस्त्रावासोबत दुखत असेल, तर मग हे स्पष्ट लक्षण असते. प्लासेंटा प्रीव्हिया, प्लासेंटा ॲबरप्शन, प्रीमॅच्युअर लेबर किंवा युटेराइन लायनिंग टिअरमुळेही रक्तस्त्राव होऊ शकतो.

तुम्ही आणि डॉक्टर काय करू शकता? :- असा काही स्त्राव आढळून आल्यावर डॉक्टरांना भेटा. ते रक्तस्त्रावाची माहिती करून घेण्यासाठी अल्ट्रासाऊंड करतील. गर्भाशयाच्या मुखाची तपासणी

करतील आणि बेड रेस्टचा सल्ला देतील. रक्तस्राव थांबला तर ते मिसकॅरीज नसते. काही वेळा अंतर्गत तपासणी किंवा संभोग यामुळेही असे होऊ शकते. याचा अर्थ तुम्ही नेहमीची कामे सुरू ठेवावीत असा होतो. वेदना किंवा स्रावाशिवाय गर्भाशयाचे तोंड उघडे राहिले तर त्याला 'इनकंम्पिटेट सर्व्हिक्स' म्हणतात. अशा वेळी त्याला टाके घालून लेट मिसकॅरीज थांबविले जाते. तीव्र वेदनेसह जास्त रक्तस्राव होत असेल, तर ते लेट मिसकॅरीजचे लक्षण असते. डॉक्टर काहीही करू शकत नाहीत. गर्भाचा थोडाही भाग शिल्लक राहू नये, यासाठी तुमची डीएंडसी केली जाते.

हे थांबवता येते? :- याची सुरूवात झाली असेल, तर त्याला थांबविता येणे अवघड असते. पूर्वीही असेच झाले असेल, तर बचावाचे उपाय शोधता येतात. इनकंपिटेंटमुळे हे होत असेल, तर ते थांबविण्यासाठी उपाय केले जाऊ शकतात. हायपरटेंशन, मधुमेह यासारख्या क्रोनिक आजारामुळे झाले असेल, तर गर्भधारणा करण्यापूर्वी या आजारांवर नियंत्रण मिळविण्याचा प्रयत्न केला जाईल. गंभीर संसर्गावरही उपचार केले जाऊ शकतात. सर्जरी करून गर्भाशयाचा बिघडलेला आकारही सुधारता येतो. अँटीबॉडीज असतील, तर ॲस्प्रिन किंवा हीपेरिनचा थोडा डोस देतात.

मिसकॅरीजची पुनरावृत्ती

एकदा मिसकॅरीज झाल्यावर दुसऱ्यांदाही होईल, असे नसते. तुमच्या बाबतीत असे अनेक वेळा झाले असेल तर त्याचे कारण जाणून घेण्याचा प्रयत्न करा. वैद्यकीय तपासणी होणे अतिशय आवश्यक असते. अता अशा अनेक टेस्टही घेतल्या जातात, त्यामुळे मिसकॅरीजचे कारण कळू शकते. दोघांचीही तपासणी केली जाते. अल्ट्रासाऊंड, एमआरआय किंवा सिटी स्कॅनच्या मदतीने अनेक प्रकारच्या गोष्टींची माहिती कळते. कारण कळल्यानंतर डॉक्टरांना उपचाराचे पर्याय विचारा. काही वेळा सर्जरी, थायराइडचे औषध किंवा व्हिटॅमिनचे औषध यामुळे कमतरता भरून निघते. हार्मोन ट्रिटमेंटचीही मदत घेतली जाऊ शकते. तुमचे सतत अनेक वेळा मिसकॅरीज झाले असले तरीही तुमच्यात एका निरोगी बाळाची आई होण्याची पूर्ण क्षमता असते. भीतीच्या पलीकडे जाऊन मिसकॅरीजच्या कारणांवर उपाय करावे लागतील. अशा वेळी कुटुंबियांची मदत घ्या. जोडीदाराला मानसिक मदत मागा. त्यांच्यासोबत मनातील भावा शेअर करा. कारण या प्रक्रियेसाठी तुम्ही दोघेही सारखेच जबाबदार असता.

इक्टोपिक प्रेगनन्सी

हे काय आहे? :- याला ट्यूवल प्रेगनन्सीही म्हणतात. यामध्ये गर्भ गर्भाशयात वाढण्याऐवजी फॅलोपियन ट्युबमध्ये वाढतो. किंवा सर्व्हिक्स, ओव्हरी किंवा पोटातही वाढू शकतो. दुर्दैवाने याला सामान्य करण्याची कोणतीही पद्धत अस्तित्वात नाही. पहिल्या पाच आठवड्यातच अल्ट्रासाऊंडद्वारे याची माहिती मिळू शकते. आधी माहिती नाही मिळाली तर फॅलोपियन ट्यूबमध्येच गर्भ वाढतो आणि तो गर्भाशयाला नाहीशे करतो. याची माहिती मिळाली नाही, तर अंतर्गत रक्तस्राव आणि धक्का जीवघेणा ठरू शकतो. अर्थात सर्जरी किंवा औषधांमुळे लगेच बारे वाटू शकते. तसेच दुसऱ्यांदा आई होण्याची स्थितीही येऊ शकते.

याचे प्रमाण किती आहे? :- साधारणपणे दोन टक्के गर्भावस्था अशा असतात. ज्यांना अँडोमॅट्रोओसिस, पेल्विक इन्फलामेंट्री आजार किंवा

ट्युबल सर्जरीचा धोका असतो, अशा महिलांचा यामध्ये समावेश होतो. आय यु डी लावलेले असतानाही ज्या महिला गर्भवती होतात, एसटीडी आज़ार झाला आहे किंवा धुम्रपान करणाऱ्या महिला. आज काल आय़ यु डी मध्ये असा काही धोका राहिलेला नाही.

इक्टोपिक प्रेगनन्सी

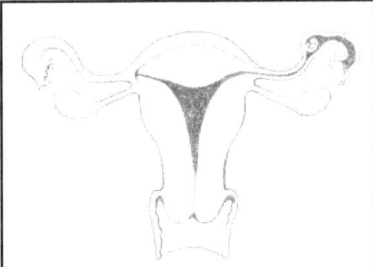

या प्रेगनन्सीमध्ये फर्टिलाइझ्ड एग गर्भाशयाऐवजी इतरत्र इम्पलांट होते. इथे एग फॅलोपियन ट्युबमध्ये इम्पलांट झाले आहे.

संकेत आणि लक्षणे कोणती? :- याचे संकेत आणि लक्षणे खालीलप्रमाणे आहेत -

- ओटीपोटात तीव्र वेदना. खोकलताना किंवा शिंकताना ही वेदना वाढते.
- असामान्य रक्तस्त्राव
- हे कळले नाही आणि फॅलोपियन ट्युब फुटल्यावर
- चक्कर येणे, मळमळणे आणि उलटी होणे.
- अशक्तपणा
- झोप येणे किंवा बेशुद्ध होणे
- ओटीपोटात तीव्र वेदना
- गुदद्वारावर दबाव.
- खांदे दुखणे
- योनीतून तीव्र रक्तस्त्राव.

तुम्ही आणि डॉक्टर काय करू शकता? :- गर्भावस्थेच्या सुरूवातीला साधारण दुखणे आणि स्त्राव यामुळे काही धोका नसला तरीही डॉक्टरांना सांगा. इक्टोपिक प्रेगनन्सीची काही लक्षणे आढळून आली तर डॉक्टरांना दाखवायला उशीर करू नका. याची सुरूवात झाली असेल, तर थांबविण्याचा काही उपाय नाही. तुम्हाला औषध घ्यावे लागते किंवा सर्जरी करावी लागते. काही वेळा यासाठी सर्जरी करण्याची आवश्यकता पडत नाही. ट्यूबमध्ये गर्भाचा अंश राहू नये यासाठी एचसीजी पातळी तपासण्याची एक टेस्ट असते. त्यावरून ही प्रेगनन्सी संपली का नाही ते कळते.

तुम्हाला माहीत हवे?

ओटीपोटात साधारण वेदना इम्पलांटेंशनमुळे होते. लिंगामेटमध्ये तणाव निर्माण होतो म्हणजे इक्टोपिक प्रेगनन्सी आहे, असे नसते.

सब कोरिओनिक ब्लीड

हे काय आहे? :- याला 'सब कोरिओनिक टीमाटोमा' असेही म्हणतात. यामध्ये युटेराईन आणि कोरियन किंवा प्लासेंटामध्ये रक्त जमा होते.

खरं तर अशा प्रकरणात बहुतेक महिला निरोगी बाळाला जन्म देतात. प्लासेंटा खाली रक्त असल्यामुळे अनेक प्रकारच्या समस्या निर्माण होतात.

याचे प्रमाण किती? :- साधारणपणे एक टक्का प्रकरणात असे होते. पहिल्या तिमाहीत होणाऱ्या रक्तस्त्रावात २० टक्के प्रकरणे याचीच असतात.

याचे संकेत आणि लक्षणे :- पहिल्या तिमाहीतील रक्तस्त्राव याचे लक्षण असू शकते. काही वेळा कोणत्याही लक्षणांशिवाय अल्ट्रासाउंड तपासणीत

तुम्हाला माहीत हवे?

सब क्रोनिक रक्तस्त्रावामध्ये गर्भाला काहीही नुकसान होत नाही. टीमाटोमोमधील सुधारणा आपोआप होते.

याची माहिती मिळते.

तुम्ही आणि डॉक्टर काय करू शकता? :- असा रक्तस्राव होत असेल, तर डॉक्टरांना बोलवा. कशामुळे आणि कुठून रक्तस्राव होतो ते पाहतील.

हायपरमेसिस ग्रेव्हिडेरम

हे काय आहे? :- हे मॉर्निंग सिकनेसशी मिळते जुळते असले, तरीही यात परिस्थिती गंभीर असते. हे १२ ते १६ आठवड्यांच्या दरम्यान होते. पूर्ण गर्भावस्थेतही हे होऊ शकते.

यामुळे वजन कमी होते. कुपोषण आणि डीहायड्रेशनही होते. यामध्ये इस्पितळात भरती करून आय व्ही फ्ल्युड आणि अँटीनाजिया औषध द्यावे लागते. कारण उलटी आणि मळमळ गंभीर प्रकारची असते. या उपचारानंतरच तुमचा गर्भ सुरक्षित राहतो.

याचे प्रमाण किती? :- २०० पैकी एखाद्या प्रकरणात असे होऊ शकते. पहिल्यांदा आई होणाऱ्या स्त्रियांना हा त्रास जास्त प्रमाणात होतो. याशिवाय लहान वयाच्या, जाड, मल्टिपल गर्भावस्था असलेल्या महिलांमध्ये तसेच ज्यांना पूर्वीच्या गर्भावस्थेच्या वेळी असे झाले होते त्यांना हे जास्त होते. भावनात्मक तणावामुळे याचा धोका आणखी वाढतो. एंडोक्राईनचे असंतुलन आणि व्हिटॅमिन बीची कमतरता यामुळेही असे होऊ शकते.

याचे संकेत आणि लक्षणे :-

- ख़ूप मळमळणे आणि उलटी होणे.
- ठोस आहार न पचणे.
- डिहायड्रेशनची लक्षणे
- उलटीत रक्त पडणे

तुम्ही आणि डॉक्टर काय करू शकता? :- लक्षणे तीव्र नसतील तर मॉर्निंग सिकनेसप्रमाणे घरगुती उपचार करू शकता. आले, ॲक्युपंक्चर आणि ॲक्युप्रेशरमुळे थांबत नसेल, तर औषध घ्या. तरीही बरे वाटले नाही आणि वजन कमी व्हायला लागले, तर इस्पितळात जाण्याची वेळ येऊ शकते. तिथे तुम्हाला अँटनाजिमा औषध दिले जाते. मग तुम्हाला तुमच्या आहाराकडे लक्ष द्यावे लागते. तिखट आणि मसालेदार पदार्थ टाळायला हवेत. पाणी पुरेशा प्रमाणात प्यावे लागेल. जेवण अनेक भागात विभाजित करा. थोड्या वेळाने थोडे थोडे खा.

तुम्हाला माहीत हवे

हायपरमोसीसमुळे गर्भावर काही परिणाम होत नाही, त्याच्या आरोग्यावर दुष्परिणाम होत नाही.

गॅस्टेशनल डायबेटिज

हे काय आहे? :- असा मधुमेह गर्भावस्थेतच होतो. क़ारण तेव्हा शरीरात पुरेशा प्रमाणात इन्सुलिन तयार होत नाही. गर्भावस्थेतील २४ ते २८ आठवड्यादरम्यान हा सुरू होतो. याच दरम्यान ग्लुकोज स्क्रिनिंग टेस्ट केली जाते. डिलिव्हरीनंतरही हा राहू शकतो.

मधुमेहाचा कोणताही प्रकार गर्भधारणेपूर्वी झाल्यावर नियंत्रित केल्याने आई किंवा गर्भाला काहीही नुकसान होत नाही. आईच्या रक्तात आवश्यकतेपेक्षा जास्त साखर मिसळली तर ती प्लासेंटापर्यंत पोहचल्यावर दोघांसाठीही घातक ठरू शकते. ज्यांच्यामुळे गर्भावस्था गुंतागुंतीची होते, ते गर्भही खूप मोठे असतात. तेव्हा प्रीक्लॅंपसिया होण्याचीही भीती असते. मधुमेहावव उपचार झाला नाही तर गर्भाला जन्मानंतर पोलिओ, श्वास घ्यायला त्रास किंवा रक्तातील साकव कमी असल्याचा त्रास होऊ शकतो. पुढे चालून तो लठ्ठपणा किंवा मधुमेह टाईप-२ ला बळी पडू शकतो.

याचे प्रमाण किती? :- ४ ते ७ टक्के गर्भवती स्त्रियांना हा होऊ शकतो. लठ्ठपणामुळे हा आजार

होऊ शकतो. कुटुंबात आधी कोणाला मधुमेह झाला असेल, आईचे वय जास्त असेल, तर जीडीचा धोका अधिक असतो.

याचे संकेत आणि लक्षणे :- याची लक्षणे फारशी स्पष्ट नसतात.

- अचानक तहान लागणे.
- वारंवार लघवीला जाणे.
- थकवा (गर्भावस्थेपेक्षा वेगळया स्वरूपाचा)
- लघवीत साखर (तपासणीनंतर कळते)

तुम्ही आणि डॉक्टर काय करू शकता? :- २८व्या आठवड्यात तुमची ग्लुकोज स्क्रीनिंग टेस्ट केली जाते. जास्त आवश्यकता भासली, तर तीन तासांच्या आत ग्लुकोज टॉलरन्स टेस्टही केली जाते. या तपासणीत जीटीचा पत्ता लागला तर डॉक्टर तुम्हाला विशेष डाएट आणि व्यायामाचा सल्ला देतात. ग्लुकोज मीटरच्या सहाय्याने तुम्हाला घरीही ग्लुकोजची पातळी तपासता येते.

डाएट आणि व्यायामामुळे ग्लुकोजचे प्रमाण नियंत्रणात आले नाही, तर तुम्हाला इन्सुलिन द्यावे लागू शकते. याच्या इंजेक्शनशिवाय ग्लोब्युराईड औषधही दिले जाते.

अर्थात योग्य प्रकारे ब्लड शुगर नियंत्रित केली, तर गर्भावस्थेतील गुंतागुंत संपते. तुम्हाला चांगल्या उपचारांची आणि काळजीची आवश्यकता असते.

> **तुम्हाला माहीत हवे**
>
> गॅस्टेशनल मधुमेह नियंत्रणात असेल, तर काळजी करण्याचे काही कारण नसते. गर्भावस्था सामान्य राहते आणि गर्भालाही हानी पोहचत नाही.

यापासून बचाव केला जाऊ शकतो? :- गर्भावस्थेच्या पूर्वी आणि गर्भावस्थेत तुमच्या वजनावर लक्ष ठेवा. पौष्टिक आहार घ्या. व्यायामावर लक्ष द्या. फॉलिक सीसाचे भरपूर प्रमाण असू द्या. अशा प्रकारे काळजी घेतली तर जन्मणाऱ्या बाळालाही मधुमेहाचा धोका राहत नाही.

गर्भावस्थेत जीडी झाल्यावर, गर्भावस्थेनंतर टाईप-२ प्रकारच्या मधुमेहाची शक्यता खूप वाढते. तुम्ही योग्य आहार घ्या. वजन नियंत्रित ठेवा आणि व्यायाम सुरू ठेवा. यामुळे धोका टळतो.

प्रीक्लँपसिया

हे काय आहे? :- गर्भावस्थेत साधारणपणे २० आठवड्यानंतर हा होतो. यामध्ये रक्तदाब खूप वाढतो.

> **तुम्हाला माहीत हवे**
>
> योग्य देखभाल करून प्रीक्लॅपसियावर उपचार केला जाऊ शकतो. गर्भवतीचा रक्तदाबही सामान्य पातळीवर राहतो.

आवश्यकतेपेक्षा जास्त सूज येते आणि लघवीतून प्रोटिन जायला लागतात.

यावर उपचार झाला नाही, तर परिस्थिती आणखी गंभीर होऊ शकते. त्यामुळे गर्भावस्थेत आणखी गुंतागुंतही वाढू शकते.

याचे प्रमाण किती? :- साधारणपणे ८ टक्के महिलांना हा आजार होतो. ४० वर्षांपेक्षा अधिक वयाच्या स्त्रिया, मल्टिपल गर्भाच्या माता, मधुमेह किंवा रक्तदाब असलेल्या स्त्रिया यांना हा धोका जसत असतो. पहिल्या गर्भावस्थेच्या वेळी तुम्हाला असे झाले असेल, तर यावेळी तसे होण्याचा धोका जास्त असतो.

याचे संकेत आणि लक्षणे :- खालीलप्रमाणे याची लक्षणे असू शकतात.

- हाता-पायांवर गंभीर प्रकारची सूज.
- पोटऱ्यांवरील सूज, १२ तास विश्रांती घेतल्यानंतरही कमी न होणारी.
- अचानक वजन वाढणे.

- वेदनाशामक घेतल्यानेही बरी न होणारी डोकेदुखी.
- पोटाच्या वरच्या भागात दुखणे.
- डोळयांसमोर आंधारी येणे.
- रक्तदाब वाढणे.
- लघवीत प्रोटीन आढळणे
- हृदयाची स्पंदने खूप वाढणे.
- लघवीला दुर्गंधी येणे.
- कीडनीच्या कामात अनियमितपणा येणे.
- रिलॅक्स रिॲक्शनमध्ये वाढ.

तुम्ही आणि डॉक्टर काय करू शकता? :- सुरूवातीच्या काळात चांगल्या वैद्यकीय देखभालीची आवश्यकता. आधीपासून या आजाराचा इतिहास असेल, तर तुम्हाला अधिक काळजी घ्यायला हवी.

तुम्हाला बेड रेस्ट घ्यावी लागेल आणि घरी रक्तदाब तपासावा लागेल. परिस्थिती जास्त गंभीर झाली तर कळाल्यानंतर दोन-तीन दिवसांत डिलिव्हरी करावी लागू शकते. काही वेळासाठी औषध दिले जाऊ शकत असले, तरीही याचा शेवटचा उपाय डिलिव्हरी हाच आहे. गर्भ शारीरिकदृष्ट्या परिपक्व होताच डिलिव्हरी करण्याचा सल्ला दिला जातो.

प्रीक्लॅंपसियाची कारणे

- क़ाही जेनेटिक संबंध, अनुवांशिक कारणांमुळेही प्रीक्लॅंपसिया होऊ शकतो.
- रक्तवाहिन्यातील विकृती. यामुळेही काही महिलांना प्रीक्लॅंपसिया होऊ शकतो.
- गर्भवतीला हिरड्यांचा आजार असेल, तर त्याच्या संसर्गामुळेही प्रीक्लॅंपसिया होऊ शकतो, पण याचा ठोस पुरावा नाही.
- काही वेळा आईचे शरीर गर्भ आणि प्लासेंटासाठी ॲलर्जिक होते. त्यामुळे आईच्या शरीरात प्रतिक्रिया निर्माण होते. त्यामुळे रक्तवाहिन्याची हानी होते.

डिलिव्हरीनंतर ९७ टक्के महिलांचा रक्तदाब पूर्ववत होतो.

लघवी आणि रक्ताची पूर्व तपासणी करून या आजाराची आधीच माहिती मिळविण्यासाठी काही संशोधक आणि डॉक्टर प्रयत्न करीत आहेत. त्यामुळे या आजारावर उपचार करणे आणखी सोपे होईल.

हेल्लप सिंड्रोम

हे काय आहे? :- ही अवस्था एकट्या स्वरूपात किंवा प्रीक्लॅंपसियासोबत शेवटच्या तिमाहीत निर्माण होऊ शकते. यामध्ये लाल रक्तपेशींचे प्रमाण कमी होते. तसेच लिव्हरमधील इन्झाइम वाढतात. रक्तात पेशी तयार होत नाहीत आणि लिव्हरच्या कार्यक्षमतेवरही परिणाम होतो.

या सिंड्रोममुळे आई आणि गर्भ दोघांच्याही जिवाला धोका होऊ शकतो. योग्य वेळी उपचार झाला नाही, तर गंभीर स्वरूपाची गुंतागुंत निर्माण होऊ शकते. लिव्हर निकामी होऊ शकतात.

याचे प्रमाण किती? :- प्रीक्लॅंपसियासोबत १० पैकी १ केसमध्ये, तर स्वतंत्ररित्या ५०० पैकी एका केसमध्ये होऊ शकतो.

याचे संकेत आणि लक्षणे? :- तिसऱ्या तिमाहीत याची लक्षणे खालीलप्रमाणे असू शकतात.

- मळमळणे.
- उलटी होणे.
- डोकेदुखी
- पोटाच्या वरच्या भागात दुखणे
- व्हायरलसारख्या संसर्गाची लक्षणे

रक्त तपासणीनंतर लाल रक्तपेशी की असल्याचे आढळून येते. या अवस्थेत लिव्हर वेगाने निकामी होऊ लागतात. उपचार करण्यास वेळ करू नये.

तुम्ही आणि डॉक्टर काय करू शकता? :- गर्भाची डिलिव्हरी हा सर्वात योग्य उपाय आहे.

लक्षणांचा अंदाज येताच डॉक्टरांकडे जा. उपचारासाठी स्टेराइड आणि मॅग्नेशियम सल्फेट दिले जाते.

बचावासाठी काय करता येते? :- पूर्वीही असे झाले असेल, तर वैद्यकीय देखभाल खूप आवश्यक होते. दुर्दैवाने या अवस्थेपासून बचाव करण्याचा काहीही मार्ग नाही.

इंट्रायुटेराइन ग्रोथ रिस्ट्रिक्शन

हे काय आहे? :- सामान्य गर्भाच्या तुलनेत लहान असलेल्या गर्भाला आय. यू. जी. आर. म्हणतात. गर्भाशयाच्या वजनाच्या तुलनेत गर्भाचे वजन १० टक्क्यापेक्षाही कमी असेल, तर आययूजीआरची माहिती कळते. गर्भाला योग्य पोषण मिळाले नाही, तर अशी परिस्थिती निर्माण होऊ शकते.

याचे प्रमाण किती? :- साधारणपणे ६० टक्के गर्भावस्थेत हे होते. पहिली, पाचवी किंवा त्यानंतरची गर्भावस्था; १७ पेक्षा कमी आणि २५ पेक्षा जास्त वयाच्या गर्भवती; पूर्वी कमी वजनाच्या बाळाला जन्म देणाऱ्या स्त्रिया; किंवा प्लासेंटा तसेच युटेराईन असामान्य असणाऱ्या महिलांना हा होतो. जन्माचय वेळी आईचे वजनही कमी असेल, तर तिला कमी वजनाचे बाळ होऊ शकते. बाळाच्या वडिलांचे वजनही जन्माच्या वेळी कमी असेल, तर हा धोका अधिक प्रमाणात निर्माण होऊ शकतो.

याचे संकेत आणि लक्षणे ? :- गर्भाची लांबी आणि उंची मोजताना गर्भ आपल्या नियमित स्वरूपापेक्षा कमी वजनाचा असल्याचे डॉक्टरांना कळू शकते. अल्ट्रासाउंडद्वारेही कमी वजनाच्या बाळाचा पत्ता लागू शकतो.

तुम्ही आणि डॉक्टर काय करू शकता? :- जन्माच्या वेळी असणाऱ्या बाळाच्या वजनावरूनच त्याची आरोग्याची माहिती कळत असते. बाळाचे वजन कमी असेल, तर त्याला अनेक प्रकारचे संसर्ग होऊ शकतात. त्यामुळे या स्थितीबाबत आधीच माहिती मिळणे खूप आवश्यक असते. त्यामुळे बाळाच्या आरोग्याची काळजी घेणे शक्य होते. सर्व प्रकारचे प्रयत्न करून आणि औषधे घेऊनही बाळाचा योग्य प्रकारे विकास होत नसेल, तर तो परिपक्व झाल्याबरोबर डिलिव्हरी केली जाते. त्यामुळे त्याची चांगल्या प्रकारे देखभाल करता येऊ शकते.

तुम्हाला माहीत हवे

एकदा कमी वजनाच्या बाळाला जन्म देणाऱ्या आईला दुसऱ्या वेळीही हा धोका असतो. अर्थात पहिल्यापेक्षा वजनात थोडा फरक असतो, पण तुम्हाला त्याकडे लक्ष द्यावे लागेल.

यापासून बचाव होऊ शकतो? :- योग्य प्रमाणात पोषण केले आणि वाईट सवयींचा त्याग केला, जसे धुम्रपान, मद्यपान, मादक पदार्थांचे सेवन इ. अशा प्रकारे उपचार करून आणि पथ्य पाळूनही कमी वजनाचे बाळ जन्माला आलेच तर नियोनेटल देखभाल करून त्याची परिस्थिती सुधारता येऊ शकते.

तुम्हाला माहीत हवे

जन्माच्या वेळी कमी वजन असलेली सुमारे ९० टक्के मुले जन्मानंतर एक- दोन वर्षातच सामान्य मुलाइतक्या वजनाचे होऊ शकतात.

प्लासेंटा प्रीव्हिया

हे काय आहे? :- या अवस्थेत प्लासेंटा सर्व्हिक्सला थोडा किंवा पूर्णपणे झाकून टाकतो. अर्ली प्रेगनन्सीमध्ये प्लासेंटा खालीच असतो. नंतर गर्भावस्थेसोबत गर्भाशयाचा आकार वाढत जातो तसा प्लासेंटा सर्व्हिक्स समोरून दूर जातो. तो जर तिथून दूर

झाला नाही किंवा त्याने सर्व्हिक्सला थोडे झाकून टाकले तर त्याला 'प्लासेंटा प्रिव्हिया' म्हणतात. त्याने सर्व्हिक्सला पूर्णपणे झाकले असेल, तर त्याला टोटल प्रिव्हिया म्हणतात. या दोन्हीमुळे बाळाचा जन्म योनीमर्गाने होऊ शकत नाही. यामुळे गर्भावस्थेच्या शेवटी किंवा डिलिव्हरीच्या वेळी रक्तस्त्रावही होऊ शकतो. प्लासेंटा जितका सर्व्हिक्सच्या जवळ असतो, तितकी रक्तस्त्राव होण्याची शक्यता अधिक असते.

याचे प्रमाण किती आहे? :- साधारणपणे २०० गर्भावस्थेंपैकी एकामध्ये असे होऊ शकते. २० पेक्षा कमी वयाच्या किंवा ३० पेक्षा अधिक वयाच्या महिलांमध्ये हे जास्त आढळून येते. ज्या स्त्रियांचे पूर्वी डीएंडसी किंवा सी सेक्शन झाले आहे. धुम्रपान किंवा जुळया मुलांच्या जन्माच्या वेळीही हा धोका निर्माण होतो.

याचे संकेत आणि लक्षणे कोणती? :- साधारण लक्षणातून याची खात्री पटत नाही. दुसऱ्या तिमाहीतील अल्ट्रासाऊंडद्वारे याची माहिती होऊ शकते. काही वेळा तिसऱ्या तिमाहीत होणाऱ्या रक्तस्त्रावामुळेही याची माहिती कळते. रक्तस्त्राव हे याचे एक महत्त्वाचे लक्षण आहे. या रक्तस्त्रावासोबत काहीही वेदना होत नाही.

तुम्ही आणि डॉक्टर काय करू शकता? :- तुम्हाला काही करण्याची आवश्यकता पडत नाही. तिसऱ्या तिमाहीच्या शेवटी प्लासेंटा प्रिव्हियाची अनेक प्रकरणे आपोआप सुटतात. प्रिव्हियासोबत रक्तस्त्राव होत नसेल, तर अनेक वेळा कोणत्याही उपचारांची आवश्यकता पडत नाही. रक्तस्त्राव होत असेल, तर बेडरेस्ट घेण्याचा सल्ला दिला जातो. सेक्स करण्यासाठी मनाई केली जाते आणि तुमची अतिशय काळजीपूर्वक देखभाल केली जाते. वेळेपूर्वी प्रसूती होण्याचा धोका निर्माण झाला असेल, तर तुमच्या गर्भाची फुफ्फुसे परिपक्व करण्यासाठी स्टेराइडचे इंजेक्शन दिले जाते. तुम्हाला काहीही त्रास नसला, तरीही गर्भाची डिलिव्हरी मात्र सी सेक्शनद्वारेच केली जाते.

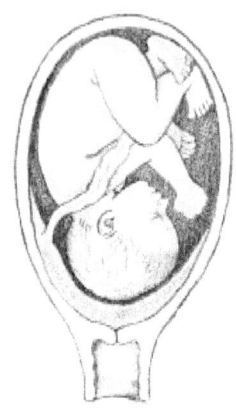

प्लासेंटा प्रिव्हिया

इथे प्लासेंटाने गर्भाशयाचे मुख पूर्णपणे बंद करून टाकले आहे. त्यामुळे योनीमार्गाने डिलिव्हरी होणे शक्य नाही.

प्लासेंटल ॲबरप्शन

हे काय आहे? :- डिलिव्हरीच्या पूर्वी, गर्भावस्थेच्या काळातच प्लासेंटा युटेराईन वॉलपासून वेगळा होतो तेव्हा त्याला प्लासेंटल ॲबरप्शन म्हणतात. त्याचे प्रमाण जास्त नसेल, तर थोडेसे उपचार आणि थोडीशी सावधगिरी बाळगल्याने आई व बाळाला काही धोका निर्माण होत नाही. प्लासेंटा वेगळा झाल्यावर गर्भाला ऑक्सिजन आणि पोषण मिळत नाही, असा याचा अर्थ झाला.

याचे प्रमाण किती आहे? :- १ टक्क्यापेक्षाही कमी गर्भावस्थेत असे होऊ शकते. हे साधारणपणे

तिसऱ्या तिमाहीच्या आसपास होऊ शकते. खरं तर हो कोणत्याही स्त्रिच्या बाबतीत होऊ शकत असले, तरीही ज्यांना जुळे होणार आहेत, ज्यांना पूर्वीही असे झाले आहे, धुम्रपान किंवा मादक द्रव्यांचे सेवन करणाऱ्या किंवा गॅस्टेशनल मधुमेहाचा आजार असणाऱ्या स्त्रियांना होऊ शकतो.

याचे संकेत आणि लक्षणे काय आहेत? :- ते खालीलप्रमाणे आहेत -

- तीव्र किंवा थोडासा रक्तस्त्राव.
- ओटीपोटात कळा आणि वेदना.
- पोट किंवा पाठ दुखणे

तुम्ही आणि डॉक्टर काय करू शकता? :- गर्भावस्थेच्या दरम्यान अशा प्रकारे कोणताही रक्तस्त्राव होत असेल किंवा ओटीपोटात दुखत असेल, तर लगेच डॉक्टरांना सांगा. रोग्याची मेडिकल हिस्ट्री, त्याची परिस्थिती, संकुचन आणि गर्भाची परिस्थिती पाहूनच कोणताही निर्णय घेतला जाऊ शकतो. त्यासाठी अल्ट्रासाऊंडची मदत घेतली जाऊ शकते. फक्त २५ टक्के ॲबरप्शनच अल्ट्रासाउंडद्वारे दिसू शकतात. प्लासेंटा पूर्णपणे वेगळा झाला नसल्याचे आढळून आले असेल, तर तुम्हाला फक्त विश्रांती घेण्याचा सल्ला दिला जातो. रक्तस्त्राव सुरू असेल, तर आय व्ही फ्ल्यूड दिले जाऊ शकते. डिलिव्हरी लवकर करण्याची शक्यता असेल, तर स्टेरॉइडचे इंजेक्शन दिले जाऊ शकते. त्यामुळे गर्भाची फुफ्फुसे मजबूत होतात. ॲबरप्शन होणे सुरूच राहिले तर मात्र फक्त सी सेक्शनचा उपाय उरतो.

कोरियोॲम्निओनेटिस

हे काय आहे? :- हा बाळाचे रक्षण करणाऱ्या सुरक्ष कवच असलेल्या ॲम्नियोटिक मेंब्रेन आणि द्रव्याला झालेला संसर्ग आहे. तो बॅक्टेरियामुळे होतो.

प्रिमॅच्युअर डिलिव्हरी किंवा मेंब्रेन करण्याचे हेच कारण आहे.

याचे प्रमाण किती असते? :- १ ते २ टक्के गर्भावस्थेत हे होऊ शकते. मेंब्रेन लवकर फाटल्यामुळे असा संसर्ग होण्याची शक्यता वाढते. कारण योनीतून बॅक्टेरिया तिथे प्रवेश करू शकतात. पहिल्या गर्भावस्थेच्या वेळी ज्या महिलांना अशा प्रकारचा संसर्ग झाला आहे, त्यांना दुसऱ्या गर्भावस्थेच्या वेळीही असे होण्याची शक्यता असते.

याचे संकेत आणि लक्षणे :- संसर्ग झाल्याची तपासणी करण्यासाठी कोणत्याही प्रकारची टेस्ट केली जात नाही. याची लक्षणे खालीलप्रमाणे असू शकतात.

- ताप
- गर्भाशयात दुखणे.
- गभाच्या आणि तुमच्या हृदयाची स्पंदने वाढणे.
- मेंब्रेन फाटल्यावर ॲम्नियोटिक द्रव्याचा स्त्राव होणे.

> **तुम्हाला माहीत हवे**
>
> क़ोरियोॲम्नोओनिटसला तुम्ही वेळीच ओळखून त्यावर योग्य उपचार करून घेतले, तर आई आणि बाळ दोघांचाही धोका खूप कमी होतो.

- मेंब्रेन फाटेल नाही, तर दुर्गंधीयुक्त योनीस्त्राव.
- पांढऱ्या रक्तपेशींची संख्या वाढणे.

तुम्ही आणि डॉक्टर काय करू शकता? :- कोणत्याही प्रकारच्या दुर्गंधीयुक्त स्त्रावाची माहिती कळल्यावर डॉक्टरांना सांगा म्हणजे संसर्ग थांबविण्यासाठी ॲंटिबोयटिक्स दिले जाऊ शकतील. लवकरात लवकर डिलिव्हरी केली जाते आणि त्यानंतर तुम्हाला तसे बाळाला ॲंटिबयोटिक्स दिले जातात. त्यामुळे तुम्हा दोघांना पुन्हा संसर्ग होणार नाही.

ओलिगोहायड्रामनिओस

हे काय आहे? :- या अवस्थेत गर्भाच्या भोवती असलेले ॲम्नियोटिक द्रव्य कमी होते. हे तिसऱ्या तिमाहीच्या शेवटी होऊ शकते. अर्थात आधीही हे होऊ शकते. तसे तर अशा महिलांची गर्भावस्था सामान्य स्वरूपाची असते, फक्त गर्भजलामुळे थोडीसी अडचण निर्माण होते इतकेच. गर्भाच्या विकासात काही कमतरता असल्याचेही काही वेळा यामुळे कळते.

याचे प्रमाण किती आहे? :- साधारणपणे ४ ते ८ टक्के महिलांमध्ये हा आजार आढळून येतो. प्रसूतीच्या अंदाजे तारखेचा विचार केला तर हे प्रमाण १२ टक्क्यांपर्यंत जाते.

याचे संकेत आणि लक्षणे कोणती? :- आईमध्ये काही लक्षणे आढळून येत नाहीत; पण गर्भावस्थेचा आकार लहान दिसायला लागतो. ॲम्नियोटिक द्रव्याचे प्रमाण कमी असते. काही प्रकरणात गर्भाच्या हालचालीही थोड्या मंदावतात.

तुम्ही आणि डॉक्टर काय करू शकतात? :- खूप विश्रांती घ्या आणि खूप पाणी प्या. ॲम्नियोटिक द्रव्याच्या प्रमाणावर लक्ष ठेवले जाते. तरीही प्रकरण सावरले नाही, तर डॉक्टर लवकर डिलिव्हरी करण्याचा सल्ला देऊ शकतात.

हायड्रामनिओस

हे काय आहे? :- गर्भाच्या आसपास ॲम्नियोटिक द्रव्याचे प्रमाण आवश्यकतेपेक्षा जास्त वाढते. अर्थात कोणत्याही उपचाराशिवाय याचे प्रमाण व्यवस्थित होते.

पाण्याचे प्रमाण खूप वाढले, तर गर्भाची स्नायू यंत्रणा, गॅस्टेशनल विकृती किंवा बाहेर पडण्याच्या क्षमतेत कमतरता याचे सूचक असते. यामध्ये मेंब्रेन लवकर फुटण्याचा, प्रीटर्म लेबर, प्लासेंटा ॲबरप्शन, ब्रीच किंवा गर्भनाळ प्रोलॅप्स होण्याचा धोका वाढतो.

याचे प्रमाण किती असते? :- हे फक्त ४ टक्के गर्भावस्थेत असू शकते. जुळ्यांचा गर्भ असेल किंवा आईच्या मधुमेहावर उपचार झाला नसेल, तर असे होऊ शकते.

याचे संकेत आणि लक्षणे :- याचे काही विशेष लक्षणे असत नाहीत.

- गर्भाच्या हालचाली जास्त जाणवत नाहीत.
- गर्भाशयाचा आकार खूप वाढतो.
- ओटीपोटात दुखते.
- अपचन
- पायांवर सूज
- श्वास घ्यायला त्रास
- गर्भाशयाचे संकुचन

डॉक्टरांनी केलेली अंतर्गत तपासणी किंवा अल्ट्रा साउंडद्वारे याची माहिती कळू शकते.

तुम्ही आणि डॉक्टर काय करू शकता? :- गर्भाशयात जास्त द्रव्य जमलेले आहे, तोपर्यंत तुम्हाला सतत डॉक्टरांकडे तपासणीसाठी जावे लागणार. पाणी जास्त जमा झाले तर तुम्हाला ॲम्नियोसेंटेसिस करावे लागू शकते. लेबर सुरू होण्यापूर्वीच पिशवी फुटली, तर डॉक्टरांना बोलवायला वेळ करू नका.

प्रीटर्म प्रीमॅच्युअर रप्चर ऑफ मेंब्रेन

हे काय आहे? :- ३७ व्या आठवड्यापूर्वी पाण्याची पिशवी फुटली तर पी.पी.आर.ओ.एम. म्हणतात. यामुळे बाळाचा मुदतपूर्व जन्म होऊ शकतो. किंवा त्याला एखाद्या प्रकारचा संसर्ग होऊ शकतो.

याचे प्रमाण किती असते? :- हे ३ टक्यांपेक्षा कमी केसेसमध्ये होते. धुम्रपान करणाऱ्या, एसटीडी

आजार असलेल्या, योनीतून रक्तस्राव होणाऱ्या किंवा प्लासेंटल ॲबरप्शन असणाऱ्या महिलांना याचा जास्त धोका असतो. जुळयांचा गर्भ असेल किंवा बॅक्टेरिअल व्हेजिनोओसिस असेल, तर धोका आणखी वाढतो.

तुम्हाला माहीत हवे

मुदतपूर्व जन्म झालेल्या बाळाला आयसीयूमध्ये दाखल केले असेल,तर थोड्याच दिवसात तुम्ही एका निरोगी बाळाला घेऊन घरी जाऊ शकता.

तुम्हाला माहीत हवे

पीपीआरओएमला योग्य वेळी ओळखा आणि त्यावर उपचार करा. आई व गर्भ दोघेही निरोगी राहतात. बाळाचा मूदतपूर्व जन्म झाला तरीही त्याला आयसीयूमध्ये ठेवून त्याची काळजी घेतली जाते.

याचे संकेत आणि लक्षणे काय आहेत? :- योनीतून द्रव्याचा स्राव होतो. लघवी आणि ॲम्नियोटिक द्रव्यातील फरक जाणून घेण्यासाठी त्याचा वास घ्या. लघवीचा वास अमोनियासारखा असतो. द्रव्याला संसर्ग झालेला नसेल, तर त्याला घाण वास येत नाही. याबाबतीत तुम्हाला काही संशय असेल, तर डॉक्टरांना सांगायला विसरू नका.

तुम्ही आणि डॉक्टर काय करू शकता? :- ३४ आठवड्यांनंतर मेंबझेन फाटले असेल,तर डिलिव्हरी करण्यात येते. आता लगेच डिलिव्हरी करणे शक्य नसेल, तर तुम्हाला इस्पितळात भरती केले जाते. संसर्गापासून बचाव करण्यासाठी अँटिबयोटिक्स दिले जातात. गर्भाची फुफ्फुसे सक्षम करण्यासाठी स्टेरॉइड दिले जातील. डिलिव्हरीसाठी गर्भ खूपच लहान असेल, तर ही प्रक्रिया थांबविण्यासाठी औषधे दिली जातील.

मेंब्रेन आपोआप व्यवस्थित होऊन द्रव्य स्रावणे थांबण्याचे खूप कमी वेळा होते. असे झाले तर तुम्हाला घरी परतण्याची परवानगी दिली जाते. थोडे सावध रहायला सांगितले जाते.

यापासून बचाव करता येतो? :- पीपीआरओएम पासून तुम्हाला तुमचा बचाव करायचा असेल, तर योनी संसर्ग होण्यापासून बचाव करा. कारण त्यामुळेच हे होऊ शकते.

प्रीटर्म किंवा प्रीमॅच्युअर लेबर

हे काय आहे? :- २० व्या आठवड्यानंतर आणि ३७ आठवड्यांपूर्वी होणारी प्रसूती प्रीटर्म लेबर म्हणून ओळखली जाते.

प्रमाण किती आहे? :- ही एक सामान्य समस्या आहे. धुम्रपान, मद्यपान, मादक पदार्थांचे सेवन, कमी वजन, जास्त वजन, अपुरे पोषण, हिरड्यांचा संसर्ग, एसटीडी, लॅक्टेरिअल, मूत्राशय मार्ग आणि ॲम्नियोटिक द्रव्याचा संसर्ग, अक्षम्य सर्व्हिक्स, युटेराईन मधील गडबड, आईचा दीर्घ आजार, प्लासेंटल एव्हर्शन आणि प्लासेंटा प्रिव्हिया यामुळे याचा धोका वाढतो. १७ पेक्षा कमी आणि ३५ पेक्षा जास्त वयाच्या स्त्रिया, मल्टिपल गर्भ असेलल्या स्त्रिया, तसेच प्रिमॅच्युअर डिलिव्हरीची परंपरा असणाऱ्या स्त्रियांनाही याचा धोका असतो.

याचे संकेत आणि लक्षणे :- यामध्ये खालील लक्षणांचा समावेश होतो-

- मासिक पाळीसारखे दुखणे.
- स्थिती बदलल्यावर तीव्र होणारे नियमित संकूचन.
- पाठीवर दबाव.
- पेल्विकवर दबाव.
- योनीतून रक्तस्राव
- मेंब्रेन फाटणे
- सर्व्हिक्स उघडणे (अल्ट्रासाउंडमुळे कळते)

तुम्ही आणि डॉक्टर काय करू शकता? :- गर्भ जितके जास्त दिवस गर्भाशयात राहील तितके त्याच्या आरोग्य आणि सुरक्षेसाठी चांगले असते. त्यामुळे प्रसूती थांबविणे, हाच पहिला उद्देश असायला हवा. संकुचन होत असले तरीही एकूण स्थिती पाहून तुम्ही घरी राहून विश्रांती घ्यायची की दवाखान्यात भरती होऊन औषधे आणि इंजेक्शन घ्यायचे, ते डॉक्टर ठरवतील. तुमच्या स्थितीनुसार औषधे आणि इंजेक्शन दिले जातील. डिलिव्हरी थांबविल्यामुळे तुम्हाला किंवा गर्भाला कोणत्याही प्रकारचा धोका होऊ शकतो, असे डॉक्टरांना वाटले, तर ते थांबविण्याचा काही उपाय नाही.

यापासून बचाव कसा करावा? :- सर्व प्रीटम बर्थ थांबविता येत नाहीत. कारण त्याची कारणे आपल्या नियंत्रणात नसतात. अर्थात प्रसूतीपूर्व योग्य देखभाल, पौष्टिक आहार, दात-हिरड्यांची काळजी, कोकेन आणि मद्यासारख्या मादक पदार्थांचा त्याग, तपासण्या आणि संक्रमाणापासून बचावासाठी डॉक्टरांनी दिलेल्या सूचनांचे पालन करून खूप मोठ्या प्रमाणात प्रीटर्म बर्थवर मात मिळविता येते. ज्या महिलांना आधीपासूनच अशा प्रकारचा त्रास होतो, त्यांच्यासाठीही काही ना काही उपाय केला जाऊ शकतो.

प्रीटर्म लेबर माहीत करणे

आज काल अनेक प्रकारच्या टेस्ट, तपासण्यांच्या मदतीने प्रीटर्म लेबरचा अंदाज घेतला जाऊ शकतो. गर्भाशय किंवा योनीतील स्राव एफ एफ एनच्या मदतीने याची माहिती कळू शकते. तपासणीत पॉझिटिव्ह निकाल आले, तर प्रीटर्म लबेर रोखण्यासाठी पाऊले उचलायला हवीत. ज्यांना याचा जास्त धोका आहे, अशाच स्त्रियांची ही टेस्ट केली जाते.

याशिवाय सर्व्हिक्सची लांबी मोजण्याची स्क्रिनिंग टेस्ट केली जाते. यामध्ये अल्ट्रासाउंडच्या मदतीने सर्व्हिक्सची लांबी मोजली जाते. ती लहान असेल किंवा उघडत असेल, तर ते थांबविण्यासाठी उपाय केले जाऊ शकतात.

सिंफिसिस प्युविस डिसफंक्शन

हे काय आहे? :- एस पी. डी. चा अर्थ आहेकी तुमच्या पेल्विक बोनमधील लिंगमेटमध्ये खूप मोठ्या प्रमाणात तणाव निर्माण होतो. त्यामुळे तिथे दुखायला लागते.

याचे प्रमाण काय आहे? :- असे साधारणपणे ३०० पैक एका केसमध्ये होऊ शकते. तज्ज्ञांच्या मते २ टक्के गर्भवतींच्या बाबतीत असे होते, पण त्यांच्या ते लक्षात येत नाही.

याच संकेत व लक्षणे :- पेल्विक भागात तीव्र वेदना व्हायला लागतात. चालता येत नाही. काही वेळा या वेदना वरील जांघा आणि पॅरेनियमपर्यंत येतो. पायी चालल्यामुळे, वजन उचलल्यामुळे किंवा फक्त एक पाय वर उचलला गेला, तर हे दुखणे अधिक तीव्र होऊ शकते. पेल्विस, योनीभाग आणि नितंबांमध्ये खूप दुखणे; असेही काही वेळा होऊ शकते.

तुम्ही आणि डॉक्टर काय करू शकता? :- तुम्ही काहीही वजन उचलू नका किंवा जास्त फिरून परिस्थिती आणखी चिघळवू नका. पेल्विकला आधार देण्यासाठी बेल्ट वापरा. विश्रांती घ्या. कीगल आणि पेल्विक टिल्टमुळे स्नायू थोडे मजबूत होतील. वेदना आणखी तीव्र होत असतील, तर वेदना शामक औषधे घ्या किंवा पर्यायी उपचार करा.

काही वेळा यामुळे योनीमार्गाने डिलिव्हरी होणे शक्य होत नाही. त्यामुळे डॉक्टर सी सेक्शन करण्याचा सल्ला देऊ शकतात. डिलिव्हरीनंतरही लिंगामेट

पूर्ववत झाले नाहीत, तर डॉक्टर औषधी देतात.

कार्ड नॉट्स आणि टॅंगल्स

हे काय आहे? :- काही वेळा नाळेला गाठ पडते आणि ती गर्भाला गुंडळली जाते. काही गाठी गर्भावस्थेत गर्भ हालल्यामुळे किंवा डिलिव्हरीच्या वेळी पडतात. ही गाठ सैलसर असेल, तर काही अडचण येतन नाही. पण ती पक्की असेल, तर गर्भाला होणारा रक्तपुरवठा आणि ऑक्सिजन यामध्ये अडथळा निर्माण होतो. असे फार क्वचित होते. साधारणपणे गर्भ खाली बर्थ कॅनलमध्ये येत असताना होते.

याचे प्रमाण किती आहे? :- साधारणपणे दर १०० पैकी एका केसमध्ये असे होते, पण बहुतेक वेळा गाठ सैल असते. २००० केसेसमध्ये फक्त एखादी केस अशी असू शकते, जिथे गाठ पक्की झाल्यामुळे अडचणी निर्माण झाल्या आहेत. यामध्ये गर्भाला काही धोका असत नाही. जो गर्भ आपल्या गॅस्टेशनल वयापेक्षा मोठा असतो किवा ज्याची नाळ मोठी असते, त्यांना याचा धोका अधिक असतो. योग्य पोषणाची कमतरता, मादक द्रव्यांचे सेवन, जुळी मुले असणे यामुळे हा धोका अधिक असल्याचे संशोधकांनी शोधून काढले आहे.

याचे संकेत आणि लक्षणे कोणती? :- ३७ व्या आठवड्यानंतर गर्भाच्या हालचाली मंदावणे हे याचे सर्वात मोठे लक्षण आहे. प्रसूतीच्या वेळी असे झाले तर गर्भाच्या मॉनिटरवरील अनियंत्रित हृदयाच्या स्पंदनावरून हे कळू शकते.

तुम्ही आणि डॉक्टर काय करू शकता? :- गर्भाच्या हालचालीवर तुम्ही लक्ष ठेवले, तर खूप चांगले होते. डिलिव्हरीच्या वेळी असे घडले तर बाळाची सुखरूप डिलिव्हरी करण्यासाठी डॉक्टर योग्य ती पाऊले उचलतात. काही वेळा सी सेक्शन हाच सर्वात चांगला उपाय असू शकतो.

टू व्हेसल कॉर्ड्स

हे काय आहे? :- एका साधारण गर्भ नाळेत तीन प्रकारच्या रक्तवाहिन्या असतात. त्यातील एक गर्भाला ऑक्सिजन आणि पोषण पोहचवित असते, तर उरलेल्या दोन टाकाऊ पदार्थांना आईचे रक्त आणि प्लासेंटामध्ये पोहचवत असतात. काही प्रकरणात एक व्हेन आणि एक आर्टरी असते.

याचे प्रमाण काय आहे? :- १ टक्के सिंगल आणि ५ टक्के मल्टिपल प्रेगनन्सीच्या केसेसमध्ये असे होते. आईचे वय ४० वर्षांपेक्षा अधिक असेल किंवा मधुमेह असेल, तर धोका आणखी वाढू शकतो.

याचे संकेत आणि लक्षणे :- याचा काहीही संकेत किंवा लक्षण असत नाही. फक्त अल्ट्रासाउंड तपासणीतच याची माहिती मिळू शकते.

तुम्ही आणि डॉक्टर काय करू शकता? :- असे झाल्यावरही गर्भावस्था सामान्य प्रकारचीच असते. तसेच गर्भाला काहीही धोका असत नाही. काळजी करू नका. फक्त तुमची गर्भावस्था आणि गर्भाचा विकास याकडे थोडे लक्ष द्यायला हवे.

असामान्य प्रेगनन्सी गुंतागुंत

अशा असामान्यता प्रामुख्याने दुर्मिळ असतात. सामान्य गर्भवतींना या समस्यांचा सामना करावा लागत नाही. खालीलपैकी कोणत्याही अवस्थेचा किंवा समस्येचा तुम्हाला सामना करावा लागला असेल, तरच हे वाचा. डॉक्टर आपल्या परीने या आजारावर उपचार करीतच असतात, हे लक्षात ठेवा. त्यांचा आमच्याशी काही संबंध असत नाही.

मोलर गर्भावस्था

हे काय आहे? :- या गर्भावस्थेत प्लासेंटा एखाद्या सिस्टप्रमाणे असामान्य स्वरूपात वाढत असतो. काही वेळा त्यात गर्भाच्या पेशी असतात, काही वेळा नसतात.

वडिलांच्या क्रोमोझोमचे दोन संच आईच्या एका क्रोमोझोमशी संयोग पावतात किंवा आईच्या क्रोमोझोमशी अजिबात मेळ खात नाहीत, तेव्हा असे होते. गर्भधारणेनंतर काही आठवड्यानीच याची माहिती कळते. सर्व प्रकारच्या मोलर प्रगनन्सीचा शेवट मिसकॅरीजमध्ये होतो.

याचे प्रमाण किती आहे? :- १००० पैकी एखाद्या केसमध्ये असे होऊ शकते. त्यामुळे हा प्रकार खूप दुर्मिळ आहे. १५ पेक्षा कमी आणि ४५ पेक्षा जास्त वयाच्या महिला, ज्यांना मल्टिपल मिसकॅरीज झाले आहे, त्यांच्याबाबतीत हा धोका जास्त असतो.

तुम्हाला माहीत हवे

एकदा मोलर प्रेगनन्सी झाली म्हणजे दुसऱ्यांदाही असे होते, असे नाही. फक्त १ते २ टक्के केसेसमध्येच अशी पुनरावृत्ती होते.

याचे संकेत आणि लक्षणे :- याची लक्षणे खालीलप्रमाणे असतात -

- सतत भूरकट स्त्राव होणे.
- गंभीर मळमळ आणि उलटी होणे.
- आखडल्यामुळे खूप दुखणे.
- उच्च रक्तदाब.
- गर्भाशयाचा खूप मोठा आकार.
- गर्भाशयाचा सैलपणा
- गर्भाच्या पेशींची कमतरता.
- आईच्या शरीरात जास्त प्रमाणात थॉयराईड हार्मोन.

तुम्ही आणि डॉक्टर काय करू शकता? :- असे कोणतेही लक्षण आढळल्यावर डॉक्टरांना सांगा. सामान्य गर्भावस्थेपासून अशी लक्षणे वेगळी ओळखणे खूप अवघड असते. तुम्ही तुमच्या साधारण विवेकावर विश्वास ठेवा. काही चुकीचे वाटत असेल, तर समाधान करून घेण्यासाठी डॉक्टरांचा सल्ला घ्या.

अल्ट्रासाउंडमुळे मोलर प्रेगनन्सीची माहिती मिळाल्यावर डीएंडसी ची मदत घेतली जाते आणि तुम्हाला पुन्हा एक वर्षभर गर्भधारणा न करण्याचा सल्ला दिला जातो.

कोरियोकारसिनोमा

हे काय आहे? :- हा गर्भावस्थेतील कॅंसर असून तो प्लासेंटाच्या पेशींना होतो. मोलर प्रेगनन्सी, मिसकॅरीज किंवा अबॉर्शनमुळे असे होऊ शकते. तेव्हा गर्भाशिवाय प्लासेंटाच्या काही पेशी पसरायला लागतात. फक्त १५ टक्के केसेसमध्येच सामान्य गर्भावस्थेनंतर असे होऊ शकते.

तुम्हाला माहीत हवे

क़ोरियोकारसिनोमाची योग्य वेळी माहिती आणि उपचार झाल्यावर उर्वरित गर्भावस्थेवर त्याचा परिणाम होत नाही. अर्थात उपचारानंतर एक वर्षांनी गर्भधारणा करण्याचा सल्ला दिला जातो.

याचे प्रमाण काय आहे? :- हे अत्यंत दुर्मिळ आहे. ४००० गर्भावस्थांपैकी फक्त एखादी केस अशी असू शकते.

याचे संकेत आणि लक्षणे :- याची लक्षणे खालीलप्रमाणे आहेत-

- मिसकॅरीज किंवा मोलर प्रेगनन्सीनंतर अंतर्गत रक्तस्त्राव.
- प्रेगनन्सी संपल्यावरही एचसीजी पातळी कमी न होणे.

- योनी, गर्भाशय किंवा फुफ्फुसांत ट्युमर

तुम्ही आणि डॉक्टर काय करू शकता? :- असे काही लक्षण आढळल्यावर डॉक्टरांना सांगा. किमोथेरपी आणि रेडिएशनद्वारे या आजारावर पूर्णपणे नियंत्रण मिळविले जाऊ शकते, हे लक्षात ठेवा.

इक्लँपसिया

हे काय आहे? :- प्रीक्लँपसियामध्ये रुपांतरीत होतो. आईला कोणत्या अवस्थेत हा आजार झाला त्यावरून लगेच डिलिव्हरी करायची की नाही, हे नक्की होते. यामुळे आईच्या जिवाला धोका निर्माण होऊ शकतो. वैद्यकीय देखभाल करून या अवस्थेतही स्वस्थ प्रेगनन्सी आणि डिलिव्हरी होऊ शकते.

याचे प्रमाण काय आहे? :- २००० ते ३००० केसेसमध्ये अशी एखादीच केस असू शकते. प्रसूतीपूर्व कोणतीही वैद्यकीय देखभाल न मिळालेल्या महिलेच्या बाबतीत असे होऊ शकते.

> **तुम्हाला माहीत हवे**
>
> प्रसूतीपूर्व योग्य देखभाल झाली तर प्रीक्लँपसिया किंवा इक्लँपसियाची वेळ येत नाही.

याचे संकेत आणि लक्षणे :- डिलिव्हरीच्या दरम्यान किंवा डिलिव्हरीनंतर २४ तासाच्या आत झटका येणे, हेच याचे सर्वात मोठे लक्षण आहे.

तुम्ही आणि डॉक्टर काय करू शकता? :- तुम्हाला आधीपासूनच प्रीक्लँपसिया असेल, तर त्याचा बंदोबस्त करण्यासाठी डॉक्टर तुम्हाला औषधी आणि ऑक्सिजन देतात. प्रसूती सुरू करतात किंवा सी सेक्शन सुरू करतात. परिस्थिती सुधारली तर सामान्य डिलिव्हरीही होऊ शकते

यापासून बचाव करता येतो? :- योग्य देकभाल आणि नियमित तपासणी याच्या सहाय्याने तुम्ही प्रीक्लँपसियाच्या धोक्यापासून बचाव करू शकता. या आजाराची माहिती कळल्यावर बचाव करण्याचे सर्व उपाय करून पहा. म्हणजे इक्लँपसियाची भीती राहत नाही.

कोलिस्टेसिस

हे काय आहे? :- अशा प्रकारच्या गर्भावस्थेत लिव्हरमध्ये अमाशय रस तयार व्हायला लागतो आणि तो रक्तात मिसळतो. शेवटच्या तिमाहीत असे होते तेव्हा हार्मोन आपल्या उच्च पातळीत असतात. हे डिलिव्हरीनंतर पूर्ववत होऊ शकते.

यामुळे गर्भाला थकवा, प्रीटर्म किंवा स्टील बर्थ होण्याचा धोका निर्माण होतो. त्यामुळे योग्य वेळी उपचार करणे आवश्यक आहे.

याचे प्रमाण काय आहे? :- १००० मधील एक दोन केसेसमध्ये असे होऊ शकते. मल्टिपल प्रेगनन्सी, गर्भवती किंवा तिच्या कुटुंबात अशा आजाराचा इतिहास असणाऱ्यांच्या बाबतीत हा धोका जास्त असतो.

याचे संकेत आणि लक्षणे :- गर्भावस्थेच्या अंतिम दिवसांत हाता पायाला खाज सुटते.

तुम्ही आणि डॉक्टर काय करू शकता? :- काही औषधे आणि लोशनच्या मदतीने ही लक्षणे आणि परिणाम कमी केले जाऊ शकतात. काही वेळा या अमाशय रसासाठीही औषध द्यावे लागते. यामुळे आी किंवा गर्भाला काही धोका निर्माण जाला तर डिलिव्हरी लवकर करावी लागू शकते.

डीप व्हीनॅस थ्रम्बोसिस

हे काय आहे? :- डीव्हीटीमध्ये डीप व्हेनमध्ये रक्ताची गाठ जमा होते. जांघांच्या आसपासच्या भागात असे होते. डिलिव्हरीच्या आसपास किंवा

प्रसूतीनंतर असे होऊ शकते. बाळाच्या जन्माच्या वेळी खूप रक्तस्राव होईल, अशी निसर्गालाच भीती वाटत असल्यामुळे असे होते. अशा प्रकारे शरीराच्या खालच्या भागातील रक्त हृदयापर्यंत पोहचत नाही. गर्भाशयाचा आकार मोठा असल्यामुळेही असे होऊ शकते. डीव्हीटीवर उपचार झाला नाही, तर फुफ्फुसात रक्त जमा झाल्यामुळे जिवाला धोका होऊ शकतो.

याचे प्रमाण काय आहे? :- १००० ते २००० प्रकरणांत एखाद्या केसमध्ये असे होऊ शकते. प्रसूतीनंतरही असे होऊ शकते. वय जास्त असेल, धुम्रपान करीत असाल, कुटुंबात कोणाला अशा प्रकारचा इतिहास असेल, हायपरटेंशन, मधुमेह इ. असेल तर याचा धोका जास्त असू शकतो.

याचे संकेत आणि लक्षणे :- याचे संकेत आणि लक्षणे खालीलप्रमाणे आहेत.

- पायांत जडपणा येऊन दुखणे
- पोटऱ्या आणि जांघात जडपणा येणे.
- पेशींमध्ये गंभीर सूज
- रक्ताची गाठ फुफ्फुसांत आली तर छाती दुखणे.
- श्वास घ्यायला त्रास होणे.
- कफसह खोकला आणि कफमध्ये रक्त येणे.
- हृदयाची स्पंदने आणि श्वास वेगवान होणे.
- ओठ आणि बोटांचे कांडे निळे पडणे
- ताप

तुम्ही आणि डॉक्टर काय करू शकता? :- आधीही तुम्हाला हा आजार झाला असेल, तर डॉक्टरांना तसे सांगा. एका पायात सूज आणि त्रास होत असेल, तर डॉक्टरांना सांगा.

अल्ट्रासाउंड आणि एमआरआयद्वारे रक्तातील गाठ कळू शकते. असे असेल, तर तुमचे रक्त पातळ करण्याचे औषध दिले जाते. प्रसूतीची वेळ जवळ आल्यावर हे औषध थांबविले जाते. एका मॉनिटरद्वारे सतत याची तपासणी केली जाते.

ही गाठ फुफ्फुसापर्यंत पोहचली असेल, तर लवकरात लवकर त्यावर उपचार करावा लागतो.

यापासून बचाव केला जाऊ शकतो? :- योग्य प्रमाणात व्यायाम करा आणि शरीराच्या हालचाली कायम सुरू ठेवा. त्यामुळे रक्ताच्या गाठी तयार होणार नाहीत. याचा धोका जास्त वाटत असेल, तर पायाच स्पोर्ट होज घाला.

प्लासेंटा ॲक्रिटा

हे काय आहे? :- असामान्य पद्धतीने प्लासेंटा युटेराइन वॉलशी जोडलेला असेल, तर त्यााल प्लासेंट ॲक्रिटा म्हणतात. यामुळे प्लासेंटाच्या डिलिव्हरीच्या वेळी खूप मोठ्या प्रमाणात रक्तस्राव होऊ शकतो.

याचे प्रमाण किती आहे? :- २,५०० पैकी एखाद्या केसमध्ये असे होऊ शकते. प्लासेंटा ॲक्रिटामध्ये युटेराइनच्या भिंतीत प्लासेंटा खूप खोलवर रूतून बसतो, पण त्याच्या मांसपेशीना छेदत नाही. प्लासेंटा प्रीव्हियामध्ये तो या भिंतीच्या पेशीना फक्त छेदतच नाही, तर दुसऱ्या भागांना छेद करून दुसऱ्या भागांशी जोडला जातो.

तुमचे आधी सी सेक्शन केले असेल किंवा प्लासेंटा प्रिव्हिया झाला असेल, तर याचा धोका वाढतो.

याचे संकेत आणि लक्षणे :- याची काही लक्षणे असत नाहीत. ही अवस्था डॉपलर अल्ट्रासाउंड किंवा डिलिव्हरीच्या वेळी कळते.

तुम्ही आणि डॉक्टर काय करू शकता? :- दुर्दैवाने याबाबतीत तुम्ही काहीही करू शकत नाहीत. डिलिव्हरीनंतर सर्जरी करून प्लासेंटा काढून टाकायला हवा. म्हणजे रक्तस्राव थांबविता येतो. काही केसेसमध्ये काही केल्या रक्तस्राव थांबत नाही तेव्हा पूर्ण गर्भाशय काढून टाकावे लागते.

व्हासा प्रीव्हिया

हे काय आहे? :- या अवस्थेत गर्भाला आईशी जोडणाऱ्या काही रक्तवाहिन्या नाळेच्या बाहेर येऊन सर्व्हिक्स जवळ थांबतात. प्रसूतीच्या वेळी संकुचनामुळे गर्भाशयाचे तोंड उघडले जाते तेव्हा या वाहिन्या फुटतात. त्यामुळे गर्भाला हानी पोहचू शकते. डिलिव्हरीपूर्वीच ही अवस्था कळली तर १०० टक्के प्रकरणात सी सेक्शनद्वारे बाळाला जन्म दिला जातो.

याचे प्रमाण किती आहे? :- कोणत्याही ५,२०० पैकी एखाद्या केसमध्ये असे होऊ शकते. प्लासेंटा प्रीव्हिया असलेल्या, युटेराइन सर्जरी झालेल्या किंवा मल्टिपल प्रेगनन्सी असलेल्या महिलांना याचा जास्त धोका असतो.

याचे संकेत आणि लक्षणे :- याची काहीही लक्षणे असत नाहीत. दुसऱ्या किंवा तिसऱ्या तिमाहीत रक्तस्राव होऊ शकतो.

तुम्ही आणि डॉक्टर काय करू शकता? :- कलर ड्रॉपलर अल्ट्रासाउंडच्या मदतीने याची माहिती मिळविता येते. अशा महिलांचे ३७ व्या आठवड्यापूर्वीच सी सेक्शन केले जाते. त्यामुळे त्यांना प्रसूती वेदना सुरू होत नाहीत. लेझर थेरपीच्या मदतीने व्हसा प्रीव्हियावर उपचार होऊ शकतो असे संशोधकांचे म्हणणे आहे.

बाळाचा जन्म आणि नंतरची गुंतागुंत

यापैकी अनेक समस्या प्रसूती किंवा डिलिव्हरीच्या वेळी समोर येत नाहीत. त्यामुळे आधीच हे वाचून तुम्ही काळजी करू नका. ही परेशानी बाळाच्या जन्मानंतर होते. यापैकी तुम्हाला काही ऐनवेळी जाणवले, तर तुम्हाला अडचण येऊ नये, यासाठी ही माहिती इथे दिली आहे.

फॅटल डिसट्रेस

हे काय आहे? :- गर्भावस्थेत गर्भाला पुरेशा प्रमाणात ऑक्सिजन मिळत नाही तेव्हा त्याला फॅटल डिसट्रेस म्हणतात. असे प्रसूतीपूर्वी किंवा प्रसूतीच्या वेळी होऊ शकते. अनियंत्रित मधुमेह, प्रीक्लँपसिया, ॲम्नियोटिक द्रव्याचे कमी किंवा जास्त प्रमाण असणे, गर्भनाळ कमी किंवा जास्त होणे किंवा आईद्वारे रक्तवाहिन्यांवर दबाव पडल्यामुळे असे होऊ शकते. यामुळे गर्भाला कमी प्रमाणात ऑक्सिजन मिळतो.

ऑक्सिजनचे कमी झालेले प्रमाण किंवा गर्भाच्या हृदयाची कमी झालेली स्पंदने अशा वेळी लगेच सी सेक्शन करावे लागते. नाही तर त्याला धोका राहतो.

याचे प्रमाण काय आहे? :- १०० पैकी एका केसमध्ये असे होऊ शकते.

याचे संकेत आणि लक्षणे :- गर्भाला पूर्णपणे ऑक्सिजन मिळत नसेल, तर त्याच्या हृदयाची स्पंदने कमी होतात. त्याच्या हालचाली मंदावतात आणि ते डिलिव्हरीच्या वेळी गर्भातच शी करते.

तुम्ही आणि डॉक्टर काय करू शकता? :- गर्भाच्या हालचाली मंदावल्याचे जाणवले तर डॉक्टरांना सांगा. दवाखान्यात फॅटल मॉनिटरद्वारे याची तपासणी केली जाते. याची लक्षणे जाणवली, तर तुम्हाला ऑक्सिजन दिला जातो. तसेच गर्भाची स्पंदने योग्य रहावीत यासाठी आयव्ही लावले जाते. डाव्या कुशीवर झोपल्यामुळेही रक्तवाहिन्यांवरील दबाव कमी होतो. हे तंत्र उपयुक्त ठरले नाही, तर डिलिव्हरी करावी लागते.

कॉर्ड प्रोलॅप्स

हे काय आहे? :- सर्व्हिक्समधून घसरून गर्भनाळ

बर्थ कॅनलमध्ये येते तेव्हा त्याला कॉर्ड प्रोलॅप्स म्हणतात. अशा परिस्थितीत डिलिव्हरीच्या वेळी गर्भाला ऑक्सिजनची कमतरता होऊ शकते.

याचे प्रमाण किती आहे? :- ३०० पैकी एखाद्या केसमध्ये असे होऊ शकते. गर्भावस्थेतील काही गुंतागुंतीमुळे प्रोलॅप्सचा धोका वाढतो. हायड्रमजिमोस, ब्रीच किंवा प्रीमॅच्युअर डिलिव्हरी याचा त्यात समावेश होतो. दुसऱ्या जुळ्याच्या डिलिव्हरीच्या वेळीही हे होऊ शकते. गर्भाचे डोके बर्थ कॅनलमध्ये सेट होण्यापूर्वीच पाण्याची पिशवी फुटली तर धोका वाढतो.

याचे संकेत आणि लक्षणे :- ही नाळ योनीपर्यंत आली असेल, तर तुम्ही ती पाहू शकता. तिला स्पर्श करू शकता. ती जर गर्भाच्या डोक्याखाली दबली असेल, तर फॅटल मॉनिटरवर फॅटल डिसट्रेसची लक्षणे दिसतात.

तुम्ही आणि डॉक्टर काय करू शकता? :- या बाबतीत आधीपासून माहिती मिळवून काही उपयोग नाही. फॅटल मॉनिटरशिवाय याची माहिती कळू शकत नाही. घरी असताना तुम्हाला याची जाणीव झाली तर हात आणि गुढग्यावर बसा म्हणजे पेल्विक भागावर ताण पडणार नाही. ती योनीमार्गात दिसत असेल तर स्वच्छ टॉवेलने धरा. तुमच्या शरीराचा खालील भाग उंच करून झोपा. तुमच्या अवस्थेनुसार डॉक्टर तुम्हाला सोयीच्या आसनात झोपायला सांगू शकतात. त्यानंतर लग़ेच सी सेक्शन करावे लागते.

सोल्डर डिस्टोकिया

हे काय आहे? :- या परिस्थितीत लेबर किवा डिलिव्हरीच्या वेळी गर्भाचे दोन्ही खांदे आईच्या पेल्विक बोनमध्ये अडकतात. गर्भ बर्थ कॅनलमध्ये खाली जायला लागतो.

याचे प्रमाण किती आहे? :- जास्त वजनाच्या बाळाबाबत असे होते. अनियंत्रित किंवा गॅस्टेशनल मधुमेह असलेल्या मातांना असा स्थितीचा सामना करावा लागू शकतो. दिलेल्या वेळेनंतरही तुमची डिलिव्हरी झाली नसेल किंवा तुमच्या बाबतीत पूर्वीही असे झाले असेल, तर पुन्हा होण्याची शक्यता वाढते. अर्थात अशी काही कारणे नसतील तरीही प्रसूतीच्या वेळी सोल्डर डिस्टोकिया होऊ शकतो.

याचे संकेत आणि लक्षणे :- प्रसूतीच्या वेळी अचानकपणे अशी परिस्थिती निर्माण होते.

तुम्ही आणि डॉक्टर काय करू शकता? :- आईच्या पोटावर दाब देऊन किंवा तिची स्थिती बदलून गर्भाची व्यवस्थित डिलिव्हरी होण्यासाठी अनेक तंत्राचा वापर केला जातो.

यापासून बचाव केला जाऊ शकतो? :- तुमच्या वजनाकडे लक्ष ठेवा. गर्भाचे वजनही आवश्यकतेपेक्षा जास्त वाढू देऊ नका. मधुमेह नियंत्रणात ठेवा. प्रसूतीच्या वेळी अशी स्थिती ठेवा की सोल्डर डिस्टोकिया होण्याची वेळ येणार नाही.

सिरियस पॅरिनिअल टीअर्स

हे काय आहे? :- डिलिव्हरीच्या वेळी गर्भाचे मोठे डोके बाहेर येते तेव्हा योनी आणि गुदद्वाराच्या मध्ये ताण पडल्यामुळे चिरा पडू शकतात.

फर्स्ट डिगी टिअर्समध्ये फक्त त्वचा फाटली जाते. सेकंड डिग्री टिअर्समध्ये त्वचेच्या बरोबरीने योनीचे स्नायूही तुटतात. गंभीर टिअर्समध्ये मात्र योनीची त्वचा, तसेच पॅरेनियलच्या मांसपेशीही फाटतात. त्यामुळे प्रसूतीनंतर खूप त्रास होतो. तसेच पेल्विक भागाशी संबंधित अनेक समस्याही निर्माण होतात. गर्भाशयाच्या मुखावरही चिरा पडू शकतात.

याचे प्रमाण किती आहे? :- योनीमार्गाने होणाऱ्या डिलिव्हरीच्या वेळी याचा थोडा फार धोका असतो. अर्थात गंभीर स्वरूपाच्या भेगा बहुतेक महिलांना पडत नाहीत.

याचे संकेत आणि लक्षणे? :- रक्तस्राव होतो. जखमा भरल्यावरही थोडासा त्रास आणि खाज येते.

तुम्ही आणि डॉक्टर काय करू शकता? :- अशा चिरांवर टाके घातले जातात. त्यासाठी आधी लोकल ॲनस्थेशिया दिला जातो.

छेद दिला असेल, तर कटीस्नान, आइसपॅक, ॲंटिसेप्टिक स्प्रे, औषधी तसेच जखम मोकळ्या हवेत ठेवली तर लवकर बरे वाटू शकते.

या पासून बचाव होऊ शकतो? :- प्रसूतीपूर्वी कीग व्यायाम आणि पॅरेनियलची मालीश यामुळे त्या भागातील ताण चांगला ठेवता येतो. प्रसूतीच्या वेळी गरम शेक आणि मालीशही चांगली असते.

युटेराइन रप्चर

हे काय आहे? :- एखादी सर्जरी, सी सेक्शन, फायब्राइड रिमूव्हल यामुळे युटेराइन भिंतीत राहिलेले कमकुवत बिंदू असतील आणि लेबर किंवा डिलिव्हरीच्या वेळी त्यांना भेगा पडू शकतात. यामुळे पोटात अनियंत्रित रक्तस्राव होऊ शकतो. तसेच प्लासेंटा जिथून पोटात प्रवेश करतो त्या भागात जाऊ लागतो.

याचे प्रमाण किती आहे? :- एखाद्या महिलेचे आधी सी सेक्शन किंवा युटेराइन रप्चर झाले नसेल, तर तिला अशा प्रकारचा त्रास होत नाही. सी सेक्शन नंतर ज्या महिला योनीमार्गाने डिलिव्हरी करतात किंवा ज्यामुळे गर्भाची स्थिती किंवा प्लासेंटात गुंतागुंत निर्माण होते, त्यांना जास्त धोका असतो. ज्या महिलांना सहापेक्षा अधिक मुले आहेत किंवा मल्टिपल प्रेगनन्सी असते, त्यांनाही धोका असतो.

याचे संकेत आणि लक्षणे :- पोटात खूप दुखते. फॅटल मॉनिटरवर गर्भाची कमी झालेली हृदयगती दिसते. आईचा रक्तदाब आणि हृदयगती कमी होते. श्वास घ्यायला त्रास होतो आणि बेशुद्ध पडते.

तुम्ही आणि डॉक्टर काय करू शकता? :- पूर्वी तुमचे सी सेक्शन किंवा सर्जरी झाली असेल आणि त्यावेळी युटेराइन वॉल पूर्णपणे कापली गेली असेल, तर लेबरसाठी योग्य पद्धतीची निवड करावी लागेल. असे गंभीर प्रकारे झाले असेल, तर सी सेक्शननंतर गर्भाशयाच्या दुरूस्तीची आवश्यकता असते. संसर्गापासून तुमचा बचाव करण्यासाठी ॲंटिबयोटिक्स दिले जातात.

या पासून बचाव करता येतो? :- ज्या महिलांना याचा धोका असतो त्यांच्यासाठी फॅटल मॉनिटरिंग आवश्यक असते. त्यामुळे कोणतीही गुंतागुंत कळू शकते. आधीच्या सी सेक्शननंतर दुसऱ्या वेळी योनीमार्गाने डिलिव्हरी करायची असेल, तर प्रसूतीची सुरूवात औषधाने करू नये.

युटेराइन इनूव्हर्जन

हे काय आहे? :- युटेराइन वॉल तुटते किंवा तिचा आतील भाग बाहेरच्या दिशेने येतो तेव्हा असे होते. काही वेळा तर सर्व्हिक्स आणि योनीच्या बाहेरही तो येतो. याच्या सर्व कारणाची माहिती कळाली नसली, तरीही यावर उपचार केला नाही तर हॅमरेज किंवा धक्का बसू शकतो. अर्थात याची माहिती कळाल्यावर त्यावर उपचार न करता त्याकडे दुर्लक्ष करण्याचीही अजिबात शक्यता नाही.

याचे प्रमाण किती आहे? :- २०० पैकी कोणत्या तरी एखाद्या केसमध्ये असे होऊ शकते. मागच्या डिलिव्हरीच्या वेळी असे झाले असेल, प्रसूतीची वेळ खूपच लांबली असेल, प्रीटर्म लेबर थांबविण्याची औषधे दिली असतील किंवा योनीमार्गाने आधी अनेक डिलिव्हरी झाल्या असतील, तर याचा धोका वाढतो. गर्भाशय आवश्यकतेपेक्षा सैल झाले असेल, तर तेही बाहेर येऊ शकते. बाळाच्या जन्माच्या तिसऱ्या पायरीच्या वेळी नाळ खूप जोरात

ओढल्यामुळेही असे होऊ शकते.

याचे संकेत आणि लक्षणे :-

- पोटात दुखणे
- तीव्र रक्तस्राव
- आईला धक्क्याची लक्षणे.
- काही वेळा योनीतूनही गर्भाशय दिसू लागते.

तुम्ही आणि डॉक्टर काय करू शकता? :- धोक्याची कारणे लक्षात आल्यानंतर डॉक्टरांना त्याची कल्पना द्या. तुमच्या बाबतीत असे झाले असेल, तर डॉक्टर हाताने त्याला योग्य ठिकाणी बसविण्याचा प्रयत्न करतील. तसेच मांसपेशींचे संकुचन होण्यासाठी औषध देतील. ही पद्धत उपयुक्त ठरली नाही, तर सर्जरी करावी लागू शकते. रक्ताची कमतरता पूर्ण करण्यासाठी तुम्हाला रक्तही वाढवावे लागू शकते. संसर्ग टाळण्यासाठी अँटिबायोटिक्स दिले जातात.

या पासून बचाव करता येतो? :- या पूर्वी तुम्हाला असे झाले असेल, तर डॉक्टरांना सांगा. कारण तुमच्यासाठी याचा अधिक धोका असू शकतो.

प्रसूतीनंतर खूप रक्तस्राव होणे

हे काय आहे? :- डिलिव्हरीनंतर होणारा रक्तस्राव सामान्य असतो. काही वेळा जन्मांनंतर आवश्यक त्या प्रमाणात गर्भाशय आंकुचन पावत नाही. त्यामुळे प्लासेंटा जोडलेला असतो त्या ठिकाणी खूप मोठ्या प्रमाणात रक्तस्राव होतो. प्लासेंटाचा काही भाग गर्भाशयात शिल्लक राहिला असेल, तरीही असे होऊ शकते. त्यामुळे डिलिव्हरीनंतर लगेच संसर्गही होऊ शकतो.

याचे प्रमाण किती आहे? :- गर्भावस्थेच्या २-३ टक्के केसेसमध्ये असे होऊ शकते. दीर्घ प्रसूती कालावधीनंतर गर्भाशय जागेवर आले नाही, मल्टिपल प्रेगनन्सीमुळे सैल झाले असेल, बाळ मोठे असेल किंवा ॲम्नियोटिक द्रव्य जास्त असेल, प्लासेंटाचा आकार असामान्य असेल, एखादे फायब्राइड असेल किंवा डिलिव्हरीच्या वेळी आई खूप अशक्त झाली असेल, तर पोस्टपार्टम हॅमरेजचा धोका असतो.

याचे संकेत आणि लक्षणे :- याची लक्षणे खालील प्रमाणे असू शकतात-

- सतत काही तास जोरदार रक्तस्राव.
- काही दिवसानंतरही लाल रक्तस्राव होणे.
- मोठ मोठ्या गुठळया पडणे.
- ओटीपोटावर सूज येणे किंवा दुखणे

रक्ताच्या कमतरतमुळे बेशुद्धी, चक्कर येणे किंवा श्वास घ्यायला त्रास होणे यासारख्या समस्या निर्माण होऊ शकतात.

तुम्ही आणि डॉक्टर काय करू शकता? :- प्लासेंटाची डिलिव्हरी झाल्यानंतर त्याचा काही भाग आत राहीला नाही ना, याची डॉक्टर तपासणी करतात. ते तुम्हाला पिटोसिन देतात किंवा गर्भाशयाची मालीश करतात. त्यामुळे ते आंकुचन पावते आणि रक्तस्राव कमी होतो.

प्रसूतीनंतर पहिल्या आठवड्यात वेगवान रक्तस्राव थांबला नाही तर डॉक्टरांना सांगा. अशा वेळी तुम्हाला रक्तही द्यावे लागू शकते.

यापासून बचाव करता येतो? :- शेवटच्या तिमाहीत किवा प्रसूतीनंतर असे कोणतेही औषध घेऊ नका, ज्यामुळे रक्त गोठण्यास अडचण येईल. अशा प्रकारे असामान्य रक्तस्रावाची शक्यता कमी करता येते.

बाळाच्या जन्मानंतरचा संसर्ग

हे काय आहे? :- काही वेळा बाळाच्या जन्मानंतर महिलांना ससंर्गही होतो. कारण तुमच्या शरीरातील अंतर्गत अवयव पूर्णपणे बंद झालेले नसतात. काहींचे

कमी वजनाच्या बाळाचा वारंवार जन्म होणे

एखादे मातेने पहिल्या वेळी कमी वजनाच्या बाळाला जन्म दिला असेल, तर दुसरे बाळही कमी वजनाचेच जन्माला येईल असे नसते. नंतरचे बाळ पहिल्याच्या तुलनेत थोडे जास्त वजनाचे असल्याचे अभ्यासातून आढळून आले आहे. पहिले बाळ कशामुळे अशक्त होते, यावरही बरेच काही अवलंबून असते. ही कारणे कळाली तर लवकरात लवकर समस्येवर उपाय शोधता येतो. अशा मातेने दुसऱ्या बाळाला जन्म देण्यापूर्वी संभाव्य धोक्याशी संबंधित सर्व कारणांचा विचार करायला हवा.

टाके मऊ पडतात. कॅथेटरमुळे ब्लॅडर किंवा किडनीला संसर्ग होऊ शकतो. गर्भाशयात राहिलेल्या प्लासेंटाच्या अंशामुळेही संसर्ग होऊ शकतो. यापैकी अँडोमेट्रीटिसचा संसर्ग सर्वाधिक सामान्य आहे.

या संसर्गांवर उपचार झाला नाही, तर ते धोकादायक होऊ शकतात. कारण काम करण्याची सर्व शक्ती ते शोषून घेतात आणि तुम्हाला अशक्त करतात. त्यामुळे प्रसूतीनंतर तुम्ही लवकर सावरू शकत नाहीत. तसेच बाळाकडेही लक्ष देऊ शकत नाहीत.

याचे प्रमाण किती आहे? :- साधारणपणे ८ टक्के गर्भावस्थामध्ये असा संसर्ग होतो. सी सेक्शन किंवा मेंब्रेनचे रप्चर झाले असेल, तर संसर्ग होण्याचा धोका आणखी वाढतो.

याचे संकेत आणि लक्षणे :- ते खालील प्रमाणे आहेत -

- ताप
- संसग्र झालेला भाग दुखणे
- घाणेरडा स्राव
- थंडी वाजणे

तुम्ही आणि डॉक्टर काय करू शकता? :- १०० किंवा त्यापेक्षा जास्त ताप असेल, तर डॉक्टरांना बोलवायला उशीर करू नका. अँटिबायोटिक औषधे घेण्याबरोबरच विश्रांतीही घ्या. पातळ पदार्थांचे प्रमाण वाढवा. स्तनपान करीत असाल, तर डॉक्टरांना तसे सांगा म्हणजे ते तुमच्यासाठी योग्य औषधाची निवड करतील.

या पासून बचाव करता येतो? :- थोडे स्वच्छतेकडे लक्ष द्या. जखमांवर औषध लावा. रक्तस्रावासाठी टॅंपून ऐवजी पॅडचा वापर करा. अशा प्रकारे तुम्ही नक्कीच संसर्गापासून बचाव करू शकता.

तुम्हाला बेड रेस्टचा सल्ला दिला असेल तर...

आंथरुणावर विविध प्रकारच्या मासिकांचा ढीग पडलेला आणि हातात टीव्हीचा रिमोट घेऊन लोळत पडण्याची कल्पना चांगली वाटते; पण बेड रेस्ट घेण्याचा सल्ला दिलेला नसतो तेव्हाच असे चांगले वाटते. आंथरूणावर पडल्यावर ही काही मस्करी नसल्याचे तुम्हाला जाणवते. तुम्ही धावत जाऊन कोणतेही काम करू शकत नाहीत. दिवसभर आंथरुणावर पडून असताना मन रमविण्यासाठीही कोणी असत नाही. चांगली गर्भावस्था आणि गर्भाच्या सुरक्षिततेसाठी डॉक्टरांनी तुम्हाला हा सल्ला दिल्याचाही तुम्हाला अशा वेळी विसर पडतो.

बेड रेस्ट घेतल्यामुळे गर्भावस्थेतील अनेक प्रकारच्या गुंतागुंती कमी होतात, असे बहुतेक डॉक्टरांचे म्हणणे आहे. त्यामुळे सर्व्हिक्सवर जास्त ताण पडत नाही. हृदयावर ताण नसल्यामुळे कीडनीकडे होणारा रक्त पुरवठा वाढतो. त्यामुळे

टाकाऊ पातळ पदार्थ बाहेर टाकण्यासाठी मदत मिळते. गर्भाला पुरेशा प्रमाणात पोषण आणि ऑक्सिजन मिळतो. तुमच्या रक्तातील तणाव निर्माण करणारे हार्मोन कमी होतात.

ज्या माताचे वय ३५ पेक्षा अधिक असते, ज्यांना मिसकॅरीज झालेले असते, मल्टिपल प्रेगनन्सी असेल किंवा प्रेगनन्सीत गुंतागुंत असेल तसेच एखादा जुनाट आजार असेल, तर डॉक्टर बेड रेस्ट घेण्याचा सल्ला देतात.

यामुळे प्रीटर्म लेबरची शक्यता कमी होण्याबरोबरच दुसरे इतर धोकेही कमी होतात. याचे काही तोटेही आहेत. दीर्घकाळ बेड रेस्ट घेणाऱ्या महिलांना निंतंब आणि मांसपेशीच्या वेदना सहन कराव्या लागतात. त्वचेची आग, डोकेदुखी किंवा निराशाही होऊ शकते. हालचाली कमी झाल्यामुळे छातीत जळजळ होणे, मलावरोध, पायांवर सूज येणे किंवा पाठदुखीचा त्रास होऊ शकतो. चांगली भूक लागत नाही, जे गर्भाच्या पोषणासाठी चांगले नाही.

या टिप्सच्या मदतीने तुम्ही अनेक प्रकारचा त्रास कमी करू शकता.

- आंथरूणावर थोड्या हलाचाली करा. कुशी बदला. शरीराचे संतुलन योग्य प्रकारे ठेवण्यासाठी उशांचा वापर करा. थोड्या थोड्या वेळाने कुशी बदला.
- डॉक्टरांच्या सल्ल्याने हाताचे व्यायाम करा. बसल्या बसल्या शरीराचे जे अवयव हलविता येतील ते हलवा.
- स्ट्रेचिंग व्यायाम करण्याबाबत डॉक्टरांना विचारा. आंथरुणावर बसल्या बसल्या किंवा झोपल्यावर पाय हळू हळू फिरवा म्हणजे पायांत रक्त जमा होणार नाही आणि मांसपेशी मजबूत राहतील.
- तुम्ही काय आणि किती खाता याकडे लक्ष द्या. पौष्टिक आहार घेण्याऐवजी फक्त स्नॅक्सवर भागवित असाल, तर गर्भाच्या वजनावर त्याचा परिणाम होतो. तसेच आवश्यकतेपेक्षा जास्त वजन वाढल्यामुळे अडचणी वाढतात. त्यामुळे नेहमी काही ना काही खाण्याची सवय नको.
- तुम्हाला पातळ पदार्थ पुरेशा प्रमाणात घ्यायचे आहेत कारण अपचन, मलावरोध आणि छातीतील जळजळ यापासून बचाव होईल. तुमच्या आंथरुणाजवळ पाणी आणि पेय पदार्थ पुरेशा प्रमाणात असायला हवेत.
- जास्त लोळल्यामुळे छातीत जास्त जळजळ होते. त्यामुळे खाताना शक्यतो बसून रहा.
- डिलीव्हरीनंतर सावरायला वेळ लागू शकतो त्यामुळे जास्त अपेक्षा ठेवू नका. तुमच्या मांसपेशीची गेलेली शक्ती हळूहळू परत येते. स्वतःला सावरण्याची संधी द्या. शतपावली, योग आणि पोहण्याने मदत मिळू शकते.
- तुमच्या जवळ फोन पडलेला असावा म्हणजे मित्र आणि नातेवाईकांशी बोलून मन रमवू शकाल. लॅपटॉप ठेवला तर इ- मेल करण्याचीही सुविधा मिळते. अशा प्रकारे आंथरूणावर पडल्या पडल्या तुम्ही इतरांशी संपर्क ठेवू शकाल.
- सकाळी पतीच्या बाहेर पडण्यापूर्वी आवश्यक साहित्य आंथरुणाजवळ आणून ठेवा. तुमच्या छोट्या फ्रीजमध्ये पाणी, फळे, दही, लोणी, सँडविच नेहमी असू द्या. फोन, मासिके, पुस्तके आणि टिव्हीचा रिमोट जवळ असायला हवा.
- पूर्ण दिवसाचे वेळापत्रक ठरवा. म्हणजे तुम्हाला कंटाळा येणार नाही. चांगले वाटेल.
- घरी राहून थोडे फार काम करण्याची परवानगी मिळाली असेल, तर तुमच्या बॉसला तुमच्या मर्यादा सांगा. म्हणजे तुमच्यावर कामाचा अधिक भार पडणार नाही.
- हवे तर बाळासाठी आनंदाने ऑनलाईन खरेदी करू शकता. त्याचे कपडे, पाळणा, पंलग, बेबी सिटर हे सर्व तुम्हालाच तर आणायचे आहे.

बेड रेस्टचे प्रकार

तुमच्या हालचालीवर डॉक्टर मर्यादा आणतात तेव्हा त्याला बेड रेस्ट म्हणतात. तुम्ही काय करू शकता आणि काय करू शकत नाहीत, ते तुम्हाला सांगतात. या बाबतीत तुम्हाला सांगतो.

शेड्युल रेस्टिंग :- काही मातांना रोज वेगवेगळ्या वेळी विश्रांती घेण्याचा सल्ला दिला जातो. त्यामुळे पुढे येणारा धोका टाळता येतो. काही डॉक्टर काम कमी करण्याचा, पायऱ्यांवरून चढ-उतर न करण्याचा किंवा दीर्घ काळ उभे न राहण्याचा सल्ला देतात.

मॉडिफाईड बेड रेस्ट :- घरातील काम, गाडी चालविणे आणि ऑफिसला जाणे यावर बंदी असते. तुम्ही थोडे फार साधे काम करू शकता. आंथरुणापासून सोफ्या पर्यंत जाऊ शकता किंवा स्वतःसाठी सँडविच तयार करू शकता; पण तुम्हाला पायऱ्य चढण्या उतरण्याची परवानगी नसते.

स्ट्रिक्ट बेड रेस्ट :- तुम्हाला सक्तीने विश्रांती घेण्याचा सल्ला दिला जातो. म्हणजे आंघोळ वगैरे वगळता तुम्ही कायम बेडवरच असता. तुम्हाला तुमचे सर्व साहित्य आंथरुणाच्या आसपास हाताला येईल असे ठेवावे लागते. त्यामुळे मदतीला कोणी नसले, तरीही तुम्हाला वारंवार उठावे लागत नाही.

इस्पितळातील बेड रेस्ट :- तुम्हाला लोण्यासोबत सतत आय़ व्हीची गरज पडत असले, तर तुम्हाला इस्पितळात विश्रांती घेण्याची गरज पडते. तुमचे पाय डोक्यापेक्षा थोडे उंच करा. त्यामुळे बाळ तुमच्या गर्भाशयात राहू शकेल आणि आपला योग्य प्रकारे विकास करू शकेल.

जेवणाची ऑर्डर ऑनलाईन द्या म्हणजे संध्याकाळी पतीला आश्चर्यचकीत करता येईल. मेल सर्व्हिसद्वारे डीव्हीडी मागवून आतापर्यंत वेळ मिळत नव्हता म्हणून राहून गेलेले सर्व चित्रपट पहा. यानंतर तुम्हाला पुन्हा अशी संधी आणि वेळ मिळणार नाही.

थोडी मौज मस्ती करा. मैत्रिणींना बोलावून पिझ्झा पार्टी करा. स्वच्छताही त्यांना करावी लागेल.

तुमच्या इवल्याशा लाडक्यासाठी स्वेटर नाही तर मोजे विणा. वेळही जाते आणि मजाही येते.

अल्बममध्ये सर्व फोटो नीट लावा. फोनची डायरी कॉम्प्यूटरमधे अपलोड करा. बाळाच्या अभिनंदनाचे आभार यासारखे काम कॉम्प्यूटरवर करून ठेवा.

मनाला पूर्ण आनंद द्या. केस विंचरा, मेकअप करा. ब्युटी पार्लरमधून कोणाला घरी बोलावून ब्युटी केअर घ्या. मला कोण पाहणार आहे, असा विचार करू नका. तुम्ही चांगल्या दिसलात तर तुम्हालाच बरे वाटेल.

तुमच्या आंथरुणावरील चादर बदला आणि सभोवतालची प्रत्येक वस्तू स्वच्छ ठेवायला सांगा.

तुमचे विचार आणि कल्पना वहीत लिहून ठेवा. ही वही मन शांत ठेवते आणि तुमचा वेळ जातो.

मन उदास झाल्यावर गर्भाची अल्ट्रासाउंड प्रतिमा पाहा. त्याला या जगात आणण्यासाठीच तर तुम्ही हे सर्व करीत असल्याचे स्वतःला बजावा.

गर्भावस्थेतील नुकसानीचा सामना

ग़र्भावस्था हा असा एख आनंददायी प्रवास आहे, ज्यात रहस्य, रोमांच, उत्तेजना,अपेक्षा, उत्साह, बाळाशी संबंधित स्वप्ने आणि भीती या सर्वांचा समावेश आहे. अर्थात प्रत्येक वेळी हे असतेच असे नाही. गर्भावस्थेत तुम्हाला काह नुकसान झाले असेल किंवा तुम्हाला आफले बाळ गमवावे लागले असेल, तर हे दु:ख शब्दांच्या पलिकडचे असल्याचे तुम्हाला माहीत आहे. हे प्रकरण तुम्हालाच अर्पण केले आहे. कारण या दु:खातून सावरण्यासाठी तुम्हाला बळ मिळावे.

मिसकॅरीज

खरं तर हे गर्भावस्थेच्या सुरूवातीलाच होते. म्हणून त्याचे काही दु:ख होत नाही, असे नाही. कितीही लवकर तुम्ही बाळाला गमावले असले तरीही त्यामुळे होणारे दु:ख खरे असते. तुम्ही त्याला अल्ट्रासाउंडमध्ये पाहिलेले असले तरीही त्याच्याशी एक नाते जुळलेले असते. गर्भावस्थेची माहिती कळल्याबरोबर तुम्ही बाळाची स्वप्ने पाहायला लागता. स्वत:ला आई समजायला लागता आणि मग अनेक महिन्यांचा उत्साह आणि आनंद एका क्षणात नाहीसा होतो. तुम्ही उदासपणा आणि निराशेत बुडून जाता. आपल्याच बाबतीत असे का झाले म्हणून तुम्हाला राग येतो. ज्यांच्या घरी बाळाचा जन्म झाला आहे, त्या मित्र आणि नातेवाईकांपासून तुम्ही वेगळया पडता. सुरूवातीला तर खाणे, पिणे, झोपणे सर्व काही विसरून जाता. तुम्ही खूप रडून शकता किंवा कादचित तुम्हाला एक आश्रूही येणार नाही. ही एक नैसर्गिक प्रक्रिया असून अतिशय सामान्य आहे.

ख़रं तर काही जोडप्यांसाठी सुरूवातीलाच झालेले हे नुकसान सहन करणे खूप अवघड असते. का? काही लोक तिसऱ्या महिन्यांपर्यंत ही बातमी दुसऱ्यांना सांगत नाहीत. अशा वेळी त्यांना सहारा देणारेही कुणी असत नाही. लोकांना सांगितले तरीही त्यांना इतकी सहानुभूती आणि आधार मिळत नाही. ते फक्त असे म्हणून शकतात, 'काही हरकत नाही. तुम्ही पुन्हा प्रयत्न करू शकता.' 'काही बिघडत नाही. ही तर सुरूवात होती.' तुमच्याकडे बाळाची काही आठवण किंवा फोटोही असत नाही. त्याच्या अंत्यसंस्काराचा विधी असत नाही. त्यामुळे आई

एक वैयक्तिक प्रक्रिया

अशा परिस्थितीत कोणतेही भावनिक सूत्र उपयोगी पडत नाही. सर्व जण वैयक्तिक पातळीवर याचा सामना करीत असतात. कदाचित तुम्हाला या दुःखातून सावरण्यासाठी जास्त वेळ लागू शकतो किंवा अतिशय लवकर तुम्ही यातून बाहेर पडू शकाल. तुम्ही पुन्हा दुसऱ्यांदा प्रयत्न करण्यासाठी उत्सुक असू शकता. तुम्हाला जे साधारण वाटते तेच इथे खरे आहे, इतके लक्षात असू द्या. स्वतःला सावरण्यासाठी तुम्ही जे काही कराल, तेच चांगले असते आणि तेच करा.

वडिलांचे दुःख काही कमी होत नाही.

या मिसकॅरेज नंतर दुःख व्यक्त करण्याची किंवा न करण्याची तुम्हाला पूर्ण मोकळिक आहे. तुम्ही कोणत्याही प्रकारे मनाचा भार हलका करू शकता.

अशा वेळी तुम्ही एखाद्या जवळच्या नातेवाईकाची मदत घेऊ शकता. तुम्ही आपल्या भावना दुसऱ्या कुणाशी वाटून घेण्याचा प्रयत्न केला,तर बहुतेक महिलांना आपल्या सुरूवातीच्या काळात अशा प्रकारच्या मिसकॅरेजाच सामना करावा लागला आहे. तुम्हाला मात्र त्याची माहिती नव्हती. तुम्हाला आपले दुःख मनातच ठेवायचे असेल तरीही हरकत नाही.

या दिवशी झालेले दुःख तुम्ही नेहमीसाठी लक्षात ठेवू शकता. तो दिवस दरवर्षी लक्षात ठेवू शकता. त्यादिवशी एखादे नवीन झाड, रोप लावा. एखादी शांत सहल करा. जोडीदारासोबत जेवायला जा.

तुम्हाला तुमचे दुःख व्यक्त करण्याचा पूर्ण अधिकार आहे. तेव्हाच तुम्ही हळूहळू त्यातून बाहेर पडू शकाल. तुम्ही या दुःखातून बाहेर येण्याचा प्रयत्न केला नाही, तर तुम्ही खाऊ पिऊ शकणार नाहीत, की झोपू शकणार नाहीत. तुम्हाला रात्रीची झोप येत नाही की कशात मन लागत नाही. परिस्थिती अधिक गंभीर झाल्यावर तुम्हाला व्यावसायिक सल्लाही घ्यावा लागू शकतो.

पुन्हा गर्भवती राहून आई होण्याची तुमच्यात क्षमता आहे, याची तुम्ही स्वतःला खात्री देऊ शकता.

दुसऱ्या मिसकॅरेजचा सामना

यामध्ये खूप दुःख होते. तुम्ही निराश, निरूत्साही आणि चिडचिड्या होऊ शकता. या धक्यातून सावरण्यासाठी तुमच्या मनाला आणि शरीराला खूप वेळ लागू शकतो. काही शारीरिक लक्षणेही दिसू शकतात. तुमच्या मनातले दुख इतरांना सांगा. यात तुमची काही चूक नसल्याचे स्वतःला सांगा. डॉक्टरांचा सल्ला घ्या. जोडीदाराच्या मदतीने आपले दुःख हलके करा. मनातून या सर्व प्रकारच्या भावना काढून टाका आणि कोणत्याही स्थितीत आपल्याला एका बाळाची आई व्हायचेच आहे, असा विचार करा.

गर्भातच मृत्यू होणे

अनेक तास तुम्हाला गर्भाची काहीही हालचाल जाणवत नाही, तेव्हा तुमच्या मनात भीती निर्माण होते. तुमच्या गर्भातील बाळ जिवंत नसल्याचे तुम्हाला कळते तेव्हा तर याहून मोठा धक्का बसतो.

गर्भाची हालचाल जाणवत नाही. तो गर्भातच मेला आहे, हे एकून जोरदार धक्का बसतो. यावर तुमचा विश्वासच बसत नाही. तुमची अवस्था पाहूनच पुढे काय करायचे ते डॉक्टर ठरवतात. जन्मताना किंवा जन्मानंतर ज्यांना आपले बाळ गमवावे लागते त्या आई वडिलांपेक्षा तुमचे दुःख कमी नसते.

जन्मताना किंवा जन्मानंतर लगेच बाळाचा मृत्यू

काही वेळा डिलिव्हरी नंतर लगेच बाळ जिंवत राहत नाही. अनेक महिने बाळाची वाट पाहिल्यानंतर तुम्ही रिकाम्या हाताने घरी परत येता. हे असे दुःख आहे, ज्याची भरपाई कशानेही होत नाही. या दुःखातून

बाहेर पडण्यासाठी तुम्हालाच सावरावे लागेल.

- बाळाला कुशीत घ्या. त्याला एखादे नाव द्या. आपले दुःख स्वीकारा. तुम्ही एखाद्या अनाम बाळासाठी दुःख कसे व्यक्त करू शकाल? त्यामुळे त्याला काही तरी नाव द्या. डॉक्टरांच्या दृष्टिने बाळाला पाहणे योग्य नसले, कारण ते बाळ तुमच्या कल्पनेतल्या प्रमाणे नसले, तरीही त्याला पाहिल्यामुळे त्याचा मृत्यू स्वीकारणे तुम्हाला सोपे जाते. त्याच्यावर अंत्य संस्कार करण्याची आणि त्याचा निरोप घेण्याची तुम्हाला संधी मिळू शकते. तुम्ही त्याला एखाद्या ठिकाणी गाडले, तर भविष्यात कधी तुम्ही त्यावर फुले वाहू शकता.
- त्याच्या पायाच्या ठशासारखी एखादी आठवण तुमच्या जवळ ठेवा. त्याचे सौंदर्य मनात साठवा. जसे सुंदर केस, बारीक बोटे, गुलाबी गाल इ.

प्रसूतीनंतर निराशा आणि मृत्यू

प्रसूतीनंतर निराशा आणि उत्तेजनेमुळे दुःख आणखी गडद होते. बाळामुळे होणारी निराशा वेगळी काढून समजून घेणे अवघड असते. उपाचर मात्र दोन्हीवरही आवश्यक असतात. गरज पडल्यावर व्यावसायिक मदत घ्यायला मागे पुढे पाहू नका. डॉक्टरांचा सल्ला घेण्याऐवजी एखाद्या मानसोपचार तज्ज्ञाला भेटा. थेरपी आणि औषधांमुळे बरे वाटू शकते.

बाळाच्या मृत्यूनंतर दूध वाळणे

बाळ राहिले नसले तरीही त्याची एक आठवण तुमच्या जवळ राहिलेली असते. तुमच्या स्तनात त्याच्यासाठीचे दूध भरलेले आहे. बाळ उरले नसेल, तर स्तनात उतरणारे दूध सांभाळणे मानसिक आणि शारीरिकदृष्ट्या अवघड असते. तुम्हाला स्तनपान करण्याची संधी मिळाली नाही तर स्तनात रक्त साकाळू शकते. अशा वेळी गरम पाण्याने आंघोळ करू नका. निप्पल चोळू नका. स्तनातून दूध काढू नका. नाही तर आणखी दूध तयार होईल.

काही दिवस स्तनपान केल्यानंतर बाळाचा मृत्यू झाला असेल, तर डॉक्टर किंवा नर्सचा सल्ला घ्या. तुमच्या हाताने किंवा पंपाच्या सहाय्याने दूध काढण्याचा सल्ला दिला जातो. कारण स्तनात जितक्या प्रमाणात दूध तयार होते, तितके पुन्हा तयार होऊ शकेल. हे बाळाच्या दुध पिण्याच्या प्रमाणावर अवलंबून असते. स्तनपान सोडल्यानंतर किंवा पंप वापरणे बंद केल्यानंतर काही आठवडे किंवा महिने स्तनातूंन दुधाचे थेबं निघू शकतात.

तुमच्या स्तनात पुरेशा प्रमाणात दूध तयार होत असेल, तर ते तुम्ही मिल्क बँकेला दानही करू शकता. त्यामुळे तुमच्या मनाला शांतता मिळू शकते.

- ड़ॉक्टरांकडून बाळाच रिपोर्ट मिळवा म्हणजे तुम्हाला सत्य स्वीकारायला त्रास होणार नाही. तुम्ही जास्तीत जास्त काळ डिलिव्हरी रूममध्येच घालवलेला असला तरीही औषधे, हार्मोन आणि इतर अवस्थांच्या धक्क्यामुळे तुम्हाला सर्व काही सहजगत्या समजत नाही.
- बाळाच्या स्वागतासाठी तुमच्या घरी जी तयारी करण्यात आली होती ती तशीच राहू देण्याविषयी मित्र आणि नातेवाईकांना सांगा. नाही तर घरी परतल्यानंतर हे नागडे सत्य स्वीकारणे आणखी कठीण होऊ शकते.
- दुःख विसरण्याच्या या प्रक्रियेत तुम्हाला एकटेपणा, संताप, क्रोध आणि निराशेच्या

अवस्थेतून जावे लागू शकते. प्रत्येक जण वेगळया पद्धतीने प्रतिक्रिया व्यक्त करू शकतो. तुम्हालाही वेगळे काही वाटू शकते.

- हा काळ खूप कठीण असतो. तुमचे खाणे, पिणे आणि झोपणे सुटते. दुःख आणि निराशा घेरते. मुले आणि पतीवर चिडता. मध्यरात्री तुम्हाला त्या बाळाचे रडणे ऐकायला येते. भोवताली सर्व आपली माणसं असतानाही तुम्ही एकाकी होता. आपण एक बाळ व्हावे. आपल्यावर प्रेम करावे. आपण कुणाच्या तरी खांद्यावर डोके ठेवून रडावे, असे तुम्हाला वाटू शकते. हे सर्व सामान्य आहे.
- रडा, मनाला वाटेल तितके रडून घ्या.
- वडिलांनाही दुःख झाले आहे, हे लक्षात घ्या. त्यांनी बाळाला नऊ महिने सांभाळलेले नसले, तरीही त्यांचे दुःख कोणत्याही प्रकारे कमी असत नाही. आपल्या भावना लपवून ते तुमची जबरदस्तीने समजूत घालीत असतात. तुम्ही दोघेही याबाबतीत बोला म्हणजे तुमचे मन मोकळे होईल. एक दुसऱ्याला आधार देणे यावेळी उपयोगी पडते.
- परस्परांवर लक्ष ठेवा. आपल्या दुःखात इतके मग्न होऊ नका की दुसऱ्याची जाणीव होणार नाही. अनेकदा अशा वेळी नात्यांत अंतर पडते. तुम्हाला एकटे रहावे वाटत असले तरीही जोडीदाराचे दुःख वाटून घेणे गरजेचे आहे.
- एकाकीपणे जगाचा सामना करू नका. पहिल्यांदा भेटायला आलेल्याच्या प्रश्नांची भीती वाटत असेल, तर उत्तरे देण्यासाठी मैत्रिणीची मदत घ्या. ती बहुतेक सर्व ठिकाणी ही बातमी पोहचविते आणि तुम्हाला काही सांगावे लागणार नाही.
- अशा परिस्थितीत काही वेळा मित्र आणि नातेवाईकांना आपले दुख व्यक्त करता येत नाही. काय बोलावे तेच त्यांना कळत नाही. तुम्हाला दुखावणारेही ते काही बोलू शकतात. जसे, तुला काय वाटते ते मला माहीत आहे. बरे झाले मोहात पाडण्याआधीच बाळ गेले. खरं तर तुमच्याबद्दल सहानुभूती व्यक्त करण्याचाच त्यांचा उद्देश असतो. फक्त त्यांना ते योग्य पद्धतीने व्यक्त करता येत नाही.
- जवळचे नातेवाईक किंवा आई-वडिलांचा आधार घ्या. त्यांना तुमचे दुःख कळते आणि ते तुम्हाला सावरण्यासाठी मदत करतात.
- आपली काळजी घ्या. भावनिक अवस्था शारीरिक नुकसान करू शकत. वेळेवव खा, प्या आणि झोपा. व्यायामही खूप चांगला ठरू शकतो. जेवण्याची इच्छा नसली तरीही जेवण वाढून घ्या. कोमट पाण्याने स्नान करा. आपले दुःख विसरण्यासाठी एखादा चित्रपट पहा किंवा मित्राकडे जाऊन या. जगणे काही संपत नाही आणि तुम्हाला पुढे जायचे असते.
- बाळाच्या मृत्यूचे दुःख व्यक्त करण्यासाठी तुम्ही तुमच्या पद्धतीने वागा. पती पत्नी आपसात मन मोकळे करा किंवा मित्र, नातेवाईक आणि समाजाला सोबत घ्या.
- बाळाच्या स्मृतीप्रित्यर्थ एखादे चांगले काम करा. चाईल्ड केअर सेंटरसाठी पुस्तके खरेदी करा. अनाथालयाला दान द्या. घरी किंवा पार्कमध्ये नवीन रोप लावा.
- धर्म आणि अध्यात्मामुळेही तुमच्या मनाला शांती मिळू शकते.
- दुःखातून पूर्णपणे बाहेर पडल्यावरच पुन्हा गर्भवती होण्याचा विचार करा. म्हणजे भावी बाळाची देखभाल करण्यात काही उणीव राहणार नाही.
- दुःख विसरण्यासारखे नसते, पण तरीही सहा-नऊ महिन्यानंतरही दुःखाची तीव्रता कमी झाली नसेल, तर व्यावसायिक मदत घ्या.
- मनात आपराधीपणा ठेवू नका. त्यामुळे दुःखातून बाहेर पडणे शक्य होत नाही. तुम्ही काळजी

घेऊ शकला नाहीत म्हणून बाळ गेले, असे वाटत असेल, तर व्यावसायिक मदत घ्या. आपले दुःख कमी करण्यासाठी त्या बाळाला पत्र लिहा. त्यात तुमच्या सर्व भावना व्यक्त करा.

जुळ्यांपैकी एकाचा मृत्यू

जुळया किंवा तिळयापैकी एकाचा मृत्यू होतो तेव्हा त्या आई वडिलांना एकाच वेळी दुःख आणि आनंदाचा सोहळा साजरा करावा लागतो.

- एक बाळ जिवंत राहिले म्हणून दुसऱ्याचे दुःख कमी होत नाही. तुमचे मन दुःखी होते. एका बाळाचा मृत्यू झाला हे सत्य स्वीकारल्याशिवाय तुम्हाला त्या दुःखातून बाहेर पडता येणार नाही.
- जिवंत बाळासाठी मनात निर्माण झालेले प्रेम झाकू नका. त्याच्या बहिण-भावाचा मृत्यू झाला म्हणून त्याला तुमच्या प्रेमाला पारखे व्हावे लागेल, असे नाही. त्याच्या चांगल्या आरोग्यासाठी तुम्ही त्याला मनापासून स्वीकारणे आवश्यक आहे.
- दुःखासोबत सुख आले आहे, म्हणून त्याचा उत्सव साजरा करू नये, असे नाही. असे करणे तुम्हाला अवघड वाटत असेल, तर आधी मेलेल्याचे दुःख करा आणि नंतर सुखाचा सोहळा.
- आपल्यालाच जास्त मुले सांभाळायचा त्रास नको होता, किंवा मुलगी नको होती म्हणून तुम्ही स्वतःला दोष देऊ नका. तुमच्या कल्पना- इच्छेचा या घटनेशी काही संबंध नव्हता हे लक्षात घ्या.
- जुळयांना घरी आणण्याची तयारी सुरू असताना तुम्ही एकाच बाळाला घेऊन घरी आलात. अशा वेळी निराश होणे शक्य असले तरीही या भावनेला तुमच्यावर स्वार होऊ देऊ नका.
- जुळयांपैकी एकाच्या मृत्यूची बातमी देणे तुम्हाला शक्य नसेल, तर एखाद्या मैत्रिणीला सोबत घ्या. काही दिवस घराबाहेर पडताना तिला सोबत घ्या म्हणजे लोकांच्या प्रश्नांना तुम्हाला सामोरे जावे लागणार नाही.
- तुम्हाला सहानुभूती दाखविण्याच्या आणि जिवंत बाळाला आशीर्वाद देण्याच्या नादात लोक तुमच्या मनाला दुखवू शकतात. अशा वेळी जवळच्या नातेवाईकांकडे आपले मन मोकळे करा.
- निराशेला तुमच्यावर स्वार होऊ देऊ नका. त्यामुळे तुमच्या आणि बाळाच्या देखभालीत फरक पडू शकतो. आपल्या बाळाच्या शारीरिक आणि मानसिक गरजा पूर्ण करण्यासाठी धीराने वागा.

दुःखाची व्यवस्था

काही वेळा मल्टिपल प्रेगनन्सीमध्ये एका बाळाला संपविणे आवश्यक असल्याचे डॉक्टर सांगतात. कारण ते जिवंत राहू शकणार नसते तसेच त्याच्यामुळे दुसऱ्यालाही धोका निर्माण होतो. अशा वेळी तुम्ही स्वतःला गुन्हेगार समजू नका. डॉक्टरांचा सल्ला घ्या. त्यांच्या म्हणण्याप्रमाणे वागण्यातच तुमचे भले असते. शांत मनाने आणि विचारपूर्वक निर्णय घ्या.

मित्र आणि जोडीदाराची मदत घ्या. रडून घ्या. एकासाठी दुसऱ्याचा बळी दिला, असा विचार मनात आणू नका. धर्म आणि अध्यात्माची मदत घ्या. वाटत असेल, तर दुसऱ्यांना सांगा, नाही तर सारे स्वतःजवळच ठेवा.

पुन्हा प्रयत्न करणे

अशा धक्क्यानंतर पुन्हा गर्भवती होण्याचा निर्णय घेणे सोपे असत नाही. हा वैयक्तिक निर्णय खूप त्रासदायक होऊ शकतो.

- या प्रक्रियेसाठी तयारी दाखविल्याबद्दल स्वतःचे अभिनंदन करा. कारण असा निर्णय घेण्यासाठी खूप मोठ्या धीराची आवश्यकता असते.

का?

या प्रश्नाला नेहमीच उत्तर असते, असे नाही. तरीही नवजात बाळाच्या मृत्यूचे कारण तुम्हाला शोधावेच लागेल. बाळाची पूर्ण तपासणी आणि गर्भावस्थेचा इतिहास यातूनच याचे कारण कळू शकते. बाळ गर्भातच वारले किंवा स्टिलबर्थ झाला तर चांगल्या पॅथॉलॉजिस्टकडून प्लासेंटाची तपासणी करायला हवी. अशा प्रकारे तुम्ही तुमची भावी गर्भावस्था सुरक्षित करू शकता.

- तुम्हाला योग्य वाटेल, तिच योग्य वेळ असते. भावनात्मकरित्या तयार होण्यासाठी तुम्हाला थोडा जास्त वेळ लागू शकतो. तुमच्या मनाचे ऐका. दुसऱ्याचे ऐकू नका. पूर्णपणे तयारी झाल्यावरच गर्भधारणा करा.

- आई होण्यासाठी शारीरिकदृष्ट्या सक्षम असल्याबद्दल डॉक्टरांना विचारा. तुम्ही तयार नसाल, तर गर्भधारणेसाठी शारीरिकदृष्ट्या फीट व्हा.

- प्रत्येक गर्भावस्थेचा शेवट सुखद होत नाही, हे तुम्हाला माहीत असल्यामुळे ही गर्भावस्था तुमच्यासाठी पहिल्यापेक्षा जास्त काळजी आणि तणाव निर्माण करू शकते. तुमच्या मनात अघटीत घडण्याची भीती दडलेली आहे. नव्या गर्भाला मोकळेपणाने स्वीकारण्याची तुम्हाला भीती वाटू शकते. शरीरातील प्रत्येक लहान मोठ्या बदलाची तुम्हाला काळजी वाटू शकते. हे स्वाभाविक आहे. फक्त इतके लक्षात ठेवा, की या भावनामुळे गर्भाच्या पोषणात काही उणिव राहता कामा नये. मागच्या घटनेकडे वळून पाहण्याऐवजी येणाऱ्या बाळावर लक्ष केंद्रित करा. गर्भावस्थेत एका बाळाचा मृत्यू झालेल्या स्त्रिया दुसऱ्या वेळी निरोगी बाळाला जन्म देतात, तसेच त्यांची ही गर्भावस्था सुरक्षित असते, हे विसरू नका.

■ ■ ■

भाग -८

तुमचे नंतरचे मूल

पुढच्या बाळाची तयारी

आपल्या मनाने सर्व आयुष्य प्लॅन करू शकलो असतो तर किती चांगले झाले असते. आपण आखलेल्या योजनांचे मनोरे काही क्षणात जमिनदोस्त होतात आणि आपले त्यावर थोडेही नियंत्रण असत नाही.

पूर्ण योजना तयार करून आपण बाळाला जन्म देऊ शकत असतो, तर किती चांगले झाले असते. अशा प्रकारे आपल्या जीवनशैलीत सुधारणा घडवून आणण्याची आपल्याला पूर्ण संधी मिळाली असती. अशी संधी किती महिलांना मिळते? मासिक पाळीतील गडबड आणि गर्भ निरोधक साधनांचा वापर यामुळे असे करणे शक्य होत नाही. या पुस्तकातही गर्भधारणे पूर्वीच्या तयारीवर भर देण्यात आला आहे. सर्व महिला सुरूवातीपासूनच या सर्व बाबींची काळजी घेऊ शकत नाहीत, तरीही त्या निरोगी बाळाला जन्म देतात.

तसं तर आता कुटुंब नियोजनाची साधने अतिशय उपयुक्त ठरत आहेत. त्यामुळे तुम्ही अतिशय काळजीपूर्वक गर्भधारणेची योजना आखू शकता. या बाबत विचार करायला सुरुवात केल्यापासून आपल्या शरीराकडे लक्ष द्यायला सुरूवात करा. यावेळी केली देखभाल फक्त तुमच्या बाळासाठीच नाही, तर त्याच्या बाळासाठीही उपयुक्त ठरू शकते.

बाळ पूर्णपणे निरोगी असावे यासाठी भावी माता पाता अनेक पद्धतीने आपली प्रजनन क्षमता वाढवू शकतात. तुम्ही आधीच गर्भवती झाला आहात तरीही घाबरू नका. फक्त हे प्रकरण सोडून पहिल्या प्रकरणापासून वाचायला सुरूवात करा.

गर्भधारणेपूर्वी आईने काय करावे?

पूर्ण शारीरिक तपासणी :- तुमच्या कौटंबिक डॉक्टरांना भेटा. पूर्ण तपासणीमुळे आधीच एखाद्या उपचाराची आवश्यकता आहे की नाही, याची माहिती मिळते.

दातांच्या डॉक्टरांना भेटा :- होय, डेंटिस्टला भेटून दातांची चागंल्या प्रकारे तपासणी करा. एक्स-रे, फिलिंग, दातांवरील सर्जरी वगैरे जे काही करायचे असेल ते याच वेळी करून घ्या. कारण गर्भावस्थेत हो सर्व करता येणार नाही. तुमच्या हिरड्याही निरोगी असायला हव्यात. हिरड्यांच्या आजारामुळे प्रीटर्म बर्थचा धोका वाढत असल्याचे आढळून आले आहे. घरीही दात आणि हिरड्यांची काळजी घ्या.

गर्भधारणेपूर्वीची तपासणी :- आता काही घाई नाही. त्यामुळे अगदी सहजपणे डॉक्टरांची निवड करता येते. तुमच्या आसपास तुमच्यासाठी कोणता डॉक्टर योग्यहोऊ शकतो ते पाहा. तुम्हाला एखाद्या दाई कडून प्रसूती करून घ्यायची असली तरीही डॉक्टरांची भेटीची वेळ ठरवा. यावेळी डॉक्टरांकडून तपासणी करून घेणे आवश्यक असते. तपासण्यानंतर तुम्ही हायरिस्क श्रेणीत मोडणाऱ्या नसाल, तर तुमच्या मर्जीने डॉक्टर, दाई आणि प्रसूतीची पद्धत निवडू शकता. तुम्ही हाय रिस्क श्रेणीत असाल, तर आई आणि गर्भाचे आरोग्य लक्षात घेता एखाद्या

विशेषज्ञाची सेवा घेणे चांगले.

तुमच्या प्रेगनन्सी हिस्ट्रीवर नजर टाका :- तुम्हाला गर्भपात किंवा मुदतपूर्व प्रसूती अशा प्रकारचा काही त्रास तर नाही ना? किंवा गर्भावस्थेत दुसरी काही गुंतागुत तर निर्माण झाली नव्हती? या बाबतीत काय काय काळजी घ्यायला हवी ते डॉक्टरांना विचारा.

आईच्या प्रेगनन्सी हिस्ट्रीवर नजर टाका :- तुम्ही ही डॅश बेबी नाहीत ना, याची माहिती घ्या. १९७१ पर्यंत गर्भपात थांबविण्यासाठी डायथाइजटिलसेजिस्ट्रल नावाचे औषध दिले जात होते. त्यामुळे प्रजनन अवयवांना नुकसान होत असे. आईने हे औषध घेतले असेल, तर तुम्ही योनी आणि गर्भाशयाची कोलोपोस्कोपी करून घ्या.

टेस्ट करून घ्या :- गर्भाधारणेपूर्वी खालील प्रकारच्या टेस्ट करून घेण्याचा सल्ला दिला जातो-

- हिमोलोबीन किंवा हिमेटोक्रिट (अॅनेमियासाठी)
- आर. फॅक्टर. तुम्ही निगोटिव्ह असाल, तर जोडीदाराची तपासणी करावी लागेल. तोही निगेटिव्ह असेल तर काळजीचे कारण नाही.
- रुबेला टिटर
- बॅरिमेला टिटर
- मधुमेहासाठी लघवीची तपासणी
- ट्यूबरक्लोसिस
- हेपोटेटिस- बी. हाय रिस्क श्रेणीत असाल तर.
- सायटोमिगेलोव्हायरस- अँटीबॉज. (हे समजले असेल तर उपचारानंतर सहा महिन्यांनी गर्भधारणा करा.)
- टॉमनोप्लाझमोसिस टिटर (तुमची मांजर कच्चे मांस खात असेल, मोज्याशिवाय बागकाम करीत असाल किंवा पाश्चराईज नसलेले दूध घेत असाल तर या पुस्तकात आधी सांगितलेल्या सूचना अंमलात आणा.)
- थॉयराइड (यामुळे गर्भावस्था आणि गर्भाची मानसिक क्षमता प्रभावित होत असते. गर्भधारणेपूर्वी ही तपासणी आवश्य करा. कुटुंबात कुणाला पूर्वी हा आजार झाला असेल, तर ही तपासणी अत्यावश्यक होते.)
- एस.टी.डी.(गुप्तरोग) सर्व गर्भवतींनी एसटीडी तपासणी करायला हवी. यामध्ये सिफलिस, गोनासिया,क्लामिडिया, हार्मिज, ध्यूमर पॅपिलोना व्हायरस, बॅक्टोरियल बॅजिनोसिस, गारडनरेला व्हेजिनेटिस आणि एचआय़व्हीचा समावेश आहे. तुम्ही असा विचार करू शकत नसलात, तरीही ही तपासणी करायला हवी.

उपचार करा :- टेस्टमध्ये एखाद्या आजाराची माहिती समोर आली, तर उपचार करायला वेळ करू नका. कोणत्याही प्रकारची सर्जरी किंवा मेडिकल उपचार याला घाबरू नका. प्रजनन अवयवासंबंधी सर्व तक्रारीवर उपचार करायला हवा. जसे-

- युटेराईन पोलिप्स, फायब्रायस, सिस्ट, ट्युमर
- अँडोमेट्रोसिस
- पेल्विकशी संबंधित आजार
- मुत्राशय संक्रमण
- योनरोग

क़ाही बाबतीत सर्जरी करण्याची आवश्यकता पडली तर त्यानंतर सहा महिन्यांनी गर्भधारणा करा.

लसिकरण करा :- गेल्या दहा वर्षांत तुम्ही टिटेनस-डिपथिरिया बूस्टर घेतला नसेल, तर घ्या. एम.एम.आर. व्हॅक्सिन घेतले असेल तर गर्भाधारणेसाठी तीन महिने थांबा. हेपेटायटिसबाबतही जागरूक रहा. योग्य वेळी उपचार करा.

क्रोनिक आजारांवर नियंत्रण

तुम्हाला दमा, मधुमेह, मिरगी, हृदयरोग यासारखा एखादा दीर्घ आजार असेल, तर गर्भधारणेपूर्वी डॉक्टरांच्या सल्ल्याने त्यावर नियंत्रण मिळवा. आपली

पूर्ण काळजी घेण्याचा प्रयत्न करा. ॲलर्जीचे एखादे औषध घेण्याची आवश्यकता असेल, तर आताच घ्या. डिप्रेशनही तुमच्या मार्गातील अडथळा ठरू शकते. त्यामुळे मोठी योजना कार्यान्वित करण्यापूर्वी या सर्वांवर नियंत्रण मिळवा.

ज़नेटिक स्क्रिनिंग :- तुम्हाला किंवा जोडीदाराला काही जनेटिक डिसऑर्डर (सिकल सेल, पॅलासिमिया, हिमोफेलिया, प्रस्कचुलर डिस्ट्रोफी किवा एक्स सिंड्रोम इ.) असेल किंवा डाऊन सिंड्रोम सारखी दुसरी एखादी जन्मजात विकृती असेल, तुमच्या दोघांच्या वंशात कुणाला असा आजार झाला असेल, तर जनेटिक तज्ज्ञाला भेटा. तुम्ही कॉकेशियन असाल,तर सिस्टिक फायब्रोसिस, यहुदी-युरोपियन असाल तर टे-शेक, फ्रेंच कॅनडेयिन किंवा आयरिश -अमेरिकन असाल तर सिकल सेल, ग्रीक-इटालीयन किंवा दक्षिण पूर्व अशियायी अथवा अशियायी-फिलिपिन वंशाचे असाल तर थॅलासिमियाची तपासणी करा. गेल्या गर्भावस्थेतही असा काही त्रास झाला असेल, तज्ज्ञाचा सल्ला आवश्य घ्या.

बर्थ कंट्रोलचे उपाय :- एखाद्या गर्भ निरोधकाच्या वापराचा येणाऱ्या बाळावर काही दुष्परिणाम होणार असेल, तर त्याला बदला. गर्भनिरोधक गोळ्या घेत असाल, तर योजना आखण्याच्या खूप आधी त्या घेणे बंद करा. गर्भधारणेपूर्वी किमान दोन मासिक पाळ्या नियमित व्हाव्यात यासाठी प्रयत्न करा. मासिक पाळी नियमित होण्यास वेळ लागत असेल, तर धीर सोडू नका. युडी वापरत असाल, तर काढून टाका. कोणत्याही प्रकारच्या गर्भनिरोधक औषधांचा वापर करणे बंद करा. आवश्यक वाटले तर रचर्मीसाइड विरहीत कंडोमचा वापर करू शकता.

आहारातील सुधारणा :- सर्वात आधी महत्त्वाचे म्हणजे आहारात फॉलिक ॲसिडचे प्रमाण वाढवा. गर्भधारणेपूर्वी आणि गर्भावस्थेच्या सुरूवातीला याचे योग्य प्रमाणात सेवन केल्याने न्यूटल दोष खूप मोठ्या प्रमाणात कमी होत असल्याचे आढळून आले आहे. कडधान्ये आणि हिरव्या पालेभाज्यात ते भरपूर प्रमाणात असते. त्याचे औषधही मिळते.

ज़ंक फूड आणि रिफाइंड साखरेचे प्रमाण कमी करा. कडधान्ये, फळे, भाज्या आणि कमी मेद असलेले डेअरी पदार्थ घ्या. यामुळे गर्भावस्थेत मळमळ आणि उलटीचा त्रास वाढू शकतो. गर्भधारणेपूर्वी रोज दोनदा प्रोटिन आणि कॅल्शियम घ्या.

आहाराच्या सवयी योग्य नसतील किंवा इटिंग डिसऑर्डर असेल, तर डॉक्टरांचा सल्ला घ्या.

आदर्श वजन :- आवश्यकतेपेक्षा जास्त किंवा कमी वजन गर्भधारणेत अडथळा ठरू शकते. आवश्यकता पडल्यास कॅलरीचे प्रमाण कमी करा. हळूहळू वजन कमी करा. मग त्यासाठी गर्भधारणा दोन महिने पुढे ढकलावी लागली तरी चालते. कुपोषणामुळेही गर्भधारणा होणे अवघड होते. तुम्ही क्रॅश डायटवर असाल, तर सामान्य आहार घेत शरीराला पूर्ववत होऊ द्या. मग गर्भधारणा करा.

व्हिटॅमिन आणि मिनरल घ्या :- आहारातील बदलासोबत व्हिटॅमिन आणि मिनरलही घ्या. गर्भधारणेपूर्वी व्हिटॅमिन- मिनरल घेणाऱ्या महिलांना मळमळणे, मॉर्निंग सिकनेस यासारखा त्रास कमी प्रमाणात होत असल्याचे आढळून आले आहे. याशिवाय दुसरे काही पोषक घटक घेणे धोकादायक ठरू शकते.

फिगर बनवा, पण हळूहळू :- दिनचर्येत व्यायामाचा समावेश केला, तर शरीर निरोगी होते . तसेच आगामी काळासाठी स्वतः तयारही होता. जास्तीचे वजनही कमी होते, पण जास्त श्रमाचा व्यायाम करू नका. काही वेळा शरीराचे तापमान वाढल्याने गभधारणा होत नाही. काहीही अति करणे वाईट असते म्हणून व्यायामाचा अतिरेक नको.

ड्रग्जपासून दूर रहा :- कोकेन, केक, अफू, हेरॉइन यासारखे ड्रग्ज गर्भावस्थेसाठी घातक असतात. गर्भधारणा होत नाही आणि झालीच तर गर्भाचे नुकसान होते. मिसकॅरेज, मुदतपूर्व परिस्थिती यासारखा धोका निर्माण होऊ शकतो. तुम्ही अधून मधून घेत असलात तरीही हे घेणे थांबवा. अवघड वाटत असेल, तर व्यावसायिक मदत घ्या.

उगीच औषधे घेऊ नका :- गर्भधारणेची योजना आखल्यानंतर डॉक्टरांना विचारल्याशिवाय कोणतेही औषध घेऊ नका. योनीत ठेवण्यात येणारे कोणत्याही प्रकारचे औषध डॉक्टरांना विचारून वापरा.

औषधे तपासून घ्या :- तुमच्या आजारासाठी गेल्या अनेक वर्षांपासून तुम्ही घेत असलेले एखादे औषध गर्भावस्थेसाठी घातक तर नाही ना, याची माहिती घ्या. किमान सहा महिने आधी अशा प्रकारचे कोणतेही औषध घेणे बंद करा. बाळ जन्माला आल्यावरही काळजी घ्या कारण स्तनपान करताना त्याचा परिणाम बाळावरही होऊ शकतो. अनेक वेळा डोस कमी केल्याने काम होते.

काही औषधे खूप धोकादायक ठरू शकतात. त्यामुळे वेळोवेळी डॉक्टरांचा सल्ला घ्या.

हर्बल किंवा पर्यायी औषधे :- सर्व हर्बल औषधे सुरक्षित असण्याचे काही कारण नाही. काही औषधे गर्भधारणेत अडचण निर्माण करू शकतात. अशा प्रकारचे कोणतेही हर्बल किंवा पर्यायी औषध नुकसानकारक होऊ शकते म्हणून काळजी घ्या.

कॉफिनचे प्रमाण कमी करा :- चहा, कॉफी इत्यादिचे प्रमाण आतापासूनच कमी करायला लागा. त्यामुळे पुढे अडचण निर्माण होणार नाही. अधिक प्रमाणात घेतलेले कॉफिन धोकादायक ठरत असल्याचे आढळून आले आहे. तसेही त्याचे अधिक प्रमाणात शरीराला इतर अनेक प्रकारे नुकसान करीत असते.

मद्यपान करू नका :- गर्भधारणेचा कार्यक्रम नक्की केल्यावर रोज मद्यपान करणे घातक होऊ शकते. मासिक पाळीचे चक्रही बदलू शकते. त्यामुळे अजिबात मद्यपान करू नका.

धुम्रपान करू नका :- तंबाखूमुळे बाळालाही कॅन्सरचा धोका होऊ शकतो. गर्भधारणा करण्यात अडचणी येऊ शकतात. तुमच्या गर्भाला धूर विरहित पर्यावरण द्या.

रेडियशनच्या संपर्कात राहू नका :- एक्स रे करणे आवश्यक असेल, तर प्रजनन अवयव झाकून घ्या. गर्भधारणेची योजना आखल्यावर तुम्ही कधीही गर्भवती होऊ शकता, हे नेहमी लक्षात ठेवा. तुमच्या डॉक्टरांनी याची कल्पना द्या म्हणजे तेही अशी सावधगिरी बाळगू शकतील. गर्भधारणेनंतर आवश्यक असेल, तरच रेडिएशन करा.

घातक रसायनांपासून दूर रहा :- काही रसायने गर्भधारणा आणि बाळाच्या विकासात अडथळा निर्माण करतात. कामाच्या वेळी ही गोष्ट लक्षात घ्या. मेडिसिन, आर्ट, फोटोग्राफी, फ्रेमिंगस लँडस्केपिंग; हेअर ड्रेसिंग, ड्रायक्लिनिंग आणि कारखान्यात याची काळजी घ्या. शक्य असेल तर काही काळासाठी अशा ठिकाणांपासून दूर रहा. बदली करून घ्या.

काही वेळा शिशाचे अधिक प्रमाणही धोकादायक असते. कामाच्या ठिकाणी तसेच घरी किंवा पाण्यातही ते असू शकते. घरगुती विषारी पदार्थांच्या संपर्कातही येऊ नका. तुमच्या रक्तात त्याचे प्रमाण अधिक असेल, तर त्यावर उपचार करून घ्या. म्हणजे शरीरातील शिशाचे प्रमाण कमी होईल.

आर्थिक सुबत्ता :- बाळ येण्यापूर्वीच पुरेशी आर्थिक तरतूद करून घ्या. कारण आगामी काळात तुम्हाला खूप पैशांची गरज पडणार आहे. तुमचा हेल्थ इन्शुरन्स करून घ्या म्हणजे प्रसूतीचा खर्च मिळू शकेल.

ऑफिसातून मॅटर्निटी लिव्ह मिळणार की नाही, याची माहिती घ्या. त्यामुळे तुम्ही नंतरच्या अनेक परेशानीपासून मुक्त राहू शकता.

काळजी घ्यायला सुरूवात करा :- एकदा सर्व प्रकारच्या अपेक्षित काळज्या घेतल्यानंतर आपल्या योजनेवर सर्व लक्ष केंद्रित करा. मासिक पाळीपूर्वी फर्टाइल काळात शरीर संबंध ठेवू शकलात, तर गर्भवती होण्याची शक्यता अधिक होते. एखाद्या डायरीत प्रत्येक मासिक पाळीची पहिली तारीख लिहून ठेवा. तुम्ही औव्ह्यूलेट कधी झाला होतात, हेही लक्षात ठेवा. अनियमित मासिक पाळी असणाऱ्या स्त्रियांसाठी पाळीपूर्वीच दहावा किंवा पाळी नंतरचा सत्रावा दिवस गर्भधारणेसाठी उपयुक्त असतो. काही महिलांना ओव्ह्यूलेशनची स्पष्टपणे माहिती कळते, तर काहींना कळत नाही. या दरम्यान तुमच्या योनीतील स्त्राव, अंड्यातील पाढऱ्या बल्कसारखा चिकट असतो. त्याचा तार तुटतो. त्याचबरोबर ओटीपोटात तसेच पाठीत थोडेसे दुखू शकते. तुम्ही नोंदी ठेवल्या तर व्हॅसल तापमानातील फरकावरूनही याची माहिती कळू शकते. त्यासाठी तुम्हाला व्ही. व्ही. टी. थर्मामिटर घ्यावे लागेल. सकाळी अंथरूणातून उठण्यापूर्वी आपले तापमान मोजा. ओव्ह्यूलेशनचे चर्क सुरू होण्यापूर्वी हे तापमान किमान असते. मग ते वेगाने वाढते. तुम्हाला हे सर्व कळत नाही. तुमची पाळी अनियमित असेल किंवा तुम्हाला एखादी सोपी पद्धत हवी असेल, तर त्यासाठी बाजारात होम ओव्ह्युलेशन प्रीडिक्टर कीट मिळते. त्याच्या मदतीने तुम्ही तुमची योजना यशस्वी करू शकता. त्यामुळे डिलिव्हरीची नेमकी तारीख काढणेही शक्य होते.

विश्रांती घ्या :- होय, ही सर्वात महत्त्वाची बाब आहे. तणावामुळे परिस्थिती चिघळू शकते. रिलॅक्शेसन तंत्र शिका. ध्यान करा, तणाव टाळा.

पूर्ण वेळ द्या :- कोणतीही निरोगी गर्भावस्था सुरू होण्यासाठी साधारणपणे सहा महिने लागतात. लवकर मनासारखे झाले नाही म्हणून तणावग्रस्त होऊ नका. डॉक्टरांकडे जाण्यापूर्वी स्वतःला पुरेसा वेळ द्या. तुमचे वय ३५ पेक्षा अधिक असेल, तर सहा महिने प्रयत्न केल्यानंतरच डॉक्टरांकडे जा.

गर्भधारणेपूर्वी बाबांनी काय करावे?

डॉक्टरांना भेटा :- आपली शारीरिक तपासणी करून टेस्टिकल सिस्ट, ट्यूमर किंवा डिप्रेशन यासारखा आजार नाही ना, याची खात्री करून घ्या. तसेच जोडीदाराच्या गर्भावस्थेत अडचण ठरू शकेल, असा एखादा आजार नाही ना?

कोणतेही औषध घेण्यापूर्वी त्याचा तुमच्या लैंगिक क्षमतेवर काही परिणाम होणार नाही ना, याची माहिती मिळवा. काही वेळा त्यामुळे स्पर्मची संख्या कमी होते. तुम्हाला असे काही नको असेलच!

आवश्यकता असेल, तर जेनेटिक स्क्रीनिंग करा :- कुटुंबात पूर्वी कधे असे झाले असेल, तर गर्भधारणेपूर्वी जेनेटिक स्क्रिनिंग आवश्य करून घ्या.

बर्थ कंट्रोल वापरणे बंद करा :- तुमची पत्नी बर्थ कंट्रोलसाठी एखादी पद्धत वापरीत असेल किंवा गोळ्या घेत असेल, तर ते सर्व बंद करा. किमान दोन मासिक पाळ्या तरी मोकळ्या जाऊ द्या. वाटल्यास या काळात फक्त कंडोमचा वापर करा.

आहारात बदल :- आहार जितका पौष्टि असेल, तितके गर्भधारणेसाठी स्पर्म जास्त सक्षम असतील. गर्भधारणेपूर्वी आई-वडील दोघांनीही पौष्टिक आहार घ्यायला हवा. तुमच्या आहारात व्हिटॅमिन सी, ई, झिंक, कॅल्शियम आणि व्हिटॅमिन डी पुरेशा प्रमाणात असावे यासाठी प्रयत्न करा. गर्भधारणेपूर्वी व्हिटॅमिन

मिनरल सप्लिमेंट घ्या. त्यात थोडे फॉलिस शिशे असेल, तर ते तुम्हाला उपयुक्त होईल. तुम्हाला मधुमेह असेल, तर ब्लड शुगर नियंत्रित करा.

जीवनशैली सुधारा :- गर्भधारणा करण्यापूर्वी जोडीदार कोणत्याही प्रकारचे ड्रग्ज घेत असेल, तर त्याचा त्याच्या लैंगिक क्षमतेवर परिणाम होत असल्याचे आढळून आले आहे. ड्रग्ज आणि मद्यामुळे स्पर्म आणि त्यांची संरचना यावरच परिणाम होत नाही, तर टेस्टोसेहरानचे प्रमाणही कमी होते. त्यामुळे बाळात जन्मजात दोष निर्माण होऊ शकतात. बाळाचे वजन कमी होऊ शकते. तुम्ही ड्रग्ज आणि मद्यपान सोडले, तर तुमच्या पत्नीलाही असे करणे शक्य होते.

धुम्रपान करू नका :- धुम्रपान केल्याने स्पर्मची संख्या कमी होते. त्यामुळे गर्भधारणा होण्यात अडचणी येतात. हा धूर तुमची पत्नी आणि बाळासाठी धोकादायक असल्यामुळे बचाव करा.

यापासून दूर रहा :- होय, पेंट, वॉर्निश, मेटल डिग्रीसर आणि पेस्टीसाइड यामध्ये अशा प्रकारचा हाणीकारण रसायने असतात, की त्यामुळे तुम्हाला गर्भधारणा करण्यात अडचणी येऊ शकतात. यापासून सुरक्षित रहा आणि शक्यतो जवळ जाऊ नका.

हे थंड ठेवा :- होय, आम्ही तुमच्या वृषणाबाबत बोलत आहोत. त्यांना आवश्यकतेपेक्षा जास्त उष्णता मिळाली तरीही स्पर्मची संख्या कमी होते. बाकी शरीराच्या तापमानाच्या तुलनेत यांना जरा थंड ठेवा. हॉट टब, हॉट बाथ, सोना बाथ, तंग कपडे आणि अंतर्वस्त्रांचा वापर करू नका. उन्हाळयाच्या दिवसात सिंथटिक कपडे गरम असतात.

यांना सुरक्षित ठेवा :- तुम्ही फूटबॉल, बास्केट बॉल, घोडेस्वारी यासारखा खेळ खेळत असाल, तर तुमच्या नाजूक भागांना सुरक्षित ठेवा. आवश्यकतेपेक्षा जास्त सायकलिंगही धोकादायक असते. कारण त्यामध्ये खालील भागावर सतत दाब पडत असतो. सायकलिंग नंतर हा भाग सुन्न होतो. त्यामुळे गर्भधारणेच्या काळात सायकलिंग करू नका. त्रास वाढला असेल, तर डॉक्टरांकडे जाण्यासाठी संकोच करू नका.

शांत रहा :- हे तुमच्या दोघांसाठीही खूप महत्त्वाचे आहे. तणावामुळे कामशक्तीसोबत स्पर्मची संख्याही घटते. याबाबतीत जास्त विचार करू नका. सर्व काही निसर्गावर सोडा. योग्यपणे पार पडते.

या नंतर...? :- एक नवी सुरूवात करण्याची वेळ आहे. गर्भधारणेच्या आधीची तयारी झाल्यानंतर पुन्हा गर्भधारणा झाल्यानंतरची प्रकरणे वाचायला घ्या. याचा पुरेपूर आनंद घ्या.

■ ■ ■

परिशिष्ट

गर्भावस्थेत केल्या जाणाऱ्या सामान्य टेस्ट

तुमच्या अवस्थेनुसार डॉक्टर काही टेस्ट कमी जास्त करू शकतात. बऱ्याच प्रमाणात हे तुमची मेडिकल हिस्ट्री आणि डॉक्टरांची पद्धत यावरही अवलंबून असते. अधिक माहितीसाठी ही सूची वाचा.

टेस्ट व कधी केली जाते	प्रक्रिया	कारण
ब्लड टाइप. पहिल्या वेळी	हातातून रक्त काढून तपासणी	आर. एच. टाइप किंवा कॅल फॅक्टर जाणून घेण्यासाठी.
होमोटिक्रिट किंवा हिमोग्लोबीन पहिल्यांदा आणि पुन्हा २० आठवड्यानंतर	हातातून रक्त काढूनतपासणी	आर्यनची कमतरता, रक्ताल्पता याची माहिती मिळते.
रुबेला टिटर पहिल्या भेटीत	हातातून रक्त काढून तपासणी	रुबेलासाठी रोगप्रतिकारक शक्तीची तपासणी.
सिफलिस टेस्ट, पहिल्या भेटीत	हातातून रक्त काढून तपासणी	सिफलिस संसर्ग झाला तर लगेच उपचार करून गर्भाचा बचाव करणे
एच.आय.व्ही तपासणी पहिल्या भेटीत	हातातून रक्त काढून तपासणी	माहिती झाल्यावर आईवर उपचार करणे शक्य होते. बाळाचा संसर्ग टाळता येतो.
हेपेटायटिसची स्क्रीन पहिल्या भेटीत	हातातून रक्त काढून तपासणी	हिपेटायसिस बी चा संसर्ग असेल तर आईच्या तपासणीतून गर्भावर उपचार करणे.
पॅपस्पियर पहिल्या भेटीत	सर्व्हायकलमधून स्राव घेऊन पेशींची तपासणी	सर्व्हायकल कॅंसर किंवा दुसऱ्या अनियमिततांची तपासणी

टेस्ट व कधी केली जाते	प्रक्रिया	कारण
़गोनोरिया कल्चर व जेनीटल हर्पीज. पहिल्या भेटीत	योनिस्त्रावाचे लॅबमधील कल्चर	संसर्ग असेल तर उपचार करतात.
क्लामिडिया टेस्ट पहिल्या भेटीत	सर्व्हिक्स, युरेथ्रा किंवा रॅक्टम च्या भोवतालची तपासणी	संसर्ग असेल तर तपासणी करतात.
लघवीतील बॅक्टेरिया पहिल्या भेटीत	लघवीची तपासणी	हे संसर्गाचे लक्षण असून यावर उपचार करतात.
ड्रग स्क्रीन पहिली	लघवीच्या नमुन्याची तपासी	गर्भावस्थेत मादक पदार्थांचे सेवन धोकादायक असून कळाल्यावर उपचार केला जातो.
ब्लड प्रेशर. प्रत्येक भेटीत	ब्लड प्रेशर मापक किंवा एखादे इलेक्ट्रॉनिक यंत्र	हायपरटेंशन किंवा प्रीक्लॅंपसियाची माहिती मिळते.
लघवीतील ग्लुकोज प्रत्येक भेटीत	लघवीची तपासणी फक्त एक थेंब	जास्त प्रमाण गॅस्टेशनल डायबेटीसचे संकेत देते.
लघवीतील प्रोटिन	लघवीची तपासणी फक्त एक थेंब	जास्त प्रमाण मूत्राशय संसर्ग किंवा प्रीक्लेंपसियरचे लक्षणे सांगते.
ड्रिपल स्क्रिन. १५ ते १८ व्या आठवड्यात. ग्लुकोज टॉलरंस टेस्ट २८ आठवडा	हातातून रक्त काढून तपासणी एक ग्लुकोड ड्रिंक पाजल्यानंतर हातातून रक्त काढून	गर्भाच्या स्क्रीनिंगने दोषांची माहिती कळते गॅस्टेशनल मधुमेहाची तपासणी
ग्रुपची स्टेप टेस्ट ३७ व्या आठवड्यात	योनी आणि कालबाटच्या भोवती किंवा लघवीची तपासणी	प्रसूतीच्या दरम्यान उपचार होऊ शकते. म्हणजे नवजात बाळाची सुरक्षा होऊ शकेल.

गर्भावस्थेत केले जाणारे पर्यायी उपचार

लक्षणे	प्रक्रिया	कारण
पाठदुखी	उष्णता बचावात्मक उपाय	साधारण कोमट पाण्याने आंघोळ करा. एका टॉवेलात हिटिंग पॅड गुंडाळून १५ मिनिट ठेवा. असे दिवसाला ३-४ वेळा करा. व्यायाम, योग्य शारीरिक अवस्था
मार लागल्यावर टेंगूळ येणे	आइस पॅक थंड सेक	बाजारात मिळणारा आइसपॅक घ्या. किंवा भाजीचे बंद पाकीट पूर्ण थंड करा. अर्धा तास ठेवा. बरे वाटले नाही तर आणखी आर्धा तास ठेवा. बर्फाच्या थंड पाण्यात एक मऊ कपडा भिजवा. याला पिळून जखमी जाग्यावर ठेवा. थंडपणा गेल्यावर पुन्हा भिजवा.
हात, मनगट व पायावर सूज	थंड पाण्यात भिजवा	पाण्यात बर्फ टाकून पाणी गार करा. त्यात हात -पाय भिजवा. हवे तर आर्धा तास ठेवा.
जळजळ	थंड सेक	थंडा सेक
थंडी वाजणे सर्दी	सेलाइन नोज ड्रॉप व्हिक्स वेपोरब अतिरिक्त द्रव्याचा वापर इन्हेलेशन नोजल ट्रेप	बाजारातून हे औषध आणा. पाव चमचा मिठात १ औंस पाणी टाकून दोन्ही नाकपुड्यात काही थेंब टाका. ५-१० मिनिटांनी नाक स्वच्छ करा. दिलेल्या सूचनेनुसार वापरा. दर तासाला ८ औंस द्रव्य घ्या. जसे ज्यूस, पाणी व चिकन सूप, इ. दुधाचे प्रमाण कमी करा. वाफ, स्टीम व्हेपरायझर, इ. घ्या. डोक्यावरून कपडा घ्या. दिवसातून ३-४ वेळा १५ मिनिटे वाफ घ्या. जास्त गरम होत असेल तर टाळा. दिलेल्या सूचनेनुसार

लक्षणे	प्रक्रिया	कारण
ख़ोकला (सर्दी किंवा गर्मी)	इन्हेलेशन द्रव्याचे अतिरिक्त प्रमाण	सर्दी (पाहा) सर्दी (पाहा)
डायरिया	अतिरिक्त प्रमाण	दर तासाला ८ औंस पाणी घ्या. ज्यूस किंवा क्लिअर सूपही घेऊ शकता.
ताप १०० अंशापेक्षा जास्त असेल तर डॉक्टरांना बोलवा. १०२ पेक्षा जास्त झाल्यावर त्वरीत डॉक्टरला बोलवा.औषधाने ताप कमी करा.	थंड पाण्याने स्नान स्ट्रिंज बाथ	कोमट पाण्याने भरलेल्या टबमध्ये बसा. त्यात आइस क्यूब टाकून गार करीत रहा. कापरे भरल्यावर आंघोळ करणे बंद करा. वाटीत पाणी, आइस क्यूब व ढमून रबींग अल्कोहल टाकून टॉवेल भिजवा आणि शरीर पुसा.
हीमरॉथइड्स	स्टिल बाथ	कोमट पाण्याच्या टबमध्ये दिवसातून २-३ वेळा बसा
पोट किंवा त्वचेवर खाज	बचावात्मक उपाय	कोरडा साबण वापरू नका. गरम पाण्याने जास्त वेळ आंघोळ करू नका.ओल्या अंगावर मॉश्चरायझर लाऊ नका.
डोळयात खाज पाणी येणे	गरम सेक	कोमट पाण्यात कपडा भिजवून सेक द्या
मांसपेशी सूजने व मार लागणे	आइस पॅक, थंडा सेक थंड पाण्यात भिजविणे	टेंगूळ (पाहा)
मांसपेशी सूजणे व मार लागणे	४८ तासांनंतर गरम पाण्यात भिजवा गरम पाण्याने आंघोळ हिटिंग पॅड	गरम पाण्यात भिजवून कपडा गुंडाळा. यावर प्लॅस्टिक बॅग झाका. वरून हिटिंग पॅड लावा. दिवसातून दोन वेळा १-१ तास ठेवा.

लक्षणे	प्रक्रिया	कारण
नाक बंद होणे		सर्दी (पाहा)
सायनासिटिस	वारंवार गरम पाणी थंडा सेक	गरम पाण्यात कपडा भिजवून पिळा. वेदना कमी होईपर्यंत ठेवा. आळीपाळीन गरम -थंड शेक द्या
घशात कचकच खवखव	गुळण्या	कोमट पाण्यात थोडे मीठ घालून ५ मिनिटे गुळण्या करा. गरज पडल्यास दर दोन तासांनी करा.

गर्भावस्थेतील कॅलरी आणि मेदाची आवश्यकता

एखाद्या व्यक्तीचे वजन, कामाचे स्वरूप आणि मेटॅबॉलिझ्मनुसार त्याच्यासाठी मेद आणि कॅलरीज नक्की केल्या जातात. खाली दिलेल्या तक्त्यावरून तुम्ही याविषयी आंदाज करू शकता.

तुमचे आदर्श वजन पाऊंड	हालचालींची पातळी	रोजच्या कॅलरी	रोजचा मेद	सरासरी वसा
१००	१	१५००	५०	२ १/२
१००	२	१८००	६०	३ १/२
१००	३	२५००	८३	५
१२५	१	१८००	६०	३ १/२
१२५	२	२१७५	७२	४
१२५	३	३०५०	१०१	६
१५०	१	२१००	७०	४
१५०	२	२५५०	८५	५
१५०	३	३६००	१२०	७ १/२

तुमच्या हालचालीची पातळी अशी नक्की करा. १- आरामदायी. २- मध्यम सक्रिय. ३- पूर्णतः सक्रिय. (खूप कमी महिला तिसऱ्या श्रेणीत मोडतात.)

आई होताना काय कराल?

- माझे प्रश्न
- माझे अनुभव
- माझे लक्षणीय क्षण

आठवड्यानुसार तुमचे वजन

१ ला आठवडा :	२४ वा आठवडा :
२ रा आठवडा :	२५ वा आठवडा :
३ रा आठवडा :	२६ वा आठवडा :
४ था आठवडा :	२७ वा आठवडा :
५ वा आठवडा :	२८ वा आठवडा :
६ वा आठवडा :	२९ वा आठवडा :
७ वा आठवडा :	३० वा आठवडा :
८ वा आठवडा :	३१ वा आठवडा :
९ वा आठवडा :	३२ वा आठवडा :
१० वा आठवडा :	३३ वा आठवडा :
११ वा आठवडा :	३४ वा आठवडा :
१२ वा आठवडा :	३५ वा आठवडा :
१३ वा आठवडा :	३६ वा आठवडा :
१४ वा आठवडा :	३७ वा आठवडा :
१५ वा आठवडा :	३८ वा आठवडा :
१६ वा आठवडा :	३९ वा आठवडा :
१७ वा आठवडा :	४० वा आठवडा :
१८ वा आठवडा :	४१ वा आठवडा :
१९ वा आठवडा :	४२ वा आठवडा :
२० वा आठवडा :	४३ वा आठवडा :
२१ वा आठवडा :	४४ वा आठवडा :
२२ वा आठवडा :	४५ वा आठवडा :
२३ वा आठवडा :	४६ वा आठवडा :

पहिला महिना

माझे प्रश्न
_____
_____
_____
_____
_____

माझे अनुभव
_____
_____
_____
_____
_____

माझे लक्षणीय क्षण
_____
_____
_____
_____
_____
_____

पहिला महिना

माझे प्रश्न
_____
_____
_____
_____
_____

माझे अनुभव
_____
_____
_____
_____

माझे लक्षणीय क्षण
_____
_____
_____
_____
_____

दुसरा महिना

माझे प्रश्न

_____

_____

_____

_____

_____

माझे अनुभव

_____

_____

_____

_____

_____

माझे लक्षणीय क्षण

_____

_____

_____

_____

_____

_____

दुसरा महिना

माझे प्रश्न

_____
_____
_____
_____

माझे अनुभव

_____
_____
_____
_____

माझे लक्षणीय क्षण

_____
_____
_____
_____
_____

तिसरा महिना

माझे प्रश्न

_____
_____
_____
_____

माझे अनुभव

_____
_____
_____
_____

माझे लक्षणीय क्षण

_____
_____
_____
_____

तिसरा महिना

माझे प्रश्न

_____

_____

_____

_____

_____

माझे अनुभव

_____

_____

_____

_____

माझे लक्षणीय क्षण

_____

_____

_____

_____

_____

चौथा महिना

माझे प्रश्न

_____

_____

_____

_____

_____

माझे अनुभव

_____

_____

_____

_____

माझे लक्षणीय क्षण

_____

_____

_____

_____

_____

चौथा महिना

माझे प्रश्न

_____
_____
_____
_____

माझे अनुभव

_____
_____
_____
_____

माझे लक्षणीय क्षण

_____
_____
_____
_____

पाचवा महिना

माझे प्रश्न
_____
_____
_____
_____

माझे अनुभव
_____
_____
_____
_____

माझे लक्षणीय क्षण
_____
_____
_____
_____

पाचवा महिना

माझे प्रश्न

_____
_____
_____
_____

माझे अनुभव

_____
_____
_____
_____

माझे लक्षणीय क्षण

_____
_____
_____
_____
_____

सहावा महिना

माझे प्रश्न

_____

_____

_____

_____

_____

माझे अनुभव

_____

_____

_____

_____

माझे लक्षणीय क्षण

_____

_____

_____

_____

_____

_____

सहावा महिना

माझे प्रश्न
_____
_____
_____
_____
_____

माझे अनुभव
_____
_____
_____
_____

माझे लक्षणीय क्षण
_____
_____
_____
_____
_____

सातवा महिना

माझे प्रश्न

_____
_____
_____
_____
_____

माझे अनुभव

_____
_____
_____
_____

माझे लक्षणीय क्षण

_____
_____
_____
_____
_____

सातवा महिना

माझे प्रश्न

_____
_____
_____
_____
_____

माझे अनुभव

_____
_____
_____
_____
_____

माझे लक्षणीय क्षण

_____
_____
_____
_____
_____

आठवा महिना

माझे प्रश्न
_____
_____
_____
_____

माझे अनुभव
_____
_____
_____
_____

माझे लक्षणीय क्षण
_____
_____
_____
_____

आठवा महिना

माझे प्रश्न
_____
_____
_____
_____
_____

माझे अनुभव
_____
_____
_____
_____
_____

माझे लक्षणीय क्षण
_____
_____
_____
_____
_____

नववा महिना

माझे प्रश्न

_____

_____

_____

_____

माझे अनुभव

_____

_____

_____

_____

माझे लक्षणीय क्षण

_____

_____

_____

_____

_____

नववा महिना

माझे प्रश्न
_____
_____
_____
_____
_____

माझे अनुभव
_____
_____
_____
_____

माझे लक्षणीय क्षण
_____
_____
_____
_____
_____

प्रसूती वेदना आणि जन्म

माझे प्रश्न
_____
_____
_____
_____
_____

माझे अनुभव
_____
_____
_____
_____
_____

माझे लक्षणीय क्षण
_____
_____
_____
_____
_____

प्रसूतीनंतर

माझे प्रश्न

_____
_____
_____
_____
_____

माझे अनुभव

_____
_____
_____
_____

माझे लक्षणीय क्षण

_____
_____
_____
_____
_____